മറക്കാനാവാത്ത നാളുകൾ

marakkanavatha nalukal

•

vo nguyen giap

•

translated
c bhaskaran

•

first edition
november 1981

•

second edition
march 2012

•

typesetting
star communication

•

published
chintha publishers, thiruvananthapuram

•

•

cover
vinod

•

വിതരണം

ദേശാഭിമാനി ബുക്ക് ഹൗസ്

H O തിരുവനന്തപുരം-695 035
www.chinthapublishers.com
chinthapublishers@gmail.com

ബ്രാഞ്ചുകൾ

ഹെഡ്ഡാഫീസ് കുന്നുകുഴി • ഓവർബ്രിഡ്ജ് തിരുവനന്തപുരം • കെ എസ് ആർ ടി സി ബസ് സ്റ്റേഷൻ ആലപ്പുഴ • കെ എസ് ആർ ടി സി ബസ് സ്റ്റേഷൻ എറണാകുളം • മച്ചിങ്ങൽ ലെയ്ൻ തൃശൂർ • ഐ ജി റോഡ് കോഴിക്കോട് • കെ എസ് ആർ ടി സി ബസ് സ്റ്റേഷൻ കോഴിക്കോട് • എൻ ജി ഒ യൂണിയൻ ബിൽഡിങ് കണ്ണൂർ • സെൻട്രൽ ബസ് ടെർമിനൽ കോംപ്ലക്സ് താവക്കര കണ്ണൂർ

CR - 1124 / 2863

മറക്കാനാവാത്ത നാളുകൾ

വൊ ൻഗുയെൻ ഗ്യാപ്
പരിഭാഷ:
സി ഭാസ്കരൻ

ചിന്ത പബ്ലിഷേഴ്സ്
തിരുവനന്തപുരം–695 035

ജനറൽ വൊ ൻഗുയെൻ ഗ്യാപ്

1912 ൽ വിയത്നാമിലെ ക്വാങ് ബിൻ പ്രവിശ്യയിലെ ആന്നാ ഗ്രാമത്തിൽ ഒരു കർഷകപുത്രനായി ജനിച്ചു. ആദ്യം ക്വോക് ഹോക്കിലെ വിദ്യാർഥി പ്രസ്ഥാനത്തിലും പിന്നീട് 'താൻവിയത്' എന്ന ഒളിസംഘടനയിലും 1930 മുതൽ ഇന്തോചൈനീസ് കമ്യൂണിസ്റ്റു പാർട്ടിയിലും പ്രവർത്തിച്ച ഗ്യാപ്, 1940 ൽ പാർട്ടി നിരോധിക്കപ്പെടുകയും തുടർന്നുണ്ടായ കിരാതവാഴ്ചയിൽ ഭാര്യയും കുഞ്ഞും ജയിലിൽവച്ച് മരണമടയുകയും ചെയ്തപ്പോൾ ചൈനയിലേക്ക് രക്ഷപ്പെട്ടു. അവിടെവച്ച് മൗവിൽ നിന്നു ഗറില്ലായുദ്ധതന്ത്രത്തെപ്പറ്റി പഠിച്ചു. 1941 ൽ സ്വരാജ്യത്തുചെന്ന് ഒരു ജനകീയസേന രൂപീകരിച്ചു. 1944 ൽ ആ സേന രണ്ട് ഫ്രഞ്ചു താവളങ്ങൾ പിടിച്ചെടുത്തു. 1945 ലെ ആഗസ്റ്റ് വിപ്ലവവും 1954 ലെ ശത്രുസൈന്യങ്ങളെ നാമാവശേഷമാക്കിയ, ചരിത്രപ്രസിദ്ധമായ ദിയെൻ ബിയെൻ ഫു യുദ്ധവും ഗ്യാപിനെ 'ചെമന്ന നെപ്പോളിയൻ' എന്ന് വിളിക്കത്തക്കവിധം പ്രശസ്തനാക്കി. സോഷ്യലിസ്റ്റ് റിപ്പബ്ലിക്കിലെ പ്രതിരോധമന്ത്രിയായി സേവനമനുഷ്ഠിച്ചിട്ടുണ്ട്.

സി ഭാസ്കരൻ (1945–2011)

കണ്ണൂർ ജില്ലയിലെ വേങ്ങാട് ഗ്രാമത്തിൽ ജനിച്ചു. വേങ്ങാട് എൽ പി സ്കൂൾ, വട്ടിപ്രം യു പി സ്കൂൾ, പാതിരിയാട് ഹൈസ്കൂൾ, കണ്ണൂർ എസ് എൻ കോളേജ്, എറണാകുളം–തിരുവനന്തപുരം ലോ കോളേജുകൾ എന്നിവിടങ്ങളിൽ പഠിച്ചു. എസ് എഫ് ഐയുടെ പ്രഥമ പ്രസിഡന്റ്. *സ്റ്റുഡന്റിന്റെ* ആദ്യത്തെ എഡിറ്റർ. 15 വർഷം *ചിന്ത* വാരികയുടെ പത്രാധിപസമിതി അംഗമായിരുന്നു. പിന്നീട് ദീർഘകാലം ചിന്തപബ്ലിഷേഴ്സിന്റെ എഡിറ്ററായി പ്രവർത്തിച്ചു.

കമ്യൂണിസ്റ്റ് പ്രസ്ഥാനം: കേരളത്തിനകത്തും പുറത്തും, ത്രിപുരക്കുമേൽ ചുവപ്പുതാരം, യുവാക്കളും വിപ്ലവവും, കമ്യൂണിസ്റ്റ് മാനിഫെസ്റ്റോ: പ്രസക്തി പ്രാധാന്യം, വിദ്യാഭ്യാസരംഗത്തെ വരേണ്യ പക്ഷപാതം, ഇന്ത്യയിലെ ട്രേഡ് യൂണിയൻ പ്രസ്ഥാനം 1920–2000, സ്ത്രീവിമോചനം, കേരളത്തിലെ വിദ്യാർഥി പ്രസ്ഥാനം, ക്യൂബൻ വിപ്ലവത്തിന്റെ കഥ ക്യൂബയുടെയും, ഇന്ത്യയിലെ കമ്യൂണിസ്റ്റ് പത്രങ്ങൾ, ഇന്ത്യൻ കമ്യൂണിസ്റ്റ് പ്രസ്ഥാനം: ആദ്യ പഥികർ, മുമ്പേ നടന്നവർ എന്നിവ ഉൾപ്പെടെ നിരവധി കൃതികളുടെയും രണ്ടു ഡസനോളം ലഘുലേഖകളുടെയും കർത്താവ്. ബി ടി ആറിന്റെ *മാർക്സിസം: സിദ്ധാന്തവും പ്രയോഗവും*, സുർജീത്തിന്റെ *ഇന്ത്യയിലെ കാർഷിക പ്രശ്നങ്ങൾ*, ഹരേകൃഷ്ണ കോനാറുടെ *തെരഞ്ഞെടുത്ത കൃതികൾ* തുടങ്ങിയ കൃതികൾ മലയാളത്തിലേക്ക് പരിഭാഷപ്പെടുത്തിയിട്ടുണ്ട്.

ഭാര്യ : തുളസി ഭാസ്കരൻ
മക്കൾ: ദിനേഷ്, മനേഷ്

ഉള്ളടക്കം

ഭാഗം ഒന്ന്

ഭാഗം രണ്ട്

ഭാഗം ഒന്ന്

"....വിപ്ലവനൗക കടൽപ്പാറക്കൂട്ടങ്ങൾക്കിടയിലൂടെ പതുക്കെ മുന്നോട്ട് നീങ്ങിക്കൊണ്ടിരിക്കുകയാണ്."

1946 മാർച്ച് 9ന് പാർട്ടികേന്ദ്രകമ്മിറ്റിയുടെ സ്റ്റാൻഡിങ് കമ്മിറ്റി പുറപ്പെടുവിച്ച ശാസനത്തിൽനിന്ന്.

1

വിപ്ലവം വിജയിക്കുന്നു

ഹാനോയിൽ ഹാങ് ഞാങ് തെരുവിലാണ് ഞങ്ങൾ താമസിച്ചത്. അവിടെ ഒരു അനുഭാവി കുടുംബത്തോടൊപ്പം താമസിക്കുന്നതിന് പാർട്ടിയുടെ സിറ്റി കമ്മിറ്റി ഞങ്ങൾക്ക് സൗകര്യങ്ങളേർപ്പെടുത്തിയിരുന്നു. ഹോ അമ്മാവൻ വരുന്നുണ്ടെന്ന വിവരം ഏറെത്താമസിയാതെ ഞങ്ങളറിഞ്ഞു. തായ്ൻഗുയെനിൽ യുദ്ധത്തിലേർപ്പെട്ടിരുന്ന ക്വാങ് ത്രുങ് ഡിറ്റാച്ച്മെന്റിലെ വിമോചനസേനാ പ്ളറ്റൂണിന് അദ്ദേഹത്തിന് അകമ്പടി സേവിക്കുന്നതിന് ഉടനെ തൻ ത്രാവൊവിലേക്ക് തിരിച്ചുപോകാൻ ഏതാനും ദിവസം മുമ്പെ ഉത്തരവ് കിട്ടിയിട്ടുണ്ടായിരുന്നു. ഈ വാർത്ത ഞങ്ങൾക്കെത്തിച്ചുതന്ന സഖാവ് ഞങ്ങളോടു പറഞ്ഞത് ചിലപ്പോൾ ഹോ അമ്മാവനെ മഞ്ചലിലേറ്റേണ്ടിവരാറുണ്ടെന്നാണ്. അദ്ദേഹത്തിന്റെ ആരോഗ്യം ഇപ്പോഴും വളരെ മോശമായിരിക്കുമെന്ന് ഞങ്ങളൂഹിച്ചു. കാരണം, മറ്റുള്ളവരെ ഒരിക്കലും, താൻ എത്ര ക്ഷീണിതനും രോഗിയുമായാൽപ്പോലും, വിഷമിപ്പിക്കാൻ കൂട്ടാക്കാത്തതാണല്ലോ അദ്ദേഹത്തിന്റെ പ്രകൃതം.

സ്ഥിതിഗതികൾ സംഘർഷാത്മകമായിരുന്നു. ഹോ അമ്മാവൻ വരുന്നുണ്ടെന്ന വിവരമറിഞ്ഞ് എല്ലാവരും സന്തോഷിച്ചു. സഖാവ് തൊ ഗറില്ലാതാവളത്തിൽപോയി ഹോ അമ്മാവനെ കാണണമെന്ന് ഞങ്ങൾ നേരത്തെ നിശ്ചയിച്ചിരുന്നതാണ്. ഇനി അതിന്റെ ആവശ്യമില്ല, സഖാവ് നിഞ്ചും ഞാനും ഫു ഗിയയിൽ അദ്ദേഹത്തെ കാണാൻ പോകണമെന്നായി പുതിയ തീരുമാനം.

ഞങ്ങളുടെ കാർ അതിവേഗം പട്ടണം കടന്നു. ഗുവാമരങ്ങൾ വെച്ചുപിടിപ്പിച്ച സുപരിചിതമായ ചിറ. പടിഞ്ഞാറൻ തടാകത്തിന് ചുറ്റുമുള്ള ഗ്രാമങ്ങളിൽ ചെങ്കൊടികൾ പാറിക്കളിച്ചു. ദിയോ ഗീയിൽവെച്ച് ഹോ അമ്മാവനെ കാണാൻ പോയ നാളുകൾ ഞാൻ ഓർത്തു. അന്ന്, അദ്ദേഹം

കാവൊ ബാങ്കിൽനിന്ന് തൻ ത്രാവൊവിലേക്ക് വരികയായിരുന്നു; കുറച്ചുദിവസങ്ങൾക്കുശേഷം തൻ ത്രാവൊ വിപ്ലവാധികാരത്തിന്റെ കേന്ദ്രമായിത്തീർന്നു.

ലോകമാകെ അലഞ്ഞുതിരിഞ്ഞ ഹോ അമ്മാവന് വിപ്ലവജീവിതത്തിനിടയിൽ വമ്പിച്ച ആഹ്ലാദത്തിന്റെതായ പല ദിനങ്ങളുണ്ടായിരുന്നു. ലെനിന്റെ *ദേശീയ-കൊളോണിയൽ പ്രശ്നങ്ങളെ* സംബന്ധിച്ച തീസിസ് വായിച്ചപ്പോൾ ദേശീയവിമോചനത്തിനുള്ള മാർഗം കണ്ടെത്തിയ നാൾ സന്തോഷഭരിതമായിരുന്നു. 1920 ൽ താൻ കൂടി അംഗമായ ഫ്രഞ്ചുകമ്യൂണിസ്റ്റ് പാർട്ടി രൂപീകരിക്കപ്പെട്ട ദിനമാണ് മറ്റൊന്ന്. പിന്നെ, ഇന്തോചൈനീസ് കമ്യൂണിസ്റ്റുപാർട്ടി രൂപീകരിക്കപ്പെട്ട ആ ചരിത്രപ്രധാനമായ 1930 ഫെബ്രുവരി 3....

ഇപ്പോൾ ഏറെ സന്തോഷിക്കാനുള്ള മറ്റൊരുദിനം കൂടി-വിയത്നാം വിപ്ലവദിനം-സമീപിക്കുകയാണ്.

തൻ ത്രാവൊവിൽ മുളകൊണ്ടുണ്ടാക്കിയ ഒരു കൊച്ചുകുടിലിൽ ഹോ അമ്മാവന്റെ മുളം കട്ടിലിനരികെ രാത്രിമുഴുവൻ ഉറക്കമൊഴിച്ചിരുന്ന ആ ദിനങ്ങൾ പിന്നിട്ടിട്ട് അധികമായില്ല. അന്നദ്ദേഹം ഗുരുതരമായ രോഗം ബാധിച്ച് കിടപ്പായിരുന്നില്ല. അത്തരം നിമിഷങ്ങളിലാണ് രാജ്യത്തിന്റെ മോചനത്തിനും സ്വാതന്ത്ര്യത്തിനും വേണ്ടിയുള്ള അദ്ദേഹത്തിന്റെ ഉൽക്കടമായ അഭിവാഞ്ഛ പൂർണമായും പ്രകടമാവുക. "ത്രുവേങ് സോൺ മേഖല പൂർണമായി കത്തിച്ചുകളയേണ്ടിവന്നാലും നാം നമ്മുടെ രാജ്യത്തിന്റെ സ്വാതന്ത്ര്യം വീണ്ടെടുക്കണം.'' അദ്ദേഹം പറഞ്ഞു. കേഡർമാരുടെ പ്രവർത്തനങ്ങളെ സംബന്ധിച്ചും വിപ്ലവപ്രസ്ഥാനം എങ്ങനെ നിലനിർത്തണമെന്നത് സംബന്ധിച്ചും അദ്ദേഹം നൽകിയ ഉപദേശങ്ങളുടെ അന്തഃസത്ത അതായിരുന്നു. ഇടയ്ക്കിടെ പനി വിട്ടുമാറുമ്പോൾ കാണിക്കാറുള്ള ആംഗ്യപ്രകടനങ്ങളിൽനിന്നും നോട്ടങ്ങളിൽനിന്നും ഓരോ നിമിഷത്തിലും അദ്ദേഹം വിപ്ലവത്തെക്കുറിച്ചായിരുന്നു ചിന്തിച്ചുകൊണ്ടിരുന്നതെന്ന കാര്യം വ്യക്തമായിരുന്നു. പാർട്ടിയുടെയും ഹോ അമ്മാവന്റെയും ആഹ്വാനമനുസരിച്ച് ഞങ്ങളുടെ രാഷ്ട്രത്തിന്റെ വടക്കെ അറ്റം മുതൽ തെക്കെ അറ്റം വരെ മുഴുവൻ ജനങ്ങൾ കഴിഞ്ഞ കുറച്ചുദിവസങ്ങളായി ആർത്തിരമ്പിവരുന്ന തിരമാലകളെപ്പോലെ ഉയർന്നുവരികയായിരുന്നു. ഹാനോയ്യിൽ വിപ്ലവകാരികളായ ജനങ്ങൾ ഇരുമ്പുവേലി തകർത്തുകൊണ്ട് ബാക്ബൊ കൊട്ടാരം (ഗവർണറുടെ ആസ്ഥാനം) ആക്രമിച്ചു. പ്രായംചെന്നവരും ചെറുപ്പക്കാരും പുരുഷന്മാരും സ്ത്രീകളുമടങ്ങിയ ജനക്കൂട്ടം അണിമുറിയാതെ ജാപ്പനീസ് ടാങ്കുകളെയും തോക്കുകളെയും ധീരമായി നേരിട്ടുകൊണ്ട് സിവിൽ ഗാർഡുകളുടെ ബാരക്കുകൾക്കു മുമ്പിൽ തങ്ങളുടെ ശക്തിപ്രകടനം നടത്തി. ജാപ്പനീസ് ടാങ്കുകളും യന്ത്രത്തോക്കുകളും ബയണറ്റുകളും പിൻവലിക്കാൻ നിർബന്ധിതമായി. അവിടെയുണ്ടായിരുന്ന സിവിൽഗാർഡുകളുടെ ആയുധശേഖരം കൈമാറാൻ ജപ്പാൻകാർ നിർബന്ധിതരായി. വിജയകരമായ

മുന്നേറ്റത്തിന്റെ വാർത്തകൾ വിവിധ ഭാഗങ്ങളിൽനിന്ന് വന്നുകൊണ്ടിരുന്നു.

ഞങ്ങൾ ഗാ ഗ്രാമത്തിലെത്തി.

ഹോ അമ്മാവൻ ചെറുതെങ്കിലും വൃത്തിയുള്ള ഒരു വീട്ടിലായിരുന്നു താമസം. ഞങ്ങൾ ചെല്ലുമ്പോൾ തന്റെ ആതിഥേയനായ വൃദ്ധനുമായി വെടിപറഞ്ഞുകൊണ്ടിരിക്കുകയായിരുന്നു അദ്ദേഹം.

ഏതാനും നാളുകൾക്കുമുമ്പ് വിയത്ബാക്കിൽ താമസിച്ചുകൊണ്ടിരുന്നപ്പോൾ, ന്യൂനപക്ഷവിഭാഗമായ നുങ് സമുദായത്തിൽപ്പെട്ട ഒരു വൃദ്ധൻ എന്നേ അദ്ദേഹത്തെ കണ്ടാൽ സാധാരണക്കാർക്ക് തോന്നുമായിരുന്നുള്ളൂ. ഇപ്പോൾ കീഴ്പ്രദേശങ്ങളിലെ ഒരു കൃഷിക്കാരനായിട്ടാണ് അദ്ദേഹത്തെ കണ്ടാൽ തോന്നുക. കൃഷിക്കാർ ധരിക്കാറുള്ള തവിട്ടുനിറത്തിലുള്ള പൈജാമ അദ്ദേഹത്തിന് നല്ലപോലെ ചേർന്നിരുന്നു. അപ്പോഴും അദ്ദേഹത്തിന്റെ ശരീരം നന്നേ ശോഷിച്ചിരുന്നു. കവിളെല്ലുകൾ ഉന്തിനിന്നിരുന്നു. നെറ്റിയിലെയും ചെന്നികളിലെയും നീലഞരമ്പുകൾ വ്യക്തമായി കാണാമായിരുന്നു. എങ്കിലും വലിയ നെറ്റിത്തടത്തോടും കറുത്ത താടിയോടും തിളങ്ങുന്ന കണ്ണുകളോടും കൂടിയ ആ മെലിഞ്ഞ ശരീരത്തിൽനിന്ന് അത്ഭുതാവഹമായ ധാർമികശക്തി പ്രസരിക്കുന്നതായി തോന്നി. എന്തായാലും തൻ ത്രാവൊ സമ്മേളന സമയത്തെക്കാൾ അദ്ദേഹം കുറെക്കൂടി നന്നായി കാണപ്പെട്ടു.

ഞങ്ങൾ വീട്ടിൽ പ്രവേശിച്ചപ്പോൾ ആതിഥേയൻ ഞങ്ങളെ അഭിവാദ്യം ചെയ്തു. പിന്നെ അവിടെ നിന്ന് തന്ത്രപൂർവം പിൻവാങ്ങി.

ഹോ അമ്മാവൻ ഞങ്ങളെനോക്കി പുഞ്ചിരിച്ചുകൊണ്ട് പറഞ്ഞു: "ഇപ്പോൾ നിങ്ങൾ ശരിക്കും പട്ടണവാസികളെപ്പോലെയുണ്ടല്ലോ."

ഞങ്ങൾ വളരെ ഉദ്വേഗത്തോടെ ഹാനോയിലെയും പ്രവിശ്യകളിലെയും വിപ്ലവപരിതഃസ്ഥിതികൾ അദ്ദേഹത്തിനു വിശദീകരിച്ചുകൊടുത്തു. ശാന്തമായി അദ്ദേഹം അതെല്ലാം ശ്രദ്ധിച്ചു. സന്തോഷത്തിന്റെയും ദുഃഖത്തിന്റെയുമായ നിമിഷങ്ങളിൽ ശാന്തനായിട്ടിരിക്കുക അദ്ദേഹത്തിന്റെ ഒരു സ്വഭാവമായിരുന്നു.

ഗവൺമെന്റിന്റെ ഉദ്ഘാടനം എത്രയും വേഗത്തിൽ നടത്തുന്നതിനുവേണ്ട ഒരുക്കങ്ങൾ ചെയ്യണമെന്ന പാർട്ടി ബ്യൂറോവിന്റെ ആഗ്രഹം ഞങ്ങൾ അദ്ദേഹത്തെ അറിയിച്ചു. തൻ ത്രാവൊവിൽ വെച്ചു ചേർന്ന നാഷണൽകോൺഫറൻസിന്റെ തീരുമാനമനുസരിച്ചു ദേശീയ വിമോചന കമ്മിറ്റിയാണ് –അദ്ദേഹമായിരുന്നു അതിന്റെ ചെയർമാൻ– താൽക്കാലികഗവൺമെന്റായി പ്രവർത്തിക്കേണ്ടിയിരുന്നത്. അൽപ്പം തമാശയോടെ അദ്ദേഹം ചോദിച്ചു: "അപ്പോൾ ഞാൻ പ്രസിഡന്റാവണോ?"

യഥാർഥത്തിൽ, മഹത്തായ, എങ്കിലും നിർണായകമായ, ഒരു ഘട്ടം ഞങ്ങളുടെ ചരിത്രത്തിൽ ആരംഭിച്ചു കഴിഞ്ഞു. ചതിക്കുന്ന പാറക്കൂട്ടങ്ങൾക്കിടയിലൂടെ പുതുതായി സ്ഥാപിക്കപ്പെട്ട വിയത്നാം ഭരണകൂടമാകുന്ന പുതിയ തോണിയെ നയിക്കുകയെന്ന പ്രയാസകരമായ കടമ

യാണ് ഹോ അമ്മാവൻ സ്വീകരിച്ചത്. ചരിത്രത്തിൽനിന്നും ജനങ്ങളിൽ നിന്നും ഈ കടമ താനെങ്ങനെയാണ് ഏറ്റെടുത്തതെന്ന് മൂന്നുമാസം കഴിഞ്ഞതിനുശേഷം വിദേശപത്രങ്ങൾക്കു നൽകിയ പ്രസ്താവനയിൽ അദ്ദേഹം തന്നെ ഇങ്ങനെ വ്യക്തമാക്കി: "എനിക്ക് പ്രശസ്തിക്കോ ധന ത്തിനോ യാതൊരാഗ്രഹവുമില്ല. പ്രസിഡന്റിന്റെ ചുമതല ജനങ്ങൾ എന്നെ ഏൽപ്പിച്ചതുകൊണ്ട് എനിക്കതേറ്റെടുക്കേണ്ടിവന്നു. രാഷ്ട്രത്തിന്റെ ഉത്തരവനുസരിച്ച് മുന്നണിയിലേക്കുപോകുന്ന ഒരു പട്ടാളക്കാരനെപ്പോ ലെയാണ് ഞാൻ."

2

മുന്നൂറു കിലോമീറ്ററിനു മുപ്പത്തഞ്ച് വർഷം

കൂടുതൽ തയാറെടുപ്പിനുവേണ്ടി ഞങ്ങൾ ഹാങ്ങ്ദാങ് തെരുവിലേക്ക് തിരിച്ചുപോന്നു. സഖാവ് ത്രുവോങ്ചിഞ്-ഞങ്ങൾ എത്തി അധികം താമസിയാതെ അദ്ദേഹവും എത്തിച്ചേർന്നിരുന്നു- ഉച്ചതിരിയും വരെ അവിടെ തങ്ങി ഹോ അമ്മാവന്റെകൂടെ പോരണമെന്ന് തീരുമാനിക്കപ്പെട്ടു.

ആദ്യമായാണ് ഹോ അമ്മാവൻ ഹാനോയിൽ വരുന്നത്. 300 കിലോമീറ്റർ അകലെയുള്ള കിം ലിയൻഗ്രാമത്തിലെ പുല്ലുമേഞ്ഞ ചെറിയ വീട്ടിൽനിന്ന് ഹാനോയിലെത്താൻ അദ്ദേഹം 35 കൊല്ലമെടുത്തു.

തനിക്കുമുമ്പുള്ള വിയത്നാം ദേശാഭിമാനികൾ സ്വീകരിച്ച പാതയിൽനിന്ന് തികച്ചും വ്യത്യസ്തമായിരുന്നു അദ്ദേഹത്തിന്റേത്.

ലോകത്തിലെ പല പ്രദേശങ്ങളിലും അദ്ദേഹം ഒറ്റയ്ക്ക് ചുറ്റിക്കറങ്ങിയിട്ടുണ്ട്. ആ സമയത്ത് മുതലാളിത്തം അതിന്റെ വളർച്ചയുടെ ഏറ്റവും ഉയർന്നഘട്ടത്തിലെത്തി അങ്ങേയറ്റം ദുഷിച്ചുകഴിഞ്ഞിരുന്നു. നല്ലതും ചീത്തയും തമ്മിലുള്ള അതിർവരമ്പുകൾ മാച്ചുകളയുന്നതിന് അതുശ്രമിച്ചു. അതേവരെ മാനവരാശി നേടിയെടുത്ത യഥാർഥ ധാർമികമൂല്യങ്ങളെയാകെ അത് വികൃതമാക്കി. നീതിയുടെയും സ്വാതന്ത്ര്യത്തിന്റെയും വെള്ളിവെളിച്ചത്തെ അത് ഒളിച്ചുവെച്ചു.

സാമ്രാജ്യത്വയുദ്ധങ്ങളുടെ ഇരുണ്ട കാർമേഘങ്ങൾ യുറോപ്പിലെയും ഏഷ്യയിലെയും ആകാശത്തിൽ ഇരുട്ടുവ്യാപിച്ച നാളുകളിൽ അദ്ദേഹം അലഞ്ഞുതിരിയുകയായിരുന്നു.

ലോകം ക്രമമില്ലായ്മയിലേക്കും കഷ്ടപ്പാടുകളിലേക്കും മുങ്ങിത്താഴുകയായിരുന്നു; സാമ്രാജ്യത്വം ഒന്നിനുമേൽ മറ്റൊന്നായി കുറ്റകൃത്യങ്ങൾ നടത്തുകയായിരുന്നു; തെറ്റും ശരിയും ഏതെന്ന് തിരിച്ചറിയാൻ

പാടില്ലായിരുന്നു; ആ ഘട്ടത്തിൽ സത്യത്തിന്റെ വെളിച്ചം അദ്ദേഹം അതിവേഗം തിരിച്ചറിഞ്ഞു. ലെനിനിസം അദ്ദേഹത്തെ ഹഠാദാകർഷിച്ചു. ലെനിന്റെ സിദ്ധാന്തത്തിൽ 'ജീവിതത്തിന്റെ വെട്ടിത്തിളങ്ങുന്ന സ്രോതസിനെ കൊണ്ടുവരുന്ന സൂര്യനെ' അദ്ദേഹം കണ്ടെത്തി. ലെനിന്റെ കൊടിക്കൂറയിൽ 'വിശ്വാസത്തിന്റെ ചിഹ്നവും പ്രത്യാശയുടെ പന്തവും' അദ്ദേഹം കണ്ടു. ആ വിയത്നാം ദേശാഭിമാനി തങ്ങളുടെ ജനതയ്ക്കും അവരോടൊപ്പം ദുരിതമനുഭവിക്കുന്നവർക്കുമുള്ള വിമോചനത്തിന്റെ ഏകമാർഗം മാർക്സിസം–ലെനിനിസത്തിൽ കണ്ടെത്തിക്കഴിഞ്ഞിരുന്നു. സാമ്രാജ്യത്വത്താൽ മർദിതരാണ് ആ ജനത. ഇതിനിടെ ദേശീയജീവിതത്തിൽ വലിയ ഒരു മാറ്റം സംഭവിച്ചുകഴിഞ്ഞിരിക്കുന്നു.

അൽപ്പദിവസം മുമ്പുവരെ ഹാനോയ്ക്ക് യുദ്ധകാലത്തെ അഴിമതി നിറഞ്ഞ കൊളോണിയൽ ഭരണത്തിന്റെ പ്രതിബിംബം ആയിരുന്നു. നഗരം മുഴുവൻ കരിഞ്ചന്ത കൊടികുത്തിവാണു. ജീവിതം ആപൽക്കരമായിരുന്നു. പട്ടിണികൊണ്ട് പിടഞ്ഞുമരിച്ചവരുടെ ശരീരങ്ങൾ പട്ടണത്തിന്റെ പ്രാന്തപ്രദേശങ്ങളിലേക്ക് കൊണ്ടുപോകാൻ വേണ്ടത്ര ചവറ്റുവണ്ടികൾ പോലുമില്ലായിരുന്നു. അവിടെ അവ ഒറ്റക്കുഴിയിലാണ് കുഴിച്ചുമൂടപ്പെട്ടിരുന്നത്. നാട്ടിൻപുറങ്ങളിൽനിന്ന് ജനങ്ങൾ നഗരപ്രദേശങ്ങളിലേക്ക് ഇരമ്പിക്കയറി. ശൈത്യകാലത്തു കൊഴിഞ്ഞുവീണ ഇലകൾ പോലെ ജീവച്ഛവങ്ങളായ അവർ അങ്ങുമിങ്ങും പറന്നുനടന്നു. പോലീസുകാരുടെ ഒരു ചെറിയ തള്ള് മതിയായിരുന്നു, പിന്നീട് ഒരിക്കലും എഴുന്നേൽക്കാത്തവിധത്തിൽ അവർ നിലംപതിക്കാൻ.

ഇതിനെല്ലാം പുറമെ ആഗസ്റ്റിൽ എല്ലാ നദികളിലും വെള്ളം കയറി. കൊളോണിയൽ ഭരണാധികാരികൾ ശ്രദ്ധിക്കാതെ വിട്ടിരുന്ന ചിറകളെ വെള്ളപ്പൊക്കം തകർത്തു. ആറു തുരുത്തുപ്രവിശ്യകളെയും വെള്ളപ്പൊക്കം മുക്കിക്കളഞ്ഞു. കോളറ പടർന്നുവരികയായിരുന്നു. പല ആപത്തുകളും ഒന്നിച്ചു സംഭവിച്ചു. എല്ലാറ്റിനും കാരണം കൊളോണിയൽ ഭരണമായിരുന്നു.

കൊള്ളലാഭക്കാരോടൊപ്പം ചേർന്ന് അനേകം രാഷ്ട്രീയ അവസരവാദികൾ വിളിച്ചുകൂവി: 'വിയത്നാമിന്റെ സ്വാതന്ത്ര്യം നീണാൾവാഴട്ടെ.' 'മഹത്തായ ജപ്പാൻ നീണാൾവാഴട്ടെ.' കുറുവടി ഏന്തിയ ഫ്രഞ്ച് പോലീസുകാർക്ക് പകരം നീണ്ട വാളുംപിടിച്ച് ജപ്പാൻപട്ടാളക്കാർ നിരത്തുകളിലൂടെ കനത്ത ബൂട്ടിട്ടകാലുകൾ വലിച്ചുവെച്ചു നടന്നുകൊണ്ടിരുന്നു.

ഹാനോയ്ക്കുമാത്രമല്ല, നമ്മുടെ ജനങ്ങൾക്കു മുഴുവനും ദുഃഖകരമായ ഒരു സമയമായിരുന്നു അത്.

ആഗസ്റ്റ് മധ്യത്തിൽ ജപ്പാന്റെ ക്വാൻതുങ് പട്ടാളത്തെ പറ്റെ തോൽപ്പിച്ചുകൊണ്ട് സോവിയറ്റ് ചെമ്പട നേടിയ വിജയം വലിയൊരു അവസരമാണ് തുറന്നുതന്നത്.

ഒരു കൊടുങ്കാറ്റുപോലെ വിപ്ലവം പൊട്ടിപ്പുറപ്പെട്ടു.

ഏതാനും ദിവസങ്ങൾക്കകം അടിമത്തം കൊണ്ടുണ്ടായ അപമാനവും കഷ്ടപ്പാടുകളും വലിയൊരളവോളം തുടച്ചുനീക്കപ്പെട്ടു.

പുനരുദ്ധാരണത്തിനുള്ള വിപ്ലവത്തിന്റെ കഴിവ് അസാധാരണമായിരുന്നു. ഒരുദിവസം മുമ്പ് പട്ടിണിയും പകർച്ചവ്യാധികളും ഭീകരതയുംകൊണ്ട് പട്ടണംമുഴുവൻ തളർന്നു കിടക്കുകയായിരുന്നു. എന്നാലിപ്പോൾ ഓരോ തെരുവിലും ഓരോ ഇടവഴിയിലും ജീവിതം തിളച്ചുമറിയുകയാണ്. ഇളകിമറിയുന്ന തിരമാലകളുടെ ശക്തിയോടുകൂടി ആയിരക്കണക്കിനാളുകൾ തെരുവീഥികളിലൂടെ മാർച്ച് ചെയ്യുകയാണ്.

ജനകീയ വിപ്ലവശക്തി സ്ഥാപിക്കപ്പെട്ടുകഴിഞ്ഞതേയുള്ളൂ. ഈ പുതിയ അധികാരശക്തികളുടെ പ്രതിനിധികൾ ആരെല്ലാമാണെന്ന് മിക്ക ജനങ്ങൾക്കും അറിയാമായിരുന്നില്ല. എങ്കിലും ഒരു പുതിയ ചിട്ട, വിപ്ലവ ചിട്ട, ജനങ്ങൾതന്നെ നടപ്പാക്കി. പിടിച്ചുപറിയും കളവും മിക്കവാറും അപ്രത്യക്ഷമായി. അതേവരെ പട്ടണത്തിലെ പ്രധാന പ്രവർത്തനമായിരുന്ന വ്യാപാരപ്രവർത്തനങ്ങൾ വിപ്ലവപ്രവർത്തനങ്ങൾക്ക് വഴിമാറിക്കൊടുത്തു.

ഒരു സൈക്കിൾയാത്രക്കാരൻ ഒരു തെരുവിന്റെ മൂലയിൽനിന്ന് തന്റെ മെഗാഫോണിലൂടെ ഉച്ചത്തിൽ വിളിച്ചുപറഞ്ഞു: "സഹപൗരന്മാരെ, ഇന്ന സ്ഥലത്ത് ഒരു റാലിക്കായി സമ്മേളിക്കുക." അയാൾ ആരാണെന്ന് അറിയാതെതന്നെ അയാൾ പറഞ്ഞ സന്ദേശം മറ്റുള്ളവർ അതിവേഗം കൈമാറി. സാധാരണപൗരന്മാർ തങ്ങളുടെ മെഗാഫോണുകളിലൂടെ വിവരം മറ്റുള്ളവരെ അറിയിക്കാൻ ധൃതികൂട്ടി. എല്ലാവരും ജോലി നിർത്തി കൂട്ടത്തോടെ റാലിനടക്കുന്ന സ്ഥലത്തേക്ക് കുതിച്ചു. ഏതാനും നിമിഷങ്ങൾക്കുള്ളിൽ വിപ്ലവത്തിനുവേണ്ടി എന്തും ചെയ്യാൻ ആയിരക്കണക്കിനാളുകൾ യോഗസ്ഥലത്ത് ഹാജരായി.

ഹാനോയിൽ പരിശുദ്ധിയുടെയും ആവേശത്തിമിർപ്പിന്റേതുമായ അന്തരീക്ഷം മുറ്റിനിന്നു. രാവിലെമുതൽ രാത്രിവരെ വിപ്ലവഗാനങ്ങൾ അലയടിച്ചുയർന്നു:

വിയത്മിൻസേന മാർച്ചുചെയ്യുകയാണ്
രാജ്യത്തെ രക്ഷിക്കാനേകമനസായി.

വീടുകളും തെരുവീഥികളും ചുവപ്പിച്ചുകൊണ്ട് സ്വർണവർണ നക്ഷത്രാങ്കിതമായ രക്തപതാകകൾ കാറ്റത്ത് തത്തിക്കളിച്ചു. വിപ്ലവം തീർച്ചയായും മർദിതജനങ്ങൾക്ക് ഒരുത്സവംതന്നെ.

സന്ധ്യയായപ്പോഴാണ് ഹോ അമ്മാവൻ വന്നുചേർന്നത്. അദ്ദേഹത്തെ കാണുന്നതിനായി ഞങ്ങൾ പുറത്തുവന്നപ്പോൾ അദ്ദേഹത്തിന്റെ മുഖത്ത് നാനാതരത്തിലുള്ള വികാരങ്ങളും പ്രകടമായിരുന്നു.

അദ്ദേഹം ഇപ്പോൾ ഹാനോയിലാണ്, ഏതാനും ദിവസങ്ങൾക്കകം തെക്കുകിഴക്കനേഷ്യയിലെ ഒന്നാമത്തെ ജനകീയ ജനാധിപത്യരാജ്യമായ വിയത്നാം ജനാധിപത്യറിപ്പബ്ലിക്കിന്റെ തലസ്ഥാനമാകേണ്ടിയിരുന്ന ഹാനോയിൽ. എങ്കിലും അദ്ദേഹത്തെ സ്വാഗതംചെയ്യുന്നതിനുള്ള ഞങ്ങ

ളുടെ സന്തോഷത്തിൽ പങ്കുചേരാൻ അപ്പോഴും ഹാനോയിലെ ജനങ്ങൾക്കു കഴിഞ്ഞില്ല. എന്തിനേറെ, അദ്ദേഹത്തിന്റെ ഡ്രൈവർക്കുപോലും മനസിലായിരുന്നില്ല. ഏതാനും ദിവസങ്ങൾക്കുശേഷം ആ മനുഷ്യൻ തായ് ൻഗുയെനിലേക്ക് പോകുന്നതിന് അവധിക്കപേക്ഷിച്ചു. അവിടെപ്പോയി തന്റെ അച്ഛനെ സ്വാതന്ത്ര്യദിനത്തിൻനാൾ പുതിയ പ്രസിഡന്റിനെ കാണുന്നതിന് കൊണ്ടുവരാൻ. ബാദിങ് മൈതാനത്ത് ആ വമ്പിച്ച റാലിയിൽവെച്ചാണ് താൻ തന്റെ കാറിൽ ഗാ ഗ്രാമത്തിൽനിന്ന് കൊണ്ടുവന്ന ആ വൃദ്ധനായ മനുഷ്യനാണ് പ്രസിഡന്റ് ഹോ ചിമിനെന്ന് അയാൾക്ക് മനസിലായത്.

3

പുതിയ ഗവൺമെന്റിന്റെ നയപരിപാടി

ആ വർഷം ജൂലൈ അവസാനത്തിൽ ചേർന്ന പോട്സ്ഡാം സമ്മേളനത്തിൽവെച്ച് ഇന്തോചൈനയെ രണ്ട് മേഖലകളാക്കി വിഭജിക്കുന്നതിന് സഖ്യശക്തികൾ തീരുമാനിച്ചിരുന്നു. ജപ്പാന്റെ കീഴടങ്ങലിനുശേഷം അവരുടെ പട്ടാളത്തെ നിരായുധരാക്കുകയായിരുന്നു ഉദ്ദേശ്യം. 16 ാം അക്ഷാംശരേഖയുടെ തെക്കുഭാഗത്ത് ബ്രിട്ടീഷ് പട്ടാളവും വടക്കുഭാഗത്ത് ജിയാങ് കയ്ഷെക്കിന്റെ പട്ടാളവുമായിരുന്നു ഈ പരിപാടി നടപ്പാക്കേണ്ടിയിരുന്നത്. അത്തരമൊരു സുപ്രധാന പരിപാടി ആവിഷ്കരിക്കുന്ന സമയത്ത് ഞങ്ങളുടെ ജനങ്ങളുമായി ആലോചിച്ചതേയില്ല. അമേരിക്കൻ സമ്മർദം മൂലം ഫ്രഞ്ചുകാർ ഈ നടപടിയിൽനിന്ന് ഒഴിച്ചുനിർത്തപ്പെട്ടു.

അമേരിക്കൻ മിഷന്റെ കൂടെ വന്ന ചില ഫ്രഞ്ച് ഓഫീസർമാരെ ഞങ്ങൾ കണ്ടു. ആഗസ്റ്റ് 22 ാം തീയതി ഉച്ചതിരിഞ്ഞ് വിമാനംവഴി ഹാനോയിലെത്തിയതായിരുന്നു അവർ. അപ്പോഴും ജിയാങിന്റെ ആൾക്കാർ എത്തിക്കഴിഞ്ഞിരുന്നില്ല.

ഫ്രഞ്ച് ഓഫീസർമാരെ ജപ്പാൻകാർ 'മെട്രോപ്പോൾ' ഹോട്ടലിലേക്ക് കൊണ്ടുപോയി. അവിടെ അപ്പോഴും നിരവധി ഫ്രഞ്ച് പൗരന്മാർ താമസിക്കുന്നുണ്ടായിരുന്നു. ഞങ്ങളുടെ ജനങ്ങൾ ഫ്രഞ്ച് യൂണിഫോം കാണേണ്ട താമസം ഹോട്ടലിനുമുമ്പിൽ ഉടൻതന്നെ ഒരു പ്രതിഷേധയോഗം നടത്തി. വിവരമറിഞ്ഞ് കൂടുതൽ കൂടുതലാളുകൾ വന്നുകൊണ്ടിരുന്നു. ജാപ്പനീസ് സെൻട്രിമാരുടെ ബയണറ്റുകളെ കൂസാതെ അവർ ബാരിക്കേഡുകൾ തകർത്തു മുന്നേറി. ബഹുജനരോഷം കത്തിക്കാളുന്നതു കണ്ട ജപ്പാൻപട്ടാളക്കാർ ധൃതിയിൽ ഫ്രഞ്ച് ഓഫീസർമാരെ മുൻ ഗവർണർ ജനറലിന്റെ കൊട്ടാരത്തിലേക്ക് കൂട്ടിക്കൊണ്ടുപോയി. അതായിരുന്നു അപ്പോൾ ജപ്പാൻസൈന്യത്തിന്റെ ആസ്ഥാനം.

മാസങ്ങൾക്കുമുമ്പ്, ഗറില്ലാതാവളത്തിലായിരുന്നപ്പോൾ 'ഫ്രഞ്ച് ഇന്തോചൈന'ക്ക് ഒരു പുതിയ പദവിനൽകുന്ന ദെഗോളിന്റെ പ്രസ്താവനയെപ്പറ്റി ഞങ്ങൾ കേട്ടിരുന്നു.

ആ പ്രസ്താവനയനുസരിച്ച് ഇന്തോചൈന അഞ്ച് വ്യത്യസ്ത 'സ്റ്റേറ്റുകളു'ടെ ഒരു ഫെഡറേഷനാക്കാനായിരുന്നു പ്ലാൻ. (ലാവോസ്, കമ്പോഡിയ (കമ്പൂചിയ) എന്നിവയ്ക്കുപുറമേ വിയത്നാമിനെ ടോങ്കിൻ, അന്നാം, കൊച്ചിൻ ചൈന എന്നിങ്ങനെ മൂന്നു രാജ്യങ്ങളായി ഭാഗിക്കുക.) ആ രാജ്യങ്ങൾക്ക് ആഭ്യന്തര സ്വയംഭരണമുണ്ടാകും. ഫെഡറേഷന് 'ഗവർണർ ജനറലി'ന്റെ നേതൃത്വത്തിൽ ഒരു ഫെഡറൽ ഗവൺമെന്റുണ്ടായിരിക്കും. ഗവർണർ ജനറൽ ഫ്രാൻസിന്റെ പ്രതിനിധിയായിരിക്കും. അയാൾക്ക് ഭരണനിർവഹണ അധികാരങ്ങളും നിയമനിർമാണാധികാരങ്ങളുമുണ്ടായിരിക്കും. ഈ പ്രസ്താവനയിലൂടെ ഞങ്ങൾ മനസിലാക്കി, ഫ്രഞ്ച് സാമ്രാജ്യത്വത്തിന്റെ കൊളോണിയൽനയത്തിന് യാതൊരു മാറ്റവും വന്നിട്ടില്ലെന്ന്.

ജപ്പാൻചക്രവർത്തി ശത്രുവിനു കീഴടങ്ങാൻ പോവുകയാണന്നറിയേണ്ട താമസം, ഫ്രഞ്ച് ഗവൺമെന്റ് സജീവമായി. ചൈനയിലും സിലോണിലും മഡഗാസ്കറിലുമുണ്ടായിരുന്ന ഫ്രഞ്ച് ഓഫീസർമാരുടെയും ഭരണ നിർവഹണോദ്യോഗസ്ഥന്മാരുടെയും രഹസ്യപ്പോലീസുദ്യോഗസ്ഥന്മാരുടെയും അനേകം സംഘങ്ങളോട് ഇന്തോചൈനയിലേക്കു വരാൻ ഉത്തരവായി. ഇന്തോചൈനയുടെ ഉത്തര-ദക്ഷിണ-മധ്യ പ്രദേശങ്ങളിൽ പാരച്യൂട്ടുവഴി അവർ വന്നിറങ്ങി. കുറെപ്പേർ കടൽവഴിയെത്തി. കഴിഞ്ഞ ഏതാനും മാസങ്ങൾക്കിടയിൽ ഇവിടെയുണ്ടായ വലിയ മാറ്റങ്ങളെക്കുറിച്ച് അവർക്കറിയാമായിരുന്നില്ല. അതുകൊണ്ട് പലരും തങ്ങളുടെ രേഖകൾ കാണിക്കുന്നതിന് മുൻപ്രഭുക്കന്മാരും ഗ്രാമപ്രമാണിമാരും ആയി ബന്ധപ്പെടാൻ ശ്രമിച്ചുനോക്കി. എന്നാൽ അവരിൽ പലരെയും ഞങ്ങളുടെ ആൾക്കാർ പിടികൂടിയായിരുന്നു; മറ്റുള്ളവരെ ജപ്പാൻകാരും പിടിച്ചിരുന്നു.

ഹാനോയിൽ തിരിച്ചെത്തിയ ഉടനെ ഞങ്ങളറിഞ്ഞു ജപ്പാൻകാർ കീഴടങ്ങിയ ഉടനെതന്നെ ഫ്രഞ്ച് ഗവൺമെന്റ് വിദൂരപൂർവദേശത്ത് കുറച്ചുകാലമായി നിർത്തിയിരുന്ന ഫ്രഞ്ച് സാഹസികസേനയോട് ഉടനെ ഇന്തോചൈനയിലേക്ക് തിരിക്കണമെന്ന് ഉത്തരവിട്ടിരിക്കുന്നുവെന്ന്. ഫ്രാൻസിന്റെ വിമോചനയുദ്ധത്തിലെ പ്രസിദ്ധനായ ജനറൽ ലെക്ലെർക്കിനെ സർവസൈന്യാധിപനായി നിയമിച്ചിരുന്നു. ളോഹ ഊരിയ പാതിരിയും ദെഗോളിന്റെ വിശ്വസ്താനുയായിയുമായ ദ് അർഗൻല്യൂ ഹൈകമ്മീഷണറായും നിയമിക്കപ്പെട്ടു. രണ്ടാം ലോകമഹായുദ്ധത്തിനുശേഷം അവശേഷിച്ച ഫ്രഞ്ച് നാവികപ്പടയിലെ യുദ്ധക്കപ്പലുകൾ ഇന്തോചൈനയിലേക്ക് നീങ്ങി. ലോകത്തിന്റെ മറ്റേ ഭാഗത്തുനിന്ന് വിപ്ലവത്തിനുനേരെ തോക്കുകൾ ചൂണ്ടിയിരുന്നു.

ഹാനോയിൽ ഒരു ഡസൻ ഫ്രഞ്ച് ഓഫീസർമാരടങ്ങിയ ഒരു സംഘത്തിന്റെ സാന്നിധ്യം ഹോ അമ്മാവനും ഞങ്ങളുടെ സഖാക്കൾക്കും വലിയ ഉൽക്കണ്ഠ സൃഷ്ടിച്ചു. ജിയാങ്ങിന്റെ പട്ടാളമെത്തുന്നതിനുമുമ്പ് അവർക്കിവിടെയെങ്ങനെ എത്താൻ കഴിഞ്ഞു? ഇന്തോ ചൈനയിലെ പ്രശ്നത്തോട് സഖ്യശക്തികളുടെ, പ്രത്യേകിച്ച് അമേരിക്കയുടെയും ജിയാങ് ക്ലിക്കിന്റെയും സമീപനമെന്തായിരുന്നു? അതായിരുന്നു ഞങ്ങൾക്കറിയേണ്ടിയിരുന്നത്.

ജനകീയഭരണത്തിന്റെ ഒരു പ്രതിനിധി സംഘമെന്ന നിലയിൽ ഞങ്ങൾ അമേരിക്കൻമിഷനെ കാണാൻ പോയി. 16 ാം അക്ഷാംശരേഖയ്ക്ക് വടക്കുള്ള ജപ്പാൻകാരെ നിരായുധരാക്കുകയെന്ന നടപടി ജിയാങ് കയ്ഷെക്കിന്റെ പട്ടാളം ഇനിയും നടപ്പാക്കാനിരിക്കുകയാണെന്ന് മിഷനുമായുള്ള ചർച്ചയിൽ നിന്ന് ഞങ്ങൾക്ക് മനസിലായി. ഹാനോയ്യിലെ അമേരിക്കക്കാരും ഫ്രഞ്ചുകാരും അന്യോന്യം ഇഷ്ടപ്പെട്ടിരുന്നില്ലെന്നു ഞങ്ങൾക്കു തോന്നി. ഫ്രഞ്ചുകാർ ഇന്തോചൈനയിലേക്ക് തിരിച്ചുവരുന്നതിന് വെകിളിപിടിച്ച ശ്രമം നടത്തിക്കൊണ്ടിരുന്നപ്പോൾ, കാരണമെന്തെന്നറിയില്ല പാറ്റി എന്ന അമേരിക്കൻ ഓഫീസർ വിയത്നാമിന്റെ ജപ്പാൻവിരുദ്ധസമരത്തോട് അനുഭാവം പ്രകടിപ്പിച്ചു.

വടക്കെ അറ്റം മുതൽ തെക്കെ അറ്റം വരെയുള്ള ജനങ്ങളുടെ വിപ്ലവമുന്നേറ്റം പരാജിതരായ ജപ്പാൻകാരെ ആകെ വിഷമത്തിലാക്കി. വിയത്ബാക്കിലും മറ്റ് പ്രദേശങ്ങളിലും ഞങ്ങൾ നടത്തിയ ആക്രമണങ്ങൾ തങ്ങളുടെ നില പുനഃപരിശോധിക്കുന്നതിന് അവരെ നിർബന്ധിതരാക്കി. കലാപത്തിനെതിരെ പോരാടിയാൽ സഖ്യശക്തികളാൽ നിരായുധരാക്കപ്പെട്ടശേഷം അവരുടെ നിലയെന്തായിരിക്കും? വിപ്ലവം വ്യാപിക്കുന്നതിനെ തടഞ്ഞുനിർത്തിയാൽ തങ്ങൾക്കൊരു നേട്ടവുമുണ്ടാകില്ലെന്ന് അവർക്ക് ബോധ്യമായി.

ആഗസ്റ്റ് 23 ാം തീയതി ഹ്യൂപട്ടണത്തിലെയും പരിസരപ്രദേശങ്ങളിലെയും പതിനയ്യായിരം ജനങ്ങൾ ഒരു ശക്തിപ്രകടനം നടത്തി. അധികാരം വെച്ചൊഴിയണമെന്നാവശ്യപ്പെട്ടുകൊണ്ട് കലാപക്കമ്മിറ്റി ബാവൊദായ്ക്ക് ഒരു കത്തയച്ചു. കലാപസായുധസേന ഗവൺമെന്റ് ഓഫീസുകളിൽ പ്രവേശിക്കുകയും വഞ്ചകരെ വേട്ടയാടുകയും ചെയ്തു. വിപ്ലവത്തിന്റെ ശക്തിയായ സമ്മർദത്തെത്തുടർന്ന് താൻ സിംഹാസനം വിട്ടൊഴിയാൻ തയാറാണെന്ന് ബാവൊ ദായ് പ്രഖ്യാപിച്ചു.

ആഗസ്റ്റ് 25 ാം തീയതി നാം ബൊവിലെ മിക്ക പ്രവിശ്യകളിലും കലാപം പൊട്ടിപ്പുറപ്പെട്ടു. സൈഗോൺ– ചോലോണിൽ എൺപതിനായിരം ജനങ്ങൾ പ്രകടനം നടത്തി. ഏതാനും ദിവസങ്ങൾക്കുമുമ്പ് ബാവൊ ദായ് അയച്ച രാജകീയ പ്രതിനിധിക്ക് രാജിവെച്ചൊഴിയേണ്ടിവന്നു. ബഹുജനങ്ങളുടെ ശക്തിക്കുമുമ്പിൽ ആയിരക്കണക്കിനുവരുന്ന ജപ്പാൻ പട്ടാളത്തിന് ഇത് കണ്ടില്ലെന്ന് നടിക്കേണ്ടിവന്നു.

സഖാക്കൾ ത്രാൻ ഹുയ് ലിയു, ൻഗുയെൻ ലുവോങ് ബാങ്, കു ഹുയ് കാൻ എന്നിവരെ ഹ്യൂവിലേക്കയച്ചിട്ടുണ്ടായിരുന്നു. ആഗസ്റ്റ് 30 ാം തീയതി വിപ്ലവപ്രതിനിധി സംഘത്തെ സ്വാഗതം ചെയ്യുന്നതിന് രാജകീയ പട്ടണത്തിന്റെ പ്രധാനകവാടം തുറക്കപ്പെട്ടു. ബാവൊ ദായ് തന്റെ സ്ഥാന ത്യാഗവിളംബരം വായിച്ചു. തന്റെ ഔദ്യോഗിക ചിഹ്നവും വാളും ഏൽപ്പിച്ചുകൊടുത്ത് ഒരു സ്വതന്ത്രരാജ്യത്തിലെ ഒരു സാധാരണ പൗരനായി മാറി ആയിരക്കണക്കിന് ജനങ്ങൾ ൻഗുയെൻ രാജവംശത്തിന്റെ അവസാനനിമിഷങ്ങൾക്ക് സന്തോഷപൂർവം സാക്ഷ്യം വഹിച്ചു.

അങ്ങനെ ഇന്തോ ചൈനീസ് കമ്യൂണിസ്റ്റ് പാർട്ടിയുടെ നേതൃത്വത്തിൽ–അന്നതിന് അയ്യായിരം മെമ്പർമാരുണ്ടായിരുന്നു – വിയത്മിഞ്മുന്നണി രാജ്യവ്യാപകമായി നടത്തിയ പൊതുകലാപത്തിലൂടെ മുഴുവൻ ജനങ്ങളുടെയും പിന്തുണയാർജിച്ചുകൊണ്ട് വമ്പിച്ച വിജയം നേടി. ആഗസ്റ്റ് വിപ്ലവം വിജയശ്രീലാളിതമായിത്തീർന്നു. കേവലം പത്തുദിവസങ്ങൾക്കകം രാജ്യം മുഴുവൻ വിപ്ലവാധികാരം സ്ഥാപിക്കപ്പെട്ടു. എൺപതുവർഷം നീണ്ടുനിന്ന കൊളോണിയൽഭരണവും ആയിരംവർഷം നീണ്ടുനിന്ന നാടുവാഴിത്തവ്യവസ്ഥയും തകർന്നുവീണു. ഹ്രസ്വകാലത്തെ ജാപ്പനീസ് ഭരണത്തിന്റെ പ്രതീകമായ മുറിഞ്ഞ വരകളുള്ള മഞ്ഞപ്പതാക വലിച്ചുതാഴ്ത്തപ്പെട്ടു. ആ പതാകയെക്കുറിച്ചുള്ള ഓർമ തന്നെ അതിവേഗം ജനങ്ങളുടെ ഇടയിൽനിന്ന് മാഞ്ഞുപോയി.

4

ചരിത്രപ്രധാനമായ പ്രഖ്യാപനം

ഹാങ്ങാങ് തെരുവിലെ ഞങ്ങളുടെ ആതിഥേയൻ തന്റെ വീടിന്റെ ഒന്നാംനില ഞങ്ങൾക്കായി ഒരുക്കിയിരുന്നു. ബഹളം കുറെക്കൂടി കുറഞ്ഞുകിട്ടാനായി രണ്ടാംനില മുഴുവൻ ഹോ അമ്മാവന് നീക്കിവെച്ചു. എന്നാൽ അദ്ദേഹം തനിച്ച് താമസിക്കാനിഷ്ടപ്പെട്ടില്ല. അതുകൊണ്ട് അദ്ദേഹം ഞങ്ങളുടെ കൂടെതന്നെ താമസമാക്കി. സഖാക്കൾ ദോങ്ങും ഹോവാനും കുറച്ചുകാലത്തേക്കുകൂടി തന്റെ ത്രാവൊവിൽ താമസിക്കണമെന്ന് അദ്ദേഹം തീരുമാനിച്ചിരുന്നു. വീട്ടിലെ ഭൃത്യന്മാർക്കും അയൽക്കാർക്കും 'ഗ്രാമത്തിൽനിന്ന് ഒരു സന്ദർശനത്തിനെത്തിയ മാന്യന്മാരായിരുന്നു ഞങ്ങൾ. താടിക്കാരനായ നിഞ്-ക്ഷൗരം ചെയ്യുന്നതിൽ അദ്ദേഹം അങ്ങേയറ്റം മടിയനായിരുന്നു- 'കിഴവനായ മാന്യൻ' എന്ന നിലയിൽ അവിടെ കഴിച്ചുകൂട്ടി.

ഞങ്ങൾ താമസിച്ച മുറി ഭക്ഷണം കഴിക്കാനും ഇരിക്കാനുമുള്ള മുറിയായിരുന്നു. അതുകൊണ്ട് അതിൽ ഡെസ്കൊന്നുമുണ്ടായിരുന്നില്ല. ഭക്ഷണം കഴിക്കാനുള്ള വലിയ മേശയാണ് ഹോ അമ്മാവൻ തന്റെ ജോലിക്കായി ഉപയോഗിച്ചിരുന്നത്. ഒരു മൂലയ്ക്കുകിടന്ന പച്ചത്തുണികൊണ്ട് മൂടിയ, ചെറിയ ചതുരമേശമേൽ ടൈപ്പ്റൈറ്റർ വച്ചു.

ഞങ്ങളോരോരുത്തരും ജോലിക്കുശേഷം വിശ്രമിക്കാൻ ഓരോ മൂല കണ്ടെത്തി. ഒരാൾ ഒരു ചാരുമെത്തയിലും മറ്റൊരാൾ ബഞ്ചുകൾ ചേർത്തുവെച്ചും കിടന്നു. ഒരു മൂലയ്ക്ക് ചുരുട്ടിവെച്ചിരുന്ന മടക്കിവയ്ക്കാവുന്ന ഒരു ക്യാൻവാസ് ബെഡിലാണ് ഹോ അമ്മാവൻ വിശ്രമിച്ചത്.

ഹോ അമ്മാവൻ എത്തിയ ദിവസംതന്നെ ജിയാങ്ങിന്റെ പടയിലെ ആദ്യവിഭാഗങ്ങൾ-സ്കൗട്ടുകളും മുന്നണിവിഭാഗങ്ങളും-ഹാനോയിൽ

പ്രത്യക്ഷപ്പെട്ടുകഴിഞ്ഞിരുന്നു. ഒന്നിനുപുറകെ ഒന്നായി അവർ വന്നുകൊണ്ടിരുന്നത് ഞങ്ങൾ ബാൽക്കണിയിലിരുന്നുകണ്ടു.

വിജയശ്രീലാളിതമായ ഒരു പട്ടാളമാണതെന്ന് വിശ്വസിക്കാൻ പ്രയാസം തോന്നി. പട്ടാളക്കാരുടെ മുഖങ്ങൾ വിളറിവെളുത്തിരുന്നു; മഞ്ഞയൂണിഫോറം മുഷിഞ്ഞ് കീറിപ്പറിഞ്ഞിരുന്നു; അതുമിതുമൊക്കെ നിറഞ്ഞ കുട്ടകൾ തൂക്കിയ കാവുകൾ അവർ ചുമലിലേറ്റിയിരുന്നു. ചിലരുടെകൂടെ ഭാര്യമാരും മക്കളും ഉണ്ടായിരുന്നു. ബറിബറിമൂലം വീങ്ങിയ കാലുകൾ വലിച്ചിഴച്ചുകൊണ്ടാണ് പലരും മുന്നോട്ടുനീങ്ങിയത്. പട്ടണത്തിന്മേലുള്ള വൃത്തികെട്ട കളങ്കംപോലെയായിരുന്നു അവർ. അതിൽനിന്ന് കൊളോണിയലിസത്തിന്റെ ദുഷിച്ച അവശിഷ്ടങ്ങൾ തുടച്ചുനീക്കിയിട്ടേയുള്ളൂ. അഞ്ചുവർഷംമുമ്പ് കുൻമിങിൽനിന്നും ക്വെലിനിൽനിന്നും കണ്ടപ്പോഴത്തെക്കാൾ കഷ്ടതരമായിതോന്നി അവരുടെ സ്ഥിതി.

ഹാനോയിൽവെച്ച് ചേർന്ന പാർട്ടിബ്യൂറോവിന്റെ ഒന്നാമത്തെയോഗത്തിൽ ഹോ അമ്മാവൻ അധ്യക്ഷതവഹിച്ചു. ഭൂരിപക്ഷം പ്രവിശ്യകളിലും വിപ്ലവം വിജയിച്ചിരുന്നുവെങ്കിലും കേന്ദ്രവിപ്ലവാധികാരം സ്ഥാപിക്കപ്പെട്ടുകഴിഞ്ഞിരുന്നില്ല. ആഭ്യന്തരവും സാർവദേശീയവുമായ പരിതഃസ്ഥിതികൾ കണക്കിലെടുത്ത് ഉടൻ പ്രവർത്തിക്കേണ്ടിയിരുന്നു. താൽക്കാലികഗവൺമെന്റിലെ അംഗങ്ങളുടെ പേരുവിവരം പരസ്യപ്പെടുത്തേണ്ടതാണെന്നും കഴിയാവുന്നത്ര നേരത്തെ ഗവൺമെന്റിന്റെ ഉദ്ഘാടനപരിപാടി നടത്തേണ്ടതാണെന്നും ബ്യൂറോവിന് തോന്നി. ജിയാങിന്റെ പട്ടാളത്തിന്റെ വലിയൊരുഭാഗം എത്തുന്നതിനുമുമ്പുതന്നെ ഇതൊക്കെ നടത്തേണ്ടിയിരുന്നു.

വെള്ളപ്പൊക്കംമൂലം യാത്രാസൗകര്യങ്ങൾ പരിമിതമാണെന്നകാരണം പറഞ്ഞ് ജിയാങിന്റെ പട്ടാളത്തിന്റെ നീക്കം ആവുന്നത്ര വൈകിക്കണമെന്ന് വടക്കൻപ്രവിശ്യകളിലെ അധികൃതർക്ക് നിർദേശം നൽകപ്പെട്ടു.

തായ്ൻഗുയെനിലായിരുന്ന അനേകം വിമോചനസേനാ ഡിറ്റാച്ച്മെന്റുകളോട് അടിയന്തരമായും ഹാനോയിലെത്താൻ ഉത്തരവു നൽകിയിരുന്നു. പലേടത്തും വെള്ളപ്പൊക്കം മൂലം റോഡുകൾ ഒലിച്ചുപോയതുകൊണ്ട് അവരുടെ വരവ് താമസിച്ചുപോയി. ഹാനോയിൽ ജനകീയാധികാരം സ്ഥാപിച്ച് ഒരാഴ്ചയിലേറെയായിരുന്നു. എങ്കിലും വിപ്ലവസായുധസേനയിൽ സ്വയംപ്രതിരോധയൂണിറ്റുകളും ആയിടെ വിപ്ലവപക്ഷത്തുചേർന്ന കുറെ സിവിൽഗാർഡുകളും മാത്രമേ ഉണ്ടായിരുന്നുള്ളൂ. ഇതും ഉൽക്കണ്ഠയ്ക്ക് ഒരു കാരണമായിരുന്നു.

വിമോചനസേനയുടെ രണ്ട് ഡിറ്റാച്ച്മെന്റുകൾ ഗിയാലാമിൽ എത്തിയിട്ടുണ്ടെന്ന് ആഗസ്റ്റ് 26 ാം തീയതി കാലത്ത് ഞങ്ങൾക്കു വിവരം ലഭിച്ചു. സഖാക്കൾ ൻഗുയെൻ ഖാങും വുസോങ്ത്വാ വുവും അവരെ കാണുന്നതിന് പുറപ്പെട്ടു. ദീർഘസമയത്തെ കൂടിയാലോചനകൾക്കുശേഷം മാത്രമേ അവരെ ഹാനോയിലേക്കു വരാൻ ജപ്പാൻകാർ സമ്മതിച്ചുള്ളൂ.

ഞങ്ങളുടെ പട്ടാളം ലോങ്ബിൽപാലം കടന്നുകൊണ്ടിരുന്നപ്പോൾ പട്ടാളബാൻഡ് വിപ്ലവമാർച്ച് വാദ്യം മുഴക്കി. ഞങ്ങളുടെ പട്ടാളക്കാർ നിറ തോക്കുമുയർത്തിപ്പിടിച്ചുകൊണ്ട് റോഡിന്റെ ഇരുവശങ്ങളിലുടെ ഒറ്റവരിയായി മാർച്ചുചെയ്തു.

യുദ്ധത്തിൽ സുപരീക്ഷിതരായിത്തീർന്ന വിപ്ലവസായുധസേന ഹാനോയിൽ വന്നുചേർന്നത് ജനങ്ങളെ ആവേശം കൊള്ളിച്ചു. വിമോചനസേനയും സ്വയം പ്രതിരോധയൂണിറ്റുകളും ചേർന്നുകൊണ്ട് മുനിസിപ്പൽതിയറ്ററിനുമുമ്പിലുള്ള മൈതാനത്തിൽ വമ്പിച്ചൊരു സൈനികപ്രകടനം നടത്തി. അത് ജനങ്ങളെ ആവേശഭരിതരാക്കി, അവരിൽ ആത്മവിശ്വാസം ജനിപ്പിച്ചു.

ആഗസ്റ്റ് 28 ാം തീയതി താൽക്കാലിക ഗവൺമെന്റിലെ അംഗങ്ങളുടെ പേര് ഹാനോയ് പത്രങ്ങളിൽ പ്രസിദ്ധം ചെയ്തു. രാഷ്ട്രപുനർനിർമാണത്തിൽ ജനങ്ങൾക്കിടയിലുള്ള വിവിധ വിഭാഗങ്ങളെ വിശാലാടിസ്ഥാനത്തിൽ ഏകോപിപ്പിക്കുകയെന്ന വിയത്മിഞ്മുന്നണിയുടെ നയത്തിനനുസൃതമായിരുന്നു ഗവൺമെന്റിന്റെ ചേരുവ. അതിനൊരുദിവസം മുമ്പ് താൽക്കാലികഗവൺമെന്റിലെ അംഗങ്ങളെ ബാക്ബൊ കൊട്ടാരത്തിൽ വെച്ച് ഹോ അമ്മാവൻ കണ്ടിരുന്നു. പിന്നീടൊരിക്കൽ സാമൂഹ്യക്ഷേമവകുപ്പുമന്ത്രി ൻഗുയെൻ വാൻതൊ അന്ന് ഹോ അമ്മാവനെ കണ്ട ആ രംഗം അനുസ്മരിക്കുകയുണ്ടായി. കാപ്പിയുടെ നിറമുള്ള ഷർട്ടും ധരിച്ച് കാക്കിതൊപ്പിയും വെച്ച് സ്വീകരണമുറിയിൽ ഒരു വടിയും കുത്തിപ്പിടിച്ച് നിൽക്കുന്ന ഒരു വൃദ്ധന്റെ ചിത്രം. ആ വൃദ്ധൻ തൊവിനെ പുഞ്ചിരിയോടെ അഭിവാദ്യംചെയ്തു. ഏതാനും മിനിറ്റുകൾക്കുശേഷം മാത്രമേ ആ കിഴവൻ പ്രസിഡന്റ് ഹോ ചിമിനാണെന്ന് അദ്ദേഹത്തിന് മനസിലായുള്ളൂ.

താൽക്കാലികഗവൺമെന്റ് അധികാരമേറ്റെടുത്ത ദിവസംതന്നെയായിരിക്കണം വിയത്നാമിന്റെ സ്വാതന്ത്ര്യവും വിയത്നാം ജനാധിപത്യറിപ്പബ്ലിക്കിന്റെ സ്ഥാപനവും ഔദ്യോഗികമായി പ്രഖ്യാപിക്കുന്ന അവസരമെന്ന് പാർട്ടി ബ്യൂറോ തീരുമാനിച്ചിരുന്നു. കൂടാതെ ഗവൺമെന്റിന്റെ നയപരിപാടികൾ പ്രഖ്യാപിച്ചുകൊണ്ടായിരിക്കണം അധികാരമേറ്റെടുക്കേണ്ടതെന്നും അതുകൊണ്ടത് എഴുതി തയാറാക്കണമെന്നും തീരുമാനിച്ചിരുന്നു. ബ്യൂറോയുമായി ചർച്ച ചെയ്തതിനുശേഷം, സുപ്രധാനമായ ജോലി— സ്വാതന്ത്ര്യപ്രഖ്യാപനരേഖ തയാറാക്കുകയെന്ന ജോലി—ഹോ അമ്മാവനേറ്റെടുത്തു.

ഹാനോയിലെ മുപ്പത്താറ് പുരാതന തെരുവുകളിലൊന്നിലെ ഒരു വലിയ വീടിന്റെ പിന്നിലുള്ള, വെളിച്ചം വേണ്ടത്രയില്ലാത്ത, ഒരു ചെറിയ മുറിയിൽ ഇരുന്ന ഹോ അമ്മാവൻ ആ ജോലിയിൽ വ്യാപൃതനായി, ഇടയ്ക്ക് എഴുതിക്കൊണ്ട്, ഇടയ്ക്ക് ടൈപ്പ് ചെയ്തുകൊണ്ട്.

ആ കുടുംബത്തിലെ ഭൃത്യന്മാർക്കറിയില്ല, തിളങ്ങുന്ന കണ്ണുകളുള്ള ആ കിഴവൻ, ബട്ടനുകളൊന്നുമിടാത്ത ഒരു ബ്രൗൺകോട്ടും ധരിച്ച് സിഗ

രറ്റും പുകച്ചുകൊണ്ടിരിക്കുന്ന കിഴവൻ, അങ്ങേയറ്റത്തെ ശ്രദ്ധയോടെ ചെയ്തുകൊണ്ടിരിക്കുന്ന കാര്യമെന്താണെന്ന്, എന്തെങ്കിലും വേണോ എന്ന് ഓരോ തവണ ചോദിക്കുമ്പോഴും അദ്ദേഹം തിരിഞ്ഞുനോക്കി ഒന്ന് പുഞ്ചിരിക്കും. അവരോട് ഏതാനും വാക്ക് സംസാരിക്കും. വീണ്ടും ജോലിയിൽ മുഴുകും. ഓരോ സമയത്തും തനിക്കൊന്നുമാവശ്യമില്ലെന്നുപറയും. തങ്ങൾ ഐതിഹാസികമായി ചില നിമിഷങ്ങൾക്ക് സാക്ഷ്യം വഹിക്കുകയാണെന്ന് അവരറിഞ്ഞതേയില്ല.

ഒരുദിവസം രാവിലെ ഹോ അമ്മാവനും സഖാവ് ത്രുവോങ്ചിഞ്ഞും ഞങ്ങളെ അകത്തേക്ക് വിളിച്ചു. ചരിത്രപ്രധാനമായ പ്രഖ്യാപനം തയാറാക്കിക്കഴിഞ്ഞിരുന്നു. ഹോ അമ്മാവൻ അത് ഞങ്ങളെ വായിച്ചുകേൾപ്പിച്ചു; എല്ലാവരുടേയും അംഗീകാരത്തിനുവേണ്ടി പിന്നീട് അദ്ദേഹം അനുസ്മരിച്ചതുപോലെ, അതായിരുന്നു അദ്ദേഹത്തിന്റെ ജീവിതത്തിലെ ഏറ്റവും സന്തോഷകരമായ നിമിഷങ്ങൾ.

ഇരുപത്താറ് വർഷങ്ങൾക്കുമുമ്പ്, കോളനികളിലെ ജനങ്ങളുടെ ജീവിതപരിതഃസ്ഥിതികളെയും ജനാധിപത്യസ്വാതന്ത്ര്യങ്ങളെയും സംബന്ധിച്ച അടിയന്തരാവശ്യങ്ങളുടെ ഒരു പട്ടികയുമായി അദ്ദേഹം വേർസെയിൽസ് സമാധാനസമ്മേളനത്തിൽ സംബന്ധിക്കുകയുണ്ടായി. വളരെ മിതമായ ആ ആവശ്യങ്ങളിൽ ഒന്നുപോലും സാമ്രാജ്യശക്തികൾ അംഗീകരിച്ചില്ല. മുതലാളിമാരുടെ കാരുണ്യത്തിൽ വിശ്വാസമർപ്പിച്ചിട്ടുകാര്യമില്ലെന്ന് അദ്ദേഹത്തിന് ബോധ്യപ്പെട്ടു. ജനങ്ങളുടെ സമരങ്ങളിലും ജനകീയശക്തികളിലും മാത്രമേ വിശ്വാസമർപ്പിക്കാൻ കഴിയൂ എന്നദ്ദേഹം മനസിലാക്കി.

ഇപ്പോൾ, മുഴുവൻരാഷ്ട്രീയത്തിന്റെയും പേരിൽ എൺപതുവർഷത്തെ സമരങ്ങളുടെ ഫലം അദ്ദേഹം സമാഹരിക്കുകയാണ്.

അദ്ദേഹത്തിന്റെ വിളറിയ മുഖത്ത് സന്തോഷം തിളങ്ങുന്നത് കാണാമായിരുന്നു.

5

ആഹ്ലാദത്തിന്റെ നിമിഷങ്ങൾ

ആയിരത്തി തൊള്ളായിരത്തി നാൽപ്പത്തഞ്ച് സെപ്റ്റംബർ രണ്ട്.

ചുവമപ്പ് തോരണങ്ങൾകൊണ്ട് അലങ്കരിക്കപ്പെട്ടിരിക്കുകയാണ് ഹാനോയ്. പതാകകളുടെയും വിളക്കുകളുടെയും പുഷ്പങ്ങളുടെയും ഒരു ലോകം. മേൽപ്പുരകളിലും മരങ്ങളിലും തടാകങ്ങളിലും ചെങ്കൊടികൾ പാറിക്കളിക്കുന്നു.

തെരുവുകൾക്കും പാതകൾക്കും വിലങ്ങനെ വലിയ ബാനറുകൾ വലിച്ചുകെട്ടിയിരിക്കുന്നു. അവയിൽ വിയത്നാം-ഫ്രഞ്ച്-ഇംഗ്ലീഷ്-ചൈനീസ്-റഷ്യൻ ഭാഷകളിൽ എഴുതിയിരിക്കുന്നു: "വിയത്നാം വിയത്നാംകാർക്ക്" "ഫ്രഞ്ച് കൊളോണിയലിസം നശിക്കട്ടെ" "സ്വാതന്ത്ര്യം അല്ലെങ്കിൽ മരണം", "താൽക്കാലിക ഗവൺമെന്റിനെ പിന്താങ്ങുക", "പ്രസിഡന്റ് ഹോ ചിമിനെ പിന്താങ്ങുക'', "സഖ്യമിഷന് സ്വാഗതം"

ചെറുതും വലുതുമായ ഫാക്ടറികളും കടകളും അടച്ചിട്ടിരിക്കുന്നു. കമ്പോളങ്ങൾ വിജനമാണ്. നഗരത്തിലെ വാണിജ്യ-വ്യവസായ പ്രവർത്തനങ്ങൾ നിലച്ചിരിക്കുന്നു. പ്രായംചെന്നവരും ചെറുപ്പക്കാരും പുരുഷന്മാരും സ്ത്രീകളും എല്ലാം തെരുവിലിറങ്ങിയിരിക്കുന്നു. രാഷ്ട്രീയത്തിലെ ആദ്യത്തെ മഹോത്സവത്തിൽ പങ്കെടുക്കണമെന്ന വിചാരമായിരുന്നു എല്ലാവർക്കും.

നാനാ വേഷങ്ങളണിഞ്ഞ ജനങ്ങൾ എല്ലാ ഭാഗത്തുനിന്നും ബാദിഞ് മൈതാനത്തിലേക്ക് പ്രവഹിച്ചുകൊണ്ടിരിക്കുകയാണ്- നിറങ്ങളുടെ ഒരു പ്രവാഹം.

വെള്ളക്കുപ്പായവും നീല ട്രൗസറും അണിഞ്ഞ തൊഴിലാളികൾ അണിയണിയായി വന്നു. അവരിൽ ഊർജസ്വലതയും ആത്മവിശ്വാസവും ഓളംവെട്ടിയിരുന്നു. സ്വന്തം രാജ്യത്തിന്റെയും തങ്ങളുടെതന്നെ

ഭാവിയുടെയും യജമാനന്മാർ തങ്ങളാണെന്ന ഗൗരവബോധത്തോടെയാണ് സാധാരണതൊഴിലാളികൾ ആഘോഷപരിപാടിയിൽ പങ്കെടുക്കാനെത്തിച്ചേർന്നത്.

നഗരത്തിന്റെ പ്രാന്തപ്രദേശങ്ങളിൽനിന്ന് ആയിരക്കണക്കിന് കൃഷിക്കാർ വന്നു. ജനകീയസേനയിൽപ്പെട്ട ആളുകൾ കുറുവടികളോ വാളുകളോ കയ്യിലേന്തിയിരുന്നു. ചിലരുടെ കയ്യിൽ പഴയരീതിയിലുള്ള ഓടിന്റെ ഗദയോ നീളംകൂടിയ പിടിയോടുകൂടിയ വാളോ ഉണ്ടായിരുന്നു. അമ്പലങ്ങളിലെ ആയുധപ്പുരകളിൽ നിന്നെടുത്തതായിരുന്നു അവ. ഉത്സവവസ്ത്രങ്ങളണിഞ്ഞ കർഷകസ്ത്രീകളിൽ ചിലർ പഴയ രീതിയിലുള്ളവേഷങ്ങളും മഞ്ഞത്തലപ്പാവും അണിഞ്ഞിരുന്നു.

ഇതിനുമുമ്പൊരിക്കലും ഹാനോയ്ക്കു ചുറ്റുമുള്ള ദരിദ്രഗ്രാമങ്ങളിലെ കൃഷിക്കാർ ഇത്രമാത്രം അഭിമാനത്തോടുകൂടി നഗരത്തിലേക്ക് വന്നിട്ടില്ല.

പ്രായംചെന്നവരുടെ മുഖത്ത് ഗൗരവഭാവം നിഴലിച്ചിരുന്നു. വർണശബളമായ വസ്ത്രങ്ങളണിഞ്ഞ പെൺകുട്ടികൾ ചുറ്റും പ്രഭചൊരിഞ്ഞു.

ഏറ്റവുമധികം ഉത്സാഹം കുട്ടികൾക്കായിരുന്നു. ഈ ദിവസം മുതൽ ഒരു സ്വതന്ത്രരാജ്യത്തിന്റെ കൊച്ചു യജമാനന്മാരായിത്തീരുകയാണവർ. തങ്ങളുടെ നേതാക്കളുടെ ചൂളംവിളികൾക്കനുസരിച്ച് അടിവെച്ചടിവെച്ച് അവർ വിപ്ലവഗാനങ്ങളും പാടി മാർച്ചു ചെയ്യുകയാണ്.

ബുദ്ധസന്യാസിമാരും കത്തോലിക്കാപാതിരിമാരും ഈ മഹത്തായ ദേശീയോത്സവത്തിൽ പങ്കെടുക്കുന്നതിനുവേണ്ടി തങ്ങളുടെ വിഹാരങ്ങളിൽനിന്ന് എത്തിച്ചേർന്നിട്ടുണ്ടായിരുന്നു.

ആ ചരിത്രം സൃഷ്ടിച്ചദിവസം ബാ ദിഞ് മൈതാനത്ത് ശരത്കാലസൂര്യൻ തെളിഞ്ഞ് പ്രകാശിക്കുകയായിരുന്നു. പുതുതായികെട്ടിയുയർത്തിയ പ്രസംഗവേദിക്കുചുറ്റും നേതാക്കളെ സ്വീകരിക്കുന്നതിനുള്ള പാറാവുകാർ അറ്റൻഷനായി നിൽക്കുകയാണ്. ഏതാനും ദിവസങ്ങൾക്കുമുമ്പ് കലാപകമ്മിറ്റി വിമോചനസേനായോദ്ധാക്കൾക്ക് തെക്കോട്ട് മാർച്ചു ചെയ്യാനും "ശത്രുക്കളുടെ നിയന്ത്രണത്തിലുള്ള പ്രധാന പട്ടണങ്ങളും നഗരങ്ങളും ആക്രമിക്കാനും" ഉള്ള ഒന്നാം നമ്പർ ഉത്തരവ് കൊടുത്തിരുന്നു. അതനുസരിച്ചുവന്ന വിമോചനസേനായോദ്ധാക്കൾ ഇപ്പോൾ താൽക്കാലികഗവൺമെന്റിനെ സംരക്ഷിക്കുന്നതിനുവേണ്ടി നഗരത്തിലെ തൊഴിലാളികളുടെയും യുവാക്കളുടെയും അധ്വാനിക്കുന്ന ജനങ്ങളുടെയും സ്വയം പ്രതിരോധയൂണിറ്റുകളോടൊപ്പം നിലയുറപ്പിച്ചിരിക്കുകയാണ്.

അനേകവർഷത്തെ നാടുകടത്തലിനും പല രാജ്യങ്ങളിലെയും ചുറ്റിത്തിരിയലിനുംശേഷം, ഫ്രഞ്ച് സാമ്രാജ്യവാദികളാൽ വധശിക്ഷയ്ക്ക് വിധിക്കപ്പെട്ടതിനും ഡസൻ കണക്കിന് ജയിലുകളിൽ എല്ലാതരത്തിലുള്ള ദുരിതങ്ങളും പ്രയാസങ്ങളും അനുഭവിച്ചതിനുംശേഷം, ഹോ അമ്മാവൻ തിരിച്ചുവന്നിരിക്കുന്നു. ഇപ്പോഴിതാ തന്റെ ദശലക്ഷക്കണക്കിന്

നാട്ടുകാരുടെ മുമ്പിലെത്തിച്ചേർന്നിരിക്കുന്നു. അടുത്തകാലം വരെ ഇങ്ങനെയൊരു രംഗം സ്വപ്നംകാണാനേ കഴിഞ്ഞിരുന്നുള്ളു.

ഹോ ചിമിൻ എന്ന പേര് ലോകമാകെ ഉടൻതന്നെ അറിയപ്പെടാൻ പോവുകയാണ്; മഹാന്മാരുടെ പേരിനോട് ചേർത്തു കേൾക്കുന്ന തരത്തിലുള്ള ഐതിഹാസികകഥകൾ ആ പേരിനോടു ചേർത്തും കേൾക്കാൻ പോകയാണ്. എങ്കിലും ആ ദിവസവും അദ്ദേഹത്തിന്റെ പേര് വിയത്നാമിലെ ജനങ്ങൾക്കുപോലും അത്ര പരിചിതമായിരുന്നില്ല. അദ്ദേഹംതന്നെയാണ് പ്രസിദ്ധനായ ൻഗുയെൻ ഐ ക്വോക് എന്ന് വളരെ കുറച്ചു പേർക്കേ അറിയാമായിരുന്നുള്ളു.

ഇങ്ങനെ ആയിരുന്നു വിയത്നാം ജനാധിപത്യ റിപ്പബ്ലിക്കിന്റെ താൽക്കാലിക ഗവൺമെന്റിന്റെ തലവനായ പ്രസിഡന്റ് ഹോ ചിമിൻ മഹാനായ നേതാവെന്ന നിലയിൽ തന്റെ ജനങ്ങൾക്കു മുമ്പിൽ ആദ്യം പ്രത്യക്ഷപ്പെട്ടത്.

വിശാലമായ നെറ്റിത്തടത്തോടും തിളങ്ങുന്ന കണ്ണുകളോടും ഊശാൻതാടിയോടും കൂടിയ ഒരു മെലിഞ്ഞ കിഴവൻ– അതായിരുന്നു അന്ന് അദ്ദേഹത്തിന്റെ രൂപം.

അദ്ദേഹം ഒരു പഴയതൊപ്പിയും വലിയകോളറുള്ള കാക്കി മേൽക്കുപ്പായവും വെള്ള റബർചെരിപ്പുമാണ് ധരിച്ചിരുന്നത്.

ആഘോഷസമയത്ത് അദ്ദേഹം എന്തു വസ്ത്രം ധരിക്കണമെന്ന പ്രശ്നം ഏതാനും ദിവസങ്ങൾക്കുമുമ്പ് ഉയർന്നുവന്നു. ഒരു കാക്കിസ്യൂട്ട് മതിയെന്ന് അദ്ദേഹം ഒടുവിൽ തീരുമാനിച്ചു. ഹോ അമ്മാവൻതന്നെയാണ് അത് തെരഞ്ഞെടുത്തത്. പിന്നീട് പ്രസിഡന്റെന്ന നിലയിലുള്ള തന്റെ 24 വർഷത്തെ ജീവിതത്തിനിടയിൽ പ്രധാനപ്പെട്ട എല്ലാ ദേശീയ ദിവസങ്ങളിലും വിദേശരാജ്യങ്ങൾ സന്ദർശിക്കുമ്പോഴും ആദ്യം ജനങ്ങൾക്കുമുമ്പിൽ പ്രത്യക്ഷപ്പെട്ടപ്പോഴുള്ള ഈ ലളിതമായ വേഷത്തിൽത്തന്നെയാണ് അദ്ദേഹം പ്രത്യക്ഷപ്പെട്ടത്.

ആ 'വൃദ്ധന്റെ' നടത്തം ചുറുചുറുക്കുള്ളതായിരുന്നു. അക്കാലത്ത് അത് ചിലരെ അത്ഭുതപ്പെടുത്തി. 'ഉയർന്നകുടുംബ'ത്തിൽ ജനിച്ചവരുടെ ഗമ അദ്ദേഹത്തിൽ കാണാൻ അവർക്കു കഴിഞ്ഞില്ല. എൻഘെ അൻ പ്രവിശ്യയിലെ ഒരു നാട്ടിൻപുറത്തുകാരന്റെ ഉച്ചാരണരീതിയായിരുന്നു അദ്ദേഹത്തിന്റേത്.

പത്തുലക്ഷം വരുന്ന തന്റെ നാട്ടുകാരുടെ മുമ്പിൽ അങ്ങനെയാണ് അദ്ദേഹം പ്രത്യക്ഷപ്പെട്ടത്.

അദ്ദേഹത്തിന്റെ പ്രസംഗം ശാന്തമായിരുന്നു, ഹൃദ്യമായിരുന്നു, സ്പഷ്ടവും വ്യക്തവുമായിരുന്നു. അത്തരം ഗൗരവമേറിയ അവസരങ്ങളിൽ കേൾക്കാറുള്ളതുപോലുള്ള വാചാലതയൊന്നും അദ്ദേഹം പ്രദർശിപ്പിച്ചില്ല. പക്ഷെ, അതിന്റെ ലാളിത്യം വികാരഭരിതമായിരുന്നു, നിശ്ചയദാർഢ്യമുള്ളതായിരുന്നു. അദ്ദേഹം പറഞ്ഞ ഓരോ കാര്യവും ഓജസുറ്റതായിരുന്നു; ഓരോ വാചകവും ഓരോ വാക്കും ജനങ്ങളുടെ ഹൃദയത്തിൽ ആഞ്ഞു പതിച്ചു.

സ്വാതന്ത്ര്യപ്രഖ്യാപനം വായിച്ചുകൊണ്ടിരിക്കുന്നതിനിടയ്ക്ക് അൽപ്പം നിർത്തിയിട്ട് പെട്ടെന്ന് ഹോ അമ്മാവൻ ചോദിച്ചു: "ഞാൻ വായിക്കുന്നത് നിങ്ങൾക്ക് വ്യക്തമായി കേൾക്കാൻ കഴിയുന്നുണ്ടോ?"

പത്തുലക്ഷം കണ്ഠങ്ങളിൽനിന്ന് ഇടിമുഴക്കം പോലെ ഉച്ചത്തിൽ മറുപടി വന്നു; "ഉവ്വ്"

ആ നിമിഷം മുതൽ അദ്ദേഹവും ആ ജനസമുദ്രവും ഒന്നായി ലയിച്ചു ചേർന്നു.

അത് വിയത്നാം ജനാധിപത്യറിപ്പബ്ലിക്കിന്റെ വിളംബരമായിരുന്നു –എൺപത് വർഷം നീണ്ടുനിന്ന ദേശീയസമരത്തിലൂടെ നേടിയെടുത്ത സ്വാതന്ത്ര്യത്തിന്റെ വിളംബരം. ഏറ്റവും വിപ്ലവകരമായ വർഗത്തിന്റെ ഏറ്റവും ബോധമുള്ള മുന്നണിപ്പടയുടെ ഹൃദയസ്പർശിയും വികാരസാന്ദ്രവുമായ ഒരു പ്രഖ്യാപനംകൂടിയായിരുന്നു അത്. അവരുടെ മക്കളിൽ പലരും തങ്ങളുടെ രാഷ്ട്രത്തിന്റെയും വർഗത്തിന്റെയും താൽപ്പര്യങ്ങളോട് അങ്ങേയറ്റം കൂറ് പുലർത്തിക്കൊണ്ട് കൊലക്കത്തിയെയോ ഫയറിങ് സ്ക്വാഡിനെയോ നിർഭയം നേരിട്ടവരായിരുന്നു; മരണത്തെ വാരിപ്പുണരുമ്പോഴും തങ്ങളുടെ കണ്ണുകെട്ടുന്ന കറുത്ത തുണി വലിച്ചുകീറിക്കൊണ്ട് "വിയത്നാമിന്റെ സ്വാതന്ത്ര്യം നീണാൾ വാഴട്ടെ" എന്ന മുദ്രാവാക്യം ഉച്ചത്തിൽ മുഴക്കിയവരായിരുന്നു.

താഴെപറയുന്ന പ്രതിജ്ഞയെടുത്തുകൊണ്ട് ആഘോഷപരിപാടികൾ സമാപിച്ചു:

> വിയത്നാമിലെ മുഴുവൻ ജനങ്ങളായ ഞങ്ങൾ വിയത്നാം ജനാധിപത്യറിപ്പബ്ലിക്കിന്റെ താൽക്കാലിക ഗവൺമെന്റിനും പ്രസിഡന്റ് ഹോ ചിമിനും ദൃഢവും ഹൃദയംഗമവുമായ പിന്തുണ നൽകുന്നതാണെന്ന് പ്രതിജ്ഞ ചെയ്യുന്നു.
>
> മാതൃഭൂമിയുടെ സമ്പൂർണസ്വാതന്ത്ര്യം കാത്തുരക്ഷിക്കുന്നതിനും രാജ്യത്തിന്റെ നേർക്കുള്ള എതാക്രമണങ്ങളെയും ജീവൻ ബലി കഴിച്ചുപോലും എതിർക്കുന്നതിനും ഗവൺമെന്റിനോടൊപ്പം അടിയുറച്ചുനിൽക്കുമെന്ന് ഞങ്ങൾ പ്രതിജ്ഞ ചെയ്യുന്നു.
>
> ഫ്രഞ്ചുകാർ നമ്മുടെ രാജ്യത്തെ ഒരിക്കൽകൂടി ആക്രമിക്കുകയാണെങ്കിൽ അവരുടെ പട്ടാളത്തിൽ സേവനമനുഷ്ഠിക്കുകയോ അവർക്കുവേണ്ടി പ്രവർത്തിക്കുകയോ അവർക്ക് ഭക്ഷണസാധനങ്ങൾ വിൽക്കുകയോ അവരുടെ വഴികാട്ടികളായി പ്രവർത്തിക്കുകയോ ചെയ്യുകയില്ലെന്ന് ഞങ്ങൾ പ്രതിജ്ഞചെയ്യുന്നു.

പത്തുലക്ഷം ജനങ്ങൾ ഒരേ ശബ്ദത്തിൽ പ്രതിജ്ഞയെടുത്തു: പ്രഖ്യാപനത്തിന്റെ അവസാനം പ്രസിഡന്റ് ഹോ ചിമിൻ വായിച്ച് താഴെ പറയുന്ന കാര്യങ്ങൾ നടപ്പിലാക്കുന്നതിന് തങ്ങൾ ദൃഢനിശ്ചയം ചെയ്തിരിക്കുകയാണെന്ന്:

> വിയത്നാമിന് സ്വാതന്ത്ര്യത്തിനവകാശമുണ്ട്, വിയത്നാം ഇന്ന് ഒരു സ്വതന്ത്രരാജ്യമാണ്. ഈ സ്വാതന്ത്ര്യം കാത്തുരക്ഷിക്കുന്നതിന് തങ്ങളുടെ ശാരീരികവും ആത്മീയവുമായ എല്ലാ ശക്തിയും പ്രയോഗിക്കുവാൻ, തങ്ങളുടെ സ്വത്തുക്കളും തങ്ങളുടെ ജീവൻ പോലും ത്യജിക്കാൻ വിയത്നാംജനത ഒന്നടങ്കം പ്രതിജ്ഞചെയ്തിരിക്കുകയാണ്.

"ഫ്രഞ്ച് കോളനിവൽക്കരണത്തിന്റെമേൽ കുറ്റപത്രം" മുപ്പതുവർഷംമുമ്പുതന്നെ എഴുതിക്കഴിഞ്ഞിരുന്നു. എന്നാൽ ഇപ്പോൾ മാത്രമാണ് ഫ്രഞ്ച് കൊളോണിയൽ ഭരണത്തെ വിയത്നാമിലെ മുഴുവൻ ജനങ്ങൾക്കുമുമ്പിൽ പൊതുവിചാരണക്ക് കൊണ്ടുവരുന്നത്.

ചരിത്രത്തിൽ ഒരു പുതിയ ഏട് ആരംഭിക്കുകയാണ്. ഒരു പുതിയ യുഗം തുടങ്ങിക്കഴിഞ്ഞു. സ്വാതന്ത്ര്യത്തിന്റെയും മോചനത്തിന്റെയും സന്തോഷത്തിന്റെയും ഒരു പുതിയ യുഗം.

ലോകഭൂപടം ഒന്നുകൂടി മാറ്റിവരയ്ക്കേണ്ടിവന്നിരിക്കുന്നു. കാരണം, ഒരു പുതിയ രാഷ്ട്രം– വിയത്നാം ജനാധിപത്യ റിപ്പബ്ലിക് – പിറന്നുവീണിരിക്കുന്നു.

ആഗസ്റ്റ് മാസത്തിന്റെ രണ്ടാംപകുതിയിൽ നടന്ന പൊതുമുന്നേറ്റത്തോടൊപ്പം സ്വാതന്ത്ര്യദിനവും –സെപ്റ്റംബർ 2 – രാഷ്ട്രത്തിന്റെ രാഷ്ട്രീയവും ആത്മീയവുമായ ജീവിതത്തിൽ നിർണായക പ്രാധാന്യമർഹിക്കുന്നു.

മുപ്പതുവർഷങ്ങൾക്കുമുമ്പ് ഹോ അമ്മാവൻ ഉൽക്കണ്ഠപ്പെട്ടു: "പാവപ്പെട്ട ഇന്തോ ചൈനീസിന്റെ ക്ഷീണിച്ച യുവത്വം ഉടൻതന്നെ പഴയ ഉന്മേഷം വീണ്ടെടുത്തില്ലെങ്കിൽ നിന്റെ നാശം തീർച്ചയാണ്." ഇനി ഹോ അമ്മാവൻ ഇങ്ങനെ ആലോചിച്ച് ഉൽക്കണ്ഠപ്പെടേണ്ടതില്ല. എന്തുകൊണ്ടെന്നാൽ രാഷ്ട്രം മുഴുവൻ വീണ്ടും സജീവമായിരിക്കുകയാണ്.

ഓരോ പൗരനും സ്വാതന്ത്ര്യവും മോചനവും ലഭിച്ചിരിക്കുന്നു. ഓരോരുത്തർക്കും അവയുടെ പവിത്രമായ മൂല്യമെന്തെന്നും അവയെ എങ്ങനെ സംരക്ഷിക്കണമെന്നും മനസിലാക്കാൻ കഴിഞ്ഞിരിക്കുന്നു. എങ്കിലും എണ്ണമറ്റ പ്രയാസങ്ങൾ ഇനിയും നേരിടാനിരിക്കുകയാണ്. എന്നാൽ സാമ്രാജ്യത്വവാദികൾക്കും തങ്ങളുടെ നഷ്ടപ്പെട്ട സ്വർഗം വീണ്ടെടുക്കുക അത്ര എളുപ്പമുള്ള കാര്യമായിരിക്കയില്ല.

6

ജിയാങ്ട്രൂപ്പുകളുടെ വരവ്

ജാപ്പനീസ് പട്ടാളക്കാരെ നിരായുധരാക്കുന്നതിന് വരുന്ന സഖ്യ ശക്തിസൈന്യത്തെ എങ്ങനെ നേരിടണമെന്നായിരുന്നു അക്കാലത്തെ ഞങ്ങളുടെ പാർട്ടി നേരിട്ട ഏറ്റവും വലിയ പ്രശ്നം. ജിയാങ് കയ്ഷെക് ഒരു വലിയ സംഘം പട്ടാളക്കാരെ വടക്കോട്ടേക്കയക്കുമെന്ന് റിപ്പോർട്ടു ചെയ്യപ്പെട്ടിരുന്നു. താൻ ത്രാവൊവിൽവെച്ചുചേർന്ന പാർട്ടിയുടെ ദേശീയ സമ്മേളനമംഗീകരിച്ച പ്രമേയത്തെ അടിസ്ഥാനപ്പെടുത്തി പാർട്ടിയുടെ കേന്ദ്രകമ്മിറ്റിയുടെ സ്റ്റാന്റിങ്ങ് ബ്യൂറോ ജിയാങ്ങിന്റെ ആൾക്കാരെ കൈകാര്യം ചെയ്യുന്നതിനുള്ള അടവുകളും ചർച്ച ചെയ്തുകഴിഞ്ഞിരുന്നു.

കുമിന്താങ്ങിന്റെ തന്ത്രങ്ങൾ ഞങ്ങൾക്കെല്ലാം നല്ലപോലെ അറിയാമായിരുന്നു. വിപ്ലവത്തോട് തീരാപ്പകയുള്ളവരായിരുന്നു അവർ. തങ്ങളുടെ ഏജന്റുമാരെ വാഴിക്കാനുള്ള അവരുടെ ശ്രമങ്ങൾക്കെതിരെ ഞങ്ങൾക്ക് ജാഗ്രതയും മുൻകരുതലും പാലിക്കേണ്ടിയിരുന്നു. അതിന്റെ ഭാഗമെന്ന നിലയിൽ ഞങ്ങൾ അവരുമായി ഒരൊത്തുതീർപ്പുണ്ടാക്കേണ്ടിയിരുന്നു; സംഘട്ടനങ്ങൾ ഒഴിവാക്കേണ്ടിയിരുന്നു. സൈനികശക്തി കെട്ടിപ്പടുക്കാനും ശക്തിപ്പെടുത്താനും പുതിയ വിപ്ലവഗവൺമെന്റിന് സമയം വേണ്ടിയിരുന്നു. അക്കാലത്തുയർത്തിയ മുദ്രാവാക്യം "ചൈനക്കാരും വിയത്നാംകാരും സുഹൃത്തുക്കളാണ്" എന്നായിരുന്നു.

ജിയാങ്ങ് ക്ലിക്കിനു നേരെ ഒരു നയം നടപ്പാക്കുക ഒട്ടും എളുപ്പമായിരുന്നില്ല. ചൈനീസ് ചെമ്പടയാണ് വിയത്നാംകാരുടെ യഥാർഥ സുഹൃത്തുക്കളെന്ന് ഞങ്ങളുടെ ജനങ്ങൾക്ക് വളരെക്കാലമായി അറിയാമായിരുന്നു. കാരണം, അങ്ങനെയാണ് പാർട്ടി ജനങ്ങൾക്ക് വിദ്യാഭ്യാസം നൽകിയിരുന്നത്. ജിയാങ് കയ്ഷെക്കിന്റെ കുമിന്താങ്പട ചൈനീസ് ജനതയുടെയും വിപ്ലവത്തിന്റെയും ശത്രുക്കളായിരുന്നു. അവർ വിയത്നാം

ജനങ്ങളുടെയും വിപ്ലവത്തിന്റെയും ശത്രുക്കൾ കൂടിയായിരുന്നു. ഞങ്ങളുടെ ജനങ്ങൾക്ക് അവരോട് കടുത്ത വെറുപ്പായിരുന്നു. ജിയാങ്ങിന്റെ പട്ടാളക്കാർ പിടിച്ചുപറി സ്വഭാവത്തിന് പേരുകേട്ടവരായിരുന്നു. ഞങ്ങളുടെ രാജ്യത്ത് പ്രവേശിച്ചശേഷം അവർ പ്രകോപനവും സംഘട്ടനങ്ങളും സൃഷ്ടിക്കുമെന്നത് തീർച്ച. തന്മൂലം ജിയാങ്ങിന്റെ പട എത്തിച്ചേരുന്നതിനുമുമ്പു കേഡർമാർക്കും ജനങ്ങൾക്കും പാർട്ടിയുടെ നിലപാട് വിശദീകരിച്ചുകൊടുക്കാൻ പ്രാദേശികനേതാക്കളെ സഹായിക്കുന്നതിന് പാർട്ടി കേന്ദ്രകമ്മിറ്റിയുടെ സ്റ്റാൻഡിങ്ങ് കമ്മിറ്റിക്ക് വടക്കൻപ്രവിശ്യകളിലേക്ക് പ്രതിനിധികളെ അയക്കേണ്ടിവന്നു.

ചൈനീസ് കുമിന്താങ് പട്ടാളത്തിന്റെ ചീഫ് ഓഫ് സ്റ്റാഫ് കുപ്രസിദ്ധ കമ്യൂണിസ്റ്റ് വിരുദ്ധനായ ഹാളങ്ഖാം (ഹൊ യിൻ ചിൻ) ആയിരുന്നു. ജപ്പാൻകാർ കീഴടങ്ങിയ ഉടനെതന്നെ തന്റെ പട്ടാളത്തെ വടക്കൻ വിയത്നാമിലേക്ക് കൊണ്ടുവരാൻ അയാൾ ലൂ ഹാനോട് ആവശ്യപ്പെട്ടു. ചൈനീസ് പട വിയത്നാമിൽ പ്രവേശിക്കുന്നതിനുള്ള പദ്ധതി വളരെ നേരത്തെതന്നെ തയാറാക്കിയിരുന്നു. വിയത്നാമിനെ തങ്ങളുടെ രാജ്യത്തോടൊപ്പം കൂട്ടിച്ചേർക്കാൻ ഇത് നല്ലൊരവസരമാണെന്ന് കുമിന്താങ് പട്ടാളനായകന്മാർ വിശ്വസിച്ചു. ഏറ്റവും ചുരുങ്ങിയത് 16 ാം സമാന്തര രേഖയ്ക്കു വടക്ക് തങ്ങളുടെ ആജ്ഞകൾ അനുസരിക്കാൻ തയാറുള്ള ഒരു പാവഗവൺമെന്റെങ്കിലും സ്ഥാപിക്കാൻ കഴിയുമെന്ന് അവർ പ്രതീക്ഷിച്ചു.

അതിനുപറ്റിയ ചില കരുക്കളും അവരുടെ പക്കലുണ്ടായിരുന്നു. ൻഗുയെൻ ഹൈ താൻ, വു ഹോങ് ഖാഞ്, ൻഗു യെൻ തുവോങ് താം ആദിയായ ചൈനയിലെ വിയത്നാം ഏജന്റുമാരായിരുന്നു അവർ. 'വിയത്നാം വിപ്ലവസഖ്യം', 'വിയത്നാം നാഷണലിസ്റ്റ് പാർട്ടി' എന്നീ രണ്ട് സംഘടനകളിൽപ്പെട്ടവരായിരുന്നു അവർ. അവർ ദീർഘകാലമായി പ്രയാസത്തിലായിരുന്നു. രാജ്യത്തിലെ വിപ്ലവപ്രസ്ഥാനവുമായി അവർക്ക് ഒരു ബന്ധവും ഉണ്ടായിരുന്നുമില്ല. വിയത്നാം ദേശീയത്വത്തിൽ വിശ്വസിക്കുന്ന ദേശാഭിമാനികളാണ് തങ്ങളെന്ന് സ്വയം അവകാശപ്പെട്ടെങ്കിലും ചൈനീസ് കുമിന്താങ്ങിനെയും ജിയാങ്ങിന്റെ പടയെയും ആശ്രയിച്ചുകൊണ്ട് തൻകാര്യം നേടാൻ ശ്രമിച്ചുകൊണ്ടിരുന്ന ഒരു സംഘം പിന്തിരിപ്പൻമാരായിരുന്നു അവർ. ജിയാങ്ങിന്റെ പട ഇരുവശങ്ങളിലൂടെയും വിയത്നാമിലേക്ക് മാർച്ചുചെയ്യാൻ തുടങ്ങിയപ്പോൾ അവരും രണ്ടു ഗ്രൂപ്പുകളായി പിരിഞ്ഞ് അവരെ അനുഗമിച്ചു.

അടുക്കും ചിട്ടയുമില്ലാത്ത സംഘടന, മതിയായ യാത്രാസൗകര്യമില്ലായ്മ, പീരങ്കിവിഭാഗത്തിന്റെ അഭാവം, കട്ടകൂടിയുള്ള നീക്കം ആദിയായ കാരണങ്ങൾകൊണ്ട് ജിയാങ്ങിന്റെ പട വളരെ സാവധാനത്തിലാണ് നീങ്ങിക്കൊണ്ടിരിക്കുന്നത്.

യുനാനിൽനിന്ന് ലൂ ഹാന്റെ ഒന്നാം സേനയുടെ 93 ാം കോറിന് ചുവപ്പ് നദിയുടെ തീരത്തൂടെയാണ് ഹാനോയ്‌വരെ സഞ്ചരിക്കേണ്ടിയിരുന്നത്. ആഗസ്റ്റ് അവസാനമായപ്പോഴെക്കും അവർ ലാവൊ കൈവരെ

മാത്രമേ എത്തിയുള്ളൂ. ജനറൽ തിയുവാന്റെ (സിയാവൊ വെൻ) നേതൃത്വത്തിലുള്ള കുമിന്താങ് സെൻട്രൽ ട്രൂപ്പിന്റെ 62 ാം കോർ ആകട്ടെ ക്വാങ്സിയിൽനിന്ന് ലാങ് സോൺ, കാവൊ ബാങ് പ്രവിശ്യകളിലൂടെയാണ് ഹാനോയിലെത്തേണ്ടിയിരുന്നത്. അവർക്ക് പക്ഷെ, സെപ്റ്റംബർ ആദ്യത്തിൽ മാത്രമേ അതിർത്തി കടക്കാൻ കഴിഞ്ഞുള്ളൂ.

ജിയാങ്ങിന്റെ സെൻട്രൽ ട്രൂപ്പിന്റെ 52 ാം കോറും യു നാൻസേനയിലെ 60 ാം കോറും മുൻ തീരുമാനമനുസരിച്ച് ഹൈ ഫോങ്, വിഞ്, ദാ നാങ് പ്രവിശ്യകളിലേക്ക് നീങ്ങി.

എല്ലാം കൂടി ജിയാങ്പടയിലെ 1,80,000 പട്ടാളക്കാരനാണ് വിയത്നാമിൽ പ്രവേശിക്കേണ്ടിയിരുന്നത്. യുനാനിൽനിന്നുള്ള പട്ടാളക്കാർക്ക് പല തരത്തിലുള്ള രോഗങ്ങളും ബാധിച്ചിരുന്നു. അവർക്ക് വേണ്ടത്ര പരിശീലനവുമുണ്ടായിരുന്നില്ല. സെൻട്രൽ ഗ്രൂപ്പുകൾ താരതമ്യേന ശക്തവും നന്നായി സംഘടിക്കപ്പെട്ടതുമായിരുന്നു. നാലുവിഭാഗങ്ങളെയും ജനറൽ ലു ഹാന്റെ കീഴിലാക്കി. ത്രൂവോങ് ഫാറ്റ് ക്യു (ചാങ് ഫാ കി) വിന്റെ അസിസ്റ്റന്റ്മാരിലൊരാളും ഒരു പഴക്കം ചെന്ന വിയത്നാം നിരീക്ഷകനുമായ തിയു വാനെ വടക്കൻ വിയത്നാമിൽ രാഷ്ട്രീയ പ്രശ്നങ്ങൾ കൈകാര്യം ചെയ്യാനുള്ള ചുമതല കുമിന്താങ് സൈനികരേൽപ്പിച്ചു. തന്റെ 62 ാം സേനാകോറിനോടൊപ്പം ലാങ്സോണിലെത്തിച്ചേർന്നപ്പോഴാണ് പത്തുലക്ഷം ജനങ്ങളുടെ സാന്നിധ്യത്തിൽ വിയത്നാം രൂപീകൃതമായ വിവരം ൻഗുയെൻ ഹൈ താൻ മനസിലാക്കിയത്. ലാങ്സോണിലെയും കാവൊ ബാങിലെയും ഞങ്ങളുടെ സായുധപട്ടാളക്കാരെ നിരായുധരാക്കണമെന്ന് 62 ാം കോറിലെ കമാണ്ട് ആവശ്യപ്പെട്ടു. പക്ഷെ, ഞങ്ങളുടെ പട്ടാളക്കാർ അതിന് തയാറായില്ല. അപ്പോഴവർ വിമോചന സേനയുടെ ബാരക്കുകൾ കയ്യടക്കാൻ തങ്ങളുടെ പടയ്ക്ക് ഉത്തരവു കൊടുത്തു. വിയത്നാം സഖ്യശക്തികളുടെ അനുയായികളുടെ പിന്തുണയോടെ ജിയാങിന്റെ പട്ടാളം പ്രാദേശിക ജനകീയകമ്മിറ്റി ഓഫീസുകൾ കയ്യേറി.

സംഘട്ടനങ്ങൾ ഒഴിവാക്കുന്നതിനുവേണ്ടി ലാങ് സോൺ പ്രവിശ്യയിലെ ഭരണക്കമ്മിറ്റിയും ബഹുജനസംഘടനകളും സായുധസേനകളും ചുറ്റുപാടുമുള്ള പ്രദേശങ്ങളിലേക്ക് നീങ്ങി. 'വീടുകൾ കാലിയാക്കുക' തോട്ടങ്ങൾ നശിപ്പിക്കുക' എന്ന മുദ്രാവാക്യം ഉടൻതന്നെ ജനങ്ങൾ നടപ്പാക്കി. ലാങ് സോൺ പട്ടണം മരുഭൂമിപോലെയായി.

ൻഗുയെൻ ഹൈ താന് ഒരു ചെറിയ റാലി നടത്താനുള്ള ആളെപ്പോലും കിട്ടാത്തതുകൊണ്ട് വിപ്ലവസഖ്യശക്തികളുടെ സംഘം നോട്ടീസുകൾ അച്ചടിപ്പിക്കുകയും വിജനമായ ലാങ്സോൺ പട്ടണത്തിലുട നീളം വർഷിക്കുകയും ചെയ്തു. താൽക്കാലികഗവൺമെന്റ് രൂപീകരിച്ചതിലുള്ള പ്രതിഷേധം അതിൽ രേഖപ്പെടുത്തിയിരുന്നു. ഹോ ചി മിന്റെ ഗവൺമെന്റിനെതിരായി 13 ചാർജുകളുമുണ്ടായിരുന്നു അതിൽ.

ഇതിനിടയിൽ വു ഹോങ് ഖാഞ്, ൻഗുയെൻതുവോങ് താം എന്നിവരുടെ നേതൃത്വത്തിലുള്ള നാഷണലിസ്റ്റ് പാർട്ടി 93 ാം കോറിനോടൊപ്പം

വിയത്നാമിലേക്ക് വരികയായിരുന്നു. ജിയാങ്ങിന്റെ പട്ടാളത്തിന്റെ സഹാ യത്തോടെ തങ്ങൾ കടന്നുപോന്ന പ്രദേശങ്ങളിലെ ജനകീയശക്തികളെ അട്ടിമറിക്കാൻ അവർ ശ്രമിച്ചു. അവർ ഓഫീസുകൾ സ്ഥാപിക്കുകയും പിന്തിരിപ്പന്മാരെ സംഘടിപ്പിക്കുകയും ജനങ്ങളെ ഭീഷണിപ്പെടുത്തുകയും കൊള്ളയടിക്കുകയും കൊലചെയ്യുകയും ചെയ്തു. ലോങ് വാന്റെ (ലുങ് യുൻ) അച്ചടക്കമില്ലാത്ത പട്ടാളം തങ്ങളുടെ പിണിയാളുകളിൽനിന്ന് വ്യത്യസ്തരായിരുന്നില്ല. അവർ കൊള്ളക്കാരെപ്പോലെ പെരുമാറി.

ഞങ്ങളുടെ സായുധസേനകളും ജിയാങ്ങിന്റെ പട്ടാളവും തമ്മിൽ ചില പ്രദേശങ്ങളിൽ സംഘട്ടനങ്ങളും നടന്നു; അവിടങ്ങളിൽ ഗവൺമെന്റിൽനിന്നുള്ള നിർദേശങ്ങൾ കിട്ടിക്കഴിയാതിരുന്നതുകൊണ്ട്.

ജിയാങ്പട്ടാളവുമായി അത്തരത്തിലുള്ള ഏറ്റുമുട്ടലുകൾ ഒഴിവാക്കു ന്നതിന് അഡ്മിനിസ്ട്രേറ്റീവ് ഓഫീസുകൾക്കും പട്ടാളയൂണിറ്റുകൾക്കും ചില പട്ടണങ്ങളിൽനിന്നും പ്രവിശ്യാതലസ്ഥാനങ്ങളിൽനിന്നും അതിർത്തി പ്രദേശങ്ങളിലേക്കു നീങ്ങാൻ ഉത്തരവുകൾ നൽകപ്പെട്ടു.

സെപ്റ്റംബർമാസം ആദ്യപകുതിയിൽ സുമാർ 2,00,000 ജിയാങ് പട്ടാളക്കാർ പ്ലേഗ് പോലെ വിയത്നാമിലുടനീളം പടർന്നുപിടിച്ചു. തങ്ങ ളുടെ പദ്ധതികൾ പൊളിഞ്ഞുപോയതിൽ നിരാശരായിത്തീർന്ന ഏജന്റു മാരുമുണ്ടായിരുന്നു അവരുടെകൂടെ. ഉറച്ച രാഷ്ട്രീയാടിത്തറയും ഹൃദ യംഗമമായ ജനകീയ പിന്തുണയുമുള്ള ശക്തമായ ഒരു വിപ്ലവസേന യെയും ഭരണകൂടത്തെയും നേരിടേണ്ടിവന്നപ്പോൾ കുമിന്താങ്കാരുടെ ഈ പിണിയാളുകൾ കുറെക്കൂടി വകതിരിവില്ലാത്തവരായി. രാഷ്ട്രത്തി നകത്ത് യാതൊരു വേരുമില്ലാതെ വിദേശപിന്തിരിപ്പൻപടയെ ആശ്രയി ക്കുന്ന വഞ്ചകൻമാരെന്നനിലയിൽ അവർ കുറെക്കൂടി സ്വയം തുറന്നു കാട്ടപ്പെട്ടു.

സെപ്റ്റംബർ 11 ാം തീയതി ജനറൽ ലൂ ഹാൻ ഹാനോയ്യിലേക്കു പറന്നു.

ഏതാനും ദിവസങ്ങൾക്കുശേഷം എല്ലായിടത്തും നീണ്ട കമ്യൂണി ക്കേകൾ പ്രത്യക്ഷമായി. യാതൊരു ഭരണവുമില്ലാത്ത ഒരു രാജ്യത്ത് വന്നവരെപ്പോലെ കുമിന്താങ്ങുപട്ടാളം പെരുമാറി. തലസ്ഥാനത്ത് ക്രമ സമാധാനം പാലിക്കാനുള്ള അധികാരം തങ്ങൾക്കാണെന്ന് അവർ സ്വയം അവകാശപ്പെട്ടു. എത്രയോമുമ്പ് സകലമൂല്യവും നഷ്ടപ്പെട്ടുകഴിഞ്ഞിരുന്ന കുമിന്താങ്ങ് ബാങ്ക്നോട്ടുകളുടെ വിനിമയ നിരക്കുകൾ അവർ നിശ്ചയി ച്ചു. ട്രാഫിക് നിയന്ത്രണങ്ങൾ സംബന്ധിച്ച അറിയിപ്പുകൾപോലും അവർ നടത്തി.

ലൂ ഹാൻ വന്നുചേർന്ന് ഏതാനും ദിവസം കഴിഞ്ഞപ്പോൾ അല സാന്ദ്രിയും ഹാനോയിൽ പ്രത്യക്ഷപ്പെട്ടു. ടോങ്കിനിലെ ഫ്രഞ്ച് വിദേശ പട്ടാളക്കാരുടെ മുൻ കമാന്ററും മാർച്ച് 9 ന്റെ ജാപ്പനീസ് പട്ടാളവിപ്ലവ ത്തിനുശേഷം തന്റെ ട്രൂപ്പുകളോടൊപ്പം കുമിന്താങ്ങിലേക്ക് ഒളിച്ചോടി പ്പോയ ആളുമായ ഈ ജനറൽ എങ്ങനെ ഹാനോയിലേക്കെത്തിച്ചേർന്നു? ഇതിന് അടിസ്ഥാനമായ ഫ്രഞ്ച് ജിയാങ് ഗൂഢാലോചനയെപ്പറ്റി അൽപ്പം വിശദീകരിക്കേണ്ടതുണ്ട്

7

താൽക്കാലിക ഗവൺമെന്റിന്റെ ആദ്യത്തെ യോഗം

അധികാരാരോഹണച്ചടങ്ങിന്റെ പിറ്റേദിവസം, സെപ്റ്റംബർ 3ന് രാവിലെ താൽക്കാലികഗവൺമെന്റ് ഒന്നാമതായി സമ്മേളിച്ചു.

ടോങ്കിനിലെ മുൻ ഫ്രഞ്ച് റസിഡന്റ് സുപ്പീരിയറുടെ വസതിയിലാണ് യോഗം നടന്നത്. പച്ചച്ചായം പൂശിയ കമ്പിവേലിയുള്ള ഗംഭീരമായ ഒരു കെട്ടിടമായിരുന്നു അത്. ഈ അവസരത്തിൽ അതിന്റെ കവാടം ജന കീയ പ്രതിനിധികളെ സ്വാഗതം ചെയ്തുകൊണ്ട് തുറന്നുകിടന്നു. രണ്ടാ ഴ്ചമുമ്പ്, ഹാനോയിലെ ജനങ്ങൾ സായുധരായി ഈ വസതിക്കു മുമ്പിൽ തടിച്ചുകൂടിനിന്നതാണ്; കാവൽക്കാരുടെ തോക്കുകളെ അവഗണിച്ചു കൊണ്ട് വൃദ്ധനായ ഒരു തൊഴിലാളി വേലി ചാടിക്കടന്ന് കെട്ടിടത്തിന് നെറുകെവരെ പിടിച്ചുകയറി, പാവഗവൺമെന്റിന്റെ മൂന്നുവരയുള്ള പ താക വലിച്ചു താഴത്തിട്ട് വിപ്ലവത്തിന്റെ ചുവപ്പിൽ സ്വർണനക്ഷത്രമുള്ള പതാക ആ സ്ഥാനത്ത് ഉയർത്തിയതാണ്.

ഒന്നാം നിലയിലുള്ള സമ്മേളനമുറിയിൽ അലങ്കാരങ്ങളൊന്നുമുണ്ടാ യിരുന്നില്ല; മേശമേൽ പൂക്കൾ വച്ചിരുന്നില്ല. പുതിയ ഗവൺമെന്റ് കൈ കാര്യം ചെയ്യാൻപോകുന്ന പ്രശ്നങ്ങൾ ഒന്നും എളുപ്പത്തിൽ പരിഹരി ക്കാൻ കഴിയുന്നവയല്ലെന്ന് അവിടെ സമ്മേളിച്ച പ്രതിനിധികൾക്ക് അറി യാമായിരുന്നു. "അധികാരം പിടിച്ചെടുക്കുക പ്രയാസമാണ്. എന്നാൽ അത് നിലനിർത്തുക അതിനെക്കാൾ പ്രയാസമാണ്" എന്ന ലെനിന്റെ പ്രബോധനം ഇത്രമാത്രം അർഥവത്തായി ഇതിന് മുമ്പൊന്നും തോന്നി യിട്ടില്ല.

80 വർഷത്തെ ഫ്രഞ്ചുമേധാവിത്വം ഞങ്ങളുടെ അധ്വാനിക്കുന്ന ജന ങ്ങളെ നിഷ്കരുണം നിലംപരിശാക്കിയിരുന്നു. രണ്ടാം ലോകമഹായു ദ്ധകാലത്ത് മറ്റൊരു ഭീഷണമായ സാമ്രാജ്യത്വം, ജാപ്പനീസ് സാമ്രാജ്യ

ത്വം, ഞങ്ങളെ ചൂഷണം ചെയ്യുന്നതിൽ ഫ്രഞ്ചുകാരുമായി കൂട്ടുചേർന്നു. ഞങ്ങളുടെ ജനങ്ങളുടെ രക്തമൂറ്റിക്കുടിക്കുന്നതിൽ രണ്ടുകൂട്ടരും പരസ്പരം മത്സരിച്ചു. പച്ചപിടിച്ച നെൽപ്പാടങ്ങളുടെ നടുക്ക് പത്തുലക്ഷത്തിലേറെ കൃഷിക്കാർ പട്ടിണിമൂലം മരണമടഞ്ഞു. വേറൊരു പത്തുലക്ഷമാളുകൾ കൊയ്ത്തുകഴിഞ്ഞതിനുശേഷം പിടഞ്ഞുമരിച്ചു. അപ്പോഴാണ് വെള്ളപ്പൊക്കമുണ്ടായത്. വീണ്ടും ഞങ്ങൾക്ക് പട്ടിണിയുടെ ഭീഷണിയെ നേരിടേണ്ടി വന്നു. സമരം ചെയ്തു നേടിയെടുത്ത സ്വാതന്ത്ര്യം പകർന്നുതന്ന അത്ഭുതകരമായ ശക്തിയിൽ ഒരു പുത്തൻ ജീവിതം സ്വപ്നം കണ്ട കൃഷിക്കാർക്ക് അനിശ്ചിതമായി ഒഴിഞ്ഞവയറോടെ നിൽക്കാൻ കഴിയില്ല.

കൊളോണിയലിസം ഇട്ടേച്ചുപോയ പൈതൃകസ്വത്ത് ദയനീയമായിരുന്നു. ഏതാനും ഒഴിഞ്ഞ കെട്ടിടങ്ങൾ, അരിയോ പണമോ ഒന്നുമില്ല. അതിനെക്കാൾ ദയനീയമായിരുന്നു അവർക്ക് ലഭിച്ച സാംസ്കാരികപൈതൃകം.90 ശതമാനം പേരും നിരക്ഷരർ. ജനങ്ങളെ അക്ഷരാഭ്യാസം നടത്തിക്കുന്നതിൽ താൽപ്പര്യമില്ലാത്ത ഒരു നയത്തിന്റെ ഫലം. സ്കൂളുകൾ നിർമിക്കുന്നതിനെക്കാൾ അവർക്ക് താൽപ്പര്യം ജയിലുകൾ പണിയുന്നതിലായിരുന്നു.

വരാനിരിക്കുന്നത് ഇതിനെക്കാൾ മോശമായ ഒരു സ്ഥിതിയായിരുന്നു. എല്ലാ ഭാഗങ്ങളിൽനിന്നും വിദേശസൈന്യങ്ങൾ ഒഴുകിവന്നുകൊണ്ടിരുന്നു. ചിലർ വളരെ അടുത്ത പ്രദേശത്തുനിന്നാണ് വന്നത്. മറ്റുചിലർ ദൂരദിക്കുകളിൽ നിന്നാണ് വരുന്നത്. അവരുടെ തൊലിയുടെ നിറം വ്യത്യസ്തമായിരുന്നു. പക്ഷെ, ഞങ്ങളുടെ രാജ്യത്തെ ആക്രമിക്കുന്നതിലും ഞങ്ങളെ അടിമത്തത്തിലേക്ക് തിരിച്ചോടിക്കുന്നതിലും അവർക്ക് ഒരു പൊതുതാൽപ്പര്യമാണുണ്ടായിരുന്നത്.

പതിവുപോലെ കൃത്യസമയത്ത് തൊട്ടടുത്ത മുറിയിൽനിന്ന് പ്രസിഡന്റ് ഹോ എത്തിചേർന്നു.

"സുപ്രഭാതം വന്ദ്യവയോധികരേ, പ്രിയ സുഹൃത്തുക്കളേ."

അദ്ദേഹത്തിന്റെ ഹൃദ്യമായ അഭിവാദ്യം സ്വന്തം വീട്ടിലെത്തിച്ചേർന്ന പ്രതീതി ഓരോരുത്തരിലും സൃഷ്ടിച്ചു.

ഹോ അമ്മാവൻ ക്യാൻവാസ് ഷൂ ആണ് ധരിച്ചിരുന്നത്. അദ്ദേഹം അത് മലമ്പ്രദേശത്തുനിന്ന് കൊണ്ടുവന്നതായിരുന്നു. നുങ് വിഭാഗത്തിൽപ്പെട്ട ആളുകൾ സ്വയം തയ്ച്ച് ഹോ അമ്മാവന് സമ്മാനിച്ചതായിരുന്നു ആ ഷൂ. പിന്നീട് പല അവസരങ്ങളിലും, വിദേശ അതിഥികളെ സ്വീകരിക്കുമ്പോൾപോലും, അദ്ദേഹം അതാണ് ധരിച്ചിരുന്നത്. ഹോ അമ്മാവൻ മേശയുടെ അടുത്തേക്ക് ചുറുചുറുക്കോടെ നടന്നുചെന്ന് കയ്യാംഗ്യം കൊണ്ട് പ്രതിനിധികളെ ഇരിക്കാൻ ക്ഷണിച്ചു.

ഉദ്ഘാടനപ്രസംഗമൊന്നുമുണ്ടായിരുന്നില്ല. ഏതാനും കുറിപ്പുകളെഴുതിവെച്ചിരുന്ന ഒരുതുണ്ട് കടലാസ് ഹോ അമ്മാവൻ തന്റെ കീശയിൽനിന്ന് എടുത്തു. ഔപചാരികത്വമൊന്നുംകൂടാതെ അദ്ദേഹം നേരെ പ്രശ്നത്തിന്റെ മർമത്തിലെക്ക് കടക്കുകയായി.

"വന്ദ്യവയോധികരെ, പ്രിയപ്പെട്ട സുഹൃത്തുക്കളേ,

ഫ്രഞ്ച് കൊളോണിയലിസ്റ്റുകൾ 80 വർഷത്തിലേറെ നമ്മെ മർദന ത്തിനും ചൂഷണത്തിനും അജ്ഞാനാന്ധകാരത്തിനും അടിമപ്പെടുത്തു കയുണ്ടായി. തന്മൂലം നമുക്കാർക്കും ഭരിക്കാനുള്ള കഴിവ് ലഭിക്കുകയു ണ്ടായില്ല. ഇതിൽ പക്ഷെ, നമ്മൾ ഉൽക്കണ്ഠപ്പെടേണ്ടതില്ല. പ്രവർത്ത നത്തിലൂടെ നമുക്ക് പഠിക്കാം. തെറ്റുകൾ സംഭവിച്ചേക്കാം. പക്ഷെ, നമുക്ക് തിരുത്താം, അത് ചെയ്യുന്നതിനുള്ള ധൈര്യം നമുക്കുണ്ടായി രിക്കും.

പിതൃരാജ്യത്തോടും ജനങ്ങളോടും അഗാധമായ സ്നേഹം നമു ക്കുള്ളതിനാൽ നമ്മൾ ജയിക്കുമെന്ന് ഉറപ്പുണ്ട്.

ഇപ്പോൾ നമ്മെ നേരിടുന്ന ഏറ്റവും അടിയന്തരമായ പ്രശ്നങ്ങളെ ന്തൊക്കെയാണ്? എന്റെ അഭിപ്രായത്തിൽ അവ ആറെണ്ണമാണ്.

തുറന്ന ലാളിത്യത്തോടെ മന്ത്രിമാരുടെമുമ്പിൽ ഹോ അമ്മാവൻ അടിയന്തരകടമകൾ അവതരിപ്പിച്ചു:

1. "ക്ഷാമത്തെ നേരിടുന്നതിന് ഉൽപ്പാദനം വർധിപ്പിക്കുക. ചോളം –മധുരക്കിഴങ്ങ് വിളകൾ ലഭിക്കുന്നതുവരെ മൂന്നോ നാലോ മാസം കാത്തി രിക്കാതെ അതിനിടയിൽത്തന്നെ സംഭരണ പരിപാടി ആരംഭിക്കുക. പതി പ്പത്തുദിവസം കൂടുമ്പോൾ ഒരിക്കൽ എല്ലാവരും ഉപവാസം അനുഷ്ഠി ക്കണം. അങ്ങനെ ലാഭിക്കുന്ന അരി പാവപ്പെട്ടവർക്ക് വിതരണം ചെയ്യുക.

2. നിരക്ഷരതക്കെതിരായ പോരാട്ടമാരംഭിക്കുക.

3. ജനങ്ങൾക്ക് തങ്ങളുടെ ജനാധിപത്യസ്വാതന്ത്ര്യങ്ങൾ പ്രയോ ഗിക്കാൻ കഴിയത്തക്കവിധത്തിൽ സാർവത്രികവോട്ടവകാശത്തിന്റെ അടി സ്ഥാനത്തിൽ കഴിവതും വേഗം പൊതുതെരഞ്ഞെടുപ്പ് നടത്തുക.

4. കൊളോണിയലിസം ഇട്ടേച്ചുപോയ ചീത്തസ്വഭാവങ്ങളും പതി വുകളും നിർമാർജനം ചെയ്യുന്നതിന് കഠിനാധ്വാനം, മിതവ്യയം, സത്യ സന്ധത എന്നിവ പ്രചരിക്കാനായി ഒരു പ്രസ്ഥാനമാരംഭിക്കുക.

5. ചുങ്കനികുതിയും ചന്തനികുതിയും കടത്തുനികുതിയും ഉടനെ വേണ്ടെന്നുവയ്ക്കുകയും കറുപ്പ് ഉപയോഗിക്കുന്നത് കർശനമായി നിരോ ധിക്കുകയും ചെയ്യുക.

6. ഇഷ്ടപ്പെട്ട മതത്തിൽ വിശ്വസിക്കാനുള്ള സ്വാതന്ത്ര്യമനുവദിക്കു കയും കത്തോലിക്കരും അകത്തോലിക്കരും തമ്മിൽ ഐക്യം കെട്ടിപ്പ ടുക്കുന്നതിന് ശ്രമിക്കുകയും ചെയ്യുക."

ഈ പ്രശ്നങ്ങളെല്ലാം വിശദീകരിക്കുന്നതിന് പ്രസിഡന്റ് അരമണി ക്കൂറെടുത്തു. 80 വർഷത്തെ ഫ്രഞ്ച് ആധിപത്യം ഇട്ടേച്ചുപോയ പ്രയാ സകരവും സങ്കീർണവുമായ പ്രശ്നങ്ങളും രാജ്യം നേരിടുന്ന മർമപ്രാ ധാന്യമുള്ള കാര്യങ്ങളും സംക്ഷിപ്തമായും എന്നാൽ വ്യക്തമായും ഹോ അമ്മാവൻ കൈകാര്യം ചെയ്തു. ഏതു വഴിയിലൂടെയാണ് മുമ്പോട്ട് പോകേണ്ടതെന്ന് അദ്ദേഹം ചൂണ്ടിക്കാട്ടി. ചിലപ്പോൾ ഉടൻ നടപ്പാക്കേണ്ട പ്രായോഗികമായ നടപടികളും അദ്ദേഹം വിവരിച്ചു. ഇതിനുമുമ്പ് അദ്ദേ

ഹത്തോടൊപ്പം പ്രവർത്തിക്കുവാൻ അവസരം ലഭിച്ചിരുന്നവർക്ക് പെട്ടെന്നുതന്നെ അദ്ദേഹത്തിന്റെ ചിരപരിചിതമായ ശൈലി തിരിച്ചറിയാൻ കഴിഞ്ഞു.

ഹോ അമ്മാവൻ ഉന്നയിച്ച പ്രശ്നങ്ങൾ ചർച്ചചെയ്തതിനുശേഷം അദ്ദേഹത്തിന്റെ നിർദേശങ്ങൾ എല്ലാ മന്ത്രിമാരും ആവേശപൂർവം സ്വാഗതം ചെയ്തു. താൽക്കാലികഗവൺമെന്റിന്റെ ആദ്യത്തെ യോഗത്തിൽവെച്ച് അദ്ദേഹം ഉന്നയിച്ച പല ആശയങ്ങളും പാർട്ടിയുടെയും ഗവൺമെന്റിന്റെയും മുഖ്യനയങ്ങളായി ഇന്നും നിലനിൽക്കുകയാണ്.

യോഗം ഉച്ചവരെ നീണ്ടുനിന്നു. അവിടെ മുറ്റിനിന്നിരുന്ന ലാളിത്യത്തിന്റെയും സൗഹൃദത്തിന്റേതുമായ അന്തരിക്ഷം ഹോ അമ്മാവനെ ആദ്യമായി കണ്ടമുട്ടുന്നവരിൽ എന്തെന്നില്ലാത്ത മതിപ്പുളവാക്കി.

ഏതാനും ദിവസങ്ങൾക്കുശേഷം ജനങ്ങളെ മുഴുവൻ അഭിസംബോധനചെയ്തുകൊണ്ട് ഹോ അമ്മാവൻ ഒരു കത്തെഴുതി:

> ഈ വർഷം ജനുവരി മുതൽ ജൂലൈ വരെ ബാക് ബൊവിൽ നമ്മുടെ ജനങ്ങളിൽ 20 ലക്ഷം പേർ പട്ടിണിമൂലം മരണമടഞ്ഞു. വെള്ളപ്പൊക്കം ജനങ്ങളുടെ കഷ്ടപ്പാടുകൾ കുറെക്കൂടി രൂക്ഷമാക്കി. നാം ഭക്ഷണം കഴിക്കുമ്പോൾ പട്ടിണികിടക്കുന്ന ആളുകളെയോർത്ത് ദുഃഖിക്കുന്നു. അതുകൊണ്ട് രാജ്യത്തെ മുഴുവനാളുകളും പതിപ്പത്തുദിവസം കൂടുമ്പോൾ ഒരിക്കൽ – അതായത് മാസത്തിൽ മൂന്നുതവണ – ഉപവസിക്കണമെന്ന് ഞാൻ നിർദേശിക്കുന്നു. ഞാൻ അതിന്റെ തുടക്കം കുറിക്കാം, ഇങ്ങനെ മിച്ചം വയ്ക്കുന്ന അരി (ഓരോരുത്തർക്കും ഒരുനേരത്തെ ഭക്ഷണത്തിനുള്ള ഒരു ടിൻ അരി വീതം) പാവപ്പെട്ടവർക്ക് വിതരണം ചെയ്യുകയാണ്.

കൃഷിക്കാർക്കും ഇങ്ങനെയെഴുതി:

> ധാരാളം ഭക്ഷണമെന്നതിനർഥം ശക്തമായ പട്ടാളമെന്നാണ്. കഠിനാധ്വാനം ക്ഷാമം അകറ്റുന്നു. ഒരിഞ്ചുഭൂമിയും വെറുതെയിടരുത്. ഈ രണ്ട് കാര്യത്തിലും നാം വിജയിക്കണം. നമ്മുടെ ഇപ്പോഴത്തെ മുദ്രാവാക്യമിതാണ്. ഇനിയുമിനിയും ഉൽപ്പാദനം വർധിപ്പിക്കുക, അടിയന്തിരമായി നമ്മുടെ വിമോചനവും സ്വാതന്ത്ര്യവും കാത്തുരക്ഷിക്കാനുള്ള ഏറ്റവും ഫലപ്രദമായ മാർഗമിതാണ്.

സെപ്തംബർ ആദ്യം ഗവൺമെന്റ് ഒരു ഉത്തരവ് പുറപ്പെടുവിച്ചു. എല്ലാ വിയത്നാംകാരും ഒരു വർഷത്തിനകം ദേശീയ ലിപി എഴുതാനും വായിക്കാനും പഠിച്ചിരിക്കണം. നിരക്ഷരതയ്ക്കെതിരെ സമരംചെയ്യാൻ ഹോ അമ്മാവൻ എല്ലാവരെയും ആഹ്വാനം ചെയ്തു: "ഇതേവരെ എഴുതാനും വായിക്കാനും കഴിയാത്തവർ അത് പഠിക്കട്ടെ. ഭാര്യ ഭർത്താവിൽനിന്നു പഠിക്കട്ടെ, ഇളയവർ മൂത്തവരിൽനിന്ന് പഠിക്കട്ടെ, മാതാപി

താക്കൾ തങ്ങളുടെ കുട്ടികളിൽനിന്ന് പഠിക്കട്ടെ. പെൺകുട്ടികളും സ്ത്രീകളും കിണഞ്ഞു പഠിക്കട്ടെ."

സെപ്തംബറിൽ സ്കൂൾ വർഷമാരംഭിച്ചപ്പോൾ ഹോ അമ്മാവൻ കുട്ടികളെ ഉപദേശിച്ചു: "കഠിനാധ്വാനം ചെയ്യുക, നന്നായി പെരുമാറുക, അധ്യാപകരെ അനുസരിക്കുക, പഠനത്തിൽ അന്യോന്യം മത്സരിക്കുക."

സെപ്തംബറിൽ മധ്യശരത്കാലോത്സവം-ശിശുദിനം-വന്നു. സ്വതന്ത്രവിയത്നാമിൽ നടക്കുന്ന ആദ്യത്തെ ഉത്സവത്തിൻനാൾ സന്തോഷം നിറഞ്ഞുതുളുമ്പുന്ന ഒരു കത്ത് അദ്ദേഹം കുട്ടികൾക്ക് എഴുതി. അതിലദ്ദേഹം പറഞ്ഞു:

> പൂർണചന്ദ്രനും തണുത്ത ഇളംകാറ്റും മനോഹരമായ കേക്കും ശരത്കാലനീലാകാശവും നിങ്ങളെ സന്തുഷ്ടരാക്കിയിരിക്കും. നിങ്ങൾ സന്തോഷിക്കുന്നതുകൊണ്ട് ഹോ അമ്മാവനും സന്തോഷമുണ്ട്. എന്തുകൊണ്ടാണ് ഹോ അമ്മാവൻ സന്തോഷിക്കുന്നതെന്നോ? ഒന്നാമത്, അദ്ദേഹം നിങ്ങളെ സ്നേഹിക്കുന്നു, രണ്ടാമത്, നിങ്ങൾ ഇന്നൊരു സ്വതന്ത്രരാജ്യത്തിന്റെ വിധാതാക്കളാണ്. കഴിഞ്ഞ ശരത്കാലത്ത് അതായിരുന്നില്ലല്ലോ നമ്മുടെ സ്ഥിതി. അന്ന് നമ്മൾ മർദിതരായിരുന്നു, നിങ്ങൾ കൊച്ചടിമകളായിരുന്നു. ഇന്ന് നമ്മൾ സ്വാതന്ത്ര്യം വീണ്ടെടുത്തിരിക്കുന്നു. അടുത്തവർഷം നമുക്കൊരു പൊതുഉത്സവം, ചെറുപ്പക്കാർക്കും പ്രായം ചെന്നവർക്കും ഒരുപോലെ പങ്കെടുക്കാൻ കഴിയുന്ന ഒരുത്സവം, ഉണ്ടായിരിക്കും. നിങ്ങൾ എന്ത് വിചാരിക്കുന്നു? ഈ വർഷം നിങ്ങൾക്കു തരാൻ എന്റെ പക്കൽ സമ്മാനങ്ങളൊന്നുമില്ല, ചുടുചുംബനങ്ങളല്ലാതെ.

കത്തിൽ ഈ സന്തോഷപ്രകടനമൊക്കെ നടത്തിയെങ്കിലും രാജ്യകാര്യങ്ങളുമായി ബന്ധപ്പെട്ട അനേകം പ്രശ്നങ്ങൾ ഹോ അമ്മാവനെ അലട്ടിക്കൊണ്ടിരിക്കുകയായിരുന്നുവെന്ന സംഗതി സ്വാഭാവികമായും കുട്ടികൾ അറിഞ്ഞിരിക്കുകയില്ല.

8

ബാക് ബൊ കൊട്ടാരത്തിൽ ഒരു ലളിതജീവിതം

ഹാനോയിൽ വന്നതിനുശേഷം ഹോ അമ്മാവന് പനിയുടെ ആക്രമണമൊന്നുമുണ്ടായില്ല. എന്നാലും അദ്ദേഹം നന്നേ ശോഷിച്ചിരുന്നു. നെറ്റിത്തടത്തിലും കണ്ണിനുചുറ്റുമുള്ള തൊലിയുടെ ചുളിവ് ഓരോ ദിവസം കഴിയുന്തോറും ഏറിവന്നു.

ബാക്ബൊ കൊട്ടാരത്തിൽ താമസിക്കവെ എല്ലാദിവസവും രാവിലെ അഞ്ചു മണിക്ക് അദ്ദേഹം എഴുന്നേൽക്കുക പതിവായിരുന്നു. എഴുന്നേറ്റ ഉടൻതന്നെ വ്യായാമമാരംഭിക്കും. എല്ലാദിവസവും വ്യായാമം നടത്തണമെന്നാഹ്വാനം ചെയ്തുകൊണ്ട് തന്റെ രാജ്യക്കാർക്ക് അദ്ദേഹം ഒരു കത്തുതന്നെയെഴുതി. ഈ വരികളോടെയാണ് അദ്ദേഹം തന്റെ കത്ത് ഉപസംഹരിച്ചത്: 'എല്ലാ ദിവസവും സ്വയം ഞാൻ അങ്ങനെ ചെയ്യുന്നുണ്ട്.'

അദ്ദേഹം ഞങ്ങളോടും കാവൽക്കാരോടും ഒപ്പം ഇരുന്നാണ് ഭക്ഷണം കഴിക്കാറ്. ഒരേ മേശമേൽ ഒരേ ഭക്ഷണം. ഒരുദിവസം അടിയന്തരമായ ചില ജോലികൾ കാരണം അദ്ദേഹം വരാൻ വളരെ വൈകി. അദ്ദേഹം വരുന്നതിനുമുമ്പുതന്നെ ഞങ്ങളെല്ലാം ഭക്ഷണം കഴിച്ചുകഴിഞ്ഞിരുന്നു. എന്നാൽ അദ്ദേഹത്തിന് ഇറച്ചിയും പച്ചക്കറികളും കരുതിവയ്ക്കാൻ ഞങ്ങൾ മറന്നുപോയി. ഓരോരുത്തരും കരുതി മറ്റാരോ അദ്ദേഹത്തിനുള്ള ഭക്ഷണം എടുത്തുവെച്ചിട്ടുണ്ട് എന്ന്. കാര്യം മനസിലാക്കിയപ്പോൾ ഞങ്ങൾ ആകെ ബേജാറായി. എന്നാൽ ഹോ അമ്മാവൻ സന്തോഷത്തോടെ വന്നിരുന്ന് ചോറുമാത്രം കഴിച്ച് എഴുന്നേറ്റുപോയി.

ഉച്ചഭക്ഷണത്തിനുശേഷം ചാരുകസേരയിലിരുന്ന് 15 മിനിട്ടുസമയം അദ്ദേഹം ഒന്നുമയങ്ങും. അതിനുശേഷം പത്രങ്ങളും വാർത്താബുള്ളറ്റിനുകളും വായിക്കും.

ഗറില്ലാതാവളത്തിലായിരുന്നപ്പോൾ അദ്ദേഹം വളരെ നേരത്തെ ഉറ

ങ്ങും. കാരണം, അവിടെ രാത്രി വെളിച്ചമുണ്ടാവില്ല. എന്നാൽ, ഇപ്പോൾ അദ്ദേഹം വളരെ വൈകുന്നതുവരെയിരിക്കും, അദ്ദേഹത്തിന്റെ മുറിയിൽ പലപ്പോഴും രാത്രി വളരെ വൈകുന്നതുവരെ വിളക്കെരിയുന്നത് കാവൽക്കാർ കാണാറുണ്ട്. അദ്ദേഹം പുസ്തകങ്ങൾ വായിക്കുകയും രേഖകൾ പരിശോധിക്കുകയും ചെയ്യുകയായിരിക്കും.

പാർട്ടിബ്യൂറോവിന്റെ ഒരു ഹ്രസ്വയോഗത്തോടെയാണ് അദ്ദേഹത്തിന്റെ പ്രവൃത്തിദിവസം തുടങ്ങാറുള്ളത്. കൂട്ടായ പ്രവർത്തനത്തിൽ അദ്ദേഹം വലിയ വിശ്വാസം കാണിച്ചു. തങ്ങളുടെ പ്രവൃത്തിതുടങ്ങുന്നതിനുമുമ്പ് ദിവസവും രാവിലെ ആറു മണിക്ക് തന്നെ വന്നുകാണാൻ അദ്ദേഹം ബ്യൂറൊമെമ്പർമാരോട് പറഞ്ഞു.

അദ്ദേഹത്തിന്റെ ദിവസങ്ങൾ എല്ലായ്പ്പോഴും തിരക്കു പിടിച്ചതായിരുന്നു. പാർട്ടിയുടെയും ഗവൺമെന്റിന്റെയും കാര്യങ്ങൾ അദ്ദേഹത്തെ മുക്കിക്കളയും. എല്ലാ കാര്യങ്ങളും അദ്ദേഹം ശ്രദ്ധിക്കേണ്ടിവന്നു. ക്ഷാമത്തിനും നിരക്ഷരതയ്ക്കും വിദേശാക്രമണത്തിനും എതിരായ പോരാട്ടം നയിക്കേണ്ടിയിരുന്നു: വടക്കൻപ്രദേശത്തെ ശത്രുക്കളെ കൈകാര്യംചെയ്യേണ്ടിയിരുന്നു; തെക്കൻഭാഗത്തെ ചെറുത്തുനിൽപ്പ് സംഘടിപ്പിക്കുകയും ആഭ്യന്തരവും വൈദേശികവുമായ പ്രശ്നങ്ങളിൽ ഇടപെടുകയും ചെയ്യേണ്ടിയിരുന്നു.

പുതുതായി സ്ഥാപിക്കപ്പെട്ട ഗവൺമെന്റോഫീസുകൾ പ്രാകൃത ദശയിലായിരുന്നു. അവയെ പ്രവർത്തിപ്പിക്കുന്നതിന് ചിലതൊക്കെ ചെയ്യേണ്ടിയിരുന്നു. വിവിധ ഡിപ്പാർട്ട്മെന്റ് തലവൻമാരുമായും വിവിധപ്രദേശങ്ങളിൽനിന്ന് വരുന്നവരുമായും അദ്ദേഹം നേരിട്ട് സംസാരിക്കും. അവർ പറയുന്നത് കേൾക്കും. ഓരോ ഡിപ്പാർട്ടുമെന്റിലെയും ഓരോ പ്രദേശത്തെയും സ്ഥിതിഗതികൾ അറിയുകയും പരിഹാരം നിർദേശിക്കുകയും ആയിരുന്നു ഉദ്ദേശ്യം. കേഡർമാർ എണ്ണത്തിൽ കുറവായിരുന്നു. അവർക്ക് വേണ്ടത്ര അനുഭവങ്ങളുണ്ടായിരുന്നുമില്ല. പലപ്പോഴും ഹോ അമ്മാവൻ കത്തുകൾ സ്വയം ടൈപ്പ് ചെയ്ത് അയക്കാറുണ്ട്.

താൽക്കാലികഗവൺമെന്റിന്റെ തീരുമാനവും നയങ്ങളും വിശദീകരിക്കുന്നതിനുവേണ്ടി അദ്ദേഹം അനേകം കത്തുകളും പ്രസ്താവനകളും ലേഖനങ്ങളുമെഴുതി. അവയിലൂടെ ജീവിതത്തിന്റെ നാനാതുറകളിൽപ്പെട്ടവരോട് അവ നടപ്പാക്കാനും ദേശാഭിമാനസംഘടനയിൽ ചേരാനും അദ്ദേഹം അഭ്യർഥിച്ചു.

തന്റെ അഭിപ്രായങ്ങൾ അദ്ദേഹം പ്രായോഗികമായും സംക്ഷിപ്തമായും മൂർത്തമായും അവതരിപ്പിച്ചു. ജനങ്ങൾ നിത്യജീവിതത്തിൽ ഉപയോഗിക്കുന്ന സാധാരണവും സുപരിചിതവുമായ വാക്കുകളാണ് അദ്ദേഹം ഉപയോഗിക്കാറുള്ളത്. ഒരേയൊരു വ്യത്യാസം: അതിനകത്ത് അദ്ദേഹം പുതിയൊരു ഉള്ളടക്കം ചെലുത്തും, അത്രമാത്രം. ഈ പുതുമയുണ്ടായിട്ടും കേൾക്കുന്നവർക്ക് അത് എളുപ്പത്തിൽ മനസിലാക്കാൻ കഴിഞ്ഞു. അവ യുക്തിക്കും വികാരത്തിനും യോജിച്ചവയായിരുന്നു.

തന്റെ ജീവിത്തിലുടനീളം താൻ ചെയ്തുകൊണ്ടിരുന്ന പ്രവൃത്തികളാണ് തന്റെ ജനങ്ങളോട് ചെയ്യാൻ അദ്ദേഹം ആവശ്യപ്പെട്ടത്. പുതിതായി വല്ലതുമുണ്ടായിരുന്നെങ്കിൽ അത് സ്വയം ചെയ്ത് അദ്ദേഹംതന്നെ മാതൃകകാണിച്ചു. ഉദാഹരണത്തിന്, പട്ടിണികിടക്കുന്നവരെ സഹായിക്കുന്നതിനു വേണ്ടി പതിപ്പത്തുദിവസം കൂടുമ്പോൾ ഒരിക്കൽ പട്ടിണികിടക്കാൻ അദ്ദേഹം ജനങ്ങളോടു നടത്തിയ അഭ്യർഥനയുടെ കാര്യമെടുക്കാം. മാസത്തിൽ മൂന്നുതവണ ഉപവാസം നടത്തേണ്ട ദിവസംവരുമ്പോൾ അദ്ദേഹംതന്നെ തന്റെ അരിയുടെ ഓഹരി സ്വയം കൈകൊണ്ട് റിലീഫ്ബോക്സിൽ നിക്ഷേപിക്കും. ഒരിക്കൽ അത്തരമൊരു ദിവസം ചൈനീസ് കമാൻഡർ തിയുവാൻ അദ്ദേഹത്തെ വിരുന്നിനു ക്ഷണിച്ചു. തിരിച്ചെത്തിയപ്പോൾ തന്റെ അരിയുടെ ഓഹരി പ്രത്യേകം മാറ്റിവെച്ചിട്ടുണ്ടെന്ന് ആരോ അദ്ദേഹത്തോട് പറഞ്ഞു. എങ്കിലും പിറ്റേദിവസം ഒരു നേരം ഭക്ഷണംകഴിക്കാതിരിക്കാൻ അദ്ദേഹം തീരുമാനിച്ചു.

അദ്ദേഹത്തെ സംബന്ധിച്ചിടത്തോളം ചെറുതും വലുതുമായ എല്ലാ കാര്യങ്ങൾക്കും അവയുടേതായ പ്രാധാന്യം ഉണ്ടായിരുന്നു. അദ്ദേഹം കേഡർമാരെ ഉപദേശിക്കുക പതിവായിരുന്നു: "ജനങ്ങൾക്ക് മാതൃക കാണിക്കുക; പറയുന്നതിനനുസരിച്ച് പ്രവർത്തിക്കുക; മന്ദാറിന്മാരെപ്പോലെ പെരുമാറാതിരിക്കുക; അവരെ ജനങ്ങൾ വെറുക്കുകയും നിന്ദിക്കുകയുമാണ്, പിന്താങ്ങുകയല്ല ചെയ്യുക."

ഹോ അമ്മാവൻ ധാരാളം സമയം പര്യടനങ്ങൾക്കുവേണ്ടി വിനിയോഗിച്ചു. മുൻകൂട്ടി അറിയിക്കാതെയാണ് പല സ്ഥലങ്ങളും സന്ദർശിക്കുക. ഒരു യുവജനസമ്മേളനം, ഹാനോയ് അഡ്മിനിസ്ട്രേറ്റിവ് കമ്മിറ്റിയുടെ ഓഫീസുകൾ, വിയത്നാം രാഷ്ട്രീയ-സൈനികസ്കൂൾ, നാം ദിഞ് ടെക്സ്റ്റൈൽമിൽ എന്നിവ സന്ദർശിച്ചു. ബാക് നിഞിലും തായ്ബിഞിലും മറ്റും അദ്ദേഹം പോയി. ജനങ്ങളെ ഉത്തേജിപ്പിക്കാനും വിദ്യാഭ്യാസം ചെയ്യിക്കാനും മാത്രമല്ല ആ സന്ദർശനങ്ങൾ ഉപകരിച്ചത്. ജനജീവിതത്തെ സംബന്ധിച്ചും ജനങ്ങളുടെ ചിന്തകളെയും വികാരങ്ങളെയും സംബന്ധിച്ചും കേഡർമാരുടെ പ്രവർത്തനശൈലിയെ സംബന്ധിച്ചും നേരിട്ടു മനസിലാക്കാൻ ഇത് ഹോ അമ്മാവനെ സഹായിച്ചു.

എല്ലാ ദിവസവും അദ്ദേഹം നിരവധി അതിഥികളെ സ്വീകരിച്ചു.

അതിഥികൾ പലതരക്കാരായിരുന്നു; പല ആവശ്യങ്ങൾക്കുവേണ്ടി വന്നവരും. ജിയാങിന്റെ പട്ടാള ജനറൽമാർ വന്നത് അരിക്കും പണത്തിനും വേണ്ടിയായിരുന്നു. അവർക്ക് ഒരുപാട് അരിവേണം. താമസസൗകര്യം വേണം, ഇലക്ട്രിക് ബൾബുകൾ വേണം. പഞ്ചസാരവേണം, കറുപ്പുപോലും വേണം. ഞങ്ങളുടെ ജനങ്ങളിൽനിന്ന് തട്ടിപ്പറിച്ചത് മതിയാകാതെ വരുമ്പോൾ അവരിവിടെ വരും.

ഒരിക്കൽ ജിയാങിന്റെ ഒരു കമ്പനികമാൻഡറാണ് വന്നത്. ഒരു 'പ്രത്യേക കാര്യം' ചർച്ച ചെയ്യാൻ തനിക്ക് പ്രസിഡന്റിനെത്തന്നെ കാണണമെന്ന് അദ്ദേഹം ആവശ്യപ്പെട്ടു. മറ്റുള്ളവരോടൊന്നും അതുപറയാൻ

അയാൾ തയാറായില്ല. കാര്യമിതായിരുന്നു–അയാളുടെ കയ്യിൽ കുറെ തോക്കുകൾ വിൽക്കാനുണ്ട്.

ചിലപ്പോൾ വന്നുചേരുന്ന അതിഥികൾ സഖ്യശക്തികളിലെ അംഗങ്ങളായിരിക്കും–അമേരിക്കക്കാരോ ബ്രിട്ടീഷുകാരോ. അവരുടെ സന്ദർശനോദ്ദേശ്യം വ്യത്യസ്തങ്ങളായിരിക്കും. പക്ഷെ, അവയുടെയൊന്നും പിന്നിൽ സദുദ്ദേശ്യമല്ല ഉണ്ടായിരുന്നത്.

ചിലപ്പോൾ അവർ വിദേശപത്രപ്രവർത്തകരായിരിക്കും. വിയത്മിഞ് പ്രസ്ഥാനത്തെക്കുറിച്ചും ഗവൺമെന്റിന്റെ നയപരിപാടികളെക്കുറിച്ചും അറിയുകയായിരിക്കും അവരുടെ ഉദ്ദേശ്യം. ഇവരിൽ ചിലർ പത്രക്കാരെന്ന് നടിച്ചുകൊണ്ടുവരുന്നവരുമാകാം. അവർ നടത്തുന്ന കൂടിക്കാഴ്ചകളുടെ ഉദ്ദേശ്യം ഞങ്ങളുടെ സമീപനമെന്തെന്ന് മനസിലാക്കുകയും രഹസ്യങ്ങൾ ശേഖരിക്കുകയുമായിരിക്കും.

എന്നാൽ അതിഥികളിൽ കൂടുതൽ പേരും രാജ്യത്തിനകത്തുനിന്നുള്ളവർ തന്നെയായിരുന്നു. ദേശാഭിമാനസംഘടനകളുടെയോ തൊഴിലാളികളുടെയോ കൃഷിക്കാരുടെയോ യുവാക്കളുടെയോ മതസംഘടനകളുടെയോ ബിസിനസ് വൃത്തങ്ങളുടെയോ പ്രതിനിധികളായിരിക്കും. പ്രമുഖവ്യക്തികളോ തെക്കൻ പ്രദേശത്തുനിന്നുള്ള കേഡർമാരുടെയോ യോദ്ധാക്കളുടെയോ സംഘങ്ങളോ ആയെന്നും വരാം. തെക്കുനിന്നുവരുന്ന ഈ സംഘങ്ങളുണ്ടല്ലോ, ഹോ അമ്മാവനെ ആദ്യമായി കണ്ടുമുട്ടുമ്പോൾ വികാരാവേശംകൊണ്ട് അവരുടെ കണ്ണുകൾ നിറയും. തെക്കുഭാഗത്ത് പോരാട്ടം നടത്തിക്കൊണ്ടിരിക്കുന്ന ദശലക്ഷക്കണക്കിന് സഹസഖാക്കളുടെ വികാരങ്ങൾ അവർ അദ്ദേഹത്തെ അറിയിക്കും. ഒരിക്കൽ മലമ്പ്രദേശക്കാരുടെ ഒരു പ്രതിനിധിസംഘമാണ് അദ്ദേഹത്തെ കാണാനെത്തിയത്. വിമോചിതപ്രദേശങ്ങളിലെ വിപ്ലവപോരാളികളോടൊപ്പം ചോളക്കഞ്ഞിയും മുളംകൂമ്പും കഴിച്ചവരാണവർ. അവർ ആദ്യമായി നഗരത്തിൽ വരികയാണ്. മറ്റൊരിക്കൽ താടിക്കാരനായ ഒരു വൃദ്ധനായിരുന്നു ഹോ അമ്മാവന്റെ അതിഥി. 'രാജ്യം സ്വതന്ത്രമായ സ്ഥിതിക്ക് ദേശീയ പുനർനിർമാണത്തെക്കുറിച്ച് തനിക്കുള്ള ഏതാനും ആശയങ്ങൾ' അറിയിക്കുന്നതിന് വന്നുചേർന്നതായിരുന്നു ആ വൃദ്ധൻ. ഏതെങ്കിലും നയത്തെ സംബന്ധിച്ച് സംശയം തീർക്കാനെന്ന ഭാവേന ഹോ അമ്മാവനെ ഒരുനോക്കുകാണാൻ വരുന്നവരുമുണ്ടായിരുന്നു ആ കൂട്ടത്തിൽ.

ഈ അതിഥികൾകാരണം പലപ്പോഴും മധ്യാഹ്നഭക്ഷണത്തിന് അദ്ദേഹം വൈകാറുണ്ടായിരുന്നു. പലപ്പോഴും അദ്ദേഹം വല്ലാതെ ക്ഷീണിക്കാറുണ്ട്. അതുകണ്ട് വളരെ അത്യാവശ്യമില്ലാത്ത കൂടിക്കാഴ്ചകൾ വേണ്ടെന്നുവയ്ക്കാൻ ഒരിക്കൽ അദ്ദേഹത്തോട് ഞങ്ങൾ നിർദേശിച്ചു. അദ്ദേഹം പറഞ്ഞു:

> നമ്മുടെ ഭരണം പുതുതായി സ്ഥാപിക്കപ്പെട്ടതാണ്. ജനങ്ങൾക്കും കേഡർമാർക്കും പലകാര്യങ്ങളും അറിയാൻ ആഗ്രഹമുണ്ട്.

> ഇതാണ് ഗവൺമെന്റിന്റെ തീരുമാനങ്ങളും നയങ്ങളും എല്ലാവർക്കും വിശദീകരിച്ചുകൊടുക്കുന്നതിന് നമുക്ക് ലഭിക്കുന്ന അവസരം. മുൻകാലത്ത് ഒരു മന്ദാരിനെ കാണാൻ ഉണ്ടായിരുന്നത്ര പ്രയാസം നമ്മുടെ ഗവൺമെന്റിലെ ഒരംഗത്തെ കാണാനും വേണമെന്ന ബോധം നമ്മുടെ സഖാക്കൾക്കുണ്ടാകാൻ നാം ഒരിക്കലും അനുവദിക്കരുത്.

സെൻട്രിഡ്യൂട്ടിയിലുള്ള വിമോചനപ്പോരാളികളുടെയും ഡ്രൈവർമാരുടെയും കാര്യത്തിൽ ഹോ അമ്മാവൻ പ്രത്യേകം ശ്രദ്ധിച്ചിരുന്നു. അവർക്ക് റിപ്പബ്ലിക്കിന്റെ ഒരു പ്രസിഡന്റ് മാത്രമായിരുന്നില്ല അദ്ദേഹം: ഒരു പിതാവുകൂടിയായിരുന്നു. അദ്ദേഹത്തിനുവേണ്ടി തങ്ങൾ ചെയ്തതും തങ്ങൾക്കുവേണ്ടി അദ്ദേഹം ചെയ്തതുമായി താരതമ്യപ്പെടുത്തുമ്പോൾ വളരെ തുച്ഛമാണെന്ന തോന്നലായിരുന്നു അവർക്കുണ്ടായിരുന്നത്.

തിരക്കുപിടിച്ച ജോലികൾക്കിടയിലും അവരുമായി വെടിപറയുന്നതിന് അദ്ദേഹം സമയം കണ്ടെത്തി. അവരുടെ ഭക്ഷണത്തിന്റെ ഗുണം, കുടുംബസ്ഥിതി ആദിയായവയെ സംബന്ധിച്ച് അദ്ദേഹം അവരോടന്വേഷിച്ചു. പട്ടാളക്കാരുടെ ക്വാർട്ടേഴ്സ് വൃത്തിയായും ചിട്ടയായും സൂക്ഷിക്കാൻ അദ്ദേഹം പ്രത്യേകം നിർദേശം നൽകി.

വൈകുന്നേരം പട്ടാളക്കാരുടെ മുറികളിൽ വലിയ ചൂടായിരുന്നു. അതുകൊണ്ട് രാത്രി മുകളിലെ ഒഴിഞ്ഞ ഓഫീസ് മുറികളിൽ കിടക്കാൻ ഹോഅമ്മാവൻ പട്ടാളക്കാരോടു പറഞ്ഞു. അദ്ദേഹമില്ലാത്ത ഒരുദിവസം രണ്ടു പട്ടാളക്കാർ തമ്മിൽ ഒരു ഗുസ്തി നടത്തി. മേശമേൽ പതിച്ചിരുന്ന ഒരു മാർബിൾ പലക മത്സരത്തിനിടയിൽ പൊട്ടിപ്പോയി. കുപിതനായിത്തീർന്ന അഡ്മിനിസ്ട്രേറ്റീവ് ഓഫീസർ അവരോട് താഴെപ്പോയി കിടക്കാൻ ആജ്ഞാപിച്ചു. ഹോ അമ്മാവൻ തിരിച്ചെത്തിയപ്പോൾ സംഗതികളറിഞ്ഞു. എല്ലാവരോടും മുകളിൽ പോകാൻ അദ്ദേഹം നിർദേശിച്ചു. എന്നിട്ട് പറഞ്ഞു:

"നിങ്ങൾ പട്ടാളക്കാരും ചെറുപ്പക്കാരുമാണ്, നിങ്ങൾ കളിക്കുകയും വ്യായാമം ചെയ്യുകയും വേണം. ഗുസ്തി ഒരു നല്ല കളിയാണ്, പക്ഷേ, അത് നടത്താൻ നിങ്ങൾ പുല്ലുള്ള സ്ഥലത്തുപോകണം. അവിടെ നിലത്തുവീണാലും മുറിവേൽക്കുകയില്ല. പൊതുസ്വത്തിന് നഷ്ടം വരികയുമില്ല. ശരി, മേലാൽ ഇതാവർത്തിക്കരുത്. ഉദ്യാനത്തിൽ നിങ്ങൾ ഗുസ്തി നടത്തുമ്പോൾ എന്നെയും വിവരമറിയിക്കുക ഞാൻ വന്നുകണ്ടോളാം."

ഡ്രൈവർ വളരെക്കുറച്ചേ വായിച്ചിരുന്നുള്ളൂ. അതുകൊണ്ട് അദ്ദേഹം വെറുതെയിരിക്കുന്നതു കാണുമ്പോഴൊക്കെ ഹോ അമ്മാവൻ വിളിച്ച് അടുത്ത മുറിയിലിരിക്കാൻ പറയും. വായിക്കുന്നതിന് പുസ്തകങ്ങളോ പത്രങ്ങളോ നൽകും. ഇടയ്ക്കിടെ വായിക്കുന്നുണ്ടോ എന്ന് വന്നു നോക്കും. ഒരുദിവസം പേപ്പറും മേശമേൽ തുറന്നുവെച്ചുകൊണ്ട് ഡ്രൈവർ ഉറങ്ങുന്നത് ഹോ അമ്മാവൻ കാണുവാനിടയായി. അദ്ദേഹം ഒച്ചയുണ്ടാക്കാതെ മുറിയിൽനിന്നിറങ്ങിപ്പോയി. പിന്നീട് അദ്ദേഹം ഡ്രൈവറെ

വിളിച്ച് ഇങ്ങനെ പറഞ്ഞു. "എന്താണ് വായിക്കുന്നതെന്ന് അത്ര എളുപ്പത്തിൽ ആദ്യം മനസിലാവില്ല. അതുകൊണ്ട് ഉറക്കം വരും. പക്ഷെ, വായിച്ചുകൊണ്ടേയിരുന്നാൽ കൂടുതൽ കൂടുതൽ കാര്യങ്ങൾ മനസിലാവും. വായനയിലുള്ള താൽപ്പര്യം വർധിക്കും. അപ്പോൾ പിന്നീട്, ഉറക്കമൊന്നും തോന്നുകയുമില്ല."

മഞ്ഞുകാലം വന്നു. പലസ്ഥലങ്ങളിലെയും സ്ത്രീകളുടെ സംഘടനകൾ ഹോ അമ്മാവന് ചൂടുള്ള വസ്ത്രങ്ങൾ എത്തിച്ചുകൊടുക്കുന്ന കാര്യം ആലോചിച്ചു. ഹാനോയിലെയും ക്വാങ്യെന്നിലെയും മറ്റു പട്ടണങ്ങളിലെയും പെൺകുട്ടികളും സ്ത്രീകളും ഹോ അമ്മാവന് തടിച്ച രോമവസ്ത്രങ്ങളുമായെത്തി. അങ്ങനെ വന്നുചേരുന്ന ഓരോരുത്തരോടും ഹോ അമ്മാവൻ നന്ദിപറയും. എന്നിട്ട് വസ്ത്രങ്ങളുമായി തിരിച്ചുപോകാനും അതത് പ്രദേശങ്ങളിലെ ഏറ്റവും പ്രായം ചെന്നവർക്കും ഏറ്റവും ദരിദ്രരായവർക്കും അത് നൽകാനും പറയും.

ഒരു തണുത്ത പ്രഭാതത്തിൽ നേരിയ ഒരു കുപ്പായവും ധരിച്ച് ഒരു സഖാവ് ഹോ അമ്മാവന്റെകൂടെ ജോലിചെയ്യാനെത്തി. ഹോ അമ്മാവൻ ഉടൻതന്നെ പോയി തന്റെ ഒരു രോമവസ്ത്രമെടുത്തുകൊണ്ടുവന്ന് ആ സഖാവിന് കൊടുത്തു.

ഹാനോയിലെ ബാക് ബോ കൊട്ടാരത്തിൽ റിപ്പബ്ലിക്കിന്റെ പ്രസിഡന്റ് ഹോ ചിമിൻ, താൻ ഗറില്ലാതാവളത്തിലായിരുന്നപ്പോൾ നയിച്ചിരുന്നതുപോലെ ലളിതവും ഒതുങ്ങിയതുമായ ഒരു ജീവിതം നയിച്ചു.

9

ചെറുത്തുനിൽപ്പിന്റെ തുടക്കം

സെപ്തംബർമാസാദ്യം മുതൽ നാം ബൊവിലെ സ്ഥിതിഗതികൾ സംഘർഷാത്മകമായി മാറി.

സെപ്തംബർ 2 ാം തീയതി പത്തുലക്ഷത്തിലേറെ ജനങ്ങൾ പതാകകളേന്തിയും മുദ്രാവാക്യം വിളിച്ചും സൈഗോൺ-ചൊലോണിൽ സ്വാതന്ത്ര്യദിനമാഘോഷിച്ചു. ഇതുകണ്ടു പ്രകോപിതരായിത്തീർന്ന ഫ്രഞ്ചുകാർ പ്രകടനത്തിനുനേരെ നിറതോക്കൊഴിച്ചു.

നാലുദിവസത്തിനുശേഷം ബ്രിട്ടീഷ് മിഷൻ സൈഗോണിലെത്തിച്ചേർന്നു. നഗരത്തിൽ ക്രമസമാധാനം പാലിക്കാൻ ജപ്പാൻകാരോട് ആവശ്യപ്പെട്ടു; ഞങ്ങളുടെ സായുധസേനയോട് തങ്ങളുടെ ആയുധം അവരെ ഏൽപ്പിക്കാനും. തുടക്കംമുതൽതന്നെ ബ്രിട്ടീഷുകാർ ആക്രമണകാരികളെന്നനിലയിൽ തങ്ങളുടെ നിറം വെളിവാക്കിയിരുന്നു.

ബ്രിട്ടീഷ് ജനറൽ ഗ്രേസി കമാൻഡറായ 20 ാം ഡിവിഷന്റെ ആദ്യത്തെ ഇംഗ്ലീഷ്-ഇന്ത്യൻയൂണിറ്റുകൾ ഒന്നൊന്നായി ആകാശമാർഗം വന്നിറങ്ങി.

സെപ്തംബർ 20 ാം തീയതി ജനറൽ ഗ്രേസി തന്റെ ഒന്നാം നമ്പർ കമ്യൂണിക്കെ പുറപ്പെടുവിച്ചു. 'ക്രമസമാധാനം' ഉറപ്പുവരുത്താനുള്ള ബ്രിട്ടീഷ് പടയുടെ അവകാശം അയാൾ ഉറപ്പിച്ചു പറഞ്ഞു. ആയുധങ്ങൾ കൊണ്ടുനടക്കുന്നത് അയാൾ നിരോധിച്ചു. കുറ്റക്കാരെ കർശനമായി ശിക്ഷിക്കുമെന്ന്, വെടി വെച്ചുകൊല്ലുകപോലും ചെയ്യുമെന്ന് അയാൾ പ്രഖ്യാപിച്ചു. ബ്രിട്ടീഷുകാർ ജയിൽ പിടിച്ചെടുക്കുകയും ഫ്രഞ്ചുകാരെ മോചിപ്പിക്കുകയും ചെയ്തു. ഞങ്ങളുടെ പൊതുകലാപത്തിനുശേഷം നാം ബൊവിൻ പാരച്യൂട്ടിൽ വന്നിറങ്ങിയപ്പോൾ അറസ്റ്റ് ചെയ്യപ്പെട്ടവരായിരുന്നു ഈ ഫ്രഞ്ചുകാർ. ജപ്പാൻകാരുടെ തടവിലായിരുന്ന 11 ാം

കൊളോണിയൽ ഇൻഫൻട്രി റജിമെന്റിലെ 1500 ഫ്രഞ്ച് പട്ടാളക്കാരെ പുറത്തുവിടുകയും അവരെ വീണ്ടും ആയുധമണിയിക്കുകയും ചെയ്തു.

സെപ്തംബർ 23 ാം തീയതി അതിരാവിലെ 11 ാം റെജിമെന്റിലെ ഫ്രഞ്ച് പട്ടാളക്കാരും ഫ്രാൻസിൽനിന്ന് പുതുതായി വന്നിറങ്ങിയ ഒരു യൂണിറ്റും ബ്രിട്ടീഷ്-ജാപ്പനീസ് പട്ടാളങ്ങളുടെ പിൻബലത്തോടെ തെരുവീഥികളിലേക്കിറങ്ങിവന്നു. അവർ ഞങ്ങളുടെ പൊലീസ് പോസ്റ്റുകൾ ആക്രമിക്കുകയും സാധാരണപൗരന്മാരെ വധിക്കുകയും ചെയ്തു. മുൻ കൊളോണിയൽ ഉദ്യോഗസ്ഥന്മാർക്കും ഫ്രഞ്ച് പൗരന്മാർക്കും ആയുധം വിതരണം ചെയ്തിരുന്നു. ഏതാനും മാസങ്ങൾക്കുമുമ്പ് ജപ്പാൻകാരുടെ മുമ്പിൽ പേടിത്തൊണ്ടൻമാരെപ്പോലെ കീഴടങ്ങിയ കൊളോണിയൽസേനാവ്യൂഹങ്ങളും ഫ്രഞ്ച് കൊളോണിയലിസ്റ്റുകളും നിരായുധരായ സാധാരണ പൗരന്മാരെ കൂട്ടക്കൊലനടത്തുകയും അവരോട് നിന്ദ്യമായ നിലയിൽ പെരുമാറുന്നതിലും അങ്ങേയറ്റത്തെ കിരാതത്വം പ്രകടിപ്പിച്ചു.

ഫ്രഞ്ച് കൊളോണിയലിസ്റ്റ് കയ്യേറ്റക്കാർക്കെതിരായ ഞങ്ങളുടെ രാഷ്ട്രത്തിന്റെ മഹത്തായ ചെറുത്തുനിൽപ്പുയുദ്ധം നാം ബൊവിൽ പൊട്ടിപ്പുറപ്പെട്ടു.

കഷ്ടിച്ച് ഒരു മാസത്തോളം അധികാരം കയ്യാളിയിരുന്ന തെക്കൻ ഭാഗത്തെ ജനങ്ങൾ ശത്രുക്കളുമായി പോരാടുന്നതിന് ഇപ്പോൾ ധീരമായി ഉണർന്നുവരാൻ തുടങ്ങി. സ്വാതന്ത്ര്യദിനത്തിൻനാളെടുത്ത പ്രതിജ്ഞ നിറവേറ്റുന്നതിന് ആ സ്വതന്ത്രരാജ്യത്ത് ആദ്യം രക്തം ചൊരിഞ്ഞ പൗരന്മാർ ഇവരായിരുന്നു. തെക്കൻ വിയത്നാമിലെ ജനങ്ങളുടെ പവിത്രമായ പോരാട്ടം അന്നാണ് തുടങ്ങിയത്. അത് തുടങ്ങിയിട്ട് ഇതുവരെ കാൽ ശതാബ്ദം കഴിഞ്ഞു.

സെപ്തംബർ 23 ാം തീയതി ഉച്ചതിരിഞ്ഞ് സൈഗോണിലെ ജനങ്ങൾ ഒരു പൊതുപണിമുടക്കം നടത്തുകയും ഫ്രഞ്ചുകാരുടെനേരെ സമ്പൂർണമായ നിസ്സഹകരണം പുലർത്തുകയും ചെയ്തു. എല്ലാ ഓഫീസുകളും ബിസിനസ് സ്ഥാപനങ്ങളും ഫാക്ടറികളും അടച്ചുപൂട്ടപ്പെട്ടു. കമ്പോളങ്ങൾ വിജനമായി. ഗതാഗതം സ്തംഭിച്ചു. എല്ലായിടത്തും ബാരിക്കേഡുകൾ ഉയർന്നു.

അന്തരീക്ഷം ആകെ പ്രക്ഷുബ്ധമായി. സ്വയം പ്രതിരോധയൂണിറ്റുകളും സൈഗോണിലെ സാധാരണജനങ്ങളും പോരാട്ടത്തിൽ തങ്ങൾ നിൽക്കേണ്ട സ്ഥാനങ്ങളിലേക്ക് നീങ്ങി. കയ്യിൽകിട്ടിയ ആയുധങ്ങൾ കൊണ്ട് തിരിച്ചടിക്കാൻ അവർ ദൃഢനിശ്ചയം ചെയ്തിരുന്നു-മുനകൂർപ്പിച്ച മുളവടികളായാലും കൊള്ളാം കരിങ്കൽകഷണങ്ങളായാലും കൊള്ളാം, ചെറിയ ഇനം തോക്കുകളായാലും കൊള്ളാം.

ഹാനോയിൽ ആ ദിവസം മുഴുവൻ ഹോ അമ്മാവനും പാർട്ടിബ്യൂറോവും നാം ബോവിൽ നടക്കുന്ന സംഭവഗതികൾ അപ്പപ്പോൾ ശ്രദ്ധിച്ചുകൊണ്ടിരുന്നു. പ്രഥമറിപ്പോർട്ട് ലഭിച്ചപ്പോൾ നാം ബോവിലെ പാർട്ടി

സംഘടനയ്ക്കും ജനങ്ങൾക്കും ചെറുത്തുനിൽപ്പ് നടത്താനുള്ള ആദ്യത്തെ ഉത്തരവ് നൽകി.

24 ാം തീയതി മുതൽ ഫ്രഞ്ചുകാരുടെ കയ്യിലുള്ള അനേകം ഫാക്ടറികളും ഡിപ്പോകളും ആക്രമിക്കപ്പെട്ടു. വിദ്യുച്ഛക്തിയും ജലവിതരണവും വിച്ഛേദിക്കപ്പെട്ടു. സ്വയം പ്രതിരോധയൂണിറ്റുകളും തൊഴിലാളികളുടെ ഡിറ്റാച്ച്മെന്റുകളും താൻ സോൺ ഞാത് വിമാനത്താവളം ആക്രമിച്ചു. സൈഗോൺതുറമുഖത്തിൽ അടുത്തയുടനെ ഫ്രഞ്ച് യുദ്ധക്കപ്പലുകൾക്കു തീകൊടുത്തു. സെൻട്രൽജയിലിനുനേരെ ഒരു മിന്നലാക്രമണം നടത്തി ശത്രുക്കൾ തടവിലാക്കിയിരുന്ന ജനങ്ങളെ മോചിപ്പിച്ചു.

സെപ്തംബർ 26–ാം തീയതി നഗരത്തിലെ തങ്ങളുടെ പോരാട്ടസ്ഥലങ്ങളിൽ നിലയുറപ്പിച്ചിരുന്ന സൈഗോൺപോരാളികളും ജനങ്ങളും വിയത്നാം റേഡിയോനിലയത്തിൽ നിന്ന് പ്രക്ഷേപണം ചെയ്യപ്പെട്ട പ്രസിഡന്റ് ഹോ ചിമിന്റെ ആവേശകരമായ പ്രസംഗം കേട്ടു:

> എനിക്കും നമ്മുടെ രാജ്യത്തിലെ മുഴുവൻ ജനങ്ങൾക്കും നാം ബൊവിലെ നമ്മുടെ ജനങ്ങളുടെ അടിയുറച്ച ദേശാഭിമാനത്തിൽ വിശ്വാസമുണ്ട്.
>
> .... അടിമകളായി ജീവിക്കുന്നതിനെക്കാൾ മരിക്കുന്നതാണ് നാം അഭിലഷണീയമായി കരുതുക!
>
> ദേശീയസ്വാതന്ത്ര്യം കാത്തുരക്ഷിക്കുന്നതിനുവേണ്ടി സമരം ചെയ്യുകയും ത്യാഗങ്ങളനുഷ്ഠിക്കുകയും ചെയ്യുന്ന പോരാളികൾക്കും ജനങ്ങൾക്കും ഗവൺമെന്റും രാജ്യത്തിലെ മുഴുവൻ ജനങ്ങളും കലവറയില്ലാത്ത പിന്തുണനൽകുമെന്ന് എനിക്കും നാം ബൊവിലെ നമ്മുടെ സഖാക്കൾക്കും ഉറച്ച വിശ്വാസമുണ്ട്.
>
> .... നമ്മുടെ വിജയം സുനിശ്ചിതമാണ്. കാരണം, മുഴുവൻ ജനങ്ങളുടെ യോജിച്ച ശക്തി നമ്മുടെ പിന്നിലുണ്ട്. നമ്മുടെ വിജയം സുനിശ്ചിതമാണ്. കാരണം നമ്മുടെ സമരം ന്യായമാണ്.

സൈഗോൺ കാത്തുരക്ഷിക്കുന്നതിനുള്ള പോരാട്ടത്തിന് പുതിയൊരു പ്രാധാന്യം കൂടി കൈവന്നു. ഇങ്ങനെയൊരു മുദ്രാവാക്യമുയർത്തപ്പെട്ടു: "ഹോ ചിമിൻനഗരം സംരക്ഷിക്കുന്നതിന് പോരാടുക." തുടർന്ന് പ്രകടമായ ഓരോ വ്യക്തിയുടെയും ദൃഢനിശ്ചയത്തിലും പ്രവർത്തനത്തിലും ഇത് തെളിഞ്ഞുകണ്ടു. സൈഗോൾ–ചോലോൺ മുന്നണിയിലെ പോരാളികളുടെയും ജനങ്ങളുടെയും ഹൃദയങ്ങളിലും പ്രവർത്തനങ്ങളിലുമാണ് പുതുതും മഹത്തുമായ ആ പേർ ആദ്യമായി ആ നഗരത്തിനു വീണത്: ഹോ ചിമിൻ നഗരം.

ഒക്ടോബർ ആദ്യത്തിൽ ഫ്രഞ്ചുകാരുടെ 9 ാം കൊളോണിയൽ കാലാൾപ്പടയുടെ യൂണിറ്റുകൾ കടൽമാർഗം വിയത്നാമിൽ എത്തിക്കൊണ്ടിരുന്നു. ഒക്ടോബർ 5 ാം തീയതി ജനറൽ ലെക്ളെർക് സൈഗോ

ണിൽ എത്തിച്ചേർന്നപ്പോൾ പോരാട്ടം തൽക്കാലത്തേക്ക് നിലച്ചിരുന്നു. അത് ഫ്രഞ്ചുകാരുടെയും ബ്രിട്ടീഷു കൊളോണിയലിസ്റ്റുകളുടെയും ആവശ്യമായിരുന്നു. എന്തുകൊണ്ടെന്നാൽ, പുതുതായി തങ്ങളുടെ സൈന്യങ്ങൾ വന്നുചേരുന്നതുവരെ സമയം അവർക്കാവശ്യമായിരുന്നു. കൂടിയാലോചനയ്ക്കുവേണ്ടി ഞങ്ങളുടെ പ്രതിനിധികളെ അവർ ക്ഷണിച്ചു. ലെക്ളെർക് എത്തിച്ചേർന്നതിനെത്തുടർന്ന് ഫ്രഞ്ചുകാരുടെ രണ്ടാം സായുധ ഡിവിഷനിൽപ്പെടുന്ന സായുധവ്യോമസേനയും സൈഗോണിൽ എത്തിച്ചേർന്നു. കൊളോണിയലിസ്റ്റുകൾ തങ്ങളുടെ ആക്രമണങ്ങൾ വീണ്ടും തുടങ്ങുകയും നഗരത്തിനു ചുറ്റുമുള്ള ചില പ്രദേശങ്ങൾ കയ്യടക്കാൻ ശ്രമിക്കുകയും ചെയ്തു.

നാം ബോപോരാളികളെയും ജനങ്ങളെയും സഹായിക്കുവാൻവേണ്ടിയും ചെറുത്തുനിൽപ്പിൽ ആദ്യത്തെ വിജയം നേടിയെടുക്കുന്നതിനുവേണ്ടിയും തെക്കൻഭാഗത്തേക്ക് സൈന്യങ്ങളെ അയക്കാൻ പാർട്ടിയുടെ കേന്ദ്രകമ്മിറ്റി തീരുമാനിച്ചു.

തെക്കോട്ടുള്ള ഡിറ്റാച്ച്മെന്റുകൾ അതിശീഘ്രം സംഘടിപ്പിക്കപ്പെട്ടു. വിമോചനസേനയുടെ അനേകം യൂണിറ്റുകളോടും ചില നല്ല കമാൻഡർമാരോടും തെക്കോട്ടുപോകാൻ ആജ്ഞാപിച്ചു. അനേകസംഘം കേഡർമാരെയും അങ്ങോട്ടയച്ചു.

കർശനമായ ഗറില്ലാഅടവുകൾ പ്രയോഗിക്കുകയെന്നതായിരുന്നു ഞങ്ങളുടെ പാർട്ടിയുടെ നയം. "പെട്ടെന്നുള്ള പോരാട്ടം, പെട്ടെന്നുള്ള വിജയം" എന്ന ശത്രുവിന്റെ പദ്ധതി പൊളിക്കുന്നതിനുവേണ്ടിയായിരുന്നു ഇത്.

തെക്കൻഭാഗത്തേക്ക് സൈന്യങ്ങളെ അയക്കുന്നതോടൊപ്പം നാം ബൊവിലെ ചെറുത്തുനിൽപ്പിന് പിൻതുണ നൽകുന്നതിനും യുദ്ധം വ്യാപിപ്പിക്കാനുള്ള ശത്രുവിന്റെ ഏതു പദ്ധതിയെയും നേരിടുന്നതിന് സജീവമായ തയാറെടുപ്പുകൾ നടത്തുന്നതിനും ശക്തവും രാജവ്യാപകവുമായ ഒരു പ്രസ്ഥാനം ആരംഭിച്ചു.

രാജ്യം മുഴുവൻ സൈഗോണിനെ ഉറ്റുനോക്കുകയായിരുന്നു. കടന്നാക്രമണങ്ങൾക്കെതിരെ പിതൃരാജ്യത്തെ സംരക്ഷിക്കാൻ എല്ലാവരും ദൃഢപ്രതിജ്ഞയെടുത്തിരുന്നു.

ഹാനോയിൽ, സെപ്തംബറിലെ അവസാനദിവസങ്ങളിൽ, പൊതു ഉച്ചഭാഷിണികൾക്കുമുമ്പിൽ എല്ലായ്പ്പോഴും ജനങ്ങൾ തടിച്ചുകൂടുന്നത് കാണാമായിരുന്നു. നാം ബൊ മുന്നണിയിൽനിന്നുള്ള വാർത്തകൾ ശ്രദ്ധിക്കുകയായിരുന്നു അവർ.

തെക്കൻഭാഗത്തേക്ക് പോകാനും ശത്രുക്കളോട് പോരാടാനും ഉത്സുകരായ ചെറുപ്പക്കാർ പട്ടാളത്തിൽ ചേരാനുള്ള ആഹ്വാനം ആവേശപൂർവം സ്വീകരിച്ചു. ചില കുടുംബങ്ങളിൽ അച്ഛനും മകനും തങ്ങളെ സൈന്യത്തിൽ ചേർക്കണമെന്നാവശ്യപ്പെട്ടു. ബുദ്ധമതസന്യാസികൾപോലും ഇതിനുവേണ്ടി മുമ്പോട്ടുവന്നു. വിമോചനസേനയുടെ വലുപ്പം അതിവേഗം വളർന്നുവന്നു.

വടക്കൻതുരുത്തിലെ കടൽത്തീരപ്രവിശ്യകൾ മുതൽ വിയത്ബാക് വിപ്ലവത്താവളത്തിലെ മലനാടുവരെ പുതുതായി സ്ഥാപിക്കപ്പെട്ട വിയത്നാം ജനാധിപത്യ റിപ്പബ്ലിക്കിന്റെ തലസ്ഥാനമായ ഹാനോയ് മുതൽ ൻഗുയെൻ രാജവംശത്തിന്റെ പുരാതന ആസ്ഥാനമായ ഹ്യൂ നഗരം വരെയുള്ള പോരാളികൾ ആവേശപൂർവം ചെറുത്തുനിൽപ്പുയുദ്ധം നടത്താൻ ഇറങ്ങിത്തിരിച്ചു. വടക്കൻ ഭാഗത്തുനിന്നുതന്നെ അനേകം വിമോചനസേനായൂണിറ്റുകൾ ഇതേസമയത്ത് തെക്കോട്ടേക്കു നീങ്ങി.

വിപ്ലവം അടുത്തകാലത്തു നേടിയെടുത്ത വിജയങ്ങൾ തെക്കൻഭാഗത്തേക്ക് പോവുകയായിരുന്ന സൈനികയൂണിറ്റുകൾക്ക് ഒരു പുതിയ രൂപം നൽകി. തെക്കോട്ട് മാർച്ചുചെയ്യുവാനുത്തരവു ലഭിച്ച, പൊതുകലാപക്കാലത്ത് കീറിപ്പറിഞ്ഞ വസ്ത്രങ്ങൾ ധരിച്ച നഗ്നപാദരായ ഗറില്ലകളായിരുന്നില്ല അവർ. മുന്നണിയിലേക്ക് മാർച്ചുചെയ്യുകയായിരുന്ന തങ്ങളുടെ വീരസന്താനങ്ങളുടെ കാര്യത്തിൽ പുതിയഗവൺമെന്റും ജനങ്ങളും അതിരറ്റ ശ്രദ്ധചെലുത്തിയിരുന്നു. അക്കാലത്ത് ഞങ്ങളുടെ പക്കലുണ്ടായിരുന്ന ഏറ്റവും നല്ല ആയുധങ്ങൾ ആണ് അവർ അണിഞ്ഞിരുന്നത്. പുതിയ യൂണിഫോറം, പുതിയ തൊപ്പികളിൽ തിളങ്ങുന്ന സ്വർണ നക്ഷത്രങ്ങൾ, പാഡ്ചെയ്ത മേൽക്കുപ്പായം, തോൽബൂട്ടുകൾ എല്ലാം അവർക്കുണ്ടായിരുന്നു.

അവരെ യാത്ര അയക്കാൻ ജനങ്ങൾ റെയിൽവേസ്റ്റേഷനുകളിൽ തടിച്ചുകൂടിയിരുന്നു. രാജ്യത്തിന്റെ വടക്കൻഭാഗത്തും മധ്യഭാഗത്തുമുള്ള ജനങ്ങൾ തെക്കൻഭാഗത്തു നടക്കുന്ന പോരാട്ടത്തിന് തങ്ങളുടെ സ്വന്തം രക്തം സംഭാവന ചെയ്യുകയായിരുന്നു. തങ്ങളെ വിട്ടുപിരിയുന്ന സന്താനങ്ങളിലൂടെ അവർ തങ്ങളുടെ ഊഷ്മളമായ അഭിവാദ്യങ്ങളാണ് തെക്കുള്ളവർക്ക് അയച്ചുകൊടുത്തത്.

നാം ബൊ കാത്തുരക്ഷിക്കുന്നതിനുവേണ്ടി തെക്കോട്ടുള്ള മാർച്ച് രാഷ്ട്രത്തിന്റെ മുഴുവൻ പങ്കാളിത്തത്തോടെയാണാരംഭിച്ചത്. തീവണ്ടികൾ രാത്രിയും പകലും ഓടിക്കൊണ്ടിരുന്നു. ആദ്യത്തെ വിമോചനസേനാ ഡിറ്റാച്ച്മെന്റുകൾ തക്കസമയത്തുതന്നെ സൈഗോണിൽ എത്തിച്ചേർന്നു. സൈഗോണിലെ വടക്കുകിഴക്കൻമുന്നണി സംരക്ഷിക്കുകയെന്ന ചുമതലയാണവർക്കു കിട്ടിയത്. ദേശീയചെറുത്തുനിൽപ്പിന്റേതായ ആ ആദ്യ നാളുകളിൽ രാജ്യം മുഴുവൻ സൈഗോണിലെയും ദക്ഷിണവിയത്നാമിലെയും ജനങ്ങളുടെ ഭാഗത്തായിരുന്നു.

ബ്രിട്ടീഷ്–ഇന്ത്യൻ–ജാപ്പനീസ് പട്ടാളങ്ങളുടെ പിന്തുണയോടെ ഫ്രഞ്ച് കൊളോണിയലിസ്റ്റുകൾ മൂന്നാഴ്ചക്കകം നാം ബൊവിൽ 'സമാധാനം' സ്ഥാപിക്കാനുള്ള പദ്ധതികൾ ആസൂത്രണം ചെയ്തു.

ശരിയായ തയാറെടുപ്പിന് വേണ്ടത്ര സമയമുണ്ടായിരുന്നില്ലെങ്കിലും നാം ബൊവിലെ മറ്റ് പ്രവിശ്യകളിലെയും രാജ്യത്തിലെയും മുഴുവൻ ജനങ്ങളുടെയും സഹായത്തോടെ സൈഗോൺപോരാളികളും ജനങ്ങളും ഐതിഹാസികമായി പടവെട്ടി. ഒരു മാസം മുഴുവൻ ശത്രുവിനെ

നഗരത്തിൽ തളച്ചുനിർത്തുന്നതിനും കനത്ത നഷ്ടങ്ങളേൽപ്പിക്കുന്നതിനും അവർക്ക് കഴിഞ്ഞു.

ഒക്ടോബർ 25 ാം തീയതി നാം ബൊ പാർട്ടി സംഘടനയുടെ ഒരു പ്ലീനറിസമ്മേളനം മൈ തോ പ്രവിശ്യയിൽ വെച്ചു നടന്നു. പൗളോ കൊന്ദോറെ തടങ്കൽദ്വീപിൽനിന്ന് ആയിടെ മാത്രം പുറത്തുവന്ന സഖാക്കൾ തോൺ ദുക് താങ്, ലെ ദുവാൻ തുടങ്ങി അനേകം പേർ സമ്മേളനത്തിൽ സന്നിഹിതരായിരുന്നു. അത് വളരെ പ്രധാനപ്പെട്ട ഒരു സമ്മേളനമായിരുന്നു. പാർട്ടിയുടെ കേന്ദ്രകമ്മിറ്റിയും വിയത് മിഞ് നാഷനൽ കമ്മിറ്റിയും ആഗസ്റ്റ് മധ്യത്തിൽ തെക്കൻഭാഗത്തേക്കയച്ചിരുന്ന സഖാവ് ഹോവാങ് ക്വോക് വിയതും സമ്മേളനത്തിൽ പങ്കെടുത്തു. കടന്നാക്രമണങ്ങൾക്കെതിരെ തെക്കൻഭാഗത്തെ ജനങ്ങളുടെ ചെറുത്തുനിൽപ്പ് രൂക്ഷമാക്കുക; സായുധസേനയിൽ പാർട്ടിയുടെ നേതൃത്വം ശക്തിപ്പെടുത്തുക എന്നീ ഉദ്ദേശ്യങ്ങളോടെ സമ്മേളനം സുപ്രധാനമായ പല തീരുമാനങ്ങളും കൈക്കൊണ്ടു.

10

ജിയാങ്പടയുടെ വാഴ്ച

നീലയൂണിഫോമണിഞ്ഞ ജിയാങ് കയ്ഷെക്കിന്റെ ഭടൻമാർ ആദ്യമായി ഹാനോയിലെത്തിച്ചേർന്നപ്പോൾ ആയുധങ്ങൾ കൊണ്ടുനടക്കാനുള്ള പെർമിറ്റിനുവേണ്ടി അവർ ഞങ്ങളോടപേക്ഷിച്ചു. നഗരത്തിൽ നിലനിന്നുപോന്ന കർശനമായ അച്ചടക്കം അവരിൽ വലിയ മതിപ്പുളവാക്കിയിരുന്നു. പെർമിറ്റ് കൊടുക്കണോ വേണ്ടയോ എന്ന പ്രശ്നം ഹോ അമ്മാവന്റെ മുമ്പിലെത്തി. അപ്പോൾ അദ്ദേഹം പറഞ്ഞു: "ഒരു മുദ്രകുത്തി അവർക്ക് പെർമിറ്റ് അനുവദിക്കുക. അവർക്ക് നമ്മിൽനിന്ന് അനുവാദമൊന്നും ആവശ്യമില്ലാത്തകാലം അനതിവിദൂരമല്ല."

ലു ഹാൻ എത്തിച്ചേർന്ന് ഏതാനും ദിവസത്തിനകം ഞങ്ങളുടെ പട്ടാളശക്തിയെയും അതിന്റെ സംഘടനാരൂപത്തെയും സംബന്ധിച്ച് ഒരു റിപ്പോർട്ട് ഞങ്ങളോടാവശ്യപ്പെട്ടു. ഞങ്ങളുടെ ശക്തി മറച്ചുപിടിക്കുന്നതിന് വിമോചനസേനയുടെ പേര് "നാഷണൽ ഡിഫൻസ് ഗാർഡ്" എന്നാക്കിമാറ്റാൻ ഹോ അമ്മാവൻ ഞങ്ങൾക്ക് നിർദേശം നൽകി. 'ഗാർഡ്' എന്ന പദം കേവലം ചെറിയ പ്രാദേശിക യൂണിറ്റുകളാണവയെന്ന് കരുതാൻ ലൂഹാനെയും കൂട്ടുകാരെയും പ്രേരിപ്പിക്കും. അതുകൊണ്ട് അവയ്ക്കെതിരെ തങ്ങളുടെ ശ്രദ്ധ തിരിച്ചുവിടുന്നതിൽ അവർ അയവുകാണിക്കും- ഇതായിരുന്നു ഹോ അമ്മാവന്റെ യുക്തി.

അനേകം പട്ടാളഡിറ്റാച്ച്മെന്റുകൾക്ക് ഹാനോയുടെ പ്രാന്തപ്രദേശങ്ങളിലേക്ക് നീങ്ങാൻ ഉത്തരവ് നൽകപ്പെട്ടു. ജിയാങിന്റെ പട്ടാളവുമായി സംഘട്ടനങ്ങൾ ഒഴിവാക്കുന്നതിന് സ്വീകരിച്ച നടപടിയായിരുന്നു അത്. എന്നിട്ടും പബ്ലിക് ഓഫീസുകളിൽ സെൻട്രി ഡ്യൂട്ടി നടത്തിക്കൊണ്ടിരുന്ന പട്ടാളക്കാർക്ക് പലപ്പോഴും ജിയാങ്പട്ടാളത്തിന്റെ പ്രകോപനങ്ങളെ നേരിടേണ്ടിവന്നു. ചിലപ്പോൾ അവരെ നിരായുധരാക്കുന്നതിനുപോലും

ജിയാങ് പട്ടാളക്കാർ ശ്രമിച്ചു. ഇത്തരം നടപടികൾ കടുത്ത ചെറുത്തുനിൽപ്പിലാണ് ചെന്നു കലാശിക്കാറുണ്ടായിരുന്നത്. അവസാനം, ഞങ്ങളുടെ സെൻട്രികളെ വേലിക്കകത്ത് നിർത്തിക്കൊണ്ട് അത്തരം സംഭവങ്ങളൊഴിവാക്കാൻ ഞങ്ങൾക്ക് കഴിഞ്ഞു.

വിയത്നാമിൽ തന്റെ പട്ടാളത്തിന്റെ പ്രവർത്തനങ്ങൾക്ക് യാതൊരു സമയപരിധിയുമില്ലെന്ന് സെപ്തംബർ അവസാനത്തിൽ ലൂ ഹാൻ പ്രഖ്യാപിച്ചു. ജപ്പാൻകാരെ നിരായുധരാക്കുകയെന്ന ഏകോദ്ദേശ്യത്തോടെയല്ല അവരിവിടെ വന്നതെന്നകാര്യം ഏതാണ്ട് വ്യക്തമായിരുന്നു.

ഒക്ടോബർ ആദ്യത്തിൽ ചൈനയിലെ അമേരിക്കൻ പട്ടാളക്കാരുടെ കമാൻഡറോടൊപ്പം ഹാ ഉങ്ഖാം (ഹൊ യിൻ ചിൻ) ചുങ്കിങിൽനിന്ന് ഹാനോയിലേക്ക് പറന്നു.

സഖ്യശക്തികളെ സ്വാഗതം ചെയ്യുന്നതിന് ഒരു പ്രകടനം–ഞങ്ങളുടെ ശക്തി പ്രകടിപ്പിക്കുന്നതിനുള്ള പരിപാടിയായിരുന്നു അത് – ഏതാനും മണിക്കൂർ സമയത്തെ പ്രചാരണംകൊണ്ട് സംഘടിപ്പിക്കപ്പെട്ടു. എന്നിട്ടും ബാനറുകൾ വഹിച്ചും കൊടികൾ പിടിച്ചും മൂന്നുലക്ഷത്തോളംപേർ അതിൽ പങ്കുകൊണ്ടു. അവർ ഗവർണർജനറലുടെ കൊട്ടാരത്തിന് മുന്നിലൂടെ അടിവെച്ചടിവെച്ച് അച്ചടക്കത്തോടെയും ചിട്ടയോടെയും മാർച്ച് ചെയ്തു. "വിയത്നാം വിയത്നാംകാർക്ക്," "വിയത്നാം ജനാധിപത്യറിപ്പബ്ലിക്കിലെ താൽക്കാലികഗവൺമെന്റിന് പിന്തുണ നൽകുക" "വിയത്നാം സ്വാതന്ത്ര്യത്തിനുവേണ്ടി അടരാടുന്ന ലീഗിന് പിന്തുണ നൽകുക" "പ്രസിഡന്റ് ഹോ ചിമിന് പിന്തുണ നൽകുക" ആദിയായ മുദ്രാവാക്യങ്ങൾ അവർ മുഴക്കി.

ഇത് അപ്രതീക്ഷിതമായ ഒരുതരം സ്വാഗതമായിരുന്നു. തങ്ങളെ സ്വാഗതം ചെയ്യുന്നതിന് വന്നെത്തിയ പ്രകടനക്കാരെ അഭിവാദ്യംചെയ്യുന്നതിന് എത്തിച്ചേർന്ന ചൈനീസ് സൈന്യാധിപൻ ആകപ്പാടെ വിയർത്തുകുളിച്ചു.

"കമ്യൂണിസത്തെ നശിപ്പിക്കാനും ഹോവിന് തടയിടാ"നും ചുങ്കിങ്ങിൽ വെച്ചാവിഷ്കരിച്ച ഒരു പദ്ധതിയുടെ അടിസ്ഥാനത്തിലാണ് ഹാ ഉങ്ഖാം ഹാനോയിലേക്കു വന്നതെന്ന് പിന്നീട് മനസിലാക്കാൻ കഴിഞ്ഞു. എന്നാൽ രണ്ടു ലക്ഷം പട്ടാളക്കാരെക്കൊണ്ട് തന്റെ പദ്ധതി അത്രപെട്ടെന്ന് നടപ്പാക്കാൻ കഴിയില്ലെന്ന് ഇവിടെയെത്തിയപ്പോഴാണ് അയാൾക്ക് ബോധ്യപ്പെട്ടത്. ഹാനോയിലെ ജിയാങിന്റെ ജനറൽമാർക്ക് നിർദേശങ്ങൾ നൽകിയതിനുശേഷം ഏതാനും ദിവസങ്ങൾക്കുള്ളിൽ അയാൾ മടങ്ങിപ്പോയി.

തിയുവാൻ (സിയാവൊ വെൻ) തന്റെ പണിതുടങ്ങി. ഗവൺമെന്റിൽ ഒരഴിച്ചുപണി നടത്തണമെന്ന് അയാൾ നിർബന്ധിച്ചു. പ്രധാനപ്പെട്ട അനേകം വകുപ്പുകളും സ്ഥാനങ്ങളും വിയത്നാം നാഷണലിസ്റ്റ് പാർട്ടിക്കും വിയത്നാം വിപ്ലവസഖ്യത്തിനും നൽകണമെന്ന് അയാളാവശ്യപ്പെട്ടു.

ചില അതിർത്തിപ്രവിശ്യകളിൽ പ്രവർത്തിച്ചതുപോലെ തങ്ങൾക്ക് ഹാനോയിൽ പ്രവർത്തിക്കാൻ കഴിയില്ലെന്ന് അവരുടെ ഏജന്റുമാർക്ക് മനസിലായി. അവർ ചെയ്ത ആദ്യത്തെ പണി തങ്ങളുടെ ഒരു ആസ്ഥാനം സ്ഥാപിക്കുകയും അതിന്മേൽ തങ്ങളുടെ പതാകകൾ പറപ്പിക്കുകയും നാടുവാഴികൾക്കും മുൻമന്ദാറിൻമാർക്കും കൊള്ളക്കാർക്കും ഇടയിലുള്ള പിന്തിരിപ്പൻമാരെ തങ്ങളുടെ ഭാഗത്തേക്ക് കൊണ്ടുവരികയും ചെയ്യുകയെന്നതായിരുന്നു. ൻഗുക്സാപ്രദേശം അവർ പിടിച്ചടക്കുകയും അതൊരു സ്വയംഭരണമേഖല'യായി പ്രഖ്യാപിക്കുകയും ചെയ്തു.

വിയത് മിങ് ഒരു സ്വേച്ഛാധിപത്യഭരണം സ്ഥാപിച്ചിരിക്കയാണെന്നും ലിയു ചൗവിൽവെച്ച് വിവിധസംഘടനകൾ തമ്മിലുണ്ടാക്കിയ കരാർ ലംഘിച്ചിരിക്കുകയാണെന്നും ഉച്ചഭാഷിണികളിലൂടെയും നോട്ടീസുകളിലൂടെയും ൻഗുയെൻ ഹായ്താന്റെ ആൾക്കാർ പ്രചാരണം നടത്തി.

മൂന്നുവർഷങ്ങൾക്കുമുമ്പ്, ചൈനീസ് കമ്യൂണിസ്റ്റ് പാർട്ടിയുടെ നേതാക്കളുമായി ബന്ധപ്പെടുന്നതിന് ഹോ അമ്മാവൻ വിദേശത്ത് ഒരു യാത്ര നടത്തിക്കൊണ്ടിരിക്കെ കുമിന്താങ് അധികാരികൾ അദ്ദേഹത്തെ അറസ്റ്റുചെയ്തിരുന്നു. അവർ അദ്ദേഹത്തെ ഒരു തടവറയിൽനിന്ന് മറ്റൊന്നിലേക്കായി-എല്ലാംകൂടി 30 എണ്ണത്തിൽ – വലിച്ചിഴച്ചു. രാജ്യത്തെ രാഷ്ട്രീയസംഘടനകൾ അദ്ദേഹത്തെ മോചിപ്പിക്കണമെന്നാവശ്യപ്പെട്ടുകൊണ്ട് ഒരു പ്രചാരണം സംഘടിപ്പിച്ചു. എന്നിട്ടും കുമിന്താങ് അധികാരികൾ അദ്ദേഹത്തെ ലിയുചൗവിൽത്തന്നെ പാർപ്പിച്ചു. തന്നെ മോചിപ്പിക്കാൻ ലിയാങ് പ്രഭൃതികൾ എന്തുകൊണ്ടാണ് വിസമ്മതിച്ചതെന്ന് അവസാനം അദ്ദേഹം കണ്ടുപിടിച്ചു. കുമിന്താങ്ങിന്റെ ശമ്പളം പറ്റിക്കൊണ്ട് പ്രവർത്തിച്ചിരുന്ന ഒരു പിന്തിരിപ്പൻ രാഷ്ട്രീയ പാർട്ടിയുണ്ടായിരുന്നു ലിയു ചൗവിൽ. ത്രുവോങ് ബോയ് കോങും ൻഗുയെൻ ഹായ്താനും നേതൃത്വം നൽകിയ വിയത്നാം വിപ്ലവസഖ്യം ആയിരുന്നു അത്. തങ്ങളുടെ സംഘടനയെ തകർക്കുന്നതിന് ഹോ ചിമിൻ ശ്രമിച്ചുകൊണ്ടിരിക്കുകയാണെന്ന് അവർ ആരോപിച്ചിട്ടുണ്ടായിരുന്നു. അതാണ് ഹോ ചിമിൻ വിട്ടയക്കപ്പെടാതിരിക്കാൻ കാരണം.

സാമാന്യം ദീർഘമായകാലം കഴിഞ്ഞതിനുശേഷമാണ് അദ്ദേഹം മോചിതനായത്. വിയത്നാം വിപ്ലവസഖ്യത്തിലെ തനിക്കിഷ്ടമുള്ള ചില മെമ്പർമാരുമായി തന്റെ വീട്ടിലേക്ക് പോകാൻ അദ്ദേഹത്തിനനുവാദം ലഭിച്ചു. ചൈനീസ് കമാൻഡറായ ത്രുവോങ് ഫാറ്റ് ക്യൂ(ചാങ് ഫാ ക്യൂ) അതംഗീകരിച്ചു. പക്ഷെ, ത്രുവോങ് ബോയ് കോങും ൻഗുയെൻ ഹായ്താനും അതിനെ എതിർത്തു. അതുകൊണ്ട് ഹോ അമ്മാവൻ ഒറ്റയ്ക്കാണ് വീട്ടിലേക്ക് തിരിച്ചത്.

തനിക്ക് ജിയാങ്പട്ടാളത്തിന്റെ പിന്തുണയുണ്ടെന്ന് ൻഗുയെൻ ഹായ്താൻ പ്രഖ്യാപിച്ചു. നിലവിലുള്ള ഗവൺമെന്റിനെ പുനഃസംഘടിപ്പിച്ചില്ലെങ്കിൽ താനതിനെ ബലം പ്രയോഗിച്ച് മറിച്ചിടുമെന്ന് അയാൾ ഭീഷ

ണിമുഴക്കി. തന്റെ ശക്തിപ്രകടിപ്പിക്കുന്നതിനുമുമ്പ് കൈനോട്ടക്കാരനായിരുന്ന ഇയാൾ ഹാനോയ് തെരുവീഥികളിലൂടെ ഒരു ചെറിയ കാർ ഓടിച്ചുകൊണ്ടുപോയി. കാറിന്റെ മുകളിൽ ഒരു ചെറിയ യന്ത്രത്തോക്കിന്റെ പിറകെ രണ്ടാളുകൾ കിടന്നിരുന്നു. മുൻഭാഗത്ത് ഇരുവശത്തും ഓരോ സബ്മെഷീൻഗണ്ണും പിടിച്ചുകൊണ്ട് മറ്റു രണ്ടാളുകളും.

നാഷണലിസ്റ്റുപാർട്ടിയുടെ പ്രവർത്തനങ്ങൾ ഒരുനിലയിൽ കൂടുതൽ ആപൽക്കരമായിരുന്നു. ഹാനോയിലെ ചൈനീസ്കമാൻഡറുടെ സഹായത്തോടെ ഒരു അച്ചടിശാല കൈക്കലാക്കുന്നതിൽ അവർ വിജയിച്ചു. പിന്നീട് ഒരു സംഘം കൂലിയെഴുത്തുകാരെ ഉപയോഗിച്ച് *വിയത്നാം* എന്നപേരിൽ അവരൊരു പത്രം പ്രസിദ്ധം ചെയ്തു. തുടർന്ന് *ലിയൻ ഹീപ്, തിയറ്റ്ഥൂക്* ആദിയായ പത്രങ്ങളും പുറത്തുവരാൻ തുടങ്ങി. നിർലജ്ജമായ അപവാദങ്ങളും അവഹേളനാപരമായ ആരോപണങ്ങളും ഉന്നയിച്ചുകൊണ്ട് ജനങ്ങളെ ഇളക്കിവിടാനും അവരെ നേതൃത്വത്തിനെതിരായി തിരിച്ചുവിടാനും അവർ ശ്രമിച്ചു. ജനകീയഭരണത്തിനും വിയത്മിഞ്ഞിനും ഗവൺമെന്റിനുമെതിരായി അവർ തങ്ങളുടെ ആക്രമണം തിരിച്ചുവിട്ടു. ഒരു വലിയ ഉച്ചഭാഷിണി ക്വാൻ താഞ് തെരുവിലെ തങ്ങളുടെ പത്രമോഫീസിനുമുമ്പിൽ അവർ ഘടിപ്പിച്ചു. ദിവസം മുഴുവൻ അതിലൂടെ കള്ളപ്രചാരണം നടത്തിയെങ്കിലും ആരും അത്ര ശ്രദ്ധിച്ചില്ല. അപവാദങ്ങളോടും കുപ്രചാരണങ്ങളോടുമൊപ്പം കൊലപാതകം, തട്ടിക്കൊണ്ടുപോകൽ, പണം പിടിച്ചുപറിക്കൽ ആദിയായ ക്രിമിനൽ കുറ്റങ്ങളും അവർ നടത്തി.

തങ്ങൾ പ്രതീക്ഷിച്ചതുപോലെ പടിഞ്ഞാറൻ അനുകൂലികളായ 'ദേശീയവാദികള'ല്ല ഞങ്ങളെന്ന് ക്രമേണ അമേരിക്കക്കാർക്ക് ബോധ്യമാവാൻ തുടങ്ങി. വിയത് മിഞ്ഞുകാർ സംഘടിപ്പിക്കുന്ന യോഗങ്ങളിലൊന്നും പങ്കെടുക്കാൻ പാടില്ലെന്ന് ഹാനോയിലെ അമേരിക്കൻ ഓഫീസർമാർക്ക് ഉത്തരവ് നൽകപ്പെട്ടു. ജാപ്പനീസ് യുദ്ധത്തടവുകാരെ ചോദ്യം ചെയ്യാനും കൊലചെയ്യപ്പെട്ട അമേരിക്കക്കാരുടെ ശവശരീരങ്ങൾ കണ്ടെടുക്കുവാനുമെന്ന വ്യാജേന മറ്റമേരിക്കക്കാരും വന്നുകൊണ്ടിരുന്നു. രാഷ്ട്രീയ സ്ഥിതിഗതികളെയും പ്രകൃതിവിഭവങ്ങളെയും തന്ത്രപ്രധാന റൂട്ടുകളെയും വിമാനത്താവളങ്ങളെയും തുറമുഖങ്ങളെയും കുറിച്ച് പഠനം നടത്തുകയായിരുന്നു യഥാർഥത്തിൽ അവരുടെ വരവിന്റെ ഉദ്ദേശ്യം.

അമേരിക്കക്കാരും ജിയാങ് അധികാരികളുമായുണ്ടാക്കിയ ഒരു കരാറനുസരിച്ച് ഫ്രഞ്ച് മിഷൻ ഹാനോയിൽ ഒരു അനൗദ്യോഗിക ഓഫീസ് സ്ഥാപിച്ചു. അവർ അനേകം തവണ ൻഗുയെൻ ഹായ്താനുമായി സന്ധിച്ചു. വിയത്നാം നാഷണലിസ്റ്റ് പാർട്ടിയുമായി ബന്ധപ്പെടാൻ ശ്രമിച്ചു. വീഞ് തൂയിയെ കാണാനും അവർ പലതവണ ശ്രമിച്ചു. എന്നാൽ ഞങ്ങളെ ഭയന്ന് അയാൾ അവരിൽനിന്നൊഴിഞ്ഞുമാറി.

നഗരത്തിലെ പല പ്രദേശങ്ങളിലും ജിയാങ് പട നിലയുറപ്പിച്ചിരുന്നു. അവർ നഗരത്തിനകത്തും നഗരത്തിനു പുറത്തേക്കുള്ള റോഡുകളിലും പരിശോധനാകേന്ദ്രങ്ങൾ സ്ഥാപിച്ചിരുന്നു. അവർ വിതരണം

ചെയ്ത പെർമിറ്റുകൾ എല്ലാ മോട്ടോർവാഹനങ്ങളിലും വേണമെന്ന് ശഠിച്ചു. ഒരു അധിനിവേശസൈന്യത്തെപ്പോലെ അവർ പെരുമാറി.

ഒരുദിവസം ചില ആവശ്യങ്ങൾക്കായി ഞാൻ ഹാ ദോങിലേക്കു പോയി. എന്റെ കാറിന്റെ വിൻഡ് സ്ക്രീനിൽ ജിയാങ് അധികാരികളുടെ ചുവന്നസീൽ പതിച്ച ഒരു വലിയ പെർമിറ്റ് പതിച്ചിട്ടുണ്ടായിരുന്നു. എന്നിട്ടും ചൈനീസ് പട്ടാളക്കാർ എൻഗാ തു സോവിൽ ഞങ്ങളെ തടഞ്ഞുനിർത്തി. അവർ ഞങ്ങളുടെ സീറ്റുകൾവരെ പൊക്കി കാറിൽ വിശദമായി ഒരു പരിശോധനതന്നെ നടത്തി. എന്റെ അംഗരക്ഷകന്റെ കയ്യിൽ ഒരു കൈത്തോക്ക് കണ്ടെത്തി. അതുകൊണ്ട് അവർ ഞങ്ങളുടെ കാർ പിടിച്ചെടുത്തു. ഞങ്ങളെ രണ്ടുപേരെയും അവർ കയ്യടക്കിയിരുന്ന ഒരു സ്വകാര്യവസതിയിലേക്ക് കൊണ്ടുപോയി. അവരുടെ ചോദ്യങ്ങൾക്കുള്ള മറുപടിയെന്ന നിലയിൽ ഞാനവരോട് പറഞ്ഞു: ഞങ്ങൾ ചൈനീസ്-വിയത്നാം ലെയ്സൺ മിഷനിലാണ് പ്രവർത്തിക്കുന്നതെന്ന്.

അപ്പോൾ എന്നെ അറിയാവുന്ന ഒരാൾ അതുവഴി കടന്നുപോയി. അയാൾ ഉടനെതന്നെ ലെയ്സൺ മിഷനിൽ പ്രവർത്തിക്കുന്ന ഞങ്ങളുടെ സഖാക്കളെ വിവരമറിയിച്ചു. രണ്ട് മണിക്കൂറിനുശേഷമാണ് ഞങ്ങൾ വിട്ടയക്കപ്പെട്ടത്.

മിക്കവാറും എല്ലാദിവസം രാത്രിയും ചിയാങ് കമാൻഡർമാരിൽനിന്ന് ഞങ്ങൾക്ക് കത്തുകൾ ലഭിച്ചുകൊണ്ടിരുന്നു. ഒന്നുകിൽ തങ്ങളുടെ ആവശ്യങ്ങൾ അല്ലെങ്കിൽ തങ്ങളുടെ ഭീഷണി അറിയിച്ചുകൊണ്ടുള്ളതായിരിക്കും ആ കത്തുകൾ.

ബാക് ബൊ കൊട്ടാരം സുരക്ഷിതമല്ലാതായി. ഹോ അമ്മാവന് പലപ്പോഴും തന്റെ താമസസ്ഥലവും തന്റെ യാത്രാപദ്ധതികളും മാറ്റേണ്ടിവന്നു. ഒരു രാത്രി അദ്ദേഹം എട്ടാം നമ്പർ ബോ ഹോ തെരുവിൽ താമസിക്കും; മറ്റൊരുദിവസം ബുവോയയിലെ ഒരു വീട്ടിലായിരിക്കും താമസം. മൂന്നാമത്തെ ദിവസം എൻഗാ തു സോവിനടുത്ത ഒരു സ്ഥലത്തായിരിക്കും. ആ മൂന്നുവസതികളും, പിന്നീട് യുദ്ധകാലത്ത് നശിപ്പിക്കപ്പെട്ടു.

ഒരു വൈകുന്നേരം, അദ്ദേഹത്തിന്റെ കാർ കൊട്ടാരം വിട്ടപ്പോൾ അപരിചിതമായ ഒരു കാർ അതിനെ പിന്തുടരുന്നുണ്ടെന്ന വിവരം അംഗരക്ഷകൻ ഹോ അമ്മാവനെ അറിയിച്ചു. അദ്ദേഹം ഡ്രൈവറോട് പറഞ്ഞു: “ഇപ്പോൾ ഈ പ്രദേശം വിടരുത്. തടാകത്തിനു ചുറ്റും കാർ വെറുതെ ഓടിക്കുക.”

കാർ തടാകത്തിനു ചുറ്റും ഓടിക്കൊണ്ടിരുന്നു. മറ്റൊരു കാർ അതിനെ പിന്തുടർന്നു. അപ്പോൾ കാർ വെട്ടിത്തിരിച്ച് ഒരു പിൻതെരുവിലേക്ക് പോകാനും പിന്നീട് ബാക് ബൊ കൊട്ടാരത്തിലേക്ക് മടങ്ങാനും ഹോ അമ്മാവൻ ഡ്രൈവർക്ക് നിർദേശം നൽകി.

ഏതാനും മിനിട്ടുകൾക്കുമുമ്പ് കൊട്ടാരംവിട്ട ഹോ അമ്മാവൻ തിരികെവരുന്നതു കണ്ടപ്പോൾ ഗാർഡുകൾ അമ്പരന്നു. ആ രാത്രി അദ്ദേഹം അവിടെ താമസിച്ചു.

രാജ്യത്തിനകത്തും പുറത്തുമുള്ള ഞങ്ങളുടെ ശത്രുക്കളുടെ പ്രവർത്തനഫലമായി സ്ഥിതിഗതികൾ അങ്ങേയറ്റം കുഴഞ്ഞുമറിഞ്ഞിരുന്നു.

ജിയാങ് പട എണ്ണത്തിൽ വലുതും പ്രത്യക്ഷത്തിൽ ഭീകരവുമായിരുന്നെങ്കിലും അതിനകത്തെ ദൗർബല്യങ്ങൾ ഹോ അമ്മാവനും പാർട്ടിബ്യൂറോവും കണ്ടിരുന്നു. ഞങ്ങളുടെ ജനങ്ങളുടെ ഐക്യവും ഏകമനസുംകാരണം രാഷ്ട്രീയമായ യാതൊരു പിന്തുണയും ലഭിക്കാത്തതായിരുന്നു അവരുടെ ഏറ്റവും വലിയ കുഴപ്പം. അവർക്ക് ഞങ്ങളെ അധികാരഭ്രഷ്ടരാക്കണമെന്നുണ്ടായിരുന്നു. എങ്കിലും വിയത് മിഞ് അധികാരികളുടെ സഹായമില്ലാതെ തങ്ങളുടെ വലിയ സൈന്യങ്ങൾക്കാവശ്യമായ ഭക്ഷ്യസാധനങ്ങളും മറ്റും ലഭിക്കാൻ പ്രയാസമാണെന്ന് അവർ കണ്ടു. മാത്രമല്ല, ജനങ്ങൾക്ക് അവരോട് വെറുപ്പുമായിരുന്നു. തങ്ങളുടെമേൽ വന്നുപതിക്കാനിടയുള്ള ഗുരുതരമായ മറ്റു ഭവിഷ്യത്തുക്കൾ നേരിടുന്നതിനുള്ള മുൻകരുതലുകളും അവർക്ക് എടുക്കേണ്ടിയിരുന്നു.

ഒരുദിവസം ജിയാങ്സൈന്യത്തലവൻ ഹോ അമ്മാവനോട് തന്നെ വന്നു കാണാൻ ആവശ്യപ്പെട്ടു. വളരെ വൈകിയാണ് അന്നദ്ദേഹം തിരിച്ചെത്തിയത്. നിശ്ശബ്ദം ഭക്ഷണമേശയുടെ മുമ്പിലിരുന്നു. എന്നാൽ പതിവിന് വിരുദ്ധമായി ചോപ്സ്റ്റിക്കുകൾ (ഭക്ഷണം കഴിക്കുന്നതിനുള്ള കോൽ) താഴെവെച്ച് അദ്ദേഹം വേഗം എഴുന്നേറ്റുപോയി. അദ്ദേഹം വളരെ അപൂർവമായേ ഇങ്ങനെ പെരുമാറാറുള്ളൂ. അദ്ദേഹം പറഞ്ഞു: "ഭക്ഷണത്തിന് വളരെ സമയം വൈകിയതുകൊണ്ട് എനിക്ക് തീരെ വിശപ്പില്ല."

വളരെയേറെ അരി സപ്ലൈചെയ്യുന്നതിനുള്ള ഒരു കരാറിൽ ഒപ്പുവയ്ക്കണമെന്ന് ജിയാങിന്റെ ആൾക്കാർ അന്ന് രാവിലെ തന്നോടാവശ്യപ്പെട്ടതായി ഹോ അമ്മാവൻ ഞങ്ങളോട് പറഞ്ഞു. അദ്ദേഹം അതിന് വിസമ്മതിച്ചു. ആ പ്രശ്നത്തിൻമേൽ അവർ ഞങ്ങളെ നിരന്തരം ശല്യപ്പെടുത്തിക്കൊണ്ടിരിക്കുമെന്ന് അദ്ദേഹത്തിന് തീർച്ചയായിരുന്നു. അദ്ദേഹം പറഞ്ഞു: "നമുക്കെങ്ങനെ അത്രയധികം അരി അവർക്ക് നൽകാനാവും: നമ്മുടെ ജനങ്ങൾക്കുതന്നെ വേണ്ടത്ര ഭക്ഷണമില്ലാതിരിക്കുമ്പോൾ?"

ഞങ്ങളുടെ അമർഷം മനസിലാക്കിയ അദ്ദേഹം തന്റെ നിർദേശം ആവർത്തിച്ചു. "മുഖ്യശത്രുവിനെതിരെ നമ്മുടെ ശക്തി കേന്ദ്രീകരിക്കുന്നതിന് ജിയാങിന്റെ പടയോട് അങ്ങേയറ്റത്തെ സഹിഷ്ണുത കാണിക്കണം."

തത്വത്തിന്റെ കാര്യത്തിൽ അദ്ദേഹം കടുംപിടുത്തക്കാരനായിരുന്നു; അടവിന്റെ കാര്യത്തിൽ അയവേറിയ സമീപനവും. പക്ഷെ, ഒരു അടവ് ആവിഷ്കരിച്ചുകഴിഞ്ഞാൽ പിന്നെ അത് നടപ്പാക്കുന്നതിൽ അദ്ദേഹം ഉറച്ച നിലപാടുതന്നെ സ്വീകരിക്കാറുണ്ടായിരുന്നു.

11

സങ്കീർണമായ യുദ്ധകാല പരിതഃസ്ഥിതികൾ

എന്തെങ്കിലും ചിലത് സംഭവിച്ചുകഴിഞ്ഞാൽപിന്നെ, നേരത്തേ വെറും സാധ്യതകളായിരുന്നത് എന്തുകൊണ്ട് അവശ്യമായും യാഥാർഥ്യമാക്കി മാറ്റി എന്ന് കാണാൻ എളുപ്പമാണ്. അപ്പോൾ നാം പറയും: "ഇത് ഇങ്ങനെതന്നെയാണല്ലോ സംഭവിക്കേണ്ടത്, മറ്റൊരുവിധത്തിലാവാൻ കഴിയുമായിരുന്നില്ല."

യഥാർഥത്തിൽ സാമൂഹ്യരംഗത്ത് ബോധമുള്ള മനുഷ്യർ തമ്മിൽ നടക്കുന്ന സമരത്തിലൂടെയുണ്ടാകുന്ന ഓരോ മാറ്റവും പലപ്പോഴും വളരെ സങ്കീർണമായ പരിണാമപ്രക്രിയയുടെ ഫലമാണ്. കെട്ടുപിണഞ്ഞുകിടക്കുന്ന പ്രതിഭാസങ്ങൾക്കിടയിൽ സംഭവങ്ങൾക്കാധാരമായ പൊതുവും പ്രത്യേകവുമായ നിയമങ്ങൾ കാണാൻ വിപ്ലവനേതാവിന് കഴിയണം. ശരിയിൽനിന്ന് തെറ്റ് തിരിച്ചറിയാൻ വിഷമമായിരിക്കും. കാരണം, അവിടെ എണ്ണമറ്റ, കെട്ടുപിണഞ്ഞുകിടക്കുന്ന ബന്ധങ്ങൾ അനുസ്യൂതം മാറിക്കൊണ്ടിരിക്കുകയും വളർന്നുകൊണ്ടിരിക്കുകയും ചെയ്യും. പ്രവണതകൾ സുപ്രധാന പരിതഃസ്ഥിതികളിൽ എങ്ങനെയായിരിക്കും രൂപംകൊള്ളുക എന്നത് കൃത്യമായും ശാസ്ത്രീയമായും പ്രവചിക്കാൻകഴിയുക വിപ്ലവപ്രവർത്തനത്തിൽ അത്യന്തം പ്രാധാന്യമുള്ള ഒരു സംഗതിയാണ്. അത്തരം പ്രവചനങ്ങളെ യാഥാർഥ്യങ്ങളും കാലവും പരീക്ഷണത്തിന് വിധേയമാക്കും. ശരിക്കുമൊരു പ്രവചനം നടത്തുക പ്രതിഭാശാലികൾക്കു മാത്രം കഴിയുന്ന പണിയാണ്.

1939 അവസാനത്തിൽ രണ്ടാംലോകമഹായുദ്ധം പൊട്ടിപ്പുറപ്പെട്ടു. ജർമൻ ഫാസിസ്റ്റ് പട അനേകം യൂറോപ്യൻ രാജ്യങ്ങൾ കയ്യടക്കി. ഏതാനും ആഴ്ചകൾക്കകം അവർ ഫ്രാൻസിനെ വിഴുങ്ങി. സ്വസ്തിക ചിഹ്നമുള്ള വിമാനങ്ങൾ ഇംഗ്ലണ്ടിൽ ബോംബിട്ട് കനത്ത നാശം ഉണ്ടാ

ക്കി. ഏഷ്യയിൽ ജാപ്പനീസ് ഫാസിസ്റ്റുകൾ വിശാലമായ ചൈനീസ് ഭൂമിയുടെ ഭൂരിഭാഗവും തങ്ങളുടെ അധീനതയിലാക്കി. അങ്ങനെ അനവധി രാജ്യങ്ങൾ പിടിച്ചടക്കി. ഫാസിസം അതിന്റെ ഉച്ചകോടിയിലെത്തിയപ്പോഴാണ് ഹോ അമ്മാവനും ഞങ്ങളുടെ പാർട്ടിയും ഫാസിസം നശിക്കാൻ പോവുകയാണെന്ന് പ്രവചിച്ചത്. വിയത്നാമിന്റെ സ്വാതന്ത്ര്യം വീണ്ടെടുക്കാനുള്ള അവസരം വന്നുചേർന്നിരിക്കുകയാണെന്ന് ഞങ്ങൾ കണ്ടു. ഹോ അമ്മാവൻ നാട്ടിലേക്ക് തിരിക്കാൻ തീരുമാനിച്ചു.

1941 ലെ വസന്തകാലത്ത് പാക് ബൊവിലെ ഈർപ്പമുള്ള ഗുഹയിൽവെച്ച് പാർട്ടി കേന്ദ്രകമ്മിറ്റിയുടെ 8 ാം സമ്മേളനം ചേർന്നു. ഹോ അമ്മാവനായിരുന്നു അധ്യക്ഷൻ. സമ്മേളനം അഭിപ്രായപ്പെട്ടു; "കഴിഞ്ഞ സാമ്രാജ്യയുദ്ധം സോവിയറ്റ് യൂണിയന്, ഒരു സോഷ്യലിസ്റ്റ് രാജ്യത്തിന്, ജന്മം നൽകി. ഇപ്പോൾ നടക്കുന്ന യുദ്ധം മറ്റുപല സോഷ്യലിസ്റ്റ് നാടുകൾക്കും ജന്മം നൽകുന്നതാണ്, ഇപ്പോൾ പല രാജ്യങ്ങളിലും വിപ്ലവം വിജയശ്രീലാളിതമാവും."

കേന്ദ്രകമ്മിറ്റിയും ഹോ അമ്മാവനും ദേശീയവിമോചനമാണ് അടിയന്തരവിപ്ലവകടമയെന്ന് പ്രഖ്യാപിച്ചു. വിജയകരമായ കലാപത്തിനുള്ള വസ്തുനിഷ്ഠസാഹചര്യങ്ങൾ അനുകൂലമാണെന്ന് കേന്ദ്രകമ്മിറ്റി ചൂണ്ടിക്കാട്ടി. അത്തരം സാഹചര്യങ്ങളിലൊന്നാണ് സഖ്യശക്തികളുടെ പട ഇന്തോ ചൈനയെ ആക്രമിക്കാനുള്ള സാധ്യതയെന്നു പറഞ്ഞുകൊണ്ട് കേന്ദ്രകമ്മിറ്റി തറപ്പിച്ചുപറഞ്ഞു: "നമ്മുടെ പാർട്ടിയുടെയും ജനങ്ങളുടെയും ഇപ്പോഴത്തെ മുഖ്യകടമ ഒരു കലാപത്തിനു തയാറെടുക്കുകയാണ്."

ആ വർഷം വേനൽക്കാലത്ത്, ജർമൻ ഫാസിസ്റ്റുകൾ സോവിയറ്റ് യൂണിയനു നേരെ അപ്രതീക്ഷിതമായ ഒരാക്രമണം നടത്തി. അതൊരു ചുഴലിക്കാറ്റുപോലെയായിരുന്നു. ഏതാനും ആഴ്ചകൾക്കകം അവർ ഒക്ടോബർ വിപ്ലവത്തിന്റെ നാട്ടിലേക്കു നൂറുകണക്കിനു കിലോമീറ്റർ കടന്നുകയറി.

ശൈത്യകാലത്ത് ജാപ്പനീസ് ഫാസിസ്റ്റുകൾ പസഫിക് സമുദ്രപ്രദേശത്ത് കനത്ത ആക്രമണങ്ങൾ നടത്തി. ചൈനയിൽ ചെമ്പടയ്ക്ക് രണ്ടു മുന്നണികളിൽ പോരാടേണ്ടിവന്നു- കയ്യേറ്റക്കാരെന്നനിലയിൽ ജപ്പാൻകാരോടും വഞ്ചകരെന്ന നിലയിൽ പെരുമാറിയ ജിയാങ് കയ്ഷെക്കിന്റെ കുമിന്താങ് പടയോടും, ജപ്പാന്റെ ഉദയസൂര്യന്റെ അടയാളമുള്ള കൊടി ഫ്രഞ്ച് ഇന്തോചീനയുടെയും ബ്രിട്ടീഷ് നിയന്ത്രണത്തിലുള്ള ഹോങ്കോങിന്റെയും ബർമയുടെയും മലയയുടെയും 'അമേരിക്കൻ സംരക്ഷണത്തി'ലുള്ള ഫിലിപ്പൈൻസിന്റെയും മേൽ ഉയർത്തപ്പെട്ടു. ആ തണുത്തരാത്രികളിൽ പാക് ബൊ പ്രദേശത്തെ പ്രാദേശികപോലീസുകാരുടെ പിടിയിൽപ്പെടാതെ രക്ഷപ്പെടാൻ പഴുതുനോക്കിക്കൊണ്ടിരിക്കവെ ഹോ അമ്മാവൻ വിയത്നാം വിപ്ലവം വിജയംവരിക്കാൻ പോവുകയാണെന്നു പ്രവചനം നടത്തി.

"അത് 1945 ൽ കൈവരിക്കപ്പെടും."

ആ ദിനങ്ങളിൽ അദ്ദേഹമെഴുതിയ കല്ലച്ചിൽ അടിച്ച *വിയത്നാം ചരിത്രം കവിതയിൽ* എന്ന പുസ്തകത്തിൽ അവസാനത്തെ വരിയിതായിരുന്നു. വിപ്ലവമ്യൂസിയത്തിലെ കേഡർമാർ പാക് ബൊവിലെ മുളങ്കാലുകളിൽനിൽക്കുന്ന ഒരു വീട്ടിലെ ഒരു മുളംതൂണിനുള്ളിലൊളിച്ചുവെച്ചിരുന്ന അതിന്റെ ഒരു കോപ്പി ഈയിടെ കണ്ടെത്തുകയുണ്ടായി. വിപ്ലവത്തിനു മുമ്പത്തെ ദേശീയവിമോചനസംഘടനയിലെ ഒരംഗമായിരുന്നു ആ വീടിന്റെ ഉടമ.

ഈ വരിയെക്കുറിച്ച് ഹോ അമ്മാവൻ ഒന്നും പറഞ്ഞിരുന്നില്ല. അങ്ങനെയൊരു പ്രവചനം നടത്താൻ അദ്ദേഹത്തിന് എങ്ങനെ കഴിഞ്ഞുവെന്നകാര്യം ചോദിക്കാൻ ജോലിത്തിരക്കുമൂലം ഞങ്ങൾക്കും കഴിഞ്ഞില്ല. അദ്ദേഹത്തിന്റെ വ്യക്തിത്വത്തിലും മഹത്തായ വിപ്ലവജീവിതത്തിലും–സുമാർ 60 വർഷത്തെ വിപ്ലവജീവിതം–ഒരിക്കലും പൂർണമായി മനസിലാക്കാൻ കഴിയാത്ത പല പ്രഹേളികകളിലൊന്നായിരുന്നു ആ സംഭവം.

ഇന്ന്, ആ ചരിത്രഘട്ടത്തിലെ പാർട്ടിരേഖകളിലൂടെ കടന്നുപോകുമ്പോൾ അദ്ദേഹം നടത്തിയ മറ്റു പ്രവചനങ്ങളും ഞങ്ങളുടെ മുമ്പിൽ ചുരുൾനിവർന്നുവരികയാണ്.

1941 അവസാനത്തിലും 1942 ന്റെ തുടക്കത്തിലും പുറപ്പെടുവിക്കപ്പെട്ട പാർട്ടിയുടെ അനേകം കമ്യൂണിക്കേകളും കൽപ്പനകളും, 'ബ്രിട്ടീഷുകാരോടും അമേരിക്കക്കാരോടും ചൈനക്കാരോടും' സ്വീകരിക്കേണ്ട അടവുകളും സഖ്യശക്തികളുടെ പട്ടാളം വിയത്നാമിൽ പ്രവേശിച്ചുകഴിഞ്ഞാലുണ്ടാകാവുന്ന നേട്ടങ്ങളും പ്രയാസങ്ങളും ചൂണ്ടിക്കാട്ടിയിരുന്നു.

1943 ഫെബ്രുവരിയിൽ പാർട്ടിയുടെ സ്റ്റാൻഡിങ് ബ്യൂറൊ 'സംഘടിതമുന്നേറ്റത്തിന് അടിയന്തരമായി തയാറെടുക്കുവാൻ' അഹ്വാനം നൽകിയിരുന്നു. 'അവസരം വന്നാൽ പോരാട്ടത്തിനായി ജനങ്ങളെ അണിനിരത്താൻ' സഹായിക്കുന്നതിനുവേണ്ടിയുള്ള ഒരു നടപടിയായിരുന്നു ഇത്.

1945 ലെ ഒരു വസന്തകാലരാത്രിയിൽ ജപ്പാൻകാർ ഫ്രഞ്ചുകാർക്കെതിരെ ഒരു കൂ (കൊട്ടാരവിപ്ലവം) നടത്തി. ഇന്തോ ചൈനയുടെമേൽ 80 വർഷമായി നിലനിർത്തിപ്പോന്ന ഫ്രഞ്ചുകാരുടെ പിടി പെട്ടെന്നൊരു രാത്രികൊണ്ട് അവസാനിച്ചുപോയി. ഫ്രഞ്ചുകാരെ സംബന്ധിച്ചിടത്തോളം അവിചാരിതമായിരുന്നു ഈ സംഭവമെങ്കിലും ഒരുവർഷംമുമ്പുതന്നെ അത് മുൻകൂട്ടി കാണാൻ ഞങ്ങളുടെ പാർട്ടിക്ക് കഴിഞ്ഞിരുന്നു. 1944 ഫെബ്രുവരി 15 ന് പുറത്തിറങ്ങിയ *കോ ഗിയായ് ഫോങ്ങി*നകത്ത് (വിമോചനപതാക) താഴെ പറയുന്നൊരു പ്രസ്താവനയുണ്ടായിരുന്നു. "ഫ്രഞ്ചുകാരെ അട്ടിമറിക്കുന്നതിന് ജപ്പാൻകാർ ശ്രമിക്കും. അവർ കൂ നടത്തുകയും ഫ്രഞ്ചുകാരെയും അവരുടെ ശമ്പളംപറ്റുന്ന വിയത്നാംവഞ്ചകരെയും അറസ്റ്റു ചെയ്യുകയും ചെയ്യും."

കൂവിന്റെ മൂന്നാംദവിസം "ജാപ്പനീസ്-ഫ്രഞ്ച് സംഘട്ടനവും നമ്മുടെ പ്രവർത്തനവും" എന്ന തലക്കെട്ടിൽ പാർട്ടി കേന്ദ്ര കമ്മിറ്റിയുടെ സ്റ്റാൻഡിങ്ങ് ബ്യൂറോ ഒരു ശാസനം പുറപ്പെടുവിച്ചു. സഖ്യസേന ഇന്തോ ചൈനയിൽ പ്രവേശിക്കും മുമ്പ് ഒരു പൊതുമുന്നേറ്റത്തിനുള്ള അവസ രമുണ്ടാകുമെന്നും "ഏതെങ്കിലും സഖ്യസേന ഇന്തോചൈനയിൽ വന്നി റങ്ങും മുമ്പുതന്നെ വിജയകരമായ ഒരു പൊതുകലാപമുണ്ടാക്കാൻ കഴി യുമെ"ന്നും ആ ശാസനം ചൂണ്ടിക്കാട്ടിയിരുന്നു.

ഇന്തോചൈനയിൽ സഖ്യശക്തികളുടെ കടന്നുവരവ് അനിവാര്യ മാണെന്ന് ഏപ്രിൽ മധ്യത്തിൽ ബാക് കൈയിൽവെച്ചു ചേർന്ന വിപ്ലവ സൈനികസമ്മേളനമംഗീകരിച്ച പ്രമേയം അഭിപ്രായപ്പെട്ടു. അതോ ടൊപ്പം തന്നെ സൈനിക കടമകളുടെ പരമപ്രാധാന്യം അടിവരയിട്ട് കാണിക്കുകയും പൊതുകലാപത്തിന് തയാറെടുക്കാനുള്ള മൂർത്തമായ മാർഗനിർദേശങ്ങൾക്കു രൂപംനൽകുകയും ചെയ്തു.

ചൈനക്കാരും അമേരിക്കക്കാരുംതമ്മിലും ബ്രിട്ടീഷുകാരും ദ്ഗാൾ പക്ഷക്കാരായ ഫ്രഞ്ചുകാരും തമ്മിലുമുള്ള വൈരുധ്യം പരമാവധി അനു കൂലമാക്കിത്തീർക്കുകയെന്ന നയതന്ത്രപരമായ ഒരു സമീപനം നമ്മുടെ പാർട്ടി അംഗീകരിച്ചു. ഇതിനിടയിൽ ആഭ്യന്തരമായി "നമ്മുടെ ശക്തി സജീവമായി കെട്ടിപ്പടുക്കണം, മറ്റുള്ളവരെ ആശ്രയിച്ചുനിൽക്കരുത്."

1945 ആഗസ്റ്റ് 14, 15 തീയതികളിൽ തൻ ത്രാവൊവിൽ വെച്ചുചേർന്ന ഇന്തോചൈന കമ്യൂണിസ്റ്റ് പാർട്ടിയുടെ ദേശീയ സമ്മേളനമംഗീകരിച്ച പ്രമേയം ഉറപ്പിച്ചുപറഞ്ഞു: "നമ്മുടെ സ്വാതന്ത്ര്യം തിരിച്ചുപിടിക്കുന്ന തിനുള്ള നല്ലൊരവസരം കൈവന്നിരിക്കുകയാണ്."

'നമ്മുടെ രാജ്യത്ത് സഖ്യശക്തിട്രൂപ്പുകൾ കടന്നുവരാൻ പോകുന്ന' പ്രശ്നത്തെക്കുറിച്ച് പാർട്ടിയുടെ കേന്ദ്രകമ്മിറ്റി തീരുമാനിച്ചത് 'ഇന്തോ ചൈനയിൽ തങ്ങളുടെ പഴയനില പുനഃസ്ഥാപിക്കാനുള്ള ഫ്രഞ്ചു നീക്ക ത്തെയും നമ്മുടെ രാജ്യം കയ്യടക്കിവയ്ക്കാനുള്ള ചൈനീസ് സേനക ളുടെ നീക്കത്തെയും എതിർക്കണ'മെന്നാണ്.

ഇന്തോചൈനാ പ്രശ്നത്തിൻമേൽ രണ്ട് സഖ്യഗ്രൂപ്പുകൾ തമ്മിൽ -ഒരു ഭാഗത്ത് ബ്രിട്ടീഷ്-ഫ്രഞ്ച് ഗ്രൂപ്പുകളും മറുഭാഗത്ത് അമേരിക്കൻ-ജി യാങ് ഗ്രൂപ്പുകളും-ഉള്ള മിക്ക വൈരുധ്യങ്ങളും ഉപയോഗപ്പെടുത്തേണ്ട തിന്റെ ആവശ്യകത ഞങ്ങളുടെ പാർട്ടി; ഊന്നിപ്പറഞ്ഞു. അതേയവസര ത്തിൽ ബ്രിട്ടീഷ്-ഫ്രഞ്ച്-അമേരിക്കൻ ഗ്രൂപ്പുകൾ ഒരുഭാഗത്തും സോവി യറ്റ് യൂണിയൻ മറുഭാഗത്തുമായുള്ള വൈരുധ്യം ഫ്രഞ്ചുകാരുമായി ആംഗ്ലോ-അമേരിക്കൻ ശക്തികൾ ഒത്തുതീർപ്പുണ്ടാക്കുന്നതിലേക്കും ഇന്തോചൈനയിലേക്ക് മടങ്ങിവരുന്നതിന് ഫ്രഞ്ചുകാരെ അനുവദിക്കു ന്നതിലേക്കുമാണ് നയിക്കുകയെന്ന് ചൂണ്ടിക്കാട്ടാനും പാർട്ടി മറന്നില്ല.

ഇന്തോചൈനയെ ആക്രമിക്കുന്ന വിവിധ സഖ്യസേനകളെ ഒരേ സമയത്ത് ഒറ്റയ്ക്ക് നേരിടുകയെന്നത് പരമാവധി ഒഴിവാക്കാൻ ശ്രമി ക്കുകയെന്നതായിരുന്നു പാർട്ടിയുടെ നയം. പക്ഷെ, ഒരു കാര്യം പാർട്ടി

ആവർത്തിച്ചു വ്യക്തമാക്കി. "എന്തായാലും, നമ്മളും സഖ്യശക്തികളും തമ്മിലുള്ള പ്രശ്നം നമ്മുടെ ശക്തിയെ ആശ്രയിച്ചുമാത്രമേ പരിഹരിക്കാനാവൂ."

ലെനിൻ പറഞ്ഞു:

> ചരിത്രം പൊതുവെയും വിപ്ലവചരിത്രം വിശേഷിച്ചും പഠിപ്പിക്കുന്നത് വിപ്ലവം നടക്കുന്നത് ഏറ്റവും നല്ല രാഷ്ട്രീയപാർട്ടികൾക്കുപോലും വിഭാവനം ചെയ്യാൻ കഴിയുന്നതിലുമപ്പുറം സമ്പന്നവും വൈവിധ്യപൂർണവും വിഭിന്നവും സുവ്യക്തവും സമർഥവുമായ മാർഗത്തിലൂടെയാണെന്നാണ്.

ഞങ്ങളുടെ രാജ്യത്തെ വിപ്ലവം ശരിക്കും അങ്ങനെതന്നെയാണ് നടന്നത്. സംഭവഗതികളുടെ വളർച്ചയുടെ മൗലികപ്രവണത മുൻകൂട്ടികാണാൻ ഞങ്ങളുടെ പാർട്ടിക്കു കഴിഞ്ഞുവെന്നതിൽ ഞങ്ങൾ ഇന്നഭിമാനംകൊള്ളുന്നു. ഞങ്ങളുടെ പാർട്ടിയുടെ സമയോചിതമായ വിലയിരുത്തലുകളും ബുദ്ധിപൂർവമായ നയങ്ങളും ആഗസ്റ്റ് പൊതുകലാപത്തെ വിജയത്തിലേക്കെത്തിക്കുകയും പുതുതായി ജന്മമെടുത്ത വിയത്നാം ജനാധിപത്യറിപ്പബ്ലിക്കിനെ അതിന്റെ ബാലാരിഷ്ടതകളിലൂടെ മുമ്പോട്ടേക്ക് നയിക്കുകയും ചെയ്തു. തെക്കുഭാഗത്ത് "പെട്ടെന്നുള്ള പോരാട്ടം, പെട്ടെന്നുള്ള വിജയം" എന്ന ഫ്രഞ്ചുകൊളോണിയലിസ്റ്റുകളുടെയും ബ്രിട്ടീഷ് ഇടപെടൽകാരുടെയും പദ്ധതി തുടക്കത്തിൽത്തന്നെ പൊളിഞ്ഞുപോയി. ബാക് ബോവിലും ത്രൂങ് ബോവിലും, അമേരിക്കൻ ആയുധങ്ങൾകൊണ്ട് സുസജ്ജമായതും ഞങ്ങളുടെ സൈന്യത്തെക്കാൾ എത്രയോ ഇരട്ടി അംഗസംഖ്യയുള്ളതുമായ ജിയാങ് കയ്ഷെക്കിന്റെ പട്ടാളക്കാർക്കും ഒരുപിടിവരുന്ന അവരുടെ അനുയായികൾക്കും തങ്ങൾ പ്രതീക്ഷിച്ചതുപോലെ ഇളംവിപ്ലവശക്തിയെ അട്ടിമറിക്കാൻ കഴിഞ്ഞില്ല.

എന്നിട്ടുപോലും അനേകം പ്രയാസങ്ങളും വിപത്തുകളും ഞങ്ങൾക്ക് നേരിടേണ്ടിവന്നു. ഞങ്ങൾ അധികാരം പിടിച്ചെടുക്കുന്നതിനുമുമ്പ് ഞങ്ങളുടെ മണ്ണിലുണ്ടായിരുന്ന ഏകവിദേശസൈന്യം ജപ്പാൻകാരുടെ അറുപതിനായിരം പട്ടാളക്കാരായിരുന്നു. ഞങ്ങൾ സ്വാതന്ത്ര്യം തിരിച്ചുപിടിച്ചപ്പോഴേക്കും രണ്ടുലക്ഷം ജിയാങ് പട്ടാളം ഒഴുകിവന്നു. കൂടാതെ, അയ്യായിരം ബ്രിട്ടീഷ്-ഇന്ത്യൻട്രൂപ്പുകൾ തെക്കൻവിയത്നാമിൽ വന്നിറങ്ങി. പതിനായിരക്കണക്കിന് ഫ്രഞ്ചുപട്ടാളക്കാർ അവരെ അനുഗമിച്ചു. അതോടൊപ്പം തന്നെ ഇന്തോചൈനയിൽ പരാജയപ്പെട്ട ആയിരക്കണക്കിന് ഫ്രഞ്ചുകൊളോണിയൽ പട്ടാളക്കാർ വീണ്ടും ആയുധമണിഞ്ഞു. ചൈനയിലേക്ക് ഒളിച്ചോടിപ്പോയവരും തിരിച്ചുവരാൻതുടങ്ങി. ജപ്പാൻകാരുടെ പട്ടാളം അപ്പോഴുമുണ്ടായിരുന്നു അവിടെ. അവരും വിപ്ലവഗവൺമെന്റിന് ഒരു ഭീഷണിയായിരുന്നു. ജപ്പാൻകാർ കീഴടങ്ങിയെങ്കിലും ഇന്തോചൈനയിൽ പടവെട്ടിയ ജാപ്പനീസ് പട്ടാളക്കാർക്ക് ഗണ്യമായ നാശനഷ്ടങ്ങളൊന്നും സംഭവിച്ചിരുന്നില്ല. ജിയാങ്-ഫ്രഞ്ച്-ബ്രിട്ടീ

ഷ് പട്ടാളക്കാർ വിജയംവരിച്ച സഖ്യശക്തികളെയായിരുന്നു പ്രതിനിധീകരിച്ചിരുന്നത്.

നവംബർ അവസാനത്തിൽ പാർട്ടിയുടെ കേന്ദ്രകമ്മിറ്റി നിലവിലുള്ള പരിതഃസ്ഥിതികൾ വിലയിരുത്തുകയും വരാൻ പോകുന്ന നാളുകളിലേക്കുള്ള തീരുമാനങ്ങൾ കൈക്കൊള്ളുകയും ചെയ്തു. 1945 നവംബർ 25 ാം തീയതി "ചെറുത്തു നിൽപ്പും പുനർനിർമാണവും" എന്ന പേരിൽ പാർട്ടി ഒരു ശാസനം പുറപ്പെടുവിച്ചു. അതിൽ ഇങ്ങനെ പറഞ്ഞിരുന്നു: "...അധികാരം പിടിച്ചെടുക്കാൻ എളുപ്പമാണ്, അത് നിലനിർത്താനാണ് അതിനെക്കാൾ പ്രയാസം. അങ്ങേയറ്റം സങ്കീർണമായ പരിതഃസ്ഥിതികളെയാണ് പുതുതായി സ്ഥാപിതമായ ജനാധിപത്യ റിപ്പബ്ലിക്കൻഗവൺമെന്റ് നേരിടുന്നത്."

"അധികാരം ശക്തിപ്പെടുത്തുകയും ഫ്രഞ്ച്കൊളോണിയലിസ്റ്റുകളെ എതിർക്കുകയും ആഭ്യന്തരശത്രുക്കളെ ഇല്ലാതാക്കുകയും ജനങ്ങളുടെ ജീവിതസ്ഥിതി മെച്ചപ്പെടുത്തുകയുമാണ്" നിലവിലുള്ള ആഭ്യന്തരകടമകളെന്ന് കേന്ദ്രകമ്മിറ്റി ചൂണ്ടിക്കാട്ടി.

രാജ്യത്തെ സ്ഥിതിഗതികൾ അങ്ങേയറ്റം ആശയക്കുഴപ്പം നിറഞ്ഞതായിരുന്നു. ആഭ്യന്തര–വൈദേശിക ശത്രുക്കൾ ഞങ്ങളെ ചുറ്റിവളഞ്ഞിരുന്നു. അങ്ങനെയുള്ള സമയത്ത് ആരാണ് മുഖ്യശത്രുവെന്ന് തീരുമാനിക്കേണ്ടത് പരമപ്രധാനമായിരുന്നു. പാർട്ടി വിവിധ ശത്രുക്കളുടെ നില വിശകലനം ചെയ്തു. അമേരിക്കക്കാർ, തങ്ങൾ ഇന്തോചൈനാപ്രശ്നത്തിൽ നിഷ്പക്ഷരാണെന്ന് പ്രസ്താവിച്ചുവെങ്കിലും, ഫ്രഞ്ചുകാർക്ക് പട്ടാളക്കാരെ കൊണ്ടുവരാൻ കപ്പലുകൾ അയച്ചുകൊടുത്തുകൊണ്ട് അവരെ രഹസ്യമായി സഹായിച്ചുപോന്നു. ഫ്രഞ്ചുകാരുമായുള്ള ബന്ധത്തിൽ ആംഗ്ലോ–അമേരിക്കക്കാർ ഒരു വലിയ വിഷമാവസ്ഥയിലായിരുന്നു. ഒരുഭാഗത്ത് അവർക്ക് ഇന്തോചൈനയിലെയും തെക്കുകിഴക്കനേഷ്യയിലെയും തങ്ങളുടെ സ്വന്തംതാൽപ്പര്യങ്ങൾ സംരക്ഷിക്കേണ്ടിയിരുന്നു; മറുഭാഗത്ത് സോവിയറ്റ് യൂണിയനെതിരായി ഒരു ഐക്യമുന്നണി കെട്ടിപ്പടുക്കുകയെന്ന ഉദ്ദേശ്യത്തോടെ അവരുമായി ഒരു ഒത്തുതീർപ്പും ഉണ്ടാക്കേണ്ടിയിരുന്നു. ജിയാങ് തന്റെ പട്ടാളക്കാരെ ഞങ്ങളുടെ രാജ്യത്തേക്കയച്ചത് ഞങ്ങളുടെ പാർട്ടി ആയിടെ സ്ഥാപിച്ച ഗവൺമെന്റിനെ അട്ടിമറിക്കുകയും തങ്ങളുടെ താളത്തിനൊത്ത് തുള്ളുന്ന ഒരു പാവഗവൺമെന്റിനെ തൽസ്ഥാനത്ത് പ്രതിഷ്ഠിക്കുകയും ചെയ്യുകയെന്ന ഉദ്ദേശ്യത്തോടെയായിരുന്നു. പക്ഷേ, ഞങ്ങളുടെ ഗവൺമെന്റിന് പിന്തുണ നൽകുന്നതിൽ ജനങ്ങൾ മുഴുവൻ ഒറ്റക്കെട്ടാണെന്നുകണ്ട ജിയാങിന് ഞങ്ങളുമായി ബന്ധം സ്ഥാപിക്കേണ്ടി വന്നു. അവർ ഞങ്ങളുടെ കമ്യൂണിസത്തെ ഭയപ്പെട്ടു. 'ഇന്തോ ചൈന കമ്യൂണിസ്റ്റുപാർട്ടിയും ചൈനീസ് കമ്യൂണിസ്റ്റ് പാർട്ടിയും തമ്മിലുള്ള സഖ്യം തെക്കൻ ചൈനയെ കമ്യൂണിസവൽക്കരിക്കുമോ' എന്ന ഭയവുമുണ്ടായിരുന്നു അവർക്ക്. അതുകൊണ്ട് താൽക്കാലിക ഗവൺമെന്റിൽ ഒരു പുനഃസംഘടന വരുത്താനും

അതിൽ തങ്ങളുടെ സ്വന്തം ഏജന്റുമാരെ കടത്തിവിടാനുമുള്ള പദ്ധതികളാണ് അവരാസൂത്രണം ചെയ്തത്.

പാർട്ടിയുടെ കേന്ദ്രകമ്മിറ്റി ഒരു നിഗമനത്തിലെത്തി: "പെട്ടെന്നായാലും വൈകിയായാലും ഇന്തോചീന ഫ്രഞ്ചുകാർക്ക് വിട്ടുകൊടുക്കാൻ ചുങ്കിങ് തയാറാകും; ചൈനക്കാർക്ക് മേൽക്കൈ അനുവദിക്കാമെന്ന ഉപാധിയിൻമേൽ."

മുകളിൽപ്പറഞ്ഞ വിശകലനത്തിൽനിന്നും നിഗമനങ്ങളിൽനിന്നും തൊഴിലാളിവർഗത്തിന്റെയും രാഷ്ട്രത്തിന്റെയും കടമകളെന്തെന്ന് നിർവചിക്കപ്പെട്ടു. വിപ്ലവത്തിന്റെ മുഖ്യലക്ഷ്യങ്ങൾ വ്യക്തമായും ഇങ്ങനെ ചൂണ്ടിക്കാണിക്കപ്പെട്ടു:

"എല്ലാറ്റിനുംമീതെ രാഷ്ട്രം," "എല്ലാറ്റിനുമുപരി പിതൃഭൂമി" "ഇപ്പോഴത്തെ നമ്മുടെ മുഖ്യശത്രു ഫ്രഞ്ച് കൊളോണിയലിസ്റ്റ് കയ്യേറ്റക്കാർ" എന്നീ മുദ്രാവാക്യങ്ങൾ തുടരും. അവർക്കെതിരായിട്ടാണ് സമരത്തിന്റെ കുന്തമുന തിരിച്ചുവിടേണ്ടത്.

പാർട്ടി രൂപംനൽകിയ കടമകൾ ഇവയായിരുന്നു: "ചെറുത്തുനിൽപ്പിനുവേണ്ടി അശ്രാന്തപരിശ്രമം നടത്താനും നീണ്ടുനിൽക്കുന്ന ചെറുത്തുനിൽപ്പുയുദ്ധം സംഘടിപ്പിക്കാനും നയിക്കാനും ഗറില്ലായുദ്ധത്തെ സമ്പൂർണ നിസ്സഹകരണ പരിപാടിയുമായി കൂട്ടിയിണക്കാനും ആയിമൊത്തംജനതയുടെ ശക്തികളെ അണിനിരത്തണം."

പരിതഃസ്ഥിതികൾ അത്യന്തം സങ്കീർണമായ നിലയിൽ അതിവേഗം വളർന്നുവരികയായിരുന്നു.

12

മരുപ്പറമ്പിൽനിന്നൊരു മരുപ്പച്ച

ഞാൻ ഈ വരികൾ എഴുതുന്നത് 1970 മെയ്മാസത്തിലാണ്.

ഭൂപടത്തിൽ വിയത്നാം എന്ന പേർ കാണാൻ കഴിയാതിരുന്ന കാലം എന്നോ കഴിഞ്ഞുപോയി. നാലായിരം വർഷത്തെ ചരിത്രത്തോടുകൂടിയ ഞങ്ങളുടെ പിതൃരാജ്യം അയൽനാടുകളായ കംബോഡിയയോടും ലാവോസിനോടുമൊപ്പം ഇന്ത്യക്കും ചൈനക്കുമിടയിൽ പസഫിക് സമുദ്രതീരത്ത് നീണ്ട് വിസ്താരം കുറഞ്ഞുകിടന്ന പ്രദേശമായിരുന്നു. അതിന് കൊളോണിയലിസ്റ്റുകൾ നൽകിയ പേരായിരുന്നു ഫ്രഞ്ച് ഇന്തോ ചൈന.

ഒരുകാലത്ത്, തെക്കുകിഴക്കനേഷ്യൻപ്രദേശത്ത് അലയടിച്ചുയർന്നുകൊണ്ടിരുന്ന മുതലാളിത്ത സമുദ്രത്തിനിടയിലെ സ്വാതന്ത്ര്യത്തിന്റെ ഒരു കൊച്ചുദ്വീപായിരുന്നു വിയത്നാം ജനാധിപത്യറിപ്പബ്ലിക്. ആ കാലവും ഇങ്ങിനിവരാത്തവണ്ണം കഴിഞ്ഞുപോയി. ഞങ്ങളെ പെട്ടെന്നംഗീകരിച്ച സഹോദരൻമാരും സുഹൃത്തുക്കളും നന്നേ കുറവായിരുന്നു. ആ ചരിത്രപ്രധാനസംഭവത്തിന്റെ പൂർണമായ പ്രാധാന്യം മനസിലാക്കാൻ കഴിഞ്ഞവരും ഏറെയുണ്ടായിരുന്നില്ല.

സാമ്രാജ്യത്വം ഞങ്ങളെ അടക്കിഭരിച്ചിരുന്ന കാലവും കഴിഞ്ഞുപോയി. ഇന്ന്, ഈ ഇന്തോചൈന ഉപദ്വീപിൽ സാമ്രാജ്യത്വം നടത്തുന്ന ഓരോ കൊള്ളയും അപകടകരമായ നടപടിയായി മാറിയിട്ടുണ്ട്. അവയോരോന്നും കടുത്ത ശിക്ഷാർഹമായ നടപടിയുമാകുന്നു. അവർ ഇവിടെ നടത്തുന്ന ഓരോ കുറ്റവും ലോകത്തിലെ വിവിധ പ്രദേശങ്ങളിലുള്ള കോടിക്കണക്കിന് ജനങ്ങളുടെ മനസ്സാക്ഷിയെ ഞെട്ടിപ്പിക്കുന്നു; വികാരങ്ങളെ കുത്തിയിളക്കുന്നു. കൊളോണിയലിസം തങ്ങളുടെ ഏജന്റുമാർക്കും പാവകൾക്കുംവേണ്ടി വാരിക്കോരിച്ചെലവഴിക്കുന്ന പണമെല്ലാം പാഴായിപ്പോവുകയാണ്. കടുത്ത പോരാട്ടത്തിനിടയിലൂടെ ജന്മമെടുത്ത

ദക്ഷിണവിയത്നാം റിപ്പബ്ലിക്കിലെ താൽക്കാലിക വിപ്ലവഗവൺമെന്റിന്റെ രൂപീകരണത്തെ വളരെക്കാലമായി പ്രതീക്ഷിച്ചുകൊണ്ടിരുന്ന ഒരു സംഭവമെന്നനിലയിൽ പുരോഗമനവാദികളായ മാനവരാശി മുഴുവൻ ഹാർദമായി അഭിവാദ്യം ചെയ്യുകയുണ്ടായി. നാഷണൽയൂണിയന്റെ രാജകീയ കംബോഡിയൻ ഗവൺമെന്റിനെയും അത് സ്ഥാപിക്കപ്പെട്ടുകഴിഞ്ഞ ഉടനെ ഒട്ടേറെ രാജ്യങ്ങൾ അംഗീകാരം നൽകി ബഹുമാനിക്കുന്നു.

ലക്ഷക്കണക്കിലുണ്ടായിരുന്ന ചൈനീസ് കുമിന്താങ് പട്ടാളവും ഇന്ന് ഭൂതകാലത്തിലെ പ്രേതങ്ങളായി മാറിയിരിക്കുന്നു. ജിയാങ് കയ്ഷെക് തായ്വാൻദ്വീപിൽ തന്റെ അന്ത്യനാളുകൾ എണ്ണിക്കഴിയുകയാണ്. നാനാഭാഗത്തുനിന്നുമായി സുമാർ രണ്ടുലക്ഷം പട്ടാളക്കാർ വടക്കൻവിയത്നാമിലേക്ക് ഒഴുകിവന്ന ആപൽക്കാരമായ ആ നിമിഷങ്ങളെക്കുറിച്ചോർക്കുക ഇപ്പോൾ പ്രയാസകരമായിതോന്നുന്നു.

പുതുതായി ജന്മമെടുത്ത വിയത്നാം ജനാധിപത്യറിപ്പബ്ലിക്കിനെ സാമ്രാജ്യത്വ ചെന്നായ്ക്കൾ വലയം ചെയ്തിരുന്നു. തന്മൂലം അതിനെ സംരക്ഷിക്കുന്നതിന് ഞങ്ങൾക്ക് പരമാവധി പ്രവർത്തിക്കേണ്ടിവന്നു; അങ്ങേയറ്റം ധൈര്യത്തോടും ബുദ്ധിപൂർവമായും പോരാടേണ്ടിവന്നു. ഹോ അമ്മാവൻ പിന്നീടൊരിക്കൽ പറഞ്ഞപോലെ അത്തരം വിഷമകരമായ പരിതഃസ്ഥിതികളിൽ 'വേദനാജനകമായ പല മാർഗങ്ങളും പാർട്ടിക്ക് അവലംബിക്കേണ്ടിവന്നു.' ഓരോ പ്രശ്നവും പാർട്ടിയുടെ ഓരോ കാര്യവും രാഷ്ട്രവും ജനങ്ങളും നേരിട്ട ഓരോ കഷ്ടപ്പാടും അദ്ദേഹത്തെ അഗാധമായി സ്പർശിച്ചു.

ഞങ്ങളുടെ തൊഴിലാളിവർഗപാർട്ടിക്ക് അധികാരമേൽക്കുമ്പോൾ പതിനഞ്ചുവയസേ ആയിരുന്നുള്ളൂ. ആ ദിവസം ഞങ്ങളുടെ നാട്ടിൽ പുതിയൊരു വസന്തം പിറക്കുന്നതിന്റെ ആരംഭമായിരുന്നു പക്ഷേ, ആ മഹത്തായ സംഭവത്തിന്റെ വാർത്ത പുറത്തുള്ള ഞങ്ങളുടെ എല്ലാ സുഹൃത്തുക്കളുടെയും അടുത്തെത്തിയിരുന്നില്ല.

ആ വർഷം ആഗസ്റ്റിൽ പൊതുകലാപത്തിനാഹ്വാനം ചെയ്തുകൊണ്ട് ഹോ അമ്മാവൻ ഒരു കത്തെഴുതിയിരുന്നു. വിപ്ലവകാരിയായ ൻഗുയെൻ ഐ ക്വോക്കിന്റെ പേരിലായിരുന്നു കത്തിൽ ഒപ്പുവെച്ചിരുന്നത്. സെപ്തംബർ ആദ്യത്തിൽ ഹോ ചിമിൻ എന്നപേരിൽ അദ്ദേഹം ജനങ്ങളുടെ മുമ്പിൽ പ്രത്യക്ഷപ്പെട്ടു. തന്നെ ചൈനീസ് കുമിന്താങിൽനിന്ന് മറച്ചുപിടിക്കുന്നതിനുവേണ്ടി ഏതാനും വർഷങ്ങൾക്കുമുമ്പ് അദ്ദേഹം ഉപയോഗിച്ചിരുന്ന ഒരു വ്യാജനാമമായിരുന്നു അത്. ശത്രുക്കളുടെ പിടിയിൽപ്പെടാതെ വർഷങ്ങളോളം ഒളിച്ചിരുന്നതിനുശേഷം വിപ്ലവകാരികൾ ജനങ്ങൾക്കിടയിലേക്ക് തിരിച്ചുവരാൻ തുടങ്ങി. എങ്കിലും പാർട്ടി കേഡർമാർ പൊതുജനങ്ങൾക്കുമുമ്പിൽ ഔദ്യോഗികമായ പ്രത്യക്ഷപ്പെടലുകളൊന്നും നടത്തിയില്ല. മിക്കവാറും പാർട്ടിമെമ്പർമാരെല്ലാവരും വിയത് മിഞ്ഞിന്റെ പേരിലാണ് പ്രവർത്തനം തുടർന്നുകൊണ്ടുപോയത്. രാഷ്ട്രത്തിന്റെ ശത്രുക്കളെയും ശത്രുവർഗങ്ങളെയും പ്രകോപിപ്പിക്കുന്ന

നടപടികളൊന്നും ചെയ്യരുതെന്ന് ഞങ്ങളുടെ പാർട്ടി തീരുമാനിച്ചു. എന്നിട്ടും അവർ ഞങ്ങളെ തിരിച്ചറിഞ്ഞു.

വിപ്ലവാധികാരം സ്ഥാപിച്ച് ഏറെ ദിവസങ്ങൾക്കുശേഷവും അതിനെ ഒരു രാജ്യവും അംഗീകരിച്ചില്ല. ജിയാങ്ങിന്റെ ജനറൽമാർ തങ്ങളെക്കൂടി പൊറുപ്പിക്കാമെന്ന വ്യവസ്ഥയിൽ ഞങ്ങളുമായി ബന്ധം സ്ഥാപിക്കുന്നതിന് തയാറായി. ഹോ അമ്മാവനെ നേരിട്ടുകാണുമ്പോൾ അദ്ദേഹത്തിന്റെ ഔദ്യോഗികപദവി അവർക്ക് അംഗീകരിക്കേണ്ടിവന്നു: "പ്രസിഡന്റ്" എന്ന പേരിൽ അദ്ദേഹത്തെ അഭിസംബോധന ചെയ്യേണ്ടിവന്നു. എന്നാൽ രേഖാമൂലമുള്ള എല്ലാ ഇടപാടുകളിലും അഭിസംബോധന ചെയ്തത് 'മി. ഹോ ചി മിൻ' എന്ന പേരിലായിരുന്നു. അവർ ഞങ്ങളുടെ ഭരണത്തെ ഒരു യാഥാർഥ്യമായി അംഗീകരിച്ചെങ്കിലും നിയമാനുസൃതമായി അംഗീകാരം നൽകിയില്ല.

സാമ്പത്തിക പരിതഃസ്ഥിതി അങ്ങേയറ്റം ദുർഘടം പിടിച്ചതായിരുന്നു. വടക്കൻപ്രദേശത്ത് കൃഷിക്കുപയുക്തമായ വലിയൊരുഭാഗം ഭൂമി വെറുതെകിടന്നു. വെള്ളപ്പൊക്കവും തുടർന്ന് നീണ്ടുനിൽക്കുന്ന വരൾച്ചയും ജപ്പാൻകാരിൽനിന്ന് ഏറ്റുവാങ്ങിയ അനേകം ഫാക്ടറികൾ ഇനിയും പ്രവർത്തിപ്പിക്കാൻ കഴിഞ്ഞിട്ടില്ല. വിദേശവ്യാപാരം പരിപൂർണമായും നിന്നുപോയി, സാധനങ്ങളുടെ ലഭ്യതയാകട്ടെ, വളരെ കുറവും.

ഇനിയും ഞങ്ങൾക്ക് വിയത്നാം കറൻസി വിതരണം ചെയ്യാൻ കഴിഞ്ഞിരുന്നില്ല മുൻ ഗവൺമെന്റിൽനിന്ന് ഏറ്റെടുത്ത ഖജനാവിൽ ആകെയുണ്ടായിരുന്നത് പത്തുലക്ഷത്തിൽ താഴെ കീറിപ്പറിഞ്ഞ പിയാസ്ത്രെ നോട്ടുകളായിരുന്നു. നോക്കണം, മൂല്യം ഇടിഞ്ഞുകൊണ്ടിരുന്ന പത്തുലക്ഷം കടലാസ് നോട്ടുകൾകൊണ്ടു വേണമായിരുന്നു വിയത്നാമിൽ ശക്തവും നവവുമായ ഒരു ജീവിതം കെട്ടിപ്പടുക്കാൻ! അതുതന്നെ ഫ്രഞ്ചുടമസ്ഥതയിലുള്ള ഇന്തോചൈനാ ബാങ്ക് സാമ്പത്തിക ശിഥിലീകരണം വരുത്താൻ കിണഞ്ഞുശ്രമിച്ചുകൊണ്ടിരുന്ന സമയത്തും. ഇതിനുംപുറമെ ചൈനീസ് യുവാന്റെ ഒരു വെള്ളപ്പൊക്കംതന്നെയുണ്ടായിരുന്നു വിയത്നാംകമ്പോളങ്ങളിൽ. അത് ജിയാങ്ങിന്റെ പട്ടാളക്കാർ കൊണ്ടുവന്നതായിരുന്നു. സാമ്പത്തികരംഗത്തും വ്യാപാരരംഗത്തുമുള്ള പ്രയാസങ്ങൾ ഇത് കുറെക്കൂടി വർധിപ്പിച്ചു.

ജനങ്ങളുടെ ജീവിതനിലവാരം വളരെ താഴ്ന്നതായിരുന്നു. തൊഴിലില്ലാത്തവരുടെ എണ്ണം അതിവേഗം വർധിച്ചു. പലസ്ഥലങ്ങളിലും കഞ്ഞികൊണ്ട് ജനങ്ങൾ തങ്ങളുടെ ജീവിതം കഷ്ടിച്ച് നിലനിർത്തി. പലരും അപ്പോഴും പട്ടിണികൊണ്ട് മരിച്ചിരുന്നു. ജിയാങ്ങിന്റെ പട്ടാളക്കാർ കൊണ്ടുവന്ന ടൈഫസ് രോഗത്തോടൊപ്പം കോളറയും പടർന്നുപിടിച്ചു.

ഏറെ കഴിയുന്നതിനുമുമ്പ് നാം ബൊവിൽ പൊട്ടിപ്പുറപ്പെട്ട ഫ്രഞ്ച് ആക്രമണം ആ പ്രയാസങ്ങളെല്ലാം ഇരട്ടിപ്പിച്ചു.

ഇങ്ങനെയുള്ള പരിതഃസ്ഥിതികളിലാണ് ഞങ്ങൾക്ക് ഒരു പുതിയ സമൂഹം കെട്ടിപ്പടുക്കേണ്ടിയിരുന്നത്. പഴയസമൂഹത്തിന്റെ അടിത്തറ

തകർക്കുന്നതിനെക്കാൾ കുറെക്കൂടി പ്രയാസകരമായ ഒരു കടമയായിരുന്നു അത്. കൂടാതെ ഞങ്ങളുടെ ചരിത്രത്തിലാദ്യമായി ആ കടമ നിറവേറ്റേണ്ടിയിരുന്നത് തൊഴിലാളിവർഗത്തിനായിരുന്നു.

എങ്ങനെയായാലും മുൻകാലങ്ങളിലേതുപോലുള്ള ഒന്നായിരുന്നില്ല ഇപ്പോഴത്തെ പരിതഃസ്ഥിതി. ഇപ്പോൾ വിപ്ലവം വിജയിച്ചിരിക്കുകയാണ്. അങ്ങനെയുള്ള വിജയകരമായ ആ വിപ്ലവം സംരക്ഷിക്കുന്നതിന് അതിന്റെ മുമ്പിൽ പുതിയ മാർഗങ്ങളുണ്ട്. പുതിയ സാധ്യതകളുണ്ട്. വിപ്ലവാധികാരം ശക്തിപ്പെടുത്തുകയും കാത്തുരക്ഷിക്കുകയുമായിരുന്നു ആ സമയത്ത് ഏറ്റവും മുഖ്യമായ കടമ.

സെപ്തംബർ ആദ്യത്തിൽ താൽക്കാലികഗവൺമെന്റ് അനേകം കൽപ്പനകൾ പുറപ്പെടുവിച്ചു.

പഴയ മന്ദാറിൻവ്യവസ്ഥ റദ്ദാക്കി. കൊളോണിയൽ-നാടുവാഴിത്ത ഭരണം നിശ്ശേഷം തകർന്നുപോയി. ഒരു ദേശീയ അസംബ്ലി രൂപീകരിക്കുന്നതിന് രാജ്യവ്യാപകമായി പൊതുതെരഞ്ഞെടുപ്പ് നടത്താൻ ഗവൺമെന്റ് തീരുമാനിച്ചു. തുടർന്ന് വിവിധതലങ്ങളിൽ സാർവത്രിക വോട്ടവകാശത്തിന്റെ അടിസ്ഥാനത്തിൽ ജനകീയകൗൺസിലുകളും അഡ്മിനിസ്ട്രേറ്റീവ് കമ്മിറ്റികളും സംഘടിപ്പിക്കാനുള്ള വിളംബരമായി. ജനകീയ കൗൺസിലുകൾ ജനങ്ങൾ നേരിട്ടായിരുന്നു തെരഞ്ഞെടുക്കേണ്ടിയിരുന്നത്. അത് പ്രാതിനിധ്യസ്വഭാവത്തോടുകൂടിയ ഒരു സമിതിയായിരുന്നു. ജനകീയകൗൺസിലുകൾ തെരഞ്ഞെടുത്ത അഡ്മിനിസ്ട്രേറ്റീവ് കമ്മിറ്റികൾ ജനങ്ങളെയും ഗവൺമെന്റിനെയും പ്രതിനിധീകരിക്കുന്ന ഭരണനിർവഹണസമിതികളായിരുന്നു. ആ തെരഞ്ഞെടുപ്പുകളിലൂടെ ജനകീയാധികാരത്തിന്റെ വേര് താഴ്ന്നതലംവരെ ഓടാൻ തുടങ്ങി. രാഷ്ട്രത്തിന്റെ മുഴുവൻ ഐക്യവും വിപുലമാവുകയും തൊഴിലാളി-കർഷക സർവാധിപത്യം ഉറപ്പിക്കപ്പെടുകയും ചെയ്തു.

ഭരണഘടനയുടെ കരട് ജനങ്ങളുടെ മുമ്പിലവതരിപ്പിക്കപ്പെട്ടു. അതിലൂടെ വിയത്നാം ജനാധിപത്യ റിപ്പബ്ലിക്കിന്റെ ഭരണഘടന തയാറാക്കുന്നതിൽ ഓരോ പൗരനും അവരുടേതായ സംഭാവന നൽകുന്നതിനുള്ള അവസരം ലഭിച്ചു.

ഭൂമിയിൻമേലുള്ള പാട്ടം 25 ശതമാനം കുറയ്ക്കാൻ ഗവൺമെന്റ് തീരുമാനിച്ചു. നാട്ടിൻപുറങ്ങളിൽ ദീർഘകാലമായി നിലവിലുണ്ടായിരുന്ന കടങ്ങൾ റദ്ദാക്കി.

പ്രവൃത്തിസമയം എട്ടു മണിക്കൂറായി ക്ലിപ്തപ്പെടുത്തി. ഫാക്ടറികളുടെയോ ബിസിനസ് സ്ഥാപനങ്ങളുടെയോ ഉടമസ്ഥൻ തൊഴിലാളികളെ പിരിച്ചുവിടാനാഗ്രഹിക്കുന്നുവെങ്കിൽ അതിന് മുൻകൂട്ടി നോട്ടീസ് നൽകണമെന്നും അവർക്ക് പിരിച്ചുവിടൽ അലവൻസ് നൽകണമെന്നും വ്യവസ്ഥയുണ്ടാക്കി. ഈ ഘട്ടത്തിൽ പൂർണമായ ശമ്പളം ലഭിച്ചുകൊണ്ടിരിക്കുമ്പോൾത്തന്നെ സൈനികപരിശീലനം നേടാനുള്ള അവകാശവും തൊഴിലാളികൾക്കുണ്ടായിരുന്നു.

സാക്ഷരതാക്ലാസുകൾ നിർബന്ധമായിരുന്നു; സൗജന്യവും. ഒരു കൽപ്പനയനുസരിച്ച് മുഴുവൻ വിയത്നാമിനും വേണ്ടി ഒരു ജനകീയ വിദ്യാഭ്യാസ ഡിപ്പാർട്ടുമെന്റ് രൂപംപൂണ്ടു. ആ ഡിപ്പാർട്ടുമെന്റ് തൊഴിലാളികൾക്കും കൃഷിക്കാർക്കുംവേണ്ടി സായാഹ്നക്ലാസുകൾ സംഘടിപ്പിച്ചു; എല്ലാ തലങ്ങളിലുമുള്ള പരീക്ഷാഫീസും ട്യൂഷൻഫീസും ഉപേക്ഷിച്ചു.

സെപ്തംബറിന്റെ തുടക്കത്തിൽത്തന്നെ 18 ഉം അതിനുമുകളിലും വയസുള്ളവരുടെമേൽ ഫ്രഞ്ചുകാർ അടിച്ചേൽപ്പിച്ച വാർഷിക തെരഞ്ഞെടുപ്പുനികുതിയും മറ്റനേകം അർഥശൂന്യമായ നികുതിയും ഗവൺമെന്റ് റദ്ദാക്കി.

സാമ്പത്തികപ്രയാസങ്ങളുടെതായ ഘട്ടത്തിൽ ചെലവുകൾ നിർവഹിക്കുന്നതിന്, പ്രത്യേകിച്ചു പ്രതിരോധാവശ്യങ്ങൾക്കുള്ള ചെലവുകൾക്ക്, ഗവൺമെന്റ് എങ്ങനെയാണ് പണമുണ്ടാക്കിയത്?

കുറെക്കാലത്തേക്കെങ്കിലും സംഭാവനകൾക്കുവേണ്ടി ജനങ്ങളോടാഹ്വാനം ചെയ്യുകയായിരുന്നു ഏക പോംവഴി.

സെപ്തംബർ 4 ാം തീയതി ഒരു 'സ്വാതന്ത്ര്യഫണ്ട്' ഏർപ്പെടുത്തി.

ഒരാഴ്ചയ്ക്കുശേഷം 'സ്വർണവാര'ത്തിൽ സജീവമായി പങ്കെടുക്കാൻ രാജ്യത്തിലെ മുഴുൻ ജനങ്ങളോടും ഹോ അമ്മാവൻ ആഹ്വാനം ചെയ്തു. പലരും വളരെ താൽപ്പര്യത്തോടെ തങ്ങൾ ഏറ്റവും ഇഷ്ടപ്പെട്ട് സൂക്ഷിച്ചുപോന്ന സാധനങ്ങൾപോലും സംഭാവന നൽകി. ഒരു വൃദ്ധ തന്റെ ചെറുപ്പകാലം മുതൽ സൂക്ഷിച്ചുപോന്ന ഒരു ജോടി കമ്മൽ സംഭാവന നൽകിയെങ്കിൽ, ഒരു ദമ്പതികൾ രണ്ട് വിവാഹമോതിരങ്ങളാണ് സംഭാവന നൽകിയത്, 50 വയസുപ്രായമുള്ള ഒരു വൃദ്ധ കൊണ്ടുവന്ന പൊതിക്കകത്ത് അവരുടെ കുടുംബം തലമുറകളായി സൂക്ഷിച്ചുപോന്ന 17 ഔൺസ് തൂക്കമുള്ള, ചുവന്ന സിൽക്കിൽ പൊതിഞ്ഞ സ്വർണക്കട്ടിയായിരുന്നു ഉണ്ടായിരുന്നത്. ഒരു കുടുംബം തങ്ങളുടെ പക്കലുള്ള മുഴുവൻ ആഭരണങ്ങളും ഗവൺമെന്റിനു നൽകി.

ചുരുങ്ങിയ സമയത്തിനകം, 'സ്വാതന്ത്ര്യഫണ്ടി'ലേക്കും 'സ്വർണവാര'ത്തിലേക്കും ജീവിതത്തിന്റെ നാനാതുറകളിൽപ്പെട്ടവർ രണ്ടുകോടി പിയാസ്ത്രെയും 370 കിലോഗ്രാം സ്വർണവും സംഭാവന നൽകി.

പുതിയ ഗവൺമെന്റുദ്യോഗസ്ഥന്മാരും ജനങ്ങളും തമ്മിലുള്ള ബന്ധം നിർണയിക്കുന്ന കാര്യത്തിൽ പ്രസിഡന്റ് ഹോ പ്രത്യേകം ശ്രദ്ധ പതിപ്പിച്ചു. ഒക്ടോബറിൽ പ്രവിശ്യ–ജില്ല–ഗ്രാമതലത്തിലുള്ള ജനകീയ കമ്മിറ്റികൾക്കയച്ച കത്തിൽ അദ്ദേഹം എഴുതി: "ദേശീയതലം മുതൽ ഗ്രാമതലംവരെയുള്ള എല്ലാ ഗവൺമെന്റുസ്ഥാപനങ്ങളും ജനങ്ങളുടെ സേവനത്തിനുള്ളതാണ്."

മുൻകാലങ്ങളിൽ ത്രാൻ ഹുങ് ദാവൊ തന്റെ രാജാവിനെ ഉപദേശിച്ചത്, "സമാധാനകാലത്ത് ജനങ്ങളുടെ ശക്തി ക്ഷീണിപ്പിക്കാതിരിക്കലാണ് നല്ല നയം' എന്നാണ്. അങ്ങനെയാണെങ്കിൽ ഭരണത്തിന്റെ

വേരുകൾ ആഴത്തിൽ പായിക്കാൻ സാധിക്കുമെന്നും അടിത്തറ ശക്തിപ്പെടുത്താൻ സാധിക്കുമെന്നും അയാൾ രാജാവിന് വിശദീകരിച്ചുകൊടുത്തുവത്രെ. ജനങ്ങളുടെ ശക്തിയിൽ വേണ്ടത്ര ശ്രദ്ധപതിപ്പിക്കാതെ പ്രതിരോധപ്രവർത്തനങ്ങളിൽ മാത്രം ശ്രദ്ധകേന്ദ്രീകരിച്ചതുകൊണ്ടാണ് ദേശീയസ്വാതന്ത്ര്യം കാത്തുരക്ഷിക്കാൻ സാധിക്കാതെ പോയതെന്ന് ൻഗുയെൻത്രായ്, ഹോ കി ലൈയെ കുറ്റപ്പെടുത്തി. നമ്മുടെ മഹാൻമാരായ ദേശീയനായകന്മാർ എല്ലാവരും കയ്യേറ്റങ്ങൾക്കെതിരായ പോരാട്ടത്തിൽ ജനങ്ങളുടെ ശക്തിയിലാണ് വലിയ വിശ്വാസമർപ്പിച്ചത്.

'പട്ടിണിയും നിരക്ഷരതയും തുടച്ചുനീക്കാ'നും വിദേശ കയ്യേറ്റക്കാരെ 'ഉന്മൂലനം' ചെയ്യാനും പ്രസിഡന്റ് ഹോ ആഹ്വാനം ചെയ്തു. അദ്ദേഹം പറഞ്ഞു: "ജനങ്ങളുടെ ഭൗതികവും ധാർമികവുമായ ശക്തികളെയാണ് നാമാശ്രയിക്കേണ്ടത്." ഇക്കാര്യത്തിൽ ഞങ്ങളുടെ പൂർവികൻമാരിൽനിന്ന് അദ്ദേഹത്തിന് ഒരു വ്യത്യാസമുണ്ടായിരുന്നു. എന്തുകൊണ്ടെന്നാൽ 'ജനങ്ങളുടെ സന്തുഷ്ടിക്ക് ഉറപ്പുവരുത്തുക'യാണ് ഇതിന്റെയെല്ലാം ലക്ഷ്യമെന്ന് അദ്ദേഹം പറയുമായിരുന്നു.

ജനകീയകമ്മിറ്റികൾക്കുള്ള കത്തിൽ അദ്ദേഹമെഴുതി: "ജനങ്ങളുടെ സന്തുഷ്ടിക്ക് ഉറപ്പുനൽകാത്ത സ്വാതന്ത്ര്യം നിരർഥകമാണ്."

'ജനങ്ങൾക്ക് സന്തുഷ്ടി' എന്ന പ്രശ്നം സ്വാതന്ത്ര്യപ്രഖ്യാപനത്തിലും അദ്ദേഹം ഇങ്ങനെ ഊന്നിപ്പറഞ്ഞു: "എല്ലാ ജനങ്ങൾക്കും സന്തോഷത്തോടെയും സ്വതന്ത്രമായും ജീവിക്കാനുള്ള അവകാശമുണ്ട്."

ജനങ്ങൾക്കുണ്ടാകണമെന്ന് അദ്ദേഹം ആഗ്രഹിച്ച സന്തുഷ്ടി സമ്പൂർണമായ സന്തുഷ്ടിയായിരുന്നു. മുഴുവൻ ജനങ്ങൾക്കും വിപ്ലവം നൽകിയ ആദ്യത്തെ ആ സന്തോഷമുണ്ടല്ലോ അതുമാത്രമല്ല അദ്ദേഹത്തിന്റെ മനസിലുണ്ടായിരുന്നത്. മനുഷ്യരുടെ സർവ കഷ്ടപ്പാടുകളുടെയും വേരറുത്തുമാറ്റുവാനും മനുഷ്യൻ മനുഷ്യനെ ചൂഷണംചെയ്യുന്ന സമ്പ്രദായം എന്നന്നേക്കുമായി അവസാനിപ്പിക്കാനുമുള്ള സമരത്തിനിടയിലൂടെ ജനങ്ങൾക്ക് കൂടുതൽ കൂടുതലായി ലഭിക്കുന്ന സന്തോഷമായിരുന്നു അദ്ദേഹത്തിന്റെ സങ്കൽപ്പത്തിലുണ്ടായിരുന്നത്. ഈ മഹത്തായസമരത്തിൽ ജനങ്ങൾക്കു വേണ്ടി പാർട്ടിയും പ്രസിഡന്റ് ഹോയും തെരഞ്ഞെടുത്തത് കഴിയാവുന്നത്ര കുറുകിയ പാതയായിരുന്നു.

അധികാരം പിടിച്ചെടുക്കുന്നതിന്റെയും ശക്തിപ്പെടുത്തുന്നതിന്റെയും സംരക്ഷിക്കുന്നതിന്റെയും ലക്ഷ്യം 'ജനങ്ങൾക്ക് സന്തോഷം പ്രദാനം ചെയ്യുക'യാണ് – അതായിരുന്നു പ്രസിഡന്റ് ഹോവിന്റെ ആദർശം: അദ്ദേഹത്തിന്റെ ഹൃദയം കൊതിച്ചുകൊണ്ടിരുന്നതും അതുതന്നെ. ഗവൺമെന്റുദ്യോഗസ്ഥന്മാരുടെ താന്തോന്നിത്തരത്തിന്റെയും അധികാര ദുർവിനിയോഗത്തിന്റെയും സ്വജനപക്ഷപാതത്തിന്റെയും ഡംഭിന്റെയും ഫലമായുണ്ടായ തെറ്റുകളും ജനകീയ കമ്മിറ്റികൾക്കയച്ച കത്തിൽ പ്രസിഡന്റ് ഹോ ചൂണ്ടിക്കാട്ടിയിരുന്നു. ഈ വരികളോടെയാണ് അദ്ദേഹം തന്റെ കത്ത് ഉപസംഹരിച്ചത്: "നമ്മുടെ രാഷ്ട്രത്തിന്റെ സന്തോഷത്തിനും

രാജ്യത്തിന്റെ താൽപ്പര്യത്തിനുംവേണ്ടി നമ്മുടെ ഹൃദയങ്ങളിൽ നീതി, സ്വഭാവനൈർമല്യം എന്നീ വാക്കുകൾ മുദ്രണം ചെയ്യണമെന്നകാര്യം ഞാൻ ഊന്നി പ്രസ്താവിക്കുന്നു."

ഡിസംബറിൽ *സ്വയം വിമർശന*മെന്നപേരിൽ ഹോ അമ്മാവൻ ഒരു ലേഖനമെഴുതി. അനേകം പത്രങ്ങൾ അത് പ്രസിദ്ധം ചെയ്തു. അതില ദ്ദേഹം ഇങ്ങനെ പറഞ്ഞു:

> എന്നിലുള്ള സ്നേഹവും വിശ്വാസവും കാരണം എന്റെ രാജ്യക്കാരായ ജനങ്ങൾ രാഷ്ട്രത്തിന്റെ ഭാവി കാത്തുരക്ഷിക്കാനുള്ള ചുമതല എന്നെ എൽപ്പിച്ചിരിക്കുകയാണ്. ഒരു അമരക്കാരനെന്ന നിലയിൽ എന്റെ കടമ കാറും കോളും നിറഞ്ഞ കടലിലൂടെ പിതൃരാജ്യമാകുന്ന തോണിയെ ജനങ്ങളുടെ സന്തുഷ്ടിയാകുന്ന കരയിലേക്ക് സുരക്ഷിതമായി അടുപ്പിക്കുകയാണ്...
>
> നമ്മൾ സ്വാതന്ത്ര്യം തിരിച്ചുപിടിച്ചിട്ട് അഞ്ചു മാസം കഴിഞ്ഞെങ്കിലും നമ്മെ ഒരു രാജ്യവും ഇതുവരെ അംഗീകരിച്ചിട്ടില്ല.
>
> നമ്മുടെ സേനാനികൾ ധൈര്യപൂർവം പോരാടിയെങ്കിലും നമ്മുടെ ചെറുത്തുനിൽപ്പ് ഇതുവരെ വിജയശ്രീലാളിതമായിട്ടില്ല.
>
> ഭരണ നിർവഹണോദ്യോഗസ്ഥന്മാർ തങ്ങളുടെ ജോലി ഭംഗിയായും സത്യസന്ധമായും നിർവഹിച്ചെങ്കിലും അഴിമതി പൂർണമായും തുടച്ചുനീക്കാൻ കഴിഞ്ഞിട്ടില്ല.
>
> ഗവൺമെന്റ് കാര്യമായ ശ്രമങ്ങൾ നടത്തിയെങ്കിലും പല സ്ഥലങ്ങളിലും ഭരണം ഇപ്പോഴും നന്നായി നടക്കുന്നില്ല....
>
> സമയദൗർലഭ്യമോ അനുഭവത്തിന്റെ അഭാവമോ മറ്റെന്തെങ്കിലും കാരണമോ അതിനുള്ള ന്യായീകരണമായി ഒരാൾക്ക് എളുപ്പത്തിൽ പറഞ്ഞുതള്ളാം.
>
> പക്ഷെ, സത്യമെന്തെന്ന് ഞാൻ പറയാം: നാം കൈവരിച്ചതുപോലുള്ള വിജയങ്ങൾ ജനങ്ങളുടെ പൊതുവായ പ്രവർത്തനത്തിന്റെ ഫലമാണ്. മുകളിൽ ചൂണ്ടിക്കാണിച്ച ന്യൂനതകളാവട്ടെ, നമ്മുടെ സ്വന്തം തെറ്റുകളും.

അധ്വാനിക്കുന്ന ജനങ്ങൾ പുതിയഭരണകൂടത്തെ തങ്ങളുടെ സ്വന്തം ഭരണകൂടമായി അംഗീകരിച്ചിട്ടുണ്ട്. ഇതൊരു പുതിയ സംഗതിയാണ്. നമ്മുടെ രാഷ്ട്രത്തിന്റെ ചരിത്രത്തിൽ നാടുവാഴിത്തകോടതികളും ഭരണയന്ത്രങ്ങളും എല്ലായ്പ്പോഴും ചൂഷകവർഗത്തിൽപ്പെട്ട ഏതാനും പേരാണ് ഉപയോഗിച്ചുപോന്നത്. ബഹുഭൂരിപക്ഷം ജനങ്ങളുടെമേൽ, അധ്വാനിക്കുന്ന ജനങ്ങളുടെമേൽ ഭരണം നടത്തുന്നതിനുവേണ്ടിയാണ് ആ വർഗം അതുപയോഗപ്പെടുത്തിയിരുന്നത്. അവ എല്ലായ്പ്പോഴും ന്യൂന

പക്ഷത്തിന്റെ താൽപ്പര്യം മാത്രം സംരക്ഷിച്ചു. ഭൂരിപക്ഷത്തിന് കഷ്ടപ്പാടുകൾ മാത്രം സംഭാവന നൽകി. ഇന്ന് ഭരണകൂടം ബഹുഭൂരിപക്ഷത്തിന്റേതായി മാറിയിരിക്കുന്നു; അധ്വാനിക്കുന്ന ജനവിഭാഗങ്ങളുടെ സ്വന്തമായി മാറിയിരിക്കുന്നു. അത് ഓരോ നിമിഷവും പ്രവർത്തിക്കുന്നത് ജനകീയതാൽപ്പര്യങ്ങൾ സംരക്ഷിക്കുന്നതിനാണ്; അവർക്ക് സന്തോഷം പ്രദാനം ചെയ്യുന്നതിനാണ്. ഇന്ന് അതിന് നേടിയെടുക്കാൻ കഴിയാത്തതെന്തോ, അത് ഭാവിയിൽ നേടിയെടുക്കും: തീർച്ച.

ഞങ്ങളുടെ നാട്ടുകാർ ഹോ അമ്മാവനിൽ കണ്ടത് ജനങ്ങളുടെയും രാഷ്ട്രത്തിന്റെയും വിപ്ലവത്തിന്റെയും പുതിയ അധികാരത്തിന്റെയും പുതിയ ഭരണത്തിന്റെയും ഉത്കൃഷ്ടമായ പ്രതീകമാണ്.

13

എല്ലാ ജനങ്ങളും പ്രതിരോധരംഗത്ത്

"വോയ്സ് ഓഫ് വിയത്നാം. വിയത്നാം ജനാധിപത്യറിപ്പബ്ലിക്കിന്റെ തലസ്ഥാനമായ ഹാനോയിൽനിന്നുള്ള പ്രക്ഷേപണം..."

ആ ശരത്കാലദിനങ്ങളിൽ റേഡിയോവിലൂടെ പുറത്തുവരുന്ന ഈ ശബ്ദം ഓരോ തവണയും പ്രതിധ്വനിക്കുമ്പോൾ അത് ഓരോ ഹൃദയത്തിലും വികാരത്തിന്റെ വേലിയേറ്റം സൃഷ്ടിച്ചിരുന്നു.

വിയത്നാം പുനർജനിക്കുകയായിരുന്നു. കൊളോണിയൽ ഭരണത്തിന്റെ കനത്തിരുണ്ട കാർമേഘപടലങ്ങൾ അകന്നകന്നുപോയി. വിയത്നാം ജനാധിപത്യറിപ്പബ്ലിക്കിന്റെ ആകാശം മനോഹരമായ നീലവർണമായി. മുമ്പത്തെ താങ് ലോങിനെയോ ദോങ് ദോയെയോക്കാൾ ഗംഭീരമായിരുന്നു തലസ്ഥാന നഗരി. അവിടെ വിപ്ലവകരമായ ആവേശം നിറഞ്ഞുനിന്നു. ഏത് കൊടുങ്കാറ്റിനെയും നേരിടുന്നതിന് ഹാനോയ് തയാറായിനിന്നു.

ദീർഘകാലത്തെ വരൾച്ചയ്ക്കുശേഷം ഉണങ്ങിവരണ്ട പാടത്ത് വർഷപാതമേൽക്കുന്നതുപോലെയായിരുന്നു പുതുതായി പ്രഖ്യാപിക്കപ്പെട്ട ജനാധിപത്യ സ്വാതന്ത്ര്യങ്ങൾ. 'ദാഹിക്കുന്നവൻ വെള്ളത്തെയും വിശക്കുന്നവൻ ഭക്ഷണത്തെയും' പോലെ വിപ്ലവത്തിന്റെ ആദ്യഫലങ്ങളെ ജനങ്ങൾ അഭിവാദ്യം ചെയ്തു. അടുത്തകാലം വരെ വിപ്ലവകരമായ ഒരു നോട്ടീസ് കൊണ്ടുനടന്നാലോ ഒരു വിപ്ലവമുദ്രാവാക്യം വിളിച്ചാലോ തടവിലാക്കപ്പെടുമായിരുന്നു. എന്നാൽ ഇന്ന് അതല്ല സ്ഥിതി. ഇന്ന് ജനങ്ങൾക്ക് തങ്ങളുടെ വീടിനുമുകളിൽ രാഷ്ട്രപതാക പറത്താം. തെരുവീഥികളിലൂടെ തലയുയർത്തിപ്പിടിച്ച് നടക്കാം. അതവരുടെയാണിന്ന്. വിപ്ലവഗാനങ്ങൾ ഉറക്കെ പാടാം. ഇതെല്ലാം അവരെ ആനന്ദഭരിതരാക്കി. അവരുടെ കണ്ണുകൾ സന്തോഷാശ്രുക്കൾകൊണ്ടു നനഞ്ഞു.

കുറച്ചുകാലംമുമ്പ് ഹോ അമ്മാവനും പാർട്ടിയും കൂടി കൊളുത്തിയ വിപ്ലവജ്വാല രാജ്യം മുഴുവൻ ആളിക്കത്തുകയായിരുന്നു. പുതിയ ഭരണത്തെ അരക്കിട്ടുറപ്പിക്കുന്നതിലും കാത്തുരക്ഷിക്കുന്നതിലുമുള്ള തന്റെ കടമ ഓരോ സാധാരണപൗരനും ബോധ്യപ്പെട്ടു. വിപ്ലവത്തിന്റെ ഫലങ്ങളായ, പുതുതായി നേടിയെടുത്ത ജനാധിപത്യസ്വാതന്ത്ര്യങ്ങൾ കാത്തുരക്ഷിക്കുന്നതിനും, തങ്ങളുടെ ഏറ്റവും മനോഹരമായ പ്രതീക്ഷകളും സ്വപ്നങ്ങളും സാക്ഷാൽക്കരിക്കുന്നതിനും ഇതാവശ്യമാണെന്ന് അവർ മനസിലാക്കി.

മുഴുവൻ ജനങ്ങളുടെയും വിപ്ലവാവേശത്തള്ളലിൽ ബഹുജനങ്ങളെ സംഘടിപ്പിക്കുന്നതും സമരത്തിന്റെ ഉയർന്നഘട്ടങ്ങളിലേക്ക് അവരെ നയിക്കുന്നതും തുടരേണ്ടതാവശ്യമായിരുന്നു. തൊഴിലാളികളെയും കൃഷിക്കാരെയും ബുദ്ധിജീവികളെയും അണിനിരത്തുന്നതിലും സംഘടിപ്പിക്കുന്നതിലും ഹോ അമ്മാവൻ വലിയ ശ്രദ്ധപതിപ്പിച്ചു. ഹാനോയിലെ പ്രായം ചെന്നവർക്കും ബിസിനസുകാർക്കും പുതിയ വിദ്യാഭ്യാസവർഷത്തിന്റെ തുടക്കത്തിൽ സ്കൂൾവിദ്യാർഥികൾക്കും അയച്ച കത്തുകളിൽ അവർ സ്വയം സംഘടിക്കേണ്ടതിന്റെയും ദേശാഭിമാനസംഘടനകളിൽ അണിനിരക്കേണ്ടതിന്റെയും പ്രാധാന്യം അദ്ദേഹം ഊന്നിപ്പറഞ്ഞു.

ചുരുങ്ങിയ കാലയളവിനുള്ളിൽ രാജ്യം മുഴുവനുമുള്ള പ്രായം ചെന്നവരും ചെറുപ്പക്കാരും പുരുഷന്മാരും സ്ത്രീകളുമടക്കം ലക്ഷക്കണക്കിനാളുകൾ സ്വയം സംഘടിച്ചു. ജിയോങിന്റെ പട നിലയുറപ്പിച്ചിരുന്ന നഗരങ്ങളിൽപോലും അവരുടെ തോക്കുകളും നേരിട്ടുകൊണ്ട് ദേശാഭിമാന സംഘടനകൾ അതിവേഗം വളർന്നുവന്നു. രാപകൽഭേദമില്ലാതെ നഗരങ്ങളിലും നാട്ടിൻപുറങ്ങളിലും യോഗങ്ങളും പ്രകടനങ്ങളും നടത്തപ്പെട്ടു. സ്വതവേ ശാന്തമായ വിയത്നാമിലെ നാട്ടിൻപുറങ്ങളിൽ മുമ്പൊരിക്കലും കാണാത്ത പ്രവർത്തനവും ആവേശവും തിരതല്ലി.

സാമ്രാജ്യവാദികൾ രാജ്യത്തെയാകെ വലയംചെയ്തിരിക്കുകയായിരുന്നു. എല്ലാഭാഗത്തുനിന്നും ശത്രുക്കൾ ഭീഷണിപ്പെടുത്തിക്കൊണ്ടിരുന്നു. തൻ ത്രാവൊവിൽവെച്ച് ചേർന്ന പാർട്ടിയുടെ ദേശീയസമ്മേളനം ഉറപ്പിച്ചുപറഞ്ഞിരുന്നു: “വിജയം നിർണയിക്കുന്നത് നമ്മുടെ ശക്തി മാത്രമായിരിക്കും.” രാജ്യത്തെ പ്രതിരോധിക്കുന്നതിനുള്ള നമ്മുടെ പോരാട്ടം “മുഴുവൻ ജനങ്ങളുടെയും ഒരു പ്രതിരോധയുദ്ധമായിരിക്കു”മെന്നും അതുകൊണ്ട് “മുഴുവൻ ജനങ്ങളെയും അണിനിരത്തുകയും ആയുധമണിയിക്കുകയും ചെയ്യേണ്ടതാവശ്യമാണെ”ന്നും 1944 ഡിസംബറിൽ എഴുതിയ ഒരു ശാസനത്തിൽ ഹോ അമ്മാവൻ ചൂണ്ടിക്കാണിക്കുകയുണ്ടായി. പ്രതിരോധയുദ്ധത്തിന്റെയും വിപ്ലവസായുധസേന കെട്ടിപ്പടുക്കുന്നതിന്റെയും മൗലികനയങ്ങൾ പ്രസ്തുതശാസനത്തിൽ അദ്ദേഹം ആവിഷ്കരിച്ചു. പൊതുകലാപത്തിനുമുമ്പ് ചേർന്ന തൻ ത്രാവൊ സമ്മേളനം ഒരേ സമയത്ത് ‘ജനങ്ങളെ ആയുധമണിയിക്കുന്നതി’ന്റെയും ‘വിയത്നാം വിമോചനസേന വളർത്തിയെടുക്കുന്ന’തിന്റെയും കടമകൾ സംബന്ധിച്ച നയത്തിന് രൂപംനൽകിയിരുന്നു.

ഫ്രഞ്ച്-അമേരിക്കൻ സാമ്രാജ്യവാദികൾക്കെതിരായി നടത്തിയ നീണ്ടുനിന്ന രണ്ട് പ്രതിരോധയുദ്ധങ്ങളിലൂടെ ഉരുത്തിരിഞ്ഞുവന്ന, ചെറുത്തുനിൽപ്പിനെയും സായുധസേന കെട്ടിപ്പടുക്കുന്നതിനെയും സംബന്ധിച്ച ഞങ്ങളുടെ നയങ്ങൾ - ബഹുജനങ്ങളുടെ സായുധസേനയും സ്ഥിരംപട്ടാളവും തമ്മിലുള്ള ബന്ധം അതിലുൾപ്പെടുന്നു. രാഷ്ട്രത്തിന്റെ വിജയത്തിന് നിർണായകമായ സംഭാവനകൾ നൽകി. അന്നത്തെ പ്രമേയങ്ങളിലൂടെയും ശാസനങ്ങളിലൂടെയും ഇന്ന് കണ്ണോടിച്ചുപോകുമ്പോൾ പാർട്ടിയും ഹോ അമ്മാവനും തുടക്കം മുതൽ തന്നെ ആവിഷ്കരിച്ച നയങ്ങൾ എത്രമാത്രം ശരിയായിരുന്നുവെന്ന് കാണാം.

പൊതുകലാപത്തിനുമുമ്പ് ഗറില്ലാതാവളങ്ങളിൽമാത്രം നടപ്പാക്കിയിരുന്ന ദേശാഭിമാനസംഘടനകളുടെ സൈനികവൽക്കരണം ഇപ്പോൾ രാജ്യംമുഴുവൻ ഒരു പൊതുപരിപാടിയായിത്തീർന്നു. ആ സംഘടനകളിലെ മെമ്പർമാർ, പ്രത്യേകിച്ചും ചെറുപ്പക്കാർ, സൈനികപരിശീലനം നേടുന്നതിലും പരമ്പരാഗതമായ ഗുസ്തിയും വാൾപ്പയറ്റും അഭ്യസിക്കുന്നതിലും അതീവതാൽപ്പര്യം പ്രകടിപ്പിച്ചു.

ആയുധങ്ങൾ സംഭരിക്കാനും നിർമിക്കാനും വിലയ്ക്കുവാങ്ങാനും വലിയ തിരക്കായിരുന്നു. കൊല്ലൻമാർ പട്ടാളക്കാർക്കും സ്വയം പ്രതിരോധയൂണിറ്റുകൾക്കും വേണ്ടി കുന്തങ്ങളും ചെറിയ വാളുകളും നിർമിച്ചു. വലിച്ചെറിഞ്ഞ ഇരുമ്പുകഷണങ്ങൾ ശേഖരിക്കാൻ കുട്ടികൾ സഹായിച്ചു. മുതിർന്നവർ ആയുധങ്ങൾ നിർമിക്കുന്നതിന് ചെമ്പുകൊണ്ടുള്ള കിണ്ണവും മറ്റ് പാത്രങ്ങളും കർപ്പൂരത്തട്ട്, കുത്തുവിളക്ക് തുടങ്ങിയ പൂജാസാമഗ്രികളും കയ്യിൽ എന്തെല്ലാമുണ്ടോ അതെല്ലാം സംഭാവന നൽകി.

വിദേശഭരണത്തിൻ കീഴിൽ എല്ലാ ആയുധങ്ങളും നിരോധിക്കപ്പെട്ടിരുന്നു. അടിച്ചമർത്തൽ നടപടി നടക്കുന്ന കാലത്ത് ഏതെങ്കിലുമൊരു വീട്ടിൽ ഒരു കഠാര കണ്ടാൽമതി, ആ വീട്ടുകാരെ മുഴുവൻ കൂട്ടക്കൊല ചെയ്യാൻ. പുതുതായി നേടിയെടുത്ത സ്വാതന്ത്ര്യം കാത്തുരക്ഷിക്കുന്നതിന് ആയുധങ്ങൾ ശേഖരിക്കാനുള്ള ജനങ്ങളുടെ അദമ്യമായ ആഗ്രഹം വിവരിക്കുക പ്രയാസമാണ്.

ചെറിയ ഒരു വാളോ അല്ലെങ്കിൽ ഒരു നീണ്ടകുന്തമോ കയ്യിലേന്തി ഗ്രാമകവാടത്തിൽ നിൽക്കുന്ന പട്ടാളക്കാരന് രാഷ്ട്രത്തിന്റെ ധീരപാരമ്പര്യം മുമ്പെന്നത്തേക്കാളും ശക്തമായി തന്നിൽ പതഞ്ഞുയരുന്നതായി അനുഭവപ്പെട്ടു.

ആഗസ്റ്റ് വിപ്ലവത്തിന് മുമ്പ് നിലവിലുണ്ടായിരുന്ന സ്വയം പ്രതിരോധസംഘവും ഗറില്ലാസംഘവും അതിവേഗം വളർന്നുവന്നു.

ഹോ അമ്മാവൻ ഈ സേനകളെ എത്ര വഴങ്ങാത്ത ശത്രുവിനെയും അമർച്ച ചെയ്യുന്ന പിതൃഭൂമിയുടെ 'ഉരുക്കുമതിൽ' എന്ന് വിശേഷിപ്പിച്ചു. പൊതുകലാപത്തിന്റെ സമയത്ത് പലേടത്തും അധികാരം പിടിച്ചെടുക്കുന്നതിന് ജനങ്ങളെ സഹായിച്ച സാഹസികസംഘമായിരുന്നു അത്. തെക്കൻവിയത്നാമിൽ പ്രതിരോധയുദ്ധം പൊട്ടിപ്പുറപ്പെടുകയും

ക്രമേണ അത് രാജ്യം മുഴുവൻ വ്യാപിക്കുകയും ചെയ്തപ്പോൾ ഓരോ തെരുവും ഓരോ ഗ്രാമവും ഓരോ കോട്ടയാക്കിമാറ്റുന്നതിന് അത് സഹായിച്ചു.

1945 ന്റെ അവസാനമായപ്പോഴേക്കും ഓരോ കരയിലും ഗ്രാമത്തിലും തെരുവിലും ഫാക്ടറിയിലും സ്വയംപ്രതിരോധയൂണിറ്റുകൾ സംഘടിപ്പിക്കപ്പെട്ടു. ചിലേടത്ത് ഒന്നോ രണ്ടോ കമ്പനികളാണെങ്കിൽ മറ്റുചിലേടത്ത് ഏറ്റവും ചുരുങ്ങിയത് ഒരു പ്ലാറ്റൂണെങ്കിലും ഉണ്ടാവും. അവയെ പാർട്ടിയുടെ സൂക്ഷ്മനിയന്ത്രണത്തിൽ കൊണ്ടുവരികയും ഗവൺമെന്റധികൃതർ അവയ്ക്ക് സൈനികപരിശീലനം നൽകുകയും ചെയ്തു. പക്ഷെ, ഭക്ഷണത്തിന്റെയും ഉപകരണങ്ങളുടെയും കാര്യത്തിൽ അവ സ്വയം പര്യാപ്തങ്ങളായിരുന്നു.

അതേവരെ യുദ്ധംവ്യാപിച്ചിട്ടില്ലാത്ത പ്രദേശങ്ങളിൽ, പാർട്ടിയുടെയും ഗവൺമെന്റിന്റെയും മുന്നണിയുടെയും ഓഫീസുകൾക്കും സാമ്പത്തിക–ദേശീയപ്രതിരോധസ്ഥാപനങ്ങൾക്കും സംരക്ഷണം ഉറപ്പുചെയ്യാനും ക്രമസമാധാനം പാലിക്കാനും പിന്തിരിപ്പന്മാരെ അമർച്ചചെയ്യാനും വിപ്ലവാധികാരത്തിന്റെ സർവാധിപത്യത്തിനുള്ള കാര്യക്ഷമമായ ഉപകരണമാണ് തങ്ങളെന്ന് സ്വയം പ്രതിരോധയൂണിറ്റുകൾ തെളിയിച്ചു. മിക്കവാറും എല്ലാ ഗ്രാമപ്രദേശങ്ങളിലും കളവും പിടിച്ചുപറിയും നിർമാർജനം ചെയ്യപ്പെട്ടു. ആളുകൾ ഇല്ലാതിരിക്കുമ്പോഴോ അല്ലെങ്കിൽ ഉറങ്ങുമ്പോഴോ വാതിലുകൾ തുറന്നുകിടക്കുന്നത് കാണാൻ ഒരു നല്ലകാഴ്ചയായിരുന്നു.

ഹാനോയിലെ മിക്കവാറും എല്ലാ ചെറുപ്പക്കാരും നഗരത്തിലെ സ്വയം പ്രതിരോധയൂണിറ്റുകളിൽ അംഗങ്ങളായിരുന്നു. അവരുടെ എണ്ണം പതിനായിരക്കണക്കിന് വരുമായിരുന്നു. കഠാരകളും വെടിയുണ്ടകളും തുടങ്ങി ടാങ്ക് വിരുദ്ധമൈനുകളും ജാപ്പനീസ് യന്ത്രത്തോക്കുകളും വരെയുള്ള പലതരത്തിലുള്ള ആയുധങ്ങളും സംഭരിക്കാൻ അവർക്ക് കഴിഞ്ഞു.

ആ സേനയുടെ കാതൽ സ്വയംപ്രതിരോധ സാഹസിക യൂണിറ്റുകളായിരുന്നു. അവരെ തെരഞ്ഞെടുത്തത് ദേശീയ മോചനത്തിനായുള്ള ജനസംഘടനയുടെ അണികളിൽനിന്നായിരുന്നു. അവരിൽ തൊഴിലാളികളും ദരിദ്രരായ കൂലിക്കാരും സ്കൂൾ കുട്ടികളും വിദ്യാർഥികളുമുണ്ടായിരുന്നു. അവരെ ആയുധമണിയിച്ച് സുസജ്ജരാക്കി നിർത്തിയിരുന്നത് ദേശീയ പ്രതിരോധമന്ത്രികാര്യാലയമായിരുന്നു. അന്നത്തെ പരിതഃസ്ഥിതികൾമൂലം ചില നിർദിഷ്ടസ്ഥലങ്ങളിലായിരുന്നു അവരെ പാർപ്പിച്ചിരുന്നത്. അവരുടെ ദൈനംദിനാവശ്യങ്ങൾ നിറവേറ്റിയത് ജനങ്ങളായിരുന്നു. പിന്തിരിപ്പൻമാരിൽനിന്ന് വിപ്ലവാധികാരത്തെ രക്ഷിക്കുകയെന്ന കടമ മാത്രമല്ല അവർ നിർവഹിച്ചത്. പിന്നെയോ? പ്രചാരണപ്രവർത്തനങ്ങളിലും മറ്റ് സ്വയം പ്രതിരോധയൂണിറ്റുകളെ പരിശീലിപ്പിക്കുന്നതിലും അവർ മുൻനിന്ന് പ്രവർത്തിച്ചു.

"ഹോ ചി മിൻ സ്വയം പ്രതിരോധ പരിശീലനസ്കൂൾ" എന്ന പേരിൽ അവർക്കൊരു പരിശീലനകേന്ദ്രമുണ്ടായിരുന്നു. ഹോ അമ്മാവൻ പലതവണ അവിടം സന്ദർശിച്ചു. എനിക്കു പുറമെ സഖാവും ഞാനും ക്ലാസെടുക്കാൻ പലപ്പോഴും അവിടെ പോകാറുണ്ടായിരുന്നു. അവിടെ നിന്ന് പരിശീലനം നേടിയ പലരും പിന്നീട് വിയത്നാം ജനകീയസേനയിലെ ഒന്നാംതരം കേഡർമാരായി മാറി.

ബഹുജനങ്ങളുടെ ഒരു സായുധസേന വളർത്തിയെടുക്കുന്നതോടൊപ്പംതന്നെ ഒരു സ്ഥിരംപട്ടാളം രൂപപ്പെടുത്തിയെടുക്കാനുള്ള പ്രവർത്തനങ്ങളും ഞങ്ങൾ നടത്തി.

വിയത്നാം ദേശീയവിമോചനസേനയുടെയും വിതയ്നാം വിമോചനത്തിനായുള്ള സായുധപ്രചാരണ ബ്രിഗേഡിന്റെയും ബാ തൊ ഗറില്ലകളുടെയും മറ്റും യൂണിറ്റുകൾ വിയത്നാം വിമോചനസേനയിൽ ലയിച്ചു. അവയ്ക്കതിവേഗം മാറ്റം വന്നു. അവ പൊതുകലാപത്തിനു മുമ്പ് ബറ്റാലിയനുകളായും കമ്പനികളായും പ്ലറ്റൂണുകളായും സംഘടിപ്പിക്കപ്പെട്ടു. പാർട്ടിയുടെ തീരുമാനത്തെത്തുടർന്നുണ്ടായ അതിന്റെ വളർച്ച അതിശീഘ്രമായിരുന്നു. വിപ്ലവത്തിനു തൊട്ടുപിന്നാലെയുള്ള കാലയളവുമായി താരതമ്യപ്പെടുത്തുമ്പോൾ ഒരു മാസത്തിനകം വിമോചനസേനയുടെ ശക്തി പത്തിരട്ടി വർധിച്ചു.

പട്ടാളത്തിന്റെയും ദേശീയ പ്രതിരോധഗാർഡിന്റെയും എല്ലാ യൂണിറ്റുകളെയും പട്ടാളത്തിനകത്തെ പാർട്ടി സംഘടനാ ഏജൻസികളിലൂടെ പാർട്ടിയുടെ നേതൃത്വത്തിൽ കൊണ്ടുവന്നു. അതിൽ പാർട്ടിമെമ്പർമാർ സുപ്രധാന പങ്കുവഹിച്ചു.

ആദ്യകാലത്തെ പാർട്ടിയുടെ പ്രഥമ സായുധയൂണിറ്റുകളിലെ കേഡർമാരും മെമ്പർമാരും പിന്നീട് ദേശീയതലത്തിലും പ്രാദേശികതലത്തിലും പട്ടാളയൂണിറ്റുകളുടെ കേന്ദ്രമായിതീർന്നു.

നേരത്തെ ഗറില്ലാതാവളത്തിൽ സ്ഥാപിച്ചിരുന്ന ജാപ്പനീസ് വിരുദ്ധ രാഷ്ട്രീയ–സൈനികസ്കൂൾ വിയത്നാം രാഷ്ട്രീയ–സൈനികസ്കൂളായി മാറ്റുകയും കുറെക്കൂടി വിപുലപ്പെടുത്തുകയും ചെയ്തു. ഒരേസമയത്ത് നൂറുകണക്കിന് കേഡർമാർക്ക് അവിടെ പരിശീലനം നൽകപ്പെട്ടു. പലപ്പോഴും ക്ലാസെടുക്കുന്നതിന് ഹോ അമ്മാവൻ അവിടെ പോകാറുണ്ടായിരുന്നു. ഈ സ്കൂളിനെ ജിയാങിന്റെ ആൾക്കാരിൽനിന്ന് മറച്ചുപിടിക്കുന്നതിന് അതിന്റെ പേര് "വിയത്നാം കേഡർസ്കൂൾ" എന്നാക്കി മാറ്റി.

വിമോചനസേനയിൽ മെമ്പർമാരെ ചേർക്കുന്നതിനുള്ള തീവ്രയത്നം രാജ്യവ്യാപകമായി നടന്നു. ദേശാഭിമാനസംഘടനകൾ തങ്ങളുടെ മെമ്പർമാരെ സായുധസേനയിലേക്കയച്ചു; സ്വയം പ്രതിരോധയൂണിറ്റുകൾ തങ്ങളുടെ ഏറ്റവും നല്ല പോരാളികളെ പട്ടാളത്തിന് സംഭാവന നൽകി. ചില പ്രദേശങ്ങളിൽ അവ സ്വയം പട്ടാളയൂണിറ്റുകളായി മാറി. ഹാനോയിൽ പട്ടാളത്തിൽ ചേരാൻ തയാറായി നിരനിരയായി ആളുകൾ

വന്നുകൊണ്ടിരുന്നു– മധ്യവയസ്കരും ചെറുപ്പക്കാരും എല്ലാം. അവരെ സ്വീകരിക്കാൻ പ്രത്യേക പ്ലാറ്റ്ഫോറങ്ങൾതന്നെ സജ്ജീകരിച്ചു.

പൊതുകലാപവേളയിൽ അനേകം സിവിൽഗാർഡ് യൂണിറ്റുകൾ വിപ്ലവപക്ഷത്തു ചേർന്നു. ദേശാഭിമാനത്തിൽ പ്രചോദിതരായി വിപ്ലവ സേനയിൽ ചേരാനാഗ്രഹിക്കുന്ന മുൻ ഓഫീസർമാരെയും പട്ടാളക്കാരെയും സ്വീകരിക്കാൻ ഞങ്ങൾ തീരുമാനിച്ചു. അവരിൽ പലരും പിന്നീട് ഞങ്ങളുടെ സേനയിലെ നല്ല പട്ടാളക്കാരും കേഡർമാരുമായി മാറി.

മിക്കപ്രദേശങ്ങളിലും പട്ടാളത്തെ ജനങ്ങൾ തുണയ്ക്കേണ്ടി വന്നു. ഞങ്ങളുടെ യോദ്ധാക്കളെ ശുശ്രൂഷിക്കുന്നതിൽ സ്ത്രീകളുടെ ദേശീയവിമോചനസംഘടന ഒരു പ്രധാന പങ്കുവഹിച്ചു.

ഞങ്ങളുടെ പട്ടാളത്തിന് കൂടുതൽ ആയുധങ്ങൾ ലഭിക്കാൻ എല്ലാ മാർഗങ്ങളും ആരായുന്നതിന് ഞങ്ങൾ തീരുമാനിച്ചു. യുദ്ധക്കളത്തിൽ വെച്ച് സിവിൽഗാർഡുകളിൽനിന്നോ ജപ്പാൻകാരിൽനിന്നോ പിടിച്ചെടുത്തവയ്ക്കു പുറമെ ജനങ്ങൾ സംഭാവന നൽകിയ പണവും സ്വർണവും ജപ്പാനിൽനിന്നും ജിയാങ്ങിന്റെ പട്ടാളക്കാരിൽനിന്നും കൂടുതൽ ആയുധങ്ങൾ വാങ്ങുന്നതിന് ഉപയോഗിച്ചു. എന്നിട്ടും വളർന്നുകൊണ്ടിരുന്ന ഞങ്ങളുടെ പട്ടാളത്തിന്റെ ആവശ്യങ്ങൾ നിറവേറ്റുക എളുപ്പമായിരുന്നില്ല. കയ്യിൽ കിട്ടിയതൊക്കെ ഞങ്ങൾക്കുപയോഗിക്കേണ്ടിവന്നു. അതിനാൽ ഞങ്ങളുടെ പക്കലുണ്ടായിരുന്ന ആയുധങ്ങളും പടക്കോപ്പും നാനാതരത്തിൽപ്പെട്ടവയായിരുന്നു. രണ്ടാം ലോകമഹായുദ്ധക്കാലത്ത് ഉണ്ടാക്കപ്പെട്ടതും ഈയിടെ വിദേശസൈന്യം കൊണ്ടുവന്നതുമായ കനം കുറഞ്ഞ സബ്മെഷീൻ തോക്കുളോടൊപ്പം സാറിന്റെ കാലത്തുണ്ടാക്കപ്പെട്ടിരുന്ന നീണ്ട റൈഫിളുകളും പ്രാദേശികകൊല്ലന്മാരുണ്ടാക്കിയ നാടൻതോക്കും ഉണ്ടായിരുന്നു. ഇന്നിപ്പോൾ ഞങ്ങളുടെ കാലാൾപ്പടയ്ക്ക് ഒരേ നിലവാരമുള്ള മൂന്നുതരം പടക്കോപ്പുകളാണുള്ളത്. എന്നാൽ അന്ന് നാൽപ്പതോളം വ്യത്യസ്തതരത്തിൽപ്പെട്ട പടക്കോപ്പുകളുണ്ടായിരുന്നു. റൈഫിൾതന്നെ എട്ട് രാജ്യങ്ങളിൽ ഉൽപ്പാദിപ്പിക്കപ്പെട്ടതും 20 ഇനങ്ങളിൽ പെടുന്നവയുമായിരുന്നു.

വിയത്നാം

മിനുത്ത കുഴലുള്ള ഫാൻ ദിഞ് ഫുങ് ചെറുതോക്കുകൾ
നാടൻ തോക്കുകൾ

ഫ്രഞ്ച്

മൂന്നു വെടിയുണ്ട അറകളുള്ള 'മൊസ് കിറ്റോൺ'
അഞ്ച് വെടിയുണ്ട അറകളുള്ള 'മൊസ്കിറ്റോൺ'
ഇന്തോ ചൈനീസ് റൈഫിളുകൾ
ചെറുതോക്കുകൾ
7.5 എം എ, മാസ്

അർധ ഓട്ടോമാറ്റിക് മാസ് തോക്കുകൾ
ഗ്രനേഡ് എറിയുന്ന യന്ത്രം
12 കാലിബർ തോക്കുകൾ
16 കാലിബർ തോക്കുകൾ
20 കാലിബർ തോക്കുകൾ

ജാപ്പനീസ്

കുതിരപ്പടയുടെ തോക്കുകൾ
കാലാൾപ്പടയുടെ റൈഫിളുകൾ

ബ്രിട്ടീഷ്

7.7 മില്ലിമീറ്റർ റൈഫിൾ

അമേരിക്ക

1903 റെമിങ്ടൺ റൈഫിളുകൾ
1917 റെമിങ്ടൺ റൈഫിളുകൾ

റഷ്യൻ

7.9 മി മീറ്റർ നീണ്ട റൈഫിളുകൾ
(സാറിന്റെ കാലത്ത് നിർമിച്ചത്)

ചൈനീസ്

7.9 മി മീറ്റർ റൈഫിളുകൾ (ജിയാങ്ങിന്റെ കാലത്ത് നിർമിച്ചത്)

ജർമൻ

നാസികളുടെ കാലത്തുണ്ടാക്കിയ മൗസർ റൈഫിളുകൾ

കൂടുതൽ പേർക്കും തോക്കിനുപകരം ലാത്തികളേ ഉണ്ടായിരുന്നുള്ളു. അവയുമേന്തി ദേശീയ പ്രതിരോധഗാർഡുകൾ വെയിലോ മഴയോ കൂസാതെ രാപ്പകൽ പരിശീലനം നേടി. അതതുപ്രദേശത്തെ സ്ത്രീകൾ അവർക്ക് ഭക്ഷണവും കുടിക്കാനുള്ള പാനീയങ്ങളും പഴങ്ങളും നൽകി. മുന്നണിയിലേക്കുള്ള യാത്രയിൽ അങ്ങേയറ്റത്തെ സ്നേഹപ്രകടനങ്ങളാണ് അവർക്ക് ജനങ്ങളിൽനിന്ന് ലഭിച്ചത്. ജനങ്ങൾ അവരെ നല്ലവണ്ണം നോക്കിരക്ഷിച്ചു.

ഞങ്ങളുടെ ദേശീയചരിത്രത്തിലാദ്യമായി ഒരു പുതിയ സൈന്യം പ്രത്യക്ഷപ്പെടുകയായിരുന്നു– ജനങ്ങളുടെ ഒരു സൈന്യം; ജനങ്ങൾക്കിടയിൽനിന്ന് വളർന്നുവന്ന ഒരു സൈന്യം; ജനങ്ങൾ വളർത്തിയെടുത്ത ഒരു സൈന്യം; ജനങ്ങൾക്കു വേണ്ടി പോരാടുന്ന ഒരു സൈന്യം. ഈ

സൈന്യത്തിന് രൂപംനൽകിയത് പാർട്ടിയും പ്രസിഡന്റ് ഹോ ചി മിനുമായിരുന്നു. അതുകൊണ്ട് ആദ്യം മുതൽതന്നെ അതിൽ പാർട്ടിയുടെയും ഹോ അമ്മാവന്റെയും മുദ്രകൾ ആഴത്തിൽ പതിഞ്ഞിരുന്നു. പാർട്ടിയെ പരാമർശിച്ചുകൊണ്ട് ഒരിക്കൽ ഹോ അമ്മാവൻ ലു ഹ്സുൻന്റെ രണ്ടു വരികൾ ഉദ്ധരിച്ചു:

“ഒരായിരം അഭ്യാസികളെ പുച്ഛിച്ചുതള്ളും.
കുട്ടികൾക്കു കുതിരയായി കുനിഞ്ഞുകൊടുക്കും.”

‘ആയിരം അഭ്യാസികൾ എന്നതിനർഥം ഫ്രഞ്ച് കൊളോണിയലിസ്റ്റുകളെയും അമേരിക്കൻ ഇടപെടൽകാരെയും പോലുള്ള ശക്തരായ ശത്രുക്കളും അതുപോലെതന്നെ കടുത്ത വിഷമങ്ങളും പ്രയാസങ്ങളുമെന്നായിരുന്നു; ‘കുട്ടികൾ’ എന്നതുകൊണ്ടാവട്ടെ സാധാരണക്കാരുടെ വിപുലമായ വിഭാഗങ്ങൾ എന്നും രാഷ്ട്രത്തിന്റെയും ജനങ്ങളുടെയും താൽപ്പര്യങ്ങളനുസരിച്ച് ചെയ്ത പ്രവൃത്തികൾ എന്നും.

ഈ രണ്ടുവരികൾ ഞങ്ങളുടെ പട്ടാളത്തിന്റെ ഒരു നല്ല ചിത്രം നൽകുന്നു. ദേശീയ പ്രതിരോധ ഗാർഡുകൾ രാജ്യം മുഴുവനുമുള്ള ജനങ്ങളുടെ സ്നേഹാദരങ്ങൾക്ക് പാത്രമായി. അവരെ “ഹോ അമ്മാവന്റെ പട്ടാളക്കാർ” എന്ന് ജനങ്ങൾ വിളിച്ചതിൽനിന്നുതന്നെ അത് വ്യക്തം.

ദേശീയവിമോചനത്തിനുവേണ്ടിയുള്ള സമരങ്ങളുടെ തീച്ചൂളയിലാണ് ഞങ്ങളുടെ പട്ടാളവും ബഹുജനങ്ങളുടെ സായുധസേനയും ജന്മമെടുത്തത്. അത് പോരാട്ടങ്ങളിലൂടെ വളരുകയും പാർട്ടിയും പ്രസിഡന്റും ഹോയും നൽകിയ വിദ്യാഭ്യാസത്തിലൂടെ തങ്ങളുടെ രാഷ്ട്രീയ നിലവാരമുയർത്തുകയും ചെയ്തു. അങ്ങനെ യുദ്ധഭൂമികളിലെ തീജ്വാലയിൽ അവ ഉരുക്കുപോലെ ഉറച്ചതായിത്തീർന്നു. ആ സായുധസേനകൾ അനുദിനം വളരുകയും രാജ്യത്തിന്റെ മഹത്തും അടിയന്തരവുമായ ആവശ്യങ്ങൾ നിറവേറ്റുകയും ചെയ്തു.

14

ഹോവിന്റെ അസാധാരണമായ അടവുകൾ

തന്റെ നീണ്ടകാലത്തെ വിദേശവാസത്തിനിടയിൽ ഹോ അമ്മാവൻ അനേകവർഷം ചൈനയിൽ ചെലവഴിക്കുകയുണ്ടായി. കുമിന്താങ് രഹസ്യപ്പൊലീസുകാരുടെ ഒരു വലിയ ശൃംഖല തന്നെയുണ്ടായിരുന്നു അവിടെ അദ്ദേഹത്തിന്റെ നീക്കങ്ങളെ നിരന്തരം വീക്ഷിക്കാൻ. ജിയാങ് കയ്ഷെക് ക്ലിക് പതിനായിരക്കണക്കിന് കമ്യൂണിസ്റ്റ് പാർട്ടിമെമ്പർമാരെയും വിപ്ലവകാരികളായ തൊഴിലാളികളെയും കൊലചെയ്ത ദുരന്ത നാളുകളിൽ അദ്ദേഹം കാന്റണിലായിരുന്നു. മുപ്പതിലേറെ ജയിലുകളിൽ അദ്ദേഹത്തിന് തടവുകാരനായി കഴിയേണ്ടി വന്നു. ജപ്പാന്റെ കീഴടങ്ങലിനുശേഷം ജിയാങിന്റെ നേതൃത്വത്തിലുള്ള യുദ്ധക്കൊതിയന്മാരെ നേരിടാൻ പോകുന്ന ആസന്നമായ വിപത്തിനെ – ചൈനീസ് കമ്യൂണിസ്റ്റ് പാർട്ടിയുടെ കീഴിൽ വളർന്നുവരുന്ന ചുവപ്പുസേനയെ – ഇല്ലായ്മ ചെയ്യാൻ അമേരിക്ക അവരോട് ആവശ്യപ്പെട്ടു. ജിയാങ്ങാവട്ടെ, ഒരു ഏറ്റുമുട്ടലിന്, വിപ്ലവത്തെ ഉന്മൂലനാശം വരുത്താനുള്ള ഒരു പോരാട്ടത്തിന്, തയാറെടുക്കുകയായിരുന്നു.

ജിയാങ് കയ്ഷെക് ക്ലിക്കിന്റെ വർഗസ്വഭാവത്തെക്കുറിച്ച് ഹോ അമ്മാവന് അഗാധമായ ധാരണയുണ്ടായിരുന്നു. ജിയാങിന്റെ പട വടക്കൻവിയത്നാമിലേക്ക് പ്രവഹിക്കാൻ തുടങ്ങിയതുമുതൽ വിയത്നാം വിപ്ലവം നേരിടാനിരിക്കുന്ന വിപത്തിനെക്കുറിച്ച് അദ്ദേഹത്തിന് നല്ല ബോധമുണ്ടായിരുന്നു. അവർ അതിക്രൂരന്മാരായ കമ്യൂണിസ്റ്റ് വിരോധികളായിരുന്നു. തെക്കൻവിയത്നാമിലെ സുമാർ 30,000 വരുന്ന ശക്തമായ ജാപ്പനീസ് സൈന്യത്തെ നിരായുധരാക്കുന്നതിന് ബ്രിട്ടീഷുകാർ 5000 പട്ടാളക്കാരെമാത്രം നിയോഗിച്ചപ്പോൾ വടക്കൻവിയത്നാമിൽ അതേ ജോലിചെയ്യുന്നതിന് 180000 പട്ടാളക്കാരെയാണ് ജിയാങ് ക്ലിക് പറഞ്ഞ

യച്ചത്. അവരുടെ ഉദ്ദേശ്യം വളരെ വ്യക്തമായിരുന്നു: അവർ വിപ്ലവാധികാരം തകർക്കാനും ഞങ്ങളുടെ രാജ്യം അവരുടെ രാജ്യത്തോട് കൂട്ടിച്ചേർക്കാനുമാണ് ആഗ്രഹിച്ചത്.

ജിയാങ്ങ് ക്ളിക്കുമായി സന്ധിചെയ്യുകയും സമരത്തിന്റെ കുന്തമുന അക്രമികളായ ഫ്രഞ്ചുകൊളോണിയലിസ്റ്റുകൾക്കെതിരെ തിരിച്ചുവിടുകയുമായിരുന്നു അപ്പോഴത്തെ ഞങ്ങളുടെ തന്ത്രം. എന്നാൽ, ഇക്കൂട്ടരുമായുള്ള സംഘർഷത്തിന് അയവുണ്ടാക്കുക അത്ര എളുപ്പമായിരുന്നില്ല.

ഹോ അമ്മാവൻ ആവർത്തിച്ച് ഞങ്ങളുടെ കേഡർമാരോട് പറഞ്ഞു: “പ്രകോപനങ്ങൾ ഒഴിവാക്കാനും സംഘട്ടനങ്ങൾ തടയാനും നാം ആവുന്നത്ര ശ്രമിക്കണം. എന്നിട്ടും അവ നടക്കുന്നപക്ഷം വളരെ വലിയവ ഉണ്ടാകാതെ നോക്കണം: ചെറിയഗ്രൂപ്പുകളെ പൂർണമായി തകർത്തുവിടണം.” എന്നാൽ ഈ ശാസനത്തിന്റെ അർഥവ്യാപ്തി മുഴുവൻ ഉൾക്കൊള്ളാൻ എല്ലാവർക്കും കഴിഞ്ഞില്ല.

അക്കാലത്തെ ഞങ്ങളുടെ അടവുകൾ പൂർണമായി മനസിലാക്കാൻ അനേകം പാർട്ടികേഡർമാർക്ക് കഴിഞ്ഞില്ല. അതുകൊണ്ടാണ് സംഭവിക്കരുതാത്ത സംഘട്ടനങ്ങൾ ചിലേടത്തുണ്ടായത്. ആ സംഭവങ്ങൾ ഞങ്ങൾക്ക് ധാരാളം പ്രയാസങ്ങളുണ്ടാക്കി. പാർട്ടിയുടെ നയം നടപ്പാക്കുമ്പോൾ സ്ഥിതിഗതികളെ സംബന്ധിച്ച വിശാലമായ വീക്ഷണം വെച്ചുപുലർത്തുന്നതിൽ പരാജയപ്പെട്ടവരുടെ തെറ്റായ ആശയങ്ങളോടും പ്രവർത്തനങ്ങളോടും ഹോ അമ്മാവൻ യാതൊരു വിട്ടുവീഴ്ചയും കാണിച്ചില്ല.

ഒരുഭാഗത്ത്, ഞങ്ങൾ ഒത്തുതീർപ്പുണ്ടാക്കാനും ശത്രുവിന്റെ അട്ടിമറിപ്രവർത്തനങ്ങൾ പരിമിതപ്പെടുത്താനും ശ്രമിക്കുകയുമായിരുന്നു: മറുഭാഗത്ത്, ശത്രുപക്ഷത്തെ വൈരുധ്യങ്ങളും പിളർപ്പുകളും അവ എത്രതന്നെ ചെറിയതായാലും– കണ്ടുപിടിക്കാനും അവയെ പരമാവധി ഞങ്ങൾക്കനുകൂലമാക്കാനുള്ള പ്രവർത്തനങ്ങളും.

താൽക്കാലിക ഗവൺമെന്റിൽ വിദേശകാര്യവകുപ്പിന്റെ ചുമതലകൂടി പ്രസിഡന്റ് ഹോ ഏറ്റെടുത്തു. അക്കാലത്ത് അത് അങ്ങേയറ്റം വിഷമകരവും സങ്കീർണവുമായ ജോലിയായിരുന്നു.

വടക്കൻ വിയത്നാമിലേക്കു വന്ന ചൈനീസ് കുമിന്താങ് ജനറൽമാർ വിവിധ ഗ്രൂപ്പുകളിൽപ്പെട്ടവയായിരുന്നു. ചിലർ യുനാൻ, ക്വാങ്തുങ്, ക്വാങ്സി എന്നീ പ്രാദേശികക്ലിക്കുകളിൽപ്പെട്ടവരായിരുന്നു. മറ്റുചിലർ ചുങ്കിങിലെ കേന്ദ്രക്ലിക്കിൽനിന്നാണ് വന്നത്. കമ്യൂണിസ്റ്റുവിരോധത്തിന്റെ കാര്യത്തിൽ അവരെല്ലാം ഒരുപോലെയായിരുന്നു. എങ്കിലും ആഭ്യന്തരവൈരുധ്യങ്ങൾ നിമിത്തം വിയത്നാംവിപ്ലവത്തോടുള്ള പിന്തിരിപ്പൻസമീപനത്തിന്റെ കാര്യത്തിൽ അവർ തമ്മിൽ ഭിന്നാഭിപ്രായക്കാരായിരുന്നു.

വിയ്തനാമിൽ ഇടപെടുക, എന്ന ഉദ്ദേശ്യത്തിനുപുറമെ തെക്കുപടിഞ്ഞാറൻ ചൈനയിലെയും തെക്കൻചൈനയിലെയും ഏതാനും മർക്ക

ടമുഷ്ടിക്കാരായ പട്ടാളമേധാവികളെ തട്ടാൻ ഈ അവസരമുപയോഗിക്കാനും ചുങ്കിങ്ങിൽനിന്ന് വന്നവർ ആഗ്രഹിച്ചു. ലൂ ഹാൻ തന്റെ പട്ടാളത്തെ ഞങ്ങളുടെ രാജ്യത്തിലേക്കു നയിച്ചപ്പോൾ ഹോ അമ്മാവൻ പറഞ്ഞു: "പുലിയെ വശീകരിച്ച് പർവതത്തിൽനിന്ന് പുറത്തുകൊണ്ടുവരിക'യെന്ന ജിയാങ് കയ്ഷെക്കിന്റെ പദ്ധതിയാണിത്. അവർക്കിടയിലുള്ള ആഭ്യന്തരവൈരുധ്യങ്ങളെ നമുക്കുപയോഗപ്പെടുത്താനാവും." യുനാനിലെ ഗവർണറായ ലോങ് വാനെ പാഠം പഠിപ്പിക്കണമെന്ന് വളരെക്കാലമായി ജിയാങ് ആഗ്രഹിച്ചിരുന്നതാണ്.

ഹോ അമ്മാവനുമായി നടത്തിയ ഏതാനും കൂടിക്കാഴ്ചകൾക്കുശേഷം ലൂഹാൻ അദ്ദേഹത്തോട് മതിപ്പ് പ്രകടിപ്പിക്കാൻ തുടങ്ങി. ഹോ അമ്മാവന്റെ ഹൃദയവിശാലതയും അഗാധമായ അറിവും കണ്ട് ലൂഹാൻ അത്ഭുതപ്പെട്ടു. ഹോ അമ്മാവൻ അയാളുമായി വിയത്നാമിലെയും ചൈനയിലെയും ലോകത്തിലെയും രാഷ്ട്രീയ സ്ഥിതിഗതികളെ സംബന്ധിച്ച് അഭിപ്രായങ്ങൾ കൈമാറി. സ്വാതന്ത്ര്യത്തിനുവേണ്ടിയുള്ള ഞങ്ങളുടെ സമരവും ചൈനയോടുള്ള ഞങ്ങളുടെ സൗഹാർദനയവും അദ്ദേഹം ലൂ ഹാന് വിശദീകരിച്ചുകൊടുത്തു. വിയത്നാം നാഷണലിസ്റ്റുപാർട്ടിയും വിയത്നാം വിപ്ലവസഖ്യവും നടത്തിവന്നിരുന്ന വൃത്തികെട്ട പ്രവർത്തനങ്ങളെപ്പറ്റി ഹോ അമ്മാവൻ അയാളോട് ചിലപ്പോൾ സംസാരിച്ചു.

ലൂഹാൻ ആദരപൂർവം അദ്ദേഹത്തെ 'പ്രസിഡന്റ് ഹോ' എന്ന് അഭിസംബോധന ചെയ്തു. പ്രസിഡന്റ് അയാളെ സന്ദർശിക്കാൻ ചെല്ലുമ്പോൾ അയാൾ അദ്ദേഹത്തെ സ്വീകരിക്കുന്നതിന് വാതിൽക്കലേക്ക് വരും. തിരിച്ചുപോകുമ്പോൾ വാതിൽവരെ അദ്ദേഹത്തെ അനുഗമിക്കുകയും ചെയ്യും. തന്റെ അപകടംപിടിച്ച സ്ഥിതി അയാൾക്ക് അറിയാവുന്നതുപോലെതോന്നി. അയാൾ ആശങ്കാകുലനായി കാണപ്പെട്ടു.

ത്രുവോങ് ഫാറ്റ് ക്യൂവിന്റെ അധികാരപദവിയിലുള്ള നാലാം യുദ്ധപ്രദേശത്തെ പൊളിറ്റിക്കൽ ഡയറക്ടറായിരുന്നു തിയു വാൻ. ത്രുവോങ് ഫാറ്റ് ക്യൂ സ്ഥാപിച്ച "വിയത്നാം വിപ്ലവത്തിന് മാർഗനിർദേശം ചെയ്യാനുള്ള ഓഫീസി"ൽ നിർണായകമായൊരു പങ്ക് അദ്ദേഹം വഹിച്ചു.

ജിയാങ് കയ്ഷെക് ത്രുവോങിനെയും അയാളുടെ സംഘത്തെയും ഇഷ്ടപ്പെട്ടിരുന്നില്ല. എങ്കിലും തിയു വാനെ വയ്ക്കേണ്ടിവന്നു ജിയാങിന്. കാരണം വളരെക്കാലമായി അയാൾക്ക് വിയത്നാമിലെ സ്ഥിതിഗതികളെക്കുറിച്ച് അടുത്ത അറിവുണ്ടായിരുന്നു. ൻഗുയെൻ ഹായ് താൻ ഗ്രൂപ്പിലെ വിയത്നാം വഞ്ചകരുടെമേൽ അയാൾക്കു നിയന്ത്രണമുണ്ടായിരുന്നു.

ക്വാങ്സി പട്ടാളത്തിന്റെ ഒരു ഡിവിഷനുമായി തിയു വാൻ വിയത്നാമിൽ പ്രവേശിച്ചു. എന്നാൽ അയാൾ അതിർത്തി കടന്നപ്പോഴേക്കും ചൈനയിലേക്കുതന്നെ തിരിച്ചുപോകാൻ ചുങ്കിങ്ങിൽനിന്ന് പട്ടാളത്തിന് ഉത്തരവായി. അതുകൊണ്ട് തിയുവാന്, ജു ഫുക്ക് താങിന്റെ കീഴി

ലുള്ള കേന്ദ്ര ഗവൺമെന്റ് പട്ടാളത്തെ അനുഗമിക്കേണ്ടിവന്നു. ചുങ്കിങ്ങിൽനിന്നുള്ള ഉത്തരവനുസരിച്ച് തിയു വാൻ വടക്കൻ വിയത്നാമിലെ രാഷ്ട്രീയകാര്യങ്ങളുടെ ചുമതലവഹിച്ചു.

ഹാനോയിലെത്തിയപ്പോൾ തിയു വാങ് പ്രതീക്ഷിക്കാത്ത പരിതഃസ്ഥിതിയെയാണ് നേരിടേണ്ടിവന്നത്. വിപ്ലവാധികാരം അവിടെ സ്ഥാപിക്കപ്പെട്ടുകഴിഞ്ഞിരുന്നു. അയാളാകെ കഷ്ടത്തിലായി.

സുഖസമ്പൂർണമായ ഒരു വീട് അയാൾക്കുവേണ്ടി ഒരുക്കിവയ്ക്കാൻ ഹോ അമ്മാവൻ ഉത്തരവുനൽകിയിരുന്നു. എന്നാൽ അവിടെപ്പോകാൻ അയാൾ വിസമ്മതിച്ചു. അയാൾ തന്റെ ആൾക്കാരെയും കൂട്ടി ക്വാ ദോങ് തെരുവിലെ ഒരു ചൈനീസ് ഉദ്യോഗസ്ഥന്റെ വസതിയിലേക്കു പോയി.

തിയു വാനെ സന്ദർശിക്കാൻ പോകുന്നുവെന്ന് ഹോ അമ്മാവൻ പറഞ്ഞപ്പോൾ ഞങ്ങളുടെ സഖാക്കളിൽ പലരും അത് ബുദ്ധിപൂർവമല്ലെന്ന് കരുതി. കാരണം, അയാൾ വിയത്നാമിൽ എത്തിയിട്ടേ ഉണ്ടായിരുന്നുള്ളൂ. അയാളുടെ ഉദ്ദേശ്യം എന്തെന്ന് ഞങ്ങൾക്കറിയാൻ പാടില്ല. ഹോ അമ്മാവൻ പറഞ്ഞു: "അയാൾ ഇപ്പോൾ വന്നിട്ടേയുള്ളൂ എന്നതുകൊണ്ടും അയാൾക്ക് കാര്യങ്ങൾ ശരിക്ക് അറിയാത്തതുകൊണ്ടും അയാളെ ഇപ്പോൾ സന്ദർശിക്കുന്നതുകൊണ്ട് കുറച്ചു ഗുണമുണ്ടാകും." ആളുകളുമായി ഇടപെടുന്നതിൽ ഹോ അമ്മാവൻ എല്ലായ്പ്പോഴും മുൻകൈയെടുത്തു. നേരത്തെതന്നെ ഒരു മതിപ്പുണ്ടാക്കുന്ന കാര്യത്തിൽ അദ്ദേഹം ശ്രദ്ധപതിപ്പിച്ചു.

ഹോ അമ്മാവൻ ഏതാനും സഖാക്കളോട് തന്റെകൂടെ വരാൻ പറഞ്ഞു. അവരിൽ ഒരാൾ ചെരിപ്പാണ് ഇട്ടിരുന്നത്. അയാളോട് ഷൂ ഇടാൻ ഹോ അമ്മാവൻ പറഞ്ഞു. അദ്ദേഹം പറഞ്ഞു: "ഇക്കൂട്ടരെ കാണുമ്പോൾ നിങ്ങൾ ശരിയായി വസ്ത്രധാരണം നടത്തിയിരിക്കണം. ഞാനെന്താണ് ധരിച്ചിരിക്കുന്നതെന്നകാര്യം നിങ്ങൾ നോക്കേണ്ട."

അദ്ദേഹം ക്വാ ദോങ് തെരുവിലേക്കു പോയി. തിയു വാന്റെ താമസസ്ഥലത്തെത്തിയപ്പോൾ രണ്ട് സഖാക്കളോട് പുറത്തു കാത്തുനിൽക്കാൻ ആവശ്യപ്പെട്ടു. മറ്റ് രണ്ടുപേരോടൊപ്പം അകത്തേക്കു ചെന്നു. ജിയാങിന്റെ പട്ടാളക്കാർക്കു പുറമെ വിയത്നാം നാഷണലിസ്റ്റ് പാർട്ടിയുടെ മരമോന്തക്കാരായ ചില ഏജന്റുമാരുമുണ്ടായിരുന്നു അവിടെ – യൂണിഫോമിട്ട് തോക്കേന്തിയ നിസ്തോഭന്മാർ.

പ്രസിഡന്റ് ഹോ എത്തിച്ചേർന്ന വിവരമറിഞ്ഞപ്പോൾ തിയു വാൻ ധൃതിയിൽ പിൻഭാഗത്തൊരു മുറിയിൽനിന്ന് പുറത്തേക്കു വന്നു. ഹോ അമ്മാവനുമായി ഏതാനും വാക്കുകൾ അഭിവാദ്യമെന്നനിലയ്ക്ക് കൈമാറിയപ്പോഴേക്കും അയാൾ വളരെയധികം പ്രസന്നമായി. തന്റെ ഒരു ചിരകാലസുഹൃത്തിനോടെന്നവണ്ണം അയാൾ ഹോ അമ്മാവനോട് അടുപ്പം കാണിക്കാൻതുടങ്ങി. പ്രസിഡന്റിനോട് അയാൾ കാണിച്ച ബഹുമാനാദരങ്ങൾ അവിടെയുണ്ടായിരുന്ന നാഷണലിസ്റ്റു പാർട്ടി ഏജന്റുമാരെ അത്ഭുതപ്പെടുത്തി.

ലിയു ചൗവിൽ സംഭവിച്ച കാര്യം ഹോ അമ്മാവൻ അനുസ്മരിച്ചു. എന്നിട്ട് പഴയ തെറ്റിദ്ധാരണകൾ മറക്കാനും ചൈനീസ് – വിയത്നാം ബന്ധനം സംബന്ധിച്ച പ്രശ്നങ്ങൾ പരിഹരിക്കുന്നതിൽ ഞങ്ങളുമായി സഹകരിക്കാനും അദ്ദേഹം തിയു വാനോട് പറഞ്ഞു. ഞങ്ങളുടെ ഗവൺമെന്റുമായി ബന്ധം സ്ഥാപിക്കാമെന്ന് തിയുവാൻ വാഗ്ദാനം ചെയ്തു. ഈ കൂടിക്കാഴ്ചക്കുശേഷം ഞങ്ങൾ നേരത്തെ ബോ ണൗ തടാകത്തിനടുത്ത് തയാറാക്കിയിരുന്ന വസതിയിലേക്ക് അദ്ദേഹം മാറിത്താമസിച്ചു. അദ്ദേഹത്തിലൂടെ ജിയാങ് പട്ടാളവുമായുണ്ടായ ചില സംഭവങ്ങളിലും സംഘട്ടനങ്ങളിലും ഒത്തുതീർപ്പുണ്ടാക്കാൻ ഹോ അമ്മാവന് കഴിഞ്ഞു.

ലൂഹാൻ ഹാനോയിലെത്തിച്ചേർന്ന് ഏതാനും ആഴ്ചകൾക്കുശേഷം ജിയാങ് കയ്ഷെക് യുനാൻ ആക്രമിക്കുകയും സൂത്രത്തിൽ ലോങ് വാനെ തടവിലാക്കുകയും ചെയ്തു. വിയത്നാമിലെ തന്റെ ജോലി പൂർത്തിയാക്കിയശേഷം ലൂഹാൻ യുനാനിൽപോയി ലോങ് വാനുപകരം പ്രവിശ്യാഗവർണറാകണമെന്ന് ചുങ്കിങ് നിർദേശിച്ചു. ലൂ ഹാന്റെ രണ്ട് ആർമി കോറുകളോട് ചൈനയിൽ തിരിച്ചുചെന്ന് ചെമ്പടയെ നേരിടുന്നതിന് വടക്കുകിഴക്കൻപ്രദേശത്തേക്ക് പോകാനും ഉത്തരവായി. ഈ പട്ടാളക്കാർക്കുപകരം കേന്ദ്രഗവൺമെന്റിന്റെ കീഴിലുള്ള പട്ടാളം അയക്കപ്പെട്ടു. അങ്ങനെ ജിയാങിന്റെ സൈനികമേധാവികൾക്കിടയിൽ പകയോടുകൂടിയ അധികാരമത്സരം നടക്കുകയായിരുന്നു.

ജു ഫുക് താങിന്റെ നേതൃത്വത്തിലും ചുങ്കിങിന്റെ നേരിട്ടുള്ള കമാൻഡിൻകീഴിലുമുള്ള ജനറൽമാർ അങ്ങേയറ്റം പിന്തിരിപ്പൻമാരായിരുന്നു. അവർ വ്യക്തിപരമായിത്തന്നെ തങ്ങളുടെ ഏജന്റുമാരുടെ പിളർപ്പൻപ്രവർത്തനങ്ങളുടെ മേൽനോട്ടം വഹിച്ചു. അവർ ഞങ്ങളുടെ കേഡർമാരെ വീണ്ടും വീണ്ടും അറസ്റ്റുചെയ്തു. എന്നിട്ടും വിയത്നാം വിപ്ലവമെന്ന മഹത്തായ യാഥാർഥ്യത്തിനുനേരെ കണ്ണടയ്ക്കാൻ കഴിയാത്ത ചിലരുണ്ടായിരുന്നു, അവരുടെയിടയിൽ. നാം ദിഞ്ഞിൽ നിലയുറപ്പിച്ചിരുന്ന അവരുടെ രണ്ടാം ഡിവിഷന്റെ കമാൻഡർ ഒരിക്കൽ ഫ്രഞ്ചുകാർക്കെതിരായ ഞങ്ങളുടെ ജനതയുടെ ചെറുത്തുനിൽപ്പിനോട് തന്റെ അനുഭാവം പ്രകടിപ്പിച്ചു. നാം ദിഞ്ഞ് സന്ദർശിച്ചപ്പോൾ ഹോ അമ്മാവൻ അദ്ദേഹത്തെ ചെന്നുകണ്ടു. സ്വാതന്ത്ര്യത്തിനുവേണ്ടിയുള്ള വിയത്നാമിന്റെ സമരത്തെക്കുറിച്ച് ഒരു പുസ്തകമെഴുതാനാവശ്യമായ വിവരം നൽകാൻ മറ്റൊരു ഡിവിഷൻകമാൻഡർ ഞങ്ങളുടെ സഖാക്കളോടാവശ്യപ്പെട്ടു.

ജിയാങിന്റെ പട്ടാളത്തിൽ താരതമ്യേന താഴ്ന്ന പദവികളിലുള്ള ഓഫീസർമാർക്ക് ഗണ്യമായ അധികാരങ്ങളും സ്വാധീനവും ഉണ്ടായിരുന്നു. അവരിൽ ചിലർ ജനറൽമാരുടെ സുഹൃത്തുക്കളായിരുന്നു. അവരുടെ ഭാര്യമാർ സുന്ദരികളും അതിഥികളെ പ്രീണിപ്പിക്കുന്നവരും പൈപ്പിൽ കറുപ്പ് നിറയ്ക്കുന്നതിൽ സമർഥകളും ആയതിനാൽ ഈ ജനറൽമാർ അവരെ അടിക്കടി സന്ദർശിക്കാറുണ്ടായിരുന്നു. അതുകൊണ്ട്

പല കാര്യങ്ങളിലും കാര്യക്ഷമതയുള്ള മധ്യവർത്തികളായി പ്രവർത്തിക്കാൻ കഴിവുള്ളവരായിരുന്നു ഈ കീഴ്ഓഫീസർമാർ. അത്തരം ഓഫീസർമാരുണ്ടെന്ന് ഹോ അമ്മാവൻ ഇത്രവേഗം എങ്ങനെ മനസിലാക്കിയെന്ന് ഞങ്ങൾക്കറിയില്ല. വിദേശ സർവീസിലുണ്ടായിരുന്ന ഞങ്ങളുടെ കേഡർമാരോട് അവരോരുത്തരോടും പറ്റിയരീതിയിൽ പെരുമാറാൻ അദ്ദേഹം നിർദേശിച്ചു. അത്തരം ഓഫീസർമാർ വഴിയാണ് ജിയാങ് പട്ടാളവുമായുണ്ടായ പല സംഭവങ്ങളിലും ഒത്തുതീർപ്പുണ്ടാക്കാൻ ഞങ്ങൾക്ക് കഴിഞ്ഞത്.

ഹോ അമ്മാവന് വിപ്ലവസത്യം മൂർത്തമായിരുന്നു. എന്തടവുകളാണ് സ്വീകരിക്കേണ്ടതെന്നത് മൂർത്തമായ പരിതഃസ്ഥിതികളെ ആശ്രയിച്ചിരിക്കും. ജിയാങിന്റെ ആൾക്കാർ എല്ലാവരും പിന്തിരിപ്പൻമാരായിരുന്നുവെങ്കിലും ഓരോരുത്തരോടുമുള്ള പെരുമാറ്റരീതി ഞങ്ങൾ പ്രത്യേകം പ്രത്യേകം തയാറാക്കി. സ്വാഭാവികമായി എന്തടവുകളാണ് സ്വീകരിക്കേണ്ടതെന്നതിന് അടിസ്ഥാനം വിപ്ലവത്തിന്റെ ശക്തിയാണ്. പ്രധാനപ്പെട്ട ആ കാര്യം പലപ്പോഴും ഞങ്ങളുടെ കേഡർമാരെ ഹോ അമ്മാവൻ ഓർമിപ്പിക്കാറുണ്ടായിരുന്നു.

വിപ്ലവപ്രസ്ഥാനം ചൈന മുഴുവൻ ഇളകിമറിയുകയായിരുന്നു. ചെമ്പടയെ നശിപ്പിക്കുന്നതിന് വിമോചിതപ്രദേശങ്ങളിലേക്കയക്കപ്പെട്ട ജിയാങ് പട്ടാളം തുടർച്ചയായി പരാജയത്തെ നേരിട്ടുകൊണ്ടിരുന്നു. ചൈനയിലേക്ക് തിരിച്ചുചെല്ലാൻ ഉത്തരവു ലഭിച്ചിരുന്ന വിയത്നാമിലെ ജിയാങിന്റെ ഓഫീസർമാരും പട്ടാളക്കാരും മനഃപ്രയാസത്തിലായിരുന്നു. ഇവിടെനിന്നവരും അപ്പോൾമാത്രം അവിടെ എത്തിച്ചേർന്നവരും ഉൽക്കണ്ഠയോടെയാണ് നാളുകൾ പോക്കിയത്.

ശത്രുവിന്റെ ചിന്തകളും വികാരങ്ങളും മനസിലാക്കാൻ ഹോ അമ്മാവന് അസാമാന്യമായ കഴിവുണ്ടായിരുന്നു. അങ്ങേയറ്റം വൈദഗ്ധ്യത്തോടെ ഓരോ രാജ്യക്കാരോടും ഓരോ വ്യക്തിയോടും എങ്ങനെ പെരുമാറണമെന്നതിനെ സംബന്ധിച്ച മൂർത്തമായ ഒരു പെരുമാറ്റച്ചട്ടം അദ്ദേഹം തയാറാക്കി.

ഞങ്ങളുടെ ന്യായമായ ലക്ഷ്യങ്ങളുടെ മൂർത്തരൂപമായിരുന്നു അദ്ദേഹത്തിന്റെ സ്വന്തം വ്യക്തിത്വം. അക്കാലത്തോ അതിനുശേഷമോ അദ്ദേഹത്തെ കണ്ടുമുട്ടിയ വിദേശനയതന്ത്രജ്ഞർക്കെല്ലാം അദ്ദേഹത്തോട് വലിയ മതിപ്പായിരുന്നു. കുപ്രസിദ്ധ കമ്യൂണിസ്റ്റു വിരുദ്ധരായ ശത്രുക്കൾപോലും അദ്ദേഹത്തെ ബഹുമാനിച്ചു. അദ്ദേഹത്തിന്റെ സാന്നിധ്യത്തിൽ അവരുടെ ആക്രമണസ്വഭാവം അൽപ്പം കുറയുന്നതായി തോന്നി.

പ്രസിഡന്റ് ഹോ ചി മിന്റെ അസാധാരണമായ മാസ്മരശക്തിയെപ്പറ്റി പല വിദേശീയരും പരാമർശിച്ചിട്ടുണ്ട്. അദ്ദേഹത്തിന്റെ വിപുലമായ മാനസിക കഴിവും തീക്ഷ്ണമായ ബുദ്ധിയും അസാധാരണമായ ഇച്ഛാശക്തിയും ഊർജസ്വലതയുമാണ് ഇതിന് കാരണമെന്ന് ചിലർ വിചാരിക്കുന്നു. അദ്ദേഹത്തിന്റെ വിനയവും ലാളിത്യവും ശുഭാപ്തിവിശ്വാസവും

തുറന്ന പെരുമാറ്റവും അറിവും ദയയുമാണ് കാരണമെന്ന് വേറെ ചിലർ കരുതുന്നു.

എല്ലാം ശരിയായിരുന്നു. പക്ഷെ, പ്രസിഡന്റ് ഹോ ചിമിന്റെ വ്യക്തിത്വത്തിന്റെ നിർണായകമായ ഘടകം അദ്ദേഹത്തിന്റെ നിസ്വാർഥത, തന്റെ ജനങ്ങൾക്കും രാജ്യത്തിനും ഏറ്റവും വലിയ സന്തോഷമുണ്ടായിക്കാണണമെന്ന അദമ്യമായ അഭിവാഞ്ഛ, ആയിരുന്നു. സ്വാർഥതാൽപ്പര്യത്തിൽ അശേഷം ഉൽക്കണ്ഠയില്ലാതിരുന്ന ഒരു ജീവിതമാണ് അദ്ദേഹത്തിന്റെ വ്യക്തിത്വത്തിന് അങ്ങേയറ്റത്തെ പരിശുദ്ധി നൽകിയത്.

തന്റെ സഹജീവികളോടുള്ള അദ്ദേഹത്തിന്റെ അഗാധമായ സ്നേഹം രാഷ്ട്രീയ അടവുകൾ പ്രയോഗിക്കുമ്പോൾ പോലും വ്യക്തികളുടെ മനഃസാക്ഷിയെ–ചിലർക്കത് തീരെ ഉണ്ടായിരുന്നില്ലെങ്കിൽപോലും – തട്ടിയുണർത്തുന്ന കാര്യത്തിൽ ശ്രദ്ധ പതിപ്പിക്കാൻ അദ്ദേഹത്തെ പ്രേരിപ്പിച്ചു.

ഞങ്ങളുടെ ജനതയുടെ ധാർമികവും രാഷ്ട്രീയവുമായ ശക്തിയും പാർട്ടിയുടെയും പ്രസിഡന്റ് ഹോ ചിമിന്റെയും അടവു സംബന്ധമായ നയത്തിന്റെ സമർഥമായ പ്രയോഗവുമാണ് തങ്ങളുടെ നിയന്ത്രണത്തിൽ രണ്ടുലക്ഷം പട്ടാളമുണ്ടായിട്ടുപോലും ജിയാങ്ങിന്റെസേനയുടെ അക്രമസ്വഭാവത്തെ ഭാഗികമായി മരവിപ്പിച്ചത്.

15

ഒരു ജിയാങ് മടയിലേക്ക്

വിയത്നാം ജനാധിപത്യറിപ്പബ്ലിക്ക് സ്ഥാപിച്ച് ഒരാഴ്ചയ്ക്കുള്ളിൽ ദേശീയ അസംബ്ലിയിലേക്കുള്ള മെമ്പർമാരെ തെരഞ്ഞെടുക്കുന്നതിന് രാജ്യവ്യാപകമായി പൊതുതെരഞ്ഞെടുപ്പ് നടത്തുന്നതിനുള്ള ഒരു വിളംബരം താൽക്കാലികഗവൺമെന്റ് പുറപ്പെടുവിച്ചു. സ്വാതന്ത്ര്യസമരങ്ങളുടെ ചരിത്രത്തിൽ അധികാരം പിടിച്ചെടുത്ത് ഇത്രയും പെട്ടെന്ന് പൊതുതെരഞ്ഞെടുപ്പിനുള്ള ഒരു വിളംബരം ഇതിനുമുമ്പൊരിക്കലും പ്രഖ്യാപിക്കപ്പെട്ടിട്ടില്ല.

ഒന്നാമതായി, ഇത് ജനങ്ങളുടെ ദേശാഭിമാനത്തിലും രാഷ്ട്രീയബോധത്തിലുമുള്ള പാർട്ടിക്കുള്ള വിശ്വാസത്തിന്റെ പ്രകടനമാണ്. ഞങ്ങളുടെ നാട്ടുകാർ സുമാർ ഒരു നൂറ്റാണ്ടോളം ഫ്രഞ്ച് കൊളോണിയൽഭരണത്തിന് കീഴിലായിരുന്നു. പൊതുതെരഞ്ഞെടുപ്പ് ദൂരവ്യാപകമായ ഫലങ്ങളുളവാക്കുന്ന രാഷ്ട്രീയപ്രചാരണമാണ്. തങ്ങളുടെ പരമാധികാരമുപയോഗിക്കുന്നതിലൂടെ രാജ്യത്തോടുള്ള തങ്ങളുടെ ഉത്തരവാദിത്വബോധം ജനങ്ങൾ ഒന്നുകൂടി ഉയർത്തും. ആഭ്യന്തരവും വൈദേശികവുമായ രംഗങ്ങളിൽ നിലനിൽക്കുന്ന അങ്ങേയറ്റം സങ്കീർണവും ആശയക്കുഴപ്പം നിറഞ്ഞതുമായ പരിതഃസ്ഥിതിയിൽ ദേശീയ ചെറുത്തുനിൽപ്പിലും ദേശീയ പുനർനിർമാണത്തിലും വിദേശരാജ്യങ്ങളുമായുള്ള ബന്ധത്തിലും ധാർമികവും ഭൗതികവുമായ ശക്തികളെ അണിനിരത്തുന്നതിന് ആവശ്യമായ ധാർമിക പിൻബലവും കഴിവും അംഗീകാരവും ജനാധിപത്യപരമായി തെരഞ്ഞെടുക്കപ്പെടുന്ന ദേശീയഅസംബ്ലിക്കും ഗവൺമെന്റിനും മാത്രമെ ഉണ്ടായിരിക്കു.

താൽക്കാലികഗവൺമെന്റ് സെപ്തംബർ 8 ാം തീയതി പുറപ്പെടുവിച്ച വിളംബരം രണ്ടു മാസത്തിനകം പൊതുതെരഞ്ഞെടുപ്പ് നടത്തു

മെന്ന് വ്യവസ്ഥ ചെയ്തു. ഫ്രഞ്ചുകാർ തെക്കൻവിയത്നാമിലേക്ക് തിരികെ വന്നു. യുദ്ധം ഓരോ ദിവസം കഴിയുന്തോറും പടർന്നുപിടിക്കുകയായിരുന്നു. ഫ്രഞ്ച് കടന്നാക്രമണം മാത്രമായിരുന്നില്ല വലിയ തടസം. വടക്ക് നാഷണലിസ്റ്റ് പാർട്ടിയും വിപ്ലവസഖ്യവും തെരഞ്ഞെടുപ്പിനെ ശക്തിയായി എതിർത്തു. നീതിപൂർവകമായി തെരഞ്ഞെടുപ്പുനടത്തിയാൽ അതുകൊണ്ട് ഞങ്ങൾക്ക് യാതൊരു പ്രയോജനവുമുണ്ടാവുകയില്ലെന്ന് അവർക്കറിയാമായിരുന്നു.

താൽക്കാലികഗവൺമെന്റ് ഉടൻ രാജിവയ്ക്കണമെന്ന് പിന്തിരിപ്പൻപത്രങ്ങൾ ആവശ്യപ്പെട്ടു. നിലവിലുള്ള ഭരണം കമ്യൂണിസ്റ്റ് സർവാധിപത്യമാണെന്ന് അവർ വിളിച്ചുകൂവി. ഞങ്ങളെ എതിർക്കാൻ ബൂർഷ്വാവിഭാഗങ്ങളെയും മുൻ മന്ദാറിൻമാരെയും ഭൂപ്രഭുക്കളെയും ധനികകൃഷിക്കാരെയും കുത്തിപ്പൊക്കുന്നതിന് എല്ലാ ശ്രമങ്ങളും അവർ നടത്തിനോക്കി. ചുങ്കിങ് ഞങ്ങളോട് വളരെ ക്രൂരമായി പെരുമാറുമെന്ന് അവർ ആശിച്ചു.

ഞങ്ങളുടെ കേന്ദ്രഗവൺമെന്റിനെ മറിച്ചിടാൻ ബലപ്രയോഗം നടത്തുക അസാധ്യമാണെന്ന് ഹാനോയിലെ ജിയാങിന്റെ സൈന്യമേധാവികൾക്ക് ബോധ്യംവന്നിരുന്നു. നാഷണലിസ്റ്റുപാർട്ടി, വിപ്ലവസഖ്യം, വിയത് മിഞ്–ഈ മൂന്ന് ശക്തികളുടെയും പങ്കാളിത്തത്തോടെ ഒരു ഗവൺമെന്റ് സ്ഥാപിക്കാൻ ഹോ അമ്മാവനോട് തിയു വാൻ നിർദേശിച്ചു. തന്റെ ഏജന്റുമാർക്ക് ഭൂരിപക്ഷംകിട്ടുന്ന ഒരു ഗവൺമെന്റാണ് അയാൾക്ക് വേണ്ടിയിരുന്നത്.

നാഷണലിസ്റ്റ് പാർട്ടിയുടെയും വിപ്ലവസഖ്യത്തിന്റെയും നേതാക്കളോട് പൊതുതെരഞ്ഞെടുപ്പു നടത്തേണ്ടത് അനുപേക്ഷണീയമാണെന്ന് ഞങ്ങൾ ആവർത്തിച്ചുപറഞ്ഞു. ജനങ്ങളുടെ അഭിലാഷങ്ങളും താൽപ്പര്യങ്ങളും സംരക്ഷിക്കാൻ അതിനുമാത്രമേ കഴിയുള്ളൂ. വിവിധ പാർട്ടികളുടെ സ്ഥാനാർഥികൾക്ക് അവരവരുടെ രാഷ്ട്രീയനയം വിശദീകരിക്കാൻ എല്ലാ സൗകര്യങ്ങളും ലഭിക്കുമെന്നും ഞങ്ങൾ വ്യക്തമാക്കി. രാജ്യത്തിന്റെ പുനർനിർമാണപ്രവർത്തനങ്ങൾക്കും, കൂടുതൽ കൂടുതൽ തീവ്രതയോടെ തെക്കൻഭാഗത്താരംഭിച്ചുകഴിഞ്ഞിരുന്ന ചെറുത്തുനിൽപ്പ് വളർത്തിക്കൊണ്ടുവരാനും എല്ലാ ശക്തികളുടെയും ഐക്യം ഊട്ടിയെടുക്കാനുമുള്ള ഞങ്ങളുടെ ആഗ്രഹം ഞങ്ങൾ ഊന്നിപ്പറഞ്ഞു.

നവംബർ അവസാനത്തിൽ വിവിധ പാർട്ടികളുടെ ഒരു സംയുക്തയോഗം നടന്നു. നാഷണലിസ്റ്റുപാർട്ടിയുടെയും വിപ്ലവസഖ്യത്തിന്റെയും നേതാക്കൾ താഴെപറയുന്ന കാര്യങ്ങളോട് യോജിച്ചു. ഒരു സംയുക്ത ദേശീയഗവൺമെന്റ് രൂപീകരിക്കുക; എല്ലാ സായുധസേനകളെയും ഒന്നിക്കുക; എല്ലാ സംഘട്ടനങ്ങളും അവസാനിപ്പിക്കുക; പത്രങ്ങളിലൂടെ അന്യോന്യം നടത്തുന്ന ആക്രമണം അവസാനിപ്പിക്കുക.

എങ്കിലും, ഏതാനും ദിവസങ്ങൾക്കുശേഷം ക്വാൻ താഞ് തെരുവിലെ വിയത്നാം പത്രമോഫീസിനുമുമ്പിൽ ഘടിപ്പിച്ച ഉച്ചഭാഷിണി

താൽക്കാലികഗവൺമെന്റ് രാജിവയ്ക്കണമെന്ന് വീണ്ടും രാപകൽ ആവശ്യപ്പെട്ടുകൊണ്ടിരുന്നു. എല്ലാവരും ചേർന്നുണ്ടാക്കിയ കരാർ അവർക്ക് പ്രയോജനകരമായിരിക്കുകയില്ലെന്ന്, ഒരുപക്ഷെ, ആ പിന്തിരിപ്പൻമാരോട് ജിയാങിന്റെ കൂട്ടുകാർ പറഞ്ഞിട്ടുണ്ടായിരിക്കണം. തട്ടിക്കൊണ്ടുപോകൽ, കൊല, പണം പിടിച്ചുപറി എന്നിവയോടൊപ്പം നഗരത്തിലെ ക്രമസമാധാനം തകരാറിലാക്കുന്നതിനുള്ള പ്രകടനങ്ങളും അവർ സംഘടിപ്പിച്ചുകൊണ്ടിരുന്നു.

തലസ്ഥാനനഗരയിലെ ജനങ്ങൾ കോപിച്ചു. പിന്തിരിപ്പന്മാർക്ക് അവരർഹിക്കുന്ന ശിക്ഷ കൊടുക്കാൻ അവർ ഗവൺമെന്റിനോട് അഭ്യർഥിച്ചു. പിന്തിരിപ്പൻമാരുടെ അട്ടിമറി പ്രവർത്തനങ്ങളെ അപലപിച്ചുകൊണ്ട് അവർ പത്രങ്ങൾക്ക് കത്തയച്ചു. ഉത്തരവുകിട്ടിയാൽ പിന്തിരിപ്പൻമാരെ ശിക്ഷിക്കാൻ തങ്ങൾ തയാറാണെന്ന് പ്രഖ്യാപിച്ചുകൊണ്ടുള്ള പ്രമേയങ്ങൾ പല സ്വയം പ്രതിരോധയൂണിറ്റുകളും അംഗീകരിച്ചു.

നഗരത്തിന്റെ എല്ലാഭാഗത്തും നിലയുറപ്പിച്ചിരുന്ന ജിയാങ് പട്ടാളക്കാരുടെ ബയണറ്റുകളും തോക്കുകളുമായിരുന്നു പിന്തിരിപ്പന്മാരുടെ താങ്. ഞങ്ങളുടെ ജനങ്ങളും സായുധസേനയും എല്ലാതരത്തിലുമുള്ള പ്രകോപനങ്ങൾ കഴിയാവുന്നത്ര ഒഴിവാക്കാൻ ശ്രമിച്ചതുകൊണ്ട് പിന്തിരിപ്പൻമാർക്ക് ഇതേവരെ അവരർഹിക്കുന്ന കടുത്തശിക്ഷ ലഭിച്ചിരുന്നില്ല.

ഈ പരിതഃസ്ഥിതിയിൽ സ്റ്റാന്റിങ് ബ്യൂറോവിന്റെ നയം താഴെപറയുന്നതായിരുന്നു.

> നമ്മൾ എല്ലാ പ്രകോപനങ്ങളും ഒഴിവാക്കണം. അതേഅവസരത്തിൽ ബഹുജനങ്ങൾ പിന്തിരിപ്പന്മാർക്കെതിരായി സമരം ചെയ്യുകയും അവരെ തുറന്നുകാട്ടുകയും ഒറ്റപ്പെടുത്തുകയും വേണം. തങ്ങളുടെ ഏജന്റുമാർ എത്രമാത്രം അട്ടിമറിപ്രവർത്തനങ്ങളിലേർപ്പെടുന്നുവോ അത്രമാത്രം ശക്തമായി ജനങ്ങൾ അവരെ എതിർക്കുമെന്ന് ജിയാങ് പട്ടാളനേതാക്കളെ ബോധ്യപ്പെടുത്തണം.

ആ നയം നടപ്പാക്കുകയും നഗരത്തിൽ അസമാധാനം സൃഷ്ടിക്കുന്ന നശീകരണപ്രവർത്തനങ്ങൾ തടയുകയും ചെയ്യുന്നതിനുള്ള ഒരു പദ്ധതി സഖാവ് ത്രാൻ ക്വോക് ഹോനും ഞാനും ചർച്ച ചെയ്തു.

കരുതലോടെ പ്രവർത്തിക്കേണ്ടതാവശ്യമായിരുന്നു. പ്രകടനക്കാരെ എല്ലായ്പ്പോഴും സായുധരായ ആളുകൾ അനുഗമിച്ചിരുന്നു. അവർക്ക് ജിയാങ് പട്ടാളം ഒരാശ്രയമായിരുന്നു. നഗരത്തിൽ ക്രമസമാധാനം പാലിക്കുവാനുള്ള ഉത്തരവാദിത്വം ഇവർ സ്വയം ഏറ്റെടുത്തിരുന്നു. ശിഥിലീകരണപ്രവർത്തനങ്ങളിലേർപ്പെട്ടവരെ ഞങ്ങൾക്ക് ശിക്ഷിക്കേണ്ടിയിരുന്നു. എങ്കിലും പ്രകോപനങ്ങളെയോ വൻതോതിലുള്ള സംഘട്ടനങ്ങളെയോ പരിപൂർണമായും ഞങ്ങൾക്ക് ഒഴിവാക്കേണ്ടിയുമിരുന്നു.

ഈ പ്രവർത്തനത്തിൽ ദേശാഭിമാനസംഘടനകളിലെ അംഗങ്ങളോടൊപ്പം സ്വയം പ്രതിരോധസേനകളെയും അണിനിരത്താൻ കഴിയുമെന്ന്

ഞങ്ങൾ കണ്ടു. തങ്ങളുടെ കൃത്യത്തിലേർപ്പെടുന്ന സമയത്ത് സ്വയം പ്രതിരോധപോരാളികൾ സാധാരണവസ്ത്രങ്ങളായിരുന്നു ധരിക്കേണ്ടിയിരുന്നത്. ആയുധങ്ങൾ രഹസ്യമായിവയ്ക്കണം. ജിയാങ് പട്ടാളം നിലയുറപ്പിച്ച സ്ഥലത്തുനിന്ന് അകലെവെച്ചുവേണം ഏറ്റുമുട്ടലുകൾ നടക്കാൻ.

പരീക്ഷണാർഥമുള്ള ആദ്യത്തെ ഏറ്റുമുട്ടൽ നടത്താൻ ഒരു സ്വയം പ്രതിരോധസംഘത്തെ ഏർപ്പാടുചെയ്തു.

ആ ദിവസം ത്രാൻ ഹുങ് ദാവൊ തെരുവിലെ സ്വയം പ്രതിരോധ സേനാതലസ്ഥാനത്ത് ഒരു വാർത്തയെത്തി; ഹാങ് ദൗ തെരുവിൽ ശത്രുക്കൾ ഒത്തുകൂടിയിട്ടുണ്ട്. മൂന്നു പോരാളികളെ അങ്ങോട്ടേക്കയെച്ചു, കയ്യിൽ ആയുധങ്ങൾ ഒളിച്ചുവെച്ചുകൊണ്ട്.

ഏതാനും ഡസൻവരുന്ന പ്രകോപനകാരികൾ ഹാങ് ഗിയ തെരുവിൽവെച്ച് മെഗാഫോണുകളിലൂടെ പ്രചാരണം നടത്തുകയും ദോങ്ക്സുവാൻ ചന്തയ്ക്കുമുമ്പിൽ തങ്ങളുടെ പ്രസിദ്ധീകരണത്തിന്റെ കോപ്പികൾ വിതരണം ചെയ്യുകയുമായിരുന്നു. തെരുവിന്റെ രണ്ടറ്റത്തും ജിയാങ് പട്ടാളക്കാർ നിലയുറപ്പിച്ചിരുന്നു.

ഒരു സ്വയം പ്രതിരോധപോരാളി തിക്കിത്തിരക്കിച്ചെന്ന് ഒരു പ്രകോപനകാരിയോട് ചോദിച്ചു: “എന്ത് പത്രമാണത്?”

“വിയത്നാം” അയാൾ ഉത്തരം നൽകി.

“വിയത്നാം? നിങ്ങളുടെ പത്രത്തിന് ‘വഞ്ചകൻ’ എന്നാണ് പേരിടേണ്ടത്.” ആ സ്വയം പ്രതിരോധപോരാളി പത്രക്കെട്ട് തട്ടിപ്പറിച്ച് അത് വലിച്ചെറിഞ്ഞു.

ഉന്തും തള്ളും തുടങ്ങി. ചുറ്റുപാടുമുള്ള ജനങ്ങളും അതിൽ ചേർന്നു. അപ്രതീക്ഷിതമായി ഇത് സംഭവിച്ചതിനാൽ പ്രകോപനകാരികൾ പേടിച്ച് നാലുപാടും ഓടി. ചിലർ സ്വകാര്യവസതികളിൽ അഭയം തേടി. അതിൽ ഒരാളെ ഒരു സ്വയം പ്രതിരോധപോരാളി പിന്തുടർന്നു. വീട്ടുകാരുടെ സഹായത്തോടെ ഒരു വാതിലിനു പിന്നിൽ ഒളിച്ചിരുന്ന അയാളെ പുറത്തേക്ക് വലിച്ചുകൊണ്ടുവന്നു. അയാൾ ദയക്കുവേണ്ടി യാചിച്ചു. അപ്പോൾ വീട്ടുകാരൻ പറഞ്ഞു: “താൻ തന്റെ ശിഥിലീകരണ പ്രവർത്തനങ്ങളും ഗവൺമെന്റിനെതിരായ അപവാദപ്രചാരണങ്ങളും മതിയാക്കുക. ജനങ്ങൾ അതു സഹിക്കില്ല.”

ബഹളമുണ്ടായപ്പോൾ സെൻട്രി ഡ്യൂട്ടിയിലുണ്ടായിരുന്ന ജിയാങിന്റെ പട്ടാളക്കാർ ആകാശത്തേക്ക് ഏതാനും ചുറ്റ് വെടിവെച്ചു. പക്ഷെ, അവരിലൊരാളും മണൽച്ചാക്കുകൾക്കു പിന്നിലുള്ള തങ്ങളുടെ സുരക്ഷിതസ്ഥാനത്തുനിന്ന് നീങ്ങിയില്ല.

പ്രകോപനകാരികൾ തുരത്തിയോടിക്കപ്പെട്ടു. സ്വയംപ്രതിരോധപോരാളികൾ തങ്ങളുടെ കൃത്യം നിർവഹിച്ചതിനുശേഷം സാധാരണ വഴിയാത്രക്കാരെന്ന ഭാവേന സെൻട്രികളുടെ മുമ്പിലൂടെ സാവധാനം നടന്നുപോയി.

പിന്തിരിപ്പന്മാരുടെ മനോവീര്യം എത്രയുണ്ടെന്നളക്കാനും ജിയാങ് പട്ടാളം ഏതുപരിധിവരെ ഇടപെടുമെന്നറിയാനും ഈ സംഭവം സഹായിച്ചു. തങ്ങളുടെ ഏജന്റുമാരുടെ നേർക്കുള്ള ബഹുജനങ്ങളുടെ ധാർമികരോഷമായാണ് അവർ അതിനെ കരുതിയത്. ഇത്തരം സംഭവവികാസങ്ങളോട് അവർ ശക്തിയായി പ്രതികരിച്ചില്ല.

ഏതാനും ദിവസങ്ങൾക്കുശേഷം പിന്തിരിപ്പൻമാർ വീണ്ടും ഹൊവാൻ കിയം തടാകത്തിനടുത്ത് ഒരു വലിയ പ്രകടനം സംഘടിപ്പിച്ചു. ഇത്തവണ ഞങ്ങൾക്ക് കൂടുതൽ ആൾബലമുണ്ടായിരുന്നു. അവരുടെ പരിപാടി നേരത്തെ മനസിലാക്കാനും കഴിഞ്ഞു. അവരും ഒരു സംഘട്ടനത്തിന് തയാറായിരുന്നു. അവർ ഞങ്ങളിൽ ഒരാളുടെനേരെ വെടിവെച്ചു. അവരുടെ ഈ കടുംകൈ ജനങ്ങളുടെ രോഷാഗ്നി ആളിക്കത്തിച്ചു. അവർ കിട്ടിയതെന്തും-അടുത്ത കടയിൽനിന്ന് സൈക്കിൾ ഫ്രെയിം പോലും- കയ്യിലെടുത്ത് ശത്രുക്കളോടേറ്റുമുട്ടാൻ അവിടെ തടിച്ചുകൂടി; എന്നാൽ പിന്തിരിപ്പന്മാരാകട്ടെ, തങ്ങളുടെ തോക്കുകൾ ഒളിപ്പിച്ചുവെച്ച്, പ്ലക്കാർഡുകളും മെഗാഫോണുകളും വലിച്ചെറിഞ്ഞ് ചിന്നിച്ചിതറിയോടി.

പ്രകടനങ്ങൾ വിരളമായിത്തീർന്നു.

എന്നാൽ, പിന്തിരിപ്പന്മാർ ഭീകരപ്രവർത്തനം വർധിപ്പിച്ചു. തെരഞ്ഞെടുപ്പിൽ മത്സരിക്കുന്ന സ്ഥാനാർഥികളെയോ കമ്യൂണിസ്റ്റുമെമ്പർമാരെയോ വിയത് മിഞ് കേഡർമാരെയോ ഞങ്ങളോടനുഭാവം കാണിച്ച അവരുടെ സംഘടനകളിലെ തന്നെ മെമ്പർമാരെയോ, അവരുമായുള്ള ബന്ധമുപേക്ഷിച്ച് ഞങ്ങളുടെ പക്ഷത്ത് ചേർക്കുന്നവരെയോ തട്ടിക്കൊണ്ടുപോകാനും കൊലചെയ്യാനും അവർ ശ്രമം നടത്തി.

ഗവൺമെന്റിൽ ഒരു അഴിച്ചുപണിയൽ നടത്തുന്നതിനു വേണ്ടി തങ്ങൾ ആവർത്തിച്ചാവർത്തിച്ചുവന്ന നിർദേശം പരാജയപ്പെടുന്നതുകണ്ട ജിയാങ് കൂട്ടക്കാർ ഞങ്ങളുടെമേൽ പരസ്യമായി സമ്മർദം ചെലുത്താൻ തുടങ്ങി.

നവംബർ അവസാനം അവിയാത് ഫാക്ടറിയുടെ മുമ്പിൽവച്ച് ഒരു ഫ്രഞ്ചുകാരൻ വെടിവച്ചു കൊല്ലപ്പെട്ടു. ഉടനെ തന്നെ ഞങ്ങളൊരന്വേഷണമാരംഭിച്ചു. ഫ്രഞ്ച് പൗരന്മാരോട് മനുഷ്യത്വപരമായും അനുഭാവപൂർവവും പെരുമാറണമെന്ന് എല്ലായ്പ്പോഴും ഞങ്ങളുടെ ഗവൺമെന്റ് പറഞ്ഞിരുന്നതാണ്. തങ്ങളുടെ ജോലി സത്യസന്ധമായും സമാധാനപരമായും ചെയ്യുന്നേടത്തോളം ഫ്രഞ്ചുകാരെ ഞങ്ങൾ സുഹൃത്തുക്കളായി കണക്കാക്കുമെന്ന് ഇന്തോചൈനയിലെ ഫ്രഞ്ചുകാർക്ക് ഒക്ടോബർ മാസത്തിലെഴുതിയ ഒരു കത്തിൽ ഹോ അമ്മാവൻ വ്യക്തമാക്കുകയും ചെയ്തിരുന്നു.

പിറ്റേദിവസം, ജിയാങ് ആർമി കമാൻഡ് അതിന്റെ ആ സ്ഥാനത്തേക്ക് ഹോ അമ്മാവനെ ക്ഷണിച്ചുകൊണ്ട് ഒരു കത്തയച്ചു. ഹോ അമ്മാവൻ പോകണോ വേണ്ടയോ എന്ന കാര്യത്തെക്കുറിച്ച് ഞങ്ങളുടെ

സഖാക്കൾ ഒരു ചർച്ച നടത്തി. അപ്പോൾ അദ്ദേഹം പറഞ്ഞു: "അവർ ക്ഷണിച്ചതുകൊണ്ട് ഞാൻ പോകാം. തൽക്കാലം നമുക്കെതിരായി ഒന്നും ചെയ്യാൻ അവർ ധൈര്യപ്പെടുകയില്ല."

കാലത്ത് ഒമ്പതുമണിക്ക് ഒരു കാറിൽ ഹോ അമ്മാവൻ യാത്രതിരിച്ചു. ഏതാനും അംഗരക്ഷകരും കൂടെയുണ്ടായിരുന്നു. അദ്ദേഹം തിയുവാന്റെ അടുത്തെത്തി. ദോൺ തുയ് ആശുപത്രിക്കടുത്തുള്ള തന്റെ ഓഫീസിലേക്ക് വരാൻ പറയാനായി ജു ഫുക് താഞ് തന്റെ ആൾക്കാരെ അവിടേക്കയച്ചിരുന്നു. അദ്ദേഹം ഓഫീസിലെത്തിയപ്പോൾ അംഗരക്ഷകരോട് പുറത്തുനിൽക്കാനും ഹോ അമ്മാവനോട് മുകളിൽ പോയി ജുവാനെ കാണാനും ജിയാങ്ങിന്റെ ഓഫീസർമാർ നിർദേശിച്ചു.

ഞങ്ങൾ വീട്ടിൽ കാത്തിരുന്നു. ഉച്ചഭക്ഷണത്തിന്റെ സമയമായി. എന്നിട്ടും അദ്ദേഹത്തെപ്പറ്റി യാതൊരു വിവരവുമില്ല. സങ്കീർണമായ പരിതഃസ്ഥിതികളെ നേരിടുന്നതിനുള്ള അദ്ദേഹത്തിന്റെ കഴിവിൽ ഞങ്ങൾക്ക് വിശ്വാസമുണ്ടായിരുന്നെങ്കിലും ഞങ്ങൾ ഉൽക്കണ്ഠാകുലരായിരുന്നു.

ഉച്ചതിരിഞ്ഞപ്പോൾ ഒരംഗരക്ഷകൻ അദ്ദേഹത്തിൽനിന്നുള്ള ഒരു കുറിപ്പുകൊണ്ടുവന്നു. കത്ത് സീൽ ചെയ്തിരുന്നില്ല. ചൈനീസ് ഭാഷയിലെഴുതിയ താഴെപ്പറയുന്ന ഏതാനും വാക്കുകളാണ് അതിലുണ്ടായിരുന്നത്. "നിങ്ങൾ നിങ്ങളുടെ ജോലി നോക്കുക. എനിക്കിവിടെ കുറച്ചു ജോലികൂടി ചെയ്യാനുണ്ട്."

എന്തോ പന്തികേടുണ്ടെന്നു കാര്യം വ്യക്തം. ഞങ്ങൾ പരിഭ്രമിക്കുമെന്നറിയാമായിരുന്നതുകൊണ്ടാണ് ഹോ അമ്മാവൻ സ്ഥിതിഗതികൾ സംക്ഷിപ്തമായി ഞങ്ങളെ അറിയിക്കാൻ ശ്രമിച്ചത്. വാർത്തകൊണ്ടുവന്ന സഖാവ് പറഞ്ഞു, ഹോ അമ്മാവൻ അപ്പോഴും ജുവിനോടൊപ്പം മുകളിലാണെന്ന്.

എന്താണു ചെയ്യേണ്ടതെന്ന് ഞങ്ങൾ ചർച്ച ചെയ്തു. എന്താണ് സംഭവിക്കുന്നതെന്നറിയാൻ ചിലരെ ജൂവാനിന്റെ സ്ഥലത്തേക്കയച്ചു.

എതാനും നിമിഷങ്ങൾക്കുശേഷം ഹോ അമ്മാവന്റെ കൂടെപ്പോയ ഒരു സഖാവ് ഫോണിൽ ഞങ്ങളോട് പറഞ്ഞു, അദ്ദേഹത്തിനുവേണ്ടി ഒരു കാറയക്കാൻ. അതുകേട്ട് ഞങ്ങളത്ഭുതപ്പെട്ടു. ഹോ അമ്മാവൻ പോയ കാറിന് എന്തു സംഭവിച്ചു എന്ന് ഞങ്ങൾക്കറിയാമായിരുന്നില്ല.

ഉച്ചയ്ക്ക് രണ്ടുമണികഴിഞ്ഞു ഹോ അമ്മാവൻ മടങ്ങിവന്നപ്പോൾ ഞങ്ങളാകെ ആശ്വാസപൂർവം ദീർഘനിശ്വാസം വിട്ടു.

അവിടെ നടന്ന സംഭവം വളരെ സങ്കീർണമായിരുന്നു. ഫ്രഞ്ചുകാരനെ കൊലപ്പെടുത്തിയത് ഞങ്ങളുടെ കേഡർമാരിൽ ഒരാൾ– സഖാവ് സോൺ ആയിരുന്നു എന്ന് ജു ഫുക് താഞ് ആരോപിച്ചു. വിയത്നാം വിപ്ലവസഖ്യനേതൃത്വത്തിലെ അംഗമായിരുന്ന സോൺ ഇപ്പോൾ ഞങ്ങളുടെ കേഡർമാരിൽ ഒരാളാണ്. 'കൊലപാതകി' ഉപയോഗിച്ച കാർ ഹോ അമ്മാവന്റേതല്ലാതെ മറ്റാരുടെതുമല്ലെന്ന് ജുവാന്റെ ആൾക്കാർ ഉറപ്പിച്ചുപറഞ്ഞു.

പ്രസ്തുത ആരോപണത്തിലടങ്ങിയ അസംബന്ധങ്ങൾ ഹോ അമ്മാവൻ ചൂണ്ടിക്കാട്ടി. അവർ കൊലപാതക്കുറ്റമാരോപിച്ച ആൾ ഒരു പ്രത്യേകകൃത്യം നിർവഹിക്കുന്നതിനു നാലുദിവസത്തേക്ക് നാം ദിഞ്ഞിലേക്ക് പോയിരിക്കുകയാണെന്ന് അദ്ദേഹം വ്യക്തമാക്കി. അപ്പോൾ ജു വിഷയം മാറ്റി മറ്റൊന്നിലേക്കു കടന്നു. ക്രമസമാധാനം പാലിക്കുന്നതിൽ ഞങ്ങളുടെ ഗവൺമെന്റിനു പറ്റിയ 'പരാജയ'ത്തെ അയാൾ അധിക്ഷേപിച്ചു. അതിനുശേഷം ഭക്ഷ്യവിതരണപ്രശ്നത്തെക്കുറിച്ചായി അയാളുടെ പരാതി. തങ്ങൾ ആവശ്യപ്പെട്ട അരി മുഴുവൻ തങ്ങൾക്ക് നൽകിയില്ലെന്ന് അയാൾ കുറ്റപ്പെടുത്തി. സംഘർഷാത്മകമായ ഒരന്തരീക്ഷം സൃഷ്ടിക്കുന്നതിന് അയാൾ ഒന്നിനുപുറകെ മറ്റൊന്നായി പ്രശ്നങ്ങളുയർത്തിക്കൊണ്ടുവന്നു. അവസാനം അയാളുടെ വാദഗതികളുടെ സ്റ്റോക്ക് തീർന്നു. സംഭാഷണത്തിന് വിരാമമിടാനും അയാൾ നിർബന്ധിതനായി. തന്റെ മുഖം രക്ഷിക്കുന്നതിനും പിരിമുറുക്കം നിറഞ്ഞ അന്തരീക്ഷം നിലനിർത്തുന്നതിനും വേണ്ടി കൊലപാതകിയെ കണ്ടുപിടിക്കുന്നതുവരെ കാറിനെയും അതിന്റെ ഡ്രൈവറെയും കസ്റ്റഡിയിൽ വയ്ക്കുന്നതാണെന്ന് അയാൾ ഹോ അമ്മാവനെ അറിയിച്ചു. ആവർത്തിച്ചാവർത്തിച്ച് പ്രതിഷേധിച്ചിട്ടും മൂന്നുമാസത്തിനുശേഷമേ അവർ ഡ്രൈവറെ വിട്ടയക്കാൻ തയാറായുള്ളു. കാറ് ഒരിക്കലും വിട്ടുതന്നതുമില്ല.

16

ആദ്യത്തെ പൊതുതെരഞ്ഞെടുപ്പ്

ജിയാങ്ങിന്റെ ആൾക്കാരുമായി ഒത്തുതീർപ്പുണ്ടാക്കേണ്ടതാവശ്യമാണെന്ന് ഹോ അമ്മാവനും പാർട്ടിബ്യൂറൊവും കരുതി. ജിയാങ്ങിന്റെ ആൾക്കാരാവട്ടെ, തങ്ങളുടെ ഏജന്റുമാർ തെരഞ്ഞെടുപ്പിൽ ജയിക്കുമെന്ന് പ്രതീക്ഷിച്ചേയില്ല. അവസാനനിമിഷം വരെ പൊതുതെരഞ്ഞെടുപ്പിനെ അവർ എതിർക്കും. ഗവൺമെന്റിൽ ഒരു അഴിച്ചുപണി നടത്തണമെന്ന് അവർ ഞങ്ങളോട് ആവശ്യപ്പെട്ടുകൊണ്ടിരുന്നു. അവരിൽ ചിലരെക്കൂടി പങ്കെടുപ്പിച്ചുകൊണ്ട് ഒരു താൽക്കാലിക കൂട്ടുകക്ഷി ഗവൺമെന്റ് സ്ഥാപിക്കാൻ ഞങ്ങൾ തയാറായിരുന്നു. അതിന് ചില ഉപാധികളും ഞങ്ങൾ മുന്നോട്ടുവച്ചു. അത് ഇപ്രകാരമായിരുന്നു: ഈ ഗവൺമെന്റ് ശരിയായ രീതിയിൽ പൊതുതെരഞ്ഞെടുപ്പ് നടത്തണം: സായുധസേനയെ ഏകീകരിക്കണം; ദേശീയ അസംബ്ലി സമ്മേളിക്കുമ്പോൾ സ്വയം പിരിഞ്ഞുപോകണം. നാഷണലിസ്റ്റു പാർട്ടിയും വിപ്ലവസഖ്യവും തെരഞ്ഞെടുപ്പിൽ സ്ഥാനാർഥികളെ നിർത്താൻ ധൈര്യപ്പെടുന്നില്ലെങ്കിൽ അവർക്കുവേണ്ടി ഏതാനും സീറ്റുകൾ റിസർവ് ചെയ്തുവയ്ക്കുന്നതിന് ഞങ്ങൾ നാഷണൽ അസംബ്ലിയോടാവശ്യപ്പെടും.

പ്രസ്തുത ഉപാധികൾ ഞങ്ങൾ തിയു വാന്റെ മുമ്പിൽ വെച്ചു. അയാൾ സമ്മതം മൂളി. കാരണം, വേറെ എന്തുചെയ്യണമെന്ന് അയാൾക്കറിയില്ലായിരുന്നു. ൻഗുയെൻ ഹായ് താനും അതംഗീകരിക്കേണ്ടിവന്നു. നാഷണലിസ്റ്റുപാർട്ടി ആദ്യം യോജിച്ചില്ലെങ്കിലും അവസാനം തങ്ങളുടെ യജമാനന്മാരുടെ തീരുമാനത്തിന് വഴങ്ങേണ്ടിവന്നു. തെരഞ്ഞെടുപ്പിനെ എതിർക്കുന്നത് നിർത്തിവയ്ക്കാമെന്ന് വിപ്ലവസഖ്യവും നാഷണലിസ്റ്റ് പാർട്ടിയും വാഗ്ദാനം ചെയ്തു.

1946 ജനുവരി 6 ാം തീയതി പൊതുതെരഞ്ഞെടുപ്പ് നടക്കുന്നതാണെന്ന് ഡിസംബർ 19 ാം തീയതി താൽക്കാലിക ഗവൺമെന്റ് പ്രസ്താവിച്ചു.

ഒരു വലിയ പ്രയാസം ഞങ്ങൾ തരണം ചെയ്തുകഴിഞ്ഞിരുന്നു. എന്നാൽ ഈ ഏർപ്പാടിനോട് ചില കേഡർമാർ പരിപൂർണമായും യോജിച്ചില്ല. ൻഗുയെൻ ഹായ് താൻ ഗവൺമെന്റിൽ ഉയർന്നസ്ഥാനം കൊടുക്കുന്നതാണെന്ന് കേട്ട ഒരു സഖാവ് ഹോ അമ്മാവനെ കണ്ട് തന്റെ എതിർപ്പ് അദ്ദേഹത്തെ അറിയിച്ചു. ഹോ അമ്മാവൻ സംഗതികൾ വളരെ ദീർഘമായി വിശദീകരിച്ചില്ല. അയാളോട് ഒരു ചോദ്യംമാത്രം ചോദിച്ചു: "ചാണകം വളരെ വൃത്തികെട്ടതല്ലെ? പക്ഷെ, നെല്ലിന്റെ വളർച്ചയ്ക്ക് നല്ലതാണെങ്കിൽ അതുപയോഗിക്കാൻ താങ്കൾ വിസമ്മതിക്കുമോ?"

1946 ജനുവരി 1 ാം തീയതി താൽക്കാലിക കൂട്ടുകക്ഷി ഗവൺമെന്റിന്റെ പട്ടിക പത്രങ്ങളിൽ പ്രസിദ്ധീകരിക്കപ്പെട്ടു. ൻഗുയെൻ ഹായ് താൻ ആയിരുന്നു വൈസ് പ്രസിഡന്റ്. നാഷണലിസ്റ്റ് പാർട്ടിയുടെയും വിപ്ലവസഖ്യത്തിന്റെയും പ്രതിനിധികൾക്ക് ധനകാര്യം, ആരോഗ്യം എന്നീ വകുപ്പുകളുടെ ചുമതല കിട്ടി.

അതേദിവസം ഉച്ചതിരിഞ്ഞ് മുനിസിപ്പൽ തിയറ്ററിൽ വെച്ച് പുതിയ ഗവൺമെന്റ് സത്യവാചകം ചൊല്ലി അധികാരമേറ്റു.

ഹോ അമ്മാവൻ പാർട്ടികളുടെ ഐക്യപ്രഖ്യാപനം വായിക്കുകയും ഗവൺമെന്റിന്റെ നയങ്ങൾ പ്രസ്താവിക്കുകയും ചെയ്തു. അവയിൽ താഴെപറയുന്ന കാര്യങ്ങൾ ഉൾപ്പെടുന്നു;

– രാജവ്യാപകമായ പൊതുതെരഞ്ഞെടുപ്പിന്റെ വിജയം ഉറപ്പുവരുത്തുക.

– ജനാധിപത്യ തത്വങ്ങളിലധിഷ്ഠിതമായി ഭരണനിർവഹണ ഓഫീസുകൾ ഏകീകരിക്കുക.

– ഗവൺമെന്റിന്റെ നേതൃത്വത്തിൽ വിവിധ സായുധസേനകളെ സംയോജിപ്പിക്കുക; ഒരു പാർട്ടിക്കും അവയുടേതായ പട്ടാളമുണ്ടായിരിക്കില്ല.

തന്റെ ഉദ്ഘാടനപ്രസംഗത്തിൽ ൻഗുയെൻ ഹായ് താൻ പറഞ്ഞു: "ഒരു ദേശീയനേതാവെന്ന നിലയിൽ ഐക്യം ഊട്ടിയുണ്ടാക്കാൻ ഇത്രമാത്രം വൈകിയതിൽ ഞാൻ എന്നെത്തന്നെ കുറ്റപ്പെടുത്തുന്നു." അദ്ദേഹം വാഗ്ദാനം ചെയ്തു: "അക്രമികളെ ചെറുക്കുന്നതിന് ജനങ്ങളോടൊപ്പം ചേരാൻ ഞാൻ എന്റെ സ്വന്തം സൈന്യത്തെ തെക്കോട്ടേക്കയക്കുന്നതാണ്."

തിയറ്ററിനുമുമ്പിലുള്ള മൈതാനത്തിൽ തലസ്ഥാനനഗരിയിലെ മുപ്പതിനായിരം ജനങ്ങൾ തടിച്ചുകൂടി. ഗവൺമെന്റിലെ അംഗങ്ങളോട് ജനങ്ങളുടെമുമ്പിൽ ഹാജരാകാൻ ഹോ അമ്മാവൻ പറഞ്ഞു. അദ്ദേഹം ബാൽക്കണിയിൽ പ്രത്യക്ഷപ്പെട്ടതോടെ, "പ്രസിഡന്റ് ഹോ ചിരകാലം ജീവിക്കട്ടെ" എന്നു ജനങ്ങളാർത്തു വിളിക്കാൻതുടങ്ങി.

ഹോ അമ്മാവൻ ജനങ്ങൾക്ക് നവവത്സരാശംസകൾ നൽകി. താൽക്കാലിക കൂട്ടുകക്ഷിഗവൺമെന്റിന്റെ രൂപീകരണത്തെക്കുറിച്ച് അദ്ദേഹം സംസാരിച്ചു. തുടർന്ന് പുതിയ വൈസ് പ്രസിഡന്റിനെ അദ്ദേഹം ജനങ്ങൾക്ക് പരിചയപ്പെടുത്തി.

ൻഗുയെൻ ഹായ് താൻ ജനങ്ങളെ അഭിസംബോധന ചെയ്യുന്നതിന് മുമ്പോട്ടുവന്നു. സംഭ്രമം കൊണ്ടായിരിക്കാം അയാൾ ഏതാനും ചൈനീസ് വാക്കുകൾ വിക്കിവിക്കിപ്പറഞ്ഞു.

അയാളുടെ അടുത്തുനിന്ന് കോട്ടു പിടിച്ചുവലിച്ചുകൊണ്ട് ഞാൻ ചോദിച്ചു: "താങ്കൾ എന്താണ് പറയുന്നത്?" സഖാവ് ത്രാൻ ഹുയ് ലിയുവും അവിടെ നിൽക്കുന്നുണ്ടായിരുന്നു. അദ്ദേഹം എന്നെ തോണ്ടിക്കൊണ്ട് മന്ത്രിച്ചു: "അയാളെ തടയണ്ട! അയാൾ ഇഷ്ടമുള്ളതുപറയട്ടെ!"

ൻ ഗുയെൻ ഹായ് താന് വളരെ നല്ലൊരു വീട് ഹോ അമ്മാവൻ തയാറാക്കിവെച്ചിരുന്നു. താൻ സ്വന്തമായുപയോഗിച്ചിരുന്ന കാറും അദ്ദേഹം അയാൾക്ക് കൊടുത്തു.

ഏതാനും ദിവസങ്ങൾക്കുശേഷം ബാക് ബൊ കൊട്ടാരത്തിൽവെച്ച് ഗവൺമെന്റുദ്യോഗസ്ഥന്മാരുമായി താൽക്കാലിക കൂട്ടുകക്ഷി ഗവൺമെന്റിന്റെ ഔപചാരികമായ ഒരു യോഗം നടന്നു.

ൻഗുയെൻ ഹായ് താൻ തന്റെ കാറിൽ വന്നു. ഒരു പ്ലറ്റൂൺ അംഗരക്ഷകർ അയാൾക്ക് അകമ്പടി സേവിച്ചിരുന്നു. കയ്യിൽ തോക്ക്, വെടിക്കോപ്പ്, ബെൽട്ടിലും നിറച്ചു വെടിയുണ്ടകൾ, കാലിൽ ചുറ്റിയ പട്ടീസ് -ലു ഹാന്റെ പട്ടാളം പോലെതന്നെയായിരുന്നു അവർ.

ചായസൽക്കാരത്തിനിടയിൽ സൗഹൃദപൂർവമായ സ്വരത്തിൽ ഹോ അമ്മാവൻ പറഞ്ഞു: "ഇന്ന് നമ്മുടെ കുടുംബത്തിലെ ഒരു പുതിയ അംഗത്തെ പരിചയപ്പെടുത്തുന്നതിൽ എനിക്ക് സന്തോഷമുണ്ട്. വൈസ് പ്രസിഡന്റ് ൻഗുയെൻ ഹായ് താൻ..."

ൻഗുയെൻ ഹായ് താൻ എഴുന്നേറ്റു. അയാളുടെ മുഖത്ത് സംതൃപ്തി ഓളംവെട്ടിയിരുന്നു.

"ദശകങ്ങളോളം വിദേശത്തുകഴിഞ്ഞ എനിക്ക് താമസിക്കാൻ ഇത്രയും വലിയൊരു വീട് കിട്ടിയതിൽ ഞാൻ ഇപ്പോൾ ശരിക്കും സന്തോഷിക്കുന്നു..." അയാൾ പറഞ്ഞു. സന്തോഷാധിക്യത്താലും സദസിനെ രസിപ്പിക്കാനുമായി അയാൾ കൂട്ടിച്ചേർത്തു: "ഇനി ഞാൻ പ്രസിഡന്റ് ഹോ ചിമിന്റെ കൈനോക്കി ഭാവി പ്രവചിക്കാം."

അയാളുടെ വികലമായ നിർദേശത്തിന് സദസിൽനിന്ന് യാതൊരു പ്രതികരണവുമുണ്ടായില്ല.

* * * * *

ഹാനോയിൽ ഉത്സവത്തിന്റെ പ്രതീതിയായിരുന്നു. രാജ്യത്തിന്റെ ചരിത്രത്തിൽ ആദ്യമായി നടക്കാൻപോകുന്ന പൊതുതെരഞ്ഞെടുപ്പിനുവേണ്ടി കൊണ്ടുപിടിച്ച തയാറെടുപ്പുകൾ നടന്നുവരികയായിരുന്നു.

രാഷ്ട്രീയസംഘടനകൾ തങ്ങളുടെ സ്ഥാനാർഥികൾക്കു വേണ്ടി ചൂടുപിടിച്ച പ്രചാരണങ്ങൾ നടത്തിക്കൊണ്ടിരുന്നു. ചുവരുകളിലും ബാനറുകളിലും മുദ്രാവാക്യങ്ങൾ പ്രത്യക്ഷപ്പെട്ടു. അണിഞ്ഞൊരുങ്ങിയ ആൺകുട്ടികളും പെൺകുട്ടികളും അലങ്കരിച്ച വാഹനങ്ങളിലിരുന്ന് വാദ്യഘോഷം മുഴക്കി. സംഗീതമാലപിച്ചു. സ്ഥാനാർഥികൾക്ക് പിന്തുണ പ്രഖ്യാപിച്ചുകൊണ്ട് മെഗാഫോണുകളിലൂടെ സംസാരിച്ചു. അവർ നഗരത്തിലാകെ സഞ്ചരിച്ചു. തെരഞ്ഞെടുപ്പു പ്രചാരണാർഥം പത്രങ്ങൾ പ്രത്യേകപതിപ്പുകളിറക്കി.

ഏതെങ്കിലുമൊരു പ്രത്യേകപ്രവിശ്യയിൽ തെരഞ്ഞെടുപ്പിന് നിൽക്കരുതെന്നും തന്നെ ദേശീയ അസംബ്ലിയിലേക്കു തെരഞ്ഞെടുക്കാൻ മുഴുവൻ രാഷ്ട്രത്തെ അനുവദിക്കണമെന്നും അഭ്യർഥിച്ചുകൊണ്ട് വിവിധ സ്ഥലങ്ങളിലെ ജനങ്ങൾ ഹോ അമ്മാവന് കത്തുകളയച്ചു. സ്വന്തം പേപ്പറിന്മേൽ ഹോ അമ്മാവന്റെ പേരെഴുതാൻ എല്ലാവരും ആഗ്രഹിച്ചു. ഈ നിർദേശങ്ങൾക്ക് മറുപടിയെന്ന നിലയിൽ ഹോ അമ്മാവനെഴുതി:

> വിയത്നാം ജനാധിപത്യറിപ്പബ്ലിക്കിലെ പൗരനാണു ഞാൻ. അതുകൊണ്ട് പൊതുതെരഞ്ഞെടുപ്പിനുവേണ്ടി തയാറാക്കിയ നിയമങ്ങളിൽനിന്ന് എന്നെ ഒഴിവാക്കാൻ കഴിയില്ല. ഞാൻ ഹാനോയിലെ ഒരു സ്ഥാനാർഥിയാണ്. അതുകൊണ്ട് മറ്റൊരു നിയോജകമണ്ഡലത്തിലും സ്ഥാനാർഥിയായി നിൽക്കാൻ എനിക്കു കഴിയില്ല.
>
> നിങ്ങൾ എന്നോടുകാട്ടിയ സ്നേഹത്തിന് ഞാൻ നന്ദി പറയുന്നു. വരാൻപോകുന്ന തെരഞ്ഞെടുപ്പിൽ പൗരന്മാരെന്നനിലയിൽ നിങ്ങൾ സ്വന്തം കടമ നിർവഹിക്കുമെന്ന് ഞാൻ പ്രത്യാശിക്കുന്നു.

1946 ജനുവരി 6 ാം തീയതി പ്രഭാതത്തിൽ നാട്ടിൻപുറങ്ങളിലും നഗരങ്ങളിലും എങ്ങും പതാകകളും വിളക്കുകളും പുഷ്പങ്ങളും കാണായി.

ജനങ്ങൾ മുഴുവൻ – പണക്കാരും പാവപ്പെട്ടവരും പ്രായം ചെന്നവരും ചെറുപ്പക്കാരും പുരുഷന്മാരും സ്ത്രീകളും – ആഹ്ലാദത്തോടെ പോളിങ് ബൂത്തിലേക്കു പോയി.

വോട്ടുചെയ്യാനുള്ള അവകാശം അവർ പെട്ടെന്നൊരുദിവസം രാത്രി നേടിയെടുത്തതല്ല. നീണ്ടുനിന്ന സമരങ്ങളിലൂടെയാണ്, എത്രയോ രക്തവും കണ്ണീരും ചൊരിഞ്ഞിട്ടാണ് അവർക്കാ സ്വാതന്ത്ര്യം ലഭിച്ചത്. തെരഞ്ഞെടുപ്പുദിവസംവരെ അതിനുവേണ്ടി അവർ രക്തം ചൊരിഞ്ഞു. തെരഞ്ഞെടുപ്പു പ്രചാരണത്തിനിടയിൽ തെക്കൻപ്രദേശത്തെ ഞങ്ങളുടെ 42 സഖാക്കൾ കൊലചെയ്യപ്പെട്ടു.

രാജ്യത്തിന്റെ പുതിയ യജമാനന്മാർ തങ്ങളുടെ പരമാധികാരം രേഖപ്പെടുത്തിയ ദിവസമായിരുന്നു അത്. ഫുക് യെൻ പട്ടണത്തിലെ സുമാർ നൂറുവയസ്സ് പ്രായം ചെന്ന ഒരാൾ തന്നെ പോളിങ് സ്റ്റേഷനിലേക്കെത്തിക്കണമെന്ന് തന്റെ പൗത്രനോട് പറഞ്ഞു. ഓരോ സ്ഥാനാർഥിയു

ടെയും പശ്ചാത്തലവും നേട്ടങ്ങളും വിശദീകരിച്ചുകൊടുക്കാൻ അദ്ദേഹം ഉദ്യോഗസ്ഥന്മാരോടാവശ്യപ്പെട്ടു. അദ്ദേഹം ബാലറ്റ് പേപ്പർ കയ്യിലെടുത്ത് ഒരു തീരുമാനമെടുക്കുന്നതിനുമുമ്പ് കുറെസമയം ആലോചിച്ചുനിന്നു. തങ്ങളുടെ പ്രതീക്ഷകളുടെയും സ്വപ്നങ്ങളുടെയും പ്രകാശമായി, ഭാവിയുടെ വാഗ്ദാനമായി ചെറുപ്പക്കാർ ബാലറ്റ്പേപ്പറിനെ കണ്ടു. ദീർഘകാലത്തെ അടിമത്തത്തിനും അപമാനത്തിനുംശേഷം സ്വാതന്ത്ര്യത്തിന്റെ അഗാധമായ അർഥമാണ് പ്രായം ചെന്നവർ ആ കടലാസിൽ ദർശിച്ചത്.

ബാലറ്റ്പെട്ടിയിൽ സ്വയം ബാലറ്റ് പേപ്പർ നിക്ഷേപിക്കുന്നതിന്റെ സമ്പൂർണമായ ആഹ്ലാദം അനുഭവിക്കാൻ അന്ധന്മാർപോലും തങ്ങളെ പോളിങ് സ്റ്റേഷനിലെത്തിക്കണമെന്ന് ആവശ്യപ്പെട്ടു.

പൊതുതെരഞ്ഞെടുപ്പിൻനാൾ എല്ലാവർക്കും ഒരുത്സവദിവസമായിരുന്നു. പല സ്ഥലത്തും അന്ന് ജനങ്ങൾ പന്തംകൊളുത്തി പ്രകടനങ്ങൾ നടത്തി. ഹോ അമ്മാവന്റെ ചിത്രങ്ങളും അവർ വഹിച്ചിരുന്നു. ചിലേടത്ത് ജനങ്ങൾ കലാപരിപാടികൾ നടത്തി.

ഇങ്ങനെയൊക്കെയാണെങ്കിലും സ്വയംപ്രതിരോധസേനയെ അട്ടിമറി പ്രവർത്തനങ്ങൾക്കെതിരെ തയാറാക്കിനിർത്തിയിരുന്നു.

മുൻധാരണകൾക്ക് വിപരീതമായി ഹാനോയിൽത്തന്നെ സബ്മെഷീൻതോക്കുകൾ എന്തിയ നാഷണലിസ്റ്റ് പാർട്ടിക്കാർ ൻഗു ക്സയിൽ ഒരു പോളിങ് സ്റ്റേഷൻ സ്ഥാപിക്കുന്നതിനെ തടസപ്പെടുത്തി. അവിടെ ദേശീയപതാക പറപ്പിക്കുന്നതിൽനിന്ന് അവർ ജനങ്ങളെ വിലക്കി. തൊട്ടടുത്ത ൻഗുയെൻ തായ് ഹോക് തെരുവിലെ പോളിങ് സ്റ്റേഷനിൽ പോയി വോട്ടുരേഖപ്പെടുത്തിക്കൊണ്ടാണ് ൻഗു ക്സയിലെ ജനങ്ങൾ ഇതിനോട് പകരം വീട്ടിയത്.

ശത്രുക്കളുടെ ബോംബുകളും നാപാം തോക്കുകളും യന്ത്രത്തോക്കുകളുമുണ്ടായിട്ടുപോലും രാജ്യത്തിന്റെ തെക്കൻഭാഗത്ത് തെരഞ്ഞെടുപ്പുനടന്നു. ശത്രുക്കൾ താൽക്കാലികമായി അധീശത്വം സ്ഥാപിച്ച സൈഗോൾ ചൊലോൺ, മൈതൊ എന്നിവിടങ്ങളിൽപോലും സ്ഥാനാർഥികൾ തെരഞ്ഞെടുപ്പിനു നിന്നു. ശത്രുവിമാനങ്ങൾ ബോംബുവർഷിച്ചതുമൂലം താൻ ആൻ ഖാഞ് ഹൊവ എന്നിവിടങ്ങളിലെ അനേകമാളുകൾ കൊല്ലപ്പെട്ടു. പലർക്കും മുറിവേറ്റു. പല സ്ഥലത്തും ശത്രുക്കളുടെ ഭീകരപ്രവർത്തനങ്ങളെ അതിജീവിച്ച് കൊണ്ട് 50 ശതമാനത്തോളം സമ്മതിദായകർ തങ്ങളുടെ പൗരാവകാശം ധൈര്യപൂർവം വിനിയോഗിച്ചു.

ഹാനോയിൽ ബാക് നിഞ് തെരുവിലെ ഹാങ് വോയ് സ്കൂളിനഭിമുഖമായി നിൽക്കുന്ന ഒരു വീട്ടിൽ സ്ഥാപിച്ച പോളിങ് ബൂത്തിലാണ് ഹോ അമ്മാവൻ വോട്ടുചെയ്യാൻ പോയത്.

അതൊരു തണുത്തുവരണ്ട പ്രഭാതമായിരുന്നു.

ചൂടുള്ള ഞായറാഴ്ച വസ്ത്രങ്ങൾ ധരിച്ച സമ്മതിദായകർക്കിടയിൽ ലളിതമായ ഒരു കാക്കിവസ്ത്രം ധരിച്ച് അദ്ദേഹം പ്രത്യക്ഷപ്പെട്ടു. പ്രസന്നവദനനായി പോളിങ്ബൂത്തിലേക്ക് കടന്നുവന്നു. തന്റെ രാഷ്ട്രത്തോ

ടൊപ്പം ശത്രുക്കൾക്കെതിരെ കഴിഞ്ഞ മുപ്പത്തഞ്ചുവർഷമായി കടുത്ത പോരാട്ടം നടത്തിക്കൊണ്ടിരുന്ന അദ്ദേഹത്തിന് മറ്റെല്ലാ ജനങ്ങൾക്കുമെന്ന പോലെ ഒരു സ്വതന്ത്രരാജ്യത്തിലെ പൗരനെന്നനിലയിലുള്ള ബാലറ്റു പേപ്പർ ആദ്യമായിട്ടാണ് ലഭിക്കുന്നത്.

പ്രസിഡന്റ് ഹോ എത്തിച്ചേർന്നിട്ടുണ്ടെന്ന വിവരമറിഞ്ഞതോടുകൂടി പോളിങ് സ്റ്റേഷനുമുമ്പിൽ ജനങ്ങൾ തടിച്ചുകൂടി. അദ്ദേഹം പുറത്തേക്കു കടന്നപ്പോൾ ആകാശം ഭേദിക്കുമാറുച്ചത്തിൽ ഹർഷാരവം ഉയർന്നു. അദ്ദേഹം ജനക്കൂട്ടത്തിനു നേരെ കൈവീശിക്കൊണ്ട് ഹാങ് ബാക്, ഹാങ് ഗായ് ഹാങ് ത്രോങ് തുടങ്ങിയ തെരുവുകളിലെയും അവസാനം നഗരപ്രാന്തത്തിലുള്ള ഹോ ഖൗ ഗ്രാമത്തിലെയും പോളിങ് സ്റ്റേഷനുകൾ സന്ദർശിച്ചു. രാജ്യത്തിലെ ആ മഹത്തായ ഉത്സവദിവസം അദ്ദേഹം ജനങ്ങളുടെയിടയിൽ കഴിയാൻ ആഗ്രഹിച്ചു.

ഈ പൗരാവകാശത്തെയും കടമയെയും ഹോ അമ്മാവൻ ഏറെ വിലമതിച്ചിരുന്നു. കഴിഞ്ഞവർഷം (1969 മാർച്ചിൽ) ഹാനോയ് ജനകീയ കൗൺസിലിലേക്ക് തെരഞ്ഞെടുപ്പുനടക്കുകയുണ്ടായി. ആ സമയത്ത് ആരോഗ്യം മോശമായിട്ടുപോലും ബാ ദിങ് ജില്ലയിലെ പോളിങ് സ്റ്റേഷനിൽപോയി അദ്ദേഹം വോട്ടുരേഖപ്പെടുത്തി. ജനങ്ങൾ അദ്ദേഹത്തിനുചുറ്റും തടിച്ചുകൂടി. ബാലറ്റ്പേപ്പറിൽ പേർ രേഖപ്പെടുത്തുന്നതിനുമുമ്പ് മാറിനിൽക്കാൻ പുഞ്ചിരിച്ചുകൊണ്ട് അദ്ദേഹം ജനങ്ങളോടാവശ്യപ്പെട്ടു. രഹസ്യവോട്ട് എന്ന തത്വം പരിപാലിക്കാനായിരുന്നു അത്. അങ്ങനെയാണ് ജനകീയകൗൺസിലേക്കുള്ള മെമ്പർമാരെ തെരഞ്ഞെടുക്കാൻ വേണ്ടി തന്റെ 79 ാം മത്തെ വയസിലും അദ്ദേഹം വോട്ടു രേഖപ്പെടുത്തിയത്.

രാജ്യത്തിലെ ഒന്നാമത്തെ പൊതുതെരഞ്ഞെടുപ്പിൽ പ്രസിഡന്റ് ഹോ ഹാനോയിലെ ഒരു സ്ഥാനാർഥിയായിരുന്നു. അദ്ദേഹത്തിന് 98.4 ശതമാനം വോട്ടുകൾ ലഭിച്ചു.

വിയത്നാം ജനാധിപത്യറിപ്പബ്ലിക്കിന്റ ഒന്നാമത്തെ ദേശീയ അസംബ്ലിയിലേക്ക് രാജ്യം മുഴുവനുമുള്ള ജനങ്ങൾ 333 ഡെപ്യൂട്ടികളെ തെരഞ്ഞെടുത്തു.

17

പൂർവകാലസ്മരണകൾ ഉയർത്തിയ ഒരു യാത്ര

ജനുവരി മധ്യത്തിൽ ഒരു ഹ്രസ്വകാലജോലിക്ക് ഗവൺമെന്റ് എന്നെ തെക്കൻഭാഗത്തേക്കയച്ചു. പുതുതായി സ്ഥാപിക്കപ്പെട്ട അധികാരം സംരക്ഷിക്കുന്നതിന് നാം ബൊവിലും ത്രുങ് ബൊവിന്റെ തെക്കൻഭാഗങ്ങളിലും ഗണ്യമായ വിജയം നേടിയെടുക്കാൻ ഫ്രഞ്ച് വിരുദ്ധ ചെറുത്തുനിൽപ്പ് ശക്തിപ്പെടുത്തേണ്ടത് ആവശ്യമാണെന്ന് പാർട്ടിയുടെ കേന്ദ്രകമ്മിറ്റിക്ക് ബോധ്യംവന്നിരുന്നു. അതേസമയം ശത്രു യുദ്ധം വ്യാപിപ്പിക്കുകയാണെങ്കിൽ രാജ്യം മുഴുവനുമുള്ള ജനങ്ങൾ നീണ്ടുനിൽക്കുന്ന ഒരു പ്രതിരോധയുദ്ധത്തിന് സജീവമായ തയാറെടുപ്പുകളും നടത്തേണ്ടിയിരുന്നു. പാർട്ടി കേന്ദ്രകമ്മിറ്റിയുടെ ഈ ഉറച്ചതീരുമാനം അവിടത്തെ ഞങ്ങളുടെ ആളുകളെ അറിയിക്കുകയായിരുന്നു എന്റെ യാത്രോദ്ദേശ്യം.

ചെറുത്തുനിൽപ്പിന്റെ നൂറാംദിവസം പ്രമാണിച്ച് ഹാനോയിലെ പത്രങ്ങൾ പ്രത്യേകപതിപ്പുകളിറക്കി.

സെപ്തംബർ രണ്ടിനുമുമ്പ് സൈഗോണിലെ പഴയ കൊളോണിയൽ ഭരണാധികാരികൾ കരുതിയത് തങ്ങൾ നിറതോക്കൊഴിക്കേണ്ട താമസം നാട്ടുകാർ മുഴുവൻ കുരുവിക്കൂട്ടങ്ങളെപ്പോലെ പിരിഞ്ഞുപോകുമെന്നാണ്. കൊളോണിയൽ പട്ടാളക്കാർക്കും ഇതേ ധാരണയാണുണ്ടായിരുന്നത്. ജപ്പാൻകാരുടെ തടവറകളിൽനിന്ന് തങ്ങൾ മോചിപ്പിക്കപ്പെട്ടാൽ ഞങ്ങളുടെ ജനങ്ങളുടെ നേരെ തോന്നിയപോലെ വെടിവയ്ക്കണമെന്ന് അവർ തീരുമാനിച്ചിരുന്നു. ചില കൊളോണിയൽ ജനറൽമാർ വിശ്വസിച്ചത് ഇന്തോചൈന ഉപദ്വീപിലെ സൈനികപ്രവർത്തനം കേവലമൊരു സൈനികപരേഡ് കൊണ്ട് തീരുമെന്നാണ്.

അതൊരു പരീക്ഷണഘട്ടമായിരുന്നു.

ഫ്രാൻസിലെ ഏറ്റവും പ്രസിദ്ധമായൊരു ജനറലിന്റെ കമാൻഡിൻ കീഴിൽ ഒരു പഴയ സാമ്രാജ്യത്വശക്തിയുടെ സ്ഥിരംപട്ടാളമായിരുന്നു ഒരു ഭാഗത്ത്. പോർവിമാനം, യുദ്ധക്കപ്പൽ, സായുധവാഹനങ്ങൾ, പീരങ്കികൾ, മെഷീൻതോക്കുകൾ എന്നിങ്ങനെ സകല ആധുനികായുധങ്ങളും അവർക്കുണ്ടായിരുന്നു. കൂടാതെ അവർക്ക് ബ്രിട്ടീഷുകാരുടെയും പതിനായിരക്കണക്കിന് ജാപ്പനീസ് പട്ടാളക്കാരുടെയും പിൻബലവുമുണ്ടായിരുന്നു.

തങ്ങളുടെ രാജ്യം കാത്തുരക്ഷിക്കുന്നതിനുവേണ്ടി അവസാനംവരെ പോരാടാൻ ദൃഢവ്രതമെടുത്ത സാധാരണ ജനങ്ങളായിരുന്നു മറുഭാഗത്ത്. അവരുടെ കയ്യിലാകട്ടെ, ലഘുവായ ആയുധങ്ങൾ മാത്രമേ ഉണ്ടായിരുന്നുള്ളു.

നൂറുദിവസത്തെ പോരാട്ടത്തിനുശേഷവും നാം ബൊവും തെക്കൻ ത്രുങ് ബൊവും ഉറച്ചുനിന്നു. ൻഗുയെൻ രാജവംശത്തിലെ മുൻ രാജാക്കന്മാരുടെയും മന്ദാരിന്മാരുടെയും പീരങ്കികളെക്കാൾ എത്രയോ ശക്തമാണ് ജനാധിപത്യറിപ്പബ്ലിക്കൻ ഭരണത്തിൻകീഴിൽ പോരാടിയ ഞങ്ങളുടെ ജനങ്ങളുടെ അറ്റംകൂർത്ത മുളംകുന്തങ്ങളെന്ന് ഈ പോരാട്ടത്തിലൂടെ തെളിഞ്ഞു.

ഫ്രഞ്ചുകാർക്ക് തങ്ങളുടെ മുൻ ആക്രമണയുദ്ധത്തിൽ ഒരു വലിയ ഭൂപ്രദേശം കീഴടക്കുന്നതിന് ചില കോട്ടകളുടെ മതിലുകളിൻമേൽ ഏതാനും ഷെല്ലുകൾ ഉതിർത്താൽമാത്രം മതിയായിരുന്നു. എന്നാൽ ഇത്തവണ വീണ്ടും അടിമത്തത്തിലേക്ക് തിരിച്ചുപോകാനാഗ്രഹിക്കാത്ത ജനങ്ങളെന്ന അജയ്യമായ ഉരുക്കുമതിലുകളിന്മേൽ അവർക്ക് തലയിട്ടടിക്കേണ്ടിവന്നു.

സായുധവാഹനങ്ങളുടെ ഒരു നിരതന്നെ ഉപയോഗിച്ചുകൊണ്ട് നാം ബൊവിലെയും തെക്കൻ ത്രുങ് ബൊവിലെയും ഏതാനും പ്രവിശ്യകളിലേക്ക് അവർക്ക് മുന്നേറാൻ കഴിഞ്ഞു. എന്നാൽ ചെറുത്തുനിൽപ്പിനെ ഒരിക്കലും തല്ലിക്കെടുത്താൻ കഴിഞ്ഞില്ലെന്നതാണ് പ്രധാനകാര്യം. എല്ലായിടത്തും അത് ഊർജസ്വലമായി മുന്നേറി. തങ്ങൾ ആക്രമിച്ചുകീഴടക്കിയെന്ന് ശത്രുക്കൾ കരുതിയ നഗരങ്ങളിലും പട്ടണങ്ങളിൽപോലും ചെറുത്തുനിൽപ്പ് സജീവമായിരുന്നു.

പിതൃഭൂമിയുടെ നിലനിൽപ്പുതന്നെ തീരുമാനിക്കുന്ന ആ നിർണായകനിമിഷങ്ങളിൽ പോരാടാനുള്ള പുതിയ പുതിയ മാർഗങ്ങൾ ഞങ്ങളുടെ ജനങ്ങൾ കണ്ടെത്തി. പുതിയ യുദ്ധതന്ത്രങ്ങൾകണ്ട് ശത്രു ആകെ അമ്പരന്നു. നഗരങ്ങളും പട്ടണങ്ങളും പണിതുയർത്തിയ ജനങ്ങൾ തന്നെ അവയെ നശിപ്പിച്ചു. ശത്രുവുമായി ഒട്ടും സഹകരിക്കാൻ തയാറില്ലാത്ത ഗ്രാമവാസികളാകെ ഗ്രാമങ്ങൾ ഒഴിച്ചുപോയി. ശത്രുക്കൾ പോയിടത്തൊക്കെ ഒഴിഞ്ഞ വീടുകളും നോക്കാനാളില്ലാത്ത തോട്ടങ്ങളും നശിപ്പിക്കപ്പെട്ട പാലങ്ങളും വെട്ടിമുറിച്ച റോഡുകളും മാത്രമേ കാണാൻ കഴിഞ്ഞുള്ളു. ഒരോ തെരുവുമൂലയും ഓരോ ട്രഞ്ചും ഷെല്ലുകളിൽനിന്നും

ബോംബുകളിൽനിന്നും രക്ഷിക്കുന്നതിന് 'മരണത്തെ വെല്ലുന്ന' പോരാളികൾ കയ്യിൽകിട്ടുന്ന ആയുധങ്ങളൊക്കെയുപയോഗിച്ചു. ഒരിടത്തും തങ്ങൾക്കു കാണാൻ കഴിയാത്തവരും എന്നാൽ എവിടെയും പെട്ടെന്ന് ഉയർന്നുവരുന്നവരുമായ ശത്രുക്കൾ തങ്ങളെ ഏതുസമയത്തും ആക്രമിക്കുന്നതാണ് ശത്രുവിനെ ഏറ്റവുമധികം കുഴക്കിയത്.

നാം ബൊവിലെ വിപുലമായ നാട്ടിൻപുറങ്ങൾ അപ്പോഴും ഞങ്ങളുടെ നിയന്ത്രണത്തിലായിരുന്നു. അനേകം ഗറില്ലാതാവളങ്ങൾ സ്ഥാപിക്കപ്പെട്ടു. ഈറ്റസമതലപ്രദേശത്തും യുമിഞ് കാടുകളിലും ഞങ്ങൾക്ക് വലിയ താവളപ്രദേശങ്ങളുണ്ടായിരുന്നു. ചില താവളങ്ങൾ നഗരങ്ങൾക്കു തൊട്ടടുത്തുമായിരുന്നു.

ശത്രുക്കൾ നവംബർ അവസാനം ഞാ ത്രാങിൽ വന്നിറങ്ങി. എന്നാൽ സ്ഥലത്തുള്ള പട്ടാളക്കാരും ജനങ്ങളും ചേർന്ന് അവരെ നഗരത്തിൽ വളഞ്ഞിട്ടു. വടക്കുനിന്നുള്ള അനേകം പട്ടാളവിഭാഗങ്ങൾ ഇതിനു സഹായം നൽകി. ഖാഞ് ഹൊവയുടെ നേരെ ആക്രമണം നടത്തുകയെന്ന അവരുടെ പരിപാടിയും അതോടെ പൊളിഞ്ഞുപോയി.

വിവിധവംശജരായ ജനങ്ങൾ ഞങ്ങളുടെ പട്ടാളത്തോടൊപ്പം മധ്യപീഠഭൂമിപ്രദേശത്ത് ഓരോ ഗ്രാമത്തിനും കരയ്ക്കും വേണ്ടി ശത്രുക്കളുമായി ഏറ്റുമുട്ടി. ഞങ്ങളുടെ സൈന്യം ബുവോൺ മൈ തുവോത് പട്ടണം ഫ്രഞ്ചുകാരുടെ കയ്യിൽനിന്ന് വീണ്ടും പിടിച്ചടക്കി. ഡിസംബർ മധ്യത്തിൽ പത്തുദിവസക്കാലം അതിന്റെ നിയന്ത്രണം ഞങ്ങളുടെ കയ്യിലായിരുന്നു.

എല്ലായിടത്തും, ഓരോ ഗ്രാമത്തിലും തന്ത്രപ്രധാനമായ പാതകളിലും ശത്രുക്കളുടെ പിടിയിലമർന്ന പട്ടണങ്ങളിലും നഗരങ്ങളിലും പോലും, ഗറില്ലായുദ്ധം നടന്നു.

ആക്രമണയുദ്ധത്തിന്റെ ഫലത്തെക്കുറിച്ച് ചില കൊളോണിയൽ സൈനികർക്ക് അമിതമായ ശുഭാപ്തിവിശ്വാസമായിരുന്നു. വളരെ ലളിതമായ ഒരു കണക്കുകൂട്ടലാണ് അവരെ അതിലേക്കു നയിച്ചത്. 'ചെറുത്തുനിൽപ്പ് പോരാളികൾക്ക് വളരെക്കുറച്ചു തോക്കുകൾ മാത്രമേയുള്ളൂ. അവരുടെ കൈവശമുള്ള വെടിക്കോപ്പ് അതിലും കുറവാണ്. ആ വെടിക്കോപ്പ് ഉപയോഗിച്ചുതീരുമ്പോൾ - അത് വളരെവേഗം നടന്നേക്കും - ചെറുത്തുനിൽപ്പെല്ലാം അവസാനിക്കും.' എന്നാൽ തങ്ങളുടെ ജനങ്ങളോട് മൂന്നുമാസം ഏറ്റുമുട്ടിയപ്പോൾ സംഗതി അത്ര ശോഭനമല്ലെന്ന് ആക്രമണകാരികൾക്കു തോന്നിത്തുടങ്ങി. സ്വന്തം നിലനിൽപ്പിനുവേണ്ടി ഒരു രാഷ്ട്രം മുഴുവൻ ആയുധമെടുത്ത് ഉയിർത്തെഴുന്നേൽക്കുന്നതിന്റെ ശക്തി എത്രത്തോളമുണ്ടാവുമെന്ന് അവർക്ക് ബോധ്യപ്പെടാൻ തുടങ്ങി.

നീണ്ടുനിൽക്കുന്ന ഒരു യുദ്ധത്തിന്റെ വിപത്ത് ആക്രമണകാരികൾ മുമ്പിൽകണ്ടു. അടിയന്തരമായി പോഷകസേനയെ അയച്ചുതരണമെന്ന് അവർ ഫ്രാൻസിനോടാവശ്യപ്പെട്ടു. 1946 ന്റെ തുടക്കംമുതൽ നാം ബൊവിലെ ഞങ്ങളുടെ താവളപ്രദേശങ്ങൾക്കുനേരെ ശക്തിയായ തുട

ച്ചുനീക്കൽ പ്രവർത്തനം അവർ ആവർത്തിച്ചുനടത്തി. തെക്കൻ ത്രുങ് ബൊവിലെ കുറേക്കൂടി പ്രവിശ്യകളിൽ അധിനിവേശം നടത്താൻ അവർ അങ്ങേയറ്റം ശ്രമിച്ചു. പുതിയ ആക്രമണപരിപാടികൾ അവർ തയാറാക്കി.

ജനുവരി 18 ാം തീയതി ഉച്ചതിരിഞ്ഞ് ഞാൻ ഹാനോയ്യിൽനിന്ന് യാത്രയായി. തെളിഞ്ഞ ഒരു ദിവസമായിരുന്നു അത്. ഞങ്ങൾ യാത്രതിരിക്കുന്നതിനുമുമ്പ് ഹോ അമ്മാവൻ ഒരിക്കൽക്കൂടി ഓർമിപ്പിച്ചു: "എന്റെ അഭിവാദ്യം തെക്കൻപ്രദേശങ്ങളിലെ ജനങ്ങളെയും പോരാളികളെയും കേഡർമാരെയും അറിയിക്കുക. സന്ദർഭംകിട്ടുമ്പോൾ ഞാൻ അവിടെ ചെന്ന് അവരെ കാണുന്നതാണെന്നും അറിയിക്കൂ." ജാഗ്രതയോടെയിരിക്കാനും സംഗതികൾ രഹസ്യമായി സൂക്ഷിക്കാനും അദ്ദേഹം ഞങ്ങളോടു പറഞ്ഞു. എന്തു ജോലി നിർവഹിക്കുന്നതിനു പുറപ്പെടുമ്പോഴും അദ്ദേഹം ഞങ്ങളെ ഓർമിപ്പിക്കാറുള്ള കാര്യമായിരുന്നു ഇത്.

ഹാനോയിൽനിന്ന് പുറത്തുകടന്നപ്പോൾ കുറെയൊക്കെ വ്യത്യസ്തമായ അന്തരീക്ഷമാണ് ഞങ്ങൾ കണ്ടത്. ജിയാങ്പടയുടെ ബയണറ്റുകളുടെ അഭാവത്തിൽ ഭൂമിക്കു തെളിവും ശുദ്ധിയും കൈവന്നതായി അനുഭവപ്പെട്ടു. ഭൂമി സ്വാതന്ത്ര്യത്തിന്റെയും മോചനത്തിന്റെയും പ്രകാശത്തിൽ കുളിച്ചുനിൽക്കുന്നതായി തോന്നി. "തെക്കൻ പ്രദേശത്തെ നമ്മുടെ സഖാക്കളുടെ ഐതിഹാസികമായ ചെറുത്തുനിൽപ്പിന് പിന്തുണ നൽകുക" എന്നഭ്യർഥിച്ചുകൊണ്ടുള്ള ബാനറുകളും മുദ്രാവാക്യങ്ങളും എങ്ങും കാണാമായിരുന്നു. അതൊരുത്സവ ദിവസമായിരുന്നില്ലെങ്കിലും സ്വർണവർണനക്ഷത്രത്തോടുകൂടിയ പതാകകൾ ഗ്രാമങ്ങളിലും തെരുവുകളിലും പാടങ്ങളിൽ പോലും പാറിപ്പറക്കുന്നത് ഞങ്ങൾ കണ്ടു. ഞങ്ങളുടെ വഴിയിലുള്ള വിവിധകവലകളിലും പട്ടണങ്ങളിലും പട്ടാളക്കാവൽത്താവളങ്ങൾ സ്ഥാപിക്കപ്പെട്ടിട്ടുണ്ടായിരുന്നു.

ഞങ്ങൾ പിതൃഭൂമിയുടെ തെക്കൻഭാഗത്തുപോയിട്ട് കാലം കുറെയായി. ഒളിപ്രവർത്തനം നടത്തിയിരുന്നകാലത്ത് പോയിരുന്നതിൽനിന്ന് തികച്ചും വ്യത്യസ്തമായ ഒരു യാത്രയായിരുന്നു ഇത്. രാജ്യത്തിന്റെ മറ്റുഭാഗങ്ങളിലെന്നപോലെ തെക്കും പലമാറ്റങ്ങളും വന്നുകഴിഞ്ഞിരുന്നു. അവർ ഇപ്പോൾ പോരാടിക്കൊണ്ടിരിക്കുകയാണ്. ഞങ്ങളുടെ കാർ ഒന്നാം നമ്പർ ഹൈവേയിലൂടെ അതിവേഗം കുതിച്ചു. പെട്രോളിന്റെ മണവും കാറിന്റെ ശബ്ദവും പൂർവകാല യാത്രകളുടെ സ്മരണകൾ ഞങ്ങളിലുയർത്തി. മുന്നണിയിൽ ശത്രുക്കളുമായി കടുത്തപോരാട്ടത്തിൽപ്പെട്ടിരിക്കുന്ന നാട്ടുകാരെക്കുറിച്ചോർത്തപ്പോൾ ഞങ്ങളുടെ ഹൃദയം തുടിച്ചു.

അനേകം സൈനികഡിറ്റാച്ചുമെന്റുകൾ തെക്കോട്ട് നീങ്ങുന്നത് വഴിക്കു ഞങ്ങൾ കണ്ടു. വടക്കൻവിയത്നാമിന്റെയും മധ്യവിയത്നാമിന്റെയും കൂടുതൽ കൂടുതൽ സന്താനങ്ങൾ മുന്നണിയിലേക്ക് നീങ്ങുകയായിരുന്നു. പല വയസുകാരായിരുന്നു കേഡർമാരും പോരാളികളുമെന്നിരിക്കിലും ഭൂരിപക്ഷം പട്ടാളക്കാരും ചെറുപ്പക്കാരായിരുന്നു. അവരിൽ

മിക്കവരും ആദ്യമായാണ് ഒരു യുദ്ധത്തിൽ പോരാടാൻ പോകുന്നത്. അതുപോലെതന്നെ അവരിൽ മിക്കവരും ആദ്യമായാണ് രാജ്യത്തിന്റെ വിദൂരപ്രദേശങ്ങളിലേക്ക് പോകുന്നതും. ആ സുപ്രധാന മണിക്കൂറുകൾ അവിസ്മരണീയമായ പല ഓർമകളും എല്ലാവരുടെയും മനസിൽ അവ ശേഷിപ്പിക്കും. പിന്നിൽ തൂക്കിയിട്ട സഞ്ചിയും തോക്കുകളും വെടിക്കോപ്പുകളും വഹിച്ചുകൊണ്ട് റെയിൽവേസ്റ്റേഷനുകളിലേക്ക് മാർച്ച് ചെയ്യുമ്പോൾ പോരാളികൾ പാട്ടുപാടുന്നുണ്ടായിരുന്നു. നിറയെ പട്ടാളക്കാരെയും കയറ്റിയ എക്സ്പ്രസ് തീവണ്ടികൾ തെക്കോട്ട് ഹുങ്കാരത്തോടെ കുതിച്ചുപാഞ്ഞു. പാട്ടുകളും പൊട്ടിച്ചിരികളും വീശിക്കൊണ്ടിരിക്കുന്ന കൈകളുമായിട്ടായിരുന്നു അവ നീങ്ങിയത്. യുദ്ധത്തിനു പോകുന്നതിന്റെ ആവേശം ദേശീയജീവിതത്തിൽ പുനരുജ്ജീവിക്കപ്പെടുകയായിരുന്നു. തെക്കോട്ടുപോകുന്ന പട്ടാളക്കാരുമായി വർത്തമാനം പറയാനായി പല തവണ ഞാൻ കാർ നിർത്തുകയുണ്ടായി.

പിറ്റേദിവസം ഞാൻ ൻഗെ ആൻ പ്രവിശ്യയിലെത്തിച്ചേർന്നു. പകിട്ടാർന്ന ഹോങ് ലിഞ് പർവതത്തിന്റെയും ലാം നദിയുടെയും നാടായ പ്രവിശ്യ വിഞ് നഗരത്തിന്റെ എല്ലാ ഭാഗത്തും ജനങ്ങൾ സൈനികപരിശീലനം നടത്തിക്കൊണ്ടിരിക്കുന്നതും ചെറിയതരം വാളുകളും ഗ്രനേഡുകളും റൈഫിളുകളും ഉപയോഗിക്കാൻ പഠിക്കുന്നതും ഞങ്ങൾ കണ്ടു. മരത്തോക്കുകളും തോളിലേന്തി പ്രായംചെന്നവരും ചെറുപ്പക്കാരും പുരുഷന്മാരും സ്ത്രീകളും വരിതെറ്റാതെ മാർച്ചുചെയ്യാൻ പഠിക്കുകയായിരുന്നു. പ്രായം ചെന്നവരിൽ ചിലർ പതിനഞ്ചുവർഷം മുമ്പത്തെ ൻഗെ തിഞ് സോവിയറ്റുകളിലെ റെഡ് ഗാർഡുകളായിരുന്നിരിക്കാം. അവർ തങ്ങളുടെ ഇളയസഹോദരന്മാരോടും മക്കളോടുമൊപ്പം ഒരേ അണിയിൽത്തന്നെ നിൽക്കുകയാണ്.

ൻഗെ ആനിൽ ഞാൻ കണ്ടുമുട്ടിയ സഖാക്കളെല്ലാം ചോദിച്ചു; ഹോ അമ്മാവൻ എപ്പോൾ വരുമെന്ന്.

ഹോ അമ്മാവന് തന്റെ ജന്മഭൂമിയോടുണ്ടായിരുന്ന വികാരം അഗാധമായിരുന്നു. അതുമായി ബന്ധപ്പെട്ട എല്ലാറ്റിനെയും – ഇലവിശറി മുതൽ തന്റെ വീട്ടുവളപ്പിന്റെ വേലിയിലെ ചെമ്പരത്തിനിരകൾവരെ – അദ്ദേഹം സ്നേഹിച്ചു. തന്റെ സ്വന്തം ഗ്രാമമായ സെന്നിൽ അദ്ദേഹം സന്ദർശനം നടത്തിയപ്പോൾ ആ സ്നേഹം എത്രമാത്രം അഗാധമാണെന്ന് മനസിലാക്കാൻ ഞങ്ങൾക്കു കഴിഞ്ഞു. അമ്പത്തിരണ്ടുവർഷത്തെ നീണ്ട വേർപാടിനുശേഷം സ്വന്തം വീട്ടിലെത്തിയപ്പോൾ എത്രയോ മാറ്റങ്ങൾ സംഭവിച്ചിട്ടും വീട്ടിലേക്ക് നേരിട്ടു നയിക്കുന്ന പഴയ വഴിയും വീടിന്റെ മധ്യത്തിലുള്ള പഴയ പൂമുഖവും കണ്ടുപിടിക്കാൻ അദ്ദേഹത്തിനു കഴിഞ്ഞു. തന്റെ അമ്മ കിടക്കാറുണ്ടായിരുന്ന ഊഞ്ഞാൽക്കിടക്കയെ താങ്ങിനിർത്തിയിരുന്ന തൂണുകൾ എവിടെയാണ് നിന്നിരുന്നതെന്നും വീട്ടുവളപ്പിൽ എവിടെയാണ് ഓരോ നാരകത്തയ്യും മുന്തിരിവള്ളിയും നിന്നിരുന്നതെന്നും അദ്ദേഹത്തിന് നല്ല ഓർമയുണ്ടായിരുന്നു.

തന്റെ വീട് സന്ദർശിക്കാൻ വീണ്ടും ഒരവസരം കിട്ടുന്നതിന് അദ്ദേഹത്തിന് 12 വർഷം കാത്തിരിക്കേണ്ടിവരുമെന്ന് അന്ന് ഞങ്ങളാരും വിചാരിച്ചില്ല.

അടുത്ത ദിവസം ഞങ്ങൾ നേരത്തെ പുറപ്പെട്ടു. ദിയോൻഗാങ് ചുരം കടന്നപ്പോൾ ഇടുങ്ങി നീണ്ടുകിടക്കുന്ന ചിരപരിചിതമായ നെൽപ്പാടങ്ങൾ വീണ്ടും കാണായി. മധ്യവിയത്നാമിലെ സവിശേഷമനോഹരദൃശ്യമായ ക്വാങ് ബിഞ്ഞിലെ വെള്ളമണൽക്കുന്നുകളും ഞങ്ങളുടെ കണ്ണിൽപ്പെട്ടു.

ഞാത് ലേ നദിയുടെ കരയ്ക്കു കിടക്കുന്ന ദോങ് ഹോയ് എന്ന അഴകേറിയ കൊച്ചുപട്ടണം പല സ്മരണകളുമുയർത്തി. ആ പട്ടണം തെക്കോട്ടുമാർച്ചുചെയ്യുന്ന പട്ടാളക്കാരെ സ്വീകരിക്കുന്ന തിരക്കിലായിരുന്നു. തങ്ങളുടെ സ്വന്തം സന്താനങ്ങളെ യാത്രയയക്കുന്ന തിരക്കിലും. അവിടെവെച്ച് ഞാൻ അനേകം സുഹൃത്തുക്കളെയും ബന്ധുക്കളെയും വീണ്ടും കണ്ടുമുട്ടി. ഉച്ചതിരിഞ്ഞുള്ള മുഴുവൻ സമയവും വൈകുന്നേരവും ഞങ്ങൾ രാജകാര്യങ്ങളും കുടുംബകാര്യങ്ങളും സംസാരിച്ചുകൊണ്ടിരുന്നു.

20 ാം തീയതി ഞങ്ങൾ ഹ്യൂവിലെത്തി.

നഗരത്തിന്റെ പ്രാന്തപ്രദേശങ്ങളിൽ മനോഹരമായ വീടുകളും ഇടതിങ്ങിവളരുന്ന തേയിലത്തോട്ടങ്ങളും കാണാമായിരുന്നു. ഒരേ അകലത്തിൽ കുത്തനെ വളർന്നുനിൽക്കുന്ന രണ്ടുവരി അത്തിമരങ്ങൾക്കിടയിലുള്ള അസ്ഫാൾട്ട് പാകിയ റോഡിലൂടെ കാർ മുന്നോട്ടു കുതിച്ചു.

പടിഞ്ഞാറെ ഗോപുരത്തിന്റെ പുറംമതിൽ കടന്ന് കാർ ഓടുമ്പോൾ സുഗന്ധനദി പോക്കുവെയിലിൽ ശാന്തമായൊഴുകുന്നത് ഞങ്ങൾ കണ്ടു. മുൻയൂറോപ്യൻ റസിഡൻഷ്യൽ ക്വാർട്ടേഴ്സിന്റെ പിറകിൽ ൻഗു പർവതം തലയുയർത്തിനിൽക്കുന്നു. ആ പർവതവും നദിയും ഞങ്ങളുടേതായിത്തീർന്നിരിക്കുന്നു. നഗരത്തിലെ ഉയർന്ന കൊടിമരത്തിനുമുകളിൽ സ്വർണവർണ നക്ഷത്രാങ്കിതമായ കൊടി പാറിപ്പറക്കുകയാണ്. ഫുവാൻ പവലിയന്റെ പിറകിലുള്ള നഗരകവാടത്തിൽ ദേശീയ പ്രതിരോധ ഗാർഡുകൾ കാവൽ നിൽക്കുന്നു.

നഗരത്തിൽ മുൻ രാജസദസിലെ മന്ദാരിന്മാരുടെ കൊട്ടാരങ്ങളും വസതികളും ഇപ്പോൾ ഗവൺമെന്റിന്റെയും മുന്നണിയുടെയും ഓഫീസുകളായി മാറിയിരിക്കുകയാണ്. വിയത് മിഞ്ഞ് മുന്നണി ഓഫീസിൽവെച്ച് ഞാൻ സഖാവ് ൻഗുയെൻ ജി താഞ്ഞിനെ കണ്ടുമുട്ടി. അദ്ദേഹത്തെ ഞാൻ ഹോ അമ്മാവന്റെയും പാർട്ടി ബ്യൂറൊയുടെയും തീരുമാനം അറിയിച്ചു. ഞങ്ങൾ അഭിപ്രായങ്ങൾ പരസ്പരം കൈമാറി. പല കാര്യങ്ങളെക്കുറിച്ചും സംസാരിച്ചു; തൻ ത്രാവൊ സമ്മേളനത്തിൽവെച്ച് ഞങ്ങൾ തമ്മിൽ ആദ്യമായി കണ്ടുമുട്ടിയതിനുശേഷം രാജ്യത്ത് നടന്ന കാര്യങ്ങളെക്കുറിച്ച് അഭിപ്രായങ്ങൾ കൈമാറി.

നാടുവാഴിത്ത നഗരമായിരുന്ന ഹ്യൂ ഭൂതകാലത്തെ ഒരോർമമാത്രമായിരിക്കുന്നു. മന്ത്രിമന്ദിരങ്ങളുടെ മതിലുകളിൽ ഇപ്പോഴും പച്ചനിറത്തി

ലുള്ള പായൽ കാണാമെങ്കിലും വിപ്ലവം മാറ്റങ്ങൾ വരുത്തിവെച്ചിരിക്കുന്നു. അഴിമതിയും മുരടിപ്പും പുതുമയ്ക്കും പുരോഗതിക്കും വഴിമാറിക്കൊടുത്തിരിക്കുന്നു. സ്വതന്ത്ര ഹ്യൂ മനോഹരവും പ്രകാശമാനവുമാണ്.

ഹ്യൂവിൽ പ്രതിരോധയുദ്ധത്തിന്റെ ചൂട് നമുക്കനുഭവപ്പെടും. അനേകം മുന്നണികളുടെ പിന്നണിത്താവളമായിരിക്കുന്നു ഹ്യൂ ഇപ്പോൾ. നാം ബൊവിലെയും തെക്കൻ ത്രുങ് ബൊവിലെയും ലാവോസിലെയും യുദ്ധക്കളങ്ങളിൽനിന്ന് കേഡർമാർ ഇവിടെവരുന്നു. ചിലർ ഏതെങ്കിലും കൃത്യം നിർവഹിക്കാനായിരിക്കും വരുന്നത്; മറ്റുചിലർ രോഗാവധിയിലായിരിക്കും. മുറിവുപറ്റിയ പട്ടാളക്കാരെ കൊണ്ടുവരുന്നതും ഇവിടെതന്നെ. തങ്ങളുടെ മുറിവുകൾ കഷ്ടിച്ച് ഉണങ്ങുമ്പോഴേക്കും പലരും മുന്നണിയിലേക്കു തങ്ങളെ തിരിച്ചയക്കണമെന്ന് നിർബന്ധം പിടിച്ചു തുടങ്ങും. പട്ടാളക്കാർ രാത്രിയും പകലും പരിശീലനം നേടുകയായിരുന്നു – മുന്നണിയിലേക്കു പോകുന്നതിനുമുമ്പുള്ള ഓരോ മണിക്കൂറും ഓരോ നിമിഷവും പരമാവധി ഉപയോഗപ്പെടുത്താനുള്ള ശ്രമത്തിലായിരുന്നു അവർ. ഓരോ ഓഫീസിലും ഓരോ വീട്ടിലും ഓരോ വ്യക്തിയിലും ചെറുത്തുനിൽപ്പിനുള്ള ഒരേ വ്യഗ്രതയാണ് ഞങ്ങൾ കണ്ടത്. ഇവിടെ, പിന്തിരിപ്പൻപാർട്ടികൾക്ക് തങ്ങളുടെ പ്രവർത്തനങ്ങൾ നടത്തുന്നതിനനുകൂലമായ അന്തരീക്ഷം കണ്ടെത്താൻ കഴിഞ്ഞില്ല. ജിയാങിന്റെ ഓഫീസർമാരും പട്ടാളക്കാരും കുറേക്കൂടി ബുദ്ധിപൂർവമായിട്ടാണ് ഇവിടെ പെരുമാറുന്നത് കണ്ടത്. ഏന്തെങ്കിലും പ്രകോപനം സൃഷ്ടിക്കാൻ അവർ ധൈര്യപ്പെട്ടില്ല.

ഹോ അമ്മാവന്റെ ആരോഗ്യം, വടക്കൻഭാഗത്തെ സ്ഥിതിഗതികൾ, തലസ്ഥാനനഗരിയിൽ ജിയാങ് പട്ടാളവും പിന്തിരിപ്പൻമാരും കൂടി സൃഷ്ടിക്കുന്ന പ്രകോപനങ്ങൾ ആദിയായവയെ സംബന്ധിച്ച അനേകം ചോദ്യങ്ങൾ ഞങ്ങളുടെ നേരെ ഉയർന്നുവന്നു. ഹാനോയിൽ ഏറ്റവും കൂടുതൽ വോട്ട് ലഭിച്ചത് ഹോ അമ്മാവനാണെന്നു കേട്ട് ഹ്യൂവിലെ ജനങ്ങൾ ആഹ്ലാദിക്കുന്നുവെന്ന് പലരും ഞങ്ങളോട് പറഞ്ഞു.

ഹോ അമ്മാവൻ തന്റെ കുട്ടിക്കാലവും കൗമാരവും ചെലവഴിച്ചത് ഹ്യൂവിലായിരുന്നു.

കഴിഞ്ഞ നൂറ്റാണ്ടിന്റെ അവസാനത്തിൽ ഒരു ചെറിയ കുട്ടിയായിരുന്ന ഹോ അമ്മാവൻ തന്റെ കുടുംബത്തോടൊപ്പം ഹ്യൂവിൽവന്നു. ഒരു മത്സരപ്പരീക്ഷയിൽ വിജയിയായ അദ്ദേഹത്തിന്റെ അച്ഛൻ രാജകീയനഗരയിലേക്കു വിളിച്ചുവരുത്തപ്പെട്ടു. ഇവിടെ 1900 ൽ സെൻസറുടെ ഓഫീസിനു മുന്നിലുള്ള ഒരു കൊച്ചുവീട്ടിൽവെച്ച് കുട്ടിയായ കുങ്–കുട്ടിക്കാലത്ത് ഹോ അമ്മാവന്റെ പേര് അതായിരുന്നു – തന്റെ അമ്മയുടെ അന്ത്യനിമിഷങ്ങൾക്ക് സാക്ഷ്യം വഹിച്ചു. അമ്മയുടെ മരണാനന്തരം കുങ് നാം ലിയനിലേക്ക് മടങ്ങി.

അഞ്ച് വർഷത്തിനുശേഷം ഒരു ചെറുപ്പക്കാരനായിത്തീർന്നിരുന്ന കുങ്, ൻഗുയെൻ താറ്റ് താഞ് എന്നപേരിൽ ഹ്യൂവിലേക്ക് തിരികെവന്നു.

അക്കാലത്ത് ഹ്യൂവിൽ ശക്തമായ ഒരു സമരപ്രസ്ഥാനമുണ്ടായിരുന്നു. എട്ടുവയസുമാത്രം പ്രായമായ തന്റെ മകൻ ദുയ് താന്‌വേണ്ടി ഫ്രഞ്ചുകാർ താഞ് തായെക്കൊണ്ട് സ്ഥാനത്യാഗം ചെയ്യിച്ചിരുന്നു. വിവിധ പ്രദേശങ്ങളിൽനിന്നുള്ള ജനങ്ങൾ ഹ്യൂവിൽവന്നു ചേർന്നു. അനേകദിവസങ്ങളോളം അവിടെ നികുതി കുറയ്ക്കാൻവേണ്ടിയുള്ള പ്രകടനങ്ങൾ നടന്നു. പ്രകടനങ്ങൾ നേരിടുന്നതിന് മാങ് കാ കോട്ടയിൽനിന്ന് ഫ്രഞ്ച് പട്ടാളക്കാർ കൊണ്ടുവരപ്പെട്ടു. അവർ നിരായുധരായ പ്രകടനക്കാരുടെമേൽ നിറതോക്കൊഴിച്ചു. അനേകം പേരെ നദിയിലേക്ക് തള്ളിയിട്ടു. ത്രാങ് തിയാൻ പാലം രക്തംകൊണ്ട് ചുവന്നു.

ഈ നഗരത്തിൽനിന്ന് ൻഗുയെൻ താറ്റ് താഞ് പതിനായിരം നാഴിക നീണ്ട തന്റെ ലോകപര്യടനമാരംഭിച്ചു.

ഞാൻ ഹ്യൂവിലെത്തിച്ചേരുന്നതിന് ഒരുമാസംമുമ്പ് ഒരുപ്രത്യേക കാര്യത്തിനായി തെക്കോട്ടു പോകുന്നവഴിക്ക് സഖാവ് ലെ വാൻ ഹിയനും ഹ്യൂവിൽവന്നുചേർന്നിരുന്നു. ഹോ അമ്മാവന്റെ നിർദേശമനുസരിച്ച് അദ്ദേഹം സ്ഥാനഭ്രഷ്ടരാജാക്കന്മാരായ താഞ് തായുടെയും ദുയ് താന്റെയും ഭാര്യമാരെ സന്ദർശിക്കുകയുണ്ടായി.

തങ്ങളുടെ കാര്യത്തിൽ പ്രസിഡന്റ് ഹോ കാണിച്ച വ്യഗ്രത അവരെ അത്ഭുതപ്പെടുത്തുകയും വികാരഭരിതരാക്കുകയും ചെയ്തു. ഞങ്ങളുടെ ഗവൺമെന്റ് അധികാരത്തിൽ വന്നതിനുശേഷം രാജകുടുംബത്തിനുപകരം താൻ ഗവൺമെന്റിനും പ്രസിഡന്റ് ഹോയ്ക്കും വേണ്ടിയാണ് ദിവസവും പ്രാർഥിക്കാറുള്ളതെന്ന് താഞ് തായുടെ ഭാര്യ പറഞ്ഞു. അവരുടെ മകനായ ദുയ്താൻ രാജാവിന്റെ ഭാര്യ പറഞ്ഞത് തന്റെ ഭർത്താവ് സ്ഥാനഭ്രഷ്ടനാക്കപ്പെട്ടതിനുശേഷം രാജകുടുംബം തന്നെ പൂർണമായും അവഗണിച്ചുകളഞ്ഞുവെന്നാണ്.

ഞാൻ രണ്ടുദിവസം ഹ്യൂവിൽ താമസിക്കുകയും പാർട്ടി കേന്ദ്രകമ്മിറ്റിയുടെ നിർദേശങ്ങളെപ്പറ്റി സഖാക്കളുമായി ചർച്ച നടത്തുകയും ചെയ്തു. നാം ബൊവിലെയും തെക്കൻ ത്രുങ് ബെവിലെയും ചെറുത്തുനിൽപ്പ് ശക്തിപ്പെടുത്തുക; നീണ്ടുനിൽക്കുന്ന ഒരു യുദ്ധത്തിനായി അടിയന്തരമായി തയാറെടുക്കുക; ഫ്രഞ്ചുകാർ മധ്യവിയത്നാമിലാകെ യുദ്ധം വ്യാപിപ്പിക്കുന്നതിനെതിരെ ജാഗ്രതപാലിക്കുക – ഇവയായിരുന്നു കേന്ദ്രകമ്മിറ്റിയുടെ നിർദേശങ്ങൾ.

18

തെക്കോട്ടുള്ള നീക്കം

തെക്കോട്ടുള്ള യാത്രയിൽ ഞാൻ എവിടെയൊക്കെ തങ്ങിയോ അവിടെനിന്നൊക്കെ ഹോ അമ്മാവന്റെ ആരോഗ്യത്തെയും പ്രവർത്തനങ്ങളെയും കുറിച്ച് പലരും ചോദിച്ചു. തങ്ങളുടെ പ്രദേശത്ത് ഹോ അമ്മാവൻ എപ്പോൾ സന്ദർശനം നടത്തുമെന്നും ഓരോരുത്തർക്കും അറിയേണ്ടിയിരുന്നു. ഹാനോയിൽ ജിയാങ് പട്ടാളവും അവരുടെ ഏജന്റുമാരും നടത്തിക്കൊണ്ടിരുന്ന ശിഥിലീകരണപ്രവർത്തനങ്ങളെയും അതുമൂലം ഹോ അമ്മാവനും കേന്ദ്രഗവൺമെന്റിനും ഉണ്ടാവാനിടയുള്ള ആപത്തുകളെയുംപറ്റി പ്രാദേശിക ഉദ്യോഗസ്ഥന്മാർ വലിയ ഉൽക്കണ്ഠ പ്രകടിപ്പിച്ചു. തങ്ങളെ എന്തുകൊണ്ട് പട്ടാളത്തിൽ ചേർക്കുന്നില്ല എന്നാണ് പൊതുയോഗങ്ങളിൽവെച്ച് ചെറുപ്പക്കാർ ചോദിച്ചത്. പട്ടാളക്കാർക്കാവട്ടെ തങ്ങളുടെ യൂണിറ്റുകൾക്ക് തെക്കോട്ട് പോകാൻ എന്തുകൊണ്ടുത്തരവ് നൽകിയില്ല എന്നാണ് ചോദിക്കാനുണ്ടായിരുന്നത്.

ഞങ്ങൾ തെക്കോട്ട് പോകുന്തോറും ചെറുത്തുനിൽപ്പിന്റെ പ്രക്ഷുബ്ധമായ അന്തരീക്ഷം കുറെക്കൂടി ശക്തമായനുഭവപ്പെടാൻ തുടങ്ങി.

ക്വാങ്നാം, ക്വാങ് ൻഗായ് എന്നീ പ്രവിശ്യകളിലെ ജനങ്ങളുടെ മനക്കരുത്ത് വളരെ ഉയർന്നതായിരുന്നു. ഫ്രഞ്ചുകാരോട് പോരാടുന്നതിനുള്ള ദൃഢനിശ്ചയം ഓരോരുത്തരും പ്രകടിപ്പിക്കുകയും തങ്ങളെ മുന്നണിയിലേക്കയക്കണമെന്ന് ഓരോരുത്തരും ആവശ്യപ്പെടുകയും ചെയ്തു. പെൺകുട്ടികൾ തങ്ങളുടെ തലമുടിവെട്ടി നീളം കുറച്ചു. ശത്രുവിന്റെയും പിന്തിരിപ്പന്മാരുടെയും ഒരൊറ്റ പ്രവർത്തനവും രഹസ്യമായി ചെയ്യാനാവാത്തവിധം ജനങ്ങൾ അതീവജാഗ്രത പുലർത്തി.

ക്വാങ് നാമിലെ ദേശീയ പ്രതിരോധഗാർഡുകളിൽ 37 ശതമാനം പേരും തെക്കൻ മുന്നണിയിലേക്കയക്കപ്പെട്ടിരുന്നു. ക്വാങ് ൻഗായിൽനി

ന്നാണ് ഏറ്റവുമധികംപേർ വിവിധമുന്നണികളിലേക്ക് പോയത് – 85 ശതമാനം.

ക്വാങ് ൻഗായിലെ പ്രാദേശികനേതാക്കളുമായി സംസാരിച്ചതിനുശേഷം സ്റ്റേഡിയത്തിൽനടന്ന ആവേശകരമായ ഒരു റാലിയിൽ ഞാൻ പങ്കെടുത്തു. ആ രാത്രി ഞാനെന്റെ ഡയറിയിൽ കുറിച്ചിട്ടു: "ഇത് വിയത്നാംകാരുടെ സ്വാതന്ത്ര്യത്തിനുവേണ്ടിയുള്ള അനശ്വരമായ ആവേശത്തിന്റെ പ്രതീകമാണ്. ഇത്തരത്തിലുള്ള ആത്മവീര്യമുണ്ടായാൽ വിയത്നാം തീർച്ചയായും സ്വാതന്ത്ര്യം പ്രാപിക്കും. ഏകീകരിക്കപ്പെടുകയും ചെയ്യും."

ഹോ അമ്മാവന്റെയും കേന്ദ്രകമ്മിറ്റിയുടെയും പുതിയ നിർദേശങ്ങളറിഞ്ഞ് ക്വാങ്നാമും ക്വാങ് ൻഗായും അങ്ങേയറ്റം ആവേശംകൊണ്ടു. ശത്രുക്കൾ വരികയാണെങ്കിൽ നീണ്ടുനിൽക്കുന്ന ഒരു യുദ്ധത്തിന് സജീവമായി തയാറെടുക്കുന്നതോടൊപ്പം മുന്നണിയിലേക്ക് കൂടുതൽ പോരാളികളെ അയക്കാൻ രണ്ടു പ്രവിശ്യകളിലെയും നേതാക്കൾ തീരുമാനിച്ചു.

ഹൈവേയിലുള്ള ഓരോ ഗ്രാമവും ഓരോ കരയും ചുറുചുറുക്കുള്ളതായി കാണപ്പെട്ടു. ജനകീയപട്ടാളത്തന്റെ പ്രവർത്തനങ്ങൾകൊണ്ട് അവ സജീവമായിക്കണ്ടു. കാപ്പിനിറമുള്ള കർഷകവസ്ത്രങ്ങളണിഞ്ഞും കയ്യിൽ റൈഫിളുകളോ ചെറിയവാളുകളോ അല്ലെങ്കിൽ മൂർച്ചവരുത്തിയ മുളംവടികളോ ഏന്തിയും അസാധാരണമായ മനോവീര്യത്തോടെ നിൽക്കുന്ന ജനകീയസേനയിലെ ഭടൻമാരെ എല്ലായിടത്തും കാണാമായിരുന്നു.

23 ാം തീയതി സഖാവ് ദൂക്കിന്റെകൂടെ ഞാൻ ക്വാങ് ൻഗായ് വിട്ടു. ഞങ്ങൾ ബിഞ് ദിഞ് അടുത്തപ്പോൾ റോഡരികിൽ തോക്കും പിടിച്ചുകൊണ്ടുനിൽക്കുന്ന ഒരു സൈനികനെ കണ്ടു. അതൊരു ചെക്പോസ്റ്റായിരുന്നിരിക്കണം. കാർ കുതിച്ചു മുമ്പോട്ടുപോവുകയായിരുന്നു. ഈ റോഡിലൂടെ ധാരാളം സഞ്ചരിച്ചു പരിചയമുള്ള സഖാവ് ദൂക് ഡ്രൈവറോട് കാർ നിർത്താതെ വിട്ടോളാൻ പറഞ്ഞു. പെട്ടെന്ന് ഒരു വെടിപൊട്ടുന്നതിന്റെ ഒച്ചകേട്ടു. വെടിയുണ്ട ഞങ്ങൾക്കടുത്തുകൂടി ചീറിപ്പാഞ്ഞുപ്പോയി. ഞങ്ങൾക്ക് ധൃതിപിടിച്ച് മുന്നോട്ടുപോകാൻ കഴിയില്ലെന്നു സ്പഷ്ടമായി. കാർ നിർത്തി.

ഞങ്ങൾ കാറിൽനിന്ന് പുറത്തിറങ്ങുമ്പോഴേക്കും രണ്ടു സൈനികർ ഞങ്ങളുടെ അടുത്തോടിയെത്തി. പരിശോധനയ്ക്കു വേണ്ടി എന്തുകൊണ്ട് കാർ നിർത്തിയില്ലെന്ന് ചോദിച്ച് അവർ ഞങ്ങളുടെ കടലാസുകളാവശ്യപ്പെട്ടു. ഞങ്ങൾ ക്ഷമായാചനം ചെയ്തു. ത്രുങ് ബൊ (മധ്യവിയ്തനാം) മിലെ ഭരണ നിർവഹണകമ്മിറ്റിയുടെ ചെയർമാനാണ് താനെന്ന് തെളിയിക്കുന്ന കടലാസുകൾ ദൂക് അവർക്ക് കാണിച്ചുകൊടുത്തു. കുറച്ചുസമയം ആ കടലാസുകൾ നോക്കിയതിനുശേഷം അപ്പോഴും ദേഷ്യം സ്ഫുരിക്കുന്ന ശബ്ദത്തോടെ ഒരു സൈനികൻ ചോദിച്ചു: "എവിടെയാണ് ഈ ത്രുങ് ബൊ ഗ്രാമം?"

ഞങ്ങൾക്ക് വിശദീകരിച്ചുകൊടുക്കേണ്ടിവന്നു. അദ്ദേഹത്തിന്റെ വലിഞ്ഞുമുറുകിയ മുഖഭാവം ക്രമേണ അയഞ്ഞുവന്നു. അടിമത്തത്തിൽനിന്ന് അടുത്തകാലത്ത് മാത്രം മോചിതമായ പൗരന്മാരുടെ സാംസ്കാരികനിലവാരമുയർത്താൻ വിപ്ലവത്തിന് കുറെ സമയം കൂടിവേണ്ടിവരും. എന്നാൽ രാജ്യത്തിന്റെ ആ പുതിയ യജമാനന്മാരുടെ മനോവീര്യവും മനോദാർഢ്യവും ഉയർത്താൻ വിപ്ലവം ധാരാളം കാര്യങ്ങൾ ചെയ്തുകഴിഞ്ഞുവെന്ന് തീർച്ചയാണ്.

ബിഞ് ദിഞിൽ പട്ടാളത്തിൽ ചേരുന്നതിനുള്ള ശക്തമായ ഒരു പ്രസ്ഥാനമുണ്ടായിരുന്നു. ക്വി ഞോൺ നഗരത്തിലാണെങ്കിൽ സുമാർ 100 പേരടങ്ങിയ ഒരു നാവികയൂണിറ്റും ഉണ്ടായിരുന്നു. അനേകം പെൺകുട്ടികളും സായുധസേനയിൽ സേവനമനുഷ്ഠിക്കാൻ സ്വയം സന്നദ്ധരായി. രണ്ട് യുദ്ധോപകരണനിർമാണശാലകളുണ്ടായിരുന്നു. അവയിൽ 150 തൊഴിലാളികൾ തുടർച്ചയായി ആയുധങ്ങൾ നിർമിക്കുകയും അറ്റകുറ്റപണികൾ തീർക്കുകയും ചെയ്യുന്ന ജോലികളിൽ മുഴുകിയിരുന്നു.

സഖാവ് ഫാം കിയത്തിനോടൊപ്പം ഞാൻ നിഞ് ഹോവയിലേക്കു പോയി. മുന്നണിയിൽ എത്തിച്ചേർന്നുവെന്ന ഒരു പ്രതീതിയാണ് അവിടെ ചെന്നപ്പോഴുണ്ടായത്. സൈഗോണിൽനിന്നും ബുവോൺ മെ തുവോത്തിൽനിന്നും ദി റിഞിനും ദ ലാതിനും നേരെ ആക്രമണം നടത്തുന്നതിന് ഒരു സായുധസൈനികവ്യൂഹമടക്കം 15000 സൈനികരെ ഫ്രഞ്ചുകാർ അപ്പോഴേക്കും അയച്ചുകഴിഞ്ഞിരുന്നു.

മദൊറാക് മുന്നണിയിലേക്ക് കൂടുതൽ സൈന്യങ്ങളെ അയക്കണെമെന്ന് മേഖലാ കമാൻഡർ ഉത്തരവുനൽകുന്ന സമയത്താണ് ആറാം മേഖലാ സൈനികകമ്മിറ്റിയുടെ ആസ്ഥാനത്ത് ഞാനെത്തിച്ചേർന്നത്. ദിവസം മുഴുവൻ ശത്രു ആക്രമണം നടത്തിക്കൊണ്ടിരിക്കുകയായിരുന്നു. അവരുടെ സായുധവാഹനങ്ങൾ മദൊറാക്കിലൂടെ നിഞ് ഹോവയിലേക്ക് കടക്കാൻ ശ്രമിക്കുകയായിരുന്നു. മുന്നണിയിൽ പോരാടിക്കൊണ്ടിരിക്കുന്ന യൂണിറ്റുകൾ ടെലിഫോണിലൂടെ ഞങ്ങളുമായി ബന്ധപ്പെട്ടു. സഖാക്കൾ നാം ലോങും ഹു താഞും മദൊറാക്കിൽ പോരാടിക്കൊണ്ടിരിക്കുകയായിരുന്നു. ഞാനെത്തിച്ചേർന്നിട്ടുണ്ടെന്ന വിവരമറിഞ്ഞ് നാം ലോങ് എനിക്ക് ഫോൺ ചെയ്തു. പക്ഷെ, ഞങ്ങൾ സംഭാഷണമാരംഭിക്കാൻ ശ്രമിക്കുമ്പോഴേക്കും ഫോൺ ബന്ധം വിച്ഛേദിക്കപ്പെട്ടു.

രണ്ടുദിവസത്തിനുശേഷം ഉച്ചതിരിഞ്ഞ് ഞങ്ങൾ ഖാഞ് ഹോവയിലെത്തി. ഞാ ത്രാങ് പ്രദേശത്ത് ഫ്രഞ്ചുകാർ ആക്രമണം നടത്തിക്കൊണ്ടിരിക്കുകയായിരുന്നു അപ്പോൾ. അവരുടെ വിമാനങ്ങൾ ഖാഞ് ഹോവയുടെ മുകളിൽ വട്ടമിട്ടുപറന്ന് ബോംബിടുകയും വെടിയുണ്ട ഉതിർക്കുകയുമായിരുന്നു. ഞങ്ങളുടെ വിമാനനശീകരണതോക്കുകൾ തിരിച്ചടിച്ചു. സ്ഥിതിഗതികൾ റിപ്പോർട്ടുചെയ്യുന്നതിന് മുന്നണിയിലെ കമാൻഡർമാരെത്തിച്ചേർന്നു. ആക്രമണത്തെ എങ്ങനെ നേരിടണമെന്നതിനെക്കുറിച്ച് ചർച്ച നടത്തി അവർ അതിവേഗം മുന്നണിയിലേക്കുതന്നെ തിരിച്ചുപോ

യി. അടുത്തമുറിയിലിരുന്ന് ദേശീയപ്രതിരോധസേനയുടെ ഒരു ഡിറ്റാച്ച് മെന്റ് പാട്ടുപാടിക്കൊണ്ടിരുന്നു. കുട്ടികൾ മുറ്റത്തിരുന്ന് കളിക്കുകയാ യിരുന്നു. വിമാനങ്ങൾ അലറിക്കൊണ്ട് തലയ്ക്കു മുകളിൽ എത്തുമ്പോൾ അവർ പുതുതായി കുഴിച്ച ഷെൽട്ടറുകളിലേക്ക് ചാടുകയായി. മറച്ചുപി ടിച്ച ട്രക്കുകൾ പട്ടാളക്കാരുമായി മുന്നണിയിലേക്ക് നീങ്ങിക്കൊണ്ടിരു ന്നു. ട്രക്കുകളിലിരുന്ന് "ഞങ്ങൾ പോരാടാൻ ദൃഢവ്രതമെടുത്തിരുന്നു" വെന്ന മുദ്രാവാക്യം പോരാളികൾ ഉച്ചത്തിൽ വിളിച്ചുപറയുന്നുണ്ടായി രുന്നു. ഞാ ത്രാങ് ഭാഗത്തുനിന്ന് ശത്രുക്കളുടെ തോക്കുകൾ നിറയൊ ഴിച്ചുകൊണ്ടിരുന്നു. ഞങ്ങളുടെ മോർട്ടാറുകൾ തിരിച്ചടിച്ചുകൊണ്ടിരിക്കു കയാണെന്നവാർത്തയും ഞങ്ങൾക്ക് ലഭിച്ചുകൊണ്ടിരുന്നു. ഖാഞ് ഹോവയിൽവെച്ച് നാം ബൊ മുന്നണിയിലെ ഗുരുതരമായ സ്ഥിതിഗതി കളെക്കുറിച്ചുള്ള കൂടുതൽ വിവരം ഞങ്ങൾക്ക് ലഭിച്ചു.

ഞാ ത്രാങ് ഞങ്ങളിൽനിന്ന് മോചിപ്പിക്കാനും തെക്കൻ ത്രുങ് ബൊ തീരത്തുള്ള അനേകം പ്രവിശ്യകളെ അക്രമിക്കാനും കൈവശപ്പെടുത്തു വാനും വടക്കുനിന്നുള്ള സപ്ലൈലൈൻ തകർക്കാനും ആണ് ശത്രു ശ്രമി ച്ചുകൊണ്ടിരിക്കുന്നതെന്ന് വ്യക്തമായിരുന്നു.

നാലുമാസമായി നാം ബൊവും തെക്കൻ ത്രുങ് ബൊവും എന്തു കൊണ്ടാണ് പിടിച്ചുനിൽക്കുന്നതെന്ന് നമുക്കിവിടെ കാണാം. ശത്രുക്കളെ എങ്ങനെ നേരിടണമെന്നതു സംബന്ധിച്ച് ഞങ്ങളുൾക്കൊണ്ടതും ഇപ്പോ ഴും ഉൾക്കൊണ്ടിരിക്കുന്നതുമായ അനുഭവപാഠങ്ങൾക്ക്, ഞങ്ങൾക്ക് രക്തംതന്നെ വിലയായി നൽകേണ്ടിവന്നു. "അടിമത്തത്തിൽ കഴിയുന്ന തിനേക്കാൾ സ്വതന്ത്രരായി മരിക്കുന്നതാണ് നല്ല"തെന്ന ഓരോ പൗരന്റെ യും ദൃഢനിശ്ചയം വളരെ പ്രകടമായിരുന്നു. തെക്കൻ ത്രുങ് ബൊ വളരെ വിഷമം പിടിച്ച സ്ഥിതിയിലായിരുന്നു. എങ്കിലും, ഇത്തരമൊരു ദൃഢനി ശ്ചയത്തോടെ അവർ ഉറച്ചുനിൽക്കുകയും നാം ബൊവോടൊപ്പം വിജയം വരിക്കുകയും ചെയ്യുമെന്നകാര്യത്തിൽ സംശയമില്ല.

ഞാൻ ഖാഞ് ഹോവയിലെത്തിയപ്പോഴേക്കും തിരിച്ചുചെല്ലാനാവ ശ്യപ്പെട്ടുകൊണ്ടുള്ള ഹോ അമ്മാവന്റെ കേബിൾസന്ദേശം ലഭിച്ചു. ഞങ്ങൾ സോങ് കൗവിലേക്കും ക്വി ഞോണിലെക്കും മടങ്ങി. അവിടെ നിന്ന് തായ് ൻഗുയെൻ മുന്നണി പരിശോധിക്കാൻ പോയി.

ആൻ ഖെയിൽ വിശാലമായ മലനാട് കാണായി. പഴയകാലത്ത് ൻഗുയെൻ ഹ്യൂ കലാപത്തിന്റെ കൊടി ഉയർത്തിയ പ്രദേശമാണത്.

മാങ് ഗ്യാങ് ചുരംകടന്ന് ഞങ്ങൾ പ്ലെയ്കുവിലെത്തി. അവിടത്തെ ജനസംഖ്യയിൽ ഭൂരിപക്ഷവും ഗ്യാറായവംശത്തിൽ പെട്ടവരായിരുന്നു. വിയത്കാരിൽ മിക്കവരും പ്രവിശ്യാതലസ്ഥാനത്തായിരുന്നു പാർത്തി രുന്നത്. പട്ടണത്തിനുപുറത്ത് നിലയുറപ്പിച്ചിരുന്ന ഞങ്ങളുടെ ട്രൂപ്പുകൾ പോരാട്ടം നടത്താൻ തയാറായിനിന്നു. ഞങ്ങൾ പ്ലെയ് കുവിൽ തങ്ങു കയും അവിടത്തെ ജനങ്ങളും പോരാളികളുമായി കുറേസമയം വെടിപ റഞ്ഞിരിക്കുകയും ചെയ്തു. മുന്നണിയിലെ തങ്ങളുടെ സഖാക്കൾ

കാണിച്ച വീരകൃത്യങ്ങൾ കേട്ട് പട്ടാളക്കാർ ആവേശഭരിതരായി. യുദ്ധത്തിൽ പങ്കുകൊള്ളാൻ അവർ വെമ്പൽ കൊണ്ടു.

ഉച്ചതിരിഞ്ഞ് ഞങ്ങൾ കോൺതുമിലേക്കുപോയി. ഒരുവർഷംമുമ്പ് ഈ വിദൂരപർവതപ്രദേശത്താണ് ഫ്രഞ്ചുകാർ പിടികൂടിയ വിപ്ലവകാരികളെ തടവിലിട്ടിരുന്നത്. എദെ, ഗ്യാറായ്, ക്സെദാങ് തുടങ്ങിയ വംശങ്ങളിൽപ്പെട്ടവരാണ് ഇവിടത്തെ ജനങ്ങളിൽ ഭൂരിഭാഗവും. പട്ടാളക്കാരിൽ ഒരുഭാഗം പട്ടണത്തിലും ബാക്കി പുറത്തുമാണ് നിലയുറപ്പിച്ചിരുന്നത്. ഒരു അരുവിയുടെ കരയിൽ നിലകൊണ്ട മുൻഫ്രഞ്ചുഗവർണറുടെ വസതിയായിരുന്നു പുതിയ ഗവൺമെന്റിന്റെ ആസ്ഥാനം. അവിടെ ഗവൺമന്റ് പ്രതിനിധികളെ കാണുന്നതിന് വിവിധ ദേശീയ ജനവിഭാഗങ്ങളിൽപ്പെട്ട ജനങ്ങൾ വന്നുകൊണ്ടിരുന്നു. അവരിൽ ഒരാൾ ഒരു കത്തോലിക്കാപുരോഹിതനായിരുന്നു. എല്ലാവരും ബോക് (അമ്മാവൻ) ഹൊയെക്കുറിച്ച് സംസാരിക്കുകയും അദ്ദേഹത്തിന്റെ സ്ഥിതിയെക്കുറിച്ചാരായുകയും ചെയ്തു. തായ് ൻഗുയെന്നിലെ ആ പാവപ്പെട്ടവർക്കു നേരത്തെതന്നെ ഹോ അമ്മാവന്റെ പ്രതിരൂപം പരിചിതമായിരുന്നു. ആ പ്രതിരൂപം അവരുടെ ഹൃദയങ്ങളിൽ കുറേക്കൂടി ശക്തമായി പതിയാനിരിക്കുകയാണ്.

പാക് ബൊ പർവതപ്രദേശത്തുനിന്നുള്ള സഖാവ് ദുക് താഞ് എന്ന ധീരനായ ചെറുപ്പക്കാരനെ അവിടെവെച്ച് ഞാൻ വീണ്ടും കണ്ടുമുട്ടി. ഹോ അമ്മാവൻ നേരിട്ട് പരിശീലിപ്പിച്ച ഒരു വിപ്ലവകാരിയായിരുന്നു അയാൾ. തെക്കോട്ടുപോകുന്ന പട്ടാളത്തോടൊപ്പം അയാൾ തായ് ൻഗുയെനിൽ എത്തിച്ചേർന്നതായിരുന്നു. തായ് ൻഗുയെനിലെ ജനങ്ങളോടൊപ്പം ആ പ്രദേശത്തെ പർവതങ്ങളും കാടും സംരക്ഷിക്കുന്നതിനുവേണ്ടിയുള്ള പോരാട്ടത്തിൽ അയാൾ മരണമടഞ്ഞുവെന്ന് കുറച്ചുകാലത്തിനുശേഷം ഞങ്ങളറിഞ്ഞു.

19

പുതുവർഷത്തിന്റെ തലേന്നാൾ

ആ രാത്രി ഞങ്ങൾ കോൺതുമിൽ കഴിച്ചുകൂട്ടി. അടുത്ത ദിവസം രാവിലെ ആൻ ഖെ ഹൈവേയിലൂടെ ഞങ്ങൾ സമുദ്രതീരത്തേക്ക് മടങ്ങി.

ചാന്ദ്രവർഷാരംഭമായ തെത്തിന്റെ തലേന്ന് ഞങ്ങളുടെ കാർ ഹായ് വാൻ ചുരത്തിന്റെ അടിവാരത്തിലെത്തി. കാറിന്റെ കണ്ണാടിജനലിലൂടെ മൂടൽമഞ്ഞിൽ മറഞ്ഞ കടൽ കണ്ടു. ആകാശത്തിന്റെയും കടലിന്റെയും അനന്തതയിൽ മുനിഞ്ഞു കത്തുന്ന ഒരു പ്രകാശം അകലെ കാണായി. തിരിച്ചുവരുന്ന മീൻപിടുത്തക്കാരുടെ ബോട്ടിൽനിന്നോ തിയൻ ചദ്വീപിലെ ഓലമേഞ്ഞ കുടിലിൽനിന്നോ വരുന്നതായിരിക്കാം അത്.

കാർ ചുരം കയറാൻ തുടങ്ങിയപ്പോൾ മഴപെയ്യാൻ തുടങ്ങി. ഒരു ഭാഗത്ത് അഗാധമായ കൊല്ലി, മറുഭാഗത്ത് ചെങ്കുത്തായ മല. കുറ്റിക്കാടിലൂടെ കാറ്റ് ശക്തിയായി അടിച്ചുകൊണ്ടിരുന്നു. ദുർഗമമെന്നു പേരു കേട്ടതായിരുന്നു ആ ചുരം: 'ചുരം കാക്കാൻ ഒരാളുണ്ടെങ്കിൽ പതിനായിരംപേരെ തടഞ്ഞു നിർത്താൻ കഴിയും' എന്ന ചൊല്ലുതന്നെയുണ്ടായിരുന്നു. കഴിഞ്ഞ നൂറ്റാണ്ടിൽ ഫ്രഞ്ചുകാരുമായി പോരാടിത്തോറ്റ ൻഗുയെൻ ക്സുവാൻ ഓൻ, ൻഗുയെൻ തോങ് എന്നീ ദേശാഭിമാനികൾ ഇതിലൂടെ കടന്നുപോകുമ്പോൾ ഒരു കവിത എഴുതുകയുണ്ടായി.

ഒരു ജിയാങ് പട്ടാളക്കാരൻ റോഡരികിൽ പ്രത്യക്ഷപ്പെട്ടു പരിശോധനയ്ക്കുവേണ്ടി അയാൾ ഞങ്ങളുടെ കാർ തടഞ്ഞുനിർത്തുകയും കടലാസുകളെല്ലാം പരിശോധിച്ചതിനുശേഷം ഞങ്ങളെ പോകാനനുവദിക്കുകയും ചെയ്തു. ഈ മധ്യപ്രവിശ്യകളിൽ ജിയാങിന്റെ പട്ടാളക്കാരും ഓഫീസർമാരും തങ്ങളുടെ പെരുമാറ്റത്തിൽ കുറേക്കൂടി മര്യാദക്കാരായിരുന്നു.

മൂടൽമഞ്ഞ് കനത്തതായിരുന്നു. മഴയുടെ കനം ഏറിയേറി വന്നു.

തന്മൂലം കാറിന്റെ ഹെഡ്‌ലൈറ്റുകൾ അഞ്ചോ ആറോ മീറ്ററിലധികം ദൂരത്തെത്തിയിരുന്നില്ല.

കഴിഞ്ഞ ഏതാനും മാസങ്ങൾക്കിടയിൽ എന്തെന്തു മാറ്റങ്ങൾ സംഭവിച്ചിരിക്കുന്നു! പൊതുകലാപത്തിനുമുമ്പ് ഞങ്ങളുടെ പ്രവർത്തനങ്ങളെക്കുറിച്ചറിയാമായിരുന്ന ഒരു വിദേശി പറഞ്ഞു: "നിങ്ങളുടെ ജീവിതം അത്ഭുതകരമായ സംഭവങ്ങൾ നിറഞ്ഞതാണ്. ഒരു മാസംമുമ്പ് നിങ്ങൾ കാട്ടിൽ ഒളിച്ചിരിക്കുകയായിരുന്നു. ഇപ്പോൾ നിങ്ങൾ തലസ്ഥാനത്തു തന്നെ സജീവമാണ്. ഞാനൊരെഴുത്തുകാരനായിരുന്നുവെങ്കിൽ നിങ്ങളുടെ കഥയെഴുതുമായിരുന്നു." ചരിത്രത്തിന്റെ ചക്രങ്ങൾ അതിവേഗം ചലിക്കുകയായിരുന്നു. വിപ്ലവകാരികൾക്ക് ഓരോ ദിവസവും ഓരോ മണിക്കൂറും ഇപ്പോൾ വളരെ ഹ്രസ്വമാണെന്നുതോന്നി. സമയം പാഞ്ഞുപോവുകയായിരുന്നു. ഈ മഴയുള്ള രാത്രിയിൽ ചുരം കടക്കുമ്പോഴേക്കും വസന്തകാലം വന്ന് ഞങ്ങളെ അത്ഭുതപ്പെടുത്തി.

ഹോ അമ്മാവനും ഹാനോയിലെ സഖാക്കളും എന്തുചെയ്യുകയായിരിക്കുമെന്ന് ഞാൻ ആലോചിച്ചു. സ്വതന്ത്രവിയത്നാമിലെ ആദ്യത്തെ തെത്, തലസ്ഥാനനഗരിയിൽ ആഹ്ലാദപ്രദമായിരിക്കും. തെത്തിന്റെ ആഹ്ലാദം മുന്നണിയിലെ യോദ്ധാക്കൾക്കും വീടുകളിലുള്ള അവരുടെ കുടുംബങ്ങൾക്കും എത്തിച്ചുകൊടുക്കണമെന്ന് ജനങ്ങളെയും ബഹുജനസംഘടനകളെയും ആഹ്വാനംചെയ്തുകൊണ്ട് ഹോ അമ്മാവനെഴുതിയ കത്ത് ഒരു പത്തുദിവസംമുമ്പ് ഞാൻ ശ്രദ്ധയോടെ കേട്ടതാണ്. ഈ വൈകുന്നേരം ദാ നാങിലൂടെ കടന്നുപോകുമ്പോൾ, അദ്ദേഹത്തിന്റെ പുതുവത്സരസന്ദേശം വായിക്കാൻ എനിക്കുകഴിഞ്ഞു. 'പുതുവർഷത്തെ സ്വാഗതം ചെയ്യുന്നതിന് തങ്ങളുടെ നാട്ടുകാർ പടക്കങ്ങൾക്ക് തീകൊളുത്തുന്ന അവസരത്തിൽ പിതൃരാജ്യത്തെ സംരക്ഷിക്കുന്നതിനുവേണ്ടി തോക്കുകൾ പൊട്ടിക്കുന്ന പോരാളികൾക്ക് അദ്ദേഹം ഊഷ്മളമായ അഭിവാദ്യങ്ങളർപ്പിച്ചു. അദ്ദേഹത്തിന്റെ കത്തിൽ ഏതാനുംവരി കവിതകളുണ്ടായിരുന്നു:

"പ്രതിരോധയുദ്ധം വിജയശ്രീലാളിതമാവുമ്പോൾ
നമുക്കൊന്നിച്ച് ചുവന്നവീഞ്ഞ് കുടിക്കാം
ഈ തെത്തിൽ താൽക്കാലികമായി നാം
വേർപിരിക്കപ്പെട്ടിരിക്കുകയാണ്.
അടുത്ത തെത്തിൽ നാം പുനരേകീകരിക്കപ്പെടു
മെന്ന് പ്രതീക്ഷിക്കാം."

രാഷ്ട്രം മുഴുവൻ അഭിസംബോധന ചെയ്തുകൊണ്ടുള്ള ഈ നവവത്സരാശംസ വായിക്കുമ്പോൾ ഓരോരുത്തർക്കും തോന്നിയത് ഹോ അമ്മാവൻ തങ്ങളെ ഓരോരുത്തരെയും നേരിട്ട് അഭിസംബോധന ചെയ്തുകൊണ്ടാണെഴുതിയത് എന്നാണ്.

അടുത്തദിവസം ഞങ്ങൾ ഹ്യൂവിലെത്തിച്ചേർന്നു. തുവാങ് ബാക് കടവിൽചേർന്ന മഹത്തായ പുതുവത്സര റാലിയിൽ ഞങ്ങൾ പങ്കെടു

ത്തു. ബാനറുകളുടെയും കൊടിക്കൂറകളുടെയും ജനങ്ങളുടെയും സമുദ്രംതന്നെയായിരുന്നു ഞങ്ങളുടെ മുമ്പിൽ. വസന്തത്തിലെ ആ സായാഹ്നം ഊഷ്മളവും പ്രസന്നവുമായിരുന്നു ഹ്യൂ നഗരത്തിലെ മുഴുവനാളുകളും അവിടെ ഹാജരുണ്ടായിരുന്നു. മുന്നണിയിലെ സ്ഥിതിഗതികളും ചെറുത്തുനിൽപ്പ് ശക്തിപ്പെടുത്താനും ശത്രുക്കൾ യുദ്ധം വ്യാപിപ്പിക്കുകയാണെങ്കിൽ നീണ്ടുനിൽക്കുന്ന സജീവമായ തയാറെടുപ്പുകൾ നടത്തുവാനുമുള്ള പ്രസിഡന്റ് ഹോവിന്റെയും ഗവൺമെന്റിന്റെയും ദൃഢനിശ്ചയവും കേട്ട് ജനങ്ങൾ ഹർഷാരവം മുഴക്കി. "സ്വതന്ത്ര വിയത്നാം നീണാൾ വാഴട്ടെ" "പ്രസിഡന്റ് ഹോ നീണാൾ വാഴട്ടെ" "നീണ്ടുനിൽക്കുന്ന ഒരു പ്രതിരോധയുദ്ധത്തിന് തയാറെടുക്കുക" "തെക്കൻ വിയത്നാമിലെ ചെറുത്തുനിൽപ്പിന് പിന്തുണ നൽകുക" തുടങ്ങിയ മുദ്രാവാക്യങ്ങൾ റാലി അവസാനിക്കുമ്പോൾ ദിഗന്തം ഭേദിക്കുമാറുച്ചത്തിൽ മുഴങ്ങി. ഹ്യൂവിന്റെ ചരിത്രത്തിലാദ്യമായി പോരാടാനുള്ള ഞങ്ങളുടെ ദൃഢനിശ്ചയം വിളംബരം ചെയ്തുകൊണ്ട് ഞങ്ങളുടെ നാട്ടുകാർ പുതുവർഷത്തെ അഭിവാദ്യം ചെയ്തു.

'ഓരോ വർഷവും വസന്തകാലത്തോടെ ആരംഭിക്കുന്നു.' ബിഞ്തുവാത് വർഷത്തിലെ വസന്തകാലാവസരത്തിൽ ഹോ അമ്മാവൻ മൂന്ന് കത്തുകളെഴുതി- ജനങ്ങൾക്കും പോരാളികൾക്കുംവേണ്ടി ഓരോന്നും യുവാക്കൾക്കും കുട്ടികൾക്കുംവേണ്ടി ഒന്നും. ഈ വസന്തകാലത്തിന് മറ്റൊരു പ്രത്യേകതകൂടിയുണ്ട്. രാജ്യം സ്വാതന്ത്ര്യവും മോചനവും പ്രാപിച്ചതിനുശേഷം കടന്നുവരുന്ന ഒന്നാമത്തെ വസന്തമാണിത്. ഹോ അമ്മാവന്റെ അഭിപ്രായത്തിൽ പുതിയ ജീവിതരീതിയുടെ അടിസ്ഥാനത്തിലുള്ളതായിരിക്കണം തെത്. അതിൽ എല്ലാവർക്കും സമ്പന്നർക്കും ദരിദ്രർക്കും പ്രായംചെന്നവർക്കും ചെറുപ്പക്കാർക്കും ഒരുപോലെ അഹ്ലാദം ലഭിക്കണം. മുന്നണിയിലെ പോരാളികളെക്കുറിച്ചുള്ള ഹൃദയംഗമമായ ചിന്തകൊണ്ട് അവരുടെ ഹൃദയം മഥിക്കണം.

തെത്തിന്റെ തലേന്ന് ഹാനോയിൽ തെരുവുകളുടെ ഇരുഭാഗങ്ങളിലുമുള്ള വാതിലുകൾ അടച്ചിട്ടിരുന്നു. പുതുവർഷപ്പിറവിയുടെ തലേന്നാൾ അങ്ങനെ ചെയ്യുകയാണ് പതിവ്. ജീവിതത്തിനാവശ്യമായ ഭൗതികവിഭവങ്ങളുടെ കാര്യത്തിൽ അപ്പോഴും പ്രയാസങ്ങൾ നിലനിന്നു എങ്കിലും സ്വാതന്ത്ര്യം ലഭിച്ചതിനുശേഷമുള്ള ആദ്യത്തെ തെത്തിന്റെ അന്തരീക്ഷം ഓരോ വീട്ടിലും നിറഞ്ഞുനിന്നു. പിതൃഭൂമിയുടെ മണ്ഡപങ്ങൾകൊണ്ടും കൊടിതോരണങ്ങളാലും പ്രസിഡന്റ് ഹോവിന്റെ പടങ്ങളാലും പുഷ്പങ്ങളാലും ഓരോ വീടും-അത് പണക്കാരന്റേതായാലും പാവപ്പെട്ടവന്റേതായാലും-അലങ്കരിക്കപ്പെട്ടിരുന്നു. മന്ദാറിൻമാർക്കു - ഉദ്യോഗസ്ഥന്മാർക്കു - കാഴ്ചകൾ കൊണ്ടുപോകുന്നതിനെക്കുറിച്ച് ആർക്കും ഇന്ന് ഉൽക്കണ്ഠപ്പെടേണ്ടിയിരുന്നില്ല. കാഴ്ചവയ്ക്കൽ ഫ്രഞ്ചുഭരണകാലത്തെ ഒരു പതിവായിരുന്നു. ആചാരപ്രകാരമുള്ള പിതൃകർമങ്ങൾക്കുശേഷം ഓരോ കുടുംബത്തിലെയും സംഭാഷണം അന്നത്തെ പ്രധാനപ്പെട്ട വിഷ

യങ്ങളായ രാഷ്ട്രീയത്തിലേക്കും അടുത്ത ദിവസം നടക്കാനിരിക്കുന്ന യോഗത്തിലേക്കും തെക്കൻ ഭാഗത്തുനടക്കുന്ന പോരാട്ടത്തിലേക്കും തിരിഞ്ഞു. ഏതാനും ദിവസങ്ങൾക്കുമുമ്പ് സ്വയം പ്രതിരോധസ്ഥാനത്തു നിന്നു തെത് കത്തുകൾ അയക്കപ്പെട്ടിരുന്നു. മുന്നണിയിൽ രാജ്യത്തി നുവേണ്ടി സ്വന്തം ജീവിതം ബലിയർപ്പിക്കുന്ന പോരാളികളെക്കുറിച്ചാ യിരിക്കണം അന്നത്തെ ചിന്തകൾ എന്നും നാം ബൊവിലെ ചെറുത്തു നിൽപ്പിന് പിന്തുണനൽകാൻ രൂപീകരിച്ച കമ്മറ്റിക്കുവേണ്ടി പണം കരു തിവയ്ക്കത്തക്കവിധത്തിൽ, തെത് ആഹ്ലാദപൂർവമായിട്ടാണെങ്കിലും പണ ച്ചെലവില്ലാതെ ആഘോഷിക്കണമെന്നും ജനങ്ങളെ അനുസ്മരിപ്പിച്ചു കൊണ്ടുള്ളതായിരുന്നു കത്ത്.

നഗരത്തിലെ ഭരണനിർവഹണകമ്മിറ്റിയുടെ ചെയർമാൻ തന്റെ വീട്ടിൽ വെച്ച് ഭക്ഷണം കഴിച്ചതേയുണ്ടായിരുന്നുള്ളു. അപ്പോഴേക്കും അപ്രതീക്ഷിതമായി ഹോ അമ്മാവൻ അവിടെയെത്തി. പുതുവത്സരസ മയത്ത് അദ്ദേഹം നഗരത്തിലെ ജനങ്ങളെ സന്ദർശിക്കാൻ ആഗ്രഹിച്ചു.

മഴ ചാറുന്നുണ്ടായിരുന്നു. തെരുവുകൾമുഴുവൻ വിജനമായികാണ പ്പെട്ടു. പക്ഷെ, അന്തരീക്ഷത്തിൽ പടക്കത്തിന്റെ മണം തങ്ങിനിന്നു. തെരു വുവിളക്കുകളുടെ പ്രകാശത്തിൽ കൊടിയുടെ ചുവന്നനിറം കുറെക്കൂടി കടുത്തിട്ടില്ലേ എന്ന തോന്നൽ.

ക്വാ നാം തെരുവിലെ ഒരു കുടുംബത്തിലേക്ക് സഖാവ് ഹുങ്, ഹോ അമ്മാവനെ കൊണ്ടുപോയി. ഒരു സ്വയം പ്രതിരോധകമ്പനിയുടെ കമാ ൻഡറായിരുന്നു ആ കുടുംബത്തലവൻ. അതിലെ അംഗങ്ങൾ മുഴുവൻ ദേശാഭിമാനസംഘടനകളിലെ സജീവപ്രവർത്തകരും.

അധ്വാനിക്കുന്ന ജനങ്ങൾ താമസിക്കുന്ന ഏതാനും വസതികൾ സന്ദർശിക്കാൻ ഹോ അമ്മാവൻ ആഗ്രഹം പ്രകടിപ്പിച്ചു. വളരെ പാവ പ്പെട്ട ഒരു കുടുംബത്തെ കാണാൻ തനിക്ക് താൽപ്പര്യമുണ്ടെന്നും അദ്ദേ ഹം പറഞ്ഞു. നഗരത്തിൽ അപ്പോഴും ധാരാളം പാവപ്പെട്ട ജനങ്ങളുണ്ടാ യിരുന്നു. പക്ഷെ, അതിൽ ഏത് കുടുംബത്തെ സന്ദർശിക്കണം?

സിഞ് തു തെരുവിലെ ഒരു ഇടുങ്ങിയ ഇടവഴിയുടെ മുമ്പിൽ ഹോ അമ്മാവന്റെ കാർ നിന്നു. ഹാങ് ദുവാ ഇടവഴിയായിരുന്നു അത്. ആ തെരുവും ഇടവഴികളും നഗരത്തിന്റെ മറ്റൊരു മുഖമായിരുന്നു. കഴിഞ്ഞ നൂറുവർഷങ്ങൾക്കിടയിൽ അവിടെ എന്തെങ്കിലും ചെയ്യണമെന്നതിനെ ക്കുറിച്ച്– ഒരു വാട്ടർടാപ്പ് വയ്ക്കുന്നതിനെക്കുറിച്ചോ, തെരുവുവിളക്കു കൾ സ്ഥാപിക്കുന്നതിനെക്കുറിച്ചോ– പോലും കൊളോണിയലിസ്റ്റുകൾ ഒരിക്കലും ചിന്തിച്ചിരുന്നില്ല.

രാത്രി ഇരുണ്ടതായിരുന്നു. മഴമൂലം റോഡ് കുണ്ടും കുഴികളും നിറ ഞ്ഞതും ചെളിനിറഞ്ഞതുമായിരുന്നു. പൊക്കം കുറഞ്ഞ മേൽപ്പുരകളുടെ മേലുയർത്തിയ കൊടികൾ വഴിയാത്രക്കാരുടെ തലയിൽ മുട്ടുന്നുണ്ടാ യിരുന്നു. ഹോ അമ്മാവൻ ഇടവഴിയിലൂടെ കുറെക്കൂടി മുമ്പോട്ടുപോ യി. ഒരു വാതിൽ പകുതി തുറന്നുകിടക്കുന്നത് കണ്ടു. അതിനിടയിലൂടെ

അകത്ത് മുനിഞ്ഞുകത്തുന്ന ഒരു മണ്ണെണ്ണവിളക്ക് കാണായി. ഹോ അമ്മാവൻ ഒരുനിമിഷം അവിടെ നിന്നു; പിന്നീടദ്ദേഹം അകത്തേക്കു കയറി.

ആളുകൾ തിങ്ങിപ്പാർക്കുന്ന ഒരു വീടായിരുന്നു അത്. അനേകം കുടുംബങ്ങൾ അതിൽ ഒരുമിച്ചു പാർത്തിരുന്നു. ചുമരിന്റെ മധ്യത്തിൽ ഒരു ദേശീയപതാകയും ഹോ അമ്മാവന്റെ ഒരു പടവും കണ്ടു. അവിടം കടലാസുകൾകൊണ്ട് അലങ്കരിച്ചിരുന്നു. വീട്ടുകാർ വെടിപറഞ്ഞിരിക്കുകയായിരുന്നു. കാക്കിനിറത്തിൽ വലിയ കോളറുള്ള ജാക്കറ്റും ധരിച്ച്, ഒരു വടിയും കുത്തിപ്പിടിച്ച് ഒരു കിഴവൻ അകത്തേക്കു കടന്നുവരുന്നതുകണ്ട ഉടൻ അവരെല്ലാം സംഭാഷണം നിർത്തി.

ആദ്യം വീട്ടുകാർ അന്യോന്യം നോക്കി. അവരിൽ ആരെയെങ്കിലും കാണാൻ വന്നതായിരിക്കും ആൾ എന്നായിരുന്നു ഓരോരുത്തരുടെയും വിചാരം. തെത്തിനുവേണ്ടിയുള്ള ഒരുക്കങ്ങളെക്കുറിച്ച് ഹോ അമ്മാവൻ ആരാഞ്ഞു. അവർ സന്തോഷത്തോടെ മറുപടി പറയുകയും വീടിന്റെ ഒരു മൂലയിൽ അടുത്തുള്ള ഒരു പാത്രത്തിൽ 'ബാഞ് ചുങ്' പായസം കിടന്നു തിളക്കുന്നത് കാണിച്ചുകൊടുക്കുകയും ചെയ്തു. ഹോ അമ്മാവന്റെ കണ്ണുകളിൽ സന്തോഷത്തിന്റെ തിളക്കം. അവരെ അഭിവാദ്യം ചെയ്തുകൊണ്ട് അദ്ദേഹം ഏതാനും വാക്കുകൾ സംസാരിച്ചു. അപ്പോഴാണ് എല്ലാവർക്കും പെട്ടെന്ന് ബോധമുണ്ടായത്, തങ്ങളെ സന്ദർശിച്ച മാന്യനായ വൃദ്ധൻ പ്രസിഡന്റ് ഹോ ആണെന്ന്. അത് മനോഹരമായ ഒരു സ്വപ്നം പോലെയായിരുന്നു. ചുമരിൽ തൂക്കിയിട്ട പടത്തിൽനിന്ന് അദ്ദേഹം ഇറങ്ങി തങ്ങളുടെ ഇടയിലേക്ക്, തങ്ങളുടെ കൊച്ചുവീട്ടിലേക്ക്, വന്നതുപോലെ എല്ലാവർക്കും തോന്നി. അദ്ദേഹം ആദ്യം അകത്തു കയറിയപ്പോൾ സംസാരിക്കാൻ ആർക്കും വിഷമമുണ്ടായിരുന്നില്ല. ഇപ്പോൾ ആർക്കും ഒരക്ഷരം സംസാരിക്കാൻ കഴിയുന്നില്ല. എല്ലാ കണ്ണുകളും അദ്ദേഹത്തിലേക്ക് തിരിഞ്ഞു. അദ്ദേഹം പറഞ്ഞു: "നമ്മുടെ രാജ്യം സ്വാതന്ത്ര്യം പ്രാപിച്ചതേയുള്ളൂ. തെക്കൻഭാഗത്തെ ജനങ്ങൾ ശത്രുക്കളുമായി പോരാടിക്കൊണ്ടിരിക്കുകയാണ്. നമ്മുടെ അധ്വാനിക്കുന്ന ജനങ്ങൾക്ക് ഇപ്പോഴും ദുരിതംനിറഞ്ഞ അവസ്ഥയെയാണ് നേരിടേണ്ടിവരുന്നത്. എങ്കിലും ഈ സ്വാതന്ത്ര്യമുപയോഗിച്ച് നമുക്ക് എല്ലാം നേടിയെടുക്കാം."

എല്ലാവരെയും വികാരവിക്ഷുബ്ധരാക്കിക്കൊണ്ട് അദ്ദേഹം അവിടെ നിന്ന് യാത്രയായി. അവരെല്ലാവരും വാതിൽപ്പടിവരെവന്ന് അദ്ദേഹം പോകുന്നത് നിർന്നിമേഷരായി നോക്കിനിന്നു.

അന്നുരാത്രി അനേകം സ്ഥലങ്ങൾ അദ്ദേഹം സന്ദർശിച്ചു. സ്വാതന്ത്ര്യം ലഭിച്ച ആദ്യവസന്തത്തിൽ നഗരത്തിലെ അനേകം കുടുംബങ്ങളെ ആഹ്ലാദിപ്പിക്കാൻ അദ്ദേഹത്തിനാഗ്രഹമായിരുന്നു. ഹാങ് ലോങ് തെരുവിലെ ഒരു പാവപ്പെട്ട ഗവൺമെന്റ് ജീവനക്കാരന്റെ വീട്ടിലെത്തിയപ്പോൾ നേരം വൈകിയിരുന്നു. വീട്ടുകാരെല്ലാം ഉറങ്ങാൻ

പോകുന്നതിന് തയാറെടുക്കുകയായിരുന്നു. കൊതുകുവലകളെല്ലാം കെട്ടിക്കഴിഞ്ഞിരുന്നു. മുറിയിലെ അഴയിൽ നിറയെ വസ്ത്രങ്ങളായിരുന്നു. റിപ്പബ്ലിക്കിന്റെ പ്രസിഡന്റെന്നതുപോകട്ടെ ഒരു സാധാരണ സന്ദർശകനെപ്പോലും ആരും അപ്പോൾ പ്രതീക്ഷിച്ചിരുന്നില്ല.

അങ്ങനെ ഹോ അമ്മാവന്റെ പുതുവത്സരത്തിനു തലേന്നത്തെ സന്ദർശനം പൂർത്തിയായി. അടുത്തദിവസം പുതുവത്സരദിവസം, അദ്ദേഹം വളരെ തിരക്കിലായിരിക്കും. പാർട്ടികേന്ദ്രകമ്മിറ്റിയിൽനിന്നും ഗവൺമെന്റിൽനിന്നുമുള്ള ആളുകളെയും വിവിധ സംഘടനകളുടെ പ്രതിനിധികളെയും സ്വീകരിക്കണം. മുനിസിപ്പൽ തിയറ്ററിൽചേരുന്ന പുതുവത്സരറാലിയെ അഭിസംബോധനചെയ്യണം. ദേശീയ പ്രതിരോധഗാർഡുകളെ സന്ദർശിക്കുകയും അവരുമായി സംസാരിക്കുകയും ചെയ്യണം. പയനിയേഴ്സ് ഗാർഡനിലെ കുട്ടികളുമായി ഏതാനും സമയം ചെലവഴിക്കണം. ബാക് ബൊ കൊട്ടാരത്തിൽ വെച്ച് തന്റെ അംഗരക്ഷകരോടൊപ്പം ഉച്ചഭക്ഷണം കഴിക്കണം....

പ്രസിഡന്റിനെ വീട്ടിൽ കൊണ്ടുചെന്നാക്കിയിട്ട് സിറ്റി കമ്മിറ്റിയുടെ ചെയർമാനായ ഹുങ് വീട്ടിലേക്ക് മടങ്ങിപ്പോയി. സയമം അർധരാത്രിയോടടുത്തപ്പോൾ പുതുവർഷം കടന്നുവരുന്നതിന് സാക്ഷ്യം വഹിക്കാൻ അദ്ദേഹം ഹോ ആൻ കിം തടാകത്തിലേക്കു പോയി. സന്ധ്യാസമയത്ത് വിജനമായിരുന്ന തെരുവുകളിൽ ഇപ്പോൾ ജനത്തിരക്ക് കാണായി. ഓരോരുത്തരും സ്വാതന്ത്ര്യത്തിന്റെ ആദ്യവസന്തത്തിലെ പരിശുദ്ധമായ വായു ശ്വസിക്കാൻ പുറത്തുവന്നതായിരുന്നു. ഇത്രമാത്രം ആനന്ദപ്രദവും ആഹ്ലാദപ്രദവുമായ ഒരു പുതുവത്സരാവസരം ഇതിനു മുമ്പൊരിക്കലുമുണ്ടായിട്ടില്ല.

വസന്തത്തിന്റെ സമാഗമത്തെ അഭിവാദ്യം ചെയ്തുകൊണ്ട് നഗരത്തിലെങ്ങും പടക്കങ്ങൾ പൊട്ടുന്നതിന്റെ ശബ്ദം. സഖാവ് ഹുങ് ൻ ഗോക് സോൺ അമ്പലത്തിന്റെ കവാടത്തിലേക്ക് ജനസമുദ്രത്തോടൊപ്പം ഒഴുകിയെത്തി. അദ്ദേഹം അതിനകത്ത് പ്രവേശിക്കുമ്പോൾ അതാ ഒരു നീണ്ട മേലങ്കിയുമണിഞ്ഞ് മുഖത്തിനു ചുറ്റും ഒരു കമ്പിളി മഫ്ളറും ചുറ്റിയ ഒരു വൃദ്ധൻ ഹ്യൂ പാലം കടക്കുന്ന ജനത്തിരക്കിലൂടെ നീങ്ങുന്നു. ആ വൃദ്ധന്റെ പ്രകാശം സ്ഫുരിക്കുന്ന കണ്ണുകൾ അത് പ്രസിഡന്റ് ഹോ ആണെന്ന് തിരിച്ചറിയാൻ ഹുങിനെ സഹായിച്ചു. പുണ്യസ്ഥലത്തേക്ക് പോകാൻ വഴിയുണ്ടാക്കിക്കൊണ്ടിരിക്കുന്ന ജനങ്ങളോടൊപ്പം ഹോ അമ്മാവനും സാവധാനത്തിൽ നടന്നുനീങ്ങി. ഹോ അമ്മാവന്റെ അടുത്തുനിൽക്കുന്ന മറ്റൊരാളും കമ്മിറ്റി ചെയർമാന്റെ ശ്രദ്ധയിൽപ്പെട്ടു. അദ്ദേഹം ഹുങിനു നേരെ കണ്ണിറുക്കിക്കാണിച്ചു. അത് പ്രസിഡന്റിന്റെ അംഗരക്ഷകനായിരുന്നു. തന്നെ ജനങ്ങൾ തിരിച്ചറിയരുതെന്ന് ഹോ അമ്മാവൻ ആഗ്രഹിച്ചു.

വിപ്ലവപ്രവർത്തകരുടെ കുടുംബങ്ങളിൽ വസന്തം അങ്ങനെ കടന്നുവന്നുവെന്ന് ഹോ അമ്മാവൻ കണ്ടു. അധ്വാനിക്കുന്നവരുടെ വീട്ടിലും

ഒരു പാവപ്പെട്ട ഗവൺമെന്റ് ജീവനക്കാരന്റെ വീട്ടിലും അതെങ്ങനെയെത്തിച്ചേർന്നെന്നും അദ്ദേഹം മനസിലാക്കി. തെരുവീഥികളിൽ ഹാനോയിലെ ജനങ്ങൾക്ക് സുപരിചിതമായ ഹോ ആൻ കിം തടാകമധ്യത്തിലെ ഒരു അമ്പലത്തിൽ, എങ്ങനെ സ്വാതന്ത്ര്യത്തിന്റെ വസന്തം കടന്നുവരുന്നുവെന്നറിയാനാണ് അദ്ദേഹമവിടെയെത്തിച്ചേർന്നത്. പഴയ പതിവനുസരിച്ച് ആ രാത്രി അവർ പെറുക്കിയെടുക്കുന്ന ചുള്ളിക്കമ്പുകൾ മനോഹരമായി പൊട്ടിവിടരുന്നുണ്ടോ എന്ന് ൻഗോക് സോൺ അമ്പലത്തിൽക്കൂടി ആളുകൾ ശ്രദ്ധിച്ചിരുന്നുവോ എന്നറിഞ്ഞുകൂട.

ആ പുതുവത്സരസമയത്ത് ഹോ അമ്മാവനെ അനുഗമിച്ചവരാണ് ഞാൻ ഹാനോയിൽ തിരിച്ചെത്തിയപ്പോൾ ഇക്കാര്യങ്ങളെല്ലാം പറഞ്ഞത്. തുടർന്നുള്ള അനേകം പുതുവത്സരാവസരങ്ങളിലും ഇത്തരം സന്ദർശനങ്ങൾ അദ്ദേഹത്തിന്റെ പതിവായിത്തീർന്നു. വിപ്ലവത്തെ നന്നായി സേവിച്ചവരുടെയോ സായുധസേനകളിൽ സേവനമനുഷ്ഠിക്കുന്നവരുടെയോ അങ്ങേയറ്റം പ്രയാസം നിറഞ്ഞ പരിതഃസ്ഥിതികളിൽ അധ്വാനിക്കുന്നവരുടെയോ വസതികളിലാണ് സാധാരണയായി അദ്ദേഹം പോകാറുള്ളത്. അദ്ദേഹത്തിന്റെ സന്ദർശനം എല്ലായ്പ്പോഴും മുന്നറിയിപ്പുകൾ നൽകാതെയായിരിക്കും. താൻ സന്ദർശിക്കുന്ന കുടുംബങ്ങൾക്ക് ഓർക്കാപ്പുറത്ത് സന്തോഷം നൽകുക എന്നതായിരുന്നു അദ്ദേഹത്തിന്റെ ലക്ഷ്യം. ആഘോഷാവസരത്തിൽ യഥാർഥത്തിലുള്ള അന്തരീക്ഷമെന്തെന്ന് മനസിലാക്കുകയും അദ്ദേഹത്തിന്റെ ഉദ്ദേശ്യമായിരുന്നു. തന്റെ ലളിതവും മഹത്തുമായ ജീവിതത്തിൽ ഇത്തരം സന്ദർശനങ്ങൾ അദ്ദേഹത്തിന്റെ സ്വഭാവമായിത്തീർന്നു.

20

ചൈന-ഫ്രഞ്ച് ഗൂഢാലോചന

ലായ് ചൗവിൻമേലുള്ള ഫ്രഞ്ച് ആക്രമണത്തിനെതിരെ ജനരോഷം ആളിക്കത്തിക്കൊണ്ടിരുന്ന സമയത്താണ് ഞാൻ ഹാനോയിൽ തിരിച്ചെത്തിയത്. കഴിഞ്ഞവർഷം മാർച്ച് 9 ാം തീയതി നടന്ന കുവിനെത്തുടർന്ന് ജപ്പാൻകാരുടെ മുമ്പിൽ നിന്ന് ഒളിച്ചോടിപ്പോയ അലെസാന്ദ്രയിയുടെ സൈന്യങ്ങളാണ് ഈ ആക്രമണപരിപാടികൾ നടപ്പാക്കിയത്. അവരെ ജിയാങ് കയ്ഷെക് ഗവൺമെന്റ് ചൈന-വിയത്നാം അതിർത്തിക്കടുത്തുള്ളൊരു പ്രദേശത്ത് പാർപ്പിച്ചിരിക്കുകയായിരുന്നു. യഥാർഥത്തിൽ ജനുവരിമാസത്തിൽത്തന്നെ അവർ അതിർത്തി കടന്നിരുന്നു. തന്മൂലം ശത്രുവിന്റെ മുന്നേറ്റം തടയുന്നതിന് അനേകം ദേശീയപ്രതിരോധ യൂണിറ്റുകളെ ചാന്ദ്രപുതുവർഷത്തിൽ വടക്കുപടിഞ്ഞാറൻഭാഗത്തേക്ക് അടിയന്തരമായും അയച്ചിട്ടുണ്ടായിരുന്നു.

അതേസമയം, ഫ്രഞ്ചുകാരും ജിയാങ്ങും തമ്മിൽ ചുങ്കിങ്ങിൽ വെച്ച് ഇന്തോചൈനാ പ്രശ്നം സംബന്ധിച്ച് കൂടിയാലോചനകൾ നടന്നുവരികയാണെന്ന ഊഹാപോഹങ്ങൾ പ്രചരിപ്പിക്കുന്നുണ്ടായിരുന്നു. പാശ്ചാത്യഏജൻസികളാണ് ഈ വാർത്ത പ്രചരിപ്പിച്ചുകൊണ്ടിരുന്നത്. എന്നാൽ ചുങ്കിങ് മൗനം ഭജിച്ചതേയുള്ളൂ. എന്തെങ്കിലും അഭിപ്രായമോ നിഷേധമോ പുറപ്പെടുവിച്ചില്ല.

ഹാനോയിലെ പത്രക്കാർ ലൂ ഹാനുമായി ഇന്റർവ്യൂ നടത്തി. ഒരു ചൈനീസ് ജനറൽ പ്രസ്താവിച്ചു "ലായ് ചൗവിൽ പ്രവേശിക്കാൻ ചുങ്കിങ് ഫ്രഞ്ച് ട്രൂപ്പുകൾക്ക് അനുവാദം നൽകിയിട്ടുണ്ട്." ഒരു നിശ്ചിത റൂട്ടിലൂടെ കടന്നുവരണമെന്നാണ് വ്യവസ്ഥയെന്നും അയാൾ തുടർന്നുപറഞ്ഞു. ചൈനീസ്-ഫ്രഞ്ച് കൂടിയാലോചനകൾ സംബന്ധിച്ച ഏതെങ്കിലും അറിവ് തനിക്കുണ്ടെന്ന വാർത്ത അയാൾ നിഷേധിച്ചു.

ഏതാണ്ട് ഈസമയത്ത്, ഹാനോയിലെ ഫ്രഞ്ച് ദൗത്യസംഘം ഒരു മധ്യവർത്തി മുഖേന ഞങ്ങളുമായി സമ്മേളിക്കുന്നതിന് ആഗ്രഹം പ്രകടിപ്പിച്ചു.

കഴിഞ്ഞവർഷം സെപ്തംബർ മാസത്തിന്റെ തുടക്കത്തിൽ ഒരു വിദേശി ബാക് ബൊ കൊട്ടാരത്തിന്റെ പിൻവാതിൽക്കൽ വന്നുനിന്നു. അമേരിക്കൻ ദൗത്യസംഘത്തിലെ ഒരംഗമായിരിക്കും അയാളെന്നാണ് ഗാർഡുകൾ കുരുതിയത്. അയാൾ സ്വീകരണമുറിയിലേക്ക് ആനയിക്കപ്പെട്ടു. അപ്പോഴാണ് താനൊരു ഫ്രഞ്ച് ഓഫീസറാണെന്നും ഗവൺമെന്റിന്റെ ഒരു പ്രതിനിധിയെ കാണാൻ താനാഗ്രഹിക്കുന്നുവെന്നും പറഞ്ഞ് അയാൾ സ്വയം പരിചയപ്പെടുത്തിയത്. സഖാവ് ഹോവാങ് മിഞ്ഗിയാം അയാളെ സ്വീകരിച്ചു.

ഞങ്ങളുടെ ഗവൺമെന്റിന്റെ ഒരുത്തരവാദപ്പെട്ട പ്രതിനിധിയുമായി സംസാരിക്കുന്നതിനുള്ള സെയ്ന്ത്നിയുടെ നിർദേശം ഓഫീസർ ഞങ്ങളുടെ മുമ്പിൽവെച്ചു. മുൻ ഫ്രഞ്ചുഗവണറുടെ കൊട്ടാരത്തിൽ തങ്ങളുടെ ദൗത്യസംഘത്തെ ജപ്പാൻകാർ കസ്റ്റഡിയിൽവെച്ചിരിക്കുകയാണെന്ന് അയാൾ പരാതിപ്പെട്ടു. ഇവിടെയെത്തിച്ചേരുന്നതിന് തനിക്കനുഭവിക്കേണ്ടിവന്ന പ്രയാസങ്ങൾ അയാൾ വിശദീകരിച്ചു.

ഞങ്ങൾക്കും ഫ്രഞ്ചുകാരുടെ സമീപനമെന്തെന്ന് മനസിലാക്കേണ്ടിയിരുന്നു. സെയ്ന്തിനിയെ കാണുന്നതിന് സഖാവ് ഗിയാം ജാപ്പനീസ് ആസ്ഥാനത്തേക്കു പോയി. സെയ്ന്തിനി ഇന്തോചൈനീസ് പ്രശ്നത്തിൽ ഫ്രഞ്ച് ഗവൺമെന്റിന്റെ നിലപാട് ഞങ്ങളുടെ ഗവൺമെന്റിന് വിശദീകരിച്ചുതരാൻ തയാറാണെന്ന് അറിയിച്ചു.

ഏതാനും നാളുകൾക്കുശേഷം, സെയ്ന്തിനിയുടെ അഭ്യർഥനയനുസരിച്ച്, സഖാവ് ഗിയാം അയാളെ ബാക് ബൊ കൊട്ടാരത്തിലേക്ക് കൊണ്ടുവന്നു. അയാളെ സ്വീകരിക്കാൻ എന്നെയായിരുന്നു നിയോഗിച്ചിരുന്നത്.

ഫ്രഞ്ച്-വിയത്നാം ബന്ധനത്തെക്കുറിച്ചുള്ള തന്റെ ആശയങ്ങൾ സെയ്ന്തിനി മുമ്പോട്ടുവച്ചു. അയവേറിയതും ബുദ്ധിപൂർവകവുമായ സമീപനമാണ് താൻ സ്വീകരിച്ചിരിക്കുന്നതെന്ന ഒരു പ്രതീതി ജനിപ്പിക്കാൻ അയാൾ വളരെയധികം ശ്രമിക്കുന്നുണ്ടായിരുന്നു. എന്നാൽ, അയാൾ പറഞ്ഞത് നേരത്തെ ദീ ഗാൾ പറഞ്ഞതിൽനിന്ന് വളരെയൊന്നും വ്യത്യസ്തമായിരുന്നില്ല. കൊട്ടാര കവാടം കടന്നപ്പോൾ സൗഹൃദപൂർവമായ നിലയിലല്ല കാവൽക്കാരൻ പെരുമാറിയതെന്ന് അയാൾ ആരോപിച്ചു. യഥാർഥത്തിൽ, ബയണറ്റുകൾ ഘടിപ്പിച്ച തോക്കുകൾ ചൂണ്ടുക എന്നത് അക്കാലത്ത് ഞങ്ങളുടെ പട്ടാളക്കാരുടെ പതിവായിരുന്നു.

അതിനുശേഷം ഞങ്ങളും ഫ്രഞ്ചുകാരും തമ്മിൽ ഇടയ്ക്കിടെ അഭിപ്രായങ്ങൾ പരസ്പരം കൈമാറാൻ തുടങ്ങി.

എന്ത് ചർച്ചയും തുടങ്ങുന്നതിനുമുമ്പ് വിയത്നാമിന്റെ സ്വാതന്ത്ര്യവും ഭൂമിശാസ്ത്രപരമായ അവിച്ഛിന്നതയും ഫ്രഞ്ചുകാർ അംഗീകരിക്കണമെന്നതായിരുന്നു ഞങ്ങളുടെ നിലപാട്.

നാം ബൊ കയ്യടക്കുന്നതിന് ഫ്രഞ്ചുകാർ തിരിച്ചുവന്നു. ദിവസം കഴിയുംതോറും യുദ്ധം വ്യാപിച്ചുകൊണ്ടിരുന്നു. സംഭാഷണങ്ങൾ കടുക്കാൻ തുടങ്ങി. നമ്മുടെ ന്യായമായ നിലപാടിൽ നാം ഉറച്ചുനിൽക്കണമെന്നും നമ്മുടെ വാദങ്ങൾ വ്യക്തമായും മുന്നോട്ടുവയ്ക്കണമെന്നും അതേസമയം ശാന്തവും സമചിത്തതയോടുകൂടിയതുമായ സമീപനം സ്വീകരിക്കണമെന്നും ഹോ അമ്മാവൻ പലപ്പോഴും ഞങ്ങളെ ഓർമിപ്പിച്ചു. ഈ സംഭാഷണങ്ങൾ ഒരു ഒത്തുതീർപ്പിലേക്കും ഞങ്ങളെ നയിച്ചില്ല. തന്മൂലം അത് നിർത്തിവയ്ക്കേണ്ടിവന്നു.

ഇന്തോചൈനാപ്രശ്നത്തിൽ താമസിയാതെ ഒരു ചൈനീസ്-ഫ്രഞ്ചുകരാർ ഉണ്ടാകുന്നതായിരിക്കും എന്ന് ഫ്രഞ്ച് ദൗത്യസംഘം ഞങ്ങളെ അറിയിച്ചു. ഞങ്ങളുമായി രാഷ്ട്രീയമായ ഒരു ഒത്തുതീർപ്പിന് തങ്ങൾ ആഗ്രഹിക്കുന്നുവെന്നും അവർ പറഞ്ഞു. അതിൽ ഞങ്ങൾ സഹകരിക്കുന്നില്ലെങ്കിൽ വിയത്നാമും ഫ്രാൻസും തമ്മിലുള്ള ഭാവിബന്ധങ്ങൾക്ക് അതുമൂലമുണ്ടാകുന്ന പ്രത്യാഘാതങ്ങൾ ആപൽക്കരമായിരിക്കുമെന്ന് അവർ മുന്നറിയിപ്പും നൽകി.

ഫെബ്രുവരി 20 ാം തീയതി പാരീസിൽവെച്ച് ഫ്രഞ്ച് വിദേശി കാര്യമന്ത്രി മാരിയു മരതെ പാരീസ്-ഫ്രഞ്ചുകരാറിലെ വ്യവസ്ഥകൾ വെളിപ്പെടുത്തി. ജിയാങ്ങിന്റെ പട്ടാളക്കാർ പിൻവാങ്ങുകയും ഫ്രഞ്ച്പട്ടാളക്കാർ ആ സ്ഥാനമേറ്റെടുക്കുകയുമെന്നതായിരുന്നു പ്രധാനപ്പെട്ട ഒരു വ്യവസ്ഥ. ഒരു ഭീഷണിയോടൊപ്പം റോയ്ട്ടർ പ്രസ്തുത വാർത്ത ഇങ്ങനെ റിപ്പോർട്ടു ചെയ്തു: "ഒരൊത്തുതീർപ്പിന് വിയത്നാം സന്നദ്ധമാകുന്നില്ലെങ്കിൽ ബലംപ്രയോഗിക്കാനും ഒരുപക്ഷേ, ഫ്രഞ്ചുഗവൺമെന്റ് മടിക്കില്ല."

പരസ്പരം കൈകോർത്തു പിടിക്കാൻ ശത്രുക്കൾ തയാറാണെന്ന് വ്യക്തമായിരുന്നു. ലായ് ചൗവിലേക്ക് തിരിച്ചുവരാൻ ജിയാങ് ഫ്രഞ്ച് സേനകൾക്ക് അനുമതി നൽകിയതുതന്നെ വ്യക്തമായ തെളിവ്.

ഫ്രഞ്ച് ഗവൺമെന്റും ഹാനോയിലെ ഫ്രഞ്ചുദൗത്യസംഘവും സംഭാഷണാവസരത്തിൽ ഞങ്ങളുടെമേൽ സമ്മർദം ചെലുത്താൻ ചൈനീസ്-ഫ്രഞ്ചുകരാറിലെ-അപ്പോഴും അതിൽ ഒപ്പുവെച്ചുകഴിഞ്ഞിരുന്നില്ല-ഉപയോഗപ്പെടുത്താമെന്നു പ്രതീക്ഷിച്ചു.

വിയത്നാം നാഷണലിസ്റ്റുപാർട്ടി തങ്ങളുടെ ശിഥിലീകരണപ്രവർത്തനങ്ങൾ പെട്ടെന്ന് ശക്തിപ്പെടുത്തി.

ഗവൺമെന്റിനോട് പ്രതിഷേധം പ്രകടിപ്പിക്കുന്നതിന് പൊതുപണിമുടക്കം നടത്താനും കടകമ്പോളങ്ങൾ അടച്ചിടാനും ഹാനോയിലെ ജനങ്ങളോട് ആഹ്വാനം ചെയ്തുകൊണ്ട് തെരുവുകളിൽ നോട്ടീസുകൾ വിതരണംചെയ്യാൻ അവർ ആൾക്കാരെ അയച്ചു. ഇപ്പോഴത്തെ വിലപേശലിൽ ചുങ്കിങ്ങും ഫ്രഞ്ചുകാരും ഒരുപോലെ തങ്ങളെ പൂർണമായും അവഗണിക്കുകയാണ് ചെയ്തതെന്ന് അവർക്ക് ബോധ്യപ്പെട്ടു. ഞങ്ങളുമായി ഒരൊത്തുതീർപ്പുണ്ടാക്കാൻ ഫ്രഞ്ചുകാർ ആഗ്രഹിക്കുന്നതായി അവർ മണത്തറിഞ്ഞു. പുതിയ പരിതഃസ്ഥിതിയിൽ ജിയാങ്ങിന്റെ പാദസേവക

രെന്നനിലയിൽ തങ്ങളുടെ ഭാവിയുടെനേരെ ഭീഷണി ഉയർന്നുവന്നിരിക്കുകയാണെന്ന് അവർ കണ്ടു. അവർ ഞങ്ങൾക്കെതിരെ തങ്ങളുടെ ആക്രമണത്തിന്റെ കുന്തമുന തിരിച്ചുവെച്ചു. ജിയാങിന്റെ സൈനികഗ്രൂപ്പുകളുടെ ആഗ്രഹവും അതായിരുന്നു.

ഫെബ്രുവരി 20 ാം തീയതി കാലത്ത് നഗരകവാടങ്ങളിൽ ചിലതിൽ ഗുണ്ടകൾ ഒത്തുകൂടി. തങ്ങളുടെ ഉൽപ്പന്നങ്ങൾ വിൽക്കുന്നതിന് പ്രാന്ത പ്രദേശങ്ങളിൽനിന്ന് നഗരത്തിലേക്ക് വരികയായിരുന്ന കൃഷിക്കാരെ അവർ തടഞ്ഞുനിർത്തി. ചിലർ ട്രാമുകളിൽ ചാടിക്കയറുകയും എഞ്ചിനുകൾ നിർത്തുകയും ഡ്രൈവർമാരെ തങ്ങളുടെ ജോലിചെയ്യാൻ അനുവദിക്കാതിരിക്കുകയും ചെയ്തു. മറ്റുള്ളവർ ഗവൺമെന്റ് ഓഫീസുകളിലേക്ക് കുതിച്ചു. കവാടം സൂക്ഷിപ്പുകാരിൽനിന്ന് അവർ താക്കോലുകൾ തട്ടിപ്പറിക്കുകയും ജീവനക്കാരെ അകത്ത് കടത്താതിരിക്കുകയും ചെയ്തു. ഇനിയും ചിലർ ദോങ് ക്സുവാൻ മാർക്കറ്റിലേക്ക് അതിക്രമിച്ചുകയറി. അവർ കൗണ്ടറുകളുടെ മുകളിൽ ചാടിക്കയറുകയും വിൽപ്പനക്കാരോടും വാങ്ങാനെത്തിയവരോടും പിരിഞ്ഞുപോകാനാവശ്യപ്പെടുകയും ചെയ്തു. പഴങ്ങളും പച്ചക്കറികളും വിൽക്കാനെത്തിയിരുന്ന സ്ത്രീകൾ അവരെ തുരത്തിയോടിച്ചു.

അതേദിവസം തന്നെ രാവിലെ സുമാർ നൂറോളം ഗുണ്ടകൾ ക്വാൻ താഞ് റോഡിൽ ഒത്തുകൂടി. അവർ ഒരു മഞ്ഞപ്പതാക ശരിപ്പെടുത്തിയെടുത്തു; അതിൽ 'ജനങ്ങൾ' എന്ന് എഴുതി വെച്ചു: തുടർന്ന് കൂവലും ബഹളവുമായി ഒരു ജാഥ നടത്തി. കാക്കിയൂണിഫോമണിഞ്ഞ ചിലർ കടുത്ത കണ്ണടകളും ഉയർന്ന ബൂട്ടുകളും ധരിച്ചിരുന്നു. അവർ വഴിയാത്രക്കാരെ തോക്കുചൂണ്ടി ജാഥയിൽ ചേരാൻ നിർബന്ധിച്ചു. അവർ വിളിച്ചുപറഞ്ഞു: 'ഗവൺമെന്റ് തകരട്ടെ" "ഫ്രഞ്ചനുകൂല വഞ്ചകർ തകരട്ടെ" "അഡ്വൈസർ വിഞ് തുയ്യുടെ നേതൃത്വത്തിൽ ഒരു പുതിയ ഗവൺമെന്റ് രൂപീകരിക്കുക..." വഴി നീളെയുള്ള വീടുകളുടെ മുമ്പിൽനിന്ന് തങ്ങളെ തുറിച്ചുനോക്കുകയും അവജ്ഞാപൂർവം വീക്ഷിക്കുകയും ചെയ്തവരുടെ നേരെ അവർ അസഭ്യങ്ങൾ വിളിച്ചുപറഞ്ഞു.

പിന്തിരിപ്പൻ ഹൊവാൻ കിയം തടാകത്തിന്റെ അടുത്തുവന്ന് സിറ്റി ഹാളിനെ ലക്ഷ്യമാക്കി നീങ്ങി.

നാനാഭാഗങ്ങളിൽനിന്നും ജനങ്ങൾ കൂട്ടംകൂട്ടമായി തടാകത്തിന്റെ അടുത്തെത്തിക്കൊണ്ടിരുന്നു. ഒരു ചെറുപ്പക്കാരൻ വിയത്നാം ന്യൂസ് ഏജൻസി കെട്ടിടത്തിന് മുമ്പിലുയർത്തിയ സ്വർണവർണാങ്കിത നക്ഷത്രത്തോടുകൂടിയ ചെങ്കൊടി കൈക്കലാക്കി. അയാൾ അതുയർത്തിപ്പിടിച്ചു. ജനങ്ങൾ അയാൾക്ക് പിന്നിലണിനിരന്നു. അങ്ങനെ ആയിരക്കണക്കിന് ജനങ്ങൾ പങ്കെടുക്കുന്ന ഒരു പ്രകടനം രൂപംകൊണ്ടു. അവർ ഗവൺമെന്റിന്റെ പിന്തുണ പ്രഖ്യാപിച്ചുകൊണ്ടുള്ള മുദ്രാവാക്യങ്ങളും മുഴക്കി അടിവെച്ചടിവെച്ച് മുമ്പോട്ടുനീങ്ങാൻ തുടങ്ങി.

'ജനങ്ങൾ' എന്നെഴുതിയ പതാകയും പിടിച്ചുകൊണ്ടുള്ള ജാഥ ഇപ്പോൾ സിറ്റിഹാളിലെത്തിച്ചേർന്നു. പെട്ടെന്ന് അവരിൽനിന്നുതന്നെ ശബ്ദങ്ങൾ ഉയർന്നുപൊങ്ങാൻ തുടങ്ങി: "ഹോ ചിമിൻ ഗവൺമെന്റിന് പിന്തുണ" "അട്ടിമറിക്കാർ നശിക്കട്ടെ" ചുറ്റുപാടുംനിന്ന ജനങ്ങളും അതേ റ്റുവിളിച്ചു. ജാഥക്കാർക്കിടയിൽ ഒരു അടികലശൽ പൊട്ടിപ്പുറപ്പെട്ടു. ജാഥ യിൽ പങ്കെടുക്കാൻ നിർബന്ധിതരായിത്തീർന്ന ആളുകൾ തെരുവുക ളിലെ ജനങ്ങളുടെ സഹായത്തോടെ അവർക്കെതിരായി തിരിഞ്ഞു.

അതേസമയം, ഗവൺമെന്റിന് പിന്തുണപ്രഖ്യാപിച്ചുകൊണ്ടുള്ളവ രുടെ പ്രകടനത്തിന് ശക്തികൂടി. ഭയചകിതരായിത്തീർന്ന പിന്തിരി പ്പൻമാർ തങ്ങളുടെ കൊടിയും ബാനറുകളും മടക്കി അവിടെനിന്ന് ഓടി രക്ഷപ്പെട്ടു. ജനകീയപ്രകടനം നേരെ സിറ്റിഹാളിന്റെ മുമ്പിലേക്ക് നീങ്ങി. അവിടെനിന്ന് ദുയ് താൻ തെരുവിന്റെ മൂലയിലെത്തി ബാക് ബൊ കൊട്ടാ രത്തിലേക്കു തിരിച്ചു. അടുത്ത തെരുവുകളിൽനിന്നുള്ള കുട്ടികളും പ്രക ടനത്തോടൊപ്പം ചേർന്നു. അവർ വിജയശ്രീലാളിതമായ പ്രകടനത്തിന്റെ മുമ്പിൽ വാദ്യഘോഷം മുഴക്കിക്കൊണ്ടു നടന്നു.

പ്രകടനക്കാർ കൂട്ടംകൂട്ടമായി ബാക് ബൊ കൊട്ടാരത്തിന്റെ മുമ്പിൽ തടിച്ചുകൂടി. ഹോ അമ്മാവൻ ജനലിന്റെ മുമ്പിൽ പ്രത്യക്ഷപ്പെട്ട് ജന ങ്ങൾക്കു നേരെ കൈവീശി. അപ്പോഴേക്കും "ഹോ അമ്മാവൻ നീണാൾ വാഴട്ടെ" എന്ന ശബ്ദം അന്തരീക്ഷംഭേദിക്കുമാറുച്ചത്തിൽ മുഴങ്ങി.

21 ാം തീയതി നാഷണലിസ്റ്റ് പാർട്ടിക്കാർ മറ്റൊരു പ്രകടനം നട ത്തി. വിഞ്ഞ്തുയ്ക്ക് അധികാരം നൽകണമെന്ന മുദ്രാവാക്യം ഉച്ചത്തിൽ മുഴക്കിക്കൊണ്ട് അവർ ത്രാൻ ഹുങ് ദാബൊ തെരുവിലെ അയാളുടെ വീട്ടിനുമുമ്പിലെത്തുകയും അയാളെക്കാണുന്നതിന് ഒരു പ്രതിനിധി സംഘത്തെ അയക്കുകയും ചെയ്തു. ജനങ്ങളുടെ ആഗ്രഹം അയാളെ അറിയിക്കുവാനാണത്രെ അവരങ്ങനെ ചെയ്തത്. അയാൾ വലിയ പ്രതി കരണമൊന്നും കാണിച്ചില്ല.

പിന്തിരിപ്പന്മാർ കടന്നുപോയ തെരുവുകളിൽ ദേശീയ പതാക പറ പ്പിച്ചുകൊണ്ടും അവർക്കെതിരെ വാതിലുകൾ കൊട്ടി അടച്ചും ജനങ്ങൾ തങ്ങളുടെ നീരസം പ്രകടിപ്പിച്ചു. വഴിയാത്രക്കാർ അവർക്കെതിരെ മുദ്രാ വാക്യങ്ങൾ മുഴക്കി. കുട്ടികൾ "പ്രസിഡന്റ് ഹോ നീണാൾ വാഴട്ടെ" എന്ന് ഉച്ചത്തിൽ വിളിച്ചുപറഞ്ഞുകൊണ്ട് പ്രകടനക്കാരുടെ മുമ്പിൽ നട ന്നു. ജനങ്ങളും പ്രകോപനകാരികളും തമ്മിൽ പലപ്പോഴും സംഘട്ടന ങ്ങൾ നടന്നു. കറുത്തകണ്ണടയും വലിയ ബൂട്ടുകളും ധരിച്ച് നേതാക്ക ന്മാരെന്ന് തോന്നിച്ചവരുടെ നേരെ ചെറിയ ഇടവഴികളിലും വീടുകളുടെ ഉയർന്നതട്ടുകളിലും നിന്ന് ജനങ്ങൾ കല്ലുകളും ഇഷ്ടികകളും വലിച്ചെ റിഞ്ഞു.

വിഞ്ഞ് തുയ് കടുത്ത ഗൂഢാലോചനകൾക്ക് അതിനകം രൂപംനൽകി വരികയായിരുന്നു. താൻ അധികാരമേൽക്കണമെന്ന പിന്തിരിപ്പന്മാരുടെ ആവശ്യത്തിനുള്ള പ്രതികരണമെന്ന നിലയിൽ പിറ്റേദിവസം അയാൾ

പത്രക്കാരോട് പറഞ്ഞു: "ജനങ്ങൾ ഒരുകൂട്ടം ആളുകളല്ല; വിയത്നാമിന്റെ പ്രസിഡന്റിനെ തെരഞ്ഞെടുക്കേണ്ടത് ദേശീയ അസംബ്ലിയാണ്. എന്തുകൊണ്ടെന്നാൽ, ദേശീയ അസംബ്ലിക്കുമാത്രമെ മുഴുവൻ ജനങ്ങളുടെയും ഔദ്യോഗിക പ്രാതിനിധ്യമുള്ളു. ഒരുവിഭാഗം ആളുകൾ ആഗ്രഹിക്കുന്നതുകൊണ്ടുമാത്രം ഒരാളെ പ്രസിഡന്റാക്കാൻ കഴിയില്ല."

21

ചെറുത്തുനിൽപ്പിനുള്ള തയാറെടുപ്പുകൾ

വിവിധമേഖലകളിൽ ചെറുത്തുനിൽപ്പിനുവേണ്ടിയുള്ള സജീവമായ തയാറെടുപ്പുകൾ ഇപ്പോൾ ഊർജിതപ്പെടുത്തി വരികയാണ്.

ജനങ്ങളുടെ മനക്കരുത്തിനെ പ്രതികൂലമായി ബാധിക്കാതെ ആപൽക്കരമായ സ്ഥിതിഗതികളെക്കുറിച്ച് അവരെ തികച്ചും ബോധാവാൻമാരാക്കുക; ജിയാങിന്റെ പടയ്ക്കെതിരെ പ്രകോപനപരമായ നടപടികൾക്കിടനൽകാത്ത വിധത്തിൽ ചെറുത്തുനിൽപ്പിനുവേണ്ടി അവരെ അണിനിരത്തുകയും തയാറെടുപ്പിക്കുകയും ചെയ്യുക; നാനാഭാഗത്തുനിന്നും ശത്രുക്കൾ നടത്തുന്ന വഞ്ചനാപരവും അത്യാപൽക്കരവുമായ പ്രചാരണങ്ങൾകേട്ട് അവരുടെ സമനിലതെറ്റാതിരിക്കാൻ നോക്കുക; സങ്കീർണവും ഗുരുതരവുമായ എന്ത് സ്ഥിതിഗതികൾവന്നാലും ശാന്തമായും ആത്മവിശ്വാസത്തോടെയും അവയെ നേരിടുന്നതിന് അവരെ സജ്ജമാക്കുക– ഇവയായിരുന്നു അന്ന് ചെയ്യാനുണ്ടായിരുന്ന ഏറ്റവും പ്രയാസകരമായ ജോലി.

നാം ബൊവിലെ ചെറുത്തുനിൽപ്പ് തുടരാനും ശക്തിപ്പെടുത്താനും അഭ്യർഥിച്ചുകൊണ്ട് ഫെബ്രുവരി 22 ാം തീയതി പുറപ്പെടുവിച്ച പ്രസ്താവനയിൽ ഹോ അമ്മാവൻ ഇങ്ങനെ പറഞ്ഞു:

> ഇപ്പോൾ സൈനിക മാർഗത്തിലൂടെയുള്ള യുദ്ധത്തിനുപുറമെ, മാനസികമായ യുദ്ധം നടത്തുക എന്ന സമീപനവും ഫ്രഞ്ചുകൊളോണിയലിസ്റ്റുകൾ അവലംബിക്കുകയാണ്. നമ്മുടെ ജനങ്ങളെ അസ്വസ്ഥരും ഉൽക്കണ്ഠാകുലരുമാക്കാമെന്ന പ്രതീക്ഷയോടെ അവർ നോട്ടീസുകൾ വിതരണം ചെയ്യുകയും പോസ്റ്ററുകൾ പതിക്കുകയും നുണകൾ പ്രചരിപ്പിക്കുകയുമാണ്. അതാണ് നമ്മുടെ മനക്കരുത്ത് തകർക്കാൻ അർ സ്വീകരിക്കുന്ന മാർഗം.

മനസ് തകർക്കുകയാണ് മുഖ്യം. കോട്ടകളുടെ നേരെ ആക്രമണം നടത്തുക രണ്ടാമതേ വരുന്നുള്ളു എന്ന് പഴമക്കാർ പറഞ്ഞിട്ടുണ്ട്. അതുകൊണ്ട് നമ്മുടേതുപോലെ അങ്കംവെട്ടിക്കൊണ്ടിരിക്കുന്ന ഒരു രാജ്യം ശാന്തമായും നിശ്ചയദാർഢ്യത്തോടെയും നിൽക്കുന്നതോടൊപ്പം ഏതുപരിതഃസ്ഥിതികളെ നേരിടാനും എല്ലായ്പ്പോഴും തയാറായിരിക്കണം.

എവിടെയൊക്കെ ശത്രുപോകുന്നുവോ അവിടെയൊക്കെ 'ചുട്ടുകരിക്കൽനയം' ജനങ്ങൾ നടപ്പാക്കണം. ശത്രുസൈന്യത്തിന് ഭക്ഷണവും പാർപ്പിടവും ലഭിക്കാതിരിക്കാനും സാവധാനത്തിൽ അവരെ ക്ഷീണിപ്പിക്കാനും ഇത് സഹായിക്കും. നാം എല്ലായ്പ്പോഴും തയ്യാറായിരിക്കണം, ഒരിക്കലും ചാഞ്ചാട്ടമോ ആശയക്കുഴമോ പ്രകടിപ്പിക്കരുത്...

ഏതാനും മൗലികാശയങ്ങളും പ്രസിഡന്റ് ഹോ മുമ്പോട്ടുവച്ചു: ചെറുത്തുനിൽപ്പ് നീണ്ടുനിൽക്കുന്നതും രാജ്യവ്യാപകവുമായിരിക്കണം; സൈനികം, രാഷ്ട്രീയം, സാമ്പത്തികം, നയതന്ത്രപരം ആദിയായ എല്ലാ രംഗത്തിലും നാം ശത്രുക്കളോട് പോരാടണം... അദ്ദേഹം ഊന്നിപ്പറഞ്ഞു: "ഒന്നാമതായി നമ്മുടെ മനക്കരുത്ത് നിലനിർത്തണം; പരാജയം സംഭവിക്കുമ്പോൾ നിരുത്സാഹപ്പെടരുത്. ജയിക്കുമ്പോൾ അഹങ്കരിക്കരുത്: ഒരു യുദ്ധത്തിൽ തോറ്റാലും പോരാട്ടം തുരണം; ഐക്യദാർഢ്യത്തോടെയും ഒരുമയോടെയും കൂട്ടായി പ്രവർത്തിക്കണം; ക്രമസമാധാനം നിലനിർത്തുകയും ഗവൺമെന്റിനെ അനുസരിക്കുകയും വേണം."

അങ്ങനെ, നീണ്ടുനിൽക്കുന്ന ഒരു പോരാട്ടത്തിന് തയാറെടുക്കാൻ നമ്മുടെ മുമ്പിലും പിമ്പിലും പാർശ്വഭാഗങ്ങളിലും പ്രത്യക്ഷപ്പെടാനിടയുള്ള എല്ലാ ശത്രുക്കൾക്കുമെതിരെ സർവരംഗങ്ങളിലും രാജ്യവ്യാപകമായ ഒരു പോരാട്ടത്തിന് തയാറെടുക്കാൻ, രാജ്യംമുഴുവനുമുള്ള ജനങ്ങളോട് ഹോ അമ്മാവൻ ആഹ്വാനം ചെയ്തു.

ചൈനീസ്-ഫ്രഞ്ച് കരാറിനെ സംബന്ധിച്ച് പ്രസിഡന്റ് ഹോയുമായി അഭിമുഖസംഭാഷണം നടത്താൻ ഹാനോയിലെ പത്രക്കാർ വന്നുചേർന്നു. അദ്ദേഹം അവരുടെ ചോദ്യങ്ങൾക്ക് ഇങ്ങനെ മറുപടി നൽകി. "ഒന്നാമതായി ചൈന അത് പ്രഖ്യാപിച്ചുകഴിഞ്ഞിട്ടില്ല. രണ്ടാമതായി ഈ വാർത്ത റിപ്പോർട്ടുചെയ്തത് റോയ്ട്ടറാണ്. അതുകൊണ്ട് അതിനെ സംബന്ധിച്ച് ഒരഭിപ്രായം പറയാൻ കഴിയുന്ന സ്ഥിതിയിലല്ല ഇപ്പോഴും ഞങ്ങൾ." തുടർന്ന് സൺയാത് സെന്നിന്റെ മൂന്നു ജനകീയ തത്വങ്ങളെ സംബന്ധിച്ചും ദേശീയ സ്വാതന്ത്ര്യം സംരക്ഷിക്കുന്നതിന് ചൈനക്കാർ നടത്തുന്ന ചെറുത്തുനിൽപ്പിനെ സംബന്ധിച്ചും അദ്ദേഹം സംസാരിച്ചു. ജിയാങ് കയ്ഷേക് ഗവൺമെന്റിനെ അദ്ദേഹം നേരിട്ട് പരാമർശിച്ചിട്ടില്ലെങ്കിലും ചുങ്കിങിന്റെ വഞ്ചനാപരവും പിന്തിരിപ്പനുമായ പ്രവർത്തനങ്ങൾ ഞങ്ങളുടെ ജനങ്ങൾക്ക് വ്യക്തമായും മനസിലാക്കാൻ സഹായിക്കും വിധമായിരുന്നു അദ്ദേഹത്തിന്റെ സംസാരം.

പൊതുജനാഭിപ്രായം നിയന്ത്രിക്കുന്നതിൽ ഞങ്ങളുടെ പത്രങ്ങൾ പ്രയാസകരമായ ആ നാളുകളിൽ പ്രശംസനീയമായ പങ്കുവഹിച്ചു. ഫ്രഞ്ചുകാരുമായുണ്ടായ കൂടിയാലോചനകളെ സംബന്ധിച്ച് വിയത്മിഞ് കേന്ദ്രകമ്മിറ്റിയുടെ ഔദ്യോഗിക മുഖപത്രമായ *കു ക്വോക് (ദേശീയ മോചനം*, എഴുതി:

> നമ്മൾ പരിപൂർണസ്വാതന്ത്ര്യം നേടിയെടുക്കുമോ ഇല്ലയോ എന്നത് മുന്നണിയിൽ പോരാട്ടം നടത്താനുള്ള നമ്മുടെ ശക്തി യെയാണ് ആശ്രയിച്ചിരിക്കുന്നത്..
>
> ഫ്രഞ്ചുകാരോട് കൂടിയാലോചന നടത്താൻ ആഗ്രഹിക്കുന്ന സമ യത്താണ് നാം കടുത്തപോരാട്ടം നടത്തേണ്ടത്, പരിപൂർണസ്വാ തന്ത്ര്യം നേടിയെടുക്കുന്നതിന് പൂർണമായി സന്നദ്ധരാവേണ്ടതും. അപ്പോഴും കൂടിയാലോചിക്കാൻ നാം വിസമ്മതിക്കുകയില്ല. പക്ഷേ, ശത്രുക്കൾക്ക് കുറെക്കൂടി സമയം നീട്ടിക്കിട്ടാനുള്ള ഭാഗമായി അതിനെ ഉപയോഗിക്കാൻ നാം അനുവദിക്കുകയില്ല. പോരാടാ നുള്ള നമ്മുടെ രാഷ്ട്രത്തിന്റെ ഇച്ഛാശക്തിയെ തണുപ്പിക്കാനും നാം അവരെ അനുവദിക്കുകയില്ല. രാഷ്ട്രത്തിന്റെ ഭാവിയെ എല്ലാ യ്പ്പോഴും നിർണയിക്കുന്നത് പോരാടാനുള്ള അതിന്റെ കഴിവാണ്.

ഹാനോയിൽ, ഉശിരരായ സ്വയം പ്രതിരോധയൂണിറ്റുകളും വിയത് മിഞ് സിറ്റികമ്മിറ്റിയുടെ പ്രചാരണവിഭാഗവും യൂത്ത്ലീഗ് മെമ്പർമാരും ജനങ്ങൾക്ക് വിശദീകരണം നൽകുന്നതിനും പോരാട്ടത്തിനു വേണ്ടി യുള്ള തയാറെടുപ്പുകൾ നടത്തുന്നതിനും വിവിധഭാഗങ്ങളിലേക്കുപോ യി. എല്ലായിടത്തും ജിയാങ്ങിന്റെ പട്ടാളക്കാരുണ്ടായിരുന്നതുകൊണ്ട് ഞങ്ങളുടെ പ്രവർത്തനങ്ങൾ വളരെ കരുതലോടെ നടത്തേണ്ടിവന്നു. അവരുടെ മൂക്കിനു താഴെ ട്രഞ്ചുകൾ കുഴിക്കുവാനോ പ്രതിരോധസ ന്നാഹങ്ങൾ നടത്തുവാനോ ഞങ്ങൾക്ക് കഴിഞ്ഞില്ല. മൈനുകൾ എങ്ങ നെയാണുപയോഗിക്കുന്നതെന്ന് സ്വയംപ്രതിരോധ പോരാളികൾ പഠി ച്ചു. യുദ്ധം പൊട്ടിപ്പുറപ്പെടുകയാണെങ്കിൽ നഗരത്തിൽ അതിവേഗം തടസങ്ങൾ സൃഷ്ടിക്കുന്നതിന് ഇത് സഹായിക്കുമല്ലോ. ദേശീയ പ്രതി രോധഗാർഡുകൾ യൂണിറ്റുകൾക്ക് പോരാട്ടത്തിനുള്ള എല്ലാ തയാറെടു പ്പുകളും പരിശോധിക്കാൻ ഉത്തരവ് നൽകപ്പെട്ടു.

ഹാനോയിലെ ഭരണനിർവഹണകമ്മിറ്റി പ്രായംചെന്നവരോടും കുട്ടി കളോടും പട്ടണംവിടാൻ അഭ്യർഥിച്ചു. ഇങ്ങനെ നഗരം ഒഴിഞ്ഞുവരുന്ന ജനങ്ങളെ ഹാർദമായി സ്വീകരിക്കാനും സഹായിക്കാനും പത്രങ്ങളും ബഹുജനസംഘടനകളും നാട്ടിൻപുറത്തുകാരോടാഹ്വാനം ചെയ്തു.

ചെറുത്തുനിൽപ്പിനുള്ള തയാറെടുപ്പുകൾ നടത്തുന്നതോടൊപ്പം തന്നെ പൊതുതിരഞ്ഞെടുപ്പിലെ വിജയം വികസിപ്പിക്കാൻ വേണ്ടി കൂട്ടു കക്ഷിഗവൺമെന്റിന്റെ രൂപീകരണം ഞങ്ങൾ ഊർജിതപ്പെടുത്തി. ഇതേ വരെ പിന്തിരിപ്പൻ പാർട്ടികളുമായുള്ള കൂടിയാലോചനകൾക്ക് ഫലമൊ

ന്നുമുണ്ടായില്ല. പത്തുമന്ത്രിമാരിൽ ഏഴെണ്ണവും പ്രധാനപ്പെട്ട വകുപ്പുകളും തങ്ങൾക്ക് നൽകണമെന്ന് നാഷണലിസ്റ്റ് പാർട്ടി ആവശ്യപ്പെട്ടു. പാർട്ടിയുടെ ഈ അവകാശവാദം ന്യായയുക്തമല്ലെന്ന് അവരുടെ യജമാനൻമാർക്കുപോലും തോന്നി.

ദേശീയഅസംബ്ലി താമസംവിനാ കൂടാൻപോവുകയായിരുന്നു. തങ്ങളുടെ ശിഥിലീകരണപ്രവർത്തനങ്ങൾ പിന്തിരിപ്പന്മാർ ശക്തിപ്പെടുത്തിയെങ്കിലും ഞങ്ങൾ അങ്ങേയറ്റം ക്ഷമപാലിക്കുകയും പ്രകോപനങ്ങളെ അടക്കിനിർത്താൻ ശ്രമിക്കുകയും ചെയ്തു. സ്ഥിതിഗതികൾ വളരെയധികം സംഘർഷം നിറഞ്ഞതായിരുന്നു. സമീപഭാവിയിൽ വൻതോതിലുള്ള ഒരു യുദ്ധം പൊട്ടിപ്പുറപ്പെടാനുള്ള എല്ലാ സാധ്യതകളുമുണ്ടായിരുന്നു. ഹോ അമ്മാവൻ തിയു വാനെ കാണുകയും തന്റെ ആൾക്കാരെ മന്ത്രിസഭയിൽ ചേരാൻ പ്രേരിപ്പിക്കുന്നതിന് അയാളോടാവശ്യപ്പെടുകയും ചെയ്തു. ചെറുത്തുനിൽപ്പ് ശക്തിപ്പെടുത്തുന്നതിന് അടിയന്തരമായും ഒരു കൂട്ടുഗവൺമെന്റ് സ്ഥാപിക്കേണ്ടതാവശ്യമാണെന്നും വിവിധ പാർട്ടികളിൽപ്പെട്ടവരും പാർട്ടികളിലൊന്നും പെടാത്തവരും അതിലുൾപ്പെടണമെന്നും ആയിരുന്നു ഞങ്ങളുടെ നിലപാട്. ഗവൺമെന്റിൽ ചേരുകയല്ലാതെ മറ്റൊരു മാർഗവുമില്ലെന്ന് തിയു വാന് മനസിലായി. ഞങ്ങളുടെ നിർദേശം സ്വീകരിക്കാൻ തന്റെ ഏജന്റുമാരിൽ അയാൾ പ്രേരണചെലുത്തി.

ദേശീയ അസംബ്ലി സമ്മേളിക്കുന്നതിന് ഒരാഴ്ചമുമ്പാണ് ചെറുത്തുനിൽപ്പിനുവേണ്ടി ഒരു കൂട്ടുഗവൺമെന്റ് രൂപീകരിക്കാൻ പിന്തിരിപ്പൻമാർ സമ്മതിച്ചത്. 10 മന്ത്രികാര്യാലയങ്ങളാണ് ഗവൺമെന്റിലുണ്ടാവുക. രണ്ടു പ്രധാനപ്പെട്ട വകുപ്പുകൾ–ആഭ്യന്തരവും ദേശീയപ്രതിരോധവകുപ്പും– നിഷ്പക്ഷരെ ഏൽപ്പിക്കണം. അവശേഷിച്ച എട്ട് എണ്ണത്തിൽ വിയത്മിഞ്ഞിനും ഡെമോക്രാറ്റിക് പാർട്ടിക്കും കൂടി നാല് മന്ത്രിമാർ; വിപ്ലവസഖ്യത്തിനും നാഷണലിസ്റ്റ് പാർട്ടിക്കും കൂടി വേറെ നാല് മന്ത്രിമാർ – ഇതായിരുന്നു വ്യവസ്ഥ. കൂടാതെ ചെറുത്തുനിൽപ്പ് കമ്മിറ്റിയും ദേശീയ ഉപദേശകഗ്രൂപ്പും സ്ഥാപിക്കാനും അവർ സമ്മതിച്ചു.

മി. ഹുയ്ഞ്ഞ് തുക് ഖങിനോട് മധ്യവിയത്നാമിൽനിന്നു ഹാനോയിലേക്കു വരാനും പുതിയ ഗവൺമെന്റിൽ ചേരാനും ആവശ്യപ്പെട്ടു.

ഹ്യുവിലെ *തിയങ് ദാൻ (ജനശബ്ദം)* എന്ന ദിനപത്രത്തിൽ ജോലി ചെയ്തിരുന്ന കാലത്തുതന്നെ എനിക്ക് ഹുയ് ഞിനെ അറിയാമായിരുന്നു. അദ്ദേഹം ഒരു പണ്ഡിതനും ദേശാഭിമാനത്തിനും സത്യസന്ധതയ്ക്കും പേരുകേട്ട ആളുമായിരുന്നു. എങ്കിലും അദ്ദേഹത്തിന് ഞങ്ങളുടെ പാർട്ടിയുടെ വിപ്ലവനയത്തിൽ പൂർണമായ വിശ്വാസമുണ്ടായിരുന്നില്ല. ഞങ്ങളുടെ സന്ദേശവാഹകർ നിർദേശമറിയിച്ചപ്പോൾ ആദ്യം അദ്ദേഹം കുറച്ചൊരു മടി കാണിച്ചു. തനിക്ക് പ്രായക്കൂടുതലായെന്ന തോന്നലായിരുന്നു ഒരു കാരണം. 'ഇളംതലമുറ'യിൽ നിന്നുള്ള പുതിയ നേതാക്കൾ ആരാണെന്നറിയാത്തത് മറ്റൊരു കാരണവും. പ്രസിഡന്റ്

ഹോ സഖാവ് ൻഗുയെൻ ആയ് ക്വോക് അല്ലാതെ മറ്റാരുമല്ലെന്ന് മന സിലാക്കിയപ്പോൾ ഹാനോയിൽ പോകാൻ അദ്ദേഹം തീരുമാനിച്ചു. വിപ്ല വകാരിയായ ൻഗുയെൻ ആയ് ക്വോക്കിനെക്കുറിച്ച് അദ്ദേഹം ധാരാളം കേട്ടിട്ടുണ്ടായിരുന്നു. അതുകൊണ്ട് അദ്ദേഹത്തെക്കുറിച്ച് കൂടുതൽ അറി യാൻ ഹുയ്ഞ് ആഗ്രഹിച്ചു.

ഹാനോയിൽവെച്ച് ഞങ്ങളെ കണ്ടുമുട്ടിയപ്പോൾ 'നിലവിലുള്ള പക്ഷം പിടിച്ചുകൊണ്ടുള്ള തർക്കത്തിൽ' അദ്ദേഹം ഉൽക്കണ്ഠ പ്രകടി പ്പിച്ചു. അദ്ദേഹത്തിന്റെ അഭിപ്രായത്തിൽ വിയത്മിഞ്ചും വിപ്ലവസഖ്യവും ജനങ്ങൾക്കുവേണ്ടി പോരാടുകയായിരുന്നു: അവരുടെ നേതാക്കളെല്ലാം ദേശാഭിമാനികളും രാജ്യതാൽപ്പര്യങ്ങൾക്കായി ധാരാളം സമയം വിദേ ശത്തു പ്രവർത്തിച്ചവരും ആയിരുന്നു. ഇപ്പോൾ മറ്റെന്തിനേക്കാളുമുപരി രാജ്യതാൽപ്പര്യത്തിനാണ് അവർ മുൻഗണനനൽകേണ്ടത്. അവർ ഐക്യം സ്ഥാപിക്കുകയും പക്ഷപാതപരമായ പ്രശ്നങ്ങളുടെ പേരിൽ സംഘട്ടനത്തിലേർപ്പെടുകയും ചെയ്യരുത്.

ഹോ അമ്മാവനും മി. ഹുയ്ഞും തമ്മിലുള്ള ആദ്യത്തെ കൂടിക്കാഴ്ച വികാരനിർഭരമായിരുന്നു. അവരിരുവരും മുമ്പോട്ടുവന്ന് പരസ്പരം ആലിം ഗനം ചെയ്തു. അവരുടെ കണ്ണുകളിൽ കണ്ണീരുവന്നുനിറഞ്ഞു. കൊളോ ണിയലിസത്തിന്റെ ഇരുണ്ടതും ദീർഘവുമായ നാളുകളിൽ രാജ്യത്ത് അലഞ്ഞുനടന്ന പഴയ പണ്ഡിതന്റെ (ഹോ അമ്മാവന്റെ പിതാവ്) സ്മരണ അത് അവരിലുയർത്തി. താൻ വളരെക്കാലമായി കാണണമെന്നാഗ്രഹി ച്ചുകൊണ്ടിരുന്ന പ്രസിദ്ധനായ ആ വിപ്ലവകാരിയിൽ, കണ്ട നിമിഷംമു തൽ ഒരടുത്ത സുഹൃത്തിനെ ഹുയ്ഞ് കണ്ടെത്തി. ആ കൂടിക്കാഴ്ച ക്കുശേഷം തന്റെ ഒരു സുഹൃത്തിനോട് ഹുയ്ഞ് പറഞ്ഞു: "നമ്മുടെ ജനങ്ങൾക്ക് ഹോവിനെ കിട്ടിയത് അവരുടെ ഒരു ഭാഗ്യമാണ്." അദ്ദേഹം പ്രസിഡന്റ് ഹോവിൽ തന്റെ വിശ്വാസം പൂർണമായും അർപ്പിച്ചു. അദ്ദേഹം ഹോ അമ്മാവനെക്കാൾ ഏറെ പ്രായംചെന്നയാളാണെങ്കിലും ഹോ അമ്മാവനെ എപ്പോഴും പരാമർശിച്ചിരുന്നത് "രാഷ്ട്രീയത്തിന്റെ പിതാവ്" എന്നായിരുന്നു.

വളരെവേഗം രൂപീകരിക്കാനിരുന്ന ചെറുത്തുനിൽപ്പിനു വേണ്ടിയുള്ള കൂട്ടുഗവൺമെന്റിൽ ആഭ്യന്തരമന്ത്രിയെന്ന സ്ഥാനം ഹുയ്ഞ് സ്വീകരിച്ചു.

22

കൂടിയാലോചനകൾ

നാം ബൊവിൽ ഞങ്ങളുടെ ജനങ്ങൾ നടത്തിയ ഐതിഹാസികമായ ചെറുത്തുനിൽപ്പിനോടൊപ്പം വിയത്നാം സമൂഹത്തിൽവന്ന അഗാധമായ മാറ്റങ്ങൾ ഫ്രഞ്ച് സൈനിക കമാൻഡർക്കിടയിലെ ദീർഘവീക്ഷണമുള്ള ഓഫീസർമാരുടെ മനസ്സിൽ ക്രമാനുഗതമായി മാറ്റങ്ങൾ വരുത്തി. ഇവിടത്തെ യഥാർഥ പരിതഃസ്ഥിതി കണക്കിലെടുക്കുമ്പോൾ 1945–മാർച്ച് 24–ന് ദീ ഗാൾ നടത്തിയ പ്രസ്താവാന ഒരു പത്തു വർഷം മുമ്പ് ചെയ്യേണ്ടതായിരുന്നുവെന്ന് അവർക്ക് തോന്നി.

ഫ്രഞ്ചുരേഖകളനുസരിച്ച്, നാം ബൊവിലെ അനേകം പ്രവിശ്യകൾ കയ്യടക്കിയശേഷം സൈഗോണിലെ ഫ്രഞ്ചുദ്യോഗസ്ഥന്മാർ, വടക്കൻ വിയത്നാമിലേക്ക് തിരിച്ചുവരുന്നതിന് ഒരു സൈനികപദ്ധതി തയാറാക്കിയിരുന്നു. പീരങ്കിപ്പടയുടെ മറവിൽ മാസുവിന്റെ സായുധയൂണിറ്റുകളും വാല്ലൂയിയുടെ ചെറുതരം തോക്കുകളിണിഞ്ഞ പടയും ഹായ്ഫോങിൽ വന്നിറങ്ങാനുള്ള പദ്ധതിയുടെ രൂപരേഖ വിഭാവനം ചെയ്തു. ഞങ്ങളുടെ ഗവൺമെന്റിനെ നിരായുധരാക്കുകയെന്ന ഉദ്ദേശ്യത്തോടെ ഹാനോയിലെ നിർണായകമായ സ്ഥാനങ്ങൾ കയ്യേറുന്നതിന് സൈന്യങ്ങളെ ഉപയോഗിക്കുക; തലസ്ഥാനത്ത് തടവുകാരാക്കിവെച്ചിരുന്ന 5000 ഫ്രഞ്ചുസൈനികരെ മോചിപ്പിക്കുക; അവരെ പുനരായുധീകരിക്കുകയും സായുധയൂണിറ്റുകളിലെത്തിച്ചേരുന്നതുവരെ ഹാനോയുടെ നിയന്ത്രണമേറ്റെടുക്കുന്നതിന് സൈന്യങ്ങളെ സഹായിക്കാൻ ഉപയോഗിക്കുകയും ചെയ്യുക; തുടർന്ന് തന്ത്രപ്രധാനമായ സ്ഥാനങ്ങൾ കയ്യടക്കുന്നതിനായി നീങ്ങുക– ഇതൊക്കെ പദ്ധതിയിലുൾപ്പെട്ടിരുന്നു.

അങ്ങേയറ്റം സാഹസികമായി തോന്നിയ ഈ പദ്ധതി നടപ്പാക്കുന്ന കാര്യത്തിൽ ഫ്രഞ്ച് പട്ടാളനേതൃത്വം വിമുഖത കാണിച്ചു. നാം

ബൊവിലെ ഫ്രഞ്ച് സൈനികരുടെ എണ്ണം അപ്പോഴേക്കും 35000 ആയി ഉയർന്നിരുന്നു. എങ്കിലും, ഫ്രഞ്ച് ജനറൽമാരുടെ കീഴിൽ ഇതിന്റെ എത്രയോ ഇരട്ടി സൈന്യങ്ങളുണ്ടായിരുന്നാൽത്തന്നെയും ഫ്രഞ്ച് തോൽവിക്കുമുമ്പുള്ള നാളുകളിലെ സ്ഥിതി നാം ബൊവിൽ പുനഃസ്ഥാപിക്കാൻ അവർക്ക് കഴിയില്ലെന്ന് യുദ്ധത്തിലെ യാഥാർത്ഥ്യങ്ങൾ തെളിയിച്ചു.

അത്തരമൊരു പരിതഃസ്ഥിതിയിൽ യുദ്ധം വിയത്നാമിൽ മുഴുവൻ വ്യാപിപ്പിക്കുകയാണെങ്കിൽ ഒരു രാഷ്ട്രത്തിന്റെ മുഴുവൻശക്തിയും അവർക്ക് നേരിടേണ്ടിവരും. വടക്കൻ വിയത്നാമിൽ, തെക്കൻ വിയത്നാമിനേക്കാൾ എത്രയോ ഇരട്ടി കൂടുതൽ വരുന്ന ചെറുത്തുനിൽപ്പുസേനകളെ എതിരിടേണ്ടിവരുമെന്നും ഫ്രഞ്ച് ജനറൽമാർക്ക് വ്യക്തമായി അറിയാമായിരുന്നു. ഇവിടെ കൊളോണിയൽ ഭരണം പുനഃസ്ഥാപിക്കുന്നതിന് തനിക്ക് എല്ലാം വെള്ളക്കാരായ മൂന്നു ലക്ഷം പട്ടാളക്കാരെങ്കിലും വേണ്ടിവരുമെന്ന് ലെക്ലെർക് കണക്കാക്കി. രണ്ടാംലോകമഹായുദ്ധത്തിൽ ശക്തിമുഴുവൻ ക്ഷയിച്ചുപോയ ഫ്രാൻസിന് അത് കഴിയുമായിരുന്നില്ല. അത്തരത്തിൽ വലിയൊരുപട്ടാളം ഉണ്ടായിരുന്നാൽത്തന്നെയും ഈ 'പുനഃസ്ഥാപന' പ്രവർത്തനത്തിന് ധാരാളം സമയം ആവശ്യമായിവരുമെന്നും ലെക്ലെർക്കിന് ബോധ്യപ്പെട്ടു.

കൂടാതെ, വടക്കൻ വിയത്നാമിൽ ജപ്പാൻകാരെ നിരായുധരാക്കുകയെന്ന ജോലിയിലേർപ്പെട്ടിട്ടുള്ള 1,80,000 ജിയാങ് സൈന്യങ്ങളുണ്ടായിരുന്നു. ഫ്രഞ്ചുകാർ തങ്ങളുടെ സൈന്യങ്ങളെ വടക്കൻ ഭാഗത്തേക്കയക്കുകയാണെങ്കിൽ അവർ ജിയാങ്ങിന്റെ പട്ടാളക്കാരുമായി ഏറ്റുമുട്ടാനുള്ള സാധ്യതയുണ്ടായിരുന്നു. അത് വളരെയധികം ആപൽക്കരമായിരിക്കും.

ഇന്തോചൈനീസ് പ്രശ്നത്തിനുള്ള പരിഹാരം രാഷ്ട്രീയമായ ഒന്നായിരിക്കണമെന്ന് കുറെക്കൂടി നേരെചൊവ്വേ ചിന്തിക്കുന്ന ഫ്രഞ്ചുജനറൽമാർ മനസിലാക്കി. ജിയാങ്ങിന്റെ പട്ടാളക്കാരെ പിന്തിരിപ്പിക്കുന്നതിന് ചുങ്കിനുമായി കൂടിയാലോചിക്കുകയും അവരുടെ സ്ഥാനത്ത് ഫ്രഞ്ചുകാരെ പ്രതിഷ്ഠിക്കുകയും ചെയ്യുക; ഒരു പരിഹാരത്തിലുമെത്താതെ നീണ്ടുനിൽക്കുന്ന ഒരു യുദ്ധം ഒഴിവാക്കുന്നതിന് വിയത്നാം ജനാധിപത്യറിപ്പബ്ലിക്കിലെ ഗവൺമെന്റുമായി സംഭാഷണം നടത്തുക–ഇതായിരുന്നു അവരുടെ നിർദേശം.

ഫ്രഞ്ചുഗവൺമെന്റ് അതിവേഗം ചുങ്കിങ്ങുമായി കൂടിയാലോചനകളാരംഭിച്ചു. അത് വിഷമംപിടിച്ച ഒരു ജോലിയായിരുന്നു. എങ്കിലും അവർക്ക് പ്രയാസങ്ങൾ മാത്രമല്ല ഉണ്ടായത്.

കഴിഞ്ഞകാലത്ത് ചൈനയും ഫ്രഞ്ച് സാമ്രാജ്യത്വത്തിന്റെ ഇരയായിരുന്നു. ഇപ്പോൾ, ചൈന പേരിന്, ലോകത്തിലെ അഞ്ച് വൻശക്തികളിൽ ഒന്നായി മാറിക്കഴിഞ്ഞിരിക്കുന്നു. എന്നാൽ, വാസ്തവത്തിൽ ജിയാങ് കയ്ഷെക്കിന്റെ ഭരണം ഇപ്പോഴും പലപ്രകാരത്തിലും അമേരി

ക്കയെ ആശ്രയിച്ചുകഴിയുകയാണ്. ഫ്രഞ്ചുകാരും അമേരിക്കക്കാരും തമ്മിൽ അലോഹ്യത്തിലായിരുന്നു. എന്നാൽ രണ്ടാം ലോക മഹായുദ്ധത്തിനുശേഷം സോവിയറ്റ് യൂണിയനുണ്ടായ ശക്തമായ വളർച്ചയിൽ അമേരിക്കക്കാരും ബ്രിട്ടീഷുകാരും ഫ്രഞ്ചുകാരും ഒരേപോലെ ഉൽക്കണ്ഠാകുലരുമായിരുന്നു. ഈ 'ആപത്ത്' രണ്ടാം ലോകമഹായുദ്ധത്തിൽ ഫാസിസത്തിന്മേൽ സഖ്യശക്തികൾ നേടിയ വിജയത്തിന്റെ ഫലമായിരുന്നു എന്നാണ് പല പാശ്ചാത്യതന്ത്രജ്ഞരും ആക്ഷേപിച്ചത്. ഈ 'റഷ്യൻ' ആപത്തിനെ നേരിടാൻ യൂറോപ്പിലെ മുതലാളിത്തഭരണകൂടങ്ങളുടെ ശക്തിമുഴുവൻ സമാഹരിക്കുന്നതിന് അമേരിക്കക്കാർ ശ്രമിച്ചുവരികയായിരുന്നു. അങ്ങനെ അവർക്ക് ഫ്രഞ്ചുതാൽപ്പര്യത്തിനുനേരെ വിമുഖരായിരിക്കാൻ കഴിഞ്ഞില്ല.

1945 ആഗസ്റ്റ് അവസാനത്തിൽ ദീ ഗാൾ അമേരിക്കയിൽ ഒരു സന്ദർശനം നടത്തിയപ്പോൾ ഇന്തോചൈനീസ് പ്രശ്നത്തിൽ അമേരിക്ക ഫ്രഞ്ചുകാരെ സമീപിക്കണമെന്ന് ഒരു നിർദേശം ട്രൂമാന്റെ മുമ്പിൽ സമർപ്പിച്ചു.

മറുവശത്ത് ചൈനയിലെ ആഭ്യന്തരസ്ഥിതിഗതികൾ ജിയാങ്ങിനെ വിഷമിപ്പിക്കുകയായിരുന്നു. ജപ്പാൻകാരുടെ കീഴടങ്ങലിനുശേഷം അലയടിച്ചുയർന്നുവരുന്ന വിപ്ലവപ്രസ്ഥാനത്തെ ജിയാങ്ങിനു നേരിടേണ്ടിവന്നു. തന്മൂലം ചൈനീസ് കമ്യൂണിസ്റ്റുപാർട്ടിയുമായി "ഒക്ടോബർ 10" കരാറിൽ ഒപ്പിടാൻ കുമിന്താങ് സൈനികമേധാവികൾ നിർബന്ധിതരായി. രണ്ടുകൂട്ടരും ഒരു ആഭ്യന്തരയുദ്ധം ഒഴിവാക്കാനും യോജിപ്പിന്റെയും ഐക്യദാർഢ്യത്തിന്റെയും ജനാധിപത്യത്തിന്റെയും സമാധാനത്തിന്റെയും അടിസ്ഥാനത്തിൽ ഒരു രാഷ്ട്രീയ കൂടിയാലോചനാസമ്മേളനം നടത്താനും സമ്മതിച്ചു. എന്നാൽ കരാറൊപ്പിട്ട കടലാസിലെ മഷിയുണങ്ങുന്നതിനുമുമ്പ് വിപ്ലവത്താവളങ്ങൾക്കുനേരെ ശക്തമായ ഒരാക്രമണം അഴിച്ചുവിടാനാണ് ജിയാങ് കയ്ഷെക് മുതിർന്നുകളഞ്ഞത്. അതിനുവേണ്ടി 18 ലക്ഷം പട്ടാളക്കാരെയാണ് അയാൾ നിയോഗിച്ചത്. ആ ചതിപ്പണിയിലൂടെ ചുരുങ്ങിയ സമയത്തിനുള്ളിൽ ചെമ്പടയെ തകർക്കാമെന്ന് അവർ പ്രതീക്ഷിച്ചു. എന്നാൽ എല്ലാ മുന്നണികളിലും കടുത്ത ചെറുത്തു നിൽപ്പിനെ അവർക്ക് നേരിടേണ്ടിവന്നു. പോരാട്ടം പതിനൊന്ന് പ്രവിശ്യകളിലേക്ക് വ്യാപിച്ചു. ഒരു മാസത്തിനുള്ളിൽ പതിനൊന്ന് ലക്ഷം ജിയാങ് പട്ടാളക്കാരെ ചെമ്പട പ്രവർത്തിക്കാതാക്കി. ചൈനീസ് വൻകര മുഴുവൻ വിപ്ലവാഗ്നി ആളിക്കത്തി. യുദ്ധത്തിനുവേണ്ടി കുറെക്കൂടി തയാറെടുപ്പ് നടത്താനായി സംഗതികൾ വെച്ചുതാമസിപ്പിക്കുന്ന അടവ് അവലംബിക്കാൻ ജിയാങ് നിർബന്ധിതനായി. അയാൾ 1946 ജനുവരി 10-ന് ഒരു വെടിനിർത്തൽ കരാറിലൊപ്പുവയ്ക്കുകയും രാഷ്ട്രീയകൂടിയാലോചനാ സമ്മേളനം ആരംഭിക്കുകയും ചെയ്തു.

അങ്ങനെ, ജിയാങ് കയ്ഷെക് ധാരാളം പ്രയാസങ്ങൾ നേരിടുകയായിരുന്നു. ആ പരിതഃസ്ഥിതികളിൽ പിന്നണിയിലുള്ള താവളങ്ങൾ

ശക്തിപ്പെടുത്തുകയെന്ന ഉദ്ദേശ്യത്തോടെ ഇന്തോചൈനയുടെ വടക്കൻഭാഗത്തുള്ള തന്റെ സൈന്യത്തിൽ ഒരു വലിയ ഭാഗത്തെ ഒരു പക്ഷെ, അദ്ദേഹത്തിന് പിൻവലിക്കേണ്ടിവരുമായിരുന്നു.

1946 ജനുവരി ആദ്യത്തിൽ ലെക്ലർക് ഒരു മധ്യസ്ഥനെ ചുഹ്കിങ്ങിലേക്കയച്ചു. അലെസാന്ദ്രിക്കുപകരം, വടക്കൻ ഇന്തോ ചൈനയിലെ ഫ്രഞ്ചുസേനകളുടെ കമാൻഡറായി നിയമിതനായ ജനറൽ സലാൻ ആയിരുന്നു അത്. തുടക്കത്തിൽ സലാന് ചില് നേട്ടങ്ങളൊക്കെയുണ്ടായി. ചൈനയിൽ തടവുകാരാക്കിവെച്ചിരുന്ന ഫ്രഞ്ചുസൈന്യങ്ങളെ ലായ് ചൗവിലേക്ക് തിരിച്ചയക്കാൻ ചുങ്കിങ് അനുവാദം നൽകി.

ജനുവരി മധ്യത്തിൽനടന്ന ഐക്യരാഷ്ട്രസഭയുടെ ഒരു സമ്മേളനാവസരത്തിൽ ഫ്രഞ്ചുഗവൺമെന്റിന്റെ ഒരു പ്രതിനിധി, മാരിയു മൗതെ, ജിയാങ്ങിന്റെ പ്രതിനിധിയെ കാണുകയും കൂടിയാലോചനയ്ക്കുള്ള മൂർത്തമായ ചില വ്യവസ്ഥകൾ അയാളുടെ മുമ്പിൽവയ്ക്കുകയും ചെയ്തു. ഈ റിപ്പോർട്ട് ലഭിച്ച ഉടൻ ജിയാങ് കയ്ഷെക് അതിന് അംഗീകാരം നൽകി. താമസിയാതെ ഫ്രഞ്ചുഗവൺമെന്റ് ഒരു പുതിയ അംബാസിഡറെ, മെറിയെയെ ചുങ്കിങ്ങിലേക്കയച്ചു. ആവുംവേഗം ഒരു കരാറുണ്ടാക്കണമെന്ന് മെറിയെക്ക് ഫ്രഞ്ചുഗവൺമെന്റിന്റെ നിർദേശമുണ്ടായിരുന്നു. അവസാന വിലപേശലിൽ കൂടുതൽ നേട്ടമുണ്ടാക്കിയെടുക്കുകയെന്ന ഉദ്ദേശ്യത്തോടെ കൂടിയാലോചനകൾ വലിച്ചിഴച്ച് കൊണ്ടുപോകുന്നതിന് ചുങ്കിങ് ആഗ്രഹിച്ചു.

ജിയാങ്ങുമായുള്ള കൂടിയാലോചനകൾ എല്ലാ കൊളോണിയലിസ്റ്റുകളും ഏകകണ്ഠമായി അംഗീകരിച്ചു. എന്നാലവരിൽ പലരും ഞങ്ങളുമായി നടത്തുന്ന എന്തു കൂടിയാലോചനകളെയും പരസ്യമായി എതിർത്തു. ഫ്രഞ്ചു സാമ്രാജ്യത്തെ ഏതാണ്ട് പഴയതുപോലെതന്നെ നിലനിർത്താൻ ദീ ഗാൾ അപ്പോഴും ആഗ്രഹിച്ചു. 'ഉൽപ്പതിഷ്ണു'ക്കളെന്നു പറയപ്പെടുന്നവരുടെ ഉപദേശങ്ങൾക്ക് ചെവികൊടുക്കാൻ അയാൾ തയാറായിരുന്നില്ല. ഹൈകമ്മിഷണർ ദി അർഗൻ ലിയും അങ്ങേയറ്റം യാഥാസ്ഥിതികനായ ഒരു കൊളോണിയലിസ്റ്റ് നാവിക ഓഫീസറും ദീ ഗാളിന്റെ ആശയങ്ങളോടും നയങ്ങളോടും വിശ്വസ്തതപുലർത്തിയിരുന്ന ഒരാളുമായിരുന്നു. എല്ലാ ഫ്രഞ്ച് അവകാശങ്ങളും ആനുകൂല്യങ്ങളും നിലനിർത്തണമെന്ന് അയാൾ ആഗ്രഹിച്ചു. ഇന്തോ ചൈനയിൽ താൽപ്പര്യമുള്ള ഫ്രഞ്ച് കൊളോണിയലിസ്റ്റുകൾ, പ്രത്യേകിച്ചും മുൻഭരണാധികാരികൾ, വിയത്നാം ജനാധിപത്യറിപ്പബ്ലിക്കുമായി കൂടിയാലോചനകൾ നടക്കുന്നുണ്ടെന്നറിഞ്ഞ് രോഷാകുലരായി. അവരുടെ മുമ്പിലുണ്ടായിരുന്ന ഏക പ്രശ്നം എങ്ങനെ പഴയ കൊളോണിയൽഭരണം 1945 മാർച്ച് 9 ന് മുമ്പുണ്ടായിരുന്ന ഭരണം - പുനഃസ്ഥാപിക്കാമെന്നതായിരുന്നു. ഞങ്ങളുമായുള്ള കൂടിയാലോചന നിർലജ്ജമായ കീഴടങ്ങലാണെന്ന് അവർ കരുതി.

1946 ജനുവരി 20 ാം തീയതി ഫ്രാൻസിലെ രാഷ്ട്രീയ സ്ഥിതിഗതികളിൽ ഒരു മാറ്റംവന്നു. ദീ ഗാൾ രാജിവെച്ചു. സോഷ്യലിസ്റ്റ് പാർട്ടിയിലെ ഒരംഗമായ ഫെലിക്സ് ഗൗയിൻ അധികാരമെറ്റെടുത്തു. വിയത്നാം ഗവൺമെന്റുമായി കൂടിയാലോചിക്കുകയെന്ന ലെക്ലെർക്കിന്റെ പദ്ധതി ശരിയായ ഒരു നടപടിയാണെന്ന് ഫ്രഞ്ച് ഗവൺമെന്റ് സമ്മതിച്ചു. തന്റെ നിലപാട് ന്യായീകരിക്കുന്നതിന് ഫ്രാൻസിലേക്ക് മടങ്ങിപ്പോകേണ്ടതാവശ്യമാണെന്ന് ദ് അർഗൻ ലിയു കരുതി. ഫെബ്രുവരി 13 ാം തീയതി അയാൾ സൈഗോൺ വിട്ടു. അർഗൻ ലിയുവിന് പകരമായി താൽക്കാലിക കമാൻഡർസ്ഥാനമേറ്റെടുത്ത ലെക്ലെർക്, ജിയാങ്ങുമായി ഏറ്റവും വേഗത്തിൽ ഒരു കരാറിലെത്തിച്ചേരുന്നതിന് ചുങ്കിങിലെ ഫ്രഞ്ചു പ്രതിനിധിസംഘത്തിന് നിർദേശം നൽകി. മറുവശത്ത്, ഞങ്ങളുടെ ഗവൺമെന്റുമായുള്ള കൂടിയാലോചനകൾ ഊർജിതപ്പെടുത്തുന്നതിന് അയാൾ സെയ്ന്തിനിയോട് ആവശ്യപ്പെട്ടു.

ഇത്തവണ ഹാനോയിലെ ഫ്രഞ്ച് ദൗത്യസംഘം കൂടിയാലോചനകളിൽ സ്വീകരിച്ച നിലപാട് നേരത്തെ ഫ്രഞ്ച് ഗവൺമെന്റ് സ്വീകരിച്ച നിലപാടിൽനിന്ന് വ്യത്യസ്തമായിരുന്നു എങ്കിലും ഫ്രഞ്ചുകാർ ഇപ്പോഴും ഞങ്ങളുടെ മൗലികമായ നിലപാട്-വിയത്നാമിന്റെ സ്വാതന്ത്ര്യവും ഭൂപരമായ അവിച്ഛിന്നതയുമെന്ന നിലപാട് - അംഗീകരിക്കാൻ തയാറില്ല. ഹോ അമ്മാവന്റെ വിട്ടുവീഴ്ചയില്ലാത്തതും, ശാന്തവും എന്നാൽ നിശ്ചയദാർഢ്യത്തോടുകൂടിയതുമായ നിലപാട് ഫ്രഞ്ച് മധ്യസ്ഥർക്കിടയിൽ നല്ല മതിപ്പ് സൃഷ്ടിച്ചു.

ചുങ്കിങിൽ, ഫ്രഞ്ചുകാരും ജിയാങിന്റെ ആൾക്കാരും തമ്മിൽ നടന്നുവന്ന വിലപേശൽ അവസാനം ഉറപ്പിക്കപ്പെട്ടു. ഒരു സൗജന്യമെന്ന നിലയിൽ ഷാങ് ഹായും തിയത്സിനും ഹാൻകരവും കാന്റണും ക്വാൻ ചൗവാനിലെ പാട്ടഭൂമിയും ജിയാങിന് തിരിച്ചുകൊടുക്കാനും യുനാൻ റെയിൽവേ അയാൾക്ക് വിൽക്കാനും ഫ്രഞ്ചുകാർ സമ്മതിച്ചു. ഞങ്ങളുടെ പരമാധികാരം പരിഗണിക്കാതെ ഹായ് ഫോങ് ഒരു സ്വതന്ത്ര തുറമുഖമാക്കി മാറ്റാമെന്നും ചൈനീസ്ചരക്കുകൾ ചുങ്കമൊന്നും കൂടാതെ അവിടെ കൊണ്ടുവന്നിറക്കി വടക്കൻവിയത്നാമിലൂടെ കടത്തിക്കൊണ്ടുപോകാമെന്നും അവർ ഉറപ്പുനൽകി. പകരമായി ഇന്തോചൈനയുടെ വടക്കൻപ്രദേശത്തുനിന്ന് തന്റെ സേനയെ പിൻവലിക്കാമെന്നും തൽസ്ഥാനത്ത് ഫ്രഞ്ച് സൈന്യങ്ങളെ കൊണ്ടുവന്നിറക്കാമെന്നും ജിയാങ് കയ്ഷെക് സമ്മതിച്ചു. മാർച്ച് 1 നും 15 നുമിടയിൽ ഏറിയാൽ 1946 മാർച്ച് 31-നകം ഈ പരിപാടി അവസാനിപ്പിക്കണമെന്നായിരുന്നു വ്യവസ്ഥ.

1946 ഫെബ്രുവരി 28 ാം തീയതി ഒപ്പുവയ്ക്കപ്പെട്ട ചൈനീസ്-ഫ്രഞ്ച് കരാറിലെ വ്യവസ്ഥകളുടെ ഉള്ളടക്കം അതായിരുന്നു. കരാറിൽ ഒപ്പുവെച്ചുകഴിഞ്ഞ ഉടനെതന്നെ സലാൻ ധൃതിപിടിച്ച് ഹാനോയിലേക്ക് മടങ്ങി. വടക്കൻ വിയത്നാമിലേക്ക് ഫ്രഞ്ചുകാരുടെ തിരിച്ചുവരവിനുവേണ്ട

തയാറെടുപ്പുകൾ നടത്തി. സൈന്യങ്ങളെ മാറ്റുന്നതിന്റെ നടപടിക്രമങ്ങളെക്കുറിച്ച് ചർച്ച ചെയ്യാൻ ക്രേപിൻ ചുങ്കിങ്ങിൽത്തന്നെ നിന്നു.

എല്ലാ പ്രശ്നങ്ങളും പരിഹരിക്കപ്പെട്ടതായി മാർച്ച് 1 ാം തീയതി ലെക്ലെർക്കിന് ചുങ്കിങ്ങിൽനിന്ന് വാർത്ത ലഭിച്ചു.

ഫ്രഞ്ച് കപ്പൽപ്പട വിയത്നാമിലേക്ക് നീങ്ങുന്നതിനുള്ള നിർദേശവും കാത്ത് അനേകദിവസമായി കാത്തുനിൽക്കുകയായിരുന്നു.

ഞങ്ങൾക്ക് പിന്നീട് ലഭ്യമായ രേഖകളനുസരിച്ച് ലെക്ലെർക് തന്റെ പാരാട്രൂപ്പുകാർക്ക് തയാറായിരിക്കാൻ നിർദേശം നൽകുകയും കപ്പൽപ്പടയോട് നീങ്ങാൻ ആജ്ഞാപിക്കുകയും ചെയ്തിരുന്നു.

23

കൂടിയാലോചനയ്ക്കിടയിലും ചെറുത്തുനിൽപ്പ്

ആറുമാസംമുമ്പ്, ചുങ്കിങ് തങ്ങളുടെ വലിയ സേനകളെ വടക്കൻ വിയത്നാമിലേക്കയച്ചിരുന്നു. പാർട്ടിയുടെയും പ്രസിഡന്റ് ഹോവിന്റെയും നയവും അടവുകളും ഞങ്ങളുടെ ജനങ്ങളുടെ രാഷ്ട്രീയവും ധാർമികവുമായ ശക്തിയും കൂടിച്ചേർന്ന് ശത്രുക്കളുടെ ആക്രമണപദ്ധതിയെ തുടക്കത്തിൽത്തന്നെ തകർത്തുകളഞ്ഞു. എങ്കിലും അവരുടെ ആപത്ത് അപ്പോഴും നിലനിന്നു. ഈ ആപത്തിനിടയിലും വിപ്ലവശക്തി തുടർച്ചയായി കരുത്തുനേടിക്കൊണ്ടിരുന്നു. ജിയാങ്ങുമായി ഒരു സന്ധിയിലേർപ്പെടുകവഴി, ഞങ്ങൾ ഒരുതരത്തിൽ, അയാളുടെ സൈന്യത്തെ താൽക്കാലികമായി തടഞ്ഞുനിർത്തി. ഫ്രഞ്ചുകാർ വടക്കൻ വിയത്നാമിലേക്ക് തിരിച്ചുവരുന്നത് തടയാൻ ഇത് വളരെയധികം സഹായിച്ചു.

ഫ്രഞ്ചുകാർ യുദ്ധം വ്യാപിപ്പിക്കുന്നതിനെതിരായ തയാറെടുപ്പുകൾ നടത്തുന്നതോടൊപ്പംതന്നെ, ചെറുത്തുനിൽപ്പിന്റെ പ്രയാസകരമായ ആദ്യനാളുകളിൽ ഞങ്ങളുടെ തെക്കൻ സഖാക്കളെ സഹായിക്കുന്നതിന് രാഷ്ട്രത്തിന്റെ മുഴുവൻ ശക്തിയും സമാഹരിക്കാൻ ഹോ അമ്മാവനും പാർട്ടികേന്ദ്രക്കമ്മിറ്റിയും തീരുമാനിച്ചിരുന്നു. തൻ ത്രാവൊ ദേശീയസമ്മേളനത്തിൽവെച്ച് പാർട്ടി നടത്തിയ പ്രഖ്യാപനത്തിൽ ഞങ്ങളുടെ ജനങ്ങൾ വിട്ടുവീഴ്ചയില്ലാതെ ഉറച്ചുനിന്നു: “നമ്മുടെ ശക്തിമാത്രമാണ് വിജയം നിർണയിക്കുക.” യുദ്ധമുന്നണിയിൽ സുപ്രധാനമായ വിജയങ്ങൾ നേടിയെടുക്കുകയായിരുന്നു വിപ്ലവാധികാരം സംരക്ഷിക്കുന്നതിനുള്ള ഏറ്റവും സജീവമായ മാർഗം.

ഇതിനിടയിൽ ശത്രു വിവിധമുന്നണികളിൽ ഒരാക്രമണപരമ്പരതന്നെ അഴിച്ചുവിടുകയായിരുന്നു. സൈനികമായി അവർ നാം ബൊവിൽ ‘സാന്ത്വനിപ്പിക്കൽ’ ക്യാമ്പൈനുകൾ നടത്തുകയും തങ്ങളുടെ നില സുര

ക്ഷിതമാക്കുകയെന്ന ഉദ്ദേശ്യത്തോടെ തെക്കൻ ത്രുങ് ബൊവിൽ കൂടുതൽ പ്രവിശ്യകൾ കയ്യടക്കുകയും ചെയ്തു. വടക്കൻ വിയത്നാമിലേക്ക് തിരിച്ചുവരുന്നതിനുള്ള തയാറെടുപ്പുകൾ നടത്തിക്കൊണ്ടുതന്നെയാണ് അവരിതു ചെയ്തത്. നയതന്ത്രപരമായി ശത്രുക്കൾ ജിയാങ്ങുമായി ഒരു കരാറിലെത്താൻ ശ്രമിച്ചു. നടന്നുകഴിഞ്ഞ ഒരു കാര്യമെന്നനിലയിൽ ഞങ്ങളുടെ ജനങ്ങളുടെ മുമ്പിൽ വരാനായിരുന്നു അത്. ഞങ്ങളുമായി സംഭാഷണങ്ങൾ നടത്തിക്കൊണ്ടിരിക്കവെതന്നെ ഞങ്ങളുടെ മനക്കരുത്ത് തകർക്കാനായി ചൈനയും ഫ്രാൻസും തമ്മിൽ ഒരു കരാറുണ്ടാക്കിയതായി അവർ ഊഹാപോഹങ്ങൾ പ്രചരിപ്പിച്ചു. പിന്തിരിപ്പന്മാരായ നാഷണലിസ്റ്റ് പാർട്ടികൾ തങ്ങളുടെ ഗൂഢോദ്ദേശ്യങ്ങൾ നടപ്പാക്കുന്നതിന് മനഃശാസ്ത്രപരമായ ഈ യുദ്ധത്തിൽ ഫ്രഞ്ചുകാരുമായി കൂട്ടുചേർന്നു.

പരിതഃസ്ഥിതികൾ മാറാൻ തുടങ്ങി.

ഫ്രഞ്ചുകാരോടുള്ള പോരാട്ടത്തിൽ ശ്രദ്ധ കേന്ദ്രീകരിക്കുന്നതിനുവേണ്ടി ഫ്രഞ്ചുകാരും ജിയാങ്ങുമായുള്ള വൈരുധ്യങ്ങളെ ഉപയോഗപ്പെടുത്താൻ ഇതിനുമുമ്പ് ഞങ്ങൾ ശ്രമിച്ചിരുന്നു. ഇപ്പോൾ ഈ രണ്ടു ശത്രുക്കളും താൽക്കാലികമായ ഒരൊത്തുതീർപ്പുണ്ടാക്കിക്കഴിഞ്ഞു. ഞങ്ങൾക്കെതിരായി ഒരു പുതിയ നീക്കത്തിന് അവർ കൈകോർത്തുപിടിക്കാൻ തുടങ്ങുകയും ചെയ്തു.

പ്രയാസകരവും ഗുരുതരവുമായ ഒരു സ്ഥിതിവിശേഷത്തെ വിപ്ലവം നേരിടാൻ തുടങ്ങി.

ചൈനീസ്–ഫ്രഞ്ച് കരാറിലെ വ്യവസ്ഥകൾ വെളിവാക്കപ്പെട്ടതോടെ, അത് ഫ്രഞ്ചുകാരും ജിയാങ്ങും തമ്മിൽ നടന്ന വെറും വിലപേശലല്ലെന്നു പാർട്ടി കേന്ദ്രകമ്മിറ്റിയുടെ ബ്യൂറൊ മനസിലാക്കി. വാസ്തവത്തിൽ ഇന്തോ ചൈനീസ് പ്രശ്നത്തിൽ അമേരിക്കക്കാരും ബ്രിട്ടീഷുകാരും ജിയാങ്ങും ഒരുവശത്തും ഫ്രഞ്ചുകാർ മറുവശത്തും ആയി ഉണ്ടാക്കിയ ഒരു സന്ധിയായിരുന്നു അത്. പുതിയ വിപ്ലവമുന്നേറ്റം അപകടപ്പെടുത്തിയ തങ്ങളുടെ പൊതുതാൽപ്പര്യങ്ങൾ സംരക്ഷിക്കുന്നതിനുവേണ്ടി തങ്ങളുടെ ഇടയിലുണ്ടായിരുന്ന വൈരുധ്യങ്ങൾ അവർ തൽക്കാലത്തേക്ക് മാറ്റിവയ്ക്കുകയായിരുന്നു.

തങ്ങൾ ഫ്രഞ്ചുകാരുമായുണ്ടാക്കിയ കരാറിലെ വ്യവസ്ഥകൾ അംഗീകരിക്കുന്നതിന് ഞങ്ങളുടെ ജനങ്ങളുടെമേൽ ജിയാങ് പ്രഭൃതികൾ സമ്മർദം കൊണ്ടുവരുമെന്ന് തീർച്ചയായിരുന്നു. തങ്ങളുടെ സൈന്യങ്ങളെ പിൻവലിക്കുന്നതിന് മുമ്പ് ഞങ്ങളുടെ ഗവൺമെന്റിന്റെ ഘടനയിൽ മാറ്റംവരുത്താനും തങ്ങളുടെ ശമ്പളംപറ്റുന്ന പിന്തിരിപ്പൻമാരെ അതിലുൾപ്പെടുത്തിക്കാനും അവർ ശ്രമിക്കുന്നകാര്യവും നിസ്സംശയമായിരുന്നു. മറുവശത്ത്, ഞങ്ങളും ഫ്രഞ്ചുകാരും തമ്മിൽ നടക്കുന്ന കൂടിയാലോചനകളെ തടസപ്പെടുത്താനും ജിയാങ്ങിന്റെ ജനറൽമാർ ശ്രമി

ക്കും. അങ്ങനെ വന്നാൽ അവർക്കിവിടെ തുടരാനും സാമ്പത്തികനേട്ട ങ്ങളുണ്ടാക്കാനും കഴിയും.

ആ സമയത്തെ ഏറ്റവും വലിയ വിപത്ത് നാഷണലിസ്റ്റ് പാർട്ടിയും വിപ്ലവസഖ്യഗ്രൂപ്പുമായിരുന്നു. തങ്ങൾ കടുത്ത വിപ്ലവകാരികളാണെന്ന് അവർ ഭാവിച്ചു. "ആരുമായും കൂടിയാലോചനയില്ല!" "വിജയിക്കുക അ ല്ലെങ്കിൽ മരിക്കുക" ആദിയായ മുദ്രാവാക്യങ്ങളിലൂടെ ജനവികാരങ്ങളെ ആളിക്കത്തിക്കാൻ അവർ ശ്രമിച്ചു. ഞങ്ങളും ഫ്രഞ്ചുകാരും തമ്മിൽ നടത്തുന്ന കൂടിയാലോചനകളെ തകർക്കുകയായിരുന്നു അവർക്കു വേ ണ്ടിയിരുന്നത്. ചൈനീസ്–ഫ്രഞ്ചുകരാറിനെ എതിർക്കാൻ ഞങ്ങളെ നിർ ബന്ധിതരാക്കിത്തീർക്കുകയായിരുന്നു അവരുടെ ഗൂഢോദ്ദേശ്യം. വിപ്ല വത്തെ തകർക്കുന്നതിന് ഫ്രഞ്ചുകാരും ജിയാങ്ങും തമ്മിലുണ്ടാക്കുന്ന രഹസ്യക്കരാറിന് അതൊരു ന്യായീകരണമാവുകയും ചെയ്യും. സഖ്യ ശക്തികളെയും സമാധാനത്തെയും എതിർത്തവരെന്നു പറഞ്ഞ് അവർ ഞങ്ങൾക്കെതിരായി അപവാദം പരത്തി. വടക്കോട്ട് വരുന്നതിൽനിന്ന് ഞങ്ങൾ ഫ്രഞ്ചുകാരെ തടയുമ്പോൾ പിന്തിരിപ്പൻമാർ ഞങ്ങൾക്കെതി രായി ഒരു പാവഗവൺമെന്റ് സ്ഥാപിക്കുകയും പരിതഃസ്ഥിതികൾക്കനു സരിച്ച് തങ്ങളുടെ യജമാനന്മാരെ മാറ്റുകയും ചെയ്യും. ഇന്തോചൈന യിൽ തങ്ങളുടെ സാന്നിധ്യം തുടരാൻ ജിയാങ് സൈന്യങ്ങൾ ഈ അവ സരം പ്രയോജനപ്പെടുത്തും.

പരിതഃസ്ഥിതികൾ അതിവേഗം രൂപപ്പെട്ടുവരികയായിരുന്നു.

എന്നാൽ സംഭവഗതികൾ ഇത്തരത്തിൽ വളർന്നുവരുമെന്ന് ഞങ്ങ ളുടെ പാർട്ടിയും പ്രസിഡന്റ് ഹോയും നേരത്തെ തന്നെ പ്രവചിച്ചിരുന്നു. 1945 നവംബർ ആദ്യത്തിൽ പുറപ്പെടുവിച്ച "ചെറുത്തുനിൽപ്പിനെയും ദേശീയപുനർനിർമാണത്തെയും" സംബന്ധിച്ചുള്ള ശാസനത്തിൽ ഫ്ര ഞ്ചുകാരെ ഒരു തിരിച്ചുവരവിന് സഹായിക്കാത്ത വിധത്തിൽ സാമ്രാജ്യ ശക്തികൾ തമ്മിൽത്തമ്മിൽ കരാറുണ്ടാക്കുമെന്ന് പാർട്ടിയുടെ കേന്ദ്രക മ്മിറ്റി പ്രസ്താവിച്ചിരുന്നു. വാസ്തവത്തിൽ, ആഗസ്റ്റ് വിപ്ലവത്തിനുമുമ്പ് തൻ ത്രാവൊവിൽവെച്ച് നടന്ന പാർട്ടിയുടെ ദേശീയസമ്മേളനം തന്നെ ഇത്തരത്തിലുള്ള ഒരു പ്രവചനം നടത്തുകയുണ്ടായി.

ഹോ അമ്മാവനും പാർട്ടിയുടെ കേന്ദ്രകമ്മിറ്റിക്കും പുതിയ പരിതഃ സ്ഥിതികളിൽ അത്ഭുതമൊന്നും തോന്നിയില്ല. കാരണം, അവർ മുൻകൂ ട്ടിക്കണ്ടതുപോലെതന്നെയാണ് സ്ഥിതിഗതികൾ വളർന്നുവന്നത്. കഴി ഞ്ഞുപോയ ചുരുങ്ങിയ കാലയളവിനുള്ളിൽ അത്തരത്തിലുള്ളൊരു പരി തഃസ്ഥിതിയെ നേരിടുന്നതിന് പാർട്ടി സജീവമായ തയാറെടുപ്പുകൾ നട ത്തിവരികയുമായിരുന്നു. ഇഷ്ടപ്പെട്ടാലുമില്ലെങ്കിലും ഫ്രഞ്ചുസാമ്രാജ്യവാ ദികൾ ഒരു പുതിയ യാഥാർഥ്യത്തെ നേരിടുകയായിരുന്നു; ആക്രമണ കാരികൾക്കെതിരായ ഒരു ജീവൻ മരണസമരത്തിൽ വിയത്നാം മുഴു വൻ ഒറ്റക്കെട്ടായി ഉയിർത്തെഴുന്നേറ്റുകഴിഞ്ഞിരുന്നു. ചെറുത്തുനിൽപ്പി നുവേണ്ടി മുഴുവൻ ജനങ്ങളെയും അണിനിരത്താനും സംഘടിപ്പിക്കാനും

ശേഷിയുള്ള ഒരു ഗവൺമെന്റ് വിയത്നാം ജനാധിപത്യറിപ്പബ്ലിക്കിൽ ഉടലെടുത്തുകഴിഞ്ഞിരുന്നു. ആ ഗവൺമെന്റിനാവട്ടെ, രാജ്യത്തിന്റെ പരമാധികാരത്തെയും ഭാവിയെയും നിയതിയെയും സംബന്ധിച്ച എല്ലാ കാര്യങ്ങളും തീരുമാനിക്കാൻ സമ്പൂർണമായ അധികാരവും കഴിവുമുണ്ടായിരുന്നുതാനും.

ജിയാങുമായി ചില ക്രമീകരണങ്ങളൊക്കെയുണ്ടാക്കാൻ കഴിഞ്ഞിട്ടും ഫ്രഞ്ച് കൊളോണിയലിസ്റ്റുകൾക്ക് ഈ യാഥാർഥ്യം അവഗണിക്കാൻ കഴിഞ്ഞില്ല. ഞങ്ങളുടെ അധികാരികളെ കാണുന്നതിന് ആഗ്രഹം പ്രകടിപ്പിച്ചുകൊണ്ട് ഫ്രഞ്ച് ദൗത്യസംഘം ആവർത്തിച്ചു നടത്തിയ അഭ്യർഥന ഇതിന് വ്യക്തമായ തെളിവാണ്.

ഫ്രഞ്ചുകാരുമായി പോരാടണമോ, അതല്ല സമാധാനമുണ്ടാക്കണമോ എന്നതായിരുന്നു അപ്പോഴത്തെ പ്രശ്നം.

ഹോ അമ്മാവനും പാർട്ടി കേന്ദ്രകമ്മിറ്റിയുടെ സ്റ്റാന്റിങ് ബ്യൂറോവും അതിനുത്തരം നൽകി.

> 1945 മാർച്ച് 24 ാം തീയതി ഫ്രഞ്ചുകാർ പുറപ്പെടുവിച്ച പ്രസ്താവനക്കനുസരണമായി സ്വയംഭരണാധികാരമുള്ള ഇന്തോചൈന എന്ന ആശയം ഫ്രഞ്ചുകാർ മുറുകെപ്പിടിക്കുകയാണെങ്കിൽ അതിനെതിരെ ഞങ്ങൾ പോരാടുമെന്ന്, നീണ്ടുനിൽക്കുന്ന ഒരു ഗറില്ലാ യുദ്ധം തീർച്ചയായും ഞങ്ങൾക്ക് നടത്താൻ കഴിയുമെന്ന്, ഞങ്ങൾക്ക് ഇപ്പോൾത്തന്നെ പറയാൻ കഴിയും. എന്നാൽ, പരമാധികാരമുള്ള ഒരു ഇന്തോചൈനയെ ഫ്രഞ്ചുകാർ അംഗീകരിക്കുകയാണെങ്കിൽ, ഞങ്ങളെ ഒറ്റപ്പെടുത്താനും ഒരേസമയത്ത് അനേകം ശത്രുക്കളോട് പോരാടാനും ഞങ്ങളെ നിർബന്ധിക്കുന്ന ജിയാങ് ക്ലിക്കിന്റെയും വിയത്നാം പിന്തിരിപ്പന്മാരുടെയും ഫ്രഞ്ച് ഫാസിസ്റ്റ് മുരടന്മാരുടെയും പദ്ധതികളെ പരാജയപ്പെടുത്താൻ അവരുമായി ഒരു സമാധാനക്കരാറുണ്ടാക്കുന്നതിന് ഞങ്ങൾക്കു കഴിയും.

സ്വാതന്ത്ര്യം നേടിയെടുക്കുകയും കഴിയുമെങ്കിൽ ഫ്രഞ്ചുകാരുമായി ഒരു സഖ്യത്തിലേർപ്പെടുകയുമായിരുന്നു കൂടിയാലോചനകളിൽ ഞങ്ങളുടെ നിലപാട്. ഫ്രഞ്ചുകാർ ഞങ്ങളുടെ സ്വയം നിർണയാവകാശവും ദേശീയൈക്യവും അംഗീകരിക്കണം. പകരം, വടക്കൻഭാഗത്തുനിന്ന് വിട്ടൊഴിഞ്ഞുപോകുന്ന ജിയാങ്പടയുടെ സ്ഥാനത്ത് കുറെ സൈന്യങ്ങളെ കൊണ്ടുവരുന്നതിന് ഫ്രഞ്ചുകാരെ അനുവദിക്കുന്നതാണ്. പക്ഷെ, ഒരുപാധി: ഒരു നിശ്ചിതകാലയളവുവരെ മാത്രമേ ഫ്രഞ്ചുസൈന്യങ്ങളെ വടക്കൻഭാഗത്ത് നിൽക്കാനനുവദിക്കൂ.

ഫ്രഞ്ചുകാരുമായി സമാധാനക്കരാറുണ്ടാക്കുന്നതുവഴി പുതിയ പോരാട്ടത്തിന് തയാറെടുക്കാൻ ഞങ്ങൾക്ക് അൽപ്പം ഇടവേള ലഭിക്കും. ഫ്രഞ്ചുകാരുമായി യോജിച്ചുനിന്നുകൊണ്ട് പരിപൂർണസ്വാതന്ത്ര്യത്തിലേക്ക് മുന്നേറാൻ കഴിയും.

താഴെപറയുന്ന സുപ്രധാനകാര്യം പാർട്ടികേന്ദ്രകമ്മിറ്റിയുടെ സ്റ്റാൻഡിങ്ബ്യൂറോ ഊന്നിപ്പറഞ്ഞു:

"ഫ്രഞ്ചുകാരുമായി കൂടിയാലോചനകൾ നടത്തിക്കൊണ്ടിരിക്കുമ്പോൾത്തന്നെ ഒരു നിമിഷനേരത്തേക്കുപോലും നമ്മൾ പോരാട്ടം നിർത്തിവയ്ക്കരുതെന്നുമാത്രമല്ല യുദ്ധത്തിനുവേണ്ടിയുള്ള തയാറെടുപ്പുകൾ നടത്തുകയും ഏതു സമയത്തും ഏതു സ്ഥലത്തും പോരാട്ടം നടത്തുന്നതിന് തയ്യാറായിരിക്കുകയും നമ്മുടെ തയാറെടുപ്പുകൾ ശക്തിപ്പെടുത്തുകയും കൂടി ചെയ്യണം എന്നതാണ് മുഖ്യസംഗതി. ഫ്രഞ്ചുകാരുമായി നടത്തുന്ന കൂടിയാലോചനകൾ ഒരുതരത്തിലും നമ്മുടെ രാഷ്ട്രത്തിന്റെ പോരാടാനുള്ള ഇച്ഛാശക്തിയുടെ മൂർച്ച കുറയ്ക്കാൻ അനുവദിക്കരുത്. ("ഇന്നത്തെ പരിതഃസ്ഥിതിയും നമ്മുടെ നയങ്ങളും" പാർട്ടി ബ്യൂറൊവിന്റെ ശാസനം, മാർച്ച് 3, 1946)

പാർട്ടികേന്ദ്രകമ്മിറ്റിയുടെ ഈ ശാസനത്തിനനുസരണമായി തെക്കൻഭാഗത്തെ ഞങ്ങളുടെ പട്ടാളവും ജനങ്ങളും കൂടിയാലോചനകൾ നടന്നുകൊണ്ടിരിക്കുമ്പോൾത്തന്നെ എല്ലാമുന്നണികളിലും തങ്ങളുടെ ചെറുത്തുനിൽപ്പ് നിരന്തരം ശക്തിപ്പെടുത്തി. രാജ്യം മുഴുവനുമുള്ള ഞങ്ങളുടെ സഖാക്കൾ, എന്തുതന്നെ സംഭവിച്ചാലും– ഫ്രഞ്ചുകാരും ജിയാങ് പ്രഭൃതികളും തമ്മിൽ വിപ്ലവത്തെ തകർക്കുകയെന്ന ഉദ്ദേശ്യത്തോടെ ഒരു രഞ്ജിപ്പിലെത്തിയാൽത്തന്നെയും – നീണ്ടുനിൽക്കുന്ന ഒരു ചെറുത്തുനിൽപ്പ് യുദ്ധത്തിന് മാനസികമായും സംഘടനാപരമായും സജീവമായ തയാറെടുപ്പുകൾ നടത്തി.

24

ചെറുത്തുനിൽപ്പിനുവേണ്ടിയുള്ള ഗവൺമെന്റ്

വിയത്നാം ജനാധിപത്യറിപ്പബ്ലിക്കിന്റെ ഒന്നാമത്തെ ദേശീയ അസംബ്ലി മാർച്ച് രണ്ടാം തീയതി സമ്മേളിച്ചു. നിശ്ചയിച്ചതിനേക്കാൾ ഒരു ദിവസം മുമ്പാണത്.

അങ്ങേയറ്റം അടിയന്തരമായ സ്ഥിതിഗതികൾ അപ്പോഴേക്കും വളർന്നുവന്നിരുന്നു. ബാക് നിഞ് പ്രവിശ്യയിലെ ദിഞ് ബാങ് ഗ്രാമം സമ്മേളനസ്ഥലമായി സംഘാടകകമ്മിറ്റി തയാറാക്കിയിരുന്നു. അവസാന നിമിഷത്തിൽ അസംബ്ലി ഹാനോയിൽ സമ്മേളിച്ചാൽ മതിയെന്ന് പാർട്ടിയുടെ സ്റ്റാൻഡിങ് ബ്യൂറോ തീരുമാനിച്ചു. ഒരിരുത്തത്തിനുതന്നെ കാര്യപരിപാടികൾ മുഴുവൻ തീർത്ത് സെഷൻ അവസാനിപ്പിക്കത്തക്ക രീതിയിൽ സംഗതികളെല്ലാം നന്നായും കാര്യമാത്രപ്രസക്തമായും സംവിധാനം ചെയ്യണമെന്ന് ഹോ അമ്മാവൻ സംഘാടകരോട് പറഞ്ഞിരുന്നു.

തലേദിവസം രാത്രി ഹോ അമ്മാവൻ വളരെ വൈകുന്നതുവരെ ഉണർന്നിരിക്കുകയും തുടർച്ചയായി പുകവലിച്ചുകൊണ്ടിരിക്കുകയും ചെയ്തു. രാവിലെയും അദ്ദേഹം പുകവലി തുടർന്നു. അദ്ദേഹത്തിന്റെ മുഖം നിശ്ശബ്ദവും ശാന്തവുമായിരുന്നു. കണ്ണുകൾ പ്രകാശമാനവും. ഇതെല്ലാം അദ്ദേഹം ഗാഢമായ ചിന്തയിലായിരുന്നുവെന്ന് വ്യക്തമാക്കി. അദ്ദേഹം ഹാനോയിൽ തിരിച്ചെത്തിയതുമുതൽ ജനങ്ങൾ അദ്ദേഹത്തിന്റെ കണ്ണുകളെക്കുറിച്ച് പലപ്പോഴും സംസാരിക്കാറുണ്ടായിരുന്നു. അവ അദ്ദേഹത്തിന്റെ ഫോട്ടോവിലെന്നപോലെ തിളക്കമുള്ള രണ്ട് പുള്ളികളായി തോന്നി. ചരിത്രത്തിന്റെ ഒരു വഴിത്തിരിവിൽ രാജ്യം നേരിടുന്ന ഗുരുതരമായ പ്രശ്നങ്ങൾക്ക് പരിഹാരം കാണുന്നതിന് ഹോ അമ്മാവൻ തന്റെ മുഴുവൻ ഊർജവും പ്രതിഭയും സമാഹരിക്കുകയായിരുന്നു. ഒരുദിവസം, ജയിലിലായിരുന്നപ്പോൾ, അദ്ദേഹമെഴുതി.

"മുന്നോട്ടു മുന്നോട്ടു നോക്കുക, ആഴത്തിൽ ചിന്തിക്കുക

മനസുറപ്പിക്കുക, ആക്രമിക്കുക വീണ്ടും ആക്രമിക്കുക
ഒന്നു പിഴച്ചാൽ രണ്ടുതേരും പാഴ്
ശരിക്കുനീക്കിയാൽ ഒരാൾ മതി വിജയത്തിന്"

പിതൃരാജ്യമാകുന്ന ബോട്ട് ആപൽക്കരമായ ഒരു ചുഴലിയിലേക്ക് കുതിച്ചുപായുകയായിരുന്നു — അമരക്കാരൻ ഒറ്റനിമിഷംപോലും അശ്രദ്ധനായിരിക്കാൻ പാടില്ലാത്ത സന്ദർഭം.

മുനിസിപ്പൽതിയറ്റർ ദേശീയപതാകകൾകൊണ്ട് കേമമായി അലങ്കരിച്ചിരുന്നു. 1910 ലെ നാം കയ് കലാപസമയത്ത് ആദ്യമായി പ്രത്യക്ഷപ്പെട്ട പതാക, അനേകം വിപ്ലവയോദ്ധാക്കളുടെ ജീവരക്തംകൊണ്ട് കുതിർന്ന പതാക, മുഴുവൻ രാഷ്ട്രത്തിന്റെയും അണയാത്ത സമരാവേശത്തിന്റെ പരിശുദ്ധമായ അടയാളമായി മാറിക്കഴിഞ്ഞിരുന്നു. കഴിഞ്ഞ ഏതാനും ദിവസങ്ങളായി, കൂടിയാലോചനായോഗങ്ങളിൽവെച്ച് ദേശീയപതാകയും ദേശീയഗാനവും മാറ്റണമെന്ന് പിന്തിരിപ്പന്മാർ നിർബന്ധം പിടിച്ചുകൊണ്ടിരുന്നു. പക്ഷേ, ഞങ്ങൾ അംഗീകരിച്ചില്ല.

ദേശീയ അസംബ്ലി രണ്ടു പ്രതികളെ–തങ്ങളുടെ കൂട്ടത്തിൽ ഏറ്റവും പ്രായംകൂടിയ മി. ൻഗൊ തു ഹായെയും ഏറ്റവും പ്രായംകുറഞ്ഞ സഖാവ് ൻഗുയെൻ ദിഞ് തിയെയും – തിയറ്ററിനു പുറത്ത് ഹോ അമ്മാവനെയും പ്രതീക്ഷിച്ച് നിൽക്കാൻ ചുമതലപ്പെടുത്തി.

വിയത്നാം വിപ്ലവസഖ്യത്തിലെയും വിയത്നാം നാഷണലിസ്റ്റ് പാർട്ടിയുടെയും ആൾക്കാർ പൂമുഖത്ത് അദ്ദേഹത്തെയും പ്രതീക്ഷിച്ച് നിൽക്കുകയായിരുന്നു. നന്നായി വസ്ത്രംധരിച്ച അവർ ഇരുന്നും നിന്നും സമയം നീക്കി. അവർക്ക് ഒരു ചിട്ടയുമുണ്ടായിരുന്നില്ല. അവരുടെ മുഖമൊക്കെ ക്ഷീണിച്ച് വിളർത്തിരുന്നു. വഴിതെറ്റിപ്പോയ കോലാടുകളെപ്പോലെ തോന്നിച്ചു അവരുടെ കൂട്ടം. സമ്മേളനഹാളിലേക്ക് കടക്കുന്നതിന് ദേശീയ അസംബ്ലിയുടെ അംഗീകാരം ലഭിക്കുന്നതുവരെ അവർക്ക് കാത്തുനിൽക്കേണ്ടിയിരുന്നു. ആ ദിവസത്തിനുമുമ്പുവരെ എല്ലായിടത്തും അലങ്കോലം സൃഷ്ടിക്കാൻ ശ്രമിച്ചുകൊണ്ടിരുന്നവരായിരുന്നല്ലോ അവർ. അവർക്കുവേണ്ടി എഴുപതു സീറ്റ് റിസർവ്ചെയ്തുവയ്ക്കണമെന്ന് ദേശീയ അസംബ്ലിയോട് നിർദേശിക്കാൻ ഞങ്ങളുദ്ദേശിച്ചിരുന്നു. അത്രയുംപേരെ പ്രയാസപ്പെട്ട് ഒരുമിച്ചുകൂട്ടാൻ അവർ പാടുപെടുമായിരുന്നു.

പുഞ്ചിരിയോടെയും തലചായ്ച്ചു വണങ്ങിയും എല്ലാവരെയും അഭിവാദ്യം ചെയ്തുകൊണ്ട് ഹോ അമ്മാവൻ ഹാളിലേക്ക് കടന്നു. താൽക്കാലിക കൂട്ടുഗവൺമെന്റിലെ മെമ്പർമാർ അദ്ദേഹത്തെ അനുഗമിച്ചു. രോഗബാധിതനാണെന്നപേരിൽ ൻഗുയെൻ ഹായ് താൻ വന്നില്ല. സമ്മേളനത്തിൽ ചർച്ചകൾ നടക്കുമെന്നും അതിൽ പങ്കെടുത്തുകൊണ്ട് താൻ മാതൃഭാഷയിൽ സംസാരിക്കേണ്ടിവരുമെന്നും ഭയന്നിട്ടായിരിക്കണം അയാൾ വരാതിരുന്നത്.

നാം ബൊവിൽനിന്നുള്ള ഡെപ്യൂട്ടികളുടെ അഭാവത്തിലാണ് ചരിത്രപ്രധാനമായ ആ അസംബ്ലി സമ്മേളനം നടന്നത്. തങ്ങളുടെ പ്രദേശത്തു നടന്നുകൊണ്ടിരുന്ന പോരാട്ടമാണ് അവരെ കൃത്യസമയത്തെത്തിച്ചേരാൻ കഴിയാതാക്കിയത്.

മുന്നൂറോളം ഡെപ്യൂട്ടികളും നാട്ടുകാരും മറുനാട്ടുകാരുമായ അസംഖ്യം അതിഥികളും പത്രപ്രവർത്തകരും നീണ്ടുനിന്ന ആഹ്ലാദപ്രകടനം നടത്തി ഹോ അമ്മാവനെ അഭിവാദ്യം ചെയ്തു. കാക്കിസ്യൂട്ട് ധരിച്ച ഉയർന്ന നെറ്റിത്തടത്തോടു കൂടിയ ആ വൃദ്ധന്റെ നേരെ എല്ലാ കണ്ണുകളും തിരിഞ്ഞു. അവരിൽ പലരും നേരത്തെ ഹോ അമ്മാവനെ കണ്ടവരല്ല. എങ്കിലും പെട്ടെന്നുതന്നെ അവർ അദ്ദേഹത്തെ തിരിച്ചറിഞ്ഞു. വെള്ള യൂണിഫോറമണിഞ്ഞ ദേശീയ പ്രതിരോധഗാർഡുകൾ ദേശീയ ഗാനമാലപിക്കാൻ തുടങ്ങിയതിനുശേഷമേ കയ്യടിയും ഹിയർ വിളികളും അവസാനിച്ചുള്ളൂ.

ഹോ അമ്മാവൻ മൈക്കിന്റെ അടുത്തേക്ക് കടന്നുവന്നു. താഴ്ന്ന പ്രദേശങ്ങൾമുതൽ മലമ്പ്രദേശങ്ങൾവരെയുള്ളവിടങ്ങളിൽനിന്നെത്തിച്ചേർന്നതും ജനങ്ങളുടെ വിവിധ വിഭാഗങ്ങളെ പ്രതിനിധീകരിക്കുന്നതുമായ ഡെപ്യൂട്ടികളുടെ നേരെ വാത്സല്യപൂർവം ഒരു നിരീക്ഷണം നടത്തിക്കൊണ്ട് അദ്ദേഹം ഏതാനും സമയം അങ്ങനെ നിന്നു. പിന്നീട് വികാരഭരിതമായ ഭാഷയിൽ പറഞ്ഞു:

> "ദേശീയ അസംബ്ലിയുടെ ഈ സമ്മേളനം വിയത്നാമിന്റെ ചരിത്രത്തിൽ ആദ്യത്തേതാണ്. 1946 ജനുവരി 6 ാം തീയതി നടത്തിയ പൊതുതെരഞ്ഞെടുപ്പാണ് നമ്മെ ഇങ്ങനെ ഒത്തുചേരുന്നതിനിടയാക്കിയത്. ആ തെരഞ്ഞെടുപ്പാവട്ടെ, നമ്മുടെ പൂർവികന്മാർ നടത്തിയ സമരങ്ങളുടെയും ആത്മത്യാഗങ്ങളുടെയും ഫലമാകുന്നു. പ്രായവ്യത്യാസമോ ലിംഗഭേദമോ കൂടാതെ വിയത്നാമിലെ എല്ലാ ദേശീയജനവിഭാഗങ്ങളിലും മതവിഭാഗങ്ങളിലും പെട്ട ജനങ്ങൾ ഒറ്റക്കെട്ടായുറച്ചുനിന്ന് ആത്മത്യാഗങ്ങളെയോ ആപത്തുകളെയോ ഭയപ്പെടാതെ സ്വാതന്ത്ര്യത്തിനുവേണ്ടി അങ്കം വെട്ടിയതിന്റെ ഫലമായാണ് ഈ സമ്മേളനം.

വിയത്നാം നാഷണലിസ്റ്റ് പാർട്ടിയിലും വിയത്നാം വിപ്ലവസഖ്യത്തിലും പെട്ടവർക്കുവേണ്ടി 70 സീറ്റുകൾ റിസർവുചെയ്യണമെന്ന ഗവൺമെന്റിന്റെ അഭ്യർഥന അദ്ദേഹം സമ്മേളനത്തിനുമുമ്പാകെ അവതരിപ്പിച്ചു. നിർദേശം അംഗീകരിക്കപ്പെട്ടു.

നാഷണലിസ്റ്റ് പാർട്ടിയിലും വിപ്ലവസഖ്യത്തിലും പെട്ടവർ കടന്നുവന്ന് ഒഴിഞ്ഞസീറ്റുകളിൽ സ്ഥാനംപിടിച്ചു. സീറ്റുകൾ ഇടതുഭാഗത്തും വലതുഭാഗത്തുമായി വിഭജിക്കണമെന്നും ആ എഴുപതുപേരെയും വലതുഭാഗത്തെ സീറ്റുകളിലിരുത്തണമെന്നും പ്രിപ്പറേറ്ററി കമ്മിറ്റിയിൽ നിർദേശിക്കപ്പെട്ടിരുന്നു. എങ്കിലും അത് ആവശ്യമില്ലെന്ന് ഹോ അമ്മാവൻ പറഞ്ഞു.

പുതുതായി വന്നവർ ഇരുന്നതിനുശേഷം ഹോ അമ്മാവൻ തുടർന്നു:

> താൽക്കാലികഗവൺമെന്റിന്റെ പേരിൽ, ഗവൺമെന്റിന്റെ അഭ്യർഥന സ്വീകരിച്ച ദേശീയ അസംബ്ലിയെ ഞാനാദ്യമായി അഭിനന്ദി

ക്കാനാഗ്രഹിക്കുന്നു. രണ്ടാമതായി, രാജ്യത്തിന്റെ എല്ലാഭാഗങ്ങളിൽനിന്നുമുള്ള ഡപ്യൂട്ടികളെ ഗവൺമെന്റിന്റെ പേരിൽ ഞാൻ സ്വാഗതം ചെയ്യുന്നു. ഈ ദേശീയ അസംബ്ലിയിൽ എല്ലാ രാഷ്ട്രീയ പാർട്ടികൾക്കും പ്രാതിനിധ്യമുണ്ട്. കൂടാതെ പാർട്ടികളിലൊന്നും പെടാത്ത ഡെപ്യൂട്ടികളും സ്ത്രീകളും ന്യൂനപക്ഷ വിഭാഗത്തിൽപ്പെട്ടവരും ഇക്കൂട്ടത്തിൽപെടുന്നുണ്ട്. അതുകൊണ്ട് ഈ അസംബ്ലിയിലെ ഡപ്യൂട്ടികൾ ഏതെങ്കിലും ഒറ്റപ്പാർട്ടിയെ പ്രതിനിധീകരിക്കുന്നവരല്ല. നേരെമറിച്ച് വിയത്നാംരാഷ്ട്രത്തിന്റെ മുഴുവൻ പ്രതിനിധികളാണ്.

തുടർന്ന് ഗവൺമെന്റിന്റെ പ്രവർത്തനങ്ങൾ പ്രസിഡന്റ് ഹോ റിപ്പോർട്ടുചെയ്തു. അദ്ദേഹം പറഞ്ഞു:

> നാം അധികാരം പിടിച്ചെടുക്കുകയും ഒരു ഗവൺമെന്റ് സ്ഥാപിക്കുകയും ചെയ്തതിനുശേഷം അനേകം പ്രയാസങ്ങളെ നേരിടുകയുണ്ടായി. തെക്കൻഭാഗത്ത് ഒരു കയ്യേറ്റത്തെയാണ് നേരിടേണ്ടിവന്നതെങ്കിൽ വടക്കൻഭാഗത്ത് പട്ടിണിയാണ് നമ്മെ തുറിച്ചുനോക്കിയത്. എങ്കിലും മുഴുവൻ ജനങ്ങളും നൽകിയ ഹൃദയംഗമമായ പിന്തുണയുടെയും ഗവൺമെന്റിന്റെ ദൃഢനിശ്ചയത്തിന്റെയും അടിസ്ഥാനത്തിൽ നമ്മൾ ഏതാനും കാര്യങ്ങൾ ചെയ്തിട്ടുണ്ട്:
>
> ഒന്നാമതു ചെയ്തത് ചെറുത്തുനിൽപ്പ് ശക്തിപ്പെടുത്തുകയാണ്:
>
> ഭക്ഷ്യോൽപ്പാദനം വർധിപ്പിച്ചുകൊണ്ട് പട്ടിണികുറച്ചുകൊണ്ടുവരികയാണ് രണ്ടാമത് ചെയ്തകാര്യം:
>
> പൊതുതെരഞ്ഞെടുപ്പ് നടത്തുകയായിരുന്നു മൂന്നാമത്തെ നടപടി:
>
> നാലാമത്തേത്, തെരഞ്ഞെടുപ്പിന്റെ ഫലമായുണ്ടായ ഈ ദേശീയ അസംബ്ലിയും.

സംഭവബഹുലമായ കഴിഞ്ഞ ആറുമാസങ്ങൾക്കിടയിലുണ്ടായ ഗവൺമെന്റിന്റെ മഹത്തായ നേട്ടങ്ങൾ ഏതാനും വാക്കുകളിൽ അദ്ദേഹം സംക്ഷേപിച്ചു. വരാൻ പോകുന്ന നാളുകളിലെ പ്രധാനപ്പെട്ട കടമകൾ അദ്ദേഹം ഇങ്ങനെ വിശദീകരിച്ചു:

> ഇപ്പോഴത്തെ ഏറ്റവും പ്രധാനപ്പെട്ട കാര്യം ചെറുത്തുനിൽപ്പാണ്. കഴിഞ്ഞവർഷം സെപ്തംബർ മുതൽ തെക്കൻഭാഗം കയ്യേറ്റത്തിന് വിധേയമായി. നീണ്ടുനിൽക്കുന്ന ഒരു ചെറുത്തുനിൽപ്പ് യുദ്ധത്തിന് തയാറായിരിക്കാൻ ഗവൺമെന്റ് ജനങ്ങളെ ആഹ്വാനംചെയ്യുകയും കയ്യേറ്റത്തിനിരയായ പ്രദേശങ്ങളിൽ കൂടുതൽ സൈന്യങ്ങളെ അയച്ചുകൊടുക്കുകയും ചെയ്തു. മേലിൽ അസംബ്ലിക്കും ഗവൺമെന്റിനും കനത്തഭാരമാണ് നേരിടേണ്ടിവരിക. അനേകം പ്രയാസങ്ങളും നേരിടേണ്ടിവരും. എങ്കിലും രാഷ്ട്രം മുഴുവൻ ഒറ്റ

> മനസോടെ നിൽക്കുമെന്നും ഐക്യദാർഢ്യത്തിന്റെ അടിസ്ഥാനത്തിൽ ഒന്നിച്ചുപ്രവർത്തിക്കുമെന്നും എനിക്കുറപ്പുണ്ട്. അങ്ങനെയായാൽ പ്രയാസങ്ങൾ എത്രതന്നെ വലിയതായാലും ചെറുത്തുനിൽപ്പ് വിജയശ്രീലാളിതമാവുകയും ദേശീയപുനർനിർമാണം വിജയകരമായിത്തീരുകയും ചെയ്യും. ഇപ്പോൾ താൽക്കാലിക ഗവൺമെന്റ് ഒരു പുതിയ ഗവൺമെന്റ് സ്ഥാപിക്കാനുള്ള – ചെറുത്തുനിൽപ്പിന്റെയും ദേശീയ പുനർനിർമാണത്തിന്റെയും ഒരു ഗവൺമെന്റ് സ്ഥാപിക്കാനുള്ള – അധികാരം ദേശീയ അസംബ്ലിക്ക് കൈമാറും.

നീണ്ടുനിന്ന കയ്യടികൾക്കിടയിൽ പ്രസിഡന്റ് തന്റെ ഹ്രസ്വവും ലളിതവുമായ റിപ്പോർട്ട് അവതരിപ്പിച്ചു.

ഹോ അമ്മാവൻ ഹാനോയിൽ വന്നതിനുശേഷം ഇതുപോലുള്ള ഒരു വലിയകൂട്ടം, പിന്തിരിപ്പൻ പാർട്ടികളിൽപ്പെട്ടവരും വിദേശ അതിഥികളുമടക്കം പലതരത്തിൽപ്പെട്ട പ്രതിനിധികളടങ്ങിയ ഒരു കൂട്ടം, ഇതേവരെയുണ്ടായിട്ടില്ല. ഈ യോഗത്തിലും അദ്ദേഹം തന്റെ പതിവുസ്വഭാവം പ്രകടിപ്പിച്ചു. പ്രസംഗം പതിവുപോലെ ആത്മാർഥത നിറഞ്ഞുതുളുമ്പുന്നതായിരുന്നു. അദ്ദേഹത്തിന്റെ സഹജമായ ഈ സ്വഭാവം അസംബ്ലിക്കകത്ത് ഒരു പ്രത്യേകാന്തരീക്ഷം, സൗഭ്രാത്രത്തിന്റെയും ഉത്സാഹത്തിന്റെതുമായ ഒരന്തരീക്ഷം, സൃഷ്ടിച്ചു. തങ്ങളുടെ കുടുംബാംഗങ്ങൾക്കിടയിലെത്തിച്ചേർന്നതുപോലുള്ള ഒരു തോന്നൽ എല്ലാവർക്കുമുണ്ടായി. രാജ്യത്തിന്റെ എല്ലാഭാഗങ്ങളിൽനിന്ന് വരുന്നവരും ആദ്യമായി പരസ്പരം കണ്ടുമുട്ടുന്നവരുമായ ആളുകൾക്കിടയിൽ പിന്തിരിപ്പൻമാരുടെ സാന്നിധ്യംകൊണ്ട് സങ്കീർണമായ അന്തരീക്ഷത്തിൽ ഇങ്ങനെയൊരവസ്ഥ സൃഷ്ടിക്കുക എത്രമാത്രം പ്രയാസകരമായ കാര്യമാണെന്നോർക്കണം. പിന്നീട് ഹോ അമ്മാവന്റെ സാന്നിധ്യത്തിൽ നടന്ന എല്ലാ ദേശീയ അസംബ്ലിയോഗങ്ങളിലും ഇതേ അന്തരീക്ഷംതന്നെ തുടരേണ്ടതുണ്ടായിരുന്നു.

താൽക്കാലിക കൂട്ടുഗവൺമെന്റിന്റെ രാജി അസംബ്ലി അംഗീകരിച്ചു. ചെറുത്തുനിൽപ്പിനുവേണ്ടിയുള്ള കൂട്ടുഗവൺമെന്റിന്റെ പ്രസിഡന്റായി ഹോ അമ്മാവനെയും വൈസ് പ്രസിഡന്റായി ൻഗുയെൻ ഹായ് താനെയും ഐകകണ്ഠ്യേന തെരഞ്ഞെടുത്തു.

അസംബ്ലിയുടെ ആക്ടിങ് ചെയർമാൻ പുതിയ ഗവൺമെന്റ് രൂപീകരിക്കുന്നതിന് പ്രസിഡന്റ് ഹോയോട് ആവശ്യപ്പെട്ടപ്പോൾ അസംബ്ലിയിൽ അന്തരീക്ഷം ഭേദിക്കുമാറുച്ചത്തിൽ കയ്യടിമുഴങ്ങി. അസംബ്ലിയിൽനിന്നുയർന്നു പൊങ്ങിയ ആർപ്പുവിളികൾക്കിടയിൽ ഹോ അമ്മാവൻ ഹാളിനെതിരെ നടന്നു.

ഏതാനും സമയത്തേക്ക് പിരിഞ്ഞതിനുശേഷം അസംബ്ലി വീണ്ടും സമ്മേളിച്ചു. പുതിയ ഗവൺമെന്റിലെ അംഗങ്ങളോടൊപ്പം പ്രസിഡന്റ് ഹോ പ്രത്യക്ഷപ്പെട്ടു. അദ്ദേഹം ചുറുചുറുക്കോടെ മൈക്കിന്റെ മുമ്പിലേക്ക് നടന്നുചെന്ന് ഇങ്ങനെ പറഞ്ഞു:

ചെറുത്തു നിൽപ്പിനുവേണ്ടിയുള്ള കൂട്ടുഗവൺമെന്റ് രൂപീകരണത്തെക്കുറിച്ച് ഞാനിപ്പോൾ റിപ്പോർട്ടു ചെയ്യാം. അസംബ്ലിയ്ക്കറിയാവുന്നതുപോലെ, വിവിധ പാർട്ടികളുടെയും പാർട്ടിയിലൊന്നും പെടാത്തവരുടെയും പ്രതിനിധികളടങ്ങിയതാണ് ഈ ഗവൺമെന്റ്, ഞങ്ങൾ നേരത്തെതന്നെ എല്ലാവരുമായും ആലോചിച്ച് ഒരു ധാരണയിലെത്തിയിട്ടുണ്ട്. അതുകൊണ്ടാണ് ഇത്രയും വേഗം ഗവൺമെന്റ് രൂപീകരിക്കാൻ കഴിഞ്ഞത്.

ഗവൺമെന്റിലെ അംഗങ്ങളുടെ പേർവിവരം അദ്ദേഹം വെളിപ്പെടുത്തി. ആഭ്യന്തര–പ്രതിരോധവകുപ്പുകൾ നിഷ്പക്ഷരായ രണ്ടാളുകൾക്കു നൽകി. തെക്കൻഭാഗത്തുകാർക്ക് നീക്കിവെച്ച രണ്ടു മന്ത്രിസ്ഥാനങ്ങൾ, അവർ കൃത്യസമയത്തെത്തിച്ചേരാത്തതുമൂലം, താൽക്കാലികമായി രാഷ്ട്രീയപാർട്ടികളുടെ പ്രതിനിധികളെ ഏൽപ്പിച്ചു. വിയത്മിഞ്ഞിനും ഡെമോക്രാറ്റിക് പാർട്ടിക്കും നാലു വകുപ്പുകൾ – ധനകാര്യം, വിദ്യാഭ്യാസം, നീതിന്യായം, ഗതാഗത–വാർത്താവിനിയമം; ശേഷിച്ച മറ്റു നാലു വകുപ്പുകൾ – വിദേശകാര്യം, ദേശീയസമ്പദ് വ്യവസ്ഥ, സാമൂഹ്യകാര്യം, കൃഷി– വിയത്നാം നാഷണലിസ്റ്റുപാർട്ടിക്കും വിയത്നാം വിപ്ലവ സഖ്യത്തിനും വീതിച്ചുകൊടുത്തു.

ഹോ അമ്മാവൻ തുടർന്നു:

"അസംബ്ലി നോമിനേറ്റ് ചെയ്ത വൈസ് പ്രസിഡന്റ് ൻഗുയെൻ ഹായ് താനും പ്രസിഡന്റ് ഞാനുമാണ്."

വീണ്ടും കയ്യടി. ഗവൺമെന്റിന്റെ ലിസ്റ്റ് ദേശീയ അസംബ്ലി അംഗീകരിച്ചു.

വിദേശകയ്യേറ്റത്തിനെതിരായി ചെറുത്തുനിൽപ്പ് സംഘടിപ്പിക്കാൻ ചുമതലപ്പെട്ട ദേശീയ ചെറുത്തുനിൽപ്പ് കമ്മിറ്റി രൂപീകരണത്തെയും വിഞ്ഞ്തുയിയുടെ നേതൃത്വത്തിൽ രൂപീകരിച്ച ദേശീയ ഉപദേശകഗ്രൂപ്പിനെയും കുറിച്ച റിപ്പോർട്ട്, തുടർന്ന് ഹോ അമ്മാവൻ അവതരിപ്പിച്ചു.

ഗവൺമെന്റും ചെറുത്തുനിൽപ്പുകമ്മിറ്റിയും ഉപദേശക ഗ്രൂപ്പും ഒന്നൊന്നായി ഔപചാരികമായി അധികാരമേറ്റു.

ദേശീയ അസംബ്ലിയുടെ സ്റ്റാൻഡിങ് കമ്മിറ്റിക്കുള്ള അധികാരങ്ങളെക്കുറിച്ച് ചർച്ചചെയ്യുന്നതിലേക്ക് നീങ്ങി അസംബ്ലി. വ്യത്യസ്ത അഭിപ്രായങ്ങൾ വെച്ചുപുലർത്തിയ ഡെപ്യൂട്ടികൾക്കിടയിൽ ഒരു ചർച്ചയാരംഭിച്ചു. ഭരണഘടനയുടെ അഭാവംമൂലം ആ ചർച്ചയിലൂടെ ഉയർന്നുവന്ന പ്രശ്നങ്ങൾക്ക് പരിഹാരം കാണൽ വളരെ വിഷമം പിടിച്ച പണിയായിരുന്നു.

ഹോ അമ്മാവൻ ശ്രദ്ധാപൂർവം ചർച്ചകളൊക്കെ കേട്ടു. ഇടയ്ക്കിടെ അദ്ദേഹം കയ്യുയർത്തി പ്രതിനിധികളോട് ഇരിക്കാനാവശ്യപ്പെടും. ചിലപ്പോൾ ഒരു ഡെപ്യൂട്ടി വ്യത്യസ്തമായ ഒരഭിപ്രായം പ്രകടിപ്പിച്ചെന്നിരിക്കും. അപ്പോൾ ഹോ അമ്മാവൻ അയാളുടെ അഭിപ്രായങ്ങൾ ശ്രദ്ധയോടെ കേൾക്കും. ആവശ്യമാണെങ്കിൽ ശാന്തമായ സ്വരത്തിൽ അദ്ദേഹം

വിശദീകരണം നൽകും. പ്രവർത്തനങ്ങൾ നടത്തുന്നതിനിടയിൽ എല്ലായ്പ്പോഴും അദ്ദേഹം അയവേറിയ അന്തരീക്ഷം സൃഷ്ടിക്കാൻ ശ്രമിച്ചു. ഓരോരുത്തരെയും തങ്ങളുടെ അഭിപ്രായങ്ങൾ വെട്ടിത്തുറന്ന് പറയുന്നതിന് അദ്ദേഹം പ്രോത്സാഹിപ്പിച്ചു.

ഫ്രഞ്ച് നാവികപ്പട തങ്ങളുടെ തോക്കുകൾ വടക്കൻ വിയത്നാമിനുനേരെ തിരിച്ചുപിടിച്ചുകൊണ്ട് കിഴക്കോട്ടേക്ക് നീങ്ങുകയായിരുന്നു.

അത്തരമൊരു പരിതഃസ്ഥിതിയിൽ ഓരോമിനിറ്റിന്റെയും ഓരോ സെക്കന്റിന്റെയും വില അനേകം ഡെപ്യൂട്ടികൾക്ക് മനസിലായില്ല. ചർച്ചയ്ക്ക് വിരാമമിടണമെന്നും ചർച്ചയിലൂടെ ഉയർന്നുവന്ന പ്രശ്നങ്ങൾ കഴിയാവുന്നത്രവേഗം വോട്ടിനിട്ട് തീരുമാനിക്കണമെന്നും ഹോ അമ്മാവൻ പലതവണ അധ്യക്ഷനെ ഓർമപ്പെടുത്തി.

ഉച്ചക്ക് ഒരുമണിക്ക് അസംബ്ലിസമ്മേളനം അവസാനിപ്പിക്കുവാൻ കഴിഞ്ഞു. പുതിയ ഗവൺമെന്റിന്റെയും ചെറുത്തുനിൽപ്പു കമ്മിറ്റിയുടെയും ഉപദേശകഗ്രൂപ്പിന്റെയും രൂപീകരണം കഴിയുകയും ദേശീയഅസംബ്ലി സ്റ്റാൻഡിങ് കമ്മിറ്റിയുടെ അധികാരങ്ങൾ നിർണയിക്കുകയും ചെയ്ത് 4 മണിക്കൂറിനകം ഭരണഘടന തയ്യാറാക്കുന്നതിനുള്ള ഒരു കമ്മിറ്റിയെ തെരഞ്ഞെടുക്കാൻ കഴിഞ്ഞു.

ചെറുത്തുനിൽപ്പിനുള്ള തയാറെടുപ്പുകൾ തുടരാൻ ഡെപ്യൂട്ടികൾക്ക് അവരവരുടെ പ്രദേശങ്ങളിലേക്ക് പോകേണ്ടിയിരുന്നു. എല്ലാവർക്കും പിരിയേണ്ട സമയമായി. ഹോ അമ്മാവൻ മൈക്കിന്റെ അടുത്തുചെന്ന് സമ്മേളനം അവസാനിച്ചതായി പ്രഖ്യാപിച്ചുകൊണ്ട് ഏതാനും വാക്കുകൾ സംസാരിച്ചു:

> ഓരോരുത്തർക്കും അവരവരുടെ പ്രദേശത്തുപോയി തങ്ങളുടെ പ്രവൃത്തികൾ തുടരുന്നതിനും ഐക്യദാർഢ്യത്തിന്റെയും സുനിശ്ചിതമായ വിജയത്തിന്റെയും സന്ദേശം തങ്ങളുടെ പ്രദേശത്തേക്കെത്തിക്കുന്നതിനും അസംബ്ലി ഇപ്പോൾ താൽക്കാലികമായി നിർത്തിവയ്ക്കുകയാണ്. പിരിയുന്നതിനുമുമ്പ് ഗവൺമെന്റിന്റെ പേരിൽ എല്ലാ ഡപ്യൂട്ടികളെയും അഭിനന്ദിക്കാൻ ഞാനാഗ്രഹിക്കുന്നു. ഈ ദേശീയഅസംബ്ലി ചെറുത്തുനിൽപ്പിനു വേണ്ടിയുള്ള ഒരു ഗവൺമെന്റാണെന്നും നമുക്ക് പ്രതിജ്ഞയെടുക്കാം. അടുത്ത ദേശീയ അസംബ്ലി സമ്മേളനം വിജയത്തിന്റേതായ ഒരു സമ്മേളനമായിരിക്കുമെന്നും അടുത്ത ഗവൺമെന്റ് വിജയത്തിന്റേതായ ഒരു ഗവൺമെന്റായിരിക്കുമെന്നും ഞാൻ പ്രത്യാശിക്കുന്നു.

വിഷമംനിറഞ്ഞ ആ നിമിഷങ്ങളിൽ ഐക്യദാർഢ്യത്തിന്റെയും പോരാടാനുള്ള ദൃഢനിശ്ചയത്തിന്റേതുമായ ഒരു വികാരം ഓരോരുത്തരിലും സൃഷ്ടിക്കാൻ അദ്ദേഹം ആഗ്രഹിച്ചു. വിജയത്തിലും ഭാവിയിലുമുള്ള ആത്മവിശ്വാസം ജനിപ്പിച്ചുകൊണ്ട് എല്ലാവരെയും ആവേശഭരിതരാക്കാനും അദ്ദേഹം ആഗ്രഹിച്ചു.

25

തിരക്കിട്ട കൂടിയാലോചനകൾ

മാർച്ച് ആദ്യമായിട്ടും ഞങ്ങളും ഫ്രഞ്ചുകാരും തമ്മിലുള്ള കൂടിയാലോചനകൾ ഒരിടത്തും എത്തിയില്ല.

ഫ്രഞ്ചുകൊളോണിയലിസ്റ്റുകൾ തങ്ങളുടെ മൗലികാവകാശങ്ങൾ ഒരുതരം മർക്കടമുഷ്ടിയോടെ തള്ളിക്കളയുകയായിരുന്നു. കഴിഞ്ഞ ഏതാനും മാസമായി നടത്തിക്കൊണ്ടിരുന്ന സൈനിക പ്രവർത്തനങ്ങളുടെ ഫലമായി നാം ബോവിന്റെ ഏറിയ ഭാഗത്തിന്റെയും നേരെ തങ്ങൾ പുനരാക്രമണം നടത്തിക്കഴിഞ്ഞെന്ന് അവർ അപ്പോഴും അന്ധമായി വിശ്വസിച്ചു. മറുഭാഗത്ത്, ചൈനീസ്-ഫ്രഞ്ചു കരാറിന്റെ ഫലമായി വടക്കൻ ഭാഗത്തേക്ക് തിരിച്ചുവരുന്നതിനുള്ള നിയമപരമായ അടിസ്ഥാനവും അനുകൂലമായ പരിതഃസ്ഥിതികളും സംജാതമായിക്കഴിഞ്ഞെന്നും അവർ വിശ്വസിച്ചു.

ജനറൽ ലെക്ലെർക്കിനും ഹാനോയിലെ ഫ്രഞ്ചു കൂടിയാലോചനക്കാർക്കും ഒരു പരിധിവരെ യഥാർഥ പരിതഃസ്ഥിതിയെക്കുറിച്ചും കൂടിയാലോചനകൾ പരാജയപ്പെട്ടാലുണ്ടാകാവുന്ന നീണ്ടുനിൽക്കുന്ന യുദ്ധത്തിന്റെ ആപത്തിനെക്കുറിച്ചും ബോധമുണ്ടായിരുന്നു. തന്മൂലം പാരീസിലെ ഫ്രഞ്ച് ഗവൺമെന്റിന്റെ നിർദേശങ്ങൾക്കനുസരണമായി അവർ അപ്പോഴും കൂടിയാലോചന നടത്തിക്കൊണ്ടിരുന്നു. പഴയ ശൈലിയിലുള്ള കൊളോണിയലിസത്തിന്റെ പരിവർത്തനവിരോധ പ്രവണതകൾ അപ്പോഴും ഫ്രാൻസിൽ നിലനിൽക്കുകയായിരുന്നുവെന്നോർക്കണം.

രാജ്യവ്യാപകമായ ചെറുത്തുനിൽപ്പ് ഇപ്പോൾ പൊട്ടിപ്പുറപ്പെട്ടാൽ, കടുത്ത പ്രയാസങ്ങൾ നേരിടേണ്ടിവരുമെന്നതായിരുന്നു ഞങ്ങളുടെ ഭാഗത്തെ സ്ഥിതി. കാരണം, ഒരേസമയത്ത് അനേകം ശത്രുക്കളെയാണ് ഞങ്ങൾക്ക് നേരിടേണ്ടിവരിക. പക്ഷെ, തത്വത്തിന്റെ കാര്യത്തിൽ ഒരു

വിട്ടുവീഴ്ചയ്ക്കും ഞങ്ങൾ തയാറാവുകയില്ല. ഏതാനും ദിവസങ്ങൾക്കുള്ളിൽ ഫ്രഞ്ചുകാർ ഹൈഫോങ് തുറമുഖത്ത് വന്നിറങ്ങുന്നതിനുമുമ്പ് ഒരൊത്തുതീർപ്പുണ്ടാകുന്നില്ലെങ്കിൽ, അവർ അങ്ങനെ വന്നിറങ്ങുന്നത് ജിയാങ് അധികൃതരുടെ അനുവാദത്തോടെയാണെങ്കിൽപ്പോലും ഞങ്ങളുടെ പട്ടാളവും ജനങ്ങളും അതിനെ ദൃഢഃനിശ്ചയത്തോടെ എതിർക്കും. അപ്പോൾ പരിതഃസ്ഥിതി അങ്ങേയറ്റം സങ്കീർണമായിത്തീരും.

ചൈനീസ്-ഫ്രഞ്ചുകരാറിനെ സംബന്ധിച്ച ഔദ്യോഗികപ്രസ്താവന വന്നതിനുശേഷം ഹാനോയ്യിലെ പത്രക്കാർ പ്രസിഡന്റ് ഹോയുമായി അഭിമുഖ സംഭാഷണം നടത്താനെത്തി. അവരുടെ ചോദ്യങ്ങൾക്ക് മറുപടിയായി അദ്ദേഹം പറഞ്ഞു:

"ഈ കരാറിനെ രണ്ടു ഭാഗങ്ങളായി തിരിക്കാം. അതിലെ ഒരു ഭാഗമനുസരിച്ച് ഫ്രഞ്ചുകാർക്ക് ചൈനയിലുള്ള ചില പ്രത്യേകാവകാശങ്ങൾ ഉപേക്ഷിക്കേണ്ടിവരും. മറ്റേഭാഗം ഞങ്ങളുടെ രാജ്യത്തെ സംബന്ധിച്ചാണ്. ഒന്നാമത്തെ ഭാഗം ചൈനയിലെ ജനങ്ങളെമാത്രമല്ല വിയത്നാമിലെ ജനങ്ങളെയും സന്തോഷിപ്പിക്കും. എന്നാൽ രണ്ടാമത്തെ ഭാഗത്തെ സംബന്ധിച്ച് ഇപ്പോഴും അഭിപ്രായം പറയാറായിട്ടില്ല." അദ്ദേഹം തുടർന്നു: "എന്തായാലും, മിക്കവാറും എല്ലാ ചൈനക്കാരും എല്ലാക്കാലത്തും ഞങ്ങളുടെ ദേശീയപ്രസ്ഥാനത്തോട് അനുഭാവം പ്രകടിപ്പിച്ചിട്ടുണ്ട്."

ചെറുത്തുനിൽപ്പ് യുദ്ധത്തെക്കുറിച്ച് ചോദിച്ചപ്പോൾ പ്രസിഡന്റ് ഹോ സംക്ഷിപ്തമായി ഇങ്ങനെ പറഞ്ഞു: "തയാറെടുക്കുന്നതിലും ശാന്തതപുലർത്തുന്നതിലും മനോവീര്യം നിലനിർത്തുന്നതിലുമാണ് ഞങ്ങളുടെ ഏറ്റവും വലിയ ആകാംക്ഷ."

പത്രങ്ങളിൽ വന്ന ലേഖനപരമ്പരകൾ ചൈനീസ്-ഫ്രഞ്ചുകരാറിൽ പരസ്യമായ പ്രതിഷേധം രേഖപ്പെടുത്തി.

കുക്വോക് എഴുതി: "വിയത്നാമിന്റെ സ്വാതന്ത്ര്യത്തെ ആർക്കും വിലപേശാനാവുകയില്ല." വടക്കൻ വിയത്നാമിലെ ജിയാങ് പ്രഭൃതികൾക്ക് നൽകുന്നതാണെന്ന് ഫ്രഞ്ചുകാർ വാഗ്ദാനം ചെയ്ത സാമ്പത്തികാനുകൂല്യങ്ങളെ സംബന്ധിച്ച് മറ്റൊരു പത്രമെഴുതി: "അത്തരം പ്രശ്നങ്ങളെ സംബന്ധിച്ച് തീരുമാനമെടുക്കാനുള്ള അധികാരം വിയത്നാംഗവൺമെന്റിനുമാത്രമാണ്." ഈ കരാർ ഒപ്പിട്ടതിനും അത് നടപ്പാക്കുന്നതിനുംമധ്യേ പൊരുതുന്ന വിയത്നാം ജനതയുണ്ടെന്ന കാര്യം ഓർക്കണമെന്ന് ഞങ്ങൾ പരസ്യമായി ശത്രുക്കൾക്ക് മുന്നറിയിപ്പ് നൽകി.

എല്ലാ സായുധസേനകൾക്കും, പ്രത്യേകിച്ച് ജിയാങ് ഗ്രൂപ്പുകൾ നിലയുറപ്പിച്ചിരുന്നതോ ഫ്രഞ്ചാക്രമണം ഉണ്ടാകാൻ സാധ്യത ഉള്ളതോ ആയ പ്രദേശങ്ങളിലെ സേനകൾക്ക് പോരാട്ടത്തിന് തയാറായിരിക്കാനും അങ്ങേയറ്റത്തെ ജാഗ്രത പാലിക്കാനും ഉത്തരവ് നൽകിയിരുന്നു. ഏറ്റവും പ്രധാനപ്പെട്ട ഓഫീസുകൾ ഏത് അടിയന്തിര പരിതഃസ്ഥിതിയെയും നേരിടുന്നതിന് തയാറെടുത്തു നിന്നു.

ഹാനോയിൽനിന്ന് പ്രായം ചെന്നവരും കുട്ടികളെയും ഒഴിപ്പിച്ചും

തെരുവുകളിലേക്ക് ചാഞ്ഞുനിൽക്കുന്ന മരങ്ങളിൽ സ്വയം പ്രതിരോധ പ്പോരാളികൾ സ്ഫോടകവസ്തുക്കൾ കൊണ്ടുവെച്ചും ആജ്ഞകിട്ടിയാൽ വിളക്കുകാലുകൾ വീഴ്ത്തുന്നതിനും ട്രാംകാറുകൾ മറിച്ചിടുന്നതിനും തയാറെടുപ്പുകൾ നടത്തി. അങ്ങനെ ചെയ്യുന്നതിന് ഹാനോയിൽ ജിയാങ് ഗ്രൂപ്പുകൾ നിലയുറപ്പിച്ചിരുന്ന സ്ഥലങ്ങളിൽപോയി അവർ ഒരു പരിശോ ധന നടത്തി. സ്വയം പ്രതിരോധയൂണിറ്റുകൾ പ്രവർത്തന പദ്ധതികൾ തയാറാക്കി.

ഇതിനിടയിൽ, ഫ്രഞ്ചുകാരും ചുങ്കിങ്ങിലെ ജിയാങ്കാരും തമ്മിലും ഒരുടക്കുണ്ടായി.

സൈന്യങ്ങളെ പിൻവലിക്കുന്നതിനെ സംബന്ധിച്ച കരാറിൽ ഒപ്പി ടുന്നതിന് കേണൽ ക്രേപിൻ മാർച്ച് ഒന്നാം തീയതി വൈകുന്നേരം കുമി ന്താങ് പട്ടാളജനറലിന്റെ ആസ്ഥാനത്തെത്തിച്ചേർന്നു. എന്നാൽ കുമി ന്താങ് കമാൻഡർമാർ അയാളെ കാണുന്നതിൽനിന്നൊഴിഞ്ഞുമാറി. ജന റൽ മക്കാർതറിൽനിന്ന് ഉത്തരവ് ലഭിച്ചെങ്കിലേ ജിയാങ് പട്ടാളക്കാരെ പിൻവലിക്കുകയുള്ളൂ എന്ന് ഉദ്യോഗസ്ഥൻ ഫ്രഞ്ച് പ്രതിനിധി സംഘ ത്തെ അറിയിച്ചു.

ചുങ്കിങ്ങിലെ ഫ്രഞ്ചുകൂടിയാലോചനക്കാർ ജിയാങ് കയ്ഷെക്കിന്റെ യും അയാളുടെ വിദേശമന്ത്രികാര്യാലയത്തിന്റെയും അംഗീകാരത്തോടെ ഒരു ചൈനീസ് - ഫ്രഞ്ചുകരാറിൽ ഒപ്പിടുന്നതിൽ വിജയിച്ചു. പക്ഷെ, സൈന്യങ്ങളുടെ പിൻവാങ്ങൽ പരിപാടി നടപ്പാക്കേണ്ടത് ജിയാങ്ങിന്റെ ജനറൽ സ്റ്റാഫായിരുന്നു. ഹാ ഉങ് ഖാമിനും (ഹായിൻ ജിയ) ഇവിടെ യുള്ള ജനറൽമാർക്കും സ്വന്തമായ അധികാരങ്ങളുണ്ടായിരുന്നു. തങ്ങ ളുടെ സൈന്യങ്ങളെ വടക്കൻ ഇന്തോ ചൈനയിൽനിന്ന് തിടുക്കത്തിൽ പിൻവലിക്കാൻ മാത്രം വിഡ്ഢികളായിരുന്നില്ല അവർ. കൂടിയാലോച നകൾക്കായി തിരിച്ചുവിളിക്കപ്പെട്ടിരുന്ന ലൂ ഹാൻ അപ്പോൾ ചുങ്കിങ്ങി ലുണ്ടായിരുന്നു. കറുപ്പ് വിളയുന്നതുവരെ അവിടെതന്നെ കഴിച്ചുകൂട്ടാൻ അവർ ആഗ്രഹിച്ചിരുന്നതായി പറയപ്പെടുന്നു.

ഫ്രഞ്ച് നാവികപ്പട വടക്കോട്ടേക്ക് നീങ്ങുകയായിരുന്നു. രണ്ടാം തീയതി ക്രേപിൻ പുതിയ പരിതഃസ്ഥിതികൾ സലാനെ ധരിപ്പിക്കുന്ന തിന് ഒരു സന്ദേശവാഹകനെ അങ്ങോട്ടേക്കയച്ചു. സലാനാകട്ടെ ഹാനോ യിലെ ജിയാങ് അധികൃതരുമായി ഒരു കരാറുണ്ടാക്കാൻ തിരക്കിട്ട് ശ്രമി ക്കുകയായിരുന്നു.

തങ്ങൾക്ക് പകരംനിൽക്കാൻ ഫ്രഞ്ചുകാരെ വടക്കൻവിയത്നാമി ലേക്ക് വരുന്നതിനനുവദിക്കണമെന്ന് നിർദേശിച്ചുകൊണ്ടുള്ള ഒരു ഉത്ത രവും തനിക്കു ലഭിക്കുകയുണ്ടായില്ലെന്ന് ലൂ ഹാന്റെ ഡെപ്യൂട്ടി ജു ഫുക് താങ് പറഞ്ഞു. ഫ്രഞ്ചുകാർ ഹൈഫോങ്ങിലിറങ്ങുകയാണെങ്കിൽ താന വർക്കെതിരെ നിറയൊഴിക്കുന്നതാണെന്നും അയാൾ കൂട്ടിച്ചേർത്തു. കൂടാ തെ അയാൾ മറ്റൊരൊഴികഴിവുകൂടി പറഞ്ഞു: വിയത്നാം ഗവൺമെന്റു മായി ഫ്രഞ്ചുകാർ ഒരു കരാറുണ്ടാക്കാത്തതുകൊണ്ട് തനിക്ക് ഫ്രഞ്ചു

കാർ കടന്നുവരുന്നതനുവദിക്കാൻ പറ്റില്ല. എന്തുകൊണ്ടെന്നാൽ, അത്തരമൊരു പരിതഃസ്ഥിതിയിൽ വടക്കൻ വിയത്നാമിനെ ചൈനാക്കാർക്ക് വിയത്നാംകാരിൽനിന്ന് പ്രതികാരനടപടികളെ നേരിടേണ്ടിവരും.

ജിയാങ് സൈനികരും ഫ്രഞ്ചുനാവികപ്പടയുടെ കമാൻഡർ ലെക്ലെർക് ബാക് ബൊ (ടോങ്കിൻ) ഉൾക്കടലിലെത്തിച്ചേർന്നു.

ലെക്ലെർക്ക് ലെഫ്റ്റനന്റ് കേണൽ ലെ കോംതെയെക്കൊണ്ട് സെയ്ന്തിനിക്ക് ഉൽക്കണ്ഠ പ്രദർശിപ്പിക്കുന്ന ഒരു കത്തെഴുതിച്ചു:

".... പരിതഃസ്ഥിതി ഗുരുതരമാണ്. പൊട്ടിപ്പുറപ്പെടാനിടയുള്ള സംഘട്ടനം വളരെ കനത്തതായിരിക്കാം. അതുകൊണ്ട് നിങ്ങളുടെ അധികാരങ്ങളെല്ലാമുപയോഗിച്ച് കഴിയാവുന്നത്രവേഗം ഒരു കരാറുണ്ടാക്കുക..."

ഫ്രഞ്ച് സൈനികോദ്യോഗസ്ഥൻ ജു ഫുക് താഞ്ഞിനെയും ഹാനോയിലെ ജിയാങ് പട്ടാളകമാൻഡർമാരെയും സന്ദർശിച്ചു. ഇരുഭാഗവും തമ്മിൽ ചർച്ചകളും വിലപേശലുകളും തുടർന്നു. ഒരു കരാറുണ്ടാക്കുന്നതിൽ അവർ പരാജയപ്പെടുകയാണെങ്കിൽ അടുത്തദിവസം സംഘട്ടനമുണ്ടാക്കുമെന്നകാര്യം തീർച്ച. അന്നാണല്ലോ ഫ്രഞ്ച്, നാവികപ്പട ഹൈഫോങ്ങിൽ എത്തിച്ചേരുന്നത്.

അതേ ദിവസം മാർച്ച് അഞ്ചാം തീയതി, പുതുതായി സ്ഥാപിക്കപ്പെട്ടദേശീയ ചെറുത്തുനിൽപ്പുകമ്മിറ്റി ഒരഭ്യർഥന പുറപ്പെടുവിച്ചു. അതിലിങ്ങനെ പറഞ്ഞു:

> രാജ്യസ്നേഹികളെ, ആക്രമികളെ നേരിടാൻ ഉണർന്നെഴുന്നേൽക്കുക!
>
> .... നമ്മുടെ പിതൃരാജ്യത്തിന്റെ ചരിത്രത്തിലെ നിർണായകമായ മണിക്കൂറുകൾ വന്നുചേർന്നിരിക്കുന്നു.
>
> .... എല്ലാ പാർട്ടികളുടെയും പ്രതിനിധികളുൾപ്പെട്ട ദേശീയ ചെറുത്തുനിൽപ്പുകമ്മിറ്റിക്കാണ് സായുധസേനകളെ ഏകീകരിക്കുന്നതിനുള്ള ഉത്തരവാദിത്വവും പിതൃരാജ്യത്തിന്റെ സംരക്ഷണത്തിനുവേണ്ടി ശത്രുക്കളോട് പോരാടാൻ പട്ടാളത്തെയും ജനങ്ങളെയും നയിക്കേണ്ട കടമയും.
>
> രാജ്യസ്നേഹികളെ, നമുക്കതിനെ കലവറകൂടാതെ പിന്താങ്ങാം. അതിന്റെ ഉത്തരവുകളനുസരിക്കാൻ തയാറെടുക്കാം. അങ്ങനെ നമ്മുടെ ജനങ്ങൾക്കും സൈന്യത്തിനും വിജയം നേടിയെടുക്കാം. നമ്മുടെ പിതൃരാജ്യത്തിന്റെ സ്വാതന്ത്ര്യം കരഗതമാക്കാം!!

* * * * *

അതേ വൈകുന്നേരം പ്രസിഡന്റ് ഹോയെ കാണുന്നതിന് ജിയാങ് അധികൃതർ ആഗ്രഹം പ്രകടിപ്പിച്ചു.

ഫ്രഞ്ച് നാവികപ്പട ടോങ്കിൽ ഉൾക്കടലിലെത്തിച്ചേർന്നുവെന്ന് അവർ ഞങ്ങളെ അറിയിച്ചു. ഞങ്ങളും ഫ്രഞ്ചുകാരും തമ്മിൽ എന്തുകൊണ്ട്

ഒരു കരാറിൽ എത്തിച്ചേർന്നില്ലെന്നകാര്യം അവർ ആദ്യമായി ആരാഞ്ഞു. കടുംപിടി പിടിക്കാതിരിക്കാൻ അവർ ഞങ്ങളെ ഉപദേശിച്ചു. തങ്ങളുടെ കടമകൾ നിർവഹിക്കുന്നതിന് ഫ്രഞ്ച് സൈന്യങ്ങളെ ഇവിടെ വരാനനുവദിക്കുന്ന ഒരു കരാറിൽ ഞങ്ങൾ ഒപ്പുവയ്ക്കുകയാണെങ്കിൽ തങ്ങൾ അതിന് പിന്തുണ നൽകാമെന്ന് അവർ വാഗ്ദാനം ചെയ്തു.

ജിയാങിന്റെ ആൾക്കാർ പോയപ്പോൾ ഫ്രഞ്ച് കൂടിയാലോചനക്കാരുടെ വരവായി. അപ്പോഴും തീരുമാനമാകാതെ ബാക്കിനിൽക്കുന്ന പ്രശ്നങ്ങളെ സംബന്ധിച്ച് ചർച്ചതുടരാൻ അവർ ഞങ്ങളോട് പറഞ്ഞു. അന്നേ ദിവസം വൈകുന്നേരം തന്നെ ഒരു ഒത്തുതീർപ്പുണ്ടാക്കണമെന്ന് ആഗ്രഹം ഫ്രഞ്ച് ദൗത്യസംഘം പ്രകടിപ്പിച്ചു.

ജിയാങ്ങും ഫ്രഞ്ചുകാരും തമ്മിൽ പുതുതായി എന്തോ ഒന്നുണ്ടാക്കിയിട്ടുണ്ടെന്നകാര്യം വ്യക്തമായിരുന്നു.

ചൈനീസ്-ഫ്രഞ്ചുകാർ ഒപ്പുവയ്ക്കപ്പെട്ടതിനുശേഷം ഹാനോയിലെ ജിയാങ്കാരും ഫ്രഞ്ചുകാരും തമ്മിലുള്ള ബന്ധത്തിൽ ചിലപ്പോൾ പിരിമുറുക്കം അനുഭവപ്പെട്ടു. ജിയാങ് അധികൃതർ തങ്ങളുടെ സേനകളെ ജാഗരൂകരാക്കി നിർത്തി. തങ്ങളുടെ സേനകളെ തങ്ങൾ പിൻവലിക്കുകയില്ലെന്ന് അവർ ഞങ്ങളോട് പറഞ്ഞു. ഫ്രഞ്ചുകാർ വടക്കൻവിയത്നാമിൽ വന്നിറങ്ങുകയാണെങ്കിൽ തങ്ങൾ അവർക്കെതിരെ പോരാടുമെന്ന് അവരിൽ ചില ഡിവിഷൻകമാൻഡർമാർ പ്രഖ്യാപിച്ചു. മറുവശത്ത് ഞങ്ങളും ഫ്രഞ്ചുകാരും തമ്മിൽ നടന്നുകൊണ്ടിരിക്കുകയായിരുന്ന സംഭാഷണം എല്ലാ മാർഗങ്ങളുമുപയോഗിച്ചു തകർക്കാനും അട്ടിമറിക്കാനും അവർ തങ്ങളുടെ ഏജന്റ്മാർക്ക് ഉത്തരവുകൾ നൽകി. ഇതിനിടയിൽ ഫ്രഞ്ചുകാർ ഹാനോയിലെ ജിയാങ് പട്ടാളകമാൻഡറുമായി അടുത്ത ബന്ധം പുലർത്തി.

അവർ തമ്മിലുള്ള സംഘർഷങ്ങൾ താൽക്കാലികം മാത്രമാണെന്ന് തന്റെ തീക്ഷ്ണമായ ഉൾക്കാഴ്ചകൊണ്ട് പ്രസിഡന്റ് ഹോവിന് ബോധ്യമായി. അവരുടെ നേതാക്കൾ ചുങ്കിങ്ങിൽവെച്ച് തങ്ങളുടെ ഇടപാടുകൾ പൂർത്തിയാക്കി. എങ്ങനെയായാലും ഫ്രഞ്ചുകാരും ജിയാങ് പ്രഭൃതികളും തമ്മിൽ വലിയൊരു സംഘട്ടനത്തിന് സാധ്യതയില്ലായിരുന്നു. പെട്ടെന്നായാലും കുറേക്കഴിഞ്ഞായാലും അവർ തമ്മിൽ ഒരു ധാരണയിലെത്തിച്ചേരുമെന്ന കാര്യം തീർച്ച. പക്ഷെ, അവർ തമ്മിൽ വൈരുധ്യങ്ങൾ നിലനിൽക്കുന്നിടത്തോളംകാലം, അതെത്രമാത്രം പ്രാധാന്യമില്ലെന്നതാണെങ്കിൽപ്പോലും അവയുപയോഗപ്പെടുത്താൻ നാം ശ്രമിക്കണം.

വാസ്തവത്തിൽ ജിയാങ്ങിന്റെ ആൾക്കാർ തങ്ങളുടെ സ്വരം മാറ്റിത്തുടങ്ങിയിരുന്നു. ജിയാങ്ങിന്റെ ആൾക്കാരും ഫ്രഞ്ചുകാരും തമ്മിൽ ഒത്തുതീർപ്പുണ്ടാക്കുന്നതിനു ധൃതിപിടിച്ച് നടത്തിക്കൊണ്ടിരുന്ന ശ്രമങ്ങളാണ് ഹോ അമ്മാവന്റെ ശ്രദ്ധയെ ആകർഷിച്ചത്.

ഞങ്ങളും ഫ്രഞ്ചുകാരും തമ്മിൽ ആ ദിവസം വൈകുന്നേരം നടന്ന ചർച്ചയും രണ്ടു പ്രധാനപ്പെട്ട പ്രശ്നങ്ങളെ ചുറ്റിപ്പറ്റിനിന്നു: വിയത്നാ

മിന്റെ സ്വാതന്ത്ര്യവും ഭൂമിശാസ്ത്രപരമായ അവിച്ഛിന്നതയുമെന്ന പ്രശ്നം.

സ്വാതന്ത്ര്യം എന്ന വാക്കുതന്നെ ഫ്രഞ്ചധികൃതരെ ഭയപ്പെടുത്തി. അതിന്റെ പ്രത്യാഘാതം വളരെ ഗുരുതരമായിരിക്കുമെന്ന് അവർ കണ്ടു. തങ്ങളുടെ മറ്റെല്ലാ കോളനികളിലും സ്വാതന്ത്ര്യത്തിനുവേണ്ടിയുള്ള പ്രസ്ഥാനത്തിന് ഇത് പ്രചോദനം നൽകിയാലോ! "സ്വയം ഭരണാധികാര"മുള്ള ഒരു രാജ്യമായി മാത്രം ഞങ്ങളെ അംഗീകരിക്കാമെന്ന് ഫ്രഞ്ചുകാർ സമ്മതിച്ചു. കൊളോണിയലിസത്തിന്റെ ഒരു പ്രത്യേക ചട്ടക്കൂട്ടിനകത്ത് ഞങ്ങളെ ഒതുക്കിനിറുത്തുകയായിരുന്നു അവരുടെ ഉദ്ദേശ്യം.

മൂന്നു 'കയ്'കളെ ഏകീകരിക്കുകയെന്ന പ്രശ്നത്തിൽ അങ്ങേയറ്റം പിന്തിരിപ്പനായ ഒരു നിലപാടാണ് ഫ്രഞ്ചുകൊളോണിയലിസ്റ്റുകൾ കൈക്കൊണ്ടത്. ദീ ഗാളിന്റെ പ്രഖ്യാപനം വിയത്നാമിനെ മൂന്നുസ്റ്റേറ്റുകളായി വിഭജിച്ചിരിക്കുന്നു: ബാക് കയ് (ടോങ്കിൻ), ത്രുങ് കായ് (അന്നാം), നാം കയ് (കൊച്ചിൻ ചൈന) തൽക്കാലത്തേക്കു നാം ബൊവിൽ കൊളോണിയൽ ഭരണം പുനഃസ്ഥാപിക്കാൻ അവർ ശ്രമിക്കുകയായിരുന്നു. എല്ലാ മാർഗങ്ങളുമുപയോഗിച്ച് നാം ബൊവിനെ വിയത്നാമിൽനിന്ന് വേർപെടുത്താൻ കഴിയുമോ എന്ന് പരിശോധിച്ചുനോക്കുകയായിരുന്നു.

ഞങ്ങൾക്ക് സ്വാതന്ത്ര്യവും അവിച്ഛിന്നതയും മുഴുവൻ രാഷ്ട്രത്തിന്റെയും ആഗ്രഹാഭിലാഷങ്ങളുടെ പ്രതീകമായിരുന്നു. 'സ്വയം ഭരണാധികാരം' എന്ന ആശയത്തോട് ഞങ്ങൾക്ക് യോജിക്കുവാൻ കഴിഞ്ഞില്ല. കാരണം, അതിന്റെ ഫലം സ്വന്തം ജീവരക്തം നൽകി തിരിച്ചുപിടിച്ച സ്വാതന്ത്ര്യത്തിന്റെ ഒരു ഭാഗം ഉപേക്ഷിക്കുകയായിരുന്നു: ഒരു പരിധിവരെ അടിമത്തത്തിലേക്ക് തിരിച്ചുപോകാൻ സമ്മതിക്കുകയായിരുന്നു. ഞങ്ങളുടെ രക്തത്തിന്റെയും മാംസത്തിന്റെയും ഭാഗമായ നാം ബൊവിനെ വിയത്നാമിൽനിന്ന് വെട്ടിമുറിക്കാൻ ശത്രുക്കളെ അനുവദിക്കുന്നതിന് ഞങ്ങൾ തയാറായില്ല. വിഷമകരമായ ഒരു പരിതഃസ്ഥിതിയിലായിരുന്നെങ്കിൽപ്പോലും സമരത്തിന്റെ മൗലികലക്ഷ്യങ്ങളിൽ വിട്ടുവീഴ്ച ചെയ്യാൻ ഞങ്ങൾ ആഗ്രഹിച്ചില്ല.

വിയത്നാമിന്റെ സ്വാതന്ത്ര്യവും ഭൂമിശാസ്ത്രപരമായ അവിച്ഛിന്നതയും ഫ്രഞ്ചുകാർ അംഗീകരിക്കണം – ഇതായിരുന്നു ഞങ്ങളുടെ ഉറച്ച നിലപാട്. തത്വാധിഷ്ഠിതമായ ഈ നിലപാട് ആ ദിവസം രാത്രി ഒരിക്കൽക്കൂടി ഹോ അമ്മാവൻ ഉറപ്പിച്ച് പ്രഖ്യാപിച്ചു.

കൂടിയാലോചനകളിൽ പല സന്ദർഭങ്ങളിലും നാം ബൊ പ്രശ്നത്തിൽനിന്നൊഴിഞ്ഞുമാറാൻ ഫ്രഞ്ചുകാർ ശ്രമിച്ചു നോക്കി. സ്വന്തം ഗവൺമെന്റും പാർലമെന്റും പട്ടാളവും ധനകാര്യവും കൈകാര്യം ചെയ്യാൻ അധികാരമുള്ള ഒരു ഭരണകൂടമെന്നനിലയിൽ ഫ്രഞ്ചുകാർ വിയത്നാമിനെ അംഗീകരിക്കും; പക്ഷെ, മൂന്ന് 'കയ്'കളെ ഏകീകരിക്കുകയെന്ന പ്രശ്നം ഒരു ഹിതപരിശോധനയുടെ അടിസ്ഥാനത്തിൽ മാത്രമേ പരിഹരിക്കാൻ കഴിയൂ – ഇതായിരുന്നു അവരുടെ നിലപാട്.

അപ്പോഴും ഞങ്ങളുടെ സ്വാതന്ത്ര്യം അംഗീകരിക്കാൻ അവർ വിസമ്മതിച്ചു. അത് വീണ്ടും കൂടിയാലോചനകൾ സ്തംഭനാവസ്ഥയിലേക്ക് നീങ്ങുന്നതിനിടയാക്കി.

രാത്രിയുടെ അന്ത്യയാമങ്ങളിൽ ഫ്രഞ്ച് കൂടിയാലോചനക്കാർ സ്ഥലംവിട്ടു. ആ സമയത്ത് തങ്ങളുടെ നിർദേശങ്ങൾ വീണ്ടും പരിഗണിക്കാൻ അവർ പ്രസിഡന്റ് ഹോ ചിമിനോട് പറഞ്ഞു. അവർ അത്യധികം ഉൽക്കണ്ഠാകുലരാണെന്ന് തോന്നി.

26

ഫ്രഞ്ചുകാരുമായി ഒരു ഒത്തുതീർപ്പ്

ആയിരത്തിതൊള്ളായിരത്തി നാൽപ്പത്തിയാറ് മാർച്ച് 6.

അതിരാവിലെ ഫ്രഞ്ചു നാവികപ്പട ടോങ്കിൻ ഉൾക്കടലിൽനിന്ന് ഹൈഫോങ് തുറമുഖത്തേക്ക് കടന്നു. 8-30-ന് അവരുടെ കരയ്ക്കിറങ്ങാനുള്ള ഒന്നാമത്തെ വാഹനം ക്വാം കാം നദിയിൽ പ്രത്യക്ഷപ്പെട്ടു. നദീതീരത്ത് നിലയുറപ്പിച്ചിരുന്ന ജിയാങ് പട്ടാളക്കാർ വെടിവെച്ചു. പതിനഞ്ചുമിനിറ്റിനുശേഷം ഫ്രഞ്ചുകാർ തിരിച്ചടിയാരംഭിച്ചു. തുറമുഖത്തുണ്ടായിരുന്ന ജിയാങ്ങിന്റെ ആയുധപ്പുര കത്തിയെരിഞ്ഞു. അനേകം ഫ്രഞ്ചുകപ്പലുകൾക്കു വെടിയേറ്റു. ധാരാളം ഫ്രഞ്ചുസൈനികർ കൊല്ലപ്പെടുകയും പരിക്കേറ്റുവീഴുകയും ചെയ്തു. രാവിലെ സുമാർ പതിനൊന്നു മണിവരെ വെടിവെപ്പ് തുടർന്നു.

ജിയാങ് സൈനികരും അവരുടെ ഏജന്റുമാരും ഞങ്ങളും ഫ്രഞ്ചുകാരും തമ്മിലുള്ള സംഘട്ടനത്തെ തങ്ങൾക്കനുകൂലമായി മാറ്റണമെന്നാണ് ആഗ്രഹിച്ചിരുന്നത്. പക്ഷെ, സംഗതിവശാൽ, ഫ്രഞ്ചുകാരുമായി ആദ്യംതന്നെ ഏറ്റുമുട്ടേണ്ടിവന്നത് അവർക്കാണ്. ഞങ്ങളും ഫ്രഞ്ചുകാരുംതമ്മിൽ ഏതെങ്കിലും നീക്കുപോക്കുണ്ടാവുകയാണെങ്കിൽ വൻതോതിൽ ശിഥിലീകരണപ്രവർത്തനങ്ങൾ നടത്തുന്നതിനുള്ള തയാറെടുപ്പുകൾ വിയത്നാം നാഷണലിസ്റ്റ് പാർട്ടിയും വിയത്നാം വിപ്ലവസഖ്യവും നടത്തിയിരുന്നു. പക്ഷെ, ഇത്തരത്തിലുള്ള ഒരു നീക്കുപോക്ക് ഇപ്പോൾ അവരുടെ സ്വന്തം യജമാനന്മാർക്കാണ് ആവശ്യമായിത്തീർന്നത്. അധികം താമസിയാതെ പൊട്ടിപ്പുറപ്പെടാനിടയുള്ള വൻതോതിലുള്ള ഒരു യുദ്ധം ഒഴിവാക്കുന്നതിന് ഞങ്ങൾ ഫ്രഞ്ചുകാരുമായി ആവുംവേഗം ഒരു ഒത്തുതീർപ്പുണ്ടാക്കണമെന്ന് അന്നു രാവിലെപോലും ജിയാങ്ങിന്റെ ആൾക്കാർ വീണ്ടും നിർദേശിച്ചു.

അപ്പോൾ വലിയ ഒരു സ്തംഭനാവസ്ഥയായിരുന്നു. ഫ്രഞ്ചുകാർ നിർദേശിച്ച സ്വയം ഭരണത്തെ ഞങ്ങൾ തീർത്തും തള്ളിക്കളഞ്ഞു; പക്ഷെ, അപ്പോഴും ഫ്രഞ്ചുകാർക്കംഗീകരിക്കാൻ കഴിയാത്ത ഒന്നായിരുന്നു സ്വാതന്ത്ര്യം.

ഒരു തീരുമാനത്തിലെത്തിച്ചേരേണ്ട സമയമായിക്കഴിഞ്ഞെന്ന് പ്രസിഡന്റ് ഹോ മനസിലാക്കി. പാർട്ടികേന്ദ്രകമ്മിറ്റിയുടെ സ്റ്റാൻഡിങ് ബ്യൂറോയുമായി കൂടിയാലോചിച്ചതിനുശേഷം അദ്ദേഹം ഒരു നിർദേശം മുമ്പോട്ടുവച്ചു. വിയത്നാമിനെ 'ഒരു സ്വതന്ത്രരാജ്യ'മായി ഫ്രാൻസ് അംഗീകരിക്കണം.

ഫ്രഞ്ച് ദൗത്യസംഘം സമ്മതിച്ചു.

കാത്തുനിന്ന ആ നിമിഷങ്ങൾ തങ്ങൾക്ക് അങ്ങേയറ്റം പിരിമുറുക്കം അനുഭവപ്പെട്ട നിമിഷങ്ങളായിരുന്നുവെന്ന് ഫ്രഞ്ച് കൂടിയാലോചനക്കാർ പിന്നീട് അനുസ്മരിക്കുകയുണ്ടായി.

അങ്ങനെ അങ്ങേയറ്റം ആശയക്കുഴപ്പം നിറഞ്ഞതും സങ്കീർണവുമായ പരിതഃസ്ഥിതികളിൽ ഞങ്ങളും ഫ്രഞ്ചുകാരും തമ്മിലുള്ള കൂടിയാലോചനകൾ ഒരു പ്രാരംഭകരാറിലേക്ക് നയിച്ചു. ഒരു വിദേശശക്തിയുമായി വിയത്നാം ജനാധിപത്യ റിപ്പബ്ലിക്ക് ഒപ്പുവെച്ച ഒന്നാമത്തെ അന്താരാഷ്ട്ര കരാറായിരുന്നു അത്.

ലി തായ് തൊ തെരുവിലെ 38 ാം നമ്പർ കെട്ടിടത്തിൽ വെച്ച് വൈകുന്നേരം നാലു മണിക്കാണ് ഒപ്പിടൽ ചടങ്ങ് നടന്നത്.

ഫ്രാൻസിലെ പ്രതിനിധികളും വടക്കൻ ഇന്തോചൈനയിലെ ജിയാങ് പട്ടാളകമാൻഡർമാരും അമേരിക്കൻ ദൗത്യസംഘത്തിന്റെ പ്രതിനിധികളും ബ്രിട്ടീഷ് കോൺസലും ബാക് ബൊ കൊട്ടാരത്തിന് ഒരു പാർക്ക് അപ്പുറെയുള്ള ഒരു ബംഗ്ലാവിലേക്ക് ഓരോരുത്തരായി എത്തിച്ചേർന്നു.

മുറി ചെറുതായിരുന്നു, ലളിതമായി അലങ്കരിച്ചിരുന്നു. ഒരു പതാകയും അവിടെ പ്രദർശിപ്പിച്ചിരുന്നില്ല.

അതിഥികളും ആതിഥേയരും ഒരു മേശയ്ക്ക് ചുറ്റും നിന്നു.

രണ്ടാം ലോക മഹായുദ്ധത്തിനുശേഷമുള്ള മുതലാളിത്തലോകത്തിലെ എല്ലാ വൻശക്തികളുടെയും പ്രതിനിധികൾ അവിടെ ഉണ്ടായിരുന്നു. കറുത്ത താടിയുള്ള, മങ്ങിയ കാക്കിസ്യൂട്ടും ഊതനിറത്തിലുള്ള തുണികൊണ്ടുണ്ടാക്കിയ ഷൂസും ധരിച്ച, ഒരു മെലിഞ്ഞ വൃദ്ധൻ നന്നായി വസ്ത്രംധരിച്ച ആ തടിയന്മാരിൽനിന്ന് – അവരിൽ മിക്കവരും സൈനികരായിരുന്നു – തികച്ചും വ്യത്യസ്തനായിരുന്നു. സാമ്രാജ്യത്വത്താൽ വളയപ്പെട്ട വിയത്നാം ജനാധിപത്യറിപ്പബ്ലിക്കിന്റെ ഒരു ലഘുചിത്രം തന്നെയായിരുന്നു അത്.

സഖാവ് ഹോവാങ് മിഞ് ഗിയാം പ്രാരംഭകരാറും അതിന്റെ അനുബന്ധവും ഉച്ചത്തിൽ വായിച്ചു. അതിന്റെ ഉള്ളടക്കത്തിന്റെ സാരാംശം ചുവടെ കൊടുക്കുന്നു:

– ഇന്തോചൈനീസ് ഫെഡറേഷനും ഫ്രഞ്ച് യൂണിയനുമകത്ത് സ്വന്തമായ ഗവൺമെന്റും പാർലമെന്റും പട്ടാളവും സമ്പദ്‌വ്യവസ്ഥയുമുള്ള ഒരു സ്വതന്ത്രരാജ്യമായി വിയത്‌നാം ജനാധിപത്യ റിപ്പബ്ലിക്കിനെ ഫ്രാൻസ് അംഗീകരിക്കുന്നു.

– മൂന്ന് കയ്കളെ പുനരേകീകരിക്കാനുള്ള ഹിതപരിശോധനാതീരുമാനത്തെ അംഗീകരിക്കാമെന്ന് ഫ്രഞ്ച് ഗവൺമെന്റ് ഏൽക്കുന്നു.

– ഇപ്പോഴത്തെ ചൈനീസ് പട്ടാളത്തിനുപകരം 15000 ഫ്രഞ്ചുപട്ടാളത്തെ വടക്കൻ വിയത്‌നാമിലേക്ക് വരാൻ അനുവദിക്കാമെന്ന് വിയത്‌നാം സമ്മതിക്കുന്നു. ഒരു നിർദിഷ്ട കാലത്തിനു ശേഷം ഈ ഫ്രഞ്ചുപടയെ പൂർണമായി പിൻവലിക്കേണ്ടതാണ്.

–ഔദ്യോഗികമായ കൂടിയാലോചനകളാരംഭിക്കുന്നതിന് ഇരുഭാഗവും വെടിനിർത്തലനുഷ്ഠിക്കും. കൂടിയാലോചനകൾ നടന്നുകൊണ്ടിരിക്കുമ്പോൾ രണ്ടുഭാഗത്തെയും പട്ടാളക്കാർ അതാതു സ്ഥലങ്ങളിൽത്തന്നെ നിലകൊള്ളുന്നതാണ്.

വായന അവസാനിച്ചപ്പോൾ എല്ലാ കണ്ണുകളും പ്രസിഡന്റ് ഹോവിന്റെ നേരെ തിരിഞ്ഞു. കരാറിലെ വ്യവസ്ഥകളിലൂടെ അദ്ദേഹം കണ്ണോടിച്ചു. വിയത്‌നാം ജനാധിപത്യ റിപ്പബ്ലിക്കിന്റെ പ്രസിഡന്റെന്ന നിലയിൽ ആദ്യം അദ്ദേഹം ഒപ്പുവെച്ചു.

തുടർന്ന് അദ്ദേഹം തന്റെ അടുത്തുനിന്നിരുന്ന വുഹോങ് ഖാഞിന് കരാർ കൈമാറി. തന്റെ ജിയാങ് യജമാനൻമാരിൽനിന്നുള്ള സമ്മർദം മൂലം അയാൾക്ക് തന്റെ എതിർപ്പ് സ്വയം വിഴുങ്ങേണ്ടിയും ഗവൺമെന്റ് കൗൺസിലിന്റെ പ്രതിനിധിയെന്ന നിലയിൽ കരാറിൽ ഒപ്പുവയ്ക്കേണ്ടിയും വന്നു.

ഫ്രഞ്ച് ഗവൺമെന്റിനെ പ്രതിനിധീകരിക്കാൻ അധികാരപ്പെടുത്തപ്പെട്ട സെയ്ന്ത്നി അവസാനമായി അതിൽ ഒപ്പുവെച്ചു.

അറുപത്തിമൂന്നുവർഷം മുമ്പ് ഏതാനും പീരങ്കികളോടും ഏതാനും ആയിരം സൈന്യങ്ങളോടുംകൂടി വന്ന ഒരു ഹാർമൻഡ്, ൻഗുയെൻ രാജാവിന് ഒരു ഇരുപത്തേഴിന സമാധാനക്കരാർ സമർപ്പിച്ചു. അതെടുക്കുകയോ ഉപേക്ഷിക്കുകയോ ചെയ്യാം; പക്ഷെ, അതിൽ മാറ്റമൊന്നും നിർദേശിക്കാൻ പാടില്ല – ഇതായിരുന്നു കരാറിലെ ഒരു വ്യവസ്ഥ. ൻഗുയെൻ രാജാവിനും മന്ദാരിന്മാർക്കും അതിനുമുമ്പിൽ തലകുനിക്കേണ്ടിയും 1883 –ലെ അവമാനകരമായ സമാധാനക്കരാർ അംഗീകരിക്കേണ്ടിയും വന്നു. ഒരുവർഷത്തിനുശേഷം ഹ്യൂരാജാവിന് വീണ്ടും പേതനോത്ര് സമാധാനക്കരാറിൽ ഒപ്പുവയ്ക്കേണ്ടിവന്നു. അത് രാജ്യത്തെത്തന്നെ അടിയറവെക്കുന്ന ഒരു കരാറായിരുന്നു. അത് രാജ്യത്തെ പരിപൂർണമായും ഫ്രഞ്ചുകൊളോണിയലിസത്തിന്റെ അധീനതയിലാക്കി. അന്നുമുതൽ വിദേശകാര്യങ്ങൾ കൈകാര്യം ചെയ്യുന്നതടക്കം എല്ലാ ദേശീയാവകാശങ്ങളും നഷ്ടമായി.

ആഗസ്റ്റ് വിപ്ലവം രാജ്യത്ത് അത്ഭുതകരമായ മാറ്റങ്ങൾ വരുത്തി. ദുരിതങ്ങളിൽനിന്നും കഷ്ടപ്പാടുകളിൽനിന്നും അടിമത്തത്തിൽനിന്നും

വിയത്നാമിലെ മുഴുവൻ ജനങ്ങളും ഉയിർത്തെഴുന്നേറ്റു. അടിമത്തത്തിൽ കഴിഞ്ഞിരുന്ന വിയത്നാംകാർ സ്വതന്ത്രവിയത്നാംകാരായി മാറി. പുതുതായി ജന്മമെടുത്ത വിയത്നാം ജനാധിപത്യറിപ്പബ്ലിക്ക് ആർത്തടിച്ചിരുന്ന കൊടുങ്കാറ്റുകൾക്കിടയിൽ ഉറച്ചുനിന്നു.

ആ ദിവസം പോർവിമാനങ്ങളുടെയും യുദ്ധക്കപ്പലുകളുടെയും കവചിതവാഹനങ്ങളുടെയും പിന്തുണയുള്ള വമ്പിച്ചസൈന്യത്തോടുകൂടിയ ശത്രുക്കൾക്ക് ഞങ്ങളുമായി സമന്മാരെന്നനിലയിൽ കൂടിയാലോചനകൾ നടത്തേണ്ടിവന്നു. തങ്ങളുടെ ഉള്ളിന്റെയുള്ളിൽപോലും ആഗ്രഹിക്കാത്ത ഒരു സ്ഥിതിവിശേഷം അംഗീകരിക്കാൻ ഫ്രഞ്ച് ഗവൺമെന്റ് നിർബന്ധിതമായി.

അറുപത്തിമൂന്ന് വർഷംമുമ്പ് വിയത്നാമിന്റെ സ്വാതന്ത്ര്യം കവർന്നെടുത്തവർതന്നെയാണ് ആദ്യമായി സ്വതന്ത്രവിയത്നാമിനെ അംഗീകരിച്ചത്.

രാജ്യത്തുണ്ടായിരുന്ന 1,80,000 ജിയാങ് സേനകളെ തുരത്തിയോടിക്കുന്നതിന് 15000 ഫ്രഞ്ചുസേനകൾക്ക് ഒരു നിർദിഷ്ട കാലയളവിലേക്ക് വടക്കൻ വിയത്നാമിൽ കടക്കാൻ ഞങ്ങൾ സമ്മതം നൽകി. അങ്ങനെ ചെയ്തിരുന്നില്ലെങ്കിൽ നേരത്തെ പ്രഖ്യാപിച്ചതുപോലെ ജിയാങ് സേന അനിശ്ചിതകാലം വിയത്നാമിൽത്തന്നെ നിൽക്കുമായിരുന്നു.

പ്രസിഡന്റ് ഹോ, ഞങ്ങളുടെ ജനങ്ങളുടെ പേരിൽ, സമാധാനത്തിനുള്ള - സ്വാതന്ത്ര്യത്തിലും വിമോചനത്തിലും അധിഷ്ഠിതമായ കറയറ്റസമാധാനം - ഞങ്ങളുടെ ആത്മാർഥമായ ആഗ്രഹം ലോകജനതയെ അറിയിച്ചു. സാമ്രാജ്യത്വത്തിന്റെ ദുരാഗ്രഹവും കണ്ണുകാണായ്കയും മൂലം സമാധാനം കരഗതമാക്കാൻ എന്നിട്ടും കഴിയുന്നില്ലെങ്കിൽ, അത് നീണ്ടു നിൽക്കുന്ന ഒരു ചെറുത്തുനിൽപ്പ് യുദ്ധത്തിന് തയാറെടുപ്പ് നടത്താൻ ലഭിച്ച ഇടവേളയായിരിക്കും. അങ്ങനെയുള്ള ഒരു ചെറുത്തുനിൽപ്പിലൂടെ അന്തിമവിജയം നേടിയെടുക്കാൻ കഴിയുമെന്ന് ഞങ്ങൾ വിശ്വസിച്ചു.

ഒപ്പിടൽ ചടങ്ങ് അവസാനിച്ചു.

ഫ്രഞ്ച് പ്രതിനിധി പ്രസിഡന്റ് ഹോവിന് ടോസ്റ്റ് പറയുന്നതിന് തന്റെ ഗ്ലാസുയർത്തി. ഒരു സായുധസംഘട്ടനത്തിന്റെ ഭൂതത്തെ തുരത്തിയോടിക്കാൻ കഴിഞ്ഞതിൽ ആഹ്ലാദം പ്രകടിപ്പിച്ചു. ശാന്തവും ദൃഢവുമായ സ്വരത്തിൽ പ്രസിഡന്റ് ഹോ പറഞ്ഞു: ഞങ്ങളിപ്പോഴും തൃപ്തരല്ല. കാരണം, ഞങ്ങൾക്കിപ്പോഴും പരിപൂർണസ്വാതന്ത്ര്യം ലഭിച്ചിട്ടില്ല. എങ്കിലും ഞങ്ങൾ അത് നേടിയെടുക്കും. ഒരു മൗലികപ്രശ്നത്തിൽ ശത്രു വഴങ്ങിയിരിക്കുകയാണ്. ഞങ്ങൾക്കത് ഒരു ആദ്യവിജയം മാത്രമായിരുന്നു. പരിപൂർണവിജയം അപ്പോഴും വിദൂരത്തായിരുന്നു. അന്തിമവിജയം വരെ ഞങ്ങളുടെ പോരാട്ടം തുടരുമെന്ന് മറുഭാഗക്കാർക്ക് പ്രസിഡന്റ് ഹോ മുന്നറിയിപ്പു നൽകിയിരുന്നു.

ഭാഗം രണ്ട്

"ഈ മഞ്ഞുകാലത്തെ അതിജീവിച്ചാൽ നമുക്കു വസന്തത്തെ എതിരേൽക്കാം."

പ്രസിഡന്റ് ഹോവിന്റെ കുറിപ്പുകളിൽനിന്ന്, 1946 നവംബർ 5
'ഉടൻ ചെയ്യേണ്ട ജോലികൾ'

27

പ്രാരംഭകരാറിന് ജനങ്ങളുടെ അംഗീകാരം

പ്രാരംഭകരാർ ഒപ്പുവെച്ചതിനുശേഷം ഹോ അമ്മാവൻ ബാക്ബൊ കൊട്ടാരത്തിലേക്ക് മടങ്ങി. ഈ വാർത്തയറിഞ്ഞ് നാട്ടുകാരും മറുനാട്ടുകാരുമായ അസംഖ്യം പത്രപ്രവർത്തകർ അവിടെയെത്തിച്ചേർന്നു. ഹോ അമ്മാവൻ അകത്തേക്ക് കടക്കേണ്ട താമസം, അവരെല്ലാം കൂടി അദ്ദേഹത്തെ വളഞ്ഞു. ഫ്രാൻസുമായി ഒരു പ്രാരംഭകരാർ ഒപ്പുവെച്ച വിവരം അദ്ദേഹം അവരെ അറിയിച്ചു. വളരെ സാവധാനത്തിൽ കരാറിലെ വ്യവസ്ഥകൾ സംക്ഷിപ്തമായി അദ്ദേഹം അവരുടെ മുമ്പിൽ അവതരിപ്പിച്ചു. വിയത്നാം ഗവൺമെന്റും ഫ്രഞ്ചുഗവൺമെന്റും തമ്മിലുള്ള ഔദ്യോഗികമായ കൂടിയാലോചനകൾ താമസിയാതെ ഹാനോയിലെ സൈഗോണിലോ പാരീസിലോ ആരംഭിക്കുന്നതാണെന്ന് അദ്ദേഹം വെളിപ്പെടുത്തി. ഒപ്പുവയ്ക്കൽ സമയത്ത് അമേരിക്കയുടെയും ബ്രിട്ടന്റെയും ചൈനയുടെയും പ്രതിനിധികൾ ഹാജരായിരുന്നുവെന്ന് അദ്ദേഹം പത്രക്കാരോട് പറഞ്ഞു.

വിപ്ലവം ഒരു പുതിയ ഘട്ടത്തിലേക്ക് പ്രവേശിച്ചുകഴിഞ്ഞു. തുടർച്ചയായ പോരാട്ടം തീർച്ചയായും പ്രയാസം കുറഞ്ഞതോ സങ്കീർണതകുറഞ്ഞതോ ആയിരിക്കയില്ല. പുതിയ കടമകളുടെ ഒരു പരമ്പരതന്നെ ആ സമയത്ത് അതിവേഗം നിറവേറ്റേണ്ടതായിട്ടുണ്ടായിരുന്നു.

പാർട്ടിമെമ്പർമാർക്കും ജനങ്ങൾക്കും കരാറിലെ വ്യവസ്ഥകൾ വിശദീകരിച്ചുകൊടുക്കുന്നതിനെക്കുറിച്ച് പാർട്ടിബ്യൂറോ വിശദമായ ചർച്ച നടത്തി. അവരുടെ ശരിയായ ഒരു നയം മുഴുവൻ പാർട്ടിയ്ക്കും രാജ്യത്തിനൊട്ടാകെയും മനസിലാക്കിക്കൊടുക്കേണ്ടതാവശ്യമാണല്ലോ. പ്രവർത്തനത്തിനിടിയിൽ ഉണ്ടായ വിജയത്തെക്കുറിച്ച് ഒരു ചിത്രം അവരുടെ മുമ്പിലവതരിപ്പിക്കുന്നതോടൊപ്പംതന്നെ പരിതഃസ്ഥിതികൾ ഇപ്പോഴും സങ്കീർ

ണമാണെന്നും അതുകൊണ്ട് തങ്ങളുടെ ജാഗ്രത വർധിപ്പിക്കേണ്ടതു ണ്ടെന്നും ഫ്രഞ്ചുകാർ വല്ല ചതിയും കാണിച്ചാൽ അതിനോട് പ്രതിക രിക്കത്തക്കരീതിയിൽ തയാറെടുത്തുനിൽക്കേണ്ടതുണ്ടെന്നും അവരെ ബോധ്യപ്പെടുത്തുന്നത് അപ്പോൾ ഒഴിച്ചുകൂടാനാവാത്ത ഒരു കാര്യമാ യിരുന്നു. വെടിനിർത്തൽ കരാർ നടപ്പാക്കുന്നതിനുറപ്പുവരുത്തുന്നതിന് വിവിധസ്ഥലങ്ങളിലേക്ക് ആളുകളെ അയക്കുന്നകാര്യം അതേദിവസം വൈകുന്നേരംതന്നെ ഹോ അമ്മാവൻ ചർച്ച ചെയ്തു. ട്രാൻസ്പോർട്ട് സൗകര്യം ലഭ്യമായിക്കഴിഞ്ഞാലുടൻ തെക്കൻഭാഗത്തേക്കുള്ള ദൗത്യ സംഘത്തെ നയിക്കുന്നതിന് സഖാവ് ഹോ വാങ് ക്വോക് വിയത്തിനെ നിയോഗിച്ചു. അടുത്തദിവസം രാവിലെ സഖാവ് ഹോവാങ് മിഞ് ഗിയാം ദാനാങിലേക്ക് പറക്കുമ്പോൾ വൈകുന്നേരം ഞാൻ ഹൈഫോങിലേക്ക് പോകേണ്ടിയിരുന്നു. ഞങ്ങളുടെ ഒരു പ്രതിനിധിയെ കാണണമെന്ന് ലെക്ലെർക് പറഞ്ഞതുകൊണ്ടും കരാറിലെ വ്യവസ്ഥകൾ വിശദീകരി ക്കുന്നതിന് ഹൈഫോങിൽ ചേരുന്ന റാലിയിൽ ഞാൻ തന്നെ പങ്കെടു ക്കണമെന്ന് ഹോ അമ്മാവനഭിപ്രായമുള്ളതുകൊണ്ടുമായിരുന്നു എനിക്ക് ഹൈഫോങിൽ പോകേണ്ടിവന്നത്. ആ തുറമുഖനഗരത്തിൽ വന്നിറ ങ്ങുന്നതിനാണ് ഫ്രഞ്ചുകാർക്ക് ആദ്യമായി അനുവാദം നൽകപ്പെട്ടതെ ന്നകാര്യം ഇവിടെ ഓർക്കണം.

മറ്റുദിവസങ്ങളെക്കാൾ തിരക്കു കുറഞ്ഞ ഒരു ദിവസമായിരുന്നു അന്ന് ഹാനോയിൽ. കാരണം, ആളുകളെ അവിടെനിന്ന് മാറ്റിപ്പാർപ്പി ക്കുന്നതിനുള്ള ഉത്തരവ് വന്നുകഴിഞ്ഞിരുന്നു. അന്നുരാത്രി, ശാന്തമായ തെരുവീഥികളിൽ മെഗാഫോണിന്റെ ശബ്ദം അലയടിച്ചുയർന്നു. ഒരു പ്രധാനപ്പെട്ട വാർത്ത പിറ്റേദിവസം രാവിലെ *കുക്വോക്* പത്രത്തിൽ പ്രസി ദ്ധീകരിക്കുന്നുണ്ടെന്ന് പ്രചാരണസംഘങ്ങൾ ജനങ്ങളെ അറിയിച്ചുകൊ ണ്ടിരുന്നു. ഏതാണ്ട് അർധരാത്രി കഴിഞ്ഞപ്പോൾ വാതിലിൽ മുട്ടുന്ന ശബ്ദം കുലോക് ജീവനക്കാരെ ഉണർത്തി. പട്രോൾഡ്യൂട്ടിയിലുണ്ടായി രുന്ന ചില സ്വയംപ്രതിരോധ പോരാളികൾക്ക് പിറ്റേദിവസം അറിയിക്കാ നുണ്ടായിരുന്ന സുപ്രധാനവാർത്ത എന്തെന്നറിയേണ്ടിയിരുന്നു.

ഞങ്ങളും ഫ്രഞ്ചുകാരും തമ്മിൽ നടത്തിയ കൂടിയാലോചനകളെ ക്കുറിച്ചും ജനങ്ങൾ പൊതുവെ അത്രയധികമൊന്നും ബോധവാന്മാരാ യിരുന്നില്ല. ഏതാനും ദിവസങ്ങൾക്കകം രാജ്യവ്യാപകമായി യോഗങ്ങൾ സംഘടിപ്പിക്കപ്പെട്ടു. പ്രസിഡന്റ് ഹോ ചി മിന്റെ നേതൃത്വത്തിൽ ചെറു ത്തുനിൽപ്പ് കൂട്ടുഗവൺമെന്റിനെ സ്വാഗതം ചെയ്തുകൊണ്ട് കത്തുകളും ടെലഗ്രാമുകളും തലസ്ഥാനത്തേക്ക് പ്രവഹിക്കാൻ തുടങ്ങി. പോരാടാ നുള്ള ആഗ്രഹമെന്ന വികാരമാണ് രാജ്യത്തുടനീളം തുടിച്ചുനിന്നത്. രാജ്യത്തെ രക്ഷിക്കുന്നതിന് അവസാനം വരെ പോരാടുമെന്നുള്ള ദൃഢ നിശ്ചയം ഓരോരുത്തരും കൈക്കൊണ്ടതായി തോന്നി.

ഏഴാം തീയതി പ്രഭാതത്തിൽ പത്രവും പ്രതീക്ഷിച്ച് തെരുവു മൂല കളിലൊക്കെ ധാരാളം ആളുകൾ തടിച്ചുകൂടി. ഞങ്ങളുടെ ഗവൺമെന്റും

ഫ്രഞ്ചുഗവൺമെന്റും തമ്മിലൊപ്പുവെച്ച പ്രാരംഭകരാറിനെ സംബന്ധിച്ച വാർത്ത വലിയ തലക്കെട്ടോടെ *കുകോക്* പ്രസിദ്ധീകരിച്ചിരുന്നു. വിയത്നാം ജനാധിപത്യ റിപ്പബ്ലിക്കിനെ ഒരു സ്വതന്ത്രരാഷ്ട്രമെന്നനിലയിൽ ഫ്രഞ്ച് ഗവൺമെന്റ് അംഗീകരിച്ചു. ഇരുഭാഗവും വെടിനിർത്തൽ പാലിക്കുന്നതാണ്. വിയത്നാം സേനയിലെ 10000 പേർ 1,80,000 വരുന്ന ജിയാങ് പട്ടാളക്കാരെ രാജ്യത്തുനിന്നു പിൻവലിപ്പിക്കുന്നതിന് 15,000 ഫ്രഞ്ചുപട്ടാളക്കാരുമായി ചേർന്ന് പ്രവർത്തിക്കുന്നതാണ്.

ചെറുത്തുനിൽപ്പ് കൂട്ടുഗവൺമെന്റിന്റെ രൂപീകരണാവസരത്തിൽ ദേശീയ അസംബ്ലിയുടെ സ്റ്റാൻഡിങ് കമ്മിറ്റി അംഗീകരിച്ച ഒരഭ്യർഥനയും പത്രത്തിന്റെ അതേ ലക്കത്തിൽ പ്രസിദ്ധം ചെയ്തിരുന്നു. തയാറെടുപ്പുകൾ ശക്തിപ്പെടുത്താനും ഐക്യദാർഢ്യം കുറെക്കൂടി പ്രബലമാക്കാനും എല്ലാ പ്രകോപനങ്ങളും ഒഴിവാക്കിക്കൊണ്ടും ഗവൺമെന്റിന്റെ ഉത്തരവുകൾ കർശനമായി പാലിച്ചുകൊണ്ടും ശാന്തരായിരിക്കാനും സ്റ്റാൻഡിങ് കമ്മിറ്റി ജനങ്ങളോടാഹ്വാനം ചെയ്തു. പുതിയ പരിതഃസ്ഥിതിയിൽ ആ അഭ്യർഥനയ്ക്ക് സജീവമായ പ്രസക്തിയുമുണ്ടായിരുന്നു.

തെക്കൻ ഭാഗത്ത് ഫ്രഞ്ചുകൊളോണിയലിസ്റ്റുകൾ നടത്തിയ കയ്യേറ്റം ജനങ്ങളുടെ രോഷം ആളിക്കത്തിച്ചു. കയ്യേറ്റക്കാരോടെതിരിടുന്നതിന് ഓരോരുത്തരും ആഗ്രഹിച്ചു. 15,000 ഫ്രഞ്ചുസൈന്യം വടക്കൻഭാഗത്തേക്ക് വരുമെന്നവാർത്ത തെക്കൻ ഭാഗത്തെ ഞങ്ങളുടെ സഖാക്കളെ അത്ഭുതപ്പെടുത്തി. ഫ്രഞ്ചുകാരുമായുണ്ടാക്കിയ കരാറിന്റെ അടിയിൽ വു ഹോങ് ഖാഞ്ഞിന്റെ ഒപ്പുണ്ടായിട്ടുകൂടി നാഷണലിസ്റ്റ് പാർട്ടി അതിനെ അപ്പോഴും എതിർത്തു. എങ്കിലും ജനങ്ങൾക്കിടയിൽ കുഴപ്പത്തിന്റെ യാതൊരു ലക്ഷണവുമുണ്ടായിരുന്നില്ല. കാരണം കരാറിലൊപ്പുവെച്ച തങ്ങളുടെ മുഖ്യപ്രതിനിധി പ്രസിഡന്റ് ഹോ ആണെന്ന് ഞങ്ങളുടെ ജനങ്ങൾ മനസിലാക്കിയിരുന്നു. "എല്ലാ കാര്യങ്ങളും അതീവ ശ്രദ്ധയോടെ ഹോ അമ്മാവൻ പരിഗണിച്ചിരിക്കണം." അതായിരുന്നു അവരുടെ ആദ്യത്തെ ചിന്ത.

രാവിലെ, ഫ്രഞ്ചുഗവൺമെന്റിന്റെ പ്രതിനിധിയെന്ന നിലയിൽ സെയ്ന്നി പ്രസിഡന്റ് ഹോവിനെ സന്ദർശിച്ചു. വിയത്നാമും ഫ്രാൻസും തമ്മിലുള്ള പുതിയബന്ധം പ്രതിഫലിപ്പിക്കുന്ന ആദ്യത്തെ ഔദ്യോഗികസന്ദർശനമായിരുന്നു അത്.

വൈകുന്നേരം നാലു മണിക്ക് ഒരു പടുകൂറ്റൻ റാലി നടന്നു.

ഹൈഫോങ്ങിൽനിന്ന് തിരിച്ച ഞാൻ സിറ്റി തിയറ്ററിനുമുമ്പിലുള്ള യോഗസ്ഥലത്തെത്തിച്ചേർന്നു. മൈതാനത്തിലേക്കുള്ള എല്ലാ വഴികളിലും ജനങ്ങൾ കുമിഞ്ഞുകൂടി നിൽക്കുന്നത് ഞാൻ കണ്ടു. ജനങ്ങളെ നിയന്ത്രിക്കുന്നതിന് ചുമതലപ്പെട്ട പോലീസുകാരും സ്വയം പ്രതിരോധ പോരാളികളും ഗവൺമെന്റിന്റെ പ്രതിനിധികൾ സഞ്ചരിച്ചിരുന്ന കാറുകൾക്കു വഴിയൊരുക്കിക്കൊടുക്കാൻ നന്നേ പാടുപെടേണ്ടിയിരുന്നു. മറ്റ് അവസരങ്ങളിൽനിന്ന് വ്യത്യസ്തമായി റാലിയിൽ പങ്കെടുക്കാൻ വരിക

യായിരുന്ന ജനങ്ങളുടെ മുഖത്ത് ഉൽക്കണ്ഠ നിറഞ്ഞുനിന്നിരുന്നു. തങ്ങളുടെ നേതാവിൽ പരിപൂർണമായ വിശ്വാസമുണ്ടായിരുന്നുവെങ്കിലും ആ നിമിഷത്തിൽ രാഷ്ട്രം നേരിട്ടുകൊണ്ടിരുന്ന സങ്കീർണവും വിഷമം നിറഞ്ഞതുമായ പരിതഃസ്ഥിതികളെക്കുറിച്ച് വളരെക്കുറച്ചു പേർക്കുമാത്രമേ വ്യക്തമായ ധാരണയുണ്ടായിരുന്നുള്ളൂ. പല കാര്യങ്ങളെക്കുറിച്ചും അവർ അപ്പോഴും ഉൽക്കണ്ഠപ്പെട്ടു. ഒരു സ്വതന്ത്രരാഷ്ട്രമായിമാത്രം എന്തുകൊണ്ടാണ് ഫ്രഞ്ചുകാർ തങ്ങളെ അംഗീകരിച്ചത്? ആ ഇന്തോചൈനീസ് ഫെഡറേഷനെന്തായിരുന്നു? ജിയാങ്ങിന്റെ സേന യഥാർഥത്തിൽ പിൻതിരിഞ്ഞുപോകുമോ? ഈ ഭൂമിയിൽ അനിശ്ചിതകാലത്തേക്ക് നിൽക്കേണ്ടവരെപ്പോലെയായിരുന്നു അവർ പെരുമാറിയിരുന്നത്. അതുകൊണ്ട് ആ ഉൽക്കണ്ഠയെല്ലാം ന്യായവും മനസിലാക്കാൻ കഴിയുന്നതുമായിരുന്നു.

മൈതാനത്തിലെ ആ ജനസമുദ്രം ശാന്തമായിരുന്നു. തലേദിവസം രാവിലെ ഹൈഫോങ്ങിൽ സംഘട്ടനം നടക്കുകയുണ്ടായെന്ന വാർത്ത ഹാനോയിലെത്തി. ക്വാം കാം നദിയിൽ ഫ്രഞ്ചുനാവികപ്പട നങ്കൂരമിട്ടിട്ടുണ്ടെന്ന വാർത്തയും ചിലരറിഞ്ഞു. ലൂ ഹാൻ ചുങ്കിങ് വിട്ടിട്ടുണ്ടെന്നും വിയത്നാമിലേക്ക് പറക്കുകയാണെന്നും റിപ്പോർട്ട് ചെയ്യപ്പെട്ടു. എല്ലാവരുടെയും കണ്ണുകൾ റാലിയുടെ അധ്യക്ഷമണ്ഡലത്തെയും പ്രതീക്ഷിച്ച് തിയറ്ററിന്റെ ബാൽക്കണിയുടെ നേരെ തിരിഞ്ഞു. പെട്ടെന്ന്, മൈതാനത്തിന്റെ ഇടതുവശത്ത് എന്തോ ഒരു ബഹളം കാണായി. ഒരു വിധ്വംസകൻ കൈബോംബെറിഞ്ഞതായിരുന്നു അവിടെ. വലിയ ഭയപ്പാടുണ്ടായിരുന്നതുകൊണ്ട് കൈബോംബിന്റെ സേഫ്റ്റിപിൻ വലിക്കാൻ അയാൾ മറന്നുപോയി. തന്മൂലം അവിടെവെച്ചുതന്നെ അയാളെ പിടികൂടാനും കഴിഞ്ഞു. റാലി തകർക്കുന്നതിനുവേണ്ടി വിധ്വംസകരുടെ നാലുസംഘത്തെ പിന്തിരിപ്പന്മാർ അവിടേക്കയച്ചിട്ടുണ്ടെന്നകാര്യം അയാൾ വെളിപ്പെടുത്തി. അതിൽ ഒരാൾ പിടികൂടപ്പെട്ടപ്പോൾ മറ്റുള്ളവർ അവിടെനിന്ന് പതുങ്ങി രക്ഷപ്പെട്ടു.

മാർച്ച് 6 ന്റെ പ്രാരംഭകരാർ ഒപ്പുവെച്ചതെന്തുകൊണ്ടാണെന്ന് ജനങ്ങൾക്ക് വ്യക്തമായി വിശദീകരിച്ചുകൊടുക്കുന്നതിന് പ്രസിഡന്റ് ഹോയും ബ്യൂറോയും തീരുമാനിച്ചിരുന്നു. ആ സമയത്തെ സങ്കീർണമായ സാർവദേശീയ പശ്ചാത്തലത്തിൽ ഞങ്ങളെ നേരിട്ടുകൊണ്ടിരുന്ന അനുകൂലവും പ്രയാസകരവുമായ പരിതഃസ്ഥിതികൾ ഗവൺമെന്റിന്റെ പ്രതിനിധികൾ ജനങ്ങൾക്ക് വിശദീകരിച്ചുകൊടുത്തു. ഞങ്ങളുടെ ജനങ്ങളുടെ ഐതിഹാസികമായ സമരംമൂലം വിയത്നാമിനെ സ്വയംഭരണപ്രദേശം മാത്രമായി കണക്കാക്കണമെന്ന തങ്ങളുടെ മുൻനിലപാട് കൊളോണിയലിസ്റ്റുകൾക്ക് ഉപേക്ഷിക്കേണ്ടിവന്നു. ഫ്രഞ്ചുഗവൺമെന്റിന് ഞങ്ങളുടെ രാജ്യത്തെ ഒരു സ്വാതന്ത്ര്യരാജ്യമെന്നനിലയിൽ അംഗീകരിക്കേണ്ടിവന്നു. ഒരു സ്വതന്ത്രഭരണകൂടവും 'സ്വയംഭരണ' പ്രദേശവും തമ്മിൽ വളരെ വ്യത്യാസങ്ങളുണ്ട്. സ്വതന്ത്രവിയത്നാം ജനാധിപത്യ റിപ്പബ്ലിക്കിന് അതിന്റെ സ്വന്തമായ ഗവൺമെന്റും ദേശീയ അസംബ്ലിയും പട്ടാളവും

സാമ്പത്തികകാര്യങ്ങൾ കൈകാര്യം ചെയ്യുന്നതിനുള്ള സംവിധാനവുമുണ്ടായിരിക്കും. ആഭ്യന്തരകാര്യങ്ങൾ കൈകാര്യം ചെയ്യുന്നതിനുള്ള മൗലികാവകാശം ഞങ്ങൾ നേടിയെടുത്തുവെന്ന് പറയാം. ഒരിക്കൽ മോചനം നേടിക്കഴിഞ്ഞാൽ ഞങ്ങൾ സ്വാതന്ത്ര്യത്തിലേക്ക്, സമ്പൂർണസ്വാതന്ത്ര്യത്തിലേക്ക്, മുന്നേറും. ഫ്രഞ്ചുകാർ നാം ബൊ പിടിച്ചടക്കാനും അതു നടന്ന് കാര്യമാക്കിത്തീർക്കാനും ആഗ്രഹിച്ചു. ഈ പദ്ധതിയെ ഞങ്ങളുടെ ഗവൺമെന്റ് തുറന്നുകാട്ടുകയും അതിനെ ഉറച്ചെതിർക്കുകയും ചെയ്തു. അവസാനം ഫ്രഞ്ചുകാർക്ക് മൂന്ന് 'കയ്'കൾ ഏകീകരിക്കുന്നതിനെക്കുറിച്ച് ഒരു ഹിതപരിശോധന നടത്തുന്നതിന് സമ്മതിക്കേണ്ടിയും അതിന്റെ ഫലം അംഗീകരിക്കാമെന്ന് പറയേണ്ടിയും വന്നു. ഞങ്ങൾക്ക്–ജനങ്ങളിൽ, കയ്യേറ്റക്കാർക്കെതിരായി ഐതിഹാസികമായ പോരാട്ടം നടത്താൻ ആയുധമെടുത്തുകൊണ്ടിരുന്ന ജനങ്ങളിൽ, ഉറച്ച വിശ്വാസമുണ്ടായിരുന്നു. പോരാട്ടം തടുരേണ്ടിയിരുന്നു. നാം ബൊ തീർച്ചയായും പിതൃഭൂമിയിലേക്കു തന്നെ തിരിച്ചുവരും. ജിയാങ്ങിന്റെ പട്ടാളക്കാർക്ക് പകരം ഫ്രഞ്ചുപട്ടാളക്കാർ വടക്കൻഭാഗത്ത് കടന്നുവരുന്നതിനോട് സഖ്യശക്തികൾ യോജിച്ചു. തങ്ങളുടെ ഭൂമിയിൽ ഒരൊറ്റ വിദേശസൈന്യവും നിൽക്കണമെന്ന് ഞങ്ങളാഗ്രഹിച്ചില്ല. പക്ഷെ, പതിനായിരത്തിലേറെ ഫ്രഞ്ചുസൈന്യങ്ങൾ പിൻവാങ്ങുമെന്നത് ഒരു നേട്ടമായി ഞങ്ങൾ കരുതി. അവസാനം ഫ്രഞ്ചുകാർക്കും ഞങ്ങളുടെ രാജ്യത്തുനിന്ന് പിൻവാങ്ങേണ്ടിവരും. നീണ്ടുനിൽക്കാനിടയുള്ള ഞങ്ങളുടെ പോരാട്ടത്തിന് പുതുതും അനുകൂലവുമായ പരിതഃസ്ഥിതികൾ സൃഷ്ടിക്കുന്നതിനാണ് ഞങ്ങൾ ഫ്രഞ്ചുകാരുമായി കൂടിയാലോചനകൾ നടത്തിയത്. പരിപൂർണസ്വാതന്ത്ര്യത്തിലേക്കും രാജ്യത്തിന്റെ ഏകീകരണത്തിലേക്കും മുന്നേറുന്നതിനാവശ്യമായ വിധത്തിൽ ഞങ്ങളുടെ രാഷ്ട്രീയനിലവാരവും സൈനികശക്തിയും സാമ്പത്തികകഴിവും പ്രബലമാക്കുന്നതിനും ശക്തിപ്പെടുത്തുന്നതിനും എല്ലാ ഉപാധികളും ഞങ്ങളുപയോഗിക്കും.

മാർച്ച് 6 ാം തീയതിയിലെ പ്രാരംഭകരാറിന് ജനങ്ങൾ നൽകുന്ന അംഗീകാരമെന്നോണം നീണ്ടുനിൽക്കുന്ന ഇടിമുഴക്കം പോലുള്ള കയ്യടി ഉയർന്നു. വു ഹോങ് ഖാഞിന്റെ ഊഴമായി. അയാൾ സാവധാനം മൈക്കിന്റെ അരികിലേക്ക് കടന്നുവന്നു. ഗവൺമെന്റിന്റെ നയതന്ത്രപരമായ പ്രവർത്തനങ്ങൾക്ക് പിന്തുണ നൽകാൻ ജനങ്ങളോടാഹ്വാനം ചെയ്യുന്നതിന് അയാൾ നിർബന്ധിതനായി. അയാളുടെ ശബ്ദം അവ്യക്തവും നിർജീവവുമായിരുന്നു. അതിനുള്ള പ്രതികരണമെന്നോണം ജനങ്ങളിൽനിന്ന് ഒറ്റപ്പെട്ട കയ്യടികൾമാത്രമുണ്ടായി.

അതാ, ജനങ്ങളുടെ ആവേശം തിളച്ചുപൊങ്ങുന്നു; ദിഗന്തം ഭേദിക്കുമാറുച്ചത്തിലുള്ള കയ്യടികൾ മുഴങ്ങുന്നു. ചിരപരിചിതമായ ആ ഉയർന്ന നെറ്റിത്തടത്തോടും താടിയോടും കൂടി ശാന്തപ്രകൃതനായ ഹോ ചി മിൻ തിയറ്ററിന്റെ ബാൽക്കണിയിൽ പ്രത്യക്ഷപ്പെട്ടു. അദ്ദേഹം അവിടെ സന്നിഹിതനാകുമെന്ന് നേരത്തെ മുന്നറിയിപ്പൊന്നുമുണ്ടായിരുന്നില്ല. കയ്യടികളും ചിയർ വിളികളും വളരെനേരം നീണ്ടുനിന്നു. തന്റെ കൈ

ആവർത്തിച്ചാവർത്തിച്ച് വീശിക്കൊണ്ട് ജനക്കൂട്ടത്തെ അദ്ദേഹത്തിന് ശാന്തരാക്കേണ്ടിവന്നു.

ഹോ അമ്മാവൻ കാര്യമാത്രപ്രസക്തമായ ഏതാനും വാക്കുകൾ മാത്രം സംസാരിച്ചു:

> 1945 ആഗസ്റ്റ് മുതൽ നമ്മുടെ രാജ്യം സ്വാതന്ത്ര്യം പ്രാപിച്ചിരുന്നു. പക്ഷെ ഇതേവരെ ഒരു ശക്തിയും നമ്മുടെ സ്വാതന്ത്ര്യം അംഗീകരിച്ചിട്ടില്ല. നമ്മളും ഫ്രാൻസും തമ്മിലുള്ള കൂടിയാലോചനകൾ നമ്മുടെ രാജ്യത്തിന്റെ സാർവദേശീയാംഗീകാരത്തിന് വഴിതെളിക്കും. സാർവദേശീയരംഗത്ത് നമുക്ക് മുമ്പെങ്ങുമുണ്ടായിട്ടില്ലാത്ത ഒരുറച്ച സ്ഥാനം ലഭിക്കുന്നതിനിടയാകും. ഇതൊരു വമ്പിച്ച രാഷ്ട്രീയ വിജയമാണ്. ലോകത്തിൽ ഒരു സ്വതന്ത്രരാഷ്ട്രമായിത്തീരുക ചെറിയകാര്യമൊന്നുമല്ലല്ലോ. കരാറനുസരിച്ച് ഫ്രഞ്ചുസൈന്യങ്ങൾ അനുക്രമമായും സമ്പൂർണമായും വിയത്നാമിൽനിന്ന് പിൻവാങ്ങേണ്ടിയിരുന്നു. ഫ്രഞ്ചുകാരുമായുള്ള കൂടിയാലോചനകൾ നമ്മുടെ രാഷ്ട്രീയമായ പരിജ്ഞാനം തെളിയിച്ചുകാട്ടുന്നു. നമ്മുടെ സഖാക്കൾ ശാന്തമായും യോജിപ്പോടും അച്ചടക്കത്തോടും നിലനിൽക്കണം. നാം ചൈനക്കാരെ എല്ലായ്പ്പോഴും സഹോദരൻമാരായിട്ടാണ് കരുതിയത്. നമുക്ക് അനേകം സുഹൃത്തുക്കളുണ്ട്; പ്രഥമവും പ്രധാനവുമായി മുഴുവൻ ജനങ്ങളുടെയും പിന്തുണയുള്ള ഒരു ഗവൺമെന്റും. എങ്കിലും നാം ജാഗ്രതയോടെയും തയാറായും നിൽക്കണം...
>
> ഒരുനിമിഷം നിർത്തിയതിനുശേഷം അദ്ദേഹം തുടർന്നു:
>
> പിതൃരാജ്യത്തിന്റെ സ്വാതന്ത്ര്യത്തിനുവേണ്ടി എന്റെ സഖാക്കളോടൊപ്പം ജീവിതത്തിലുടനീളം ഞാൻ, ഹോ ചി മിൻ, പോരാടിയിട്ടുണ്ട്. രാജ്യത്തെ വഞ്ചിക്കുന്നതിനെക്കാൾ മരിക്കുന്നതായിരിക്കും അഭികാമ്യമായി കരുതുക.

അദ്ദേഹത്തിന്റെ ഓരോ വാക്കും ജനങ്ങൾ ശ്രദ്ധയോടെ കേട്ടു. പല കണ്ണുകളും കണ്ണീരുകൊണ്ട് നിറഞ്ഞു. പോരാട്ടം അങ്ങേയറ്റം സങ്കീർണമാണ്. രാഷ്ട്രത്തിന്റെ ഭാവി നിർണയിക്കുന്നതിൽ അതിന് വമ്പിച്ച പ്രാധാന്യമുണ്ട്. എല്ലാ വസ്തുതകളും നയങ്ങളും നേതാക്കൾക്ക് പരസ്യമായി പ്രകടിപ്പിക്കാൻ കഴിയില്ല. അത്തരം പരിതഃസ്ഥിതികളിൽ ചെയ്യേണ്ട കാര്യം ആത്മവിശ്വാസം കൈവിടാതെ ഉറച്ചുനിൽക്കുകയാണ്.

ജനങ്ങൾ പ്രസിഡന്റ് ഹോവിൽ അങ്ങേയറ്റത്തെ വിശ്വാസം പ്രകടിപ്പിച്ചു. "പരിപൂർണസ്വാതന്ത്ര്യത്തിനും ഐക്യത്തിനും വേണ്ടി നമുക്ക് ഉറച്ചു നിന്ന് പോരാടാം." "ഗവൺമെന്റിന്റെയും പ്രസിഡന്റ് ഹോവിന്റെയും എല്ലാ ഉത്തരവുകളും നമുക്ക് അക്ഷരംപ്രതി അനുസരിക്കാം," "പ്രസിഡന്റ് ഹോ നീണാൾ വാഴട്ടെ" ഈ മുദ്രാവാക്യങ്ങൾകൊണ്ട് മൈതാനം മുഖരിതമായി.

28

ഫ്രഞ്ചുസൈന്യങ്ങൾ കരക്കിറങ്ങുന്നു

ആറാം തീയതി വൈകുന്നേരം ഞാൻ ഹൈഫോങ്ങിലെത്തിച്ചേർന്നു.

ആ തുറമുഖനഗരത്തിൽനിന്ന് അപ്പോഴും വെടിമരുന്നിന്റെ ഗന്ധം ഉയർന്നുകൊണ്ടിരുന്നു. തുറമുഖത്തിലെ ജിയാങ് പട്ടാളക്കാരുടെ ആയുധപ്പുരയിൽനിന്നും ഇടയ്ക്കിടെ പൊട്ടിത്തെറികളുടെ ശബ്ദം അപ്പോഴും കേൾക്കാമായിരുന്നു. രാവിലെ, സംഘട്ടനമാരംഭിച്ചപ്പോൾ സ്വന്തം വീടുകളിൽ നിന്ന് ബഞ്ചും മേശയും മറ്റും പിടിച്ചിട്ട് ജനങ്ങൾ തെരുവീഥികളിൽ ബാരിക്കേഡുകൾ ഉയർത്തി. പ്രാന്തപ്രദേശങ്ങളിൽ, സ്വയം പ്രതിരോധയൂണിറ്റുകൾ മരങ്ങൾ വെട്ടിവീഴ്ത്തി ബാരിക്കേഡുകൾ നിർമിച്ചു. വിജനമായ തെരുവീഥികളിലൂടെ ഞങ്ങളുടെ കാർ മുന്നോട്ടുനീങ്ങി. അടച്ചുപൂട്ടിയ ജനലുകളും വാതിലുകൾക്കും പിന്നിൽ മിക്കവീടുകളും ശാന്തമായിരുന്നു. ബ്രൗൺ യൂണിഫോറമണിഞ്ഞ സ്വയം പ്രതിരോധപോരാളികൾ തെരുവുമൂലകളിൽ കാവൽനിന്നു. ഹൈഫോങ് പോരാട്ടത്തിന് തയാറെടുത്തുനിന്നു.

വിയത് മിഞ് സിറ്റികമ്മിറ്റി ഓഫീസിലേക്കു ഞങ്ങൾ കാർ തിരിച്ചു അതിന്റെ സെക്രട്ടറി സഖാവ് ലെ ക്വാങ് ദാവൊ ആയിരുന്നു. അവിടെയുള്ള സഖാക്കൾ ഞങ്ങളോട് പറഞ്ഞു, ഉച്ചതിരിഞ്ഞ് നാഷണലിസ്റ്റ് പാർട്ടികൾ ഹൈഫോങ് തിയറ്ററിന് എതിരെയുള്ള തങ്ങളുടെ ആസ്ഥാനത്തിനുമുകളിൽ അവരുടെ പതാകകളുയർത്തിയെന്ന്. തങ്ങളുടെ മിയാങ് യജമാനൻമാരുടെ 'വീരകൃത്യങ്ങളെ'ക്കുറിച്ച് അവർ ഉച്ചഭാഷിണിയിലൂടെ വിളിച്ചുപറഞ്ഞുകൊണ്ടിരുന്നു.

ഹൈഫോങ്ങിലും ഹാനോയിലെപ്പോലെ, ഞങ്ങളുടെ ദേശീയ പ്രതിരോധ ഗാർഡുകളുടെ യൂണിറ്റുകൾ ജിയാങ് സേനകളുമായുള്ള സംഘ

ട്ടനമൊഴിവാക്കുന്നതിനുവേണ്ടി കഴിഞ്ഞ സെപ്തംബർ മുതൽ താൽക്കാലികമായി പ്രാന്തപ്രദേശങ്ങളിലേക്ക് ഒഴിഞ്ഞുപോയിരുന്നു. പൊലീസുകാരും സ്വയംപ്രതിരോധയൂണിറ്റുകളും മാത്രം നഗരത്തിൽ അവശേഷിച്ചു. അധ്വാനിക്കുന്നവരും പാവപ്പെട്ട തൊഴിലാളികളും ആണ് സ്വയം പ്രതിരോധസേനയിൽ ഉണ്ടായിരുന്നത്. നഗരത്തിലെ ഓരോ വാർഡിലും അവരുടെ എണ്ണം ഒരു പ്ലറ്റൂൺ മുതൽ ഒരു കമ്പനിവരെയായിരുന്നു. ജപ്പാൻകാരിൽനിന്നോ ജിയാങ് സേനകളിൽനിന്നോ അല്ലെങ്കിൽ മറ്റുവിധത്തിലോ ആയുധങ്ങൾ വില കൊടുത്തുവാങ്ങി സംഭരിക്കുന്നതിന് അവർക്കുകഴിഞ്ഞു. സ്വയം പ്രതിരോധസേനകളുടെ ചില യൂണിറ്റുകൾ നന്നായി ആയുധമണിഞ്ഞതായിരുന്നു. ഉദാഹരണത്തിന് 7 ാം നമ്പർ വാർഡിലെ സ്വയം പ്രതിരോധയൂണിറ്റ്. തൊഴിലാളികളുടെയും ചെറുപ്പക്കാരുടെയും ദേശാഭിമാനസംഘടനകളും മറ്റും സായുധ സ്വയം പ്രതിരോധയൂണിറ്റുകൾ രൂപീകരിച്ചിരുന്നു. സിറ്റി ആസ്ഥാനത്തിനുകീഴിൽ 200 പേരടങ്ങിയ സ്വയം പ്രതിരോധസേനയുടെ ഒരു 'ഷോക്ക്' കമ്പനിയുണ്ടായിരുന്നു. കൂടാതെ, സ്വയം പ്രതിരോധസംഘടനകളിലൊന്നും പെടാത്ത അനേകമാൾക്കാരും സ്വന്തം ആവശ്യത്തിനായി കൈത്തോക്കുകളും കൈബോംബുകളും ശേഖരിച്ചുവെച്ചിരുന്നു.

ഗുരുതരമായ പരിതഃസ്ഥിതിയെക്കുറിച്ച് പാർട്ടിബ്യൂറോവിൽനിന്നുള്ള വാർത്ത ഏതാനും ദിവസങ്ങൾക്കുമുമ്പ് ഹൈഫോങിലെത്തിയിരുന്നു. തന്മൂലം മിക്കവാറും എല്ലാ പ്രായമെത്തിയവരെയും കുട്ടികളെയും അവിടെനിന്ന് ഒഴിപ്പിച്ച് മാറ്റുന്നതിന് സിറ്റി കമ്മിറ്റി ഏർപ്പാടുകൾ ചെയ്തിരുന്നു. ശത്രുവെയും പ്രതീക്ഷിച്ച് എല്ലായിടത്തും തോക്കുകൾ തയാറായി നിന്നു. ജിയാങിന്റെ പട്ടാളവും ഫ്രഞ്ചുകാരും തമ്മിൽ സംഘട്ടനം പൊട്ടിപ്പുറപ്പെട്ടപ്പോൾ എല്ലാവരും അങ്ങേയറ്റം ശാന്തതയോടെ നിന്നു. എന്നല്ല, തുറമുഖത്തുള്ള ജിയാങിന്റെ ആയുധപ്പട കത്തിക്കൊണ്ടിരുന്നപ്പോൾ അതിൽനിന്ന് കുറേ ആയുധങ്ങൾ സംഭരിക്കാനും സ്വയം പ്രതിരോധ പോരാളികൾക്ക് കഴിഞ്ഞു.

മാർച്ച് 7 ാം തീയതി രാവിലെ ഞങ്ങളുടെ ഗവൺമെന്റിന്റെ പ്രതിനിധിയും ജനറൽ ലെക്ലെർക്കും തമ്മിൽ സമ്മേളിക്കുന്നതിന് ഫ്രഞ്ചുകാരുടെഭാഗം തയാറായിരുന്നില്ല. കൂടിക്കാഴ്ച ഉച്ചതിരിഞ്ഞാവാമെന്ന് അവർ നിർദേശിച്ചു. എനിക്ക് ഹൈഹോങ്ങിൽ നടക്കുന്ന ബഹുജനറാലിയിൽ പങ്കെടുക്കേണ്ടിയിരുന്നതുകൊണ്ടും ഹോഅമ്മാവൻ പറഞ്ഞതനുസരിച്ച് ഉടനെതന്നെ ഹാനോയിലേക്ക് മടങ്ങേണ്ടിയിരുന്നതുകൊണ്ടും കൂടിക്കാഴ്ച അടുത്തദിവസം രാവിലെ നടത്തുന്നതിനുള്ള സംവിധാനം ഞങ്ങളുണ്ടാക്കി. അതിനുള്ള തയാറെടുപ്പുനടത്താൻ സഖാവ് ഫാൻ മയ് അവിടെനിന്നു.

ലാപ് നദിക്കടുത്തുള്ള കോച്ച് സ്റ്റേഷനിലാണ് ഹൈഫോങ് ജനങ്ങളുടെ റാലി നടന്നത്. സാമാന്യം വലിയ ഒരു പ്രസംഗവേദി അവിടെ ഉയർത്തിയിരുന്നു. തെരുവുകളൊക്കെ നേരത്തെ വിജനമായിരുന്നുവെ

ങ്കിലും യോഗമാരംഭിക്കുമ്പോഴേക്കും വലിയ ജനാവലി തടിച്ചുകൂടി. നഗരസംരക്ഷണത്തിനുവേണ്ടി നിയോഗിക്കപ്പെട്ടവരായിരുന്നു അവർ. ഹൈഫോങ്ങിലെ ജനങ്ങളിൽ വലിയഭാഗവും അധ്വാനിക്കുന്നവരാണ്: യോഗങ്ങളിൽ പങ്കെടുത്ത ജനങ്ങളധികവും സാധാരണവേഷം ധരിച്ചവരും. പക്ഷെ, അങ്ങേയറ്റം ദൃഢചിത്തരും ആവേശഭരിതരുമായി അവർ കാണപ്പെട്ടു. പ്രസിഡന്റ് ഹോയും ഗവൺമെന്റും എന്തുകൊണ്ടാണ് ഫ്രഞ്ചുകാരുമായി കൂടിയാലോചനകളാരംഭിക്കാൻ സമ്മതിച്ചതെന്ന് ഞാനവർക്ക് വിശദീകരിച്ചുകൊടുത്തു. ഞങ്ങൾ ആയിടെ ഒപ്പിട്ട കരാറനുസരിച്ചാണ് ഫ്രഞ്ച് പട്ടാളക്കാർ ഇവിടെ എത്തിച്ചേർന്നിരിക്കുന്നതെന്നും ജിയാങ് പട്ടാളക്കാരെ വിയത്നാമിൽനിന്ന് തുരത്തിയോടിച്ച് അവരുടെ സ്ഥാനമേറ്റെടുക്കാനാണ് അവർ ഇവിടെ വന്നതെന്നും ഞാനവരോട് പറഞ്ഞു. ഒരു നിശ്ചിതകാലയളവിനുള്ളിൽ ഫ്രഞ്ചുകാരും ഇവിടെനിന്നു പിൻവാങ്ങുന്നതാണെന്ന് ഞാൻ അവരെ അറിയിച്ചു. പരിപൂർണസ്വാതന്ത്ര്യം നേടിയെടുക്കുകയും ദേശീയ പുനരേകീകരണം സാധിക്കുകയും ചെയ്യുന്നതുവരെ നാം നമ്മുടെ സമരം തുടർന്നു നടത്തും. നമ്മുടെ സഖാക്കളെ നാം ഏകോപിപ്പിക്കണം. നാം അങ്ങേയറ്റം ജാഗ്രത പാലിക്കണം. ഗവൺമെന്റിന്റെയും പ്രസിഡന്റ് ഹോവിന്റെയും എല്ലാ ഉത്തരവുകളും നയങ്ങളും നടപ്പാക്കണം.

"പ്രസിഡന്റ് ഹോ നീണാൾ വാഴട്ടെ" എന്ന ശബ്ദം ഫ്രഞ്ച് യുദ്ധക്കപ്പലുകൾ നങ്കൂരമിട്ടിരുന്ന ക്വാകാം നദി വരെ പ്രതിധ്വനിച്ചു. ഹൈഫോങ്ങിലേക്കുള്ള യാത്രയിൽ എന്നെ അനുഗമിച്ചിരുന്ന വു ഹോങ് ഖാങ് യോഗസ്ഥലത്തും സന്നിഹിതനായിരുന്നു. എങ്കിലും റാലിയെ അഭിസംബോധന ചെയ്ത് സംസാരിച്ചില്ല. സമയമില്ലെന്ന ഒഴികഴിവു പറഞ്ഞു.

അതേദിവസം ഉച്ചതിരിഞ്ഞ് സഖാവ് ഫാൻ മയ് ലെക്ലെർക്കിനെ കണ്ടു. അയാൾ ഗർവോടുകൂടി പറഞ്ഞു: "നിങ്ങൾ സമ്മതിച്ചാലുമില്ലെങ്കിലും ഞങ്ങൾ ഇറങ്ങുകയും എത്തിച്ചേരുകയും ചെയ്തു. "ഇവിടെയുള്ള ജിയാങ് പ്രഭൃതികൾ ഫ്രഞ്ചുകാരെ ഇവിടെയിറങ്ങുന്നതിന് അനുവദിച്ചിരിക്കുകയാണെന്നും വിയത്നാം ഗവൺമെന്റ് ഇതേപോലെതന്നെ ചെയ്യണമെന്നും അയാൾ പറഞ്ഞു. ലെക്ലെർക്കിന്റെ അഭ്യർഥനയ്ക്ക് മറുപടി പറയാൻ ഫാൻ മെയ് കൂട്ടാക്കിയില്ല.

എട്ടാം തീയതി ഞാൻ വീണ്ടും ഹൈഫോങ്ങിലേക്കു മടങ്ങി വന്നു.

കരാറനുസരിച്ച് ഏതാനും ഫ്രഞ്ചുയൂണിറ്റുകൾകൂടി അവിടെവന്നിറങ്ങുകയും നദിക്കരയിൽ തമ്പടിക്കുകയും ചെയ്തിരുന്നു. അവർ ടാങ്കുകളും കവചിതവാഹനങ്ങളും കൊണ്ടുവന്നിറക്കിയിരുന്നു. അവരുടെ മിക്ക ഉപകരണങ്ങളും അമേരിക്കൻ നിർമിതമായിരുന്നു. അതിൽ കവചിത കാറുകൾ, കൂറ്റൻ പീരങ്കികൾ, യൂണിഫോമുകൾ എന്നിവയുണ്ടായിരുന്നു. യുദ്ധം പൊട്ടിപ്പുറപ്പെടുകയായിരുന്നുവെങ്കിൽ നഖശിഖാന്തം അമേരിക്കനായുധങ്ങളിഞ്ഞ ഒരു ഫ്രഞ്ച് കയ്യേറ്റസേനയോടാണ് ഞങ്ങൾക്ക് പോരാടേണ്ടിവരുമായിരുന്നത്.

ഞങ്ങളുടെ ഗവൺമെന്റിന്റെ പ്രതിനിധിയെ സ്വീകരിക്കുന്നതിന് വല്ലൂയ് കരയിൽ വന്നു.

പൊക്കം കൂടിയ, മാന്യമായി പെരുമാറാനറിയുന്ന, മധ്യവയസ്കനായ ഒരു ജനറലായിരുന്നു അദ്ദേഹം.

ഒരു ചെറിയ കപ്പൽ എന്നെ ലെക്ലെർക്കിന്റെ അരികിലേക്കു കൊണ്ടുപോയി, കഴിഞ്ഞ ഏതാനും വർഷങ്ങൾക്കിടയിൽ ഫ്രാൻസിൽ പ്രസിദ്ധരായിത്തീർന്ന അപൂർവം ജനറൽമാരിലൊരാളായിരുന്ന ഫ്രഞ്ചുസേനയുടെ കമാൻഡർ ഇൻ ചീഫ്, ഒരു ഫ്രഞ്ചു സായുധ ഡിവിഷനെ നോർമാണ്ടിത്തീരത്തിറക്കുന്നതിന് നയിച്ചതും ജർമനിയിൽ കൂടുതൽ 'ഓപ്പറേഷനുകൾ' നടത്തിയതുമായ അയാളുടെ പ്രവർത്തനങ്ങളെ ഫ്രഞ്ചു പത്രങ്ങൾ മുഴുവൻ പ്രശംസിച്ചിരുന്നു. ഇന്തോചൈനയിലെ മുൻ ഫ്രഞ്ചുകോളനികൾ തിരിച്ചുപിടിക്കുന്നതിന് ദീ ഗാൾ അയാളെയാണ് ചുമതലപ്പെടുത്തിയത്.

ക്വാകാം നദിയിൽ നങ്കൂരമിട്ടിരുന്ന സെനഗാളിസിന്റെ തട്ടിൽ ലെക്ലെർക് ഞങ്ങളെയും പ്രതീക്ഷിച്ച് നിൽക്കുകയായിരുന്നു. ഈ ചുതർനക്ഷത്ര ജനറൽ ഒറ്റനോട്ടത്തിൽത്തന്നെ ഒരു പക്കാ യോദ്ധാവാണെന്നു തോന്നിച്ചു. അയാളുടെ സ്വഭാവവും ആ വിധമായിരുന്നു. പട്ടാളയൂണിഫോറമണിഞ്ഞപ്പോൾ വളരെ നീളം കൂടി മേലിഞ്ഞ ഒരാളാണ് അയാളെന്നു തോന്നി. തെല്ല് എല്ലുന്തിയ ആ മുഖത്തെ കണ്ണുകൾ ചെറുതായിരുന്നെങ്കിലും വളരെ കൂർമയുള്ളതായിരുന്നു. അയാളുടെ മീശ നരച്ചു തുടങ്ങിയിരുന്നു.

ഹസ്തദാനത്തിനും ഔപചാരികമായ ഏതാനും ഉപചാരവാക്കുകൾക്കുംശേഷം പരുക്കൻശബ്ദത്തിൽ ലെക്ലെർക് പറഞ്ഞു: "ഞാൻ ഫ്രാൻസിനെ സ്നേഹിക്കുന്നു; ഫ്രാൻസ് എല്ലായിടത്തും മാനിക്കപ്പെടുന്നത് കാണാൻ ഞാനാഗ്രഹിക്കുന്നു."

എനിക്ക് അങ്ങേയറ്റം അസഹ്യത തോന്നി. എങ്കിലും വളരെയധികം നിയന്ത്രിച്ചുകൊണ്ട് ഞാൻ മറുപടി നൽകി: "രാജ്യത്തിന്റെ സ്വാതന്ത്ര്യത്തിനുവേണ്ടി പോരാടുന്ന ഒരു കമ്യൂണിസ്റ്റുകാരനാണ് ഞാൻ. യഥാർഥ ദേശാഭിമാനികൾ എല്ലായ്പ്പോഴും മറ്റുള്ളവരുടെ ദേശാഭിമാനത്തെയും മാനിക്കുമെന്ന് ഞാൻ വിചാരിക്കുന്നു."

സംഭാഷണത്തിന്റെ അന്തരീക്ഷം ക്രമേണ അയഞ്ഞുതുടങ്ങി. അടിമത്ത നുകത്തിൽനിന്ന് സ്വയം മോചിതരാകാൻവേണ്ടി ജാപ്പനീസ് ഫാസിസ്റ്റുകൾക്കെതിരെ ഞങ്ങളുടെ ജനങ്ങൾ നടത്തിക്കൊണ്ടിരിക്കുന്ന ഐതിഹാസികമായ സമരത്തെക്കുറിച്ച് ഞങ്ങൾ സംസാരിച്ചു. എന്നിട്ട് തുടർന്നു: "നിങ്ങൾ ജർമൻ ഫാസിസ്റ്റുകൾക്കെതിരെ പോരാടിയിട്ടുണ്ട്. അതുകൊണ്ട് നമുക്ക് പരസ്പരം ധാരണയിലെത്തുന്നതിനുള്ള സാധ്യതകളുണ്ടാവണം."

ലെക്ലെർക് എന്നെ കപ്പലിലുള്ള സ്വീകരണമുറിയിലേക്ക് നയിച്ചു. അവിടെയുണ്ടായിരുന്ന ഓഫീസർമാർക്ക് എന്നെ പരിചയപ്പെടുത്തിക്കൊ

ടുത്തു. അതിനുശേഷം പരസ്പരം ആശയവിനിമയം തുടർന്നു. ഫ്രാൻസും വിയത്നാമും തമ്മിൽ സൗഹൃദപൂർവമായ ബന്ധം നില നിർത്താൻ ശ്രമിക്കുമെന്ന് ലെക്ലെർക്ക് വാദ്ഗാനം ചെയ്തു. അയാൾ ഇട യ്ക്കിടെ തന്റെ വ്യക്തിപരമായ പങ്ക് ഊന്നിപ്പറഞ്ഞു. സൈനികരംഗത്ത് പ്രാരംഭകരാർ നടപ്പാക്കുന്നതിനെ സംബന്ധിച്ച് ഞങ്ങൾ അയാളുമായി ചർച്ച ചെയ്തു. രണ്ടു ഗവൺമെന്റുകളും തമ്മിൽ ഔപചാരികമായ കരാർ ഉണ്ടാക്കുന്നതിനുമുമ്പു തന്നെ ജിയാങ് പട്ടാളക്കാർക്കു പകരം വയ്ക്കാൻ ഫ്രഞ്ച് – വിയത്നാം പട്ടാളക്കാർ വരുമ്പോൾ എവിടെയൊക്കെ എത്ര ഫ്രഞ്ച് സൈന്യങ്ങളെ നിർത്തണമെന്നതിനെ സംബന്ധിച്ച് ഒരു തീരുമാനമെടുക്കേണ്ടിയിരുന്നു.

അങ്ങനെ പകരംവരുന്ന സേനകളുടെ സംഘടനാരൂപത്തെയും പ്രവർത്തനങ്ങളെയും കുറിച്ചും വെടിനിർത്തൽ നടപ്പാക്കുന്നതിനെക്കു റിച്ചും കരാറിലെത്തുന്നതിന് സംയുക്തയോഗങ്ങൾ നടത്താൻ ഈ യോഗത്തിൽവെച്ച് ഞങ്ങളും ഫ്രഞ്ച് കമാൻഡറും സമ്മതിച്ചു.

29

മാർച്ച് 6 ന്റെ കരാറും പുതിയ പരിതഃസ്ഥിതിയും

"വിപ്ലവമാകുന്ന ബോട്ട് കടലിലെ പാറക്കൂട്ടങ്ങൾക്കിടയിലൂടെ നീങ്ങുകയാണ്"–"പരിതഃസ്ഥിതിയും നയവും" സംബന്ധിച്ച് മാർച്ച് മൂന്നാം തീയതി പുറപ്പെടുവിച്ച ശാസനത്തിൽ പ്രകടിപ്പിച്ച അഭിപ്രായങ്ങൾ പരിപൂർണമായും ശരിയാണെന്ന് അനന്തരസംഭവഗതികൾ തെളിയിച്ചു. മാർച്ച് 6 ാം തീയതിയിലെ കരാറോടുകൂടി വിപ്ലവം വീണ്ടും മറ്റൊരു വഴിത്തിരിവിലേക്കു കടന്നു. കരാർ ഒപ്പിട്ടുകഴിഞ്ഞ ഉടൻ തന്നെ പരിതഃസ്ഥിതികൾ വിലയിരുത്തുന്നതിനും പുതിയ നയങ്ങളാവിഷ്കരിക്കുന്നതിനും പാർട്ടി ബ്യൂറോ സമ്മേളിച്ചു.

1945 മാർച്ച് 24 ാം തീയതിയിലെ ദീ ഗാളിന്റെ പ്രഖ്യാപനം ഉപേക്ഷിക്കാനും ഈ കരാർ ഒപ്പിടാനും ഫ്രഞ്ചുകാരെ നയിച്ച കാരണങ്ങളെന്തൊക്കെയായിരുന്നു?

ഒന്നാമത്തെ കാരണം, ജനങ്ങളുടെ ഐക്യത്തിന്റെയും സമരത്തിന്റെയും ശക്തി തന്നെ. ഇതായിരുന്നു ഏറ്റവും നിർണായകഘടകം. മുൻവർഷങ്ങളിൽ ജപ്പാൻകാർക്കെതിരായ ഞങ്ങളുടെ പോരാട്ടവും മഹത്തായ ആഗസ്റ്റ് പൊതുകലാപവും കഴിഞ്ഞ ആറുമാസങ്ങൾക്കിടയിൽ തെക്കൻ ഭാഗത്തുനടന്ന ഐതിഹാസികമായ ചെറുത്തുനിൽപ്പും ഈ പുതിയ ശക്തിയെക്കുറിച്ച് ബോധ്യം വരുന്നതിന് ശത്രുക്കളെ സഹായിച്ചു. അധികാരം പിടിച്ചെടുക്കുന്നതിനും സ്വാതന്ത്ര്യം സംരക്ഷിക്കാൻ ദൃഢനിശ്ചയത്തോടെ പോരാടുന്നതിനും ഒരു രാഷ്ട്രം മുഴുവൻ ആയുധമെടുത്തുകൊണ്ട് ഉയിർത്തെഴുന്നേൽക്കുന്ന കാഴ്ച ലെക്ലേർക്കിനെപ്പോലുള്ള കൊളോണിയലിസ്റ്റ് ജനറൽമാരെപ്പോലും പുതിയ സൈനികനടപടികളാരംഭിക്കുന്നതിനുമുമ്പ് രണ്ടുവട്ടം ചിന്തിക്കാൻ പ്രേരിപ്പിച്ചു. കൂടാതെ, ഫ്രഞ്ചുസാമ്രാജ്യം നേരിടുന്ന പ്രയാസങ്ങളും കണക്കിലെടുക്കേ

ണ്ടതുണ്ട്. രണ്ടാംലോകമഹായുദ്ധകാലത്ത് ഫ്രഞ്ച് ബൂർഷ്വാസി അങ്ങേയറ്റം ക്ഷീണിച്ചുപോയി. ആഭ്യന്തരമായി, ശക്തിപ്രാപിച്ചുകൊണ്ടിരുന്ന ജനാധിപത്യപ്രസ്ഥാനത്തെ അവർക്ക് നേരിടേണ്ടിവന്നു. ഇന്തോചൈനയിലാണെങ്കിൽ ഫ്രഞ്ചുകാരും ജിയാങ് പ്രഭൃതികളും തമ്മിലുള്ള വൈരുധ്യങ്ങൾ കുറഞ്ഞുവരാൻ തുടങ്ങിയെങ്കിലും ഫ്രഞ്ചുകാരിൽ പലതരത്തിലുള്ള സംശയങ്ങളും അപ്പോഴും അവശേഷിച്ചു. തന്മൂലം ഒരു കാലയളവുവരെ ഞങ്ങളുമായി പുതിയ സംവിധാനങ്ങളുണ്ടാക്കാൻ ഫ്രഞ്ചുകാർ നിർബന്ധിതരായി.

മാർച്ച് 6 ാം തീയതിയിലെ കരാർ ഞങ്ങൾക്ക് തുടക്കത്തിലുള്ള ഒരു വിജയം മാത്രം. ഫ്രഞ്ചുകാരും ഞങ്ങളും തമ്മിലുള്ള കൂടിയാലോചനകൾ അപ്പോഴും നടന്നുകൊണ്ടിരിക്കുകയായിരുന്നു. അങ്ങനെയുള്ള സമയത്ത് പാർട്ടിയുടെയും ജനങ്ങളുടെയും കടമകളെന്തൊക്കെ?

ഇന്തോചൈനീസ് രാജ്യങ്ങളുടെ സ്വാതന്ത്ര്യം ഫ്രാൻസ് അംഗീകരിച്ചിരുന്നില്ല. ഈ രാജ്യങ്ങളിലെ ദേശീയ വിമോചനവിപ്ലവം പൂർത്തീകരിക്കപ്പെട്ടുകഴിഞ്ഞതുമില്ല. അതുകൊണ്ട് ഈ ഘട്ടത്തിലും വിയത്നാം വിമോചനത്തിന്റെ ലക്ഷ്യം പിതൃരാജ്യത്തിന്റെ പരിപൂർണമോചനവും ജനാധിപത്യറിപ്പബ്ലിക്കിന്റെ പുനരേകീകരണവും അതിന്റെ പ്രബലീകരണവുമായിരുന്നു. രാജ്യത്തെ പരിപൂർണമായും മോചിപ്പിക്കണമെങ്കിൽ കൊളോണിയലിസത്തെ എതിർക്കേണ്ടിയിരുന്നു. ഫ്രഞ്ച് ഗവൺമെന്റ് ഒരു പ്രാരംഭകരാർ ഒപ്പിട്ടതുമൂലം സ്ഥിതിഗതികൾ അൽപ്പസ്വൽപ്പം വ്യത്യസ്തമായിരുന്നു. അടവുകളെ സംബന്ധിച്ചാണെങ്കിൽ മൂർത്തമായ ശത്രു ആരാണെന്ന് തങ്ങൾക്ക് നിർണയിക്കേണ്ടിയിരുന്നു. അങ്ങനെയാണെങ്കിൽ മാത്രമേ അതിന്റെ നേർക്ക് ആക്രമണത്തിന്റെ കുന്തമുന തിരിച്ചുപിടിക്കാൻ കഴിയുമായിരുന്നുള്ളൂ.

മൂന്നുമാസം മുമ്പ്, 1945 നവംബർ 25 ാം തീയതി പുറപ്പെടുവിച്ച "ചെറുത്തുനിൽപ്പും ദേശീയപുനർനിർമാണവും" എന്ന ശാസനത്തിൽ അപ്പോഴത്തെ പരിതഃസ്ഥിതികൾ വിലയിരുത്തിയതിനുശേഷം നമ്മുടെ മുഖ്യശത്രു ഫ്രഞ്ച് കൊളോണിയലിസ്റ്റ് കയ്യേറ്റക്കാരാണെന്ന് പാർട്ടിയുടെ കേന്ദ്രകമ്മിറ്റി ചൂണ്ടിക്കാട്ടിയിരുന്നു. എന്നാൽ ഇപ്പോഴത്തെ പരിതഃസ്ഥിതിയിൽ നമ്മുടെ മൂർത്തവും അടിയന്തരമായും എതിർത്തുതോൽപ്പിക്കേണ്ടതുമായ ശത്രു, ഫ്രഞ്ചുപിന്തിരിപ്പന്മാരാണെന്ന് പാർട്ടിബ്യൂറോ ചൂണ്ടിക്കാട്ടി. ജനാധിപത്യ പ്രസ്ഥാനത്തെ നശിപ്പിക്കുന്നതിന് ഈ പിന്തിരിപ്പൻമാർ തങ്ങളുടെ ആവനാഴിയിലുള്ള മുഴുവൻ ആയുധങ്ങളും എടുത്തുപയോഗിക്കുകയായിരുന്നു. സോവിയറ്റ് യൂണിയനെ വളഞ്ഞിടുന്നതിന് ബ്രിട്ടീഷ് സാമ്രാജ്യത്വവുമായി കൈകോർത്തു പിടിക്കാൻ അവരാഗ്രഹിക്കുകയായിരുന്നു. ഇന്തോ ചൈനയുടെമേൽ വീണ്ടും കൊളോണിയൽഭരണം അടിച്ചേൽപ്പിക്കുന്നതിനുള്ള പദ്ധതികൾ അവർ ആസൂത്രണം ചെയ്യുകയായിരുന്നു. ആ സമയത്ത് അവർ വിയത്നാമിന്റെ ഏകീകരണത്തിന് തുരങ്കം വയ്ക്കുകയും പരിപൂർണസ്വാതന്ത്ര്യത്തിനുവേണ്ടിയുള്ള ഞങ്ങളുടെ സമരത്തെ എതിർക്കുകയുമായിരുന്നു.

നാം ബൊ കൈയടക്കുന്നതിന് ബലംപ്രയോഗിക്കാൻ ഫ്രഞ്ചുകാർ തീരുമാനിച്ചതോടെ, ഫ്രഞ്ചുകൊളോണിയലിസ്റ്റു കയ്യേറ്റകാർക്കെതിരായി ഒരു ദേശീയ ഐക്യമുന്നണി കെട്ടിപ്പടുക്കുകയെന്ന നയം ഞങ്ങൾ മുമ്പോട്ടുവെച്ചു. പുതിയ പരിതഃസ്ഥിതിയിൽ, മുന്നണി ഫ്രഞ്ചുപിന്തിരിപ്പന്മാർക്കെതിരായി അതിന്റെ സമരത്തിന്റെ കുന്തമുന തിരിച്ചുപിടിക്കും.

അനേകം പുതിയ മുദ്രാവാക്യങ്ങൾ ഉയർത്തപ്പെട്ടു: "പുതിയ ഫ്രാൻസുമായി ബന്ധവും സമത്വവും" "വിയത്നാമിലെയും ഫ്രാൻസിലെയും ജനങ്ങൾ ഫ്രഞ്ചുപിന്തിരിപ്പന്മാരെ എതിർക്കാൻ ഒത്തുചേരട്ടെ."

ഓരോ പതനത്തെയും, നേരിടുന്നതിന് സൈനികരംഗത്ത് ഞങ്ങൾക്ക് ഞങ്ങളുടെ സേനകളെ നിലനിർത്തുകയും ശക്തിപ്പെടുത്തുകയും ചെയ്യേണ്ടിയിരുന്നു. അതേസമയം തന്നെ രാഷ്ട്രീയം, സാമ്പത്തികം, സാംസ്കാരികം തുടങ്ങിയ മറ്റെല്ലാമേഖലകളിലുമുള്ള സമരവും ശക്തിപ്പെടുത്തേണ്ടിയിരുന്നു.

മുകളിൽപ്പറഞ്ഞ അളവുകളംഗീകരിച്ചതിനുശേഷം പുതിയതായുണ്ടാകാനിടയുള്ള സംഭവവികാസങ്ങളെക്കുറിച്ച് ബ്യൂറൊ പ്രവചനങ്ങൾ നടത്തുകയും വിവിധ കടമകളാവിഷ്കരിക്കുകയും ചെയ്തു.

പ്രാരംഭകരാറൊപ്പുവെച്ചത് ശരിയായ ഒരു തീരുമാനമായിരുന്നുവെന്നും അത് ഞങ്ങൾക്കൊരു വിജയമായിരുന്നുവെന്നും വ്യാപകമായും ആഴത്തിലും ജനങ്ങൾക്കു വിശദീകരിച്ചുകൊടുക്കേണ്ടത് ആവശ്യമായിരുന്നു. കരാറൊപ്പുവെച്ചതോടെ എല്ലാ പ്രയാസങ്ങളും അവസാനിച്ചുവെന്നതിന്റെ അടിസ്ഥാനത്തിൽ പോരാട്ടത്തിനുവേണ്ടിയുള്ള തയാറെടുപ്പുകൾ കുറച്ചുകൊണ്ടുവരാനുള്ള പ്രവണതക്കെതിരായി സമരം ചെയ്യേണ്ടതും ആവശ്യമായിരുന്നു.

ഫ്രഞ്ചുകൊളോണിയലിസ്റ്റുകൾ നടത്താനിടയുള്ള ഏത് വഞ്ചനക്കെതിരായും ഞങ്ങൾ കരുതലോടെയിരിക്കേണ്ടതാവശ്യമായിത്തീർന്നു. കാരണം, പ്രതിജ്ഞാബദ്ധമായ കാര്യങ്ങൾ നടപ്പാക്കാൻ അവർ വിസമ്മതിക്കുകയോ കരാറിലെ ഉള്ളടക്കം ദുർവ്യാഖ്യാനിക്കുകയോ ചെയ്യാനുള്ള സാധ്യതയുണ്ടായിരുന്നു. ഫ്രഞ്ചുസേന കരയ്ക്കിറങ്ങുകയും അനേകം താവളങ്ങളിൽ നിലയുറപ്പിക്കുകയും ചെയ്തുകഴിഞ്ഞാൽ ജനകീയാധികാരത്തെ അട്ടിമറിക്കുകയെന്ന ഉദ്ദേശ്യത്തോടെ എന്തിന്റെയെങ്കിലും മറപിടിച്ചുകൊണ്ട് കൊളോണിയലിസ്റ്റുകൾ നമ്മളെ ആക്രമിക്കുമെന്നകാര്യം തീർച്ചയായിരുന്നു. അപ്പോൾ വിപ്ലവത്തിന്റെ ഫലങ്ങളെ കാത്തുരക്ഷിക്കുകയെന്നുള്ളത് മൗലികപ്രാധാന്യമുള്ള കാര്യമത്രെ. നീണ്ടുനിൽക്കുന്ന ഒരു ചെറുത്തുനിൽപ്പുയുദ്ധത്തിനുള്ള തയാറെടുപ്പ് തുടരണമെന്നകാര്യത്തിന് ബ്യൂറോ ഊന്നൽനൽകി. ഫ്രഞ്ചുസൈന്യങ്ങൾ നിലയുറപ്പിക്കേണ്ടിയിരുന്ന സ്ഥലങ്ങളിൽ ഞങ്ങൾ ശാന്തരായിരിക്കുകയും ഇരുവിഭാഗങ്ങളുമുൾപ്പെടുന്ന എന്തെങ്കിലും പ്രശ്നമുണ്ടായാൽ അവ പരിഹരിക്കുന്നതിന് ലെയ്സൺ കമ്മിറ്റികൾ രൂപീകരിക്കുകയും ചെയ്യണം. പോരാ, അതിവേഗം ജനങ്ങളെ സംഘടിപ്പിക്കുകയും

അവർക്കു വിദ്യാഭ്യാസം നൽകുകയും വേണം. അങ്ങനെയായാൽ അവർ തങ്ങളുടെ ജാഗ്രത വർധിപ്പിക്കും. ഫ്രഞ്ചുസൈന്യങ്ങൾക്കിടയിലും നാം നമ്മുടെ പ്രചാരണപ്രവർത്തനങ്ങൾ ശക്തിപ്പെടുത്തണം. അത് നമ്മുടെ ജനങ്ങൾ നടത്തുന്ന ന്യായമായ സമരത്തെക്കുറിച്ച് അവരെ മനസിലാക്കുന്നതിന് സഹായിച്ചേക്കാം.

ആ സമയത്ത് ജിയാങ് പ്രഭൃതികളോടും അങ്ങേയറ്റം കൗശലപൂർവം പെരുമാറേണ്ടിയിരുന്നു. മാർച്ച് 6 ാം തീയതിയിലെ കരാർ അവരെ ഒരു പുതിയ അവസ്ഥയിലാണെത്തിച്ചത്. ഇന്തോ ചൈനയുടെമേലുള്ള തങ്ങളുടെ താൽപ്പര്യം പഴയതുപോലെ നിലനിർത്താൻ തങ്ങൾക്ക് കഴിയുകയില്ലെന്ന് ഇതുവരെ ബോധ്യപ്പെടുത്തി. തങ്ങളുടെ അധീശത്വം നീട്ടിക്കൊണ്ടുപോകാനും ഇന്തോചൈനയെ സാർവദേശീയ ട്രസ്റ്റിഷിപ്പിൻ കീഴിൽ കൊണ്ടുവരാനുമുള്ള അവരുടെ പദ്ധതികളെ നാമെതിർക്കും.

രാജ്യത്തിനകത്തുള്ള പിന്തിരിപ്പൻമാർ പുതിയ പദ്ധതികളും പുതിയ സൂത്രങ്ങളും ആസൂത്രണം ചെയ്യുകയായിരുന്നു. കരാറിന്റെ പ്രാധാന്യം ദുർവ്യാഖ്യാനിച്ച് കുറച്ചുകാണിക്കാൻ അവർ കഠിനമായി യത്നിക്കുകയുമായിരുന്നു. ഞങ്ങളുടെ സ്ഥാനത്തേക്ക് അതിക്രമിച്ചുകടക്കാനോ അല്ലെങ്കിൽ ഞങ്ങൾ ഒപ്പിട്ടതിനെ അപലപിക്കാനോ ഫ്രഞ്ച് കൊളോണിയലിസ്റ്റുകളെ സഹായിക്കത്തക്കവിധത്തിലുള്ള പ്രകോപനങ്ങൾ അവർ കുത്തിപ്പൊക്കാൻ നോക്കും. ജിയാങ്ങിന്റെ പണംപറ്റുകാരായ നാഷണലിസ്റ്റുകളാവട്ടെ ഒരു പ്രതിവിപ്ലവം സംഘടിപ്പിക്കണമെന്ന് ആഗ്രഹിച്ചു. പക്ഷെ, തങ്ങളുടെ യജമാനന്മാർ നേരിട്ടുകൊണ്ടിരിക്കുന്ന ദുഃസ്ഥിതികണ്ട അവരുടെ അണികളെ ഭിന്നിപ്പിക്കാൻ എളുപ്പമായിരുന്നു. നാമതിന് ശ്രമിക്കണം. തെറ്റിദ്ധരിപ്പിക്കപ്പെട്ടവരെ നമ്മുടെ ഭാഗത്തേക്കാകർഷിച്ചുകൊണ്ടുവരാൻ നോക്കണം. ഫ്രഞ്ചനുകൂലവഞ്ചകന്മാർ സ്വാതന്ത്ര്യത്തിനുവേണ്ടിയുള്ള നമ്മുടെ സമരത്തെ തുരങ്കംവയ്ക്കുന്നതിന് സജീവമായി പരിശ്രമിക്കുകയും ഫ്രഞ്ചുകാരുമായി കൂട്ടംചേരുകയും ചെയ്യും. നമ്മുടെ പൊതുലക്ഷ്യത്തിന് ഹാനികരമായ പ്രവർത്തനങ്ങൾ നടത്തുന്നതിൽനിന്ന് അവരെ തടഞ്ഞുനിർത്തുന്നതിന് ഫലപ്രദമായ മാർഗങ്ങൾ നാം കണ്ടെത്തണം.

നാം ബോ പ്രശ്നത്തിൽ ഫ്രഞ്ചുകൊളോണിയലിസ്റ്റുകൾ കാണിക്കുന്ന നിഗൂഢതന്ത്രങ്ങളെ ബ്യൂറോ ചൂണ്ടിക്കാട്ടി.

മാർച്ച് 6 ാം തീയതിയിലെ കരാർ ബാക് ബൊവിനും ത്രുങ് ബൊവിന്റെ വലിയൊരുഭാഗത്തിനും മാത്രമേ ബാധകമായിട്ടുള്ളൂ എന്ന നിലപാട് അവർ എടുത്തേക്കും. ഒരു 'സ്വയംഭരണഗവൺമെന്റ് സ്ഥാപിക്കുക' എന്ന പ്രഹസനത്തിന്റെ പേരിൽ നാം ബൊവിൽ ഒരു പാവഗവൺമെന്റ് സ്ഥാപിക്കാൻ അവർ ശ്രമിക്കും. നമ്മുടെ രാജ്യത്തിന്റെ വിഭജനം നടന്നുകഴിഞ്ഞ ഒരു കാര്യമാണെന്ന് വരുത്തി അതു തുടരാനായിരുന്നു അവരുടെ നീക്കം.

കരാറിൽ വ്യവസ്ഥചെയ്തതനുസരിച്ച് നാം ബൊവിൽ ഹിതപരിശോധന നടത്തുക എന്ന പ്രശ്നം കുറച്ചുകാലത്തേക്ക് വെച്ചുതാമസിപ്പിക്കാൻ അവർ ശ്രമിക്കും. അങ്ങനെയായാൽ ചെറുത്തുനിൽപ്പ് പ്രസ്ഥാനത്തെ അടിച്ചമർത്താനും പാവപ്പടയെയും ഗവൺമെന്റിനെയും ശക്തിപ്പെടുത്താനും സമയം ലഭിക്കുമല്ലോ. ആക്രമണകാരികളുടെ ബയണറ്റിനു കീഴിൽ ഒരു ഹിതപരിശോധന നടന്നാൽ സ്വതന്ത്രമായി തങ്ങളുടെ ഇച്ഛ പ്രകടിപ്പിക്കാൻ നാം ബൊവിലെ നമ്മുടെ സഖാക്കൾക്ക് കഴിയില്ല.

നാം ബൊവിൽ വെടിനിർത്തൽകരാർ പൂർണമായി നടപ്പാക്കുന്നതിനുമുമ്പ് അവിടെ നിലനിൽക്കുന്ന ആശയക്കുഴപ്പത്തിൽനിന്ന് മുതലെടുക്കാൻ ഫ്രഞ്ചുകാർ ശ്രമിക്കും. നമ്മുടെ സൈനികസ്ഥാനങ്ങളിൽ കടന്നുകയറാനും നമ്മുടെ രാഷ്ട്രീയനിലപാടിനുനേരെ ആക്രമണം നടത്താനും അവർ മടിക്കില്ല. നമ്മുടെ സഖാക്കളുടെ മനക്കരുത്ത് തകർക്കാനും പിന്തിരിപ്പന്മാരുടെ പ്രവർത്തനങ്ങൾക്കനുകൂലമായ പരിതഃസ്ഥിതികൾ സൃഷ്ടിക്കാനും അവർ നോക്കും.

ഫ്രഞ്ചുകാർ വെടിനിർത്തൽ കരാർ കർശനമായി നടപ്പാക്കണമെന്നും ഞങ്ങളും ഫ്രഞ്ചുകാരും തമ്മിൽ ഔപചാരികമായ കരാറുണ്ടാക്കുന്നതുവരെ താൽക്കാലികമായി ഫ്രഞ്ചധീനതയിലുള്ള പ്രദേശങ്ങളിൽ വിയത് മിഞ്ഞിന്റെ നിയമപരമായ പദവി അവർ അംഗീകരിക്കണമെന്നും ഉറച്ചാവശ്യപ്പെടുകയെന്നതായിരുന്നു ഞങ്ങളുടെ നയം. അധിനിവേശ നഗരങ്ങളിൽ ദേശീയ ഏകീകരണത്തിനുവേണ്ടിയുള്ള രാഷ്ട്രീയസമരത്തിന്റെ ശക്തമായ പ്രസ്ഥാനം കെട്ടിപ്പടുക്കും.

പ്രാരംഭകരാറിൽ ഒപ്പുവെച്ചതുമൂലം സംഘർഷലഘൂകരണത്തിന്റേതായ ഒരുഘട്ടം പിറന്നു. അമൂല്യമായ ഈ ഘട്ടത്തെ, വരാൻ പോകുന്ന നീണ്ടുനിൽക്കുന്ന സമരത്തിന്റെ അടിത്തറ എന്ന നിലയിൽ എല്ലാ മേഖലകളിലും നമ്മുടെ സേനകളെ വളർത്താനും ശക്തിപ്പെടുത്താനും ഞങ്ങളുപയോഗിക്കും.

1946 മാർച്ച് 9 ാം തീയതി കേന്ദ്രകമ്മിറ്റിയുടെ സ്റ്റാൻഡിങ് ബ്യൂറോ അംഗീകരിച്ച് "മുന്നേറ്റം നടത്താൻ വേണ്ടി സമാധാനം സ്ഥാപിക്കുക" എന്ന ശാസനത്തിൽ മുകളിൽ പറഞ്ഞ കാര്യങ്ങൾ അടങ്ങിയിരുന്നു. ആ ശാസനം ഇങ്ങനെയാണവസാനിപ്പിച്ചിരുന്നത്:

പ്രിയപ്പെട്ട സഖാക്കളെ,

> പിതൃഭൂമി പ്രയാസകരമായ ഒരു ഘട്ടത്തെ അഭിമുഖീകരിച്ചിരിക്കുകയാണ്. എങ്കിലും വിപ്ലവമാകുന്ന ബോട്ട് കടലിലെ പാറക്കൂട്ടങ്ങൾക്കിടയിലൂടെ പതുക്കെ മുന്നോട്ടു നീങ്ങുകയാണ്. സമയം ലാഭിക്കാനും, നമ്മുടെ സേനകളെ കാത്തുരക്ഷിക്കാനും പരിപൂർണസ്വാതന്ത്ര്യത്തിലേക്ക് അതിവേഗം മുന്നേറാൻ കഴിയത്തക്കവിധത്തിൽ നമ്മുടെ സ്ഥാനം നിലനിർത്താനും നാം ഫ്രഞ്ചുകാരുമായി സമാധാനക്കരാറുണ്ടാക്കിയിട്ടുണ്ട്.

30

"മുന്നേറ്റം നടത്തുന്നതിന് സമാധാനം സ്ഥാപിക്കുക"

ദ് അർഗൻ ല്യു ഫെബ്രുവരി മധ്യത്തിൽ ഫ്രാൻസിലേക്ക് മടങ്ങി. അപ്പോഴേക്കും അയാളുടെ ആഗ്രഹങ്ങൾക്ക് വിരുദ്ധമായി ചില മാറ്റങ്ങൾ ഫ്രഞ്ചുഭരണവൃത്തങ്ങളിൽ വന്നുകഴിഞ്ഞിരുന്നു. അയാളെ ഇന്തോചൈനയിലെ ഹൈകമ്മീഷണറായി നിയമിച്ചിരുന്ന ദീ ഗാൾ രാജിവെച്ചു. സോഷ്യലിസ്റ്റ് പാർട്ടി അംഗമായ ഫെലിക്സ് ഗൊയ്ൻ താൽക്കാലിക ഗവൺമെന്റിന്റെ പ്രധാനമന്ത്രിയായി നോമിനേറ്റ് ചെയ്യപ്പെട്ടു. നേരത്തെ ദീ ഗാളിന്റെ ഒരടുത്ത സഹപ്രവർത്തകന്റെ നിയന്ത്രണത്തിലായിരുന്ന കോളനികൾക്കായുള്ള മന്ത്രികാര്യാലയം ഇപ്പോൾ 'മിനിസ്ട്രി ഓഫ് ഓവർ സീസ് ഫ്രാൻസ്' ആയി രൂപാന്തരപ്പെട്ടു. അത് മറ്റൊരു സോഷ്യലിസ്റ്റ് ആയ മാരിയു മൗതെയുടെ കീഴിലായി. ലെക്ലെർക് നിർദേശിച്ചതനുസരിച്ച്, സോഷ്യലിസ്റ്റുകാർക്ക് ഭൂരിപക്ഷമുള്ള ഗൊയ്ൻ ഗവൺമെന്റ്, വിയത്നാം ജനാധിപത്യ റിപ്പബ്ലിക്കൻ ഗവൺമെന്റുമായി കൂടിയാലോചന നടത്താമെന്ന് സമ്മതിച്ചു. ദ് അർഗൻ ല്യു ആകട്ടെ, ഫ്രാൻസിലെ പുതിയ ഭരണത്തിലുള്ള വലതുപക്ഷശക്തികളുടെ പിന്തുണ ആർജിക്കാൻ കിണഞ്ഞു പരിശ്രമിച്ചു. വിയത് മിഞ് 'ഫ്രഞ്ചുവിരുദ്ധ പാർട്ടി' ആണെന്നും അതിനെ വിശ്വസിക്കാൻ കൊള്ളില്ലെന്നും ഹോ ചി മിനും മറ്റു വിയത് മിഞ് നേതാക്കളും 'കമ്യൂണിസ്റ്റ് കലാപകാരികളാണെ'ന്നും എല്ലായിടത്തും അയാൾ പ്രചരിപ്പിച്ചു. ഏപ്രിൽ ആദ്യം അയാൾ സൈഗോണിലേക്ക് തിരിച്ചുവന്നു.

മാർച്ച് 6 ാം തീയതിയത്തെ പ്രാരംഭകരാറിലെ വ്യവസ്ഥകൾ വെളിവായിക്കഴിഞ്ഞതിനുശേഷം ദ് അർഗൻ ല്യു സൈഗോൺ റേഡിയോവിലൂടെ ഒരു പ്രസംഗം നടത്തി. ജാപ്പനീസ് കുവിനുശേഷമുള്ള ദിനങ്ങളിൽ ഫ്രഞ്ചുസേന കാണിച്ച ആത്മധൈര്യത്തെ ഹൈ കമ്മീഷണർ പുക

ഴ്ത്തി. “നാട്ടുകാരുടെ ഇടയിൽ ദുഷിച്ച ആഗ്രഹങ്ങൾ’ അതായത് സ്വാതന്ത്ര്യത്തിനുള്ള ആഗ്രഹം ഉണർത്തിവിട്ടതിന്, അയാൾ ജപ്പാൻകാരെ അപലപിച്ചു. നാം ബോവിലേക്ക് തിരിച്ചുവരുന്നതിന് ഫ്രഞ്ചുകാരെ സഹായിച്ചതിൽ ബ്രിട്ടീഷ് പട്ടാളത്തിന് അയാൾ നന്ദി രേഖപ്പെടുത്തി. വിയത്നാം ജനാധിപത്യറിപ്പബ്ലിക്കൻ ഗവൺമെന്റിനെ ‘ഹാനോയ് അധികൃത’രെന്നോ ഹാനോയ് ഗവൺമെന്റെന്നോ പറഞ്ഞാണ് ദ് ആർഗൻല്യൂ പരാമർശിച്ചത്. എങ്കിലും “വിയത്നാം ജനാധിപത്യറിപ്പബ്ലിക്കിന് അതിന്റേതായ ഒരു ഗവൺമെന്റും പാർലമെന്റും ധനകാര്യവിഭാഗവും പട്ടാളവുമുണ്ടെ”ന്ന് കരാറിൽ വ്യവസ്ഥ ചെയ്തതുപോലെ പറയാൻ അയാൾ നിർബന്ധിതനായി. അയാൾ തുടർന്നു: “കമ്പൂചിയക്കും അതിന്റേതായ ഗവൺമെന്റും പട്ടാളവും ധനകാര്യവിഭാഗവുമുണ്ടെന്നും അതിന്റേതായ ഒരു ഗവൺമെന്റുണ്ടാക്കാൻ പോവുകയാണെന്നും പറയാൻ ഞാനാഗ്രഹിക്കുന്നു.” ഫ്രഞ്ചുകാർ നാം ബോവിൽ ഒരു കൺസൽടേറ്റിവ് കൗൺസിൽ രൂപീകരിച്ചതിനെ അയാൾ പുകഴ്ത്തി. അവസാനമായി, “ജീവിതത്തിന്റെ എല്ലാ തുറകളിലും ഇന്തോചൈനക്കാർ തഴച്ചുവളരുമെന്നും അഭിവൃദ്ധിപ്പെടുമെന്നും” അയാൾ പ്രത്യാശ പ്രകടിപ്പിച്ചു.

കൊളോണിയൽ വീക്ഷണത്തോടുകൂടിയ ആ പ്രസംഗത്തെ ഉടൻതന്നെ ഞങ്ങളുടെ പത്രങ്ങൾ ശക്തിയുക്തമെതിർത്തു.

1946 മാർച്ച് 9 ാം തീയതി ഫ്രഞ്ചുവിദേശകാര്യമന്ത്രി മൗതെ, വിയത്നാം–ഫ്രഞ്ച് പ്രാരംഭകരാർ മന്ത്രിമാരുടെ കൗൺസിലിനുമുമ്പിൽ സമർപ്പിച്ചു. ഫ്രഞ്ച് ഗവൺമെന്റ് അതിനംഗീകാരം നൽകി. എന്നാൽ ഏതാനും ദിവസങ്ങൾക്കു ശേഷം മാർച്ച് 14 ാം തീയതി മൗതെതന്നെ പ്രസ്താവിച്ചു: “കൊച്ചിൻ ചൈനയ്ക്ക് ഒരു സ്വതന്ത്രഭരണഘടനയും വിയത്നാം ജനാധിപത്യറിപ്പബ്ലിക്കിന്റേതുപോലെ ഒരു പ്രത്യേക ഭരണവും ഉണ്ടായിരിക്കു”മെന്ന്. ഫ്രഞ്ച് ഗവൺമെന്റിലെ സോഷ്യലിസ്റ്റുകാരെന്ന് പറയപ്പെടുന്നവരിൽ നിന്ന് ഞങ്ങൾ അധികമൊന്നും പ്രതീക്ഷിക്കേണ്ടതില്ലെന്ന് ഇത് തെളിയിച്ചു.

ഫ്രഞ്ച് ഗവൺമെന്റംഗീകരിച്ച കരാർ നടപ്പാക്കുന്ന കാര്യത്തിൽ ഇന്തോചൈനയിലെ ഫ്രഞ്ചുകാർ താൽപ്പര്യമൊന്നും കാണിച്ചില്ല. അവരുടെ വാക്കും പ്രവൃത്തിയും തമ്മിലുള്ള അന്തരം പെട്ടെന്നുതന്നെ വെളിവായി.

മാർച്ച് 13 ാം തീയതി ലെക്ലെർക് ഒരഭ്യർഥന പുറപ്പെടുവിച്ചു. അതിൽ വിയത്നാംകാരോട് സൗഹൃദപൂർവമായ ഒരു സമീപനം സ്വീകരിക്കണമെന്ന് ഫ്രഞ്ച് സൈന്യങ്ങളോടും ഫ്രഞ്ച് പൗരന്മാരോടും അയാൾ ആവശ്യപ്പെട്ടു. ഹാനോയ്യിൽനിന്ന് പുറത്തുവന്നുകൊണ്ടിരുന്ന *ലെ എന്റെന്റ* എന്ന പത്രത്തിൽ സെയ്ന്ത്നി എഴുതി: “കാലഹരണപ്പെട്ട ഭൂതകാലത്തോടുള്ള വ്യർഥമായ ഖേദപ്രകടനത്തോടെയല്ല നല്ലതും സമ്പൂർണവുമായ ഒരു ഭാവി ഒരാൾക്ക് കെട്ടിപ്പടുക്കാൻ കഴിയുക.” അതേസമയം തന്നെ, വിയത്നാം പട്ടാളക്കാർ തങ്ങളുടെ ആയുധങ്ങൾ അടിയറവയ്

ക്കണമെന്നു പറഞ്ഞുകൊണ്ട് ഫ്രഞ്ചുകാർ ആകാശത്തുനിന്ന് നാം ബൊവിൽ നോട്ടീസുകൾ വിതരണം ചെയ്തു. മാർച്ച് 9 ാം തീയതി ഫ്രഞ്ച് സൈന്യങ്ങൾ കാ മൗവിലും റാച് ഗിയാവിലും ഒത്തുകൂടി. ഞങ്ങളുടെ സേനകൾ നിലയുറപ്പിച്ചിരുന്ന അനേകം താവളങ്ങളിൽ അവർ അപ്രതീക്ഷിതമായ ആക്രമണങ്ങൾ നടത്തി. സ്വയം രക്ഷയ്ക്കുവേണ്ടി ഞങ്ങളുടെ സായുധസേനകൾ ഉറച്ചുനിന്ന് തിരിച്ചടിച്ചു. തോക്കുകളുടെ ശബ്ദം അപ്പോഴും നാം ബോവിൽ ഉയർന്നുകൊണ്ടിരുന്നു. വടക്ക് പുതുതായി വന്നിറങ്ങിയ ഫ്രഞ്ച് സൈന്യങ്ങൾ ഞങ്ങളോട് അനുവാദമൊന്നും ചോദിക്കാതെ നീക്കങ്ങൾ നടത്തി.

മാർച്ച് മധ്യത്തിൽ, വിയത്നാം വിപ്ലവസഖ്യത്തിന്റെയും നാഷണലിസ്റ്റ് പാർട്ടിയുടെയും നേതാക്കൾ, ഭരണനിർവഹണവിഭാഗവും പട്ടാളവും തമ്മിൽ സംയോജിപ്പിക്കുന്നതുസംബന്ധിച്ച ഒരുത്തരവ് പുറപ്പെടുവിക്കാൻ സമ്മതിച്ചു. പരസ്പരം ആക്രമണം നടത്തുന്നതിൽനിന്നും ഓരോരുത്തരുടെയും മെമ്പർമാരെ അന്യോന്യം അറസ്റ്റ് ചെയ്യുന്നതിൽനിന്ന് ജനങ്ങളെ ഭീഷണിപ്പെടുത്തുന്നതിൽനിന്നും ഒഴിഞ്ഞുമാറിക്കൊണ്ടും സ്വതന്ത്രമായും നിയമവിരുദ്ധമായും പ്രചാരണം നടത്തിയും ഈ രണ്ടുപാർട്ടികളും ഗവൺമെന്റ് ഉത്തരവുകളെ കർശനമായും പാലിക്കേണ്ടിയിരുന്നു.

ഉത്തരവൊപ്പിട്ടതിനെ സംബന്ധിച്ച വാർത്ത പത്രങ്ങളിൽ വന്നതിന്റെ പിറ്റേദിവസം – മാർച്ച് 16 ാം തീയതി – തന്നെ നാഷണലിസ്റ്റ് പാർട്ടിയുടെ ഒരുകൂട്ടം ആൾക്കാർ പ്രാരംഭ കരാർ ഒപ്പുവെച്ചതിനെതിരെ മുദ്രാവാക്യങ്ങളും മുഴക്കിക്കൊണ്ട് തെരുവീഥികളിലൂടെ പ്രകടനം നടത്തി. അവർ ഹാങ് ദാവു മൈതാനത്ത് എത്തിച്ചേർന്നപ്പോൾ ഞങ്ങളുടെ പൊലീസുകാർ അവരെ പിരിഞ്ഞുപോകാൻ നിർബന്ധിച്ചു. കൃത്യനിർവഹണത്തിനിടയിൽ ഞങ്ങളുടെ മൂന്നുപൊലീസുകാർക്ക് പരിക്കുപറ്റി. നാഷണലിസ്റ്റുകൾ നഗരങ്ങളിൽ തട്ടിക്കൊണ്ടുപോകൽ തുടർന്നു.

പാർട്ടി ബ്യൂറോ അതിന്റെ ശാസനത്തിൽ പ്രവചിച്ചിരുന്നതുപോലെ സംഭവഗതികൾ വളർന്നുവന്നു. "മുന്നേറ്റം നടത്തുന്നതിന് സമാധാനം സ്ഥാപിക്കുക" എന്നായിരുന്നുവല്ലോ ശാസനത്തിൽ പറഞ്ഞിരുന്നത്. സമരത്തിൽ ഒരു പുതിയഘട്ടം, അങ്ങേയറ്റം സങ്കീർണവും ഭീകരവുമായൊരു ഘട്ടം, ആരംഭിച്ചു.

പ്രാരംഭ കരാർ ഒപ്പുവെച്ച് രണ്ടുദിവസം കഴിഞ്ഞതിനുസേഷം സിറ്റി ഹാളിൽവെച്ച് ഹാനോയിലെ സ്വയംപ്രതിരോധപോരാളികളുടെ ജില്ലാ തലവൻമാരോടും കമ്പനികമാൻഡർമാരോടും പ്രസിഡന്റ് ഹോ സംസാരിച്ചു. അദ്ദേഹം പറഞ്ഞു:

> ഈ വെടി നിർത്തൽ കരാർ ഒപ്പുവെച്ചതിന്റെ അർഥം യുദ്ധം അവസാനിച്ചുവെന്നോ ഫ്രഞ്ചുസൈന്യങ്ങളോട് ദുർബലമായതോ സൗമ്യതയോടുകൂടിയതോ ആയ ഒരു സമീപനം സ്വീകരിക്കണമെന്നോ അല്ല, നേരെമറിച്ച് നാം മറ്റെന്നത്തേക്കാളും നമ്മുടെ

> സൈന്യങ്ങളുടെ ശക്തിവർധിപ്പിക്കുകയും എന്തു സംഭവവികാസങ്ങളെയും നേരിടുന്നതിന് നമ്മുടെ മുഴുവൻ ജനങ്ങളുടെയും മനക്കരുത്ത് ഉയർത്തുകയും വേണം. ചെറുത്തുനിൽപ്പിന്റെ ആവേശം നിലനിർത്തുകയും ഒരുമിനുട്ടിന്റേയോ ഒരുനിമിഷത്തിന്റേയോ അലംഭാവമില്ലാതെ അതിനുള്ള സൂക്ഷ്മമായ തയാറെടുപ്പുകൾ നടത്തുകയും ചെയ്യണം."

അദ്ദേഹം ഹാളിൽ സന്നിഹിതരായ സഖാക്കളോട് ഒന്നരമണിക്കൂർ സമയം സംസാരിച്ചു. നാം ബോവിലെ ജനങ്ങൾക്കും പോരാളികൾക്കും മാർച്ച് 11 ാം തീയതി അയച്ച ഒരു കത്തിൽ ഹോ അമ്മാവനെഴുതി:

> ഈ വെടിനിറുത്തൽഘട്ടത്തിൽ, പ്രത്യേകിച്ചും ഇരുഭാഗങ്ങളിലുമുള്ള സൈന്യങ്ങൾ അവരുടെ ഇന്നുള്ള സ്ഥാനങ്ങളിൽത്തന്നെ നിലയുറപ്പിച്ചുനിൽക്കേണ്ട ഈ ഘട്ടത്തിൽ, പോരാട്ടത്തിനുള്ള തയാറെടുപ്പുകൾ നടത്തുകയും നിങ്ങളുടെ സേനകളെ ശക്തിപ്പെടുത്തുകയും അച്ചടക്കംപാലിക്കുകയും ചെയ്യേണ്ടത് ഇന്ന് മറ്റെന്നത്തേക്കാളുമുപരി ആവശ്യമാണ്. സമാധാനം സ്ഥാപിക്കപ്പെട്ടുകഴിഞ്ഞാൽ, നമ്മുടെ രാജ്യത്തിന്റെ പരിപൂർണസ്വാതന്ത്ര്യം ഉറപ്പുവരുത്തുന്നതിന് നിങ്ങളുടെ ഉൾക്കരുത്ത് അമൂല്യമായ ഒരു ശക്തി ആയിരിക്കും.

കരാറിലെ വ്യവസ്ഥകൾക്കു വിരുദ്ധമായി ഫ്രഞ്ചുകാർ നടത്തിക്കൊണ്ടിരുന്ന പ്രവർത്തനങ്ങളെ അപലപിച്ചുകൊണ്ട് ഞങ്ങളുടെ സഖാക്കൾക്കും ലോകത്തിലെ ഗവൺമെന്റുകൾക്കും ജനങ്ങൾക്കും പ്രസിഡന്റ് ഹോ മാർച്ച് 13 ാം തീയതി സന്ദേശങ്ങളയച്ചു. ശാന്തരായിരിക്കാനും ഉത്തരവിനനുസരിച്ച് പ്രവർത്തിക്കാൻ തയാറായി നിൽക്കാനും ഞങ്ങളുടെ ജനങ്ങളോട് അദ്ദേഹം ആഹ്വാനം ചെയ്തു. ഞങ്ങളുടെ ന്യായമായ സമരത്തിന് പിന്തുണനൽകാനും കരാർ പാലിക്കണമെന്ന് ഫ്രഞ്ചുഗവൺമെന്റിനോടാവശ്യപ്പെടാനും ലോകമെമ്പാടുമുള്ള ജനങ്ങളോടും ഗവൺമെന്റുകളോടും, പ്രത്യേകിച്ച് ഫ്രഞ്ചുജനങ്ങളോട്, അദ്ദേഹം അഭ്യർഥിച്ചു. ഔപചാരികമായ കൂടിയാലോചനകളാരംഭിക്കേണ്ട കാര്യം ഓർമിപ്പിച്ചുകൊണ്ട് അന്നുതന്നെ പ്രസിഡന്റ് ഹോ ഫ്രഞ്ചുഗവൺമെന്റിനും ഒരു സന്ദേശമയച്ചു. ഉടൻ തന്നെ അത്തരമൊരു കൂടിയാലോചന നടത്തണമെന്ന് നേരത്തെ ഇരുവിഭാഗവും തീരുമാനിച്ചിരുന്നുവല്ലോ.

എല്ലായിടത്തും യോഗങ്ങളും പ്രകടനങ്ങളും തിരക്കുപിടിച്ച് നടന്നു. ഹാനോയിലെ യൂണിവേഴ്സിറ്റി വിദ്യാർഥികളുടെ ഹോസ്റ്റലിനു മുമ്പിലുള്ള മൈതാനത്തിൽ ആയിരിക്കണക്കിന് ജനങ്ങൾ സമ്മേളിച്ചു. കരാറിനുവിരുദ്ധമായിട്ടുള്ള എല്ലാ പ്രവർത്തനങ്ങളും ഫ്രഞ്ചുകാർ അവസാനിപ്പിക്കണമെന്നും പാരീസിൽവെച്ച് ഉടൻതന്നെ ഔപചാരികമായ കൂടി

യാലോചനകളാരംഭിക്കണമെന്നും ആവശ്യപ്പെട്ടു. "പ്രസിഡന്റ്, ഹോവിന് പിന്തുണനൽകുക," "ഗവൺമെന്റിന്റെ ഉത്തരവുകൾ പാലിക്കാൻ ഞങ്ങൾ തയാർ", "നാം ബൊ വിയത്നാമിന്റെ ഭാഗം" ആദിയായ മുദ്രാവാക്യങ്ങൾ ജനങ്ങൾ വിളിച്ചുപറഞ്ഞു.

പിന്തിരിപ്പന്മാരുടെ അട്ടിമറിശ്രമങ്ങളെല്ലാമുണ്ടായിട്ടും വിവിധപാർട്ടികളെ ഏകോപിപ്പിക്കുകയെന്ന നയം ഞങ്ങൾ കൈവെടിയാതെ പിന്തുടർന്നു. മാർച്ച് 17 ാം തീയതി വിയത് മിഞ്ഞിന്റെയും വിപ്ലവസഖ്യത്തിന്റെയും നാഷണലിസ്റ്റ് പാർട്ടിയുടെയും സംയുക്താഭിമുഖ്യത്തിൽ മുനിസിപ്പൽ തിയേറ്ററിൽ ഒരു വലിയ യോഗമുണ്ടായി. വിയത് മിഞ്ഞിനുവേണ്ടി സഖാവ് ദോങാണ് അതിൽ സംസാരിച്ചത്. ചെറുത്തുനിൽപ്പ് നടത്തുന്നതിനുവേണ്ടി കൂട്ടുഗവൺമെന്റിനു ചുറ്റും അണിനിരക്കേണ്ട കാര്യവും ഐക്യം സ്ഥാപിക്കാനുള്ള വിയത് മിഞ്ഞിന്റെ ആഗ്രഹവും അദ്ദേഹം പ്രകടിപ്പിച്ചു. യോഗം ഏതാണ്ട് പകുതിയായപ്പോൾ ഹോ അമ്മാവൻ എത്തിച്ചേർന്നു. അപ്പോൾ ആഡിറ്റോറിയത്തിൽ ഇടിമുഴക്കം പോലെ കയ്യടികളുയർന്നു. അവിടെ സന്നിഹിതരായിരുന്ന മുഴുവനാളുകളും എഴുന്നേറ്റുനിന്നു. 'ഹോ ചി മിൻ നീണാൾ വാഴട്ടെ' എന്ന ഈണത്തിൽ സൈനികബാന്റ് വാദ്യം മുഴക്കി.

കൂട്ടുഗവൺമെന്റിലുള്ള നാഷണലിസ്റ്റു പാർട്ടിയിലെ പിന്തിരിപ്പൻ ശക്തികൾ ജിയാങ്ങിൽനിന്നും അമേരിക്കയിൽനിന്നും പിന്തുണ തേടണമെന്ന് വാദിച്ചു. അധികാരമേറ്റെടുക്കുന്നതിനുവേണ്ടി മാർച്ച് 12 ാം തീയതി വിദേശമന്ത്രികാര്യാലയത്തിലെത്തിച്ചേർന്ന ൻഗുയെൻ തുവോങ് താം പ്രഖ്യാപിച്ചു: "വിദൂര പൂർവദേശത്ത് സമാധാനം നിലനിർത്താൻ ചൈനക്കും അമേരിക്കക്കും കടമയുണ്ട്." എല്ലാ മേഖലകളിലും അമേരിക്കക്കാരുടെയും ജിയാങ്ങിന്റെയും സഹായം ലഭിക്കുന്നതിനുവേണ്ടി അമേരിക്കക്കാരുമായി ബന്ധപ്പെടേണ്ട ആവശ്യകതയെക്കുറിച്ച് അയാൾ നിരന്തരം സംസാരിച്ചുകൊണ്ടിരുന്നു. ചൈനീസ്–വിയത്നാം സൗഹൃദം ശക്തിപ്പെടുത്തുന്നതിന് ഒരു സൗഹൃദസംഘത്തെ അടിയന്തിരമായും ചുങ്കിങ്ങിലേക്കയക്കണമെന്ന് ൻഗുയെൻ തുവോങ് ത്രാം നിർദേശിച്ചു. അത് തീർച്ചയായും അയാളുടെ യജമാനൻമാരുടെ ആശയമായിരുന്നു. അപ്പോൾ വിഞ് തുയ് ആയിരുന്നു നയതന്ത്രകാര്യങ്ങളിൽ ഗവൺമെന്റിന് ഉപദേശങ്ങൾ നൽകേണ്ട വിദേശകാര്യകമീഷന്റെ തലവൻ. അയാൾ താമിന്റെ നിർദേശത്തിന് അംഗീകാരം നൽകി. താനും ചുങ്കിങ്ങിലേക്കു പോകണമെന്ന നിർദേശം അയാൾ മുന്നോട്ടുവച്ചു. ഹാനോയിലെ ജിയാങ് നേതാക്കളും വിഞ് തുയ്യെ പോകാനനുവദിക്കണമെന്ന് അഭിപ്രായപ്പെട്ടു. പിന്നീട് ഞങ്ങളറിഞ്ഞു, മാർഷൽ അപ്പോൾ ചുങ്കിങ്ങിലുണ്ടായിരുന്നുവെന്ന്. ഭാവിയിൽ തങ്ങൾക്ക് വിഞ് തുയ്യെ ഒരു തുറുപ്പുശീട്ടായുപയോഗിക്കാൻ കഴിയുമെന്ന് അമേരിക്കൻ സാമ്രാജ്യത്വം മനസിലാക്കി. ഒരു ദൗത്യസംഘത്തെ ചുങ്കിങ്ങിലേക്കയക്കുന്നത് ഞങ്ങളും ജിയാങ്ങും തമ്മിലുള്ള വൈരുധ്യങ്ങൾ കുറച്ചുകൊണ്ടുവരുന്നതിനും സഹായിക്കും.

ഞങ്ങളുടെ ഗവൺമെന്റ് അതിനു സമ്മതിച്ചു. അത് വിഞ് തുയ്ക്ക് ഒരു കടുത്ത പരീക്ഷണമായിരുന്നു. മുൻ വർഷത്തെ ആഗസ്റ്റ് മാസത്തിൽ ചില നല്ല കാര്യങ്ങളയാൾ പറഞ്ഞിരുന്നു: "അടിമത്തത്തിൽ കഴിയുന്ന ഒരു രാജ്യത്തിലെ രാജാവായിരിക്കുന്നതിനേക്കാൾ ഒരു സ്വതന്ത്രരാഷ്ട്ര ത്തിലെ വെറും പൗരനായിരിക്കാനാണ് ഞാനാഗ്രഹിക്കുക." ഏതാനും നാളുകൾക്കുശേഷം അയാൾക്കു വീണ്ടും മറ്റൊരു പരീക്ഷണഘട്ടത്തെ നേരിടേണ്ടിവന്നു: ജനങ്ങളോടൊപ്പം നീങ്ങണമോ? അതോ ഒരു വഞ്ച കന്റെ ജീവിതത്തിലേക്ക് വഴുതിവീഴണമോ? ഫ്രഞ്ചുസൈന്യങ്ങൾ ഹാനോയിലെത്തിച്ചേരുന്നതിനു മുമ്പ് വിഞ്തുയ് അമേരിക്കൻ വിമാന ത്തിൽ ചൈനയിലേക്ക് തിരിച്ചിരുന്നു. ൻഗുയെൻ രാജവംശത്തിലെ അവ സാനത്തെ രാജാവ് ജനങ്ങളോടൊപ്പം നീങ്ങിയ ഹ്രസ്വമായ യാത്ര അവ സാനിച്ചുകഴിഞ്ഞിരുന്നു. ദേശീയ ചെറുത്തുനിൽപ്പ് യുദ്ധം പൊട്ടിപ്പുറ പ്പെട്ട് അധികം കഴിയുന്നതിനു മുമ്പ് ഹോ അമ്മാവൻ ഹോങ്കോങ്ങിലേക്ക് ഒരു പ്രത്യേക സന്ദേശവാഹകനെ അയച്ചു. വിഞ് തുയ്യെ കാണുന്ന തിനും നാട്ടിലേക്കു മടങ്ങിവരാനും ചെറുത്തുനിൽപ്പ് യുദ്ധത്തിൽ പങ്കെ ടുക്കാനും അയാളോടാവശ്യപ്പെടുന്നതിനായിരുന്നു അങ്ങനെ ചെയ്തത്. എന്നാൽ വിഞ് തുയ് ആ ക്ഷണം നിരസിച്ചു. 1948 ഡിസംബർ ആദ്യം വിഞ് തുയ് ഒരു പ്രത്യേക വിമാനത്തിൽ ഹാ ലോങ് ബോയിലേക്കു പറന്നു. ദി ആർഗർ ല്യൂവിനു പകരം ഇന്തോ ചൈനയിലെ ഫ്രഞ്ചുകമീ ഷണറായി വന്ന ബൊലേറിനെ കാണുന്നതിനുവേണ്ടിയായിരുന്നു ആ യാത്ര. അങ്ങനെ അടിമയായ ഒരു പാവയുടെ ജീവിതം തുടരുന്നതിന് തന്റെ പഴയ യജമാനനുമായി വിഞ് തുയ്യുടെ വിലപേശൽ ആരംഭിച്ചു.

31

സംയുക്ത സൈനികപരേഡ്

ഹാനോയിൽവെച്ച് പ്രാരംഭകരാർ ഒപ്പിട്ട് ഒരാഴ്ചവരെ ജിയാങ് കയ്ഷെക് സേനയുടെ ജനറൽ സ്റ്റാഫ്, വടക്കൻ ഇന്തോ ചൈനയിൽ ചൈനീസ് സൈന്യങ്ങളുടെ സ്ഥാനം ഫ്രഞ്ചുസൈന്യങ്ങൾ ഏറ്റെടുക്കുന്നതിന് അനുവാദം നൽകിയില്ല. ഇന്തോ ചൈനീസ് – ഫ്രഞ്ചുകരാറനുസരിച്ച് 1946 മാർച്ച് 15 മുതൽ ജിയാങ്, സൈന്യങ്ങളുടെ പിൻമാറ്റമാരംഭിക്കേണ്ടതും മാർച്ച് 31 ാം തീയതിയോടുകൂടി അവസാനിക്കേണ്ടതുമാണെന്ന് മാർച്ച് 13–ാം തീയതി ചുങ്കിങ്ങിൽ വെളിവാക്കപ്പെട്ടു. അതുകൊണ്ട് ആ തീയതിക്കുശേഷം രണ്ട് ലക്ഷം ജിയാങ് സേന വിയത്നാമിൽ നിൽക്കുന്നതിന് നിയമപരമായ യാതൊരവകാശവുമുണ്ടായിരുന്നില്ല.

ജിയാങ് സൈന്യങ്ങൾ നഗരത്തിൽ പ്രവേശിച്ചതിനുശേഷം ആദ്യമായി ഹാനോയിലെ സായുധ സ്വയം പ്രതിരോധസൈന്യങ്ങൾ തങ്ങളുടെ സാന്നിധ്യം അറിയിക്കാൻ തുടങ്ങി. നേരത്തെ, ജിയാങ്ങിന്റെ 53 ാം പട്ടാളവിഭാഗത്തിന്റെ യൂണിറ്റുകൾമാത്രമേ തെരുവുമൂലകളിലെ മൺഭിത്തികൾക്കു പിന്നിൽ കാവൽ നിന്നിരുന്നുള്ളു. കുമിന്താങിന്റെ അടയാളമായ വെള്ളക്കുതിരകളോടുകൂടിയ സൂര്യൻ അവരുടെ ഹെൽമെറ്റുകളെ അലങ്കരിച്ചിരുന്നു. ഇപ്പോൾ അവിടെ, ചുവന്ന പശ്ചാത്തലത്തിൽ സ്വർണ നക്ഷത്രങ്ങളോടുകൂടിയ ഫോറേജ് തൊപ്പിയണിഞ്ഞ ഞങ്ങളുടെ സ്വയം പ്രതിരോധപോരാളികളുമുണ്ടായിരുന്നു. കയ്യിൽ റൈഫിളുകളും ബെൽറ്റിൽ ഗ്രനേഡുകളുമായി നടപ്പാതകളിൽ കാവൽനിന്ന അവർ വലിയ മതിപ്പുളവാക്കി. ഇതൊരു മാറ്റത്തെ സൂചിപ്പിച്ചു. നഗരത്തിന് ഒരു പുതുമവന്നതായി തോന്നി; ഒരു പുതിയ ചൈതന്യവും.

മാർച്ച 18 ാം തീയതി ജിയാങ് സൈന്യങ്ങൾക്ക് പകരമായി 1200 ഫ്രഞ്ചുസൈന്യങ്ങൾക്ക് ഹാനോയിൽ വരുന്നതിന് അനുവാദം ലഭിച്ചു.

വിയത്നാംകാരോടും ഫ്രഞ്ചുകാരോടും അനിഷ്ടസംഭവങ്ങളൊഴിവാക്കുന്നതിന് ശാന്തരായിരിക്കാൻ അഭ്യർഥിച്ചുകൊണ്ട് വിയത്നാം–ഫ്രഞ്ച് അധികൃതർ പ്രത്യേകം പ്രത്യേകം പ്രസ്താവനകൾ ചെയ്തു.

ഫ്രഞ്ചുസൈന്യങ്ങൾക്ക് കടന്നുപോകേണ്ടിയിരുന്ന റോഡുകളിലുടനീളം തങ്ങളുടെ സഖാക്കളും സായുധസേനകളും ജാഗ്രതയോടെ നിലയുറപ്പിച്ചിരുന്നു. എന്തെങ്കിലും അനിഷ്ടസംഭവമുണ്ടാവുകയാണെങ്കിൽ ഒഴിവാക്കാനായിരുന്നു പ്രസ്തുത നടപടി.

ഞങ്ങൾ അംഗീകരിച്ച ചട്ടങ്ങളനുസരിച്ച് ഓരോ ഫ്രഞ്ച് പട്ടാളസംഘവും ഒരു വിയത്നാം പതാക പറപ്പിക്കുകയും വിയത്നാം ലെയ്സൺ ഓഫീസർമാരെ കൂടെ കൊണ്ടുപോവുകയും ചെയ്യേണ്ടിയിരുന്നു. വാഹനങ്ങളിലെ തോക്കിൻകുഴലുകൾ പൂർണമായും മൂടിവയ്ക്കേണ്ടിയിരുന്നു. ഹാനോയിലെത്തുമ്പോൾ വാഹനങ്ങൾ ഗ്രൂപ്പുകളായാണ് പ്രവേശിക്കേണ്ടിയിരുന്നത്.

200 ഫ്രഞ്ചുസൈനികവാഹനങ്ങൾ അതിരാവിലെ ഹൈഫോങ് വിട്ടു. എങ്കിലും ആദ്യത്തെ വാഹനം ലോങ് ബീൻ പാലത്തിന് മുകളിലെത്തിയപ്പോൾ ഉച്ചയായി. സായുധവാഹനങ്ങളും വിയത്നാം ലെയ്സൺ ഓഫീസർമാരും അകമ്പടിസേവിച്ചുകൊണ്ടുവന്ന പട്ടാളസംഘങ്ങൾക്ക് ഞങ്ങളുടെ സൈനികരുടെ ഓരോ ചെക്പോസ്റ്റിലും നിൽക്കേണ്ടിവന്നിരുന്നു.

ഫ്രഞ്ച് സൈന്യങ്ങൾ കടന്നുപൊയ്ക്കൊണ്ടിരുന്നപ്പോൾ വഴിക്കിരുപുറവുമുള്ള വീടുകളുടെ വാതിലുകളും ജനാലകളും അടഞ്ഞുകിടന്നിരുന്നു. ഡ്യൂട്ടിയിലുണ്ടായിരുന്ന ഏതാനും ട്രാഫിക് പോലീസുകാരും സ്വയംപ്രതിരോധപോരാളികളുമൊഴികെ മറ്റാരും തെരുവുകളിലുണ്ടായിരുന്നില്ല. "വിയത്നാം വിയത്നാംകാർക്ക്" "നാം ബൊ വിയത്നാമിന്റെ ഭാഗം" ആദിയായ മുദ്രാവാക്യങ്ങൾ ഫ്രഞ്ചുഭാഷയിലും വിയത്നാം ഭാഷയിലും എഴുതിയ ബാനറുകളാണ് എവിടെയും ഫ്രഞ്ചുസൈന്യങ്ങൾക്ക് കാണാൻ കഴിഞ്ഞത്, ത്രാങ് തി തെരുവിൽ ഏതാനും, ഫ്രഞ്ചുകാരുണ്ടായിരുന്നു. പക്ഷെ, അവർക്കും നഗരത്തിലെ തണുത്ത അന്തരീക്ഷത്തിന് മാറ്റംവരുത്താൻ കഴിഞ്ഞില്ല. ക്ഷണിക്കപ്പെടാത്ത അതിഥിയുടെ മുമ്പിൽ പുറംതിരിഞ്ഞുനിൽക്കുന്ന ആതിഥേയനെപ്പോലെയാണ് നഗരം ഫ്രഞ്ചുസൈന്യങ്ങളോട് പെരുമാറിയത്.

ആ ദിവസം വൈകുന്നേരം അഞ്ചു മണിക്ക് സെയ്ന്ത്നി, പിഗ്നോൺ, സലാൻ, വല്ലൂയ് എന്നിവരടക്കമുള്ള പ്രതിനിധി സംഘത്തെ നയിച്ചുകൊണ്ട് ലെക്ളെർക് ബാക് ബൊ കൊട്ടാരത്തിലെത്തി. പ്രസിഡന്റ് ഹോ ചി മിനെ അഭിവാദ്യം ചെയ്യാനായി ധൃതിയിൽ ചുവടുവച്ച് മുന്നോട്ടുനീങ്ങി. എന്നിട്ട് പുഞ്ചിരിയോടെ പറഞ്ഞു: "മി. പ്രസിഡന്റ്, നമ്മൾ വിയത്നാംകാരും ഫ്രഞ്ചുകാരും ഇപ്പോൾ സുഹൃത്തുക്കളായി മാറിയിരിക്കുന്നു."

സോഫയിൽ തന്റെ അടുത്തിരിക്കാൻ ഹോ അമ്മാവൻ ലെക്ലെർക്കിനെ ക്ഷണിച്ചു. ഫ്രഞ്ചുസൈന്യങ്ങളുടെ കമാൻഡർ ഇൻ ചീഫ് പ്രസിഡന്റ് ഹോ ചി മിന്റെ ആരോഗ്യത്തിന് ടോസ്റ്റുപറയാൻ ഗ്ലാസുയർത്തി. വിയത്നാംകാർക്കും ഫ്രഞ്ചുകാർക്കും സമാധാനവും സന്തോഷവും കൈവരിക്കുന്നതിന് സഹകരിക്കാനുള്ള ഒരവസരമുണ്ടാക്കാൻ വിയത്നാം ഗവൺമെന്റും ഫ്രഞ്ചുഗവൺമെന്റും തമ്മിൽ എത്രയുംവേഗം ഔദ്യോഗികസംഭാഷണമാരംഭിക്കുമെന്ന പ്രത്യാശ അയാൾ പ്രകടിപ്പിച്ചു.

ഏതാനും ദിവസങ്ങൾക്കുശേഷം, സഹകരണത്തിന്റേതും സൗഹൃദത്തിന്റേതുമായ വികാരം പ്രകടിപ്പിക്കുന്നതിന്, വിയത്നാം സൈന്യങ്ങളും ഫ്രഞ്ചു സൈന്യങ്ങളും പങ്കെടുക്കുന്ന ഒരു സൈനികപരേഡ് നടത്താനുള്ള നിർദേശം ലെക്ലെർക് മുമ്പോട്ടു വെച്ചു.

സമ്പൂർണമായി ആയുധമണിഞ്ഞ ഒരു ബറ്റാലിയൻ വിയത്നാം സേന പ്രാന്തപ്രദേശങ്ങളിൽനിന്ന് ഹാനോയിലേക്കയക്കപ്പെട്ടു. പരേഡ് അഭ്യാസപ്രകടനങ്ങളിൽ ഞങ്ങളുടെ പട്ടാളക്കാർക്ക് വേണ്ടത്ര പരിശീലനമുണ്ടായിരുന്നില്ലെങ്കിലും അവർ നല്ല ചിട്ടയായി മാർച്ചു ചെയ്തു: അവർ ധീരോദാത്തരായി കാണപ്പെട്ടു. പച്ചയൂണിഫോറമണിഞ്ഞ ഞങ്ങളുടെ സൈന്യങ്ങൾക്ക് തോൽഷൂസുണ്ടായിരുന്നു. അവർ ബയണറ്റ് പിടിപ്പിച്ച റൈഫിളുകൾ ഏന്തിയിരുന്നു. നീണ്ട വാൾ ധരിച്ച കമാൻഡർമാർ പാട്ടുപാടുന്ന ഞങ്ങളുടെ യൂണിറ്റുകളെ നയിച്ചു. വിപ്ലവാവേശം കൊണ്ട് കത്തിജ്വലിച്ചുനിന്ന ഹൃദയങ്ങളുടെ അടിത്തട്ടിൽനിന്നൊഴുകിവന്ന ഗാനങ്ങൾ ആവേശകരമായ ഒരന്തരീക്ഷം സൃഷ്ടിച്ചു. ഫ്രഞ്ചുകാർ അന്നാദ്യമായി ഒരു സ്ഥിരം വിയത്നാം പട്ടാളയൂണിറ്റ് കണ്ടു. അവർ ഞങ്ങളുടെ പട്ടാളക്കാരെ ആദരിച്ചു. ശ്ലാഘിച്ചു.

പരേഡിനുശേഷം തങ്ങളുടെ ബാരക്കുകളിലേക്ക് മടങ്ങിപ്പോകുന്നതിനുമുമ്പ് ഞങ്ങളുടെ സൈന്യങ്ങൾ നഗരത്തിലെ പ്രധാന തെരുവുകളിലൂടെ മാർച്ച് ചെയ്തു. ഒരിക്കൽക്കൂടി ഹാനോയിലെ ഞങ്ങളുടെ സമരസഖാക്കൾക്ക് വിയത്നാം പട്ടാളത്തിന്റെ സായുധവിഭാഗം തലസ്ഥാനത്ത് പ്രത്യക്ഷപ്പെടുന്നത് കാണാൻ കഴിഞ്ഞു. ഈ ദൃശ്യം കാണുന്നതിന് വഴിയാത്രക്കാർ കാത്തുനിന്നു. വീടുകളിൽനിന്ന് ആളുകൾ വഴിയരികിലേക്ക് ഒഴുകിവന്നു. സൈന്യങ്ങൾ മാർച്ചുചെയ്തുകൊണ്ടിരുന്ന തെരുവുകളിൽനിന്ന് ആഹ്ലാദത്തിമിർപ്പോടുകൂടിയ ശബ്ദങ്ങൾ ഉയർന്നുപൊങ്ങി.

32

ഫ്രഞ്ചുകാർ തിരിഞ്ഞുകുത്തുന്നു

മാർച്ചുമാസത്തിൽ ജിയാങ് സേനകൾ വിയത്നാമിൽനിന്ന് പിൻവാങ്ങിയില്ല. ജാപ്പനീസ് സൈന്യത്തിൽ നല്ലൊരു ഭാഗം അപ്പോഴും സ്വന്തം രാജ്യങ്ങളിലേക്കു തിരിച്ചയക്കപ്പെട്ടിരുന്നില്ല. ആയിരക്കണക്കിന് ഫ്രഞ്ച് സൈന്യങ്ങൾ വന്നുകൊണ്ടുമിരുന്നു. അക്കൂട്ടത്തിൽ പുതിയ പട്ടാളക്കാരുണ്ടായിരുന്നു; ഫ്രാൻസ്, ജർമനി, വടക്കെ ആഫ്രിക്ക തുടങ്ങിയ രാജ്യങ്ങളിൽനിന്ന് റിക്രൂട്ട് ചെയ്യപ്പെട്ടവരുണ്ടായിരുന്നു; 1945 മാർച്ച് 9 ാം തീയതി ജപ്പാൻകാർ അറസ്റ്റുചെയ്ത് ഇപ്പോൾ വിട്ടയക്കപ്പെട്ടവരുമുണ്ടായിരുന്നു. ഹാനോയ് തെരുവീഥികളിലെ വിദേശസൈന്യങ്ങളുടെ എണ്ണം വിപ്ലവത്തിന്റെ ആദ്യനാളുകളിലേതിനെക്കാൾ കൂടുതലായിരുന്നു.

എന്നാൽ ജിയാങ് സേന തലസ്ഥാനനഗരിയിൽ പ്രവേശിക്കുമ്പോഴുണ്ടായിരുന്നതിൽനിന്ന് തികച്ചും വ്യത്യസ്തമായിരുന്നു ഇപ്പോഴത്തെ സ്ഥിതി.

മുമ്പ്, ഞങ്ങളുടെ സൈന്യങ്ങൾ പ്രാന്തപ്രദേശങ്ങളിലേക്കു നീങ്ങാൻ നിർബന്ധിതമായി. എപ്പോഴെങ്കിലും കുറേ റൈഫിളുകൾ പട്ടണത്തിലൂടെ കൊണ്ടുപോകണമെങ്കിൽ അത് ഒരു കൈവണ്ടിയിൽവെച്ച് പായ കൊണ്ട് മൂടി വേണ്ടിയിരുന്നു കൊണ്ടുപോകാൻ. എന്നാൽ ഇപ്പോൾ ഞങ്ങളുടെ സായുധസേനകളുടെ യൂണിറ്റുകൾക്ക് ഹാനോയ് തെരുവീഥികളിലൂടെ സ്വതന്ത്രമായി മാർച്ച് ചെയ്യാം. മുമ്പ്, ഗവൺമെന്റ് ഓഫീസുകൾക്കുമുമ്പിൽ കാവൽ നിന്നവരോട് താൽക്കാലികമായി മതിൽക്കകത്തേക്ക് പിൻവലിയാൻ ഉത്തരവ് നൽകിയിരുന്നു. എന്നാൽ ഇപ്പോൾ റൈഫിളുകളും കയ്യിലേന്തി അവർക്ക് ഓഫീസുകൾക്ക് മുമ്പിൽത്തന്നെ നിൽക്കാം. ജിയാങ് പട്ടാളക്കാരിൽനിന്ന് തന്മൂലം യാതൊരു കുഴപ്പവുമുണ്ടാവുകയില്ല. ജിയാങ് സൈന്യങ്ങളുടെ ചെക് പോസ്റ്റുകൾക്കു പുറമെ

ഞങ്ങളുടെ സ്വന്തമായ ചെക്പോസ്റ്റുകളും വിയത്നാം–ഫ്രഞ്ച് സംയുക്ത ചെക്പോസ്റ്റുകളുമുണ്ടായിരുന്നു. നഗരത്തിലെ സായുധ സ്വയം പ്രതിരോധ യൂണിറ്റുകൾ എല്ലായിടത്തുമുണ്ടായിരുന്നു; തങ്ങളുടെ പിതൃരാജ്യത്തെയും ജനങ്ങളെയും സംരക്ഷിക്കാൻ. ഞങ്ങളുടെ ഗവൺമെന്റും ഫ്രഞ്ചുഗവൺമെന്റും തമ്മിലുണ്ടാക്കിയ പ്രാരംഭകരാറനുസരിച്ച് ജിയാങ് പട്ടാളക്കാർ ഞങ്ങളുടെ രാജ്യത്തിന് ഒരു പരമാധികാരരാഷ്ട്രമെന്നനിലയിൽ അധികാരം നൽകാൻ നിർബന്ധിതരായി. ഞങ്ങളുടെ സുരക്ഷിതത്വപ്രശ്നങ്ങളിൽ അവർക്ക് മുൻകാലങ്ങളിലെപ്പോലെ ഇടപെടാൻ കഴിയുമായിരന്നില്ല. അവർക്കറിയാമായിരുന്നു ഏറെത്താമസിയാതെ തങ്ങൾക്ക് വിയത്നാമിൽനിന്ന് പോകേണ്ടിവരുമെന്ന്. ഫ്രഞ്ചുകാർക്കാകട്ടെ, വിയത്നാം തങ്ങളുടെ കോളനിയല്ലെന്നും അതുകൊണ്ട് അവിടെ നേരത്തെ ചെയ്തതുപോലെയൊന്നും ചെയ്യാൻ കഴിയില്ലെന്നും തികച്ചും ബോധ്യമായിരുന്നു.

ഫ്രഞ്ചുകാരുടെ സാന്നിധ്യം മൂലം പരിതഃസ്ഥിതികൾ പിരിമുറുക്കി വരികയായിരുന്നുവെങ്കിലും അന്തരീക്ഷം കുറെക്കൂടി അയവുള്ളതായിത്തീർന്നിരുന്നു. ശത്രുക്കളുടെ എണ്ണം വളരെ കൂടുതലായിരുന്നുവെന്നതു നേരുതന്നെ. പക്ഷെ, ഞങ്ങളുടെ പരമാധികാരത്തെ നിഷേധിക്കാൻ ആരും ധൈര്യപ്പെട്ടില്ല.

ജിയാങ് സൈന്യങ്ങളിൽനിന്ന് അധികാരമേറ്റെടുക്കുന്ന പ്രശ്നത്തെക്കുറിച്ച് ഞങ്ങളുമായി ചർച്ച നടത്താൻ അയച്ച പ്രതിനിധി മുഖാന്തരം താൻ നൽകിയ ഉറപ്പുകൾ താൻ പാലിക്കുമെന്ന് ലെക്ലെർക് വ്യക്തമാക്കി. വിയത്നാം ഗവൺമെന്റും അങ്ങനെ ചെയ്യുമെന്ന് അദ്ദേഹം പ്രത്യാശപ്രകടിപ്പിക്കുകയും ചെയ്തു. ഒരിക്കൽ എന്നെ കാണാനിടയായപ്പോൾ, ഫ്രഞ്ചുകാരുടെ നേരെയുള്ള വിയത്നാം ജനതയുടെ സമീപനമെന്തെന്നറിയാൻ അദ്ദേഹം ആഗ്രഹം പ്രകടിപ്പിച്ചു. ഞാൻ അദ്ദേഹത്തോടു ചോദിച്ചു:

"നമ്മൾ രണ്ടുപേരും പട്ടാളക്കാരാണ്. ഞാൻ യഥാർഥം തുറന്നുപറയണമോ?"

"തീർച്ചയായും." അദ്ദേഹം മറുപടി പറഞ്ഞു.

"ഫ്രഞ്ചുകാർ സമാധാനത്തെക്കുറിച്ച് കേവലം അധരവ്യായാമം നടത്തുകയാണ്. അതേസമയം അവരുടെ പ്രവർത്തനങ്ങൾ കയ്യേറ്റക്കാരുടേതും. അതാണ് അവരെക്കുറിച്ച് വിയത്നാം ജനങ്ങൾ കരുതുന്നത്."

മാർച്ച് 23 ാം തീയതി ലെക്ലെർക് ഹാനോയ് വിട്ടു.

വടക്കൻ ഇന്തോചൈനയിലെ ഫ്രഞ്ചുസൈന്യങ്ങളുടെ കമാൻഡ് സ്ഥാനം വല്ലൂയ്‌ലേക്ക് കൈമാറ്റപ്പെട്ടു.

ഫ്രഞ്ചുകാർ ഹാനോയിൽ വന്നതിനുശേഷം ഞങ്ങളും അവരും തമ്മിൽ അതേവരെ കാര്യമായ സംഘട്ടനങ്ങളൊന്നും നടന്നിരുന്നില്ല. ജിയാങ് പട്ടാളക്കാർ അപ്പോഴും അവിടെയുണ്ടായിരുന്നു. അവരുടെ സാന്നിധ്യം വളരെ കരുതലോടെ പെരുമാറുന്നതിന് ഫ്രഞ്ചുകാർ നിർബ

സ്ഥിച്ചു. കഴിയാവുന്നത്രവേഗം ജിയാങ് സൈന്യങ്ങളെ വിയത്നാമിൽ നിന്ന് കെട്ടുകെട്ടിക്കുന്നതിനും തങ്ങൾ പ്രതിജ്ഞ ചെയ്തകാര്യം ഫ്രഞ്ചുകാരെക്കൊണ്ട് ചെയ്യിക്കുന്നതിനും ജിയാങ് കയ്ഷെക്കും ഫ്രഞ്ചുകാരും തമ്മിൽ വൈരുധ്യങ്ങൾ പരമാവധി ചൂഷണം ചെയ്യേണ്ടതാവശ്യമാണെന്ന് ഞങ്ങൾക്ക് തോന്നി.

മാർച്ച് 27ന് ലെക്ലേർക് ഹാനോയ് വിട്ട് അധികം നാൾ കഴിയും മുമ്പേ ഞങ്ങളുടെ ഫിനാൻസ് ഡിപ്പാർട്ടുമെന്റ് ബലംപ്രയോഗിച്ച് കയ്യേറാൻ ചെറിയ ഒരു ഡിറ്റാച്ച്മെന്റിന് ഫ്രഞ്ചുകാർ ഉത്തരുവനൽകി. അവർ വിയത്നാമീസ് പതാക നീക്കംചെയ്യുകയും വിയത്നാമീസ് ഉദ്യോഗസ്ഥന്മാർ ഓഫീസിലേക്ക് കടക്കുന്നത് തടയുകയും ചെയ്തു.പഴയ ഗവർണർ ജനറലുടെ കൊട്ടാരത്തിലേക്കുപോകുന്ന റോഡിലെ മർമപ്രധാനമായ ഒരു കവലയിലാണ് ഈ ഓഫീസ് നിന്നിരുന്നത്. പിന്നീട് ഞങ്ങൾ മനസിലാക്കി ആ കെട്ടിടം കയ്യടക്കുന്നതിന് വല്ലൂയ്ക്കു നിർദേശം നൽകപ്പെട്ടിരുന്നുവെന്ന്. ഫ്രഞ്ചുഹൈക്കമീഷണർ ഹാനോയിലെത്തിക്കഴിഞ്ഞാൽ അയാളുടെ ആസ്ഥാനമെന്നനിലയിൽ ആ കെട്ടിടം ഉപയോഗിക്കണമെന്ന ആഗ്രഹമായിരുന്നു ആ ഉത്തരവിനു പിന്നിൽ.

അതായിരുന്നു ആദ്യത്തെ പ്രകോപനപരമായ നടപടി.

ഫ്രഞ്ചുകാരുടെ പ്രസ്തുത നടപടിക്കെതിരായി ലെയ്സൺ കമീഷണനിലെ ഞങ്ങളുടെ ഓഫീസർമാർ ശക്തിയായി പ്രതിഷേധിക്കുകയും അടിയന്തിരമായൊരന്വേഷണം ആവശ്യപ്പെടുകയും ചെയ്തു. ഞങ്ങളുടെ പരമാധികാരം ലംഘിച്ച ഈ നടപടിയിൽ പ്രതിഷേധിക്കുന്നതിന് ഞാനും വല്ലൂയ്യെ കണ്ടു. ഫ്രഞ്ചുകാർ ഉടൻതന്നെ ഓഫീസിൽനിന്നൊഴിഞ്ഞു പോകണമെന്നും അതിന് കാവൽനിൽക്കുന്നതിനുള്ള അധികാരം വിയത്നാം ഗ്രൂപ്പുകൾക്ക് വിട്ടുകൊടുക്കണമെന്നും ഞാനാവശ്യപ്പെട്ടു.

വിയത്നാമിലുടനീളം രോഷത്തിന്റെ അലമാലകൾ അടിച്ചുയരുകയായിരുന്നു. മാർച്ച് 29 ാം തീയതി പൊതു പണിമുടക്കം നടത്താനുള്ള ആഹ്വാനം നൽകപ്പെട്ടു. ജനങ്ങൾ കടകമ്പോളങ്ങളടച്ചു. ഫ്രഞ്ചുകാരോടു സഹകരിക്കാൻ വിസമ്മതിച്ചു. ചൈനക്കാരിൽനിന്നും അതിവേഗം പ്രതികരണമുണ്ടായി. ത്രാങ് തിയൻ തെരുവിലെയും ത്രിയു ക്വാങ് ഫുക് തെരുവിലെയും ഫ്രഞ്ചധീനതയിലുള്ള ചില കടകളൊഴികെ മറ്റെല്ലായിടത്തെയും കടകളും റസ്റ്റോറന്റുകളും അടഞ്ഞു കിടന്നു. അവിടെ തുറന്നുകിടന്നവയിൽത്തന്നെ പണിയെടുത്തിരുന്ന വിയത്നാം കാർ ജോലി ചെയ്യാൻ വിസമ്മതിക്കുകയും തെരുവുകളിൽ ഒത്തുചേരുകയും ചെയ്തു. ഫ്രഞ്ചുകാരോട് നിസ്സഹകരിക്കണമെന്നാഹ്വാനം ചെയ്തുകൊണ്ടുള്ള പോസ്റ്ററുകൾ എല്ലാ വാതിലുകളിലും കാണായി. ഭക്ഷണം വാങ്ങാനയച്ചിരുന്ന ഫ്രഞ്ചുകമ്മിസാറിയറ്റിലെ വാൻ ഒഴിഞ്ഞുതന്നെ തിരിച്ചെത്തി. പട്ടണത്തിൽ പോകുന്നതിന് അവധി ലഭിച്ചിരുന്ന ഫ്രഞ്ചുപട്ടാളക്കാർക്ക് എന്തുചെയ്യണമെന്നറിയാതെ വഴിയരികിൽ നിൽക്കേണ്ടിവന്നു. തങ്ങ

ളോട് തണുത്ത മനോഭാവം കാട്ടിയിരുന്നു വിയത്നാംകാർ ഇപ്പോൾ കടുത്ത എതിർപ്പുതന്നെ പ്രകടിപ്പിക്കാൻ തുടങ്ങിയിരിക്കുന്നുവെന്ന് അവർക്ക് ബോധ്യമായി.

ഞങ്ങളുടെ ഉറച്ചപ്രതികരണം ഞങ്ങളുടെ നയം പുനഃപരിശോധിക്കാനും അവസാനം ഫിനാൻസ് ഓഫീസ് ഞങ്ങൾക്കുതന്നെ വിട്ടുതരാനും ഫ്രഞ്ചുകാരെ നിർബന്ധിതരാക്കി. വീണ്ടും ഓഫീസിൽ വിയത്നാമീസ് പതാക ഉയർത്തപ്പെട്ടു. ഓഫീസിലെ ജോലിക്കാർ പതിവുപോലെ തങ്ങളുടെ ജോലിക്ക് ഹാജരാവാൻ തുടങ്ങി. എങ്കിലും ഇരുവിഭാഗത്തു നിന്നും പന്ത്രണ്ടുപേരടങ്ങിയ ഒരു സംഘത്തെ കാവൽ ജോലിക്ക് നിയോഗിക്കണമെന്ന കാര്യത്തിൽ അവർ ഉറച്ചു നിന്നു.

എല്ലാവരോടും ജോലിക്കു തിരിച്ചുപോകണമെന്നും കടകൾ വീണ്ടും തുറക്കണമെന്നും ആഹ്വാനം ചെയ്തുകൊണ്ട് ഹാനോയ് അഡ്മിനിസ്ട്രേറ്റീവ് കമ്മിറ്റി ഒരു കമ്യൂണിക്കെ പുറപ്പെടുവിക്കുന്നതുവരെ തലസ്ഥാനനഗരിയിലെ തങ്ങളുടെ സഖാക്കളും ചൈനക്കാരും ഫ്രഞ്ചുകാരുമായി സഹകരിക്കാൻ വിസമ്മതിച്ചു.

മാർച്ച് 6 ാം തീയതി ഒപ്പുവെച്ച പ്രാരംഭകരാറിലെ സൈനികസംബന്ധമായ വകുപ്പുകൾ നടപ്പാക്കുന്നതിനെക്കുറിച്ച് ചർച്ച ചെയ്യാൻ ഞങ്ങളുടെ സായുധസേനയുടെയും ഫ്രഞ്ചുപട്ടാളത്തിന്റെയും പ്രതിനിധികൾ സമ്മേളിച്ചു. ജനറൽ സലാനും ജനറൽ വല്ലൂയ്യും ഫ്രഞ്ചുഭാഗത്തെ പ്രതിനിധീകരിച്ചു. സൈനികകമ്മീഷന്റെ വൈസ് ചെയർമാനും ചെയർമാനുമെന്നിലയിൽ യഥാക്രമം വു ഹോങ് ഖാഞും ഞാനുമാണ് വിയത്നാമിനെ പ്രതിനിധീകരിച്ചത്. നീണ്ടുനിന്ന് അനേകം കൂടിയാലോചനകൾക്കു ശേഷം ഏപ്രിൽ 3 ാം തീയതി ഇരുഭാഗവും ഒരു താൽക്കാലികകരാറിലെത്തി. ജിയാങ് സേനകൾക്കുപകരം ആ സ്ഥാനമേറ്റെടുക്കേണ്ട ഫ്രഞ്ചു സൈന്യങ്ങൾ ഫ്രഞ്ചുപൗരത്വമുള്ളവർതന്നെയായിരിക്കണമെന്ന് അതിൽ വ്യവസ്ഥ ചെയ്തു. ഫ്രഞ്ചുപൗരത്വമില്ലാത്തവരെ ജാപ്പനീസ് തടവുകാരുടെ ക്യാമ്പിന്റെ ഗാർഡുകളായിമാത്രമേ ഉപയോഗിക്കാൻ പാടുള്ളൂ. ഏറ്റെടുക്കൽ സൈന്യത്തിൽനിന്ന് ഫ്രാൻസിന്റെ വിദേശസൈനികരെ ഒഴിവാക്കുന്നതിനുവേണ്ടിയായിരുന്നു ഇങ്ങനെയൊരു വ്യവസ്ഥ വേണമെന്ന് ഞങ്ങളാവശ്യപ്പെട്ടത്. ഏറ്റെടുക്കൽ സേനയിലെ വിയത്നാമീസ് സൈന്യങ്ങളാവട്ടെ വിയത്നാം സായുധസേനയുടെ ഒരു ഭാഗം തന്നെ ആയിരുന്നു. അവർക്ക് അവരുടെ സ്വന്തമായ കമാൻഡുണ്ടായിരുന്നു. വിയത്നാം സായുധസേനയുടെ ജനറൽ സ്റ്റാഫിന്റെ നിയന്ത്രണത്തിൽകീഴിലായിരുന്നു അവർ. ജനറൽ സ്റ്റാഫിൽനിന്നായിരുന്നു അവർക്ക് നേരിട്ട് ഉത്തരവുകൾ ലഭിച്ചിരുന്നത്.

ഹാനോയിലും നാം ദിഞിലും ഹ്യൂവിലും ദാ നാങ്ങിലും ചില അതിർത്തിപട്ടണങ്ങളിലും ഫ്രഞ്ച് – വിയത്നാം സൈന്യങ്ങൾ ഒരു സംയുക്ത ഏറ്റെടുക്കൽ സേനയായി പ്രവർത്തിക്കണം. തായ് ബിഞ്, നിഞ് ബിഞ്, താഞ് ഹോവ, രോങ് ഹോയ്, ക്വാങ് ത്രി തുടങ്ങിയ മറ്റു സ്ഥലങ്ങളിൽ

ഫ്രഞ്ചുകാർ ജിയാങ് സൈന്യത്തിൽനിന്ന് അധികാരം ഔപചാരികമായി ഏറ്റെടുക്കുകയും അത് ഉടൻതന്നെ വിയത്നാം സായുധസേനയ്ക്ക് കൈമാറുകയും ചെയ്യണം. വിയത്നാം-ഫ്രഞ്ച് ഏറ്റെടുക്കൽ സൈന്യങ്ങളുടെ ഭാവിപരിപാടികൾ ചർച്ച ചെയ്യുകയും ഇരുഭാഗത്തെയും കമാൻഡുകൾ അതിനോട് യോജിക്കുകയും അങ്ങനെ യോജിച്ചെടുക്കുന്ന തീരുമാനം നടപ്പാക്കുന്നതിന് 48 മണിക്കൂർ മുമ്പ് അത് വിയത്നാമീസ് ഗവൺമെന്റിന് സമർപ്പിക്കുകയും വേണം. അത്തരം ട്രൂപ്പുകൾക്കു വേണ്ടി സപ്ലൈ എത്തിക്കുന്നതിനുപയോഗിക്കുന്ന സൈനികവാഹനങ്ങളിലോരോന്നിലും കൂടിയാൽ നാല് ആളുകളെ മാത്രമേ കയറ്റാൻ പാടുള്ളു. ഒരു കാരണവശാലും അവരുടെ എണ്ണം എല്ലാം കൂടി 60 ൽ കവിയാൻ പാടില്ല.

കരാർ നടപ്പാക്കുന്നതിന്റെ മേൽനോട്ടം വഹിക്കുന്നതിന് ഹാനോയിൽ ഒരു വിയത്നാം-ഫ്രഞ്ച് കേന്ദ്രലെയ്സൺ കമീഷനും കൺട്രോൾ കമീഷനും സ്ഥാപിക്കപ്പെട്ടു. ആവശ്യമാണെങ്കിൽ അതേപോലുള്ള കമീഷനുകൾ പ്രാദേശികതലത്തിലും സ്ഥാപിക്കാവുന്നതാണ്.

ദക്ഷിണ ത്രുങ് ബൊവിലേക്ക് ഒരു വെടിനിർത്തൽ കമ്മീഷനെ അയക്കുന്നതിന് ഇരുഭാഗവും സമ്മതിച്ചു.

നാം ബൊവിൽ നടന്നുകൊണ്ടിരുന്ന വെടിവെപ്പവസാനിപ്പിക്കുവാനുള്ള നടപടിക്രമങ്ങളെക്കുറിച്ച് ചർച്ച വളരെയധികം ചൂടുപിടിച്ചതായിരുന്നു. അനേകംതവണ അതു നടത്തേണ്ടിയും വന്നു. ഫ്രഞ്ചുസൈന്യങ്ങൾ നാം ബോവിൽ നടത്തിയ നിയമവിരുദ്ധമായ ആക്രമണങ്ങളിൽ ഞങ്ങളുടെ പ്രതിനിധികൾ ശക്തിയായി പ്രതിഷേധിച്ചു. പ്രാംരഭകരാറിലെ മൂന്നാമത്തെ വകുപ്പ് നടപ്പാക്കുന്നതിന് ഒരു വെടിനിർത്തൽ കമീഷനെ നാം ബൊവിലേക്കയക്കണമെന്ന് ഞങ്ങൾ വാശിപിടിച്ചു. ഞങ്ങളുടെ ന്യായമായ അഭ്യർഥനയിൽനിന്ന് സലാൻ ഒഴിഞ്ഞുമാറി. വെടിനിർത്തൽ പ്രശ്നം പരിഹരിക്കേണ്ടത് ഇരു ഗവൺമെന്റുകളുമാണെന്നായിരുന്നു അതിനുള്ള അയാളുടെ ന്യായീകരണം. ഞങ്ങളുടെ പ്രതിനിധികൾ ആ വാദഗതിയെ ഖണ്ഡിച്ചു. ഫ്രഞ്ചുഭാഗത്തെ നിഷേധാത്മകമായ സമീപനംമൂലം ചർച്ചകൾക്ക് ഫലമൊന്നുമുണ്ടായില്ല.

ഫ്രഞ്ചുസൈന്യങ്ങൾ നിലയുറപ്പിച്ചിരുന്ന അനേകം സ്ഥലങ്ങളിൽ സംഘട്ടനങ്ങൾ പൊട്ടിപ്പുറപ്പെട്ടു. ഹൈഫോങ്ങിൽ, ഏപ്രിൽ 11 ാം തീയതി, ഫ്രഞ്ചുസൈന്യങ്ങൾ അനേകം ഓഫീസുകളുടെ വളപ്പുകൾ കയ്യേറി. അവിടെയുള്ള ഞങ്ങളുടെ സഖാക്കൾ ഫ്രഞ്ചുനടപടിയിൽ പ്രതിഷേധിക്കുന്നതിന് കടകമ്പോളങ്ങളടയ്ക്കുകയും പണിമുടക്കിലേർപ്പെടുകയും ചെയ്തു. വിയത്നാം-ഫ്രഞ്ച് ലെയ്സൺ കമീഷനിലേയും കൺട്രോൾകമീഷനിലേയും പ്രതിഷേധം അറിയിച്ചു. തന്മൂലം ഫ്രഞ്ചുകാർക്ക് തങ്ങൾ നിയമവിരുദ്ധമായി കയ്യടക്കിയ സ്ഥലങ്ങളിൽനിന്ന് പിൻവാങ്ങേണ്ടിവന്നു. ഏതാനും ദിവസങ്ങൾക്കുശേഷം, ഹൈഫോങ്ങിലെ ജനങ്ങൾ ഒരു ബഹുജനറാലി നടത്തിക്കൊണ്ടിരുന്നപ്പോൾ ഫ്രഞ്ചുകാർ തങ്ങളുടെ

അഞ്ഞൂറ് പട്ടാളക്കാരെ ഞങ്ങളെ അറിയിക്കാതെ ഹാനോയിലേക്കയച്ചിരിക്കുകയാണെന്ന വിവരം കിട്ടി. ഇതിനിടയിൽ അനേകം ഫ്രഞ്ചു പട്ടാളക്കാർ ഹൈഫോങിൽ ഹാ ലയ് പാലത്തിനരികിലുള്ള ഡെമോക്രാറ്റിക് പാർട്ടിയുടെ ആസ്ഥാനത്തിനുനേരെ ആക്രമണമാരംഭിച്ചു. പിന്നെ താമസമുണ്ടായില്ല, റാലി ഒരു പ്രകടനമായി മാറി. ആയിരക്കണക്കിന് ജനങ്ങൾ മഴ കൂസാതെ രോഷാകുലമായ മുദ്രാവാക്യങ്ങളും മുഴക്കി തെരുവിലിറങ്ങി. പിറ്റേദിവസം ഒരു പൊതുപണിമുടക്കം നടന്നു, തെരുവുകൾ വിജയമായി. കടകൾ അടഞ്ഞുകിടന്നു. സ്റ്റേഷനിൽ ഒഴിഞ്ഞ ബസുകളുടെയും ടാക്സികളുടെയും നീണ്ട ക്യൂ കാണായി. നദിയിൽ കടത്തുബോട്ടുകളൊന്നുമിറങ്ങിയില്ല. ഫ്രഞ്ചുകാർ ആകപ്പാടെ ഭയചകിതരായി. അവർ ആശങ്കാപൂർവം തെരുവുകളിലേക്ക് കവചിതവാഹനങ്ങളയച്ചു. തെരുവുകൾ അവസാനിക്കുന്നേടത്ത് അവ സ്ഥാനം പിടിച്ചു. അവസാനം ഫ്രഞ്ചുകാർക്ക് ക്ഷമായാചനം നടത്തേണ്ടിവന്നു. ഏപ്രിൽ അവസാനം ഫ്രഞ്ച് പട്ടാളക്കാരും ഞങ്ങളുടെ സ്വയം പ്രതിരോധ യൂണിറ്റുകളും തമ്മിൽ മറ്റൊരു സംഘട്ടനം പൊട്ടിപ്പുറപ്പെട്ടു. ത്രാൻ ഹുങ് ദാവൊ തെരുവിലും സ്റ്റേഷൻ റോഡിലും ഹോ ചി മിൻ തെരുവിലും ഞങ്ങൾക്കെതിരെ പീരങ്കികളും കവചിത കാറുകളുമുപയോഗിച്ച് ഫ്രഞ്ചുകാർ ആക്രമണം നടത്തി. ഞങ്ങളുടെ സ്വയം പ്രതിരോധയൂണിറ്റുകൾ ശക്തിയായി തിരിച്ചടിച്ചു. വിയത്നാം – ഫ്രഞ്ച് ലെയ്സൺ കമീഷനും കൺട്രോൾ കമീഷനും ക്രമസമാധാനം പുനഃസ്ഥാപിക്കുന്നതിന് ഏറെ സമയമെടുത്തു.

ഏപ്രിൽ മധ്യത്തിൽ അനേകം ഫ്രഞ്ച്ഓഫീസർമാരോടൊപ്പം സഖാവ് ഹോവാങ് ക്വോക് വിയത്തിന്റെ നേതൃത്വത്തിലുള്ള ഒരു വിയത്നാം പ്രതിനിധിസംഘം വെടിനിർത്തൽ നടപ്പാക്കുന്നതിന് ഞാത്രാങ്ങിലേക്ക് പറന്നു. അവിടെ തങ്ങൾക്കുവേണ്ടി പ്രവർത്തിക്കുന്നതിന് മുൻമന്ദാരിൻമാരെയും ഗ്രാമപ്രധാനികളെയും ഫ്രഞ്ചുകാർ വിളിച്ചുകൂട്ടിയിട്ടുണ്ടായിരുന്നു. തങ്ങളുമായി സഹകരിക്കാൻ വിസമ്മതിച്ചവരെ ഫ്രഞ്ചുകാർ ഭീഷണിപ്പെടുത്തി. തെക്കൻ ത്രുങ് ബൊവിൽ തങ്ങൾ അധീശത്വം സ്ഥാപിച്ച പ്രദേശം ഒരു സംരക്ഷിതപ്രദേശമാക്കി മാറ്റുകയായിരുന്നു അവരുടെ പദ്ധതി. ഞങ്ങളുടെ പ്രതിനിധികൾ ഫ്രഞ്ചധികൃതർക്കു മുമ്പിൽ ആവർത്തിച്ചാവർത്തിച്ച് നിവേദനങ്ങൾ നടത്തി. ഏഴുദിവസത്തിനുശേഷം ഫ്രഞ്ചുകാരുടെ മർക്കടമുഷ്ടിമൂലം ചർച്ചകൊണ്ട് യാതൊരു പ്രയോജനവുമില്ലെന്ന് ബോധ്യമായപ്പോൾ ഞങ്ങളുടെ പ്രതിനിധിസംഘം ഞാ ത്രാങ് വിട്ടു.

33

ഔദ്യോഗിക കൂടിയാലോചന

ഇരുരാജ്യങ്ങളും തമ്മിലുള്ള ബന്ധങ്ങളെക്കുറിച്ച് ചർച്ചചെയ്യുന്നതിന് താനും പ്രസിഡന്റ് ഹോ ചി മിനും തമ്മിൽ സമ്മേളിക്കണമെന്ന ഒരു നിർദേശം ദ് അർഗൻ ല്യൂ മുമ്പോട്ടു വെച്ചു. ഒരു ഫ്രഞ്ചുകപ്പൽ ഹാലോങ് ഉൾക്കടലിൽ നങ്കൂരമിട്ട് അതിൽവെച്ച് സമ്മേളിക്കാമെന്നും അദ്ദേഹം നിർദേശിച്ചു.

ഏതാനും ആഴ്ചകൾക്കുമുമ്പ് ദ് അർഗൻ ല്യൂവിന്റെ കൊളോണിയലിസ്റ്റ് നയത്തെ ശക്തിയായി വിമർശിച്ചുകൊണ്ട് *കൃക്കോക്* (*ദേശീയ വിമോചനം*) എന്ന പത്രം ഒരു ലേഖനം പ്രസിദ്ധീകരിക്കുകയുണ്ടായി. ഫ്രഞ്ച് ഹൈമീഷണറുടെ നിലപാട് വളരെ വ്യക്തമായും തുറന്നുകാട്ടപ്പെട്ടു. അതുകൊണ്ട് എന്തു പ്രശ്നമാണ് യഥാർഥത്തിൽ അദ്ദേഹം പരിഹരിക്കാനാഗ്രഹിച്ചിരുന്നത്? സമ്മേളിക്കുന്നതിനുള്ള സ്ഥലമായി ഹാനോയിയോ സൈഗോണോ തെരഞ്ഞെടുക്കാതെ കരയിൽനിന്ന് വളരെയകലെ കടലിൽ നങ്കൂരമിട്ടിരിക്കുന്ന കപ്പൽതന്നെ തെരഞ്ഞെടുക്കാനുള്ള കാരണമെന്ത്? ഇന്തോ ചൈനയിൽ എത്തിയതിനുശേഷം, പ്രത്യേകിച്ചും മാർച്ച് 6 ാം തീയതിക്കുശേഷം, ഉള്ള ദ് അർഗൻ ല്യൂവിന്റെ പ്രവർത്തനങ്ങൾ പരിശോധിക്കുമ്പോൾ അദ്ദേഹം മുമ്പോട്ടുവെച്ച നിർദേശത്തെക്കുറിച്ച് ഹോ അമ്മാവനും സഖാക്കൾക്കും വളരെ ഗൗരവമായി പഠിക്കേണ്ടിയിരുന്നു. എങ്ങനെയായാലും അപ്പോഴേക്കും പ്രാരംഭകരാറിന് ഫ്രഞ്ചുഗവൺമെന്റ് അംഗീകാരം നൽകിക്കഴിഞ്ഞിരുന്നു. അതിന്റെ പ്രതിധ്വനികൾ ലോകമെമ്പാടുമുണ്ടായി. നിലവിലുള്ള കോളനികളും കൊളോണിയൽ ശക്തികളും തമ്മിലുള്ള ശത്രുത പരിഹരിക്കുന്നതിനുള്ള ഒരു നല്ല മാർഗമായി നിരവധി വിദേശപത്രങ്ങൾ ഈ കരാറിനെ പരിഗണിച്ചു. അത്തരമൊരു യോഗത്തിൽവെച്ച് ഞങ്ങളുടെ ഗവൺമെന്റെടുക്കുന്ന നില

പാടിനെ വടക്കും തെക്കും വിയത്നാമിൽപ്പെട്ട ദശലക്ഷക്കണക്കിന് ജനങ്ങൾ അംഗീകരിക്കുമെന്നായിരുന്നു സുപ്രധാനകാര്യം. പാരീസിൽവെച്ച് ഔദ്യോഗിക കൂടിയാലോചനകൾ അടിയന്തരമായും ആരംഭിക്കുന്നതിന് ശുപാർശ ചെയ്യാൻ സമ്മർദം ചെലുത്തുന്നതിനും ഫ്രഞ്ച് ഹൈക്കമീഷണറെ കാണുന്നതിനും ഹോ അമ്മാവൻ ആഗ്രഹിച്ചു. അങ്ങനെയായാൽ ഇന്തോചൈനയിലെ ഫ്രഞ്ച് പിന്തിരിപ്പന്മാർക്ക് സംഭാഷണങ്ങളെക്കുറിച്ചുള്ള സത്യം ജനങ്ങളിൽനിന്ന് മറച്ചുപിടിക്കാൻ പ്രയാസമാകുമല്ലോ. അതുകൊണ്ട് അഡ്മിറലിന്റെ ക്ഷണം സ്വീകരിക്കാൻ ഹോ അമ്മാവൻ തീർച്ചയാക്കി.

മാർച്ച് 24 ാം തീയതി രാവിലെ തന്റെ പരന്നതൊപ്പിയും ധരിച്ച് വടിയുമെടുത്ത് ഹോ അമ്മാവൻ കാറിൽ കയറി. ഹോങ് മിഞ് ഗിയാമും ൻഗുയെൻ തുവോങ് താമും അദ്ദേഹത്തെ അനുഗമിച്ചു. ഗിയാ ലാം വിമാനത്താവളത്തിൽവെച്ച് സെയ്ന്റ്നി അവരെ സ്വീകരിച്ചു. അവരെല്ലാവരും ഒരു കടൽവിമാനത്തിൽ കയറി.

രാവിലെ 10 മണിക്ക് വിമാനം ഹാ ലോങ് ഉൾക്കടലിലെത്തി. എല്ലാവരും കപ്പലിലിറങ്ങി. അപ്പോൾ ഹൈക്കമ്മിഷണറും ലെക്ലെർക്കും എമിൻ ബെർതിൻ എന്ന കപ്പലിൽ അവരെയും പ്രതീക്ഷിച്ച് നിൽക്കുകയായിരുന്നു.

ശാന്തഗംഭീരമായ അന്തരീക്ഷത്തിൽ അവരുടെ സ്വാഗതച്ചടങ്ങ് നടന്നു.

ആചാരവെടികൾ പൊട്ടി. അതിഥിയും ആതിഥേയരും ഹസ്തദാനം ചെയ്തു. ദ് അർഗൻ ല്യൂവും ഹോ അമ്മാവനും മുറപ്രകാരം പരിചയപ്പെടുത്തലുകൾ നടത്തി. കപ്പൽ തുറന്ന കടലിലേക്ക് നീങ്ങി. കപ്പലിൽവെച്ച് ഒരു 'കോക്ടെയിൽ പാർട്ടി' നടന്നു. തന്റെ ഗ്ലാസുയർത്തിക്കൊണ്ട് അഡ്മിറൽ പറഞ്ഞു:

"ഫ്രാൻസും വിയത്നാം ജനാധിപത്യ റിപ്പബ്ലിക്കും തമ്മിൽ സുഹൃദ്ബന്ധം ശക്തിപ്പെടുത്താൻ നടത്തുന്ന ആദ്യത്തെ യോഗമാണിത്. പ്രസിഡന്റിന്റെ ആരോഗ്യത്തിനും വിയത്നാം ജനാധിപത്യറിപ്പബ്ലിക്കിന്റെ ഐശ്വര്യത്തിനും ഞാൻ ടോസ്റ്റ് പറയുന്നു."

ഇത് ആദ്യത്തെയോഗമാണെന്നകാര്യം ദ് അർഗൻ ല്യു ഊന്നിപ്പറഞ്ഞു. ഹാനോയിൽവെച്ച് പ്രസിഡന്റിനെ കണ്ട ലെക്ലെർക്കല്ല, താനാണ് ഇന്തോചൈനയിൽ ഫ്രാൻസിലെ പ്രതിനിധീകരിക്കുന്നതെന്ന് ധ്വനിപ്പിക്കാൻ അയാൾ ആഗ്രഹിച്ചു.

അഡ്മിറലിനുള്ള മറുപടിയിൽ യാതൊരു വളച്ചുകെട്ടും കൂടാതെ ഹോ അമ്മാവൻ പറഞ്ഞു:

"1946 മാർച്ച് 6 ാം തീയതി ഒപ്പുവയ്ക്കപ്പെട്ട കരാറിന്റെ ഫലമാണ് ഇന്നത്തെ യോഗം. വിയത്നാം ഗവൺമെന്റ് കരാർ മുഴുവൻ കർശനമായും നടപ്പാക്കിയിട്ടുണ്ട്. വിയത്നാമും ഫ്രാൻസും തമ്മിലുള്ള സുഹൃ

ദ്ബന്ധം നിലനിർത്തുന്നതിന് ഫ്രഞ്ചുകാരുടെ ഭാഗത്തുനിന്ന് ആത്മാർഥമായ പ്രതികരണമുണ്ടാകണമെന്ന് ഞങ്ങളഭ്യർഥിക്കുന്നു."

ഫ്രഞ്ച് നാവികപ്പടയെ പരിശോധിക്കാൻ ദ് അർഗൻ ല്യൂ പ്രസിഡന്റ് ഹോവിനെ ക്ഷണിച്ചു. വലിയ തോക്കുകൾ വഹിച്ചുകൊണ്ട് യുദ്ധക്കപ്പലുകൾ അവിടെ വരിവരിയായി നിന്നിരുന്നു. ഹോ അമ്മാവൻ കയറിയ കപ്പൽ അവിടെ നങ്കൂരമിട്ടു. അദ്ദേഹം തന്റെ തൊപ്പിയുടെ തോൽവാർ വലിച്ചുനീക്കുകയും മുളവടിയിൽ ഊന്നിനിന്നുകൊണ്ട് ഫ്രഞ്ചുനാവികപ്പടയെ വീക്ഷിക്കുകയും ചെയ്തു. പടക്കപ്പലുകൾ ഒന്നൊന്നായി അവരെ മുറിച്ചുകടന്നുപോയി. വിയത്നാം ജനാധിപത്യ റിപ്പബ്ലിക്കിന്റെ പ്രസിഡന്റിനെ സ്വാഗതം ചെയ്തുകൊണ്ട് ഫ്രഞ്ചുനാവികന്മാർ ഹുറേ വിളിച്ചു.

ഈ കൂടിക്കാഴ്ചയെ സംബന്ധിച്ച് പലതരത്തിലുമുള്ള അഭിപ്രായങ്ങളുയർന്നുവന്നു. ലെക്ലേർക്കിന്റെ സമ്മർദ്ദം മൂലമാണ് ദ് അർഗൻ ല്യൂ ഇങ്ങനെയൊരു സന്ദർഭമുണ്ടാക്കിയതെന്ന് ചിലർ അഭിപ്രായപ്പെട്ടു. ലെക്ലേർക്ക് തന്നെ ദ് അർഗൻ ല്യൂവിന്റെമേൽ സമ്മർദം ചെലുത്തിയത് ഫ്രഞ്ചുഗവൺമെന്റിന്റെ നിർദേശാനുസരണമാണെന്നും അവരഭിപ്രായപ്പെട്ടു. ഔദ്യോഗിക കൂടിയാലോചനകളാരംഭിക്കുന്നതിനുമുമ്പ് അതിനുള്ള തയാറെടുപ്പെന്നനിലയിലാണത്രെ ഈ വിധമൊരു കൂടിക്കാഴ്ച നടത്താൻ ഫ്രഞ്ചുഗവൺമെന്റ് നിർദേശിച്ചത്. കാലതാമസം വരുത്തുക എന്ന ഹൈക്കമീഷണറുടെ അടവിന്റെ ഭാഗമായിട്ടാണ് മറ്റു ചിലർ ഇതിനെ കണക്കാക്കിയത്. ദലാത്തിൽവെച്ച് ഒരു മുന്നൊരുക്കസമ്മേളനം നടത്തണമെന്നു നിർദേശിച്ചത് ദ് അർഗൻ ല്യു തന്നെയായിരുന്നു. അക്കാലത്ത് ഫ്രാൻസിൽ നിലനിന്ന അസ്ഥിരമായ രാഷ്ട്രീയസ്ഥിതിഗതികൾ വിയത് മിഞ്ഞിന് അനേകം ആനുകൂല്യങ്ങൾ നൽകുന്നതിലേക്ക് നയിക്കുമെന്ന് ദ് അർഗൻ ല്യൂ ഭയപ്പെട്ടു. ദീ ഗാൾ അതിവേഗം അധികാരത്തിലേക്ക് തിരിച്ചുവരുമെന്നു തന്നെ അയാൾ പ്രതീക്ഷിച്ചു. കൊച്ചിൻ ചൈനയിലെ സ്വയം ഭരണപ്രദേശങ്ങളിൽ തന്റെ പാവകളെ പ്രതിഷ്ഠിക്കുന്നതിൽ അയാൾ അപ്പോഴും വിജയിച്ചിരുന്നുമില്ല. ഇതിനുപുറമെ, പ്രസിഡന്റ് ഹോവിനെ സ്വാഗതം ചെയ്യുന്നതിനുവേണ്ടി ഒരുക്കിയ ഈ ചടങ്ങിന്റെ പിന്നിൽ തന്റെ നാവികശക്തി അദ്ദേഹത്തെ കാണിക്കുക എന്ന ഉദ്ദേശ്യംകൂടി ദ് അർഗൻ ല്യൂ വിനുണ്ടായിരുന്നു.

കപ്പൽപ്പടയെ നിരീക്ഷിച്ചതിനുശേഷം പ്രസിഡന്റ് ഹോവും ഹൈക്കമീഷണറും അഭിപ്രായങ്ങൾ പരസ്പരം കൈമാറാൻ ഇരുന്നു.

പാരീസിൽവെച്ച് അതിവേഗം കൂടിയാലോചനകളാരംഭിക്കണമെന്ന് ഹോ അമ്മാവൻ അഭിപ്രായപ്പെട്ടു. ദ് അർഗൻ ല്യൂ ആവട്ടെ, പെട്ടെന്ന് ഒരു കൂടിയാലോചനായോഗം നടത്താൻ പറ്റില്ലെന്ന് അഭിപ്രായപ്പെട്ടു. അതുതന്നെ പാരീസിൽവെച്ച് നടത്തണമെന്നും അയാൾക്കാഗ്രഹമുണ്ടായിരുന്നില്ല. പരിതഃസ്ഥിതികൾ പരിപൂർണമായും ഫ്രഞ്ചുഗവൺമെന്റിനെ ധരിപ്പിച്ചിട്ടില്ലാത്തതുകൊണ്ട് ഒരു മുന്നൊരുക്കസമ്മേളനം ആവശ്യമാ

ണെന്ന് അയാൾ വാശിപിടിച്ചു. ഈ മുൻകൂർ സംഭാഷണം നടത്തുന്നതിനുള്ള സ്ഥലമായി ദലാത്തിനെ അയാൾ നിർദേശിച്ചു. ആ സ്ഥലം തന്നെ നിർദേശിച്ചതിനുള്ള കാരണം ഇന്തോ ചൈനാ ഫെഡറേഷന്റെ തലസ്ഥാനമായി ദലാത് മാറണമെന്നതുകൊണ്ടാണെന്നും അയാൾ പറഞ്ഞു. ഔദ്യോഗിക കൂടിയാലോചനകൾ വൈകിക്കുന്നതിനുള്ള പദ്ധതിയാണ് അതിനു പിന്നിലുള്ളതെന്ന് ഹോ അമ്മാവൻ മനസിലാക്കി. ഒരു മുൻകൂർ സംഭാഷണം നടത്തേണ്ട ആവശ്യകത എന്തെന്ന് തനിക്ക് മനസിലാകുന്നില്ലെന്ന് അദ്ദേഹം പറഞ്ഞു. ദ് അർഗൻ ല്യു തന്റെ അഭിപ്രായത്തിൽ ഉറച്ചുനിന്നു: ഇന്തോചൈനയിലെ പ്രശ്നങ്ങൾ ഫ്രഞ്ചുഗവൺമെന്റിന് പരിപൂർണമായി ബോധ്യംവരുന്നതുവരെ ഔദ്യോഗിക കൂടിയാലോചനകളൊന്നും സാധ്യമല്ല.

ഔദ്യോഗികസംഭാഷണമാരംഭിക്കേണ്ട തീയതിയെക്കുറിച്ചും സ്ഥലത്തെക്കുറിച്ചും നീണ്ടുനിന്ന ചർച്ചകൾ നടന്നു. സ്ഥലം പാരീസായിരിക്കണമെന്ന് ഹോ അമ്മാവൻ ശഠിച്ചു. ലെക്ലെർക്കും സെയ്ൻ്റ്നിയും അദ്ദേഹത്തിന്റെ അഭിപ്രായത്തെ പിന്താങ്ങി. സംഭാഷണം ഫ്രാൻസിന്റെ തലസ്ഥാനമായ പാരീസിൽവെച്ച് നടത്തുന്നതുകൊണ്ട് തീവ്രവാദികൾ (അതായത് വിയത്നാം നാഷണലിസ്റ്റ് പാർട്ടികൾ) ഉണ്ടാക്കാനിടയുള്ള കുഴപ്പം ഒഴിവാക്കാൻ കഴിയുമെന്ന് അവർ പറഞ്ഞു. അവസാനം ദ് ആർഗൻ ല്യൂവിന് ആ നിർദേശം അംഗീകരിക്കേണ്ടിവന്നു. വിയത്നാം പ്രതിനിധി സംഘം ഔദ്യോഗിക കൂടിയാലോചനകൾക്കായി ഫ്രാൻസിലേക്ക് തിരിക്കേണ്ടത് മെയ് മാസത്തിന്റെ അവസാനത്തിലായിരിക്കണെമെന്ന് നിശ്ചയിക്കപ്പെട്ടു. ദലാത്തിൽവെച്ച് മുന്നൊരുക്കസമ്മേളനം നടത്തുന്നതിന് ഹോ അമ്മാവനും സമ്മതിച്ചു. പക്ഷെ, ഒരു വ്യവസ്ഥ മാത്രം അദ്ദേഹം മുമ്പോട്ടുവെച്ചു – അതിലക്കുള്ള ഫ്രഞ്ച് പ്രതിനിധിസംഘത്തെ ഫ്രാൻസിൽനിന്ന് ഫ്രഞ്ചുഗവൺമെന്റുതന്നെ അയക്കണം. മുന്നൊരുക്കസംഭാഷണത്തിനായി ഫ്രഞ്ച് പ്രതിനിധി സംഘം വിയത്നാമിലേക്ക് തിരിക്കുന്ന ഏപ്രിൽ മധ്യത്തിൽത്തന്നെ ഫ്രഞ്ച് ദേശീയഅസംബ്ലിയിലും ഫ്രാൻസിലും ഒരു വിയത്നാം പാർലമെന്ററിസംഘം സൗഹൃദസന്ദർശനം നടത്തണമെന്ന് ഇരുകൂട്ടരും തീരുമാനിച്ചു.

ഹാ ലോങ് ഉൾക്കടലിൽവെച്ചുള്ള കൂടിക്കാഴ്ച യുദ്ധസംഘത്തിന്റെ കമാൻഡർ ഇൻ ചീഫും ഫ്രഞ്ച് ഹൈക്കമീഷണറും തമ്മിലുള്ള ഭിന്നിപ്പിലേക്ക് നയിച്ചുവെന്ന് സലാൻ പിന്നീട് പറയുകയുണ്ടായി.

ആ ദിവസം ഉച്ചതിരിഞ്ഞസമയത്ത് കപ്പലിന്റെ തട്ടിൽനിന്ന് അനന്തവിശാലമായ ആകാശവും അഗാധനീലമയാർന്ന കടലും നോക്കി നിൽക്കുകയായിരുന്നു സലാൻ. ദ് അർഗൻ ല്യു അദ്ദേഹത്തെ തന്റെ അരികിലേക്ക് വിളിച്ചുവരുത്തി. വിളറിയമുഖത്തോടെ, ദേഷ്യം കൊണ്ട് വിറച്ചുകൊണ്ട് അദ്ദേഹം സലാനോട് പറഞ്ഞു: "ജനറൽ ലെക്ലെർക് മര്യാദയില്ലാതെയാണ് എന്നോട് പെരുമാറിയത്. അതിന്റെ കാരണമെന്തെന്നാരായാൻ നിങ്ങളോട് ഞാനഭ്യർഥിക്കുന്നു. കഴിഞ്ഞ ഏതാനും ആഴ്ചക

ളായി തന്റെ ഹൃദയവികാരങ്ങൾ അദ്ദേഹം ഹോ ചി മിനുമായി കൈമാറുകയാണ്. ഇപ്പോൾ എന്റെ ഊഴം വന്നിരിക്കുന്നു. അത് വ്യക്തമാണ്. ഇന്തോചൈനയിൽ ഒരു മ്യൂണിച്ച് സമ്മേളനത്തിന്റെ പിറകെ പോകാൻ ഞാനാഗ്രഹിക്കുന്നില്ല; ഒന്നിനുപിറകെ മറ്റൊന്നായി ആനുകൂല്യങ്ങൾ അനുവദിക്കാനും ഞാൻ തയാറല്ല. സമ്മേളനസ്ഥലവുമായി പാരീസ് അംഗീകരിക്കുകയാണെങ്കിൽ ഹോ ചി മിൻ പുതിയ ആവശ്യങ്ങൾ ഉന്നയിക്കാൻ തുടങ്ങും."

സലാൻ ലെക്ലേർക്കിനെ തിരക്കിനടന്ന സംഗതി അദ്ദേഹത്തോട് പറഞ്ഞു. ആ ദിവസം ഉച്ചതിരിഞ്ഞ് ലെക്ലേർക് സൈഗോണിലേക്ക് തിരിച്ചു.

ഹാനോയിലേക്കു തിരിച്ച വിമാനത്തിൽവെച്ച് പ്രസിഡന്റ് ഹോ സലാനോട് പറഞ്ഞു: "എന്നെ ഭീഷണിപ്പെടുത്തുന്നതിനുവേണ്ടിയാണ് അഡ്മിറൽ തന്റെ കപ്പലുകൾ കാണിച്ചതെങ്കിൽ അദ്ദേഹത്തിന് തെറ്റിപ്പോയി. ആ കപ്പലുകൾക്ക് തങ്ങളുടെ നദികളിലൂടെ അധികം മേലോട്ട് നീങ്ങാൻ പറ്റില്ല."

34

കരാർ ലംഘനത്തിന് എതിരായ പോരാട്ടം

ഞങ്ങളുടെ രാഷ്ട്രത്തെ ഒരു സ്വതന്ത്ര പരമാധികാരരാഷ്ട്രമായി അംഗീകരിച്ച വിവരം മാർച്ച് 11 ാം തീയതി നാം ബൊ നിവാസികളെ കത്തുമൂലം ഹോ അമ്മാവൻ അറിയിച്ചു. അദ്ദേഹം എഴുതി:

> രാജ്യത്തെമ്പാടുമുള്ള ജനങ്ങളേ! പ്രത്യേകിച്ചും നാം ബൊവിലെയും തെക്കൻ ത്രുങ് ബൊവിലെയും ജനങ്ങളേ! കഴിഞ്ഞ ആറു മാസക്കാലം നാം നടത്തിയ ഐതിഹാസികമായ പോരാട്ടത്തിന്റെ ഫലമാണിത്... കൂടിയാലോചനകൾ പുതിയൊരു രാഷ്ട്രീയ സ്ഥിതി സൃഷ്ടിക്കുമെന്നും നമ്മുടെ ലക്ഷ്യം, പൂർണമായും സ്വതന്ത്രമായ വിയത്നാം, നേടിയെടുക്കുന്നതിന് അതിനെ എങ്ങനെ ചൂഷണം ചെയ്യണമെന്നും നമുക്കറിയാം.

പിന്നീട്, 1951 ൽ ചേർന്ന പാർട്ടിയുടെ രണ്ടാം കോൺഗ്രസിൽ അവതരിപ്പിച്ച രാഷ്ട്രീയറിപ്പോർട്ടിൽ അദ്ദേഹം മാർച്ച് ആറ് കരാറിന്റെ കാര്യം പരാമർശിക്കുകയും നാം ബൊവിലെ നമ്മുടെ സഖാക്കളും പാർട്ടിമെമ്പർമാരും ആ നയം അംഗീകരിച്ച വിവരം സൂചിപ്പിക്കുകയും ചെയ്തു.

തീർച്ചയായും നാം ബൊവിലെയും തെക്കൻ ത്രുങ് ബൊവിലെയും നമ്മുടെ സഖാക്കൾക്കിടയിൽ പ്രസ്തുത കരാർ പുതിയൊരു വിശ്വാസം ജനിപ്പിച്ചിരുന്നു. വിയത്നാമിനെ ഒരു സ്വതന്ത്രരാഷ്ട്രമായി അംഗീകരിക്കാൻ ഫ്രഞ്ച്ഗവൺമെന്റ് നിർബന്ധിക്കപ്പെടുകവഴി തങ്ങൾ മഹത്തായ ഒരു വിജയം കൈവരിക്കുകയാണ് ചെയ്തതെന്ന് ആക്രമണകാരികൾക്കെതിരെ അങ്കംവെട്ടിക്കൊണ്ടിരുന്ന പോരാളികൾക്ക് തികച്ചും ബോധ്യമായി. ജിയാങ് കയ്ഷെക്കിന്റെ സൈന്യങ്ങൾക്ക് പിൻവാങ്ങേണ്ടിവരുമെന്നതിൽ നമ്മുടെ സഖാക്കൾക്ക് കൂടുതൽ സന്തോഷം തോന്നി.

ചിലർ പറഞ്ഞു: ഹോ അമ്മാവൻ കേവലം ഒരൊപ്പിടുകവഴി സുമാർ രണ്ടുലക്ഷം ജിയാങ്യ്ഷെക് സൈന്യങ്ങളെയാണ് രാജ്യത്തിനു പുറത്തേക്ക് ഓടിക്കാൻ കഴിഞ്ഞത്. കരാർ, ഞങ്ങളുടെ സഖാക്കളുടെ നീണ്ടുനിന്ന പോരാട്ടത്തിനടിയിൽ അവർക്ക് പുതിയ അവസരങ്ങൾ തുറന്നുകൊടുത്തു.

പുതുതായൊപ്പുവെച്ച കരാർവഴി വിഷമത്തിലായത്, വാസ്തവത്തിൽ, ശത്രുക്കളായിരുന്നു. മുൻഭരണാധികാരികൾക്കും അവരുടെ പാവകൾക്കും അതുവഴി വലിയ തലവേദന ഉളവായി. കരാറിലെ ഓരോ വാക്കിനോടും ഓരോ വാചകത്തിനോടും അവർക്ക് കടുത്ത അമർഷമായിരുന്നു. അവർ ഇങ്ങനെ ചോദിക്കാൻ തുടങ്ങി: "ഹാനോയ് അധികൃതരെ അവരെന്തിനാണ് 'വിയത്നാം ഗവൺമെന്റെ'ന്നു വിളിക്കുന്നത്? എന്തുകൊണ്ട് ഫ്രഞ്ച് ഗവൺമെന്റ് വിയത്നാം ജനാധിപത്യറിപ്പബ്ലിക്കിനെ ഔദ്യോഗികമായി അംഗീകരിക്കുന്നു? മൂന്ന് കയ്കളെയും ഏകീകരിക്കുന്നത് സംബന്ധിച്ച ഹിതപരിശോധനയുടെ ഫലം അംഗീകരിക്കാമെന്ന് എന്തുകൊണ്ടാണ് ഫ്രഞ്ച് ഗവൺമന്റ് വാഗ്ദാനം ചെയ്തത്?" ഇവർക്ക് നാം ബൊ അപ്പോഴും ഒരു ഫ്രഞ്ചുകോളനിയായിരുന്നു.

മാർച്ച് 12 ാം തീയതി കൺസൾട്ടേറ്റീവ് കൗൺസിലിന്റെ ഒരു സമ്മേളനം നടന്നു. പ്രസ്തുതസമ്മേളനത്തിൽ കൊച്ചിൻ ചൈനയിലെ ഫ്രഞ്ച് കമീഷണർ സെറീൽ വിശദീകരിച്ചു:

> മാർച്ച് 6 ന്റെ കരാർ ഹാനോയ്യ് അധികാരികളും ബാക് ബൊവിലെ ഫ്രഞ്ച് കമ്മിഷണറും തമ്മിലൊപ്പു വെച്ച ഒരു പ്രാദേശികകരാർ മാത്രമാണ്. അതിൽ വിയത്നാം ഗവൺമെന്റെന്ന് ഹാനോയ് അധികൃതരെ വിശേഷിപ്പിച്ചിട്ടുണ്ടെങ്കിൽ അത് കേവലം ഔദാര്യം കൊണ്ടാണ്. അന്നാമീസ് രാജ്യങ്ങൾക്കു മുഴുവൻ ബാധകമായ ഒരു ഏക ഗവൺമെന്റാണ് അതെന്ന് അതുകൊണ്ടർഥമാകുന്നില്ല. അധികം കഴിയുന്നതിന് മുമ്പ് കൊച്ചിൻ ചൈനക്ക് പ്രത്യേകമായ ഒരു ഗവൺമെന്റും പാർലമെന്റും പട്ടാളവും ധനകാര്യവിഭാഗവുമുണ്ടായിരിക്കും... ഫെഡറേഷനിലെ മറ്റു രാജ്യങ്ങൾ അനുഭവിക്കുന്ന എല്ലാ അവകാശങ്ങളും അതിനു ലഭിക്കുകയും ചെയ്യും.

ദ് അർഗൻ ല്യൂവിന്റെ സമീപനവും പദ്ധതിയും തന്നെയാണ് സെറീലിന്റെ ആ വാക്കുകൾ പ്രതിഫലിപ്പിച്ചത്. മാർച്ച് 8 ാം തീയതി വല്ലുയ് വന്നെത്തി. മാർച്ച് 6 കരാറിനെക്കുറിച്ച് ജനറൽ ലെക്ലെർക്കിന്റെ ഒരു സന്ദേശം ദ് അർഗൻ ല്യൂവിനെ അറിയിക്കാനായിരുന്നു വന്നത്. വല്ലുയ്യെ കണ്ട ഉടനെ അദ്ദേഹം പറഞ്ഞു: "ജനറൽ, ഞാൻ അത്ഭുതപ്പെടുന്നു. യഥാർഥത്തിൽ അത്ഭുതപ്പെടുന്നു, ഫ്രാൻസിന് ഒന്നാന്തരമൊരു പടയുണ്ട്. എന്നിട്ടും അതിന്റെ കമാൻഡർമാർ പോരാടുന്നതിനെക്കാൾ കൂടിയാലോചന നടത്തുന്നതിനാണ് തയാറാവുന്നത്!"

അങ്ങനെ കരാറിനോട് വാക്കിലും അതിന്റെ സാരാംശത്തിലും കാണിച്ച എതിർപ്പിനെ ഫ്രാൻസിന്റെ ഇന്തോചൈനയിലെ ഏറ്റവും ഉയർന്ന പ്രതിനിധിതന്നെ പ്രചരിപ്പിക്കുകയും പ്രോത്സാഹിപ്പിക്കുകയും ചെയ്തു.

വ്യവസ്ഥകളിൽ പറഞ്ഞതുപോലെ സംഘട്ടനങ്ങൾ നിർത്തിവെച്ചു ഹിതപരിശോധനനടത്തിയും കരാർ നടപ്പാക്കുന്നതിനുംപകരം നാം ബൊവിനെ വിയത്നാമിൽനിന്ന് വേർതിരിക്കുകയെന്ന തന്റെ നയം നടപ്പാക്കുന്നതിനുമായി ദ് അർഗൻല്യു 'സ്വയം ഭരണഗവൺമെന്റ്' രൂപീകരണപരിപാടി ത്വരിതപ്പെടുത്തി.

കരാറിൽ ഒപ്പുവെച്ചതിനുശേഷം വെടിനിർത്തലിനുള്ള സാഹചര്യമുണ്ടാക്കുകയെന്ന ഉദ്ദേശ്യത്തോടെയെന്നും പറഞ്ഞ് നിഞ് തുവാൻ, ബിഞ് തുവാൻ പോലുള്ള ചിലേടങ്ങളിൽ ഞങ്ങളുടെ സൈനികയൂണിറ്റുകളുമായി ബന്ധം സ്ഥാപിക്കുവാൻ ഫ്രഞ്ചുകാർ ആഗ്രഹം പ്രകടിപ്പിച്ചു. വാസ്തവത്തിൽ വെട്ടിവീഴ്ത്താനുള്ള തന്ത്രം മാത്രമായിരുന്നു അത്. വേണ്ടത്ര ജാഗ്രത കാണിക്കാത്തതുമൂലം ഞങ്ങളുടെ യൂണിറ്റുകളിലൊന്ന് പിടിക്കപ്പെട്ടു. കുറെ നാശനഷ്ടങ്ങളും തന്മൂലമുണ്ടായി.

ഫ്രഞ്ചുസേനാവ്യൂഹത്തിന്റെ ഹൈക്കമാൻഡ് ഞങ്ങളുടെ സായുധസേനയുടെ മേൽ ധൈര്യപൂർണമായ ചില ഉപാധികൾ അടിച്ചേൽപ്പിക്കാൻ ശ്രമിച്ചു. ഞങ്ങളുടെ 'മാർച്ച് സൗത്ത്' യൂണിറ്റ് വടക്കൻഭാഗത്തേക്ക് പിൻവലിക്കണമെന്നും നാം ബൊവിലെ ഞങ്ങളുടെ സൈന്യങ്ങൾ മടങ്ങിപ്പോകുന്നതിനു മുമ്പ് തങ്ങളുടെ ആയുധം മുഴുവൻ ഫ്രഞ്ചുകാർക്ക് കൈമാറണമെന്നും അവർ ആവശ്യപ്പെട്ടു.

തെക്കൻവിയത്നാമിലെ ശത്രുക്കൾ തങ്ങളുടെ തനിനിറം തുറന്നുകാട്ടി. അവർ കരാറിനെ വഞ്ചിച്ചു. ഞങ്ങളുടെ സഖാക്കളും യോദ്ധാക്കളും പ്രസിഡന്റ് ഹോവിന്റെ വാക്കുകൾ വ്യക്തമായും ഓർത്തു: "പോരാടുന്ന സ്ഥലങ്ങളിൽ ഉറച്ചു നിൽക്കുക". അതുകൊണ്ട് ശത്രുക്കളുടെ വഞ്ചനാപരമായ നീക്കങ്ങളെയെല്ലാം അതിവേഗം പരാജയപ്പെടുത്താൻ കഴിഞ്ഞു.

ഒമ്പതാം കൊളോണിയൽ കാലാൾപ്പടഡിവിഷനും സായുധഡിവിഷനും വടക്കോട്ടേക്ക് നീങ്ങിയപ്പോൾ ഫ്രഞ്ചുകാർക്ക് തെക്കൻഭാഗത്ത് ഒരൊറ്റ ഡിവിഷനെ– മൂന്നാം കൊളോണിയൽ കാലാൾപ്പട – അവശേഷിച്ചുള്ളൂ. ഫ്രഞ്ചുസൈന്യങ്ങൾ എണ്ണത്തിൽ കുറവായിരുന്നുവെന്നു മാത്രമല്ല, ചിന്നിച്ചിതറിയുമാണ് കിടന്നിരുന്നത്. സമീപകാലത്തുമാത്രം സ്ഥാപിച്ചെടുത്ത പാവഭരണയന്ത്രം അപ്പോഴും വളരെ ദുർബലമായിരുന്നു.

തീരങ്ങൾ തല്ലിത്തകർത്തുകൊണ്ട് കുതിച്ചൊഴുകുന്ന നദി കണക്കെ തീരപ്രദേശങ്ങളിലും മലമ്പ്രദേശങ്ങളിലുമുള്ള ഞങ്ങളുടെ ജനങ്ങൾ ഒന്നിച്ച് ഉയിർത്തെഴുന്നേറ്റ് പ്രാദേശിക പാവകളെ തൂത്തുവാരുകയും വിപ്ലവാധികാരം പുനഃസ്ഥാപിക്കുകയും ചെയ്തു. അവർ ശത്രുക്കളുടെ

അനേകം പോസ്റ്റുകൾ തുടച്ചുനീക്കി. പ്രധാനപ്പെട്ട അനേകം റോഡുകളും ജല–വാർത്താവിതരണ ലൈനും മുറിച്ചുകളഞ്ഞു. പ്രാദേശിക കേഡർമാരോടൊപ്പം ചേർന്ന് അവർ സായുധപ്രചാരണയൂണിറ്റുകൾ സംഘടിപ്പിച്ചു. അതിവേഗം നീങ്ങിക്കൊണ്ടിരുന്ന ഞങ്ങളുടെ സായുധ സേനാ യൂണിറ്റുകൾ താൽക്കാലികമായി കയ്യടക്കപ്പെട്ട പ്രദേശങ്ങളിൽ നുഴഞ്ഞുകയറി. ഞങ്ങളുടെ സൈന്യങ്ങൾ ഓരോ തവണ ഓരോ ഗ്രാമത്തിൽ കടക്കുമ്പോഴും ജനങ്ങൾ ചേങ്ങലയും ചെണ്ടയും മുട്ടി ശബ്ദമുണ്ടാക്കും: പാവകളുടെ ഓഫീസുകളിലേക്ക് വഴികാണിച്ചുകൊടുക്കും; തങ്ങളുടെ കുറ്റങ്ങൾ സമ്മതിക്കുന്നതിന് പാവകളെ നിർബന്ധിക്കും; കൊള്ളയടിച്ച വസ്തുക്കളെല്ലാം അവരിൽനിന്നും തിരിച്ചുവാങ്ങും. വളരെ ചുരുങ്ങിയ കാലയളവിനുള്ളിൽ നാം ബൊവിന്റെയും തെക്കൻ ത്രുങ് ബൊവിന്റെയും വിപുലമായ പ്രദേശങ്ങൾ ശത്രുക്കളുടെ നിയന്ത്രണത്തിൽനിന്ന് മോചിപ്പിച്ചു. തെക്കൻവിയത്നാമിലുടനീളം പോരാട്ടത്തിന്റെതായ ഒരു വികാരം അലതല്ലി.

ഗറില്ലായുദ്ധം വ്യാപകമായിരുന്നു. എവിടെയും റാലികളും പ്രകടനങ്ങളും തന്നെ.

പ്രാകൃതങ്ങളായ ആയുധങ്ങളേ ഞങ്ങളുടെ സൈനികരുടെ പക്കലുണ്ടായിരുന്നുള്ളൂ. അതുകൊണ്ട് നാം ബൊവിലെ ഞങ്ങളുടെ സൈന്യങ്ങൾക്കും ജനങ്ങൾക്കും ശത്രുക്കളെ പരാജയപ്പെടുത്തുന്നതിനു മുഖ്യമായും പല കൗശലങ്ങളും പ്രയോഗിക്കേണ്ടിവന്നു. കായ്ബെ ജില്ലയിലെ കിഞ് സാൻ പോസ്റ്റ് ഒരു കനാലിന്റെ കരയിലായിരുന്നു. അവിടെ നിലയുറപ്പിച്ചിരുന്ന ശത്രുപട്ടാളക്കാർ കനാലിലൂടെ കടന്നുപോകുന്ന ബോട്ടുകളുടെ മേൽ കർശനമായ നിയന്ത്രണമേർപ്പെടുത്തി. ഒരുദിവസം, തെളിഞ്ഞ പകൽസമയത്ത്, ഞങ്ങളുടെ ഒരു ചെറിയ യൂണിറ്റ് കച്ചവടക്കാരുടെ വേഷമണിഞ്ഞ് ഒരു ബോട്ടിൽ ആ പോസ്റ്റിന്റെ അരികിലൂടെ കടന്നുപോയി. പരിശോധന നടത്തുന്നതിന് കരയ്ക്കടുപ്പിക്കാൻ ബോട്ടിന് പട്ടാളക്കാർ ആജ്ഞനൽകി. ഞങ്ങളുടെ ആൾക്കാർ അവരെ ബോട്ടിൽകയറി പരിശോധിക്കാൻ ക്ഷണിച്ചു. അവർ ബോട്ടിൽ കയറേണ്ടതാമസം ചെറിയ വാളുകൾകൊണ്ടും കഠാരികൾകൊണ്ടും സഖാക്കൾ അവരെ കൊലപ്പെടുത്തി. അതിനുശേഷം അവർ കരക്കിറങ്ങുകയും പോസ്റ്റിലുള്ള മറ്റു പട്ടാളക്കാരെ തുടച്ചുനീക്കുകയും ചെയ്തു.

കാവൊ ലാങ് ജില്ലയിലെ സാ ദക് പ്രവിശ്യയിലുള്ള ചന്തസ്ഥലത്ത് ഒരു പ്ലറ്റൂൺ പാവപ്പട നിലയുറപ്പിച്ചിരുന്നു. ചന്തദിവസങ്ങളിൽ പട്ടാളക്കാർ അവിടെ വരികയും സാധനങ്ങൾ കൊള്ളയടിക്കുകയും പതിവായിരുന്നു. ഒരുദിവസം രാവിലെ, അവർ എല്ലാവരും പോസ്റ്റ് വിടുന്നതിനു മുമ്പ് ഞങ്ങളുടെ സൈന്യങ്ങൾ അവരുടെ നേരെ ആകസ്മികമായൊരാക്രമണം നടത്തി. അവിടെ അവശേഷിച്ചവർ മുഴുവൻ കീഴടങ്ങി. വെടിയൊച്ചകേട്ട് ചന്തസ്ഥലത്തെ മുഴുവനാളുകളും തങ്ങളുടെ സാധനങ്ങൾ അതാതു സ്ഥലത്തിട്ടേച്ച് ഓടിപ്പോയി. വെടിവെപ്പവസാനിച്ച് തിരിച്ചുവ

ന്നപ്പോൾ തങ്ങളിട്ടേച്ചുപോന്ന സാധനങ്ങൾ അതാതു സ്ഥലത്തുതന്നെ കിടക്കുന്നതായി അവർ കണ്ടു. തങ്ങൾ പിടിച്ച പട്ടാളക്കാരേയും പരേഡ് ചെയ്യിച്ചുകൊണ്ട് ഞങ്ങളുടെ സൈന്യങ്ങൾ മുമ്പോട്ടു നീങ്ങിയപ്പോൾ റോഡിനിരുപുറവും നിന്ന ജനങ്ങൾ അവരെ അഭിനന്ദിച്ചു.

ശത്രുക്കളെ തുടച്ചുനീക്കുന്നതിനും ആയുധങ്ങൾ പിടിച്ചെടുക്കുന്നതിനുമുള്ള പോരാട്ടത്തിൽ പല സ്ഥലങ്ങളിലും സ്ത്രീകൾ പങ്കെടുത്തു. ശത്രുക്കളെ കൊല്ലുന്നതിന് ചിലർ മുള്ളുകൊണ്ടുള്ള പുല്ലുതല്ലിയുപയോഗിച്ചു. മറ്റു ചിലർ മത്സ്യം പിടിക്കുന്ന കോരി ശത്രുപട്ടാളക്കാരന്റെ തലയിലൂടെയിട്ട് അയാളുടെ തോക്കുകൾ കൈവശമാക്കി.

പാവപ്പടയും അവരുടെ അധികാരികളും ഒരു പുതിയ പരിതഃസ്ഥിതിയെ നേരിടുകയായിരുന്നു. വിപ്ലവസേന അനുസ്യൂതം ശക്തിപ്പെട്ടുകൊണ്ടിരുന്നു. മാർച്ച് ആറിന്റെ കരാർ കൊളോണിയൽ ഭരണമുപേക്ഷിക്കുന്നതിന് ഫ്രഞ്ചുകാരെ നിർബന്ധിതരാക്കി. ഹിത പരിശോധനയ്ക്കുശേഷം പാവകളുടെ സ്ഥിതിയെന്തായിത്തീരും? അവർക്ക് പെട്ടെന്ന് ജയം തോന്നാനുള്ള കാരണം ഫ്രഞ്ച് സൈന്യങ്ങളുടെ ബയണറ്റുകൾക്ക് ശക്തികുറഞ്ഞതായിരുന്നു. അതിനു മൂർച്ചയില്ലെങ്കിൽപ്പിന്നെ തങ്ങളെങ്ങനെ രക്ഷപ്പെടും? അവരുടെ മുമ്പിലുള്ള ഏറ്റവും നല്ലവഴി ജനങ്ങളുടെ പിന്നിൽ അണിനിരക്കുകയായിരുന്നു. അനേകം പാവഏജന്റുമാരും ഉദ്യോഗസ്ഥൻമാരും ഞങ്ങളുടെ സഖാക്കളുടെ അടുത്തുവന്നു ഞങ്ങളുടെ പക്കലുള്ള സീലുകളും ഫയലുകളും അവരെ ഏൽപ്പിക്കുകയും അവർ കൽപ്പിക്കുന്ന ശിക്ഷ അനുഭവിക്കാൻ തയാറാവുകയും ചെയ്തു. പാവഭടന്മാരുടെ അനേകം ഗ്രൂപ്പുകൾ തങ്ങളുടെ ആയുധങ്ങളോടുകൂടി കീഴടങ്ങി. ശത്രുക്കളുടെ പോസ്റ്റുകൾ അകത്തുനിന്നുകൊണ്ടുതന്നെ തുടച്ചുനീക്കാമെന്ന് ചിലർ വാഗ്ദാനം ചെയ്തു.

സൈഗോണിലും മറ്റ് നഗരങ്ങളിലും രാഷ്ട്രീയസമരത്തിന്റേതായ ഒരു പ്രസ്ഥാനം ശക്തിപ്രാപിച്ചു. ഫ്രഞ്ചുകാരുടെ കരാർ ലംഘനത്തിനെതിരായി റാലിയും പ്രകടനങ്ങളും പണിമുടക്കുകളും നടന്നു. അവരുടെ 'സ്വയംഭരണാ'രങ്ങേറ്റത്തെയും രാജ്യത്തെ വിഭജിക്കുകയെന്ന തങ്ങളുടെ പദ്ധതിയുടെ ഭാഗമായി വഞ്ചകൻമാരുമായും ആക്രമണകാരികളുമായും കൂട്ടുകൂടുകയെന്ന നയത്തെയും പത്രങ്ങളൊക്കെ അപലപിച്ചു.

സൈഗോൺ നഗരത്തിനകത്തുതന്നെ സായുധപ്രവർത്തനങ്ങളുണ്ടായി. ഏപ്രിൽ 8 ാം തീയതി ഒരു 'ടാസ്ക് ഫോഴ്സ്' സൈഗോൺ നദി മുറിച്ചുകടന്ന് ഒരു വലിയ ആയുധപ്പുരയ്ക്ക് തീ കൊളുത്തി. പ്രസ്തുത ആയുധപ്പുരക്ക് കാവൽ നിന്നിരുന്ന ഫ്രഞ്ച്സേനകളുടെ ഒരു പ്ലാറ്റൂൺ തുടച്ചുനീക്കപ്പെട്ടു. 4000 ടൺ വെടിമരുന്നും നശിപ്പിക്കപ്പെട്ടു. പൊട്ടിത്തെറി നഗരത്തെയാകെ പിടിച്ചുകുലുക്കി. ലെക്ലെർക്കിന്റെ സ്വന്തം ഓഫീസടക്കം ഫ്രഞ്ചുപടയുടെ ആസ്ഥാനത്തിന്റെ പരിസരത്തൊക്കെ കനത്ത നാശനഷ്ടങ്ങളുണ്ടായി.

അതേദിവസം തന്ന ദലാത് മുന്നൊരുക്കസമ്മേളനത്തിലേക്കുള്ള ഫ്രഞ്ചുപ്രതിനിധിസംഘം എത്തിച്ചേർന്നു. വൈകുന്നേരം അവരുടെ ബഹുമാനാർഥം ലെക്ലെർക് ഒരു ഡിന്നർ നടത്തി. പ്രതിനിധി സംഘത്തിന്റെ തലവനായ മാക്സ് ആന്ദ്രെ ആയുധപ്പുരയിലുണ്ടായ പൊട്ടിത്തെറിയിൽ അസന്തുഷ്ടനായിരുന്നു. അയാൾ ലെക്ലെർക്കിനോട് പറഞ്ഞു: "ആയുധപ്പുരയിൽ അശ്രദ്ധ കാണിച്ചവരുണ്ടല്ലോ, അവരുടെ പേരിൽ നടപടിയെടുക്കുമെന്ന് ഞാൻ കരുതുന്നു." രോഷത്തോടെ ലെക്ലെർക് മറുപടി പറഞ്ഞു: "എനിക്കു മാത്രമാണ് ഇവിടെ എല്ലാ ഉത്തരവാദിത്വവും."

"കൊച്ചിൻ ചൈനയിലെ പ്രക്ഷുബ്ധാവസ്ഥ കെട്ടടങ്ങിയിരുന്നു" എന്നു പറഞ്ഞ് ആ നാലു നക്ഷത്ര ജനറൽ ഒരുമാസം മുമ്പ് പുറപ്പെടുവിച്ച പ്രസ്താവന തെറ്റാണെന്ന് ബോധ്യമായതുകൊണ്ടാണോ അയാൾ ഇങ്ങനെ പറഞ്ഞത്? അയാൾക്ക് എല്ലാകാര്യങ്ങളും വീണ്ടും തുടക്കം മുതൽതന്നെ ആരംഭിക്കേണ്ടിവന്നു.

35

ജിയാങ് പടയുടെ പിൻമാറ്റം

ജിയാങ് സൈന്യങ്ങളുടെ സ്ഥാനം ഫ്രഞ്ച് സൈന്യങ്ങൾ ഏറ്റെടുക്കുന്നത് 1940 മാർച്ച് 15 ാം തീയതി ആരംഭിക്കുകയും മാർച്ച് 31 ഓടെ അവസാനിക്കുകയും ചെയ്യണമെന്ന് ചുങ്കിങ്ങിൽവെച്ചു മാർച്ച് 13 ാം തീയതി ഒപ്പുവെച്ച ചൈനീസ്-ഫ്രഞ്ചുകരാർ വ്യവസ്ഥ ചെയ്തു.

മാർച്ച് 18 ാം തീയതി ഉച്ചതിരിഞ്ഞ് ഹാനോയിലെത്തിയ ഉടനെതന്നെ ലു ഹാനെ കാണുന്നതിനുവേണ്ടി ലെക്ലേർക് മുൻ ഗവർണർ ജനറലിന്റെ കൊട്ടാരത്തിലേക്കുപോയി. കമാൻഡർ ഇൻ ചീഫ് ചൈനീസ്-ഫ്രഞ്ച് സുഹൃദ്ബന്ധത്തെ വാഴ്ത്തിയപ്പോൾ ലു ഹാൻ ഇങ്ങനെ ഒരു തണുത്ത പറുപടിയാണ് നൽകിയതെന്ന് അദ്ദേഹത്തെ അനുഗമിച്ച ആളുകൾ പറഞ്ഞു: "ഞങ്ങൾ ജനറൽ ജിയാങ് കയ്ഷെക്കിന്റെ ഉത്തരവുകൾ നടപ്പാക്കുകയാണ്."

53 ാം പട്ടാളവിഭാഗത്തിലെ നീലയൂണിഫോറമണിഞ്ഞ പട്ടാളക്കാർ കവലകളിൽ മണൽച്ചാക്കുകൾ കൊണ്ടുകൂട്ടുന്നത് തുടർന്നു. അതേസമയം തങ്ങളുടെ സാന്നിധ്യം വിളിച്ചറിയിക്കുന്നതിന് വെള്ള ഹെൽമെറ്റണിഞ്ഞ ഫ്രഞ്ചുസൈനിക പോലീസുകാർ ത്രാങ് തി തെരുവിലൂടെ മോട്ടോർ സൈക്കിളുകളിൽ അങ്ങോട്ടുമിങ്ങോട്ടും സഞ്ചരിച്ചുകൊണ്ടിരുന്നു. നിരത്തുവക്കുകളിൽ ലാത്തുന്നതിന് ലു ഹാനും മഞ്ഞ യൂണിഫോറമണിഞ്ഞ തന്റെ കാവൽക്കാരെ അയച്ചു. തന്റെ എല്ലിൻ കഷണം തട്ടിപ്പറിച്ച പട്ടിയെ നോക്കുന്ന പട്ടിയുടേതുപോലെ രോഷാകുലമായ കണ്ണുകളോടെയാണ് ജിയാങ് സൈന്യങ്ങൾ ഫ്രഞ്ചുസൈന്യങ്ങളെ നോക്കുന്നത്.

ജിയാങ് കയ്ഷെക്കിന്റെ സൈന്യങ്ങൾ പിൻവാങ്ങേണ്ട അവസാന ദിവസം-മാർച്ച് 31-വന്നെത്തി. ജിയാങ്ങിന്റെ സൈന്യങ്ങളും ഫ്രഞ്ചുസൈ

ന്യങ്ങളും തമ്മിലുള്ള ആദ്യസംഘട്ടനം പൊട്ടിപ്പുറപ്പെട്ടു. വളരെ നിസ്സാരമായ ഒരു പ്രശ്നത്തെച്ചൊല്ലിയാണ് അതു സംഭവിച്ചത്. ഒരു ഫ്രഞ്ചുപട്ടാളക്കാരൻ ഒരു സൈക്കിൾറിക്ഷാഡ്രൈവർക്ക് യാത്രാക്കൂലി കൊടുക്കാൻ വിസമ്മതിച്ചു. കുപിതനായിത്തീർന്ന ഡ്രൈവർ കൂലിതരണമെന്നാവശ്യപ്പെട്ടുകൊണ്ട് പട്ടാളക്കാരന്റെ ഷർട്ടിന്റെ കൈ കയറിപ്പിടിച്ചു. അടുത്തുതന്നെ കാവൽനിൽക്കുകയായിരുന്ന ഏതാനും ജിയാങ് പട്ടാളക്കാർ ഫ്രഞ്ചുപട്ടാളക്കാരന്റെ നേരെ നിറതോക്കൊഴിച്ചു. ഫ്രഞ്ചുപട്ടാളക്കാരാകട്ടെ, ശക്തിയോടെ തിരിച്ചു വെടിക്കാനാരംഭിച്ചു.

ആ പ്രശ്നം പരിഹരിക്കപ്പെടുന്നതിന് മുമ്പുതന്നെ അടുത്ത ദിവസം, ഏപ്രിൽ 1-ന് ജിയാങ് പട്ടാളക്കാരുടെ ഒരു കാറും ഫ്രഞ്ചുപട്ടാളക്കാരുടെ ഒരു കാറും ആകസ്മികമായി കൂട്ടിമുട്ടി. ജിയാങിന്റെ പട്ടാളക്കാർ വെടിവെപ്പാരംഭിച്ചു. ഹാനോയിലെ ഫ്രഞ്ചുജനറൽമാർ പ്രശ്നം പരിഹരിക്കുന്നതിന് ഒരു വഴി കണ്ടെത്താൻ കിണഞ്ഞു പരിശ്രമിച്ചു.

സംഘട്ടനങ്ങൾ നടക്കുമ്പോൾ ഞങ്ങളുടെ ജനങ്ങളും സായുധസേനകളും ശാന്തമായിരിക്കുകയും കർശനമായ അച്ചടക്കം പാലിക്കുകയും ചെയ്തു. സംഘട്ടനത്തിലിടപെടുകയോ ഒത്തുതീർപ്പു ശ്രമത്തിൽ പങ്കാളികളാവുകയോ ചെയ്തില്ല.

ജിയാങിന്റെ സൈന്യങ്ങളും ഫ്രഞ്ചുകാരും തമ്മിലുള്ള ബന്ധം സംഘർഷാത്മകമായിക്കൊണ്ടിരിക്കുകയായിരുന്നു. വെടിവെപ്പാരംഭിക്കുന്നതിന് അവസരവും കാത്തിരിക്കുകയായിരുന്നു ജിയാങ് സൈന്യങ്ങൾ. അതുകൊണ്ട് ഏറ്റുമുട്ടൽ ഏതുനിമിഷത്തിലും പൊട്ടിപ്പുറപ്പെടാമായിരുന്നു.

പ്രാരംഭകരാറിനെതിരായി പ്രചാരണപ്രവർത്തനങ്ങൾ നടത്തുകമാത്രമല്ല, റൈഫിളുകളും പണവും കൈവശപ്പെടുത്തുന്നതിനുവേണ്ടി ഒറ്റതിരിഞ്ഞ ഫ്രഞ്ചുപട്ടാളക്കാരെ തട്ടിക്കൊണ്ടുപോകാനും കൊലചെയ്യാനും തുടങ്ങി ജിയാങിന്റെ അനുയായികൾ. എങ്കിലും അവരുടെ മുഖ്യ ഉദ്ദേശ്യം ആശയക്കുഴപ്പം സൃഷ്ടിക്കുകയും ഞങ്ങളുടെ ആൾക്കാരും ഫ്രഞ്ചുസൈന്യങ്ങളുംതമ്മിൽ നേരിട്ടുള്ള ഒരു ഏറ്റുമുട്ടലിന് വഴിയൊരുക്കുകയുമായിരുന്നു. ഞങ്ങളും എന്നാൽ ഫ്രഞ്ചുകാരും തമ്മിലുള്ള ബന്ധത്തെ തുരങ്കംവയ്ക്കുന്നതിന് അവർ സൃഷ്ടിച്ച പ്രകോപനപരമായ മിക്ക സംഭവങ്ങളും പരിഹരിക്കാൻ വിയത്നാം-ഫ്രഞ്ച് ലെയ്സൺ കമീഷനും കൺട്രോൾ കമീഷനും നടത്തിയ ശ്രമങ്ങൾക്ക് കഴിഞ്ഞു.

ജിയാങ്ങിന്റെ പട്ടാളക്കാരും ഫ്രഞ്ചുകാരും തമ്മിലുള്ള അതിശക്തമായ സംഘട്ടനം ഏപ്രിൽ 21 ാം തീയതി നടന്നു. മുമ്പ് പലപ്പോഴും സംഭവിച്ചതുപോലെ ഒരു ചെറിയ സംഭവത്തിൽനിന്നായിരുന്നു തുടക്കം. ത്രാങ് തീൻ കവലയിലുള്ള ഒരു പൂക്കടയുടെ മുമ്പിൽവെച്ച് രണ്ടു കാറുകൾ – ജിയാങ് പട്ടാളക്കാരുടെ ഒരു കാറും ഫ്രഞ്ചുകാരുടെ ഒരു കാറും – തമ്മിൽ കൂട്ടിമുട്ടി. ജിയാങ് പട്ടാളക്കാരുടെ കാറിന്റെ ബോണറ്റ് ആകെ തകർന്നുപോവുകയും അവരുടെ ഏതാനും പട്ടാളക്കാർക്ക് മുറിവേൽക്കു

കയും ചെയ്തു. ഇത് ഇരുവിഭാഗക്കാരും തമ്മിൽ പരസ്പരം വെടിവയ്ക്കുന്നതിലേക്കു നയിച്ചു. ബോ ഹൊ റസ്റ്റാറന്റിലും ഹാങ് ദാ തെരുവിലും കോത് കൊ അവന്യൂവിലും മയ് ഹാക് ദെ തെരുവിലും വെടിവെപ്പുണ്ടായി. ഈ സംഭവം ഒരുമണിക്കൂറിലേറെ നീണ്ടുനിന്നു സാധാരണതോക്കുകൾക്കുപുറമെ യന്ത്രത്തോക്കുകളും നിർലോഭം ഉപയോഗിക്കപ്പെട്ടു. വൈകുന്നേരം അഞ്ചുമണിവരെ ഇരുവിഭാഗക്കാർക്കും ഒരൊത്തുതീർപ്പുണ്ടാക്കാൻ കഴിഞ്ഞില്ല. ഈ സംഭവത്തിൽ അനേകം പേർക്ക് മുറിവു പറ്റി.

വിയത്നാമിൽത്തന്നെ നിൽക്കുന്നതിനുള്ള ഏന്തെങ്കിലും ഒരു കാരണം കണ്ടെത്തുന്നതിന് ശ്രമിക്കുകയായിരുന്നു ജിയാങ് സൈന്യങ്ങൾ. ഞങ്ങളും ഫ്രഞ്ചുകാരുംതമ്മിൽ ഏറ്റുമുട്ടുന്നതിനിടയാകുന്ന പ്രകോപനങ്ങൾ സൃഷ്ടിക്കുന്നതിൽ പരാജയപ്പെട്ട അക്കൂട്ടർ ഞങ്ങളും ഫ്രഞ്ചുകാരും തമ്മിലും, തങ്ങളും ഫ്രഞ്ചുകാരും തമ്മിലും ചെറിയതോതിലുള്ള സംഘട്ടനങ്ങളുണ്ടാക്കുന്നതിനുള്ള പണിയിലേർപ്പെട്ടു.

ഇതിനിടയിൽ ചൈനയിലുണ്ടായിക്കൊണ്ടിരുന്ന സംഭവവികാസങ്ങൾ ജിയാങ് കയ്ഷെക്കിന്റെ നില പരുങ്ങലിലാക്കുന്നതായിരുന്നു. 1946 മാർച്ച് അവസാനം ചൈനീസ് ചെമ്പട വടക്കുപടിഞ്ഞാറൻ ഭാഗത്ത് വമ്പിച്ച ഒരു പ്രത്യാക്രമണം നടത്തുകയും ഹോ ലുങ് കിയാങ്ങിന്റെ തലസ്ഥാനം ലക്ഷ്യമാക്കി മുന്നേറുകയും ചെയ്തു. അതുകൊണ്ട് ജിയാങ് സായുധസേനയുടെ ജനറൽ സ്റ്റാഫിന് തങ്ങളുടെ രണ്ടുലക്ഷം പട്ടാളക്കാരെ വടക്കൻ വിയത്നാമിൽ നിർത്തുക അസാധ്യമായിത്തീർന്നു.

ഏപ്രിൽ മധ്യത്തിൽ, ഫ്രഞ്ചുപട്ടാളത്തിന്റെ ചീഫ് ഓഫ് സ്റ്റാഫായ ജനറൽ യൂയിൻ ചുങ്കിങ്ങിലെത്തി. മാർച്ച് 18-ന്റെ കരാർ നടപ്പാക്കുന്നതിന് ജിയാങ്ങിനെ പ്രേരിപ്പിക്കാൻ ഫ്രഞ്ച് ഗവൺമെന്റ് അയാൾക്ക് നിർദേശം നൽകിയിരുന്നു. ജിയാങ് തന്റെ ഗവൺമെന്റിന്റെ ആസ്ഥാനം നാങ്കിങ്ങിലേക്ക് മാറ്റുന്നതിനിടയ്ക്കായിരുന്നു അയാളുടെ വരവ്. അതുകൊണ്ട് അവരുമായി ബന്ധപ്പെടുന്നതിന് അയാൾക്ക് അനേകദിവസം കാത്തുനിൽക്കേണ്ടിവന്നു. അവസാനം അയാൾ പായ്ഷുങ്ഹിയെയും വാങ്ഷെ ഷിയെയും കണ്ടുമുട്ടി. സൈന്യങ്ങളെ പിൻവലിക്കാമെന്ന് അവർ സമ്മതിച്ചു. ഏപ്രിൽ അവസാനം നാങ്കിങ് അധികാരികൾ ലൂ ഹാനെ അവിടെ വിളിച്ചു വരുത്തുകയും സൈന്യങ്ങളെ ഇന്തോ ചൈനയിൽ നിന്ന് വടക്കു കിഴക്കൻ ചൈനയിലേക്ക് പിൻവലിക്കാൻ ഉത്തരവ് നൽകുകയും ചെയ്തു.

എങ്കിലും മെയ് മധ്യം വരെ താങ് ഹോവയിൽനിന്ന് പിൻവാങ്ങാൻ തന്റെ സൈന്യങ്ങൾക്കു ലൂ ഹാൻ ഉത്തരവ് നൽകിയില്ല. അതുകഴിഞ്ഞ് ഒരു മാസത്തിനുശേഷമേ ജിയാങ് സൈന്യങ്ങൾ ഹാനോയിൽനിന്ന് സ്വന്തം നാട്ടിലേക്ക് പിൻവാങ്ങാൻ തുടങ്ങിയുള്ളൂ.

തങ്ങളുടെ രാജ്യത്തിന്റെ തെക്കുഭാഗത്തുകിടക്കുന്ന ഈ പ്രദേശത്തോട് അവർ അഗാധമായി ബന്ധപ്പെട്ടുകഴിഞ്ഞിരുന്നുവെന്നകാര്യം

വ്യക്തമാണ്. ഇവിടെ അവർക്ക് ശാന്തവും സമ്പദ്സമൃദ്ധവുമായ ഒരു ജീവിതം നയിക്കാമായിരുന്നു; ചൈനീസ് ജനതയ്ക്കെതിരെ യുദ്ധംനടത്തുകയെന്ന അനിവാര്യമായ ശിക്ഷയിൽനിന്ന് ഒഴിഞ്ഞുമാറാമായിരുന്നു. വിയത്നാം വിടുന്നതിനുമുമ്പ് കണ്ണിൽക്കണ്ടതൊക്കെ അവർ കൊള്ളയടിച്ചു. ഉദാഹരണത്തിന്, തങ്ങൾ താമസിച്ചിരുന്ന ഒരു വീടിന്റെ കോണി പൊളിച്ചെടുത്ത് അവർ മാർക്കറ്റിൽകൊണ്ട് വിൽക്കുകയുണ്ടായി.

അവരുടെ പിൻമാറ്റം വലിഞ്ഞിഴഞ്ഞുപോയി. 1946 സെപ്തംബർ 18 വരെ അതു പൂർത്തിയായില്ല. ചൈനീസ്-ഫ്രഞ്ചുകരാറനുസരിച്ച് ആറു മാസം മുമ്പ് നടത്തേണ്ടതായിരുന്നു അക്കാര്യം. മുൻവർഷം ഇതേ തീയതിക്കാണ് അവർ വൻതോതിൽ ഞങ്ങളുടെ രാജ്യത്തേക്ക് മുന്നേറിയതെന്നകാര്യം ഓർക്കുക. മുന്നേറിക്കൊണ്ടിരുന്നപ്പോൾത്തന്നെ മാർച്ചുചെയ്യുന്ന പട്ടണങ്ങൾ പിടിക്കുന്നതിന് അവർക്ക് ഉത്തരവ് നൽകപ്പെട്ടിരുന്നു. തങ്ങളുടെ സമയം ആസന്നമായിക്കഴിഞ്ഞെന്ന് അവർ വിശ്വസിച്ചു. രണ്ടാംലോകമഹായുദ്ധം അവസാനിച്ചപ്പോൾ, ഈ ഫലഭൂയിഷ്ഠമായ ഉപഭൂഖണ്ഡം തങ്ങൾക്ക് തരാമെന്ന് പറഞ്ഞ് പരേതനായ പ്രസിഡന്റ് റൂസ്വെൽറ്റ് നൽകിയ വാഗ്ദാനം ചുങ്കിങ് ഗവൺമെന്റിന്റെ മനസിൽ പച്ചപിടിച്ചുകിടന്നിരുന്നു. എന്നാലിപ്പോൾ പുതിയ സ്വർഗത്തെക്കുറിച്ചുള്ള ആ സ്വപ്നങ്ങളൊക്കെ നിഷ്ഫലമായി. ആ വർഷത്തെ ശരത്കാലക്കാറ്റ് കൊഴിഞ്ഞുവീണ ഇലകളെയെന്ന പോലെ അവരെയും രാജ്യത്തിനു പുറത്തേക്ക് പറത്തിക്കൊണ്ടുപോയി.

ക്രൂരതയ്ക്കും കമ്യൂണിസ്റ്റ് വിരോധത്തിനും കുപ്രസിദ്ധമായ 1,80,000 സൈന്യങ്ങൾ രാജ്യത്തുനിന്ന് തുരത്തിയോടിക്കപ്പെട്ടപ്പോൾ വിപ്ലവത്തിന്റെ മുമ്പിലുള്ള അങ്ങേയറ്റം അപകടകരമായ ഒരു ശത്രുവിൽനിന്ന് ഒഴിഞ്ഞുമാറാൻ ഞങ്ങളുടെ രാജ്യത്തിന് കഴിഞ്ഞു: ഒരു വലിയ ഭാരം – ഭൗതികവും ആത്മീയവുമായ ഭാരം – അതിന്റെ ചുമതലകളിൽനിന്ന് എടുത്തുമാറ്റപ്പെട്ടു.

36

വിയത്നാം ദേശീയസഖ്യം രൂപംകൊള്ളുന്നു

"ഗവൺമെന്റ് പദ്ധതിയനുസരിച്ച് രാജ്യത്തിലെ എല്ലാവർക്കും മതിയായ ഭക്ഷണവും വസ്ത്രവും വിദ്യാഭ്യാസവും ലഭിക്കുമെന്നതിന് ഞങ്ങളുറപ്പു വരുത്തും." വിപ്ലവത്തിന്റെ മഹത്തായ ലക്ഷ്യം, പരമമായി രാഷ്ട്രത്തെയും ചൂഷിതവർഗങ്ങളെയും മോചിപ്പിക്കുകയും സ്വാതന്ത്ര്യവും സന്തോഷപൂർണവുമായ – ഭൗതികമായും ആത്മീയമായും – ഒരു ജീവിതം കെട്ടിപ്പടുക്കുകയുമാണെന്ന് നിരക്ഷരതാനിർമാജന അധ്യാപകർക്കയച്ച കത്തിൽ അദ്ദേഹം വീണ്ടും പ്രസ്താവിച്ചു. ജനങ്ങൾ സ്വാതന്ത്ര്യം മാത്രംപോര, സമ്പത്തും സന്തോഷവും അനുഭവിക്കണമെന്ന് അദ്ദേഹം അഭിപ്രായപ്പെട്ടു. അദ്ദേഹത്തിന് വിപ്ലവമെന്നത് അകലെയെങ്ങോ കിടക്കുന്ന അമൂർത്തമായ ഒരു ആദർശമായിരുന്നില്ല. നേരെമറിച്ച് സമീപസ്ഥവും മൂർത്തവും ജനങ്ങളുടെ ദൈനംദിന ജീവിതവുമായി അഭേദ്യമായി ബന്ധപ്പെട്ടതുമായ ഒരു സങ്കൽപ്പമായിരുന്നു.

മാർച്ച് 6 ന്റെ കരാർ ഒപ്പുവയ്ക്കപ്പെട്ടതോടെ അനുരഞ്ജനത്തിന്റേതായ ഒരു ഘട്ടം നമ്മുടെ മുമ്പിൽ തുറന്നുകിടന്നു. കരാറിലെ വ്യവസ്ഥകൾ നടപ്പാക്കുന്നതിന് ഫ്രഞ്ചുകാരെ നിർബന്ധിച്ചുകൊണ്ടിരിക്കുന്നതോടൊപ്പംതന്നെ ദ്രുതഗതിയിലുള്ള രാഷ്ട്രനിർമാണപ്രവർത്തനങ്ങളിൽ ഞങ്ങൾ മുഴുകി.

"ഉൽപ്പാദനം വർധിപ്പിക്കുക" "നിരക്ഷരതയ്ക്കെതിരെ പോരാടുക" ഇതായിരുന്നു ഹോ അമ്മാവൻ ആവിഷ്കരിച്ച രണ്ടു പ്രമുഖ മുദ്രാവാക്യങ്ങൾ. ക്ഷാമത്തെ നേരിടുന്നതിന് ഉൽപ്പാദനം വർധിപ്പിക്കുകയെന്ന പേരിൽ 1945 ന്റെ അവസാനത്തിൽ ഹോ അമ്മാവൻ നടത്തിയ അഭ്യർഥനക്ക് വളരെ വലിയ ഫലമുണ്ടായി. ഉൽപ്പാദനം ത്വരിതപ്പെടുത്താനും ദരിദ്രകൃഷിക്കാർക്ക് മെച്ചപ്പെട്ട പരിതഃസ്ഥിതികൾ സൃഷ്ടിച്ചുകൊടുക്കാ

നും ഭൂനികുതി 25 ശതമാനം വെട്ടിക്കുറച്ചുകൊണ്ടുള്ള ഒരു ഡിക്രി പുറപ്പെടുവിക്കപ്പെട്ടു.

കൊളോണിയൽ ഭരണം തന്നേച്ചുപോയ നിരക്ഷരത എന്ന ശാപത്തിനെതിരെ പോരാടുന്നതിന് ഹോ അമ്മാവൻ വലിയ പ്രാധാന്യം കൽപ്പിച്ചു.

അദ്ദേഹത്തിന്റെ അഭ്യർഥനയ്ക്കുള്ള പ്രതികരണമെന്ന നിലയിൽ ഈ ശത്രുവെ തുരത്തിയോടിക്കുന്നതിനുള്ള സമരത്തിൽ 10000 നിരക്ഷരതാനിർമാർജന അധ്യാപകരും ദശലക്ഷക്കണക്കിന് ജനങ്ങളും പങ്കുകൊണ്ടു.

സ്വതന്ത്രരാജ്യത്തിലെ എല്ലാ പൗരന്മാർക്കും വിജ്ഞാനം പകർന്നുകൊടുക്കേണ്ട ആവശ്യകത ഹോ അമ്മാവന് അതിയായി ബോധ്യപ്പെടുകയും ആ ലക്ഷ്യം നേടിയെടുക്കാൻ തന്നെത്തന്നെ പൂർണമായും സമർപ്പിക്കുകയും ചെയ്തു. തുടക്കക്കാർക്ക് വിയത്നാമീസ് ഭാഷ പഠിപ്പിക്കാനുള്ള രീതികൾ എന്ന പേരിലുള്ള ഒരു പുസ്തകം നിരക്ഷരതാവിരുദ്ധ ഡിപ്പാർട്ടുമെന്റ് അദ്ദേഹത്തിനയച്ചുകൊടുത്തു. ആ പുസ്തകം ശ്രദ്ധാപൂർവം വായിച്ചതിനുശേഷം അതിലദ്ദേഹം ഇങ്ങനെ എഴുതിയിട്ടു:

> നിരക്ഷരതാ നിർമാർജന അധ്യാപകർ ഈ പുസ്തകം അതീവ ശ്രദ്ധയോടെ പഠിക്കണം. അതിനുശേഷം നിരക്ഷരത തുടച്ചുനീക്കുകയെന്ന ഉദ്ദേശ്യത്തോടെ നിരക്ഷരരായ നമ്മുടെ സഖാക്കളെ പഠിപ്പിക്കുന്നതിനുള്ള പ്രവർത്തനത്തിൽ അവർ വ്യാപൃതരാവണം. അതുവഴി നമ്മുടെ പിതൃരാജ്യം തങ്ങളിലർപ്പിച്ച പാവനമായ ഒരു കടമയാണ് അവർ നിറവേറ്റുന്നത്.

ഏപ്രിൽ 13 ാം തീയതി ഹോ അമ്മാവൻ ഹാങ് ത്രോഹ് തെരുവിൽ ഒരു സായാഹ്നക്ലാസ് സന്ദർശിച്ചു. കണ്ണടവെച്ച ഒരു ചെറുപ്പക്കാരനായിരുന്നു അധ്യാപകൻ. അയാൾ കറുത്ത ബോർഡിൽ മാതൃകാഅക്ഷരങ്ങൾ എഴുതിക്കൊണ്ടിരിക്കുകയായിരുന്നു. പല തലമുറകളിൽപ്പെട്ടവരും പലതരം വേഷങ്ങളണിഞ്ഞവരുമായിരുന്ന വിദ്യാർഥികൾ ഡസ്കിനുപകരമായി ഉപയോഗിച്ചിരുന്ന കതകുപാളിയിൽ കുനിഞ്ഞിരുന്ന് എഴുതിക്കൊണ്ടിരുന്നു. തലനരച്ചൊരു വൃദ്ധനുമുണ്ടായിരുന്നു അക്കൂട്ടത്തിൽ. തൊട്ടടുത്ത് നിക്കറിട്ട ഒരു കുട്ടിയും. തന്റെ മുളവടിയിൻമേൽ കുനിഞ്ഞുനിന്നുകൊണ്ട് ആ രംഗമെല്ലാം ഒന്നു വീക്ഷിച്ചു ഹോ അമ്മാവൻ. അദ്ദേഹം ആകെ വികാരഭരിതനായി. പ്രോത്സാഹനപൂർവം അദ്ദേഹം പറഞ്ഞു: "അധ്യാപകരും അധ്യേതാക്കളും ഒരേപോലെ നിരക്ഷരതാനിർമാർജനമുന്നണിയിലെ പോരാളികളാണ്." നിരക്ഷരതാ നിർമാർജന അധ്യാപകർക്കയച്ച കത്തിൽ അദ്ദേഹം എഴുതി: "വളരെ ചുരുങ്ങിയ സമയത്തിനുള്ളിൽ നിങ്ങളുടെ കഠിനയത്നത്തിന് ഫലമുണ്ടാകുമെന്നും നമ്മുടെ നാട്ടുകാരെല്ലം എഴുതാനും വായിക്കാനും പഠിക്കുമെന്നും ഞാൻ പ്രത്യാശിക്കുന്നു."

പരിതഃസ്ഥിതി സംഘർഷാത്മകമായിരുന്നു. രാജ്യത്തിനകത്തും പുറത്തുമുള്ള ശത്രുക്കളിൽനിന്ന് വിപ്ലവത്തിന്റെ നേട്ടങ്ങളെ കാത്തുരക്ഷിക്കുന്നതിന് ജനകീയസായുധസേനകൾ കെട്ടിപ്പടുക്കുകയും ദേശീയ പ്രതിരോധം ശക്തിപ്പെടുത്തുകയും വിപ്ലവകാരികളായ ജനങ്ങളെ ആയുധമണിയിക്കുന്നത് തുടരുകയും അതിവേഗം ജനകീയസേന കെട്ടിപ്പടുക്കുകയും വേണമെന്ന് പാർട്ടി അഭിപ്രായപ്പെട്ടു. സ്വയം പ്രതിരോധസേനകൾ തങ്ങളുടെ അംഗസംഖ്യ വർധിപ്പിക്കുകയും രാജ്യത്തിന്റെ എല്ലാ മുക്കിലും മൂലയിലും പ്രത്യേകിച്ച് ഫ്രഞ്ചുസൈന്യങ്ങൾ നിലയുറപ്പിച്ചിരുന്ന നഗരങ്ങളിലും പട്ടണങ്ങളിലും ജാഗ്രതയോടെ തങ്ങളുടെ ജോലിയിൽ മുഴുകുകയും ചെയ്തു. ഫ്രഞ്ചുപട്ടാളത്തിന്റെ പ്രകോപനങ്ങൾക്കും കരാർ ലംഘനങ്ങൾക്കുമെതിരായ ജനകീയ സമരത്തിലെ നട്ടെല്ലായിത്തീർന്നു സ്വയം പ്രതിരോധയൂണിറ്റുകൾ. അതിലെ മെമ്പർമാരെ ഫ്രഞ്ചുസൈന്യങ്ങൾ സംശയദൃഷ്ടിയോടെ വീക്ഷിക്കാൻ തുടങ്ങി. ഏപ്രിൽമാസത്തിൽ ഹാനോയിൽ സ്വയം പ്രതിരോധ കേഡർമാർക്കുള്ള രണ്ടാമത്തെ ക്ലാസാരംഭിച്ചു.

വിയത്നാം ജനാധിപത്യ റിപ്പബ്ലിക്ക് സ്ഥാപിക്കപ്പെട്ടതോടെ സായുധസേനകളുടെ ദ്രുതഗതിയിലുള്ള വളർച്ചക്ക് അനുകൂലമായ പരിതഃസ്ഥിതികൾ സൃഷ്ടിക്കപ്പെട്ടു. പാർട്ടി സ്റ്റാൻഡിങ് കമ്മിറ്റി മാർച്ച് 9 ന് നൽകിയ നിർദേശത്തിൽ ഇങ്ങനെ പറഞ്ഞു: "പുതിയ പ്രസ്ഥാനത്തെ നയിക്കുന്നതിന് രാഷ്ട്രീയ–സൈനിക കേഡർമാർക്ക് പരിശീലനം നൽകുന്നതിൽ പ്രത്യേക ശ്രദ്ധ പതിപ്പിക്കേണ്ടതാണ്."

1946 മാർച്ചിൽ പാർട്ടി ബാക് സോൺ സൈനികസ്കൂൾ തുറന്നു: മെയ് മാസത്തിൽ ദേശീയപ്രതിരോധ മന്ത്രാലയം ത്രാൻ ക്വാക് തുവാൻ സൈനികസ്കൂളിന്റെ ഉദ്ഘാടനം നടത്തി: ജൂണിൽ ദക്ഷിണവിയത്നാം ചെറുത്തുനിൽപ്പു കമ്മിറ്റി ക്വാങ് ഞായ് സെക്കന്ററി ഇൻഫൻഡ്രി സ്കൂൾ സ്ഥാപിച്ചു. സ്ക്വാഡ് – പ്ലറ്റൂൺ കമാൻഡർമാരെ പരിശീലിപ്പിക്കുന്നതിന് ഓരോ റജിമെന്റിലും സൈനിക–രാഷ്ട്രീയസ്കൂളുകളുമുണ്ടായിരുന്നു.

വർത്തമാന പരിതഃസ്ഥിതിയും കടമകളും, വിയത് മിഞ് നയങ്ങൾ കമ്യൂണിസത്തിനൊരു മുഖവുര, വൈരുധ്യാത്മകവും ചരിത്രപരവുമായ ഭൗതികവാദത്തിന്റെ സംഗ്രഹം, വിപ്ലവസൈന്യത്തിലെ രാഷ്ട്രീയപ്രവർത്തനം – ഇതായിരുന്നു രാഷ്ട്രീയ വിദ്യാഭ്യാസത്തിനുള്ള പാഠ്യപദ്ധതി. ബാക് സോൺ സൈനിക–രാഷ്ട്രീയ സ്കൂളിലെ പ്രധാനപ്പെട്ട ക്ലാസെടുത്തത് പാർട്ടിയുടെ കേന്ദ്രകമ്മിറ്റിമെമ്പർമാരായിരുന്നു.

സൈനികവിദ്യാഭ്യാസത്തിനുള്ള പാഠ്യപദ്ധതിയിൽ *ഗറില്ലാ അടവുകൾ, വ്യക്തിപര അടിസ്ഥാനപരിശീലനം, സംഘട്ടനയുദ്ധം* എന്നീ വിഷയങ്ങളുൾപ്പെട്ടിരുന്നു. ജാപ്പനീസ് വിരുദ്ധ ചെറുത്തുനിൽപ്പുയുദ്ധകാലത്ത് താവളപ്രദേശങ്ങളിൽ വെച്ചെഴുതിയ *ഗറില്ലായുദ്ധത്തിന്റെ രീതികൾ* എന്ന പുസ്തകത്തെ അടിസ്ഥാനപ്പെടുത്തിയായിരുന്നു ഗറില്ലാ അടവു

കൾക്കുള്ള സിലബസ് തയാറാക്കിയത്. സാധാരണ യുദ്ധത്തെ സംബന്ധിച്ചിടത്തോളം അനുഭവങ്ങളിൽ നിന്നുരുത്തിരിഞ്ഞുവന്ന അടവുകൾ ഞങ്ങൾക്ക് തെരഞ്ഞെടുക്കേണ്ടിവന്നു.

1946 മെയ് 22 ാം തീയതി ത്രാൻ ക്വാൻ തുവാൻ സൈനികസ്കൂൾ ഉദ്ഘാടനം ചെയ്യുന്നതിന് ഹോ അമ്മാവൻ സോൺ തായ്‌ലേക്കു പോയി. സ്വയംപ്രതിരോധയൂണിറ്റുകളും പ്രവിശ്യയിൽനിന്നുള്ള ചെറുപ്പക്കാരും അദ്ദേഹത്തെ സ്വാഗതം ചെയ്യുന്നതിന് റോഡിൽ വരിവരിയായി നിന്നു.

സ്കൂളിന്റെ വിശാലമായ അങ്കണത്തിൽ കാക്കി യൂണിഫോറമണിഞ്ഞ കേഡറുകൾ അദ്ദേഹത്തിന്റെ നിർദേശങ്ങൾ കേൾക്കുന്നതിനു തടിച്ചുകൂടി.

ഏകോപിച്ചുനിൽക്കാനും കഠിനമായി യത്നിക്കാനും കർശനമായ അച്ചടക്കം പാലിക്കാനും ആഹ്വാനം ചെയ്തതിനു ശേഷം ഹോ അമ്മാവൻ പറഞ്ഞു:

> പിതൃരാജ്യത്തോട് കൂറും ജനങ്ങളോട് വിശ്വസ്തതയും പുലർത്തുകയെന്നത് പരിശുദ്ധമായ കടമയാണ്. ഭാരിച്ച ഉത്തരവാദിത്വമാണ് നമ്മുടെ രാജ്യത്തിന്റെ പ്രഥമസൈന്യത്തിലെ അംഗമാവുകയെന്നത്; അപൂർവമായ ഒരു ബഹുമതിയുമാണ്.

"പിതൃരാജ്യത്തോട് കൂറും ജനങ്ങളോട് വിശ്വസ്തത"യുമെന്ന ഹോ അമ്മാവന്റെ മുദ്രാവാക്യം ചരിത്രപ്രധാനമായിത്തീർന്നിട്ടുണ്ട്. പഴയപട്ടാളവും വിപ്ലവത്തിന്റെ പുതിയ പട്ടാളവും തമ്മിൽ എങ്ങനെ വേർതിരിച്ചുകാണണമെന്ന് തുടക്കംമുതൽ തന്നെ അദ്ദേഹം കാണിച്ചുതരികയുണ്ടായി. ഞങ്ങളുടെ പട്ടാളത്തിന്റെ കൊടിക്കൂറയിൽ ചരിത്രപ്രധാനമായ ആ മുദ്രാവാക്യം സ്വർണലിപികളാൽത്തന്നെ ആലേഖനം ചെയ്യപ്പെട്ടിട്ടുണ്ട്. ഞങ്ങളുടെ മഹത്തായ കടമ നിർവഹിക്കുന്നതിലും ഞങ്ങളുടെ പട്ടാളത്തെ ഒരജയ്യശക്തിയായി വളർത്തിയെടുക്കുന്നതിലും അത് ഞങ്ങൾക്കെന്നും ഒരു വഴികാട്ടിയായി.

1945 നവംബറിലെ അവസാനനാളുകൾ മുതൽ സ്ഥിതിഗതികൾ കൂടുതൽ കൂടുതൽ സംഘർഷാത്മകമായിത്തീർന്നു. പാർട്ടിക്ക് ഒളിവിൽ പോകേണ്ടിവന്നു. വിയത് മിഞ് മുന്നണി ശക്തിപ്പെടുത്തുകയും വിപുലമാക്കുകയും ചെയ്യുന്നതോടൊപ്പംതന്നെ വിയത്മിഞ് മുന്നണിക്ക് പുറത്തുനിൽക്കുന്നവരടക്കം ജനങ്ങളുടെ എല്ലാ വിഭാഗങ്ങളെയും ഉൾപ്പെടുത്തിക്കൊണ്ടുള്ള വിശാലമായ ഒരു ദേശീയ ഐക്യമുന്നണി രൂപീകരിക്കണമെന്ന് പാർട്ടിയുടെ സ്റ്റാൻഡിങ് കമ്മിറ്റിയിൽ അദ്ദേഹം അഭിപ്രായപ്പെട്ടു. ശത്രുക്കളുമായി പോരടിക്കുന്നതിന് നമ്മുടെ ഭാഗത്തണിനിരത്താൻ കഴിയുന്ന മുഴുവനാളുകളെയും യോജിപ്പിച്ചണിനിരത്തുകയെന്ന ഈ ആശയം അദ്ദേഹത്തിന്റെ വിപ്ലവപ്രവർത്തനത്തിലുടനീളം വ്യാപരിച്ചുകിടക്കുന്നതുകാണാം.

ഈ പുതിയ മുന്നണിക്ക് *ഹോയ് ലിയൻ ഹിച് കാക്ഡാൻ വിയത്നാം* (വിയത്നാം ദേശീയസഖ്യം) എന്ന പേർ കൊടുക്കണമെന്ന് അദ്ദേഹം നിർദേശിച്ചു. ഇവയായിരുന്നു മുന്നണിയുടെ ലക്ഷ്യം; സ്വാതന്ത്ര്യം, ഐക്യം, ജനാധിപത്യം, ഐശ്വര്യം. ഏതു ദേശീയ ജനവിഭാഗത്തിൽപ്പെട്ടവരായാലും കൊള്ളാം ഏത് മത-സാമൂഹികവിഭാഗത്തിലുൾപ്പെട്ടവരായാലും കൊള്ളാം എല്ലാ വിയത്നാംകാർക്കും സഖ്യത്തിലെ മെമ്പർമാരായിചേരാവുന്നതാണ്. *വിയത്നാം ദോക് ലാപ് ദോങ് മിഞ്ഞ്* (വിയത്നാമിന്റെ സ്വാതന്ത്ര്യത്തിനുവേണ്ടിയുള്ള സഖ്യം) എന്ന പേർ *വിയത് മിഞ്ഞ്* എന്നാക്കി ചുരുക്കിയതുപോലെ വിയത്നാം ദേശീയ സഖ്യത്തിന്റെ പേർ കേവലം *വിയൻ നിയത്* എന്നാക്കി ചുരുക്കണമെന്ന് ഹോ അമ്മാവൻ അഭിപ്രായപ്പെട്ടു.

മെയ് 27 ാം തീയതി *ലിയൻ വിയത്* ഔദ്യോഗികമായി സ്ഥാപിക്കപ്പെട്ടു. അതിന്റെ ഓണററി ചെയർമാനായി പ്രസിഡന്റ് ഹോവിനെയും എക്സിക്യൂട്ടീവ് കമ്മിറ്റിയുടെ പ്രസിഡന്റായി ഹുയിഞ്ഞ് തുക് ഖാങ്ങിനെയും വൈസ്പ്രസിഡന്റായി തോർ ദുക് താങ്ങിനെയും തെരഞ്ഞെടുത്തു. *വിയത് മിഞ്ഞ്, ഡമോക്രാറ്റിക് പാർട്ടി, വിയത്നാം വിപ്ലവസഖ്യം, വിയത്നാം നാഷണലിസ്റ്റ് പാർട്ടി* എന്നിവയായിരുന്നു ലിയൻ വിയത്തിൽ ചേർന്ന രാഷ്ട്രീയസംഘടനകൾ.

കൂടാതെ വിവിധ മതകമ്മിറ്റികളും ട്രേഡ് യൂണിയൻ സംഘടനകളും അതിൽച്ചേർന്നു. അതേവരെ ഒരു സംഘടനയിലും ചേരാതിരുന്ന ദേശാഭിമാനികളും ലിയൻ വിയത്തുമായി ബന്ധപ്പെട്ടു. പ്രസിഡന്റ് ഹോ മുൻകയ്യെടുത്ത് രൂപീകരിച്ച വിശാലാടിസ്ഥാനത്തിലുള്ള ദേശീയ ഐക്യമുന്നണി സ്വാതന്ത്ര്യത്തിനും ജനാധിപത്യത്തിനുംവേണ്ടിയുള്ള നമ്മുടെ ജനകീയ സമരത്തിൽ മഹത്തായ സ്വാധീനം ചെലുത്താൻ തുടങ്ങിയതിന്റെ തുടക്കമായിരുന്നു ഇത്.

37

ദലാത്തിൽ മുന്നൊരുക്കസമ്മേളനം

ഏപ്രിൽ ആദ്യം ഹാ ലോങ് ഉൾക്കടലിൽവെച്ച് പ്രസിഡന്റ് ഹോയും ദ് അർഗൻ ല്യൂവും കൂടിക്കാഴ്ച നടത്തി ഏതാനും ദിവസം കഴിഞ്ഞപ്പോൾ *റോയ്റ്റർ* ഇങ്ങനെ റിപ്പോർട്ടു ചെയ്തു:

> വിയത്നാം ജനാധിപത്യറിപ്പബ്ലിക്കൻ ഗവൺമെന്റുമായി കൂടിയാലോചന നടത്തുന്നതിനുള്ള പ്രതിനിധിസംഘത്തിന്റെ തലവനായി ദ് അർഗൻ ല്യൂവിന്റെ പേർ നിർദേശിക്കപ്പെട്ടിരിക്കുന്നു.... സാമ്പത്തിക-ഫൈനാൻസ്-പ്രതിരോധ-കോളനിമന്ത്രാലയങ്ങളുടെ പ്രതിനിധികളും പ്രതിനിധി സംഘത്തിലുണ്ടായിരിക്കും.

ഈ വാർത്ത ശരിയായിരുന്നുവെങ്കിൽ, സംശയമില്ല, അത് ഫ്രഞ്ച് പിന്തിരിപ്പൻമാരുടെ പണിയാവാനേ തരമുള്ളൂ. ദ് അർഗൻ ല്യൂ ഏറ്റവും വൃത്തികെട്ടതരത്തിലുള്ള പഴയ കൊളോണിയലിസത്തിന്റെ വിശ്വസ്താനുയായി ആയിരുന്നു. ഞങ്ങളും അയാളും തമ്മിൽ സംഭാഷണം നടത്തിയാൽ അതിനൊരിക്കലും നല്ല ഫലമുണ്ടാക്കാൻ സാധ്യമാകുമായിരുന്നില്ല. പ്രതിനിധി സംഘത്തിൽ കോളനിമന്ത്രാലയത്തിലെ ഒരാളെക്കൂടി ഉൾപ്പെടുത്തിയത് വിയത്നാമിനെ അപ്പോഴും അവർ ഒരു ഫ്രഞ്ചുകോളനിയായിത്തന്നെ കരുതിപ്പോന്നതിന്റെ തെളിവാണ്.

റോയ്റ്ററുടെ ഈ വാർത്ത കാണേണ്ടതാമസം കരാറിനെ അട്ടിമറിക്കാനുള്ള പിന്തിരിപ്പൻ ഗൂഢാലോചനകളെ ഞങ്ങളുടെ പത്രങ്ങൾ ശക്തിയായി അപലപിച്ചു. തുല്യതയുടെ അടിസ്ഥാനത്തിൽ ഔദ്യോഗികകൂടിയാലോചനകൾ പാരീസിൽ വെച്ചു നടത്തണമെന്ന് ഞങ്ങളാവശ്യപ്പെട്ടു. ഫ്രഞ്ചുകോളനി മന്ത്രാലയത്തിന്റെ ഒരു പ്രതിനിധിയെ കൂടിയാലോചന നടത്താനുള്ള പ്രതിനിധിസംഘത്തിൽ ഉൾപ്പെടുത്താനുള്ള ഉദ്ദേശ്യം

ഉപേക്ഷിക്കണമെന്നും വിമോചിത വിയത്നാമുമായി സംഭാഷണം നടത്താൻ ഫ്രഞ്ച് ഗവൺമെന്റിനെ പ്രതിനിധീകരിച്ച് അയക്കാൻ ഏറ്റവും യോഗ്യൻ ഫ്രഞ്ചുവിദേശമന്ത്രാലയത്തിലെ ഉദ്യോഗസ്ഥന്മാരാണെന്നും അയാൾ അഭിപ്രായപ്പെട്ടു. *റോയ്ട്ടർ* റിപ്പോർട്ട് സ്വീകരിക്കപ്പെടുകയോ നിഷേധിക്കപ്പെടുകയോ ഉണ്ടായില്ല.

ഹോ അമ്മാവനും അദ്ദേഹത്തിന്റെ സഖാക്കളും ഫ്രാൻസിലേക്കും ദലാത്തിലേക്കും പ്രതിനിധിസംഘത്തെ അയക്കുന്നതിനെക്കുറിച്ച് ചർച്ച ചെയ്യുകയായിരുന്നു. ഫ്രഞ്ച് നാഷണൽ അസംബ്ലിയിൽ സൗഹൃദസന്ദർശനം നടത്തുന്നതിനുള്ള പ്രതിനിധിസംഘത്തിന്റെ തലവനായി സഖാവ് ഫാം വാൻ ദോങിനെ നിർദേശിച്ചു. അദ്ദേഹംതന്നെ പിന്നീട് പാരീസിൽവെച്ച് നടക്കുന്ന കൂടിയാലോചനകളിൽ വിയത്നാം സംഘത്തെ നയിക്കുമെന്നും നിശ്ചയിച്ചു. ദലാത്തിൽ വെച്ചു നടക്കുന്ന മുന്നൊരുക്കസമ്മേളനത്തിലേക്കുള്ള പ്രതിനിധിസംഘത്തിന്റെ ഡെപ്യൂട്ടിതലവനായി എന്നെയാണ് ചുമതലപ്പെടുത്തിയത്. തലവനായി വിയത്നാം ജനാധിപത്യറിപ്പബ്ലിക്കിലെ കൂട്ടുഗവൺമെന്റിന്റെ വിദേശകാര്യമന്ത്രി ൻഗുയെൻ തുവോങ് താമും.

ഏപ്രിൽ 16 ാം തീയതി രണ്ട് പ്രതിനിധി സംഘങ്ങളും സംഭാഷണങ്ങൾക്കായി യാത്ര പുറപ്പെട്ടു. ദലാത്തിലേക്കുള്ള പ്രതിനിധിസംഘം രാവിലെ 6 മണിക്കാണ് ബാക് ബൊ കൊട്ടാരംവിട്ടത്. പ്രതിനിധിസംഘത്തെ യാത്രഅയക്കുന്നതിന് ഹോ അമ്മാവൻ വളരെ നേരത്തെതന്നെ അവിടെ എത്തിച്ചേർന്നിരുന്നു. ഒരിക്കൽക്കൂടി അദ്ദേഹം പറഞ്ഞു: "നാം ബൊ പ്രശ്നവും വെടിനിർത്തലും അജണ്ടയിലെ ആദ്യത്തെ ഇനങ്ങളായിരിക്കണം." പ്രതിനിധി സംഘത്തിലെ ഓരോരുത്തർക്കും അദ്ദേഹം ഹസ്തദാനം നൽകി.

ചാറ്റൽമഴയുണ്ടായിരുന്നു. നഗരമാകെ ശാന്തവും. പ്രതിനിധി സംഘങ്ങൾ വിടവാങ്ങുന്ന സമയം മുൻകൂട്ടി അറിയാത്തതുകൊണ്ട് ജനങ്ങൾക്ക് യാത്രയയപ്പുനൽകാൻ വരാൻ കഴിഞ്ഞില്ല. എങ്കിലും ഏതാനും ദിവസം മുമ്പ് രണ്ട് പ്രതിനിധിസംഘങ്ങൾക്കും പിന്തുണ പ്രഖ്യാപിച്ചുകൊണ്ട് റാലികൾ നടത്തപ്പെട്ടിരുന്നു.

കൂടിയാലോചനകളുടെ ഫലമെന്തായിരിക്കുമെന്ന് അനേകം പത്രപ്രവർത്തകർ ആരാഞ്ഞു. അവർക്ക് മറുപടി പറയുക പ്രയാസമായിരുന്നു. അതിനുള്ള ഉത്തരം എത്രയോ അകലെ കിടക്കുകയാണ്. ഫ്രഞ്ചുകാർ തങ്ങളുടെ ഉറപ്പുകൾ ആത്മാർഥമായി പാലിക്കുകയും സ്വതന്ത്ര വിയത്നാമിന്റെ മൗലികാവകാശങ്ങൾ മാനിക്കുകയും ചെയ്താൽ മാത്രമേ രാഷ്ട്രീയമായ ഒരൊത്തുതീർപ്പുണ്ടാക്കാൻ ഞങ്ങൾക്ക് കഴിയുമായിരുന്നുള്ളൂ. കൂടിയാലോചനകളുടെ വിജയം ഞങ്ങളെമാത്രമല്ല, എതിർപക്ഷത്തെയും ആശ്രയിച്ചിരിക്കുന്നു. ഇന്തോ ചൈനയിലും ഫ്രാൻസിലും പുരോഗമനശക്തികളും പിന്തിരിപ്പൻശക്തികളും തമ്മിലുള്ള സമരം അപ്പോഴും നടന്നുകൊണ്ടിരിക്കുകയായിരുന്നു. ആദ്യത്തെ

സൂചനകൾ അത്രയൊന്നും ആശാവഹമായിരുന്നില്ല. ഫ്രഞ്ചുപ്രതിനിധി സംഘത്തെ മാക്സ് ആന്ദ്രെ നയിക്കുമെന്ന് റിപ്പോർട്ടുചെയ്യപ്പെട്ടു. ഫ്രഞ്ചു ഗവൺമെന്റ് ഞങ്ങളുടെ അഭ്യർഥന അംഗീകരിക്കുകയും തങ്ങളുടെ പ്രതിനിധികളെ നേരിട്ട് ഫ്രാൻസിൽനിന്നുതന്നെ അയക്കുകയും ചെയ്തു. പക്ഷെ, മാക്സ് ആന്ദ്രെ ബാങ്കിങ് ലോകത്തിലെ ഒരാളായിരുന്നു; കത്തോലിക്കാ എം ആർ പിയിലെ ഒരംഗമായിരുന്നു. ആ പ്രസ്ഥാനത്തിന്റെ നേതാക്കൾ അമേരിക്കയുമായും വത്തിക്കാനുമായും അഭേദ്യമായി ബന്ധപ്പെട്ട ഫ്രഞ്ചുകുത്തകമുതാലളിമാരുടെ പ്രതിനിധികളുമായിരുന്നു. അവരുമായി നടത്തുന്ന സംഭാഷണം സുഗമമായി മുന്നോട്ടുകൊണ്ടുപോകാൻ കഴിയുമെന്ന് എങ്ങനെ പ്രതീക്ഷിക്കും? ഞങ്ങളുടെ ഭാഗത്തെ സംബന്ധിച്ചിടത്തോളമാകട്ടെ പ്രതിനിധി സംഘം ഏകാത്മകമായിരുന്നില്ല. ൻഗുയെൻ തുവോങ് താം കഴിഞ്ഞ മാസം കരാറിൽ ഒപ്പുവയ്ക്കാൻ വിസമ്മതിച്ച ആളാണ്. അവസാനം അദ്ദേഹത്തിനുവേണ്ടി വു ഹോങ് ഖാഞിന് ഒപ്പിടേണ്ടിവന്നു. കൂടാതെ, ഞങ്ങളുടെ കൂടെ വരേണ്ടിയിരുന്ന നാം ബൊവിൽ നിന്നുള്ള ചില പ്രതിനിധികൾക്ക് പുറപ്പെടേണ്ട സമയത്ത് എത്തിച്ചേരാനും കഴിഞ്ഞില്ല.

രാവിലെ 7 മണിക്ക് വിമാനം പുറപ്പെട്ടു. മുകളിൽനിന്ന് നോക്കുമ്പോൾ മേഘങ്ങൾക്കു താഴെ ചിലപ്പോൾ തിരമാലകൾ അലയടിക്കുന്ന നീലക്കടൽ കാണാം: ഇടയിൽ, സൂര്യപ്രകാശത്തിൽ വെട്ടിത്തിളങ്ങുന്ന നദി പാമ്പിനെപ്പോലെ വളഞ്ഞുപുളഞ്ഞൊഴുകിപ്പോകുന്നു. 'പർവതങ്ങളും നദികളും മനോഹരമായി മോടിപ്പിടിപ്പിച്ച ഒരുതുണ്ടം തുണിപോലെയാണെന്ന് നമ്മുടെ പൂർവികർ പറഞ്ഞുവെച്ചിട്ടുണ്ട്. വിമാനത്തിലിരുന്നപ്പോൾ പിതൃരാജ്യത്തെക്കുറിച്ച് അത്തരമൊരു ചിത്രം ഞങ്ങൾക്കു മുമ്പിൽ തെളിഞ്ഞുവന്നു.

ആ ദിവസം ഞങ്ങൾക്ക് പാക് സെയിലെത്താനേ കഴിഞ്ഞുള്ളു. ഇന്ധനം നിറയ്ക്കുന്നതിന് ഫ്രഞ്ചുഡക്കോട്ടവിമാനം അവിടെ തങ്ങി. ജോലിയെല്ലാം കഴിഞ്ഞ് വിമാനം പുറപ്പെടാറായപ്പോഴേക്കും യന്ത്രത്തിനെന്തോ തകരാറു പറ്റി. അതുകൊണ്ട് സൈഗോണിൽനിന്ന് മറ്റൊരു വിമാനവും പ്രതീക്ഷിച്ച് അവിടെ താമസിക്കാൻ ഞങ്ങൾ നിർബന്ധിതരായി. ഞങ്ങൾ തെരുവുകളിലൂടെ വെറുതേ അങ്ങോട്ടുമിങ്ങോട്ടും നടന്നു. പൗരാണികമായ ചില പഗോഡകൾ സന്ദർശിച്ചു. പിന്നീട് മെക്കോങ് നദിയുടെ തീരത്തേക്കുപോയി. പരന്നൊഴുകുന്ന ആ നദി തായ്ലണ്ടിനെ ലാവോസിൽനിന്ന് വേർതിരിച്ചുനിർത്തുന്നു. കലങ്ങിയവെള്ളം അതിന് ചുവപ്പുനിറം നൽകി. നദിക്കിരുപുറവും പരന്ന ഭൂപ്രദേശമാണ്. വിയത്നാം ഗവൺമെന്റ് പ്രതിനിധിസംഘം അവിടെയെത്തിച്ചേർന്നിട്ടുണ്ടെന്ന് എങ്ങനെയോ അറിഞ്ഞ് സ്ഥിരതാമസക്കാരായ വിയത്നാംകാർ ഞങ്ങളെ കാണാനെത്തി. അപ്രതീക്ഷിതമായ അത്തരം കൂടിക്കാഴ്ചകൾ തികച്ചും വികാരനിർഭരങ്ങളായിരുന്നു.

അടുത്തദിവസം വിമാനം ദലാത്തിലേക്കു പറന്നു. വിമാനത്തിൽനിന്നു താഴെ ഇറങ്ങിയപ്പോഴേക്കും കാലാവസ്ഥയിലെ വ്യത്യാസം അനുഭവപ്പെട്ടു. പാക് സെയിൽ കടുത്ത ചൂടായിരുന്നു. ഇവിടെ ശരത്കാലത്തെപ്പോലുള്ള തണുപ്പും. ദലാത് ഒരു സുഖവാസകേന്ദ്രമായിരുന്നു. 'ഉയർന്നവർഗ'ങ്ങളിൽ പെട്ടവർക്കുള്ള ഒരു ടൂറിസ്റ്റ് നഗരവും. എല്ലായിടത്തും ചെറുതും വലതുമായ സുഖവാസഗൃഹങ്ങൾ തന്നെ. അങ്ങിങ്ങായി ഹോട്ടലുകളും കാണാമായിരുന്നു. നാലുപാടും ഒന്നു കണ്ണോടിച്ചാൽമതി നഗരത്തിനുചുറ്റും അനന്തമായി വ്യാപിച്ചുകിടക്കുന്ന പൈൻമരങ്ങളുള്ള കുന്നുകൾ കാണാം. അതീവമനോഹരമായ ദൃശ്യം! ഈ നഗരം തീർത്തും ഹൃദയഹാരിയായിരിക്കുന്നു!

ലാങ് ബിയാങ് ഹോട്ടലിലാണ് ഞങ്ങളുടെ പ്രതിനിധിസംഘത്തിന് താമസിക്കാൻ ഏർപ്പാടുചെയ്തിരുന്നത്. ഹോട്ടലിൽനിന്നു നോക്കിയാൽ ശാന്തമായ ഒരു തടാകവും അതിനു ചുറ്റും വരിവരിയായി നിൽക്കുന്ന മരങ്ങളും കാണാം – മനോഹരദൃശ്യം! എങ്കിലും ഫ്രഞ്ചുകാർ അതിനെ "നെടുവീർപ്പിന്റെ തടാകം" എന്നാണ് വിളിച്ചുവന്നത്. തടാകത്തിനും അപ്പുറത്ത് മലകളായിരുന്നു.

ഏപ്രിൽ 18 ാം തീയതി രാവിലെ 10–15 നു ദ് അർഗൻ ല്യൂ രണ്ടു പ്രതിനിധിസംഘങ്ങളുടെയും തലവന്മാരെ തന്റെ വസതിയിൽവെച്ചു സ്വീകരിക്കുമെന്ന് ഒമ്പതു മണിക്ക് അറിയിപ്പുണ്ടായി. തുടർന്ന്, ഫ്രഞ്ചു പ്രതിനിധിസംഘത്തെ നയിക്കാൻ പുതുതായി നിയമിതനായ മാക്സ് ആന്ദ്രെയടക്കം അതിലെ മുഴുവൻ അംഗങ്ങളെയും രണ്ടു പ്രതിനിധി സംഘങ്ങളിലെയും അംഗങ്ങൾക്ക് ഹൈക്കമീഷണർ പരിചയപ്പെടുത്തിക്കൊടുക്കുന്നതാണെന്നും അറിയിക്കപ്പെട്ടു. ഇതിനെക്കുറിച്ചു ഞങ്ങളും ഫ്രഞ്ചുകാരും തമ്മിൽ ചർച്ചകളൊന്നും നടത്തിയിരുന്നില്ല. ഹൈക്കമ്മിഷണറെന്നുള്ള തന്റെ അധികാരമുപയോഗിച്ച് ഫെഡറൽ കൊട്ടാരത്തിൽവെച്ച് രണ്ടു പ്രതിനിധിസംഘങ്ങളെയും സ്വീകരിക്കാൻ ഒരു രക്ഷാധികാരിയെന്ന ഭാവത്തിൽ അഡ്മിറൽ ശ്രമിക്കുകയായിരുന്നു. രണ്ടുപ്രതിനിധി സംഘാംഗങ്ങളെയും കണ്ടതിനുശേഷം കമീഷണർതന്നെ ഒന്നാമത്തെ പ്ലീനറി സമ്മേളനത്തിന് തുടക്കംകുറിക്കുന്നതാണെന്നും പറഞ്ഞിരുന്നു. ഇതും ഫ്രഞ്ചുകാർ ഏകപക്ഷീയമായി കൈക്കൊണ്ട തീരുമാനമാണ്. അതുകൊണ്ട് ഒരു കാരണവശാലും അതുമായി യോജിക്കാൻ ഞങ്ങൾക്ക് കഴിഞ്ഞില്ല.

ഫ്രഞ്ചുകാർ ഇപ്പോൾ മുമ്പോട്ടുവെച്ച ചില പ്രശ്നങ്ങളെക്കുറിച്ച് ചർച്ചചെയ്യുന്നതിന് വിയത്നാം പ്രതിനിധിസംഘത്തിന്റെ തലവൻ ദ് അർഗൻ ല്യൂവുമായി സംസാരിക്കാൻ ആഗ്രഹിക്കുന്നുവെന്ന വിവരം ഫ്രഞ്ചുപക്ഷത്തെ അറിയിക്കുന്നതിന് ഞങ്ങളുടെ പ്രതിനിധിസംഘത്തിന്റെ സെക്രട്ടറിയെ അങ്ങോട്ടയച്ചു.

രാവിലെ 10 മണിക്ക് ഫ്രഞ്ചുപ്രതിനിധിസംഘത്തിലെ എല്ലാവരും ദ് അർഗൻ ല്യൂവിന്റെ കൊട്ടാരത്തിൽ ഹാജരായി. പത്രപ്രവർത്തകരും

അവിടെ സന്നിഹിതരായിരുന്നു. 11 മണി വരെ അവർ ഞങ്ങളേയും പ്രതീക്ഷിച്ചുനിന്നു. ദ് അർഗൻ ല്യൂ അതിരറ്റ ഔദ്ധത്യത്തോടുകൂടി വിളിച്ചുകൂട്ടിയ യോഗത്തിൽ പങ്കെടുക്കാൻ ഞങ്ങൾ വിസമ്മതിച്ചതോടെ സ്ഥിതിഗതികൾ അതീവഗുരുതരമായിത്തീർന്നു.

ഞങ്ങളുടെ മുഖം രക്ഷിക്കുന്നതിനുള്ള ഒരു നിർദേശവുമായി ഫ്രഞ്ചുകാർ മുന്നോട്ടുവന്നു. അവർ ഞങ്ങളെ ഒരു ഡിന്നർ പാർട്ടിക്ക് ക്ഷണിച്ചു. അതുകൊണ്ട് ഹൈക്കമീഷണറും രണ്ട് പ്രതിനിധി സംഘങ്ങളും തമ്മിലുള്ള പ്രഥമ സമാഗമം ഒരു ഭക്ഷണമേശയ്ക്കു ചുറ്റുമിരുന്നായിപ്പോയി. തന്മൂലം ഫെഡറേഷന്റെ ഹൈക്കമീഷണറെന്നനിലയിൽ തുടക്കംകുറിക്കുന്നതിനുള്ള അവസരം ദ് അർഗൻ ല്യൂവിന് നഷ്ടപ്പെട്ടു.

ദ് അർഗൻ ല്യൂവുമായുള്ള എന്റെ ഒന്നാമത്തെ കൂടിക്കാഴ്ചയായിരുന്നു അത്. ചുളിവീണ നെറ്റിത്തടത്തിന് താഴെ ചെറുതും അതേസമയം കാപട്യംനിറഞ്ഞതുമായ കണ്ണുകൾ നേരിയ ചുണ്ടുകൾ – ളോഹ അഴിച്ച ആ പുരോഹിതന്റെ രൂപം എന്റെ മനസിൽ തങ്ങിനിന്നു. പരിചയസമ്പന്നനായ, സൂത്രശാലിയായ, ഗർവിഷ്ഠനായ, അന്തസ്സില്ലാത്ത ഒരു മനുഷ്യൻ – ഒരുനിമിഷനേരത്തെ പരിചയംകൊണ്ട് അയാൾ എന്നിൽ അത്തരമൊരു പ്രതികരണമാണ് സൃഷ്ടിച്ചത്. അത്തരമൊരാൾക്ക് പഴയ കൊളോണിയൽവ്യവസ്ഥയിൽ കഴിയാനേ സാധ്യമാകുമായിരുന്നുള്ളൂ.

ഞങ്ങളെപ്പറ്റി തനിക്ക് ധാരാളം അറിയാമെന്ന് അയാൾ വീമ്പിളക്കി. അയാൾ എന്റെ കുടുംബത്തെക്കുറിച്ചും ഞാൻ ഒളിപ്രവർത്തനം നടത്തിയിരുന്ന കാലത്തെക്കുറിച്ചും ജപ്പാൻകാരുടെ കീഴിൽ നടന്ന ഭീകരതകളെക്കുറിച്ചും ആരാഞ്ഞു. തുടർന്നു കൂടുതൽ സംസാരിക്കുന്നതിന് എന്നെ വീണ്ടും കാണാനുള്ള ആഗ്രഹം അയാൾ പ്രകടിപ്പിച്ചു. അതിനടുത്ത ഞായറാഴ്ച ഒരു പർവതാരോഹണസംഘത്തോടൊപ്പം പോകാൻ അയാളെന്നെ ക്ഷണിച്ചു. വിയത്നാം–ഫ്രഞ്ചുബന്ധത്തിന്റെ ഭാവിയെപ്പറ്റി ഇരുകൂട്ടരും പരാമർശിച്ചു ഞാൻ പറഞ്ഞു: “നമ്മുടെ മുമ്പിൽ അനേകം പ്രയാസങ്ങളുണ്ടാവുമെന്ന് തീർച്ചയാണ്. പക്ഷെ, അവ തരണംചെയ്യുകതന്നെ വേണം. രണ്ടു ഭാഗവും ശ്രമിച്ചാൽ ഞങ്ങൾക്കത് കഴിയുമെന്നാണ് കരുതുന്നത്.”

ചില ആളുകൾ തന്നെ ‘ശാന്തനും സർവസംഗപരിത്യാഗി’യുമെന്ന് വിളിക്കുന്നുണ്ടെന്ന് സംഭാഷണമധ്യേ ദ് അർഗൻ ല്യൂ പറഞ്ഞു. തന്റേത് അപ്പോഴും ഒരു പാതിരിയുടെ ഹൃദയമാണെന്ന് ഞങ്ങളെ ബോധ്യപ്പെടുത്താനായിരുന്നു അയാളുടെ ശ്രമം. വാസ്തവത്തിൽ ഒരിക്കലും അയാളുടേത് ഒരു പാതിരിയുടെ ഹൃദയമായിരുന്നില്ല. നേരെമറിച്ച്, വിശ്വാസവഞ്ചകനായ ഒരു രാഷ്ട്രീയക്കാരന്റെ ഹൃദയമായിരുന്നു.

അടുത്തദിവസം വീണ്ടും സമ്മേളിക്കാമെന്ന് ഇരുകൂട്ടരും സമ്മതിച്ചു. ഉദ്ഘാടനയോഗത്തിൽ വിയത്നാം പ്രതിനിധി സംഘത്തിലെ ഒരംഗം അധ്യക്ഷതവഹിക്കണമെന്ന കാര്യത്തിലും യോജിപ്പുണ്ടായി. ഫ്രഞ്ചുകാർ ആദ്യമായി അനുവദിച്ച സൗജന്യമായിരുന്നു അത്. തടസങ്ങൾ

മുഴുവൻ നീങ്ങിക്കഴിഞ്ഞെന്നോ ഇരുഭാഗത്തെയും നിലപാടിൽ അനുരഞ്ജനമുണ്ടായെന്നോ ഇതുകൊണ്ടർഥമാകുന്നില്ല.

ഏപ്രിൽ 19 ാം തീയതി രാവിലെ യെഴ്സിൽ സെക്കന്ററി സ്കൂളിൽ വെച്ച് മുന്നൊരുക്കസമ്മേളനത്തിന്റെ ഒന്നാമത് പ്ലീനറിസെഷൻ നടന്നു. ഫ്രഞ്ചു പ്രതിനിധി സംഘത്തിൽ മെസ്മർ, ബൗസ്കൈ, പിനോൺ ആദിയായ മുൻ അഡ്മിനിസ്ട്രേറ്റർമാരും സാമ്പത്തിക–സൈനികവിദഗ്ധരുമുണ്ടായിരുന്നു. അവരിൽ ചിലർ 1945 ലെ ആഗസ്റ്റ് വിപ്ലവം മുതൽ ഇന്തോചൈനയിൽത്തന്നെ കഴിഞ്ഞുവന്നവരായിരുന്നു. 1945 സെപ്തംബറിൽ വടക്കൻ വിയത്നാമിൽ പാരച്യൂട്ടിൽ വന്നിറങ്ങിയതാണ് മെസ്മർ. ഞങ്ങളുടെ സൈനികർ അയാളെ പിടികൂടിയെങ്കിലും പിന്നീടയാൾ രക്ഷപ്പെട്ടു.

രാഷ്ട്രീയ സബ്കമ്മിറ്റി ഏപ്രിൽ 20 ന് സമ്മേളിച്ചു. കൂടിയാലോചനകൾക്കാവശ്യമായ അനുകൂലമായ രാഷ്ട്രീയാന്തരീക്ഷം സൃഷ്ടിക്കണമെന്നും നാം ബൊവിലെ വെടിനിർത്തൽ അജണ്ടയിലുൾപ്പെടുത്തണമെന്നും ഞങ്ങളാവശ്യപ്പെട്ടു. അതിനെതിരെ അവർ പല വാദങ്ങളുമുന്നയിക്കാൻ തുടങ്ങി. ഈ പ്രശ്നം രണ്ട് പ്രതിനിധി സംഘങ്ങളുടെയും അധികാരപരിധിക്ക് പുറത്താണെന്നു പറഞ്ഞ് ഞങ്ങളുടെ നിർദേശത്തെ സംബന്ധിച്ച ചർച്ച കഴിയുന്നത്ര ഒഴിവാക്കാൻ അവർ ശ്രമിച്ചു. ഞങ്ങളുടെ അഭ്യർഥന ഫ്രഞ്ചുകാരെക്കൊണ്ടംഗീകരിപ്പിക്കുന്നതിന് മാർച്ച് 6–ാം തീയതി ഒപ്പുവെച്ച പ്രാരംഭകരാറിന്റെ നിയമപരമായ അടിസ്ഥാനം ഞങ്ങൾ പരാമർശിച്ചു. നീണ്ടുനിന്ന വാദപ്രതിവാദങ്ങൾക്കുശേഷം ഫ്രഞ്ചുകാർ ഭാഗികമായ ഒരു സൗജന്യമനുവദിച്ചു: 'കൂടിയാലോചനകൾക്കനുകൂലമായ രാഷ്ട്രീയാന്തരീക്ഷം സൃഷ്ടിക്കുന്ന' പ്രശ്നം അജണ്ടയിലുൾപ്പെടുത്താൻ 'നാം ബൊവിലെ വെടിനിർത്തൽ' പ്രശ്നവും അജണ്ടയിലുൾപ്പെടുത്തണമെന്ന് ഞങ്ങൾ നിർബന്ധിച്ചു.

ഇടവേളയ്ക്ക് പിരിഞ്ഞപ്പോൾ ഫ്രഞ്ചുപ്രതിനിധികൾ തമ്മിൽ ഒരു കൂടിയാലോചന നടത്തി. കൊച്ചിൻ ചൈനയിലെ വെടിനിർത്തലിനെ സംബന്ധിച്ച പ്രശ്നം പരിഗണനയ്ക്കെടുക്കാൻ ഫ്രഞ്ചുഗവൺമെന്റ് തങ്ങളെ അധികാരപ്പെടുത്തിയിട്ടില്ലെന്ന് സെഷൻ വീണ്ടും തുടങ്ങിയപ്പോൾ ഫ്രഞ്ചുപ്രതിനിധിസംഘത്തിന്റെ രാഷ്ട്രീയഉപദേഷ്ടാവായ പിനോൺ പ്രസ്താവിച്ചു.

ഞങ്ങൾ തിരിച്ചടിച്ചു:

"മാർച്ച് 6 ന്റെ കരാറിലുൾപ്പെടുത്തിയ പ്രശ്നങ്ങൾ ചർച്ചചെയ്യാൻ ഫ്രഞ്ചുപ്രതിനിധിസംഘത്തെ അധികാരപ്പെടുത്തിയിട്ടുണ്ടോയെന്ന് അറിയാൻ ഞങ്ങളാഗ്രഹിക്കുന്നു."

അൽപ്പം വൈമനസ്യത്തോടെയാണെങ്കിലും പിനോൺ മറുപടി നൽകി:

"ഉവ്വ് ഞങ്ങളെ അധികാരപ്പെടുത്തിയിട്ടുണ്ട്."

“അങ്ങനെയാണെങ്കിൽ, ശത്രുത അവസാനിപ്പിക്കുന്നതിനാവശ്യമായ നടപടികളെ സംബന്ധിച്ച് ആവശ്യമായ തീരുമാനങ്ങൾ ഇരുഗവൺമെന്റും ഉടൻതന്നെ കൈക്കൊള്ളണമെന്ന് കരാറിൽ എഴുതിയിട്ടില്ലല്ലോ?”

അങ്ങനെ ഫ്രഞ്ചുകാരെ ഉത്തരംമുട്ടിക്കാൻ ഞങ്ങൾക്കു കഴിഞ്ഞു. എങ്കിലും രാവിലത്തെ സെഷൻ അവസാനിക്കുന്നതുവരെ ഒരു മറുപടി നൽകാൻ അവർക്ക് കഴിഞ്ഞില്ല. അതുകൊണ്ട് ആ പ്രശ്നം മാറ്റിവെക്കേണ്ടിവന്നു.

ഉച്ചതിരിഞ്ഞ് ഞാനൊരു നടത്തത്തിനിറങ്ങി. ഫ്രഞ്ചുകാരുടെ പിന്തിരിപ്പൻ സമീപനം വളരെ വ്യക്തമായിരുന്നു. കൂടിയാലോചനകൾ വളരെ പ്രയാസപ്പെട്ടേ അവസാനിപ്പിക്കാൻ കഴിയുമായിരുന്നുള്ളൂ. എങ്കിലും ഞങ്ങളും ഫ്രഞ്ചുകാരും തമ്മിലുള്ള സംഭാഷണം തുടരേണ്ടിയിരുന്നു. ഇങ്ങനെ ഓരോന്ന് ആലോചിച്ചുകൊണ്ടുനടന്നു. വഴിനിറയെ പൈൻമരക്കായ വീണു കിടന്നിരുന്നു. തോട്ടിൻകരകളിൽ കാട്ടുപൂക്കൾ വിരിഞ്ഞു നിൽക്കുന്നു. പട്ടണം ശാന്തവും അന്തരീക്ഷം ശീതളവും പ്രകൃതി മനോഹരവും ആണ്. ഒന്നാന്തരം സ്ഥലം തന്നെയാണ് ദലാത്, സംശയമില്ല. തണുത്ത ഇളംകാറ്റും പൈൻമരങ്ങളുടെ മർമരശബ്ദവും ഇരുട്ടുന്നതുവരെഎന്നെ അവിടെ പിടിച്ചുനിർത്തി. പ്രകൃതിയാകെ ഇരുട്ടുവന്നുമൂടാൻ തുടങ്ങിയപ്പോൾ ഞാൻ ഹോട്ടലിലേക്ക് മടങ്ങി.

വൈകുന്നേരം ഞാൻ പണി തുടങ്ങിയതേയുള്ളൂ. അപ്പോഴേക്കും ആരോ വാതിലിൽ മുട്ടി. പെട്ടെന്ന് തുറന്ന് അകത്തുവരികയും ചെയ്തു. ഒരു സഖാവ് ധൃതിയിൽ മുറിക്കകത്ത് കടന്ന് ഉദ്വേഗത്തോടെ പറഞ്ഞു:

“ദയവു ചെയ്ത് മുകളിലേക്ക് വരൂ. സഖാവ് താച് എത്തിച്ചേർന്നിരിക്കുന്നു!”

ഫാം ൻഗോക് താച് നാം ബൊവിൽ യുദ്ധംചെയ്തുകൊണ്ടിരിക്കുകയായിരുന്നു. ഞങ്ങളുടെ പ്രതിനിധി സംഘാംഗങ്ങളുടെ പട്ടികയിൽ അദ്ദേഹത്തിന്റെ പേരുകൂടി ഉൾപ്പെടുത്തിയിരുന്നുവെങ്കിലും അദ്ദേഹത്തിന് ഞങ്ങളുടെ കൂടെ പോരാൻ കഴിയുമെന്ന് ഒരിക്കലും ഞങ്ങൾ പ്രതീക്ഷിച്ചിരുന്നില്ല. സമ്മേളനത്തിന്റെ തുടക്കത്തിൽത്തന്നെ അദ്ദേഹത്തിനെങ്ങനെ ഇവിടെ എത്തിച്ചേരുവാൻ കഴിഞ്ഞെന്ന് ഞങ്ങളത്ഭുതപ്പെട്ടു. ഫ്രഞ്ചുകാർ അപ്പോഴും താചിന്റെ വരവിനെക്കുറിച്ചറിഞ്ഞിരുന്നില്ല.

നിമിഷങ്ങൾക്കകം ൻഗുയെൻ തുവോങ് താം ഒഴിച്ചുള്ള എല്ലാ പ്രതിനിധികളും വന്നുചേർന്നു. സഖാവ് മെലിഞ്ഞതായും കുറെക്കൂടി കറുത്തതായും തോന്നി. എങ്കിലും ചുറുചുറുക്കിന് ഒരു കുറവുമില്ല. ആഹ്ലാദഭരിതരായിത്തീർന്ന ഞങ്ങളെല്ലാം അദ്ദേഹത്തെ ഗാഢമായി ആലിംഗനം ചെയ്തു. അദ്ദേഹത്തിന്റെ ശബ്ദം അപ്പോഴും പോരാടുന്ന നാം ബൊവിന്റെ സമരോത്സുകവികാരം കൊണ്ട് നിറഞ്ഞുതുളുമ്പിയിരുന്നു. സൈഗോണിൽനിന്നുള്ള തന്റെ യാത്രയുടെ വിവരം താച് ഞങ്ങളോട് പറഞ്ഞു. വാസ്തവത്തിൽ അത് ആപത്തുനിറഞ്ഞ ഒരു സാഹസികയാത്രയായി

രുന്നു. അദ്ദേഹം നാം ബൊവിലെ സ്ഥിതിഗതികളെക്കുറിച്ച് പോരാളികളുടെയും ജനങ്ങളുടെയും ത്യാഗങ്ങളെയും ഐതിഹാസികപ്രവർത്തനങ്ങളെയും കുറിച്ച്, ആവേശപൂർവം സംസാരിച്ചു. രാത്രി വളരെ വൈകുന്നതുവരെ ഞങ്ങൾ വെടിപറഞ്ഞിരുന്നു.

അടുത്തദിവസം പാർക്ക് ഹോട്ടലിന്റെ മുമ്പിൽവെച്ച് സഖാവ് താചിനെ ഫ്രഞ്ചുകാർ അറസ്റ്റുചെയ്തു. ഫ്രഞ്ചുകാരുടെ നിയമവിരുദ്ധ പ്രവർത്തനത്തിൽ ഞങ്ങളുടെ പ്രതിനിധിസംഘവും ഞങ്ങളുടെ ഗവൺമെന്റും ശക്തിയായി പ്രതിഷേധിക്കുകയും അദ്ദേഹത്തെ വിട്ടയക്കണമെന്നാവശ്യപ്പെട്ടുകൊണ്ട് ജനങ്ങൾ അനേകം സ്ഥലങ്ങളിൽ യോഗങ്ങൾ നടത്തുകയും ചെയ്തെങ്കിലും കൂടിയാലോചനകൾ അവസാനിച്ചതിനുശേഷം മാത്രമേ അവർ അതിനു തയാറായുള്ളൂ.

38

"ഉറച്ച ശബ്ദം വലിയ മണിയിൽ നിന്നുമാത്രം"

സമ്മേളനം തുടർന്നു. പ്ലീനറിസമ്മേളനത്തിനും സബ് കമ്മിറ്റികളുടെ യോഗങ്ങൾക്കും പുറമെ ഇടനാഴികളിൽ അനൗപചാരികമായ ആശയവിനിമയങ്ങളും തകൃതിയായി നടന്നു. മാക്സ് ആന്ദ്രെ, മെസ്മർ, ബൗസ്കൊ എന്നിവരും എത്തി, ദ് അർഗൻ ല്യൂ പോലും, അനൗപചാരികമായ ആ സംഭാഷണങ്ങളിൽ പങ്കെടുത്തു. എങ്കിലും കൂടിയാലോചനകളിലുയർന്നുവന്ന പ്രശ്നങ്ങളിൽ യാതൊരു പുരോഗതിയുമുണ്ടായില്ല.

ഞങ്ങളുടെ പ്രതിനിധിസംഘത്തിന്റെ ഏകാഗ്രമായ നിലപാട് ചർച്ചകളിലുടനീളം പ്രകടമായിരുന്നു. ൻഗുയെൻ തുവോങ് താം മാത്രം മിക്ക യോഗങ്ങളിൽനിന്നും ഒഴിഞ്ഞുനിൽക്കുകയും ഞങ്ങളുടെ പ്രതിനിധികൾ തമ്മിൽ തമ്മിൽ തന്നെയുള്ള കൂടിയാലോചനകളിൽ അപൂർവമായി മാത്രം പങ്കെടുക്കുകയും ചെയ്തു.

വെടിനിറുത്തൽ സംബന്ധിച്ച പ്രശ്നം അനേകം സെഷനുകളിലായി വലിഞ്ഞിഴഞ്ഞുപോയി. സമ്മേളനത്തിന്റെ അന്തരീക്ഷം ആകപ്പാടെ പിരിമുറുക്കം നിറഞ്ഞതായിത്തീർന്നു. ഈ പ്രശ്നം ഞങ്ങളുപേക്ഷിക്കില്ലെന്ന് ഫ്രഞ്ചുകാർക്ക് നന്നായറിയാമായിരുന്നു. നാം ബൊവിലെ വെടിനിർത്തൽ പ്രശ്നത്തിൽ ഞങ്ങളുടെ ഉറച്ചതും യുക്തിയുക്തവുമായ നിലപാട് ഫ്രഞ്ചുകാരെ അങ്ങേയറ്റം വിഷമംനിറഞ്ഞ ഒരു പരിതഃസ്ഥിതിയിലേക്കു തള്ളിവിട്ടു. ഇന്തോചൈനയുടെ കാര്യത്തിലെ ഒരു സാമ്പത്തികവിദഗ്ധനായ ബൗസ്കൊ സമ്മതിച്ചു: "ഈ പ്രശ്നം ഞങ്ങൾക്ക് അന്ത്യംകാണാത്ത വിഷമങ്ങൾക്ക് കാരണമായി. അവരുടെ (അതായത് വിയത്നാം പക്ഷം) നിലപാട് ശരിയായിരുന്നു." മറ്റേതാനും ഫ്രഞ്ചുകാരും ബൗസ്കൊയുടെ അഭിപ്രായം ശരിവെച്ചു.

പ്രഥമ സെഷനുശേഷം ഫ്രഞ്ചുകാരുടെ വാദഗതികളിലെ പൊള്ളത്തരത്തെക്കുറിച്ച് ദലാത്തിലെ ജനങ്ങൾ ചർച്ചചെയ്യാൻ തുടങ്ങി, ഒരു ഫ്രഞ്ചുപ്രതിനിധി ഇത്രയുംകൂടി പറഞ്ഞു: "നിങ്ങളുടെ പ്രതിനിധിസംഘത്തിൽ ഒന്നാന്തരം വൈരുധ്യവാദികളുണ്ട്."

ഞങ്ങളുടെ അഭ്യർഥന തള്ളിക്കളയുന്നതിനുള്ള ഒഴികഴിവുകളൊന്നും കണ്ടെത്താൻ ഫ്രഞ്ചുകാർക്ക് കഴിഞ്ഞില്ല. എന്നിട്ടും പ്രശ്നം അജണ്ടയിലുൾപ്പെടുത്തുന്നതിൽ അവർക്ക് വിസമ്മതമായിരുന്നു. നാം ബൊവിൽ വെടിനിർത്തുന്ന കാര്യത്തിൽ അവർക്ക് അശേഷം താൽപ്പര്യമുണ്ടായിരുന്നില്ലെന്നത് വ്യക്തമായിരുന്നു.

ഇതിന്റെയൊക്കെ ഫലമായി ഞങ്ങളുടെ പ്രതിനിധിസംഘത്തിനിടയിൽ ഒരു പ്രശ്നം ഉയർന്നുവന്നു: കൂടിയാലോചനകൾ തുടരുന്നത് ഫലപ്രദമാണോ?

ഏപ്രിൽ 23 ാം തീയതി രണ്ട് പ്രതിനിധിസംഘങ്ങളും പ്ലീനറിയോഗത്തിൽ ഒത്തുകൂടി. വീണ്ടും നാം ബോവിലെ വെടിനിർത്തൽപ്രശ്നം ഞങ്ങളുന്നയിച്ചു. ഫ്രഞ്ചുകാർ ഒരു സൗജന്യം അനുവദിച്ചു. അവർ ഒരു ബദൽനിർദേശം മുന്നോട്ടു വെച്ചു: രണ്ട് പ്രതിനിധിസംഘങ്ങളിലും പെടാത്തവരെ ഉൾപ്പെടുത്തിക്കൊണ്ട് കൊച്ചിൻചൈനയിൽ വെടിനിർത്തുന്നതിനെക്കുറിച്ച് പരിശോധിക്കാൻ ഒരു കമീഷനെ നിയോഗിക്കാം: അതേ അവസരത്തിൽ മറ്റുപ്രശ്നങ്ങൾ പരിഹരിക്കുന്നതിനെക്കുറിച്ചുള്ള ചർച്ച തുടരാം; കമീഷനിലെ അംഗങ്ങൾക്ക് ആദ്യം ദലാത്തിലും പിന്നെ ഹാനോയിലും സമ്മേളിക്കാം.

ഇത് ഒഴിഞ്ഞുമാറുന്നതിനുള്ള ഒരു ശ്രമംമാത്രമായിരുന്നു. എങ്കിലും ഇങ്ങനെയൊരു നിർദേശം അവർ മുമ്പോട്ടുവെച്ചതിന്റെ ഫലമായിട്ടാണ് ചർച്ച തുടർന്നുകൊണ്ടുപോകാൻ കഴിഞ്ഞത്.

ഏപ്രിൽ അവസാനം ഫ്രഞ്ചുപട്ടാളത്തിന്റെ ചീഫ് ഓഫ് സ്റ്റാഫ് ആയ ജനറൽ യൂയിൻ നാങ്കിങ്ങിൽനിന്ന് പാരീസിലേക്കുള്ള മടക്കായാത്രയിൽ ദലാത്തിലിറങ്ങി. സുമാർ 20 മിനിട്ടുസമയം ഞാൻ അയാളുമായി സംസാരിക്കുകയും എന്റെ നിലപാട് അയാൾക്ക് വ്യക്തമാക്കിക്കൊടുക്കുകയും ചെയ്തു.

"കരാറിന്റെ അന്തഃസത്തയനുസരിച്ച് ഫ്രഞ്ചുകാർ വെടിനിർത്തൽ നടപ്പാക്കണം. അല്ലെങ്കിൽ വിയത്നാം ജനത അവസാനംവരെ പൊരുതും. ചെറുത്തുനിൽപ്പ് പോരാളികൾക്കുവേണ്ടി താങ്കളെ ഇക്കാര്യം അറിയിക്കാൻ ഞാനാഗ്രഹിക്കുന്നു."

രാഷ്ട്രീയ സബ്കമ്മിറ്റിയിൽ മാത്രമല്ല, സൈനിക-സാമ്പത്തിക-സാംസ്കാരിക സബ്കമ്മിറ്റികളിലും ചൂടുപിടിച്ച ചർച്ചകൾ നടന്നു.

ഞങ്ങളുടെ ദേശീയസമ്പദ്വ്യവസ്ഥയുടെ താൽപ്പര്യങ്ങൾ നിലനിർത്തുന്നതിനുവേണ്ടിയാണ്, സാമ്പത്തികകാര്യങ്ങളിൽ, ഞങ്ങൾ ഉറച്ചുനിന്നത്. അതേസമയം, ഇന്തോചൈനയിലെ ഫ്രഞ്ച് സാമ്പത്തിക താൽപ്പര്യങ്ങൾക്ക് ചില ആനുകൂല്യങ്ങൾ ഞങ്ങൾ അനുവദിച്ചുകൊടുക്കുകയും ചെയ്തു.

താഴെപറയുന്ന പ്രശ്നങ്ങളാണ് ഈ സബ്കമ്മിറ്റിക്ക് കൈകാര്യം ചെയ്യേണ്ടിയിരുന്നത്.

– കസ്റ്റംസ്

– കറൻസി

– ഞങ്ങളുടെ രാജ്യത്ത് നിലവിലുള്ള ഫ്രഞ്ച് ബിസിനസ് സ്ഥാപനങ്ങൾ.

കറൻസി പ്രശ്നത്തെയും വിയത്നാമിലെ ഫ്രഞ്ചു ബിസിനസ് സ്ഥാപനങ്ങളുടെ പ്രശ്നത്തെയും ചുറ്റിപ്പറ്റി വലിയ അഭിപ്രായവ്യത്യാസങ്ങൾ ഉടലെടുത്തു.

സാംസ്കാരികരംഗത്തെ സംബന്ധിച്ചാണെങ്കിൽ ഇരുഭാഗവും ചില ധാരണകളിലെത്തി. ഫെഡറേഷന്റെ നേരിട്ടുള്ള നിയന്ത്രണത്തിൻകീഴിൽ ഇന്തോചൈനയിൽ അനേകം സാംസ്കാരികകേന്ദ്രങ്ങൾ സ്ഥാപിക്കണമെന്ന ഫ്രഞ്ചുകാരുടെ അഭ്യർഥനയും വിയത്നാമീസ് ഭാഷ കഴിഞ്ഞാൽ ഫ്രഞ്ചുഭാഷ ഒരു രണ്ടാം ഔദ്യോഗികഭാഷയായി അംഗീകരിക്കണമെന്ന നിർദേശവും ഞങ്ങൾ തള്ളിക്കളഞ്ഞു.

സൈനികപ്രശ്നത്തിൽ അഭിപ്രായങ്ങൾ പരസ്പരം കൈമാറിയെങ്കിലും അതുകൊണ്ട് യാതൊരു ഫലവുമുണ്ടായില്ല. എന്തുകൊണ്ടെന്നാൽ രാഷ്ട്രീയപ്രശ്നവും സൈനികപ്രശ്നവും അഭേദ്യമാംവിധം ബന്ധപ്പെട്ടതാണ്. രാഷ്ട്രീയപ്രശ്നം പരിഹരിക്കപ്പെടാതിരിക്കുന്നിടത്തോളം കാലം സൈനികമായി ഒരു ധാരണയിലെത്തുക അസാധ്യമായിരുന്നു.

രാഷ്ട്രീയപ്രശ്നമാവട്ടെ, കൂടിയാലോചനകളിലുടനീളം മൗലികവും അങ്ങേയറ്റം പ്രയാസം നിറഞ്ഞതും സമയം മിനക്കെടുത്തുന്നതുമായ ഒരു പ്രശ്നമായി നിലനിന്നു.

ഞങ്ങളുടെ തത്വാധിഷ്ഠിതമായ നിലപാടിനെ ഇങ്ങനെ സംഗ്രഹിക്കാം: വിയത്നാം ഒരു സ്വതന്ത്രരാജ്യവുമായിരിക്കണം. ഇന്തോചൈനീസ് ഫെഡറേഷൻ സാമ്പത്തികസ്വഭാവത്തോടുകൂടിയ ഒന്നു മാത്രമായിരിക്കുകയും വിയത്നാമിന്റെ മൗലികാവകാശങ്ങൾക്ക് തടസം സൃഷ്ടിക്കാൻ അതിനെ അനുവദിക്കാതിരിക്കുകയും വേണം.

ഇന്തോചൈനീസ് ഫെഡറേഷനകത്തെ രാജ്യങ്ങളും ഫ്രാൻസും തമ്മിലുള്ള ബന്ധത്തെ പരാമർശിക്കവേ ഗവർണർ ജനറൽ സമ്പ്രദായം അവസാനിപ്പിക്കണമെന്ന് ഞങ്ങളുടെ പ്രതിനിധിസംഘം ആവശ്യപ്പെട്ടു. പരിപൂർണമായും സാമ്പത്തിക കാര്യങ്ങളിലധിഷ്ഠിതമായ ഒരു ഫെഡറേഷൻ സംഘടിപ്പിക്കണമെന്ന് ഞങ്ങൾ വാദിച്ചു. ഫെഡറേഷനിലെ ഫ്രഞ്ചുപ്രതിനിധി ഒരു നയതന്ത്ര ഓഫീസറായി പ്രവർത്തിക്കട്ടെയെന്നും ഞങ്ങൾ നിർദേശിച്ചു. കസ്റ്റംസ് നയവും കറൻസിനയവും ആവിഷ്കരിക്കുന്നതും നിർമാണപ്രവർത്തനങ്ങൾ ആസൂത്രണം ചെയ്യുന്നതും ഇന്തോചൈനീസ് ഫെഡറേഷനുമായിരിക്കണമെന്നും അതിനകത്തെ ഓരോ രാജ്യത്തിന്റെയും പരമാധികാരം അംഗീകരിച്ചുകൊണ്ടായിരിക്കണം അത് എന്നും ഞങ്ങൾ അഭിപ്രായപ്പെട്ടു.

ഫ്രഞ്ചുയൂണിയന്റെ പ്രതിനിധിയും അതേസമയം ഇന്തോചൈനീസ് ഫെഡറേഷന്റെ പ്രസിഡന്റും രണ്ടും ഫ്രഞ്ചുഹൈക്കമീഷണറായിരിക്കണമെന്നായിരുന്നു ഫ്രഞ്ചുകാരുടെ മതം. നിയമനിർമാണം, വിദേശവ്യാപാരം, ഫിനാൻസ് വിദേശവിനിയമം, ട്രാൻസ്പോർട്ട്, ആരോഗ്യം, ഗവേഷണം, സംസ്കാരം, ശാസ്ത്രം, സാമ്പത്തികകാര്യങ്ങൾ, പോസ്റ്റ്, ടെലികമ്യൂണിക്കേഷൻ, റേഡിയോ ആദിയായ വിഷയങ്ങൾ ഫ്രഞ്ചുനിയന്ത്രണത്തിലായിരിക്കണമെന്ന് അവരാവശ്യപ്പെട്ടു. മുമ്പത്തെ ഗവർണർ ജനറലിന്റെ ഭരണം പുനരുദ്ധരിക്കുകയാണ് തങ്ങളുടെ ലക്ഷ്യമെന്ന് അങ്ങനെ ഫ്രഞ്ചുകാർ സ്വയം വെളിപ്പെടുത്തി.

ഫ്രഞ്ചുയൂണിയനകത്തെ പൗരാവകാശങ്ങളെ സംബന്ധിച്ച വിജ്ഞാപനം ഞങ്ങൾ അംഗീകരിക്കണമെന്ന് ഫ്രഞ്ചുകാർ അഭ്യർഥിച്ചു. വിജ്ഞാപനത്തിലെ ജനാധിപത്യതത്വങ്ങളെ ഞങ്ങൾ അംഗീകരിച്ചു. എന്നാൽ അതിനെ ആ രൂപത്തിൽ അംഗീകരിക്കാൻ ഞങ്ങൾക്ക് സമ്മതമില്ലായിരുന്നു. എന്തിന്, ഫ്രാൻസിലെ ജനങ്ങൾതന്നെ ആ വിജ്ഞാപനം അംഗീകരിച്ചിട്ടുണ്ടായിരുന്നില്ല. വാസ്തവത്തിൽ തങ്ങൾ നിർദേശിച്ച ഫ്രഞ്ചു യൂണിയൻ എങ്ങനെയായിരിക്കണമെന്ന കാര്യത്തിൽ ഫ്രഞ്ചുകാർക്കും വ്യക്തതയുണ്ടായിരുന്നില്ല.

വിയത്നാമിന് അതിന്റേതായ ഒരു അംബാസിഡർ ഫ്രാൻസിലുണ്ടായിരിക്കണം: ഇവിടത്തെ ഫ്രഞ്ചുകമീഷണർ ഫ്രാൻസിന്റെ വിയത്നാമിലുള്ള നയതന്ത്രപ്രതിനിധിയായിരിക്കുകയും വേണം ഇതായിരുന്നു വിദേശനയം സംബന്ധിച്ച ഞങ്ങളുടെ നിലപാട്. സ്വതന്ത്രവിയത്നാമീസ് അതിന്റേതായ അംബാസിഡർമാരെ ഫ്രഞ്ചുയൂണിയനകത്തെ രാജ്യങ്ങളിലേക്കും മറ്റുരാജ്യങ്ങളിലേക്കും നിയമിക്കുന്നതിന് അധികാരമുണ്ടായിരിക്കും. വിയത്നാമിലെ ഫ്രാൻസിന്റെ പ്രതിനിധി ഫ്രഞ്ചുഹൈക്കമീഷണർ നിയമിക്കുന്ന ഒരു ഫ്രഞ്ചുദ്യോഗസ്ഥനായിരിക്കണം: മറ്റു രാജ്യങ്ങളിൽ വിയത്നാമിന്റെ നയതന്ത്രപരമായ പ്രാതിനിധ്യം ഫ്രഞ്ചുയൂണിയനിലൂടെ മാത്രമായിരിക്കുകയും വേണം – ഇതായിരുന്നു ഫ്രഞ്ചുകാർക്ക് വേണ്ടിയിരുന്നത്.

നാം ബൊവിനെ സംബന്ധിച്ചാണെങ്കിൽ മാർച്ച് 6 ന്റെ പ്രാരംഭകരാർ ആ പ്രശ്നം പരിഹരിക്കുന്നതിന് ഒരു ഹിതപരിശോധന നടത്തണമെന്ന് വ്യവസ്ഥചെയ്തിരുന്നു. അക്കാര്യത്തിൽ ഞങ്ങളുടെ നിലപാട് ഇതായിരുന്നു; ഹിതപരിശോധന നടത്തുന്നതിന്റെ ഉദ്ദേശ്യം നാം ബൊവിന്റെമേൽ ആർക്കായിരിക്കണം പരമാധികാരം എന്ന് ഉറപ്പിക്കാനല്ല. കാരണം, വിയത്നാം രാഷ്ട്രം മൂന്നു 'കയ്'കൾ (വടക്ക്, മധ്യം, തെക്ക്) ചേർന്നതാണ്. ഒരു ഏകീകൃത വിയത്നാമിന്റെ ചട്ടക്കൂടിനകത്ത് ഒരു 'കയ്' ആയി നിൽക്കാൻ ആഗ്രഹിക്കുന്നുവോ എന്നു തെക്കൻഭാഗത്തെ ജനങ്ങളോട് ചോദിക്കുന്നതിനു വേണ്ടിയാണ് ഹിതപരിശോധന നടത്തുന്നത്. വിയത്നാമിന്റെ തെക്കൻ ഭാഗത്തിനുമേൽ–നാം ബൊ വിയത്നാമിനു പരമാധികാരമുണ്ടായിരിക്കണമോ അതോ വേണ്ടയോ എന്നു തീരുമാ

നിക്കാനായിരിക്കണം ഹിതപരിശോധനയെന്നാണ് ഫ്രഞ്ചുകാർ ആഗ്രഹിച്ചത്.

അതുപോലെ ഞങ്ങളുടെ അഭിപ്രായത്തിൽ നാം ബൊവിൽ മാത്രമായിരുന്നു ഈ ഹിതപരിശോധന നടത്തേണ്ടിയിരുന്നത്. മുമ്പ് അന്നാം ആയിരുന്ന ത്രുങ് ബൊവിലും ടോങ്കിൻ ആയിരുന്ന ബാക് ബോവിലും അവയുടെ പരമാധികാരപ്രശ്നത്തിൽമേൽ ഹിതപരിശോധന നടത്തണമെന്ന് ഫ്രഞ്ചുകാർ ആവശ്യപ്പെട്ടു.

ഹിതപരിശോധന നിയമത്തിന്റെയും തുല്യതയുടെയും അടിസ്ഥാനത്തിൽ നടത്തുമെന്നുറപ്പുവരുത്തണമെങ്കിൽ വോട്ടർമാർക്ക് ശരിയായ സ്വാതന്ത്ര്യം അനുവദിക്കണമെന്ന് ഞങ്ങൾ അഭിപ്രായപ്പെട്ടു. അതുകൊണ്ട് നാം ബൊവിൽ 30 മെമ്പർമാരടങ്ങിയ ഒരു കൗൺസിൽ, താൽക്കാലികമായി ഭരണകാര്യങ്ങൾ കൈകാര്യം ചെയ്യുന്നതിനുള്ള സൗകര്യം മുൻനിർത്തി രൂപീകരിക്കണമെന്ന് ഞങ്ങൾ നിർദേശിച്ചു. കൗൺസിൽ ഒരു ഭരണ നിർവഹണസമിതി രൂപീകരിക്കും. ചുരുങ്ങിയ സമയത്തിനുള്ളിൽ കർശനമായും വെടിനിർത്തൽ നടപ്പാക്കുക; എല്ലാ രാഷ്ട്രീയതടവുകാരെയും വിട്ടയക്കുക; എല്ലാതരത്തിലുമുള്ള ഭീഷണികൾ അവസാനിപ്പിക്കുകയും ജനങ്ങളുടെ രാഷ്ട്രീയസംഘടനകൾക്ക് പ്രവർത്തനസ്വാതന്ത്ര്യത്തിന്നുറപ്പുവരുത്തുകയും ചെയ്യുക – ഇവയായിരിക്കും ഭരണനിർവഹണസമിതിയുടെ കടമകൾ. ഇതിന് ഫ്രഞ്ചുപക്ഷത്തുനിന്നുവന്ന മറുപടി തികച്ചും അവ്യക്തമായിരുന്നു. കൊച്ചിൻചൈനയിൽ ഹിതപരിശോധന നടത്തുന്നതിനുള്ള സ്വാതന്ത്ര്യം ഉറപ്പുവരുത്തുമെന്നും കൊച്ചിൻചൈനയിലെ ഇപ്പോഴത്തെ ഭരണകാര്യങ്ങളിൽ വിയത്നാംകാരുടെ പങ്കാളിത്തം തങ്ങൾ അംഗീകരിക്കില്ലെന്നും അവർ പറഞ്ഞു.

ഞങ്ങളുടെയും ഫ്രഞ്ചുകാരുടെയും നിലപാടുകൾ തമ്മിൽ വളരെ വലിയ വിടവ് നിലനിന്നു. കൂടിയാലോചനയിൽ പങ്കെടുത്ത പുതിയ ഫ്രാൻസിന്റെ പ്രതിനിധികൾ ഈ ഉപഭൂഖണ്ഡത്തിൽ സംഭവിച്ച മൗലികമായ മാറ്റങ്ങൾ സൃഷ്ടിച്ച യഥാർഥപരിതഃസ്ഥിതികളിൽനിന്നും എത്രയോ പിറകിലായിപ്പോയി. അവരുടെ മാനസികനില ഒരു വലിയ പരിധിവരെ ഫ്രഞ്ച് സാമ്രാജ്യത്വകാലത്തെ പഴയ ശൈലിയിലുള്ള കൊളോണിയലിസ്റ്റുകളിൽനിന്ന് വ്യത്യസ്തമായിരുന്നില്ല. ഫ്രഞ്ച് പ്രതിനിധിസംഘത്തിന്റെ തലവനായിരുന്ന മാക്സ് ആന്ദ്രെ അങ്ങെയറ്റത്തെ പിന്തിരിപ്പനാണെന്ന് അടിക്കടി വെളിവാക്കപ്പെട്ടുകൊണ്ടിരുന്നു. ഒരിക്കൽ ഒരു സ്വീകരണത്തിൽ അദ്ദേഹം പറഞ്ഞു: ഫ്രാൻസ് വിയത്നാമിനോട് അങ്ങേയറ്റത്തെ ഔദാര്യമാണ് കാണിച്ചത്. അത് വിയത്നാമിന് ധാരാളം സൗജന്യങ്ങൾ അനുവദിച്ചിട്ടുണ്ട്. നമുക്ക് ഇവിടെ മറ്റൊരു മ്യൂണിച്ച് ഉണ്ടാവുകവയ്യ."

ഇതിനിടയിൽ ഫ്രാൻസിൽ സുപ്രധാനമായ മറ്റൊരു സംഭവം നടന്നു. മെയ്മാസത്തിൽ ആദ്യനാളുകളിൽ പുതിയ കരടു ഭരണഘടന ഒരു

ഹിതപരിശോധനയിലൂടെ തള്ളപ്പെട്ടു. ഫ്രാൻസിൽ ജനാധിപത്യസ്വാതന്ത്ര്യങ്ങൾക്കുവേണ്ടിയുള്ള സമരപ്രസ്ഥാനത്തിന് ഇത് മറ്റൊരു തിരിച്ചടിയായിരുന്നു. കോളനികളിലെ ഫ്രഞ്ച് പിന്തിരിപ്പന്മാർ കുറെക്കൂടി അക്രമകാരികളായിത്തീരും. ഞങ്ങളുടെ സമരം അതോടൊപ്പം പ്രയാസകരമായിത്തീരുകയും ചെയ്യും.

മെയ് 10 ാംതീയതി മറ്റൊരു പ്ലീനറി സമ്മേളനം കൂടി നടന്നു. നാംബൊവിൽ ഒരു ഹിതപരിശോധന നടത്തണമെന്നകാര്യത്തിൽ ഞങ്ങൾ ഉറച്ചുനിന്നു. ഫ്രഞ്ചുപ്രതിനിധികൾ അതിലും തങ്ങളുടെ മർക്കടമുഷ്ടി തുടർന്നു. കൊച്ചിൻ ചൈനയെ വിയത്നാമിൽനിന്ന് വേർപെടുത്തുകയെന്ന ഒരു ഗൂഢാലോചന ഏതാനും ഫ്രഞ്ചുകാർ നടത്തിക്കൊണ്ടിരിക്കുകയാണെന്ന് ഞങ്ങൾ അവരോട് വെട്ടിത്തുറന്നുപറഞ്ഞു. ഈ ഗൂഢാലോചന പൊറുപ്പിക്കാൻ സാധ്യമല്ല. അത് തീർച്ചയായും പരാജയപ്പെടുകയും ചെയ്യും. ചൂടുപിടിച്ച ചർച്ചകൾക്കുശേഷം ഞങ്ങളുടെ പ്രതിനിധിസംഘം എഴുന്നേൽക്കുകയും സമ്മേളനമുറി വിട്ടിറങ്ങിപ്പോവുകയും ചെയ്തു.

ആ രാത്രി, പ്രതിനിധിസംഘവുമായി ആലോചിച്ചതിനുശേഷം, വളരെ വൈകുന്നതുവരെ ഞാൻ ഇരുന്നു. ജനാലയ്ക്കുപുറത്ത് കനത്ത ഇരുട്ടായിരുന്നു. തടാകവും പർവതങ്ങളും വ്യക്തമായി മനസിലാക്കുവാൻ കഴിയുമായിരുന്നില്ല. മനോഹരമായ കുന്നുകളും ലാങ് ബിയാങ് പീഠഭൂമികളിലെ കാട്ടുവൃക്ഷങ്ങളും ഇരുട്ടിൽ മുങ്ങിപ്പോയിരുന്നു. വിദൂരമായ ആ പർവതങ്ങളുടെ കൊടുമുടികളിലും കനത്തകാടുകളിലും ഞങ്ങളുടെ ജനങ്ങളും ഞങ്ങളുടെ ഗറില്ലാപോരാളികളും നടത്തിക്കൊണ്ടിരുന്ന ചെറുത്തുനിൽപ്പുയുദ്ധം തുടരുകയായിരുന്നു. അതിന് ഒരവസാനം കണ്ടിരുന്നില്ല. തുടക്കംമുതൽതന്നെ ഹോ അമ്മാവനും മറ്റു സഖാക്കളും സമ്മേളനത്തിലുണ്ടാക്കിക്കൊണ്ടിരുന്ന സംഭവ ഗതികളെക്കുറിച്ച് ഞങ്ങൾ കൃത്യമായി റിപ്പോർട്ടയച്ചുകൊണ്ടിരുന്നു. സമ്മേളനത്തിൽ ഞങ്ങളുടെ പ്രതിനിധി സംഘം നടത്തിക്കൊണ്ടിരുന്ന സമരങ്ങൾ ഞങ്ങളുടെ പത്രങ്ങളും റേഡിയോകളും ജനങ്ങളെ അറിയിച്ചുകൊണ്ടിരുന്നു. ഹോ അമ്മാവനും സഖാക്കളും കൂടിയാലോചനകളിലുണ്ടായിക്കൊണ്ടിരുന്ന പുരോഗതി വീക്ഷിച്ചുവരികയായിരുന്നു. 10 ാം തീയതി രാവിലെ നടന്ന സെഷനിൽ ഞാൻ പറഞ്ഞു:

> തങ്ങളുടെ രാഷ്ട്രത്തിന്റെ സ്വാതന്ത്ര്യത്തിനുവേണ്ടിയുള്ള സമരത്തിൽ പറഞ്ഞറിയിക്കാനാകാത്തവിധം കടുത്ത യാതനകളിലൂടെ കടന്നുപോന്ന വിയത്നാം പോരാളികൾ ന്യായപൂർവവും അന്തഃസോടെയും മാത്രമേ സമാധാനം സ്വീകരിക്കുകയുള്ളൂ... ആയിരക്കണക്കിന് വർഷങ്ങളിലൂടെ അധ്വാനിച്ചും സമരം ചെയ്തും ഉരുകിത്തെളിഞ്ഞുവന്ന രാഷ്ട്രത്തിന്റെ പേരിൽ എനിക്ക് ഉറപ്പിച്ചു പറയാൻ കഴിയും, വിയത്നാമിൽനിന്ന് നാം ബൊ വേർപെട്ട് കിടക്കു

ന്നിടത്തോളം കാലം അത് തങ്ങളുടെ പിതൃരാജ്യത്തിന്റെ ഭാഗമാക്കിമാറ്റുന്നതുവരെ, ഓരോ വിയത്നാംകാരനും അവസാനംവരെ പൊരുതും. ഞങ്ങളുടെ ശബ്ദത്തിന് പ്രതികരണമുണ്ടാകുന്നില്ലെങ്കിൽ, കരാർ മാനിക്കപ്പെടുന്നില്ലെങ്കിൽ, തുടർന്നുണ്ടാകുന്ന ഭവിഷ്യത്തുകൾക്കു ഞങ്ങൾ ഒരുതരത്തിലും ഉത്തരവാദികളാകുകയില്ല. ചരിത്രം ഞങ്ങളുടെ അഭിപ്രായം ശരിയാണെന്ന് തെളിയിക്കും...

ഞങ്ങൾ ഫ്രഞ്ചുകാരോട് പറയേണ്ടതൊക്കെ പറഞ്ഞിരുന്നു. എങ്കിലും ഫ്രഞ്ചുകാർ തങ്ങളുടെ കൊളോണിയലിസ്റ്റ് നിലപാടിൽത്തന്നെ കടിച്ചുതൂങ്ങിനിന്നു. പിന്തിരിപ്പന്മാരിൽനിന്നുണ്ടായ ഭ്രാന്തമായ എതിർപ്പിനെ നന്നായി വിലയിരുത്താൻ ഇപ്പോൾ ഞങ്ങൾക്ക് കഴിയുമെന്നസ്ഥിതിയായി. കൂടിയാലോചനകൾ ഒരു സത്യം ഞങ്ങളെ ബോധ്യപ്പെടുത്തി: തങ്ങളുടെ സ്വന്തം രാജ്യത്തിന്റെ സ്വാതന്ത്ര്യത്തിനും മോചനത്തിനും വേണ്ടിയുള്ള സമരത്തിൽ ജനകീയശക്തിയെയാണ് നയതന്ത്രപരമായ പ്രവർത്തനങ്ങൾ ആശ്രയിക്കുന്നത്. തങ്ങളുടെ സ്വന്തം ശക്തി ഉയർത്തുന്നതിനാവശ്യമായ വീറും ദൃഢനിശ്ചയവും ഓരോ വിയ്തനാംകാരനും ഒഴിച്ചുകൂടാത്തതാണ്. ഞങ്ങളുടെ ജനങ്ങൾ ശക്തരാകേണ്ടതുണ്ട്. ഞങ്ങളുടെ രാജ്യം ശക്തമാകേണ്ടതുണ്ട്. ആ അടിത്തറയിൽനിന്നായിരിക്കണം നയതന്ത്രപരമായ പ്രവർത്തനങ്ങളുടെ മുളപൊട്ടേണ്ടത്. ഒരിക്കൽ ഹോ അമ്മാവൻ പറഞ്ഞകാര്യം ഞാൻ അനുസ്മരിച്ചു: "ശക്തി ഒരു മണിപോലെയാണ്: നയന്ത്രപരമായ പ്രവർത്തനങ്ങൾ അതിന്റെ ശബ്ദംപോലെയും. ഉറച്ചശബ്ദം വലിയ മണിയിൽനിന്നേ വരൂ."

ഈ ദിവസം രാവിലത്തെ സെഷൻ ദലാത് സമ്മേളനത്തിലെ അവസാനത്തേതായിത്തീർന്നു. പക്ഷെ, മുന്നൊരുക്കകൂടിയാലോചനമാത്രമായിരുന്നു ഇത്. ഞങ്ങളെയും ഫ്രഞ്ചുകാരെയും ബന്ധിപ്പിച്ചിരുന്ന ചങ്ങല പൂർണമായും മുറിക്കപ്പെട്ടിരുന്നില്ല.

39

അമ്പത്താറാം വയസിൽ ഒരു പിറന്നാളാഘോഷം

ഞങ്ങൾ മെയ് 13 ാം തീയതി ദലാത്തിൽനിന്ന് ഹാനോയിൽ തിരിച്ചെത്തി. ഫ്രാൻസിൽ സന്ദർശനം നടത്തുകയായിരുന്ന ഞങ്ങളുടെ പ്രതിനിധി സംഘം അപ്പോഴും മടങ്ങിവന്നിരുന്നില്ല. വർത്തമാന പരിതഃസ്ഥിതികൾ ഫ്രഞ്ച് ഗവൺമെന്റിനെ അറിയിക്കുന്നതിനും കൊച്ചിൻചൈനക്ക് സ്വയം ഭരണാധികാരം നൽകണമെന്ന് അഭ്യർഥിക്കുന്നതിനും ഒരു 'കൊച്ചിൻ ചൈനീസ് ദൗത്യസംഘം' ഫ്രാൻസിലേക്ക് തിരിച്ചിട്ടുണ്ടെന്ന് ഞങ്ങളുടെ പ്രതിനിധിസംഘം ഹാനോയ് വിട്ട് ഒരാഴ്ചകഴിഞ്ഞതിനുശേഷം സൈഗോണിലെ വാർത്താഏജൻസികൾ റിപ്പോർട്ടുചെയ്തു. ൻഗുയെൻ വാൻ ക്സുവാൻ ആണത്രെ ദൗത്യസംഘത്തിന്റെ തലവൻ. ഇത് ഹൈക്കമീഷണറുടെ മറ്റൊരു സൂത്രമായിരുന്നു.

തലസ്ഥാനനഗരിയിൽനിന്നു പ്രസിദ്ധീകരിക്കുന്ന *കുക്കോക്* എന്ന പത്രം *ഹോ ചി മിന്നും വിയത്നാമീസ് രാഷ്ട്രവും* എന്ന തലക്കെട്ടോടെ മെയ് 18 ാം തീയതി പ്രസിദ്ധീകരിച്ച ഒരു ലേഖനത്തിൽ ഇങ്ങനെ എഴുതി:

ഇന്നേക്ക് (മെയ് 19) അമ്പത്താറുവർഷം മുമ്പ് ഹോ ചി മിൻ ഭൂജാതനായി. അദ്ദേഹമാണ് തന്റെ ബുദ്ധിശക്തിയും ദൃഢനിശ്ചയവും കൊണ്ട് അനേകം വിയത്നാം വിപ്ലവസംഘടനകൾ സ്ഥാപിക്കുകയും വളർത്തിയെടുക്കുകയും ചെയ്തത്. മിക്കവാറും എല്ലാ വിയത്നാമീസ് പോരാളികളുടെയും ചൈതന്യം അദ്ദേഹം നൽകിയ സമർഥമായ പരിശീലനത്തിന്റെ ഫലമാണ്...

ആ ലേഖനം വിപ്ലവത്തിന് പ്രസിഡന്റ് ഹോ നൽകിയ സംഭാവനകൾ വിശദീകരിച്ചു: വിയത്നാം വിപ്ലവത്തിന്റെ ആത്മാവും മൂർത്തീകരണവുമായി അദ്ദേഹത്തെ ചിത്രീകരിച്ചു: മെയ് 19 ന്റെ മഹത്തായ പ്രാധാന്യം എടുത്തുകാട്ടി.

പ്രസിഡന്റ് ഹോവിന്റെ ജന്മദിമനമേതെന്ന് ആ ലേഖനത്തിലൂടെ വിയത്നാമിലെ ജനങ്ങൾ ഇദംപ്രഥമമായി മനസിലാക്കി. എന്തായാലും ആ ജന്മദിനമാഘോഷിക്കാൻ തന്നെ ഞങ്ങൾ തീരുമാനിക്കുകയും അതിനുള്ള സന്നാഹങ്ങൾ നടത്തുകയും ചെയ്തു. അദ്ദേഹത്തിന്റെ വിനയാന്വിതസ്വഭാവത്തെക്കുറിച്ച് നന്നായി അറിയാമായിരുന്നതുമൂലം ചടങ്ങ് കഴിയാവുന്നത്ര ലളിതമാക്കിമാറ്റാൻ ഞങ്ങൾ നോക്കി.

അതേദിവസം തന്നെ ദ് അർഗൻ ല്യൂ ഹാനോയിൽ എത്തിച്ചേർന്നു. ഫ്രഞ്ചുഹൈക്കമീഷണർ നടാടെയാണ് ഞങ്ങളുടെ രാജ്യത്തിന്റെ തലസ്ഥാനനഗരയിൽ വരുന്നത്. അദ്ദേഹത്തിന്റെ സന്ദർശനോദ്ദേശ്യം തന്റെ മറ്റെല്ലാ പദ്ധതികളുമെന്നപോലെ നിഗൂഢമായിരുന്നു. ഞങ്ങളുടെ ഗവൺമെന്റിന്റെ കൂടിയാലോചനാസംഘം എങ്ങനെ ആയാലും മെയ് 31 നു മുമ്പ് ഫ്രാൻസിലേക്ക് തിരിക്കാമെന്ന് ഹാ ലോങ് ഉൾക്കടലിൽവെച്ചുള്ള യോഗത്തിൽ ഫ്രഞ്ച് ഹൈക്കമീഷണർ പ്രസിഡന്റ് ഹോ വിനോട് സമ്മതിച്ചിരുന്നു. ആ ദിവസം അടുത്തുവരികയായിരുന്നു. അതേസമയം, ഫ്രാൻസിലെ രാഷ്ട്രീയ സ്ഥിതിഗതികൾ അപ്പോഴും കലങ്ങിമറിഞ്ഞു കിടന്നു. രാഷ്ട്രീയ പാർട്ടികളെല്ലാം തെരഞ്ഞെടുപ്പ് പ്രചാരണത്തിൽ മുഴുകിയിരിക്കുകായയിരുന്നു. ഫ്രാൻസിൽ ആർ അധികാരത്തിൽ വരുമെന്ന കാര്യം അപ്പോഴും വ്യക്തമായിരുന്നില്ല. അത്തരമൊരു പരിതഃസ്ഥിതിയിൽ വിയത്നാം ഗവൺമെന്റിന്റെ ഒരു പ്രതിനിധിസംഘം കൂടിയാലോചനക്കായി ഫ്രാൻസിൽ ചെല്ലുന്നത് ദ് അർഗൻ ല്യൂ ഇഷ്ടപ്പെട്ടില്ല. കൂടാതെ, 'സ്വയം ഭരണകൊച്ചിൻ ചൈന' എന്ന നാടകം അരങ്ങേറുന്നതിന് സെദീലിന്റെ ആളുകൾ പൂർണമായി തയാറായിക്കഴിഞ്ഞിരുന്നുമില്ല. ഫ്രഞ്ച് ഗവൺമെന്റാവട്ടെ ഹൈക്കമീഷണറുടെ രാഷ്ട്രീയപരിഹാരമാർഗം ഔപചാരികമായി അംഗീകരിച്ചിരുന്നുമില്ല. അതുകൊണ്ട് ഞങ്ങളുടെ ഗവൺമെന്റ് പ്രതിനിധിസംഘത്തിന്റെ യാത്ര നീട്ടിവയ്ക്കാൻ ദ് ആർഗൻ ല്യൂ പ്രസിഡന്റ് ഹോവിനോട് അഭ്യർഥിച്ചു. ആസന്നമായ 'സ്വയംഭരണ കൊച്ചിൻ ചൈന' രൂപീകരണത്തെക്കുറിച്ച് മുന്നറിയിപ്പുനൽകാൻ ആ അവസരമുപയോഗിക്കാനും അയാളാഗ്രഹിച്ചു.

വൈകുന്നേരം 6 മണിക്ക് ദ് ആർഗൻ ല്യൂ ജനറൽ വല്ലൂയ്, ക്രോപിൻ എന്നിവരോടൊപ്പം പ്രസിഡന്റ് ഹോവിന് ഉപചാരമർപ്പിക്കുന്നതിന് ബാക് ബൊ കൊട്ടാരത്തിലേക്ക് പോയി.

ഹോ അമ്മാവനോടൊപ്പം ഹുയിങ് തോവും ഞങ്ങൾ മറ്റേതാനും പേരും അവരെ സ്വീകരിച്ചു. ഹൈക്കമീഷണറുടെ ബഹുമാനാർഥം ടോസ്റ്റു പറഞ്ഞുകൊണ്ട് ഹോ അമ്മാവൻ ഇങ്ങനെ പ്രസ്താവിച്ചു:

> പുതിയ വിയത്നാം ജനാധിപത്യറിപ്പബ്ലിക്കിന്റെ തലസ്ഥാനനഗരിക്ക് ഫ്രാൻസിന്റെ പ്രതിനിധികളെ സ്വീകരിക്കുന്നതിൽ അതിയായ സന്തോഷമുണ്ട്. ഹാ ലോങ് ഉൾക്കടലിൽവെച്ചുള്ള കൂടിയാലോചനകൾക്കും ദലാത് മുന്നൊരുക്കസമ്മേളനത്തിനും വിയത്നാം ദേശീയ അസംബ്ലിപ്രതിനിധി സംഘത്തിന്റെ ഫ്രഞ്ച്

ദേശീയ അസംബ്ലി സന്ദർശനത്തിനുശേഷമുള്ള നിങ്ങളുടെ ഇന്നത്തെ സന്ദർശനം വിയത്നാം – ഫ്രഞ്ച് ബന്ധങ്ങൾ ശക്തിപ്പെടുത്തുന്നതിന് തീർച്ചയായും ഉപകരിക്കും.

അങ്ങേയറ്റം വിനയത്തോടെ ദ് അർഗൻ ല്യൂ മറുപടി പറഞ്ഞു:

"നാളെ താങ്കളുടെ ജന്മദിനമാണ്. ഞാൻ താങ്കൾക്ക് ദീർഘായുസ്സ് നേരുന്നു. ഫ്രാൻസും വിയത്നാമും തമ്മിലുള്ള സൗഹൃദബന്ധം മേലിൽ, അനുദിനം ശക്തിപ്രാപിക്കുമെന്ന് എനിക്ക് വിശ്വാസമുണ്ട്."

മെയ് 19 ാം തീയതി രാവിലെ സ്റ്റാൻഡിങ് ബ്യൂറൊവിലെയും ഗവൺമെന്റിലെയും സഖാക്കൾ ഹോ അമ്മാവന് ജന്മദിനാശംസകൾ നൽകുന്നതിന് ആഗതരായി. അദ്ദേഹത്തിന്റെ ജന്മദിനവേളയിൽ എല്ലാവരും ഒത്തുച്ചേരുകയെന്ന അപൂർവാവസരമായിരുന്നു അത്. അദ്ദേഹത്തെ അനുസ്മരിച്ചുകൊണ്ട് 1970 ലെ ശരത്കാലത്തിന്റെ തുടക്കത്തിൽ തോഹു ഇങ്ങനെ എഴുതി:

"തന്റെ അഭിവാദ്യം മുഴുവൻ
രാഷ്ട്രത്തിനായി നീക്കിവെച്ചുകൊണ്ട്
മാറിനിന്നതാവാം ഒരു
പക്ഷെ, അദ്ദേഹം, പതിവുപോലെ..."

തന്റെ ജന്മദിനവേളകളിൽ മിക്കപ്പോഴും അദ്ദേഹം തലസ്ഥാനനഗരിയിൽനിന്ന് അകലെയാവുകയായിരുന്നു പതിവ്.

തന്റെ മേൽ ചൊരിയുന്ന പ്രശംസകൾ, അദ്ദേഹത്തിനിഷ്ടമായിരുന്നില്ല. തന്റെ നേട്ടങ്ങളെക്കുറിച്ചു സംസാരിക്കാനും അദ്ദേഹം ഇഷ്ടപ്പെട്ടില്ല. തന്റെ സ്തുതിപാഠകർക്ക് അദ്ദേഹം ചെവികൊടുത്തുമില്ല.

ബാക് ബൊ കൊട്ടാരത്തിനു പുറത്ത് വാദ്യഘോഷം കേൾക്കായി. കുട്ടികൾ വരികയായിരുന്നു. അവരെ അകത്തേക്കനയിക്കുന്നതിന് ഹോ അമ്മാവൻതന്നെ പുറത്തേക്കുപോയി. നഗരത്തിലെയും പ്രാന്തപ്രദേശങ്ങളിലെയും യംഗ് പയനിയർമാരെ പ്രതിനിധീകരിച്ചുകൊണ്ട് ഒരു ഡസൻ ആൺകുട്ടികളും പെൺകുട്ടികളും അകത്തുകടന്നു. ഹോ അമ്മാവന് ജന്മദിനാശംസകളർപ്പിക്കുന്നതിന് വന്നതായിരുന്നു അവർ. അവരിൽ ഒരു കുട്ടി പത്രംവിറ്റ് ഉപജീവനം നടത്തുന്നതായിരുന്നു. മറ്റൊരു കുട്ടി ഹാങ് ബോത്തിലെ അനാഥാലയത്തിൽനിന്നാണ് വന്നത്. 'യംഗ് പയനിയർ' എന്ന ബാഡ്ജ് ഹോ അമ്മാവന്റെ കോട്ടിൽ പിടിപ്പിക്കുന്നതിനും 'i' 't' എന്നീ അക്ഷരങ്ങളടങ്ങിയ സമ്മാനങ്ങൾ അദ്ദേഹത്തിന് നൽകുന്നതിനും (ജനകീയ സാക്ഷരതാ പ്രസ്ഥാനത്തിന്റെ പ്രതീകങ്ങളായിരുന്നു ആ അക്ഷരങ്ങൾ) അവർ പരസ്പരം മത്സരിച്ചു.

കുട്ടികൾക്കുള്ള ഹോഅമ്മാവന്റെ സമ്മാനം പാത്രത്തിൽ വളർത്തിയ അഴകുള്ള ഒരു ചെടിയായിരുന്നു. അത് ചൂണ്ടിക്കാട്ടിക്കൊണ്ട് അദ്ദേഹം പറഞ്ഞു:

> ഇതാണ് നിങ്ങൾക്കുള്ള എന്റെ സമ്മാനം, കുട്ടികളേ, കുറേക്കഴിയുമ്പോൾ നൂറുകണക്കിന് ശാഖകൾ ഇതിൽനിന്നു വളർന്നുവരും. അതുകൊണ്ട് ഇതിന്റെ കാര്യത്തിൽ നിങ്ങൾ ശ്രദ്ധചെലുത്തുക. അങ്ങനെ അത് ശക്തിയായി വളരട്ടെ! അതാണ് എന്നോട് സ്നേഹവാത്സല്യങ്ങൾ പ്രകടിപ്പിക്കാനുള്ള വഴി.

അദ്ദേഹത്തിന് നന്ദിപറയുന്നതിന് അവർ സന്തോഷപൂർണമായ ഒരു ഗാനമാലപിച്ചു. ചെടിയുമെടുത്തുകൊണ്ട് അവർ പുറത്തുപോയപ്പോഴേക്കും അമ്പതിലേറെ സ്ത്രീപുരുഷന്മാരടങ്ങിയ ഒരു സംഘം അകത്തുകടന്നു. പുരുഷന്മാർ കാക്കിവസ്ത്രങ്ങളും സ്ത്രീകൾ കറുത്ത കർഷകപൈജാമയുമായിരുന്നു ധരിച്ചിരുന്നത്. പോരാടിയ തെക്കൻ വിയത്നാമിന്റെ പ്രതിനിധികളായിരുന്നു അവർ.

അവരുടെ അഭിവാദ്യങ്ങൾ സ്വീകരിച്ചതിനുശേഷം അദ്ദേഹം പറഞ്ഞു:

> എനിക്ക് ദീർഘായുസ്സ് നേരുന്നതിന് ഇവിടെ വന്നുചേർന്ന നിങ്ങളോട് ഞാൻ കൃതജ്ഞനാണ്. പത്രങ്ങളൊക്കെ എന്റെ ജന്മദിനത്തെക്കുറിച്ച് ധാരാളമെഴുതിയിരിക്കുകയാണ്. അമ്പത്താറാമത്തെ വയസിൽ ദീർഘകാലം ജീവിക്കു എന്ന നിങ്ങളുടെ ആശംസകൾ സ്വീകരിക്കുന്നതിന് ഞാൻ അർഹതനേടിക്കഴിഞ്ഞിട്ടില്ലെന്നാണ് എന്റെ വിചാരം. ഇപ്പോഴും ഇതൊരു ചെറുപ്രായമാണ്. നാം ബോവിൽ സമാധാനം പുനഃസ്ഥാപിക്കപ്പെടാതിരിക്കെ ഇവിടെ വടക്കൻവിയത്നാമിൽ ആനന്ദത്തിലും സുഖത്തിലും കഴിഞ്ഞുകൊണ്ട് നിങ്ങളെ കാണുമ്പോൾ എനിക്ക് അങ്ങേയറ്റം ലജ്ജതോന്നുന്നു.

അദ്ദേഹത്തിന്റെ കവിൾത്തടങ്ങളിലൂടെ കണ്ണുനീരൊഴുകി. നാം ബൊ പ്രതിനിധികളുടെ കണ്ണുകളിലും കണ്ണുനീർ തളംകെട്ടിനിന്നു.

ഗവൺമെന്റിന്റെ ഉത്തരവനുസരിച്ച് മുൻമാസം സ്ഥാപിക്കപ്പെട്ട "പുതിയ ജീവിതശൈലിക്കായുള്ള കേന്ദ്രബോർഡി'ലെ അംഗങ്ങൾ, ഏതാനും നിമിഷങ്ങൾക്കുശേഷം, അദ്ദേഹത്തെ അഭിവാദ്യംചെയ്യുന്നതിനു വന്നുചേർന്നു. തങ്ങളുടെ പ്രസ്ഥാനത്തിന് ഒരു പുതിയ മുദ്രാവാക്യം അദ്ദേഹത്തോട് ചോദിക്കാൻ അവർ ആ അവസരം ഉപയോഗപ്പെടുത്തി. അദ്ദേഹം പറഞ്ഞു:

"നിങ്ങൾക്കൊരു മുദ്രാവാക്യം വേണോ? എന്നാലിതാ:

അധ്വാനശീലം, മിതവ്യയം, സത്യനിഷ്ഠ, നേർബുദ്ധി പൊതുജനസേവനത്തിനായുള്ള സമ്പൂർണസമർപ്പണം, നിസ്വാർഥത."

ഇത് ചിരപരിചിതമായ ഒരു മുദ്രാവാക്യമാണെന്നും പുതിയ ജീവിതശൈലിക്ക് പ്രോത്സാഹനം നൽകുന്ന പുതിയൊരു മുദ്രാവാക്യം നിർദേശിക്കണമെന്നും അവരിലൊരാൾ അഭിപ്രായപ്പെട്ടു. അപ്പോൾ പുഞ്ചിരി തൂകിക്കൊണ്ട് ഹോ അമ്മാവൻ പറഞ്ഞു:

ജീവിക്കുന്നതിനുവേണ്ടി നാം എല്ലാദിവസവും ഭക്ഷണം കഴിക്കുകയും വെള്ളം കുടിക്കുകയും ശ്വാസോച്ഛ്വാസം നടത്തുകയും ചെയ്യുന്നു. ഇതുതന്നെയാണ് നമ്മുടെ പൂർവികരും ചെയ്തത്. ഭാവിതലമുറകൾക്കും അതുതന്നെ ചെയ്യേണ്ടിവരും. അങ്ങനെ തിന്നുക, കുടിക്കുക, ശ്വാസോച്ഛ്വാസം ചെയ്യുക എന്നിവ കാലഹരണപ്പെട്ടതാണെന്ന് ഒരിക്കലും കണക്കാക്കാൻ കഴിയില്ല. അതുതന്നെയാണ് അധ്വാനശീലം, മിതവ്യയം, സത്യനിഷ്ഠ, നേർബുദ്ധി, പൊതുസേവനത്തിനായുള്ള സമ്പൂർണസമർപ്പണം, നിസ്വാർഥത എന്നിവയുടെയും സ്ഥിതി.

അതേദിവസം തന്നെ. ദലാത് സമ്മേളനം ശിഥിലമായതിന്റെ കാരണങ്ങൾ ഒരു എ എഫ് പി പ്രതിനിധി അദ്ദേഹത്തോടാരാഞ്ഞു. അദ്ദേഹം മറുപടി നൽകി:

ആത്മാർഥമായും കലവറയില്ലാതെയും ചിലപ്പോൾ ക്രൂരസ്വഭാവത്തോടെയും ഇരുരാജ്യങ്ങളിലെയും പ്രതിനിധികൾ തങ്ങളുടെ നിലപാട് വ്യക്തമാക്കി. ഇതൊരു നല്ല കാര്യമാണ്. ഇപ്പോൾ നമുക്ക് മുമ്പത്തേക്കാൾ നന്നായി പരസ്പരം അറിയാം. ചില പ്രശ്നങ്ങളിൽമേൽ നാം പരസ്പരധാരണയിലെത്തിക്കഴിഞ്ഞു. മറ്റു ചിലപ്രശ്നങ്ങളിൽ അഭിപ്രായവ്യത്യാസങ്ങൾ നിലനിൽക്കുകയാണ്. എങ്ങനെയായാലും ഇതൊരു മുന്നൊരുക്കസമ്മേളനം മാത്രമായിരുന്നു. ദലാത്തിൽവെച്ച് യോജിപ്പു പ്രകടിപ്പിച്ച വ്യവസ്ഥകൾ അംഗീകരിക്കുകയും അഭിപ്രായവ്യത്യാസമുള്ള കാര്യങ്ങൾ വേർതിരിക്കുകയും ചെയ്യേണ്ടത് പാരീസ് സമ്മേളനത്തിന്റെ കടമയാണ്. എന്റെ അഭിപ്രായത്തിൽ അത് കൂട്ടിയോജിപ്പിക്കാൻ കഴിയാത്തതല്ല. സൗഹൃദപൂർവമായ സഹകരണം സ്ഥാപിക്കുന്നതിന് രണ്ടു രാഷ്ട്രങ്ങളും അന്യോന്യം യോജിക്കണം. ഭാവിയിലെ കൂടിയാലോചനക്കുള്ള ഉറച്ച അടിത്തറ നാം പാകണം.

ഫ്രഞ്ച് പിന്തിരിപ്പന്മാരുടെ അട്ടിമറി പ്രവർത്തനങ്ങൾക്കിടയിലും അവയെ തടസപ്പെടുത്തുന്നതിന് അദ്ദേഹം ആവുന്നത്ര ശ്രമിച്ചു. ഒരു യുദ്ധം ഒഴിവാക്കാൻ സാധ്യമല്ലെങ്കിൽ സംഘട്ടനമില്ലാത്ത കാലത്തിന്റെ ദൈർഘ്യമെങ്കിലും കൂട്ടാമല്ലോ.

വിയത്നാമീസ് പ്രതിനിധി സംഘം ഔപചാരിക കൂടിയാലോചനകൾക്കായി ഫ്രാൻസിലേക്കു തിരിക്കുന്നത് നീട്ടി വെപ്പിക്കാൻ ഹാനോയ്യിലെ ഏതാനും ദിവസത്തെ തന്റെ താമസത്തിനിടയിൽ ദ് അർഗൻല്യു പ്രസിഡന്റ് ഹോവിനെ നിർബന്ധിച്ചു. കൂടിയാലോചനകളുടെയും വിയത്നാമിന്റെയും താൽപ്പര്യം, സഹായിക്കുന്ന ഒരാവശ്യകതയായി അതിനെ അവതരിപ്പിക്കാൻ അയാൾ ശ്രമിച്ചു. സംഭാഷണത്തിനിടയിൽ നിലവിലുള്ള 'പ്രയാസ'ങ്ങളെ അതായത് 'സ്വയം ഭരണത്തിനുവേണ്ടി

യുള്ള കൊച്ചിൻ ചൈനയിലെ ജനങ്ങളുടെ അഭിലാഷങ്ങളെ തടയാൻ തനിക്ക് അധികകാലം കഴിയുകയില്ലെന്ന കാര്യം അയാൾ സൂത്രത്തിൽ പറഞ്ഞുവെച്ചു. മാർച്ച് ആറിന്റെ കരാറിനെതിരായ തന്റെ വഞ്ചനാപരമായ നയങ്ങളെ ന്യായീകരിക്കാൻ അയാൾ ശ്രമിച്ചു.

എങ്കിലും അയാളുടെ ചെത്തിമിനുക്കിയ വാക്കുകൾക്ക് ഒരുതരത്തിലും അയാളുടെ നിർലജ്ജവും ജുഗുപ്സാവഹവുമായ പദ്ധതികളെയും പ്രവർത്തനങ്ങളെയും മൂടിവയ്ക്കാൻ കഴിഞ്ഞില്ല. ഔപചാരികമായി കൂടിയാലോചനകളിൽ കാലതാമസം വരുത്തിയാൽ ദ് ആർഗൻ ല്യൂവും ഇന്തോചൈനയിലെ പിന്തിരിപ്പന്മാരും പിന്തുടരുന്ന നയത്തിന് അത് സഹായകമായിത്തീരുകയേ ഉള്ളൂവെന്ന് ഞങ്ങൾക്ക് നന്നായി അറിയാമായിരുന്നു. അതുകൊണ്ട് ഹോ ലോങ് ഉൾക്കടലിൽ വെച്ചു നടന്ന കൂടിക്കാഴ്ചയിൽ സമ്മതിച്ചതുപോലെ നിശ്ചിത തീയതിക്കുതന്നെ – 1946 മെയ് അവസാനമെങ്കിലും– വിയത്നാം പ്രതിനിധിസംഘം ഫ്രാൻസിലേക്കു പോകുന്ന കാര്യത്തിൽ ഹോ അമ്മാവൻ ഉറച്ചുനിൽക്കുകയും ഹൈക്കമീഷണർ വാക്കുപാലിക്കണമെന്നാവശ്യപ്പെടുകയും ചെയ്തു. തന്റെ ദൗത്യം പരാജയമാണെന്നു കണ്ട് ദ് അർഗൻ ല്യൂ നിരാശനായി മെയ് 22 ന് സൈഗോണിലേക്കു മടങ്ങി.

ഔപചാരിക കൂടിയാലോചനകൾക്കായി വിയത്നാം പ്രതിനിധിസംഘം മെയ് 31 ാം തീയതി ഫ്രാൻസിലേക്കു തിരിക്കുന്നതാണെന്ന് ഹാനോയിലെ പത്രങ്ങൾ റിപ്പോർട്ടുചെയ്തു.

ഹൈക്കമീഷണറുടെ മുമ്പിൽ അധികമൊന്നും സമയം അവശേഷിച്ചില്ല. ഇപ്പോൾ സൈഗോണിലെ പിന്തിരിപ്പൻമാരുടെ എല്ലാ ശ്രമങ്ങളും 'സ്വയം ഭരണ കൊച്ചിൻ ചൈന' എന്ന പ്രഹസനത്തിൽ കേന്ദ്രീകരിച്ചു. വിയത്നാം ജനാധിപത്യറിപ്പബ്ലിക്കിന്റെ കൂടിയാലോചനാപ്രതിനിധിസംഘം ഫ്രഞ്ച് മണ്ണിൽ കാലുകുത്തുന്നതിന് മുമ്പെ അരങ്ങേറേണ്ടതാണ് ആ പ്രഹസനം.

40

കൂടിയാലോചനകൾക്കായി പാരീസിലേക്ക്

തങ്ങളുടെ വൃത്തികെട്ട സ്വഭാവം പച്ചക്കള്ളങ്ങൾകൊണ്ട് മറച്ചുപിടിക്കാൻ സാമ്രാജ്യത്വവാദികൾ കൊണ്ടുപിടിച്ചു ശ്രമിച്ചു. വിസ്തീർണത്തിൽ ഫ്രാൻസിനെക്കാൾ സുമാർ 20 ഇരട്ടി കൂടുതലായിരുന്നു ഫ്രഞ്ചു കോളനിയെങ്കിലും അന്നത്തെ യുദ്ധകാര്യമന്ത്രിയും പ്രമുഖനയതന്ത്രജ്ഞനുമായ ക്ലെമൻ സ്യൂ ഫ്രാൻസ് ഒരു സാമ്രാജ്യത്വരാജ്യമല്ലെന്ന് തെളിയിക്കാൻ പരമാവധി ശ്രമിച്ചുകൊണ്ടിരുന്നു. എങ്ങനെയാണ് കോളനികൾ സ്ഥാപിക്കേണ്ടതെന്ന് മനസിലാക്കിയ ഒന്നാമത്തെ കൊളോണിയൽ ശക്തിയാണ് ഫ്രാൻസെന്ന് പ്രസിഡന്റ് പൊയിൻ കാറെതന്നെ പ്രഖ്യാപിച്ചിരിക്കെ ക്ലെമൻസ്യൂവിന് നടത്തേണ്ടിവന്നത് വലിയ അഭ്യാസപ്രകടനം തന്നെയായിരുന്നു. പിൻനിലരാജ്യങ്ങളെ സാംസ്കാരികമായി ഉയർത്തുകയാണ് തങ്ങളുടെ ദൗത്യത്തിന്റെ ഉദ്ദേശ്യമെന്ന് കൊളോണിയലിസ്റ്റുകൾ പറയുമ്പോൾ അതിന്റെ അർഥം ആ രാജ്യങ്ങളുടെ സമ്പത്ത് ഊറ്റിക്കുടിക്കുകയും മദ്യത്തിലൂടെയും കറപ്പിലൂടെയും അവയെ വിഷലിപ്തമാക്കുകയും അവിടത്തെ ജനങ്ങളെ അജ്ഞതയിൽ തളച്ചുനിർത്തുകയും ചെയ്യുകയെന്നതായിരുന്നു.

കൊളോണിയലിസ്റ്റുകളും കോളനികളിലെ ഭരണാധികാരികളും ഒട്ടകപ്പക്ഷിയെപ്പോലെയായിരുന്നു. എല്ലും കല്ലും ദഹിപ്പിക്കുന്ന കൂട്ടർ. കോളനികളിലെ ജനങ്ങളുടെ എല്ലാ വിഭവങ്ങളും ദുരാഗ്രഹത്തോടെ അവ വിഴുങ്ങി; യാതൊരു മറയുംകൂടാതെ എണ്ണമറ്റ കുറ്റകൃത്യങ്ങൾ നടത്തി. അവർ തങ്ങളുടെ സ്വന്തം ആളുകളെയും സ്വന്തം ഗവൺമെന്റിനെയും പോലും വഞ്ചിക്കുന്നതിന് യാതൊരു സങ്കോചവും കാട്ടിയില്ല. തന്റെ വിദേശവാസത്തിനിടയിൽ ഇതിനെക്കുറിച്ചൊക്കെ ഹോ അമ്മാവൻ നന്നായി മനസിലാക്കിയിരുന്നു. തങ്ങളുടെ പ്രതിനിധികൾ വിദൂരരാജ്യ

ങ്ങളിൽ എന്താണ് ചെയ്യുന്നത് എന്നതിനെക്കുറിച്ച് ഫ്രാൻസിലെ ജനങ്ങൾ അജ്ഞരായിരുന്നു. എന്തിന് ഗവൺമെന്റിനകത്തുണ്ടായിരുന്നവർക്കു പോലും എന്താണ് സംഭവിച്ചുകൊണ്ടിരിക്കുന്നതെന്നതിനെക്കുറിച്ച് അവ്യക്തമായ ധാരണയേ ഉണ്ടായിരുന്നുള്ളു. "രണ്ടു രാജ്യങ്ങളിലെയും തൊഴിലാളിവർഗത്തിന് പരസ്പരം അറിയുകയില്ലെന്നും അതുകൊണ്ടാണ് അവർ അന്യോന്യം ശത്രുതാമനോഭാവം വെച്ചുപുലർത്തുന്നതെന്നും അവരുടെ പ്രചാരണപ്രവർത്തനത്തിന് തടസം സൃഷ്ടിക്കുന്നതിന്, തമ്മിൽ യോജിക്കേണ്ട ഈ ശക്തികൾക്കിടയിൽ ഭിന്നിപ്പ് സൃഷ്ടിക്കുന്നതിന് ഈ സംശയങ്ങളെയാണ് സാമ്രാജ്യത്വവും കൊളോണിയലിസവും എല്ലായ്പ്പോഴും ഉപയോഗിച്ചതെന്നും" ഹോ അമ്മാവൻ ചൂണ്ടിക്കാട്ടി. "രണ്ട് തലയുള്ള ഒരു അട്ട"യാണ് സാമ്രാജ്യത്വം, അദ്ദേഹം പറഞ്ഞു. അതിൽ ഒരു വായകൊണ്ട് അവ കോളനികളിലെയും മറ്റൊന്നുകൊണ്ട് സ്വന്തം രാജ്യത്തെയും രക്തം ഊറ്റിക്കുടിക്കുന്നു. സാമ്രാജ്യത്വത്തെ നാമാവശേഷമാക്കുന്നതിന് ഈ രണ്ടുതലകളും വെട്ടിമാറ്റേണ്ടതാണ്.

സാമ്രാജ്യത്വവഞ്ചനയുടെ ഈ മുഖംമൂടി പിച്ചിച്ചീന്തുന്നതിനുവേണ്ടിയാണ് വിപ്ലവകാരിയായ ൻഗുയെൻ ഹായ് കോക് ഒരു പത്രപ്രവർത്തകനെന്നനിലയിൽ ആദ്യമായും പേനയെടുത്തത്. ഇതിനുവേണ്ടി ഒരു അധ്യാപകനായും വിമർശനഹാസ്യനാടകമെഴുത്തുകാരനായും അദ്ദേഹം പ്രവർത്തിക്കുകയുണ്ടായി. പത്രപ്രവർത്തകനെന്ന നിലയിലുള്ള അദ്ദേഹത്തിന്റെ ജീവിതം സംഭവബഹുലമായിരുന്നു. ഫ്രഞ്ചു ഭാഷയിലെഴുതിയ അദ്ദേഹത്തിന്റെ തുളച്ചുകയറുന്ന ലേഖനങ്ങൾ കൊളോണിയലിസത്തെ നിർഭയം തുറന്നുകാട്ടി. എങ്കിലും ഗവൺമെന്റിനെ നിയന്ത്രിച്ചിരുന്ന ഒരു ചെറിയ ക്ലിക്കിന്റെ കയ്യിൽ പ്രചാരണത്തിനുള്ള അനേകം ആധുനികോപാധികളുണ്ടായിരുന്നു. അതുവഴി കള്ളവും വഞ്ചനയും പ്രചരിപ്പിക്കാൻ അവർ എന്തും ചെയ്യുമായിരുന്നു.

രണ്ടാം ലോകമഹായുദ്ധത്തിനുശേഷം തങ്ങൾ ഇന്തോചൈനയിലേക്ക് മടങ്ങിവന്നത് അവിടത്തെ ജനങ്ങളെ ജാപ്പനീസ് ഫാസിസത്തിന്റെ നുകത്തിൽനിന്ന് മോചിപ്പിക്കാനാണെന്ന് ഫ്രഞ്ചുകാർ അവകാശപ്പെട്ടു. കൂടാതെ, ജാപ്പനീസ് ഫാസിസ്റ്റുകളുടെ ശമ്പളം പറ്റുന്ന കലാപകാരികളുടെ സംഘടനയാണ് വിയത് മിഞ്ഞെന്നും കൊളോണിയലിസ്റ്റുകൾ ആരോപിച്ചു. ഞങ്ങൾ ആരാണെന്ന് ഫ്രഞ്ചുകാർക്കു പോയിട്ട് ഫ്രാൻസിലെ ഞങ്ങളുടെ നാട്ടുകാർക്കുകൂടി വേണ്ടത്ര അറിവില്ലെന്ന് ഫ്രാൻസിൽനിന്നു തിരിച്ചെത്തിയ ഞങ്ങളുടെ ദേശീയ അസംബ്ലിപ്രതിനിധി സംഘം ഞങ്ങളെ അറിയിച്ചു.

വിപ്ലവപ്രവർത്തനത്തിൽ നാം നമ്മുടെ ശക്തിയെത്തന്നെ ആശ്രയിക്കേണ്ടതാവശ്യമാണെന്ന് ഹോ അമ്മാവൻ തുടർച്ചയായി ഞങ്ങളെ ഓർമിപ്പിച്ചു. അതേ അവസരത്തിൽത്തന്നെ നമ്മുടെ സുഹൃത്തുക്കളുടെ അനുഭാവവും പിന്തുണയും ആർജിക്കേണ്ടതിന്റെ പ്രാധാന്യവും

അദ്ദേഹം ഊന്നിപ്പറഞ്ഞു. സ്വന്തം ജനങ്ങളിലുള്ള അദ്ദേഹത്തിന്റെ അതിരറ്റ വിശ്വാസത്തോടൊപ്പം മറ്റുരാജ്യങ്ങളിലെ അധ്വാനിക്കുന്ന ജനങ്ങളിലും അതിയായ വിശ്വാസം അദ്ദേഹത്തിനുണ്ടായിരുന്നു. ആഗസ്റ്റ് വിപ്ലവം വിജയിച്ച നിമിഷം മുതൽ മറ്റുള്ള ജനങ്ങളെ വിയത്നാം വിപ്ലവത്തെക്കുറിച്ച് അറിയിക്കേണ്ടതിന്റെയും നമ്മുടെ ന്യായമായ സമരത്തിന് അവരുടെ പിന്തുണനേടേണ്ടതിന്റെയും ആവശ്യകത പലപ്പോഴും അദ്ദേഹം ഞങ്ങളെ ഓർമിപ്പിച്ചു. ഹാനോയിൽ വന്നുചേർന്ന മിക്കവാറും എല്ലാ വിദേശ പത്രപ്രവർത്തകരെയും അദ്ദേഹം തന്നെ സ്വയം സ്വീകരിച്ചു. നേരിട്ടു കണ്ടവർക്കൊക്കെ അദ്ദേഹത്തെക്കുറിച്ച് നല്ല മതിപ്പായിരുന്നു. അദ്ദേഹത്തിലൂടെ അവർ ഞങ്ങളുടെ രാജ്യത്തെക്കുറിച്ച് നന്നായി മനസിലാക്കി.

വിദേശത്തുള്ള ഞങ്ങളുടെ പ്രചാരണം ശക്തിപ്പെടുത്താനുള്ള നല്ലൊരവസരമായാണ് പ്രാരംഭകരാറിൽ ഒപ്പുവെച്ച നടപടിയെ ഹോ അമ്മാവൻ കണ്ടത്. പാർട്ടി കേന്ദ്രകമ്മിറ്റിയുടെ സ്റ്റാൻഡിങ് ബ്യൂറോ മാർച്ച് 9–ാം തീയതി പുറപ്പെടുവിച്ച ശാസനത്തിൽ പ്രഖ്യാപിച്ചു: "നമ്മളും ഫ്രഞ്ചുസഖാക്കളും തമ്മിലുള്ള യോജിച്ച പ്രവർത്തനത്തെ ലക്ഷ്യമാക്കി ഫ്രഞ്ച് കമ്യൂണിസ്റ്റുപാർട്ടിയുമായുള്ള ബന്ധം താമസംവിനാ നാം സ്ഥാപിക്കണം." അധിനിവേശക്കാലത്ത് ജർമൻ ഫാസിസ്റ്റുകൾക്കെതിരെ ജനകീയവിമോചനപ്രസ്ഥാനത്തിന്റെ മുന്നണിപ്പോരാളികളെന്നനിലയിൽ കമ്യൂണിസ്റ്റ് പാർട്ടി പ്രവർത്തിക്കുകയുണ്ടായി. ജനങ്ങളുടെയിടയിൽ ഫ്രഞ്ച് കമ്യൂണിസ്റ്റ് പാർട്ടിയെപ്പറ്റി വലിയ മതിപ്പാണുണ്ടായിരുന്നത്. പിന്തിരിപ്പൻ ശക്തികളുടെ ശക്തമായ പ്രത്യാക്രമണമുണ്ടായിട്ടും ഫ്രാൻസിലെ ജനാധിപത്യത്തിനും പുരോഗതിക്കും വേണ്ടിയുള്ള സമരം വമ്പിച്ചവിജയം നേടി. ഫ്രാൻസിലെ ജനങ്ങളുടെ സമരവും നമ്മുടെ ദേശീയ വിമോചനസമരവും തമ്മിലുള്ള അടുത്ത ബന്ധത്തെക്കുറിച്ച് ഹോ അമ്മാവന് നന്നായി അറിയാമായിരുന്നു.

ഇക്കാരണങ്ങൾകൊണ്ട് പാരീസിൽവെച്ച് ഫ്രാൻസുമായി ഔദ്യോഗികകൂടിയാലോചനകളാരംഭിക്കണമെന്ന് സ്റ്റാൻഡിങ് ബ്യൂറോ ആവശ്യപ്പെട്ടു. ഫ്രാൻസിലെ പുരോഗമനവാദികളുടെ അനുഭാവവും പിന്തുണയും അതിന് സഹായകമാകുമെന്ന കാര്യം തീർച്ചയായിരുന്നു. കൊളോണിയലിസ്റ്റുകളുടെയും ഭരണാധികാരികളുടെയും ശല്യപ്പെടുത്തലുകൾ ഒഴിവാക്കാനും അത് പ്രയോജനപ്പെടുമായിരുന്നു. കൂടിയാലോചനകൾ അനുകൂലമായ ഫലങ്ങളുളവാക്കിയില്ലെങ്കിൽപോലും വിയത്നാംവിപ്ലവത്തെക്കുറിച്ച് ഫ്രാൻസിലെ ജനങ്ങൾക്കറിയുന്നതിനുള്ള ഒരവസരം അത് സൃഷ്ടിക്കുമായിരുന്നു. ഭാവിയിലെ നീണ്ടുനിൽക്കുന്ന സമരത്തിന് അത് വളരെയധികം സഹായകമായിത്തീരുകയും ചെയ്യും. ഏങ്കിലും, കൂടിയാലോചനകൾ നടത്താനുള്ള സ്ഥലമായി പാരീസ് തെരഞ്ഞെടുത്തത് ഞങ്ങൾക്ക് പല പ്രയാസങ്ങൾക്കും കാരണമായി. നേതാക്കളിൽ പലരും വിദൂരമായൊരു രാജ്യത്ത് കൂടിയാലോചനകളിൽ മുഴുകിയിരിക്കുക; ആ കൂടിയാലോചനകൾ തന്നെ നീണ്ടുപോകുക; അതിനിടയിൽ

നാട്ടിലെ സ്ഥിതിഗതികളിൽ പെട്ടെന്നുള്ള മാറ്റമുണ്ടാവുക – ഇതൊക്കെ സംഭവിക്കാം. കൂടിയാലോചനകൾ നടക്കുമ്പോൾ താനും ഫ്രാൻസിലേക്ക് പോകുന്നത് എത്രകണ്ട് ബുദ്ധിപൂർവകമായിരിക്കുമെന്നതിനെക്കുറിച്ച് ഹോ അമ്മാവൻ പ്രധാനപ്പെട്ട സഖാക്കളുമായി ചർച്ച ചെയ്തു. ഒരുകാലത്ത് ഫ്രഞ്ച് പിന്തിരിപ്പൻമാർ അദ്ദേഹത്തെ മരണശിക്ഷയ്ക്കു വിധിച്ചിരുന്നുവെന്ന കാര്യം ഇവിടെ ഓർക്കുക. അതുകൊണ്ട് കൂടിയാലോചനകൾ ഒരു വിഷമഘട്ടത്തിലെത്തുകയും ഫ്രഞ്ചുകാരുടെ തലതിരിയുകയുമാണെങ്കിൽ എന്തും സംഭവിക്കാമെന്നകാര്യം തീർച്ച. പ്രശ്നത്തിന്റെ നാനാവശങ്ങളും പരിശോധിച്ചതിനുശേഷം അവസാനം അദ്ദേഹം പ്രതിനിധിസംഘത്തിന്റെ കൂടെ പോകണമെന്ന് എല്ലാവരുംകൂടി തീരുമാനിച്ചു.

ഫാം വാൻ ദോങ് പ്രതിനിധിസംഘത്തെ നയിച്ചു. ഹോങ് മിഞ്ഗിയാം, ഫാൻ ആഞ്, താ ക്വാങ് ബൂ ൻഗുയെൻ, വാൻ ഹുയെൻ, ത്രിഞ് വാൻ ബ്ഞ് തുടങ്ങിയവരായിരുന്നു പ്രതിനിധിസംഘത്തിലെ മറ്റുള്ളവർ. ന്ഗുയെൻ തുവോങ് നാമിന്റെ പേര് പ്രതിനിധിസംഘാംഗങ്ങളുടെ പട്ടികയിൽ പ്രാധാന്യത്തോടെ സ്ഥലംപിടിച്ചിരുന്നുവെങ്കിലും രോഗബാധിതനാണ് താനെന്ന് പറഞ്ഞ് അവസാനനിമിഷത്തിൽ പാരീസിലേക്ക് തിരിക്കാൻ അയാൾ വിസമ്മതിച്ചു. പ്രതിനിധിസംഘാംഗങ്ങളുടെ കൂടെ പോകാൻ വിസമ്മതിക്കുകവഴി ഞങ്ങളും ഫ്രഞ്ചുകാരും തമ്മിലുള്ള കൂടിയാലോചനകൾ താൻ അംഗീകരിക്കുന്നില്ലെന്ന് പ്രകടിപ്പിക്കുകയാണ് താം ചെയ്തതെന്ന് ഏതാനും ദിവസങ്ങൾക്കുശേഷം നാഷണലിസ്റ്റ് പാർട്ടി വിശദീകരിച്ചു.

ഹോ അമ്മാവൻ പ്രതിനിധിസംഘത്തെ അനുഗമിച്ചുവെങ്കിലും ചർച്ചകളിൽ പങ്കെടുത്തില്ല. ഫ്രഞ്ച് ഗവൺമെന്റിന്റെ ഒരു വിശിഷ്ടാതിഥിയെന്ന നിലയിലാണ് അദ്ദേഹം ഫ്രാൻസിൽ പോയത്.

വിടവാങ്ങൽ ദിവസം വന്നുചേർന്നു.

മെയ് 30 മഴ തകർത്തുപെയ്യുകയാണ്. അതിനെ കൂസാതെ 50,000 ഹാനോയ് നിവാസികൾ യൂണിവേഴ്സിറ്റി വിദ്യാർഥികളുടെ ഹോസ്പിറ്റലിനുമുമ്പിൽ വിടവാങ്ങൽയോഗത്തിൽ പങ്കെടുക്കാൻ ചിട്ടയോടെ തടിച്ചുകൂടി. ജനങ്ങളുയർത്തിപ്പിടിച്ച പോസ്റ്ററുകളിൽ ഇങ്ങനെയെഴുതിയിരുന്നു:

"സമ്പൂർണപരമാധികാരമുള്ള വിയത്നാം" "നാം ബൊ വിയത്നാം ഭൂമി," "വിയത്നാമിന് ഭൂപരമായ അവിച്ഛിന്നത" "ഹോ ചിമിന് പിന്തുണ", "ഫ്രഞ്ച് ജനതക്കഭിവാദ്യങ്ങൾ."

മഹത്തായ ആ യാത്രയ്ക്കുമുമ്പ് ഞങ്ങളുടെ നാട്ടുകാർ ഹോ അമ്മാവനോട് ആദരവ് പ്രകടിപ്പിക്കാൻ വന്നുചേർന്നത് ഇത് ആദ്യതവണയായിരുന്നു.

രാവിലെ 7–30ന് പ്രസിഡന്റ് ഹോയും പ്രതിനിധി സംഘവും യോഗസ്ഥലത്തെത്തിച്ചേർന്നു. പ്രസിഡന്റ് ഹോവിനെ യാത്രയിൽ അനുഗമി

ക്കാൻ വേണ്ടി ഫ്രഞ്ച് ഹൈക്കമീഷണർ നിയമിച്ച സലാനും യോഗത്തിൽ സന്നിഹിതനായിരുന്നു. ഹോ അമ്മാവൻ പറഞ്ഞു:

ഗവൺമെന്റ് നിർദേശിച്ചതനുസരിച്ചും ജനകീയാഭിലാഷത്തിനനുരോധമായും ഞങ്ങൾ, പ്രതിനിധിസംഘവും ഞാനും ഔദ്യോഗികകൂടിയാലോചനകൾക്കായി പാരീസിലേക്ക് പോവുകയാണ്... എന്റെ ജീവിത്തിലുടനീളം ഞാൻ തുടർന്നുപോന്ന ലക്ഷ്യമിതാണ്; എന്റെ പിതൃരാജ്യത്തെ സേവിക്കുക; ജനങ്ങൾക്ക് സന്തോഷകരമായ ഒരു ജീവിതം പ്രദാനം ചെയ്യുക; എനിക്കു പർവതങ്ങളിൽ അഭയം തേടേണ്ടിവന്നിട്ടുണ്ടെങ്കിൽ, കാരാഗൃഹവാസം വരിക്കേണ്ടിവന്നിട്ടുണ്ടെങ്കിൽ, ആപത്തുകൾ നേരിടേണ്ടിവന്നിട്ടുണ്ടെങ്കിൽ, അതിനെല്ലാം എന്നെ പ്രേരിപ്പിച്ചത് ഈ ലക്ഷ്യമാണ്; ദേശീയൈക്യത്തിന്റെ ശക്തികൊണ്ടാണ് നമ്മുടെ അധികാരം കയ്യടക്കാൻ കഴിഞ്ഞത്. പൊതുകാര്യങ്ങൾ നോക്കിനടത്താനുള്ള ഉത്തരവാദിത്വം ജനങ്ങൾ എന്നെ ഏൽപ്പിച്ചു. ഈ ലക്ഷ്യം നേടിയെടുക്കുന്നതിനുവേണ്ടിയാണ് ഞാൻ രാത്രിയും പകലും പ്രവർത്തിച്ചത്. എല്ലാകാലത്തും എല്ലാ സ്ഥലത്തുവെച്ചും ഒരേയൊരു ലക്ഷ്യം മാത്രമാണ് ഞാൻ പിന്തുടർന്നത്. രാജ്യത്തിന്റെയും ജനങ്ങളുടെയും ഗുണത്തിനുവേണ്ടി പ്രവർത്തിക്കു. രാഷ്ട്രം എന്നിലർപ്പിച്ച വിശ്വാസം പരമാവധി നിറവേറ്റുമെന്ന് സഖാക്കളെ, പ്രതിനിധിസംഘാംഗങ്ങളെ, ഇപ്പോഴും ഞാൻ നിങ്ങൾക്കുറപ്പുതരുന്നു.”

നയതന്ത്രമുന്നണിയിലെ സമരത്തിന്റെ വിജയത്തിന് സഹായകമാകുമാറ് അദ്ദേഹം നാല് നിർദേശങ്ങൾ നൽകി.

– ഭിന്നിപ്പുകളൊഴിവാക്കി യോജിച്ചു നിൽക്കുക.

– ദൗർലഭ്യത്തിൽനിന്നും പട്ടിണിയിൽനിന്നും രക്ഷപ്രാപിക്കുന്നതിനു കഴിയാവുന്നത്ര മിതവ്യയം ശീലിക്കുക.

– ക്രമസമാധാനം നിലനിർത്താൻ ശ്രമിക്കുകയും ഗവൺമെന്റുത്തരവുകൾ അനുസരിക്കുകയും ചെയ്യുക.

– വിദേശവാസികളോട് നല്ല നിലയിലും ശാന്തമായും പെരുമാറുക.

ഉച്ചതിരിഞ്ഞും രാത്രി വളരെക്കഴിഞ്ഞതിനുശേഷവും എല്ലാ വഴികളിലൂടെയും കാറുകൾ ഒന്നൊന്നായി തലസ്ഥാനനഗരിയിലേക്ക് വന്നുകൊണ്ടിരുന്നു. പ്രസിഡന്റിനെയും പ്രതിനിധിസംഘത്തെയും യാത്രയയക്കുന്നതിന് വിവിധ പ്രവിശ്യകളിൽ നിന്നുള്ള പ്രതിനിധികളാണ് അതിൽ വന്നുചേർന്നത്. മിക്ക കാറുകളിലും ഹോ അമ്മാവന്റെ ചിത്രങ്ങളുണ്ടായിരുന്നു. എല്ലാറ്റിലും മുദ്രാവാക്യങ്ങളും എഴുതിവെച്ചിരുന്നു.

31–ാം തീയതി അതിരാവിലെ നാം ബൊവിലെ ജനങ്ങൾക്കായി ഹോ അമ്മാവൻ ഒരു സന്ദേശമെഴുതി:

> ... നാം ബൊവിലെ നിങ്ങൾ വിയത്നാം പൗരൻമാരാണ്. നദികൾ വറ്റിവരണ്ടുപോകാം. പർവതങ്ങൾ അടർന്നുപോയെന്നുവരാം; പക്ഷെ ഈ സത്യം ഒരിക്കലും നിഷേധിക്കാൻ കഴിയില്ല.

> വ്യാപകമായും ഗാഢമായും സംഘടിക്കുക. നമ്മുടെ അഞ്ചുവിരലുകളും ഒരേപോലെയല്ല. പക്ഷെ അവ കയ്യിൽ ഏകോപിപ്പിക്കപ്പെട്ടിരിക്കുന്നു.
>
> ദശലക്ഷക്കണക്കിനുവരുന്ന നമ്മുടെ ജനങ്ങൾ ഒരേപോലെയല്ല; പക്ഷേ, അവർ ഒരേ പൂർവികന്മാരുടെ പിന്തുടർച്ചക്കാരാണ്. അതുകൊണ്ട് നമ്മൾ ഔദാര്യമുള്ളവരും വിശാലവീക്ഷണമുള്ളവരുമായിരിക്കുകയും ലൗക്കിന്റെയും ഹോങ്ങിന്റെയും പൂർവികർ ദേശാഭിമാനികളാണെന്ന വസ്തുത അംഗീകരിക്കുകയും വേണം. വഴിതെറ്റിപ്പോയവരെ സൗഹൃദപൂർവമായ നിർബന്ധത്തിലൂടെ നമ്മുടെ പക്ഷത്തേക്ക് കൊണ്ടുവരാൻ നോക്കണം. ഇങ്ങനെ മാത്രമേ നമുക്ക് ഐക്യം സൃഷ്ടിക്കാൻ കഴിയൂ. വിശാലമായ ഐക്യം പ്രകാശമാനമായ ഒരു ഭാവി നമുക്ക് പ്രദാനം ചെയ്യും.

പ്രതിനിധിസംഘത്തിലെ എല്ലാ അംഗങ്ങളും ഔപചാരികമായ സ്യൂട്ടുമണിഞ്ഞ് ബാക് ബൊ കൊട്ടാരത്തിലെത്തി. ഹോ അമ്മാവൻ തന്റെ മുറിയിൽനിന്ന് പുറത്തുകടന്നു. അപ്പോഴും തന്റെ പതിവു കാക്കി സൂട്ടായിരുന്നു അദ്ദേഹം ധരിച്ചിരുന്നത്. ഒരു വ്യത്യാസംമാത്രം; ആ ദിവസം കറുത്തതോൽ കൊണ്ടുള്ള ഒരു ജോഡി ഷൂ അദ്ദേഹത്തിന്റെ കാലുകളിലുണ്ടായിരുന്നു.

പ്രഭാതം പൊട്ടിവിടരുമ്പോഴേക്കും ജനങ്ങൾ അദ്ദേഹത്തിന്റെ ചിത്രങ്ങൾ വഹിച്ചും കൊടികൾ വീശിയും ഗിയാ ലാമിലേക്ക് നീങ്ങിക്കൊണ്ടിരുന്നു. ലോങ് ബിയർ പാലം പാറിക്കളിക്കുന്ന കൊടികൾക്കു കീഴെ ചുവപ്പിൽ കുളിച്ചുനിന്നു. കാലാവസ്ഥ മോശമായിരുന്നു, ആകാശത്തെ, മഴക്കാറുകൾ വന്നുമൂടി; തന്റെ ദീർഘമായ യാത്രയ്ക്കുമുമ്പ് ഹോ അമ്മാവനോട് വിടപറയാൻ വന്നുനിന്ന ജനങ്ങളുടെ ദുഃഖത്തിൽ അവയും പങ്കുചേരുന്നതുപോലെ.

വിമാനത്താവളം ജനങ്ങളെകൊണ്ട് നിറഞ്ഞു. അവരെ അഭിവാദ്യം ചെയ്യുന്നതിനായി ഹോ അമ്മാവൻ അവർക്കിടയിലൂടെ നീങ്ങി. വിവിധ പ്രവിശ്യകളിൽ നിന്നെത്തിച്ചേർന്ന പ്രതിനിധികളും ജനങ്ങളും കൊടികൾ വീശിയും കയ്യടിച്ചും അദ്ദേഹത്തിന്റെ യാത്രക്ക് മംഗളം നേർന്നു. അദ്ദേഹത്തിന്റെ മുഖം വ്യക്തമായി കാണുന്നതിനുവേണ്ടി ഓരോരുത്തരും തിക്കിത്തിരക്കി മുമ്പോട്ടുവന്നു.

വിമാനത്തിലേക്കുള്ള പടികൾ കയറുന്നതിനുമുമ്പ് വൃദ്ധനായ ഹുയിങ് തുക് ഖാങിന്റെ കൈപിടിച്ചുകൊണ്ട് അദ്ദേഹം പറഞ്ഞു:

> ജനങ്ങൾ എന്നിലർപ്പിച്ച ദൗത്യം നിർവഹിക്കുന്നതിന് കുറച്ചുകാലത്തേക്ക് എനിക്കിവിടെ നിൽക്കാൻ കഴിയാതെ വരും. അതിനിടയിൽ രാജ്യത്തുയർന്നുവരുന്ന വിഷയങ്ങൾ താങ്കളും സഖാക്കളും പരിഹരിക്കുമെന്ന് ഞാൻ പ്രതീക്ഷിക്കുന്നു. അനേകായിരം മാറ്റ

ങ്ങൾക്കിടയിലും താങ്കൾ മാറ്റംകൂടാതെ നിലനിൽക്കുമെന്ന് ഞാൻ പ്രത്യാശിക്കുന്നു.

അങ്ങേയറ്റം വികാരഭരിതനായിത്തീർന്ന വൃദ്ധനായ ഹുയിങ്ങ് കുറേ സമയം ഹോ അമ്മാവന്റെ കരം ഗ്രഹിച്ചുകൊണ്ടു നിന്നു. തന്റെ അഭാവത്തിൽ അദ്ദേഹത്തെ ആക്റ്റിങ് പ്രസിഡന്റായി ഹോ അമ്മാവൻ ചുമതലപ്പെടുത്തിയിരുന്നു.

അപ്രതീക്ഷിതമായി അദ്ദേഹം പ്രതിനിധിസംഘത്തിലെ അംഗങ്ങളെയെല്ലാം തന്റെയടുത്ത് വിളിച്ചു. അവരദ്ദേഹത്തിനു ചുറ്റും കൂടിനിന്നു. ഒരു മിനിട്ടുസമയത്തെ നിശ്ശബ്ദതയ്ക്കുശേഷം ഹോ അമ്മാവൻ പറഞ്ഞു:

"നമ്മെ ഏൽപ്പിച്ച സുപ്രധാനമായ ദൗത്യം നിറവേറ്റാൻ നാം പുറപ്പെടുകയാണ്. പിതൃരാജ്യത്തോടുള്ള നമ്മുടെ കടമകൾ നിറവേറ്റുന്നതിന്, ഏതു പരിതഃസ്ഥിതിയിലും നാം ഒരുമിച്ച് ഒറ്റമനസോടെ നിൽക്കുമെന്ന് ഇവിടെ സന്നിഹിതരായ ജനങ്ങളുടെ മുമ്പിൽവെച്ച് നമുക്ക് പ്രതിജ്ഞയെടുക്കാം."

"ഞങ്ങൾ ശപഥം ചെയ്യുന്നു" എന്ന് മുഷ്ടിചുരുട്ടിക്കൊണ്ട് എല്ലാവരും വിളിച്ചു പറഞ്ഞു. യാത്രയയക്കാനെത്തിയ ജനങ്ങൾ തങ്ങൾക്ക് അദ്ദേഹത്തിൽ പൂർണമായ വിശ്വാസമുണ്ടെന്ന് വ്യക്തമാക്കി.

പ്രതിനിധിസംഘത്തെയും വഹിച്ചുകൊണ്ടുള്ള രണ്ടു സൈനികവിമാനങ്ങൾ ഒന്നിനുപിറകെ മറ്റൊന്നായി കാർമേഘാവൃതമായ ആകാശത്തിൽ അപ്രത്യക്ഷമായി.

ആ ദിവസം പറഞ്ഞറിയിക്കാനാവാത്ത ഒരുൽക്കണ്ഠ ഞങ്ങളെയെല്ലാം വലയം ചെയ്തിരുന്നു. അക്കാലത്ത് വിമാനാപകടങ്ങൾ സാധാരണമായിരുന്നു. വിമാനമാർഗം ഫ്രഞ്ചുകാർ സ്വന്തം രാജ്യത്തേക്ക് കൊണ്ടുവരികയായിരുന്ന മുൻ രാജാവ് ദുയി താൻ വഴിക്ക് ഒരപകടത്തിൽപെട്ട് മരിച്ചിട്ട് ഏറെനാൾ കഴിഞ്ഞിരുന്നില്ല.

ഞങ്ങളുടെയും ജനങ്ങളുടെയും ഉൽക്കണ്ഠ മുൻകൂട്ടി മനസിലാക്കിയിട്ടെന്നവണ്ണം ഓരോ സ്റ്റോപ്പിലെത്തുമ്പോഴും അദ്ദേഹം ഞങ്ങൾക്ക് ടെലഗ്രാമുകൾ അയച്ചുകൊണ്ടിരുന്നു. 1946 ജൂൺ 2 ാം തീയതി ഇന്ത്യയിലെത്തിയതിനുശേഷം അയച്ച ഒന്നാമത്തെ ടെലഗ്രാമിൽ അദ്ദേഹം എഴുതി:

> റംഗൂണിൽ ഒരു രാത്രി ചെലവഴിച്ചതിനുശേഷം സുരക്ഷിതരായി ഞങ്ങൾ കൽക്കത്തയിലെത്തിച്ചേർന്നു. ഞങ്ങൾ നാളെ യാത്ര തുടരും. ഗിയാ ലാമിൽ ഞങ്ങളെയാത്രയയക്കാനെത്തിച്ചേർന്ന നമ്മുടെ നാട്ടുകാർക്കും ഫ്രഞ്ച് സുഹൃത്തുക്കൾക്കും ഞങ്ങളുടെ നന്ദിപറയാൻ ഞങ്ങൾ ഗവൺമെന്റിനോടഭ്യർഥിക്കുന്നു. കൊച്ചുകുട്ടികൾക്ക് ഞങ്ങളുടെ അനേകം ചുംബനങ്ങൾ....

41

കൂടിയാലോചന പൊളിക്കാൻ ഒരു വേലവെപ്പ്

ഏപ്രിലിൽ, ഫ്രഞ്ചുപട്ടാളത്തിന്റെ കമാൻഡർ ഇൻ ചീഫായ ജനറൽ യുയിൻ ചുങ്കിങ്ങിലേക്കുള്ള തന്റെ യാത്രാമധ്യേ കൽക്കത്തയിലെത്തിയപ്പോൾ ഒരു സന്ദേശവാഹകൻ വഴി ദ് അർഗൻ ല്യൂ അദ്ദേഹത്തിനൊരു കത്തുകൊടുത്തയച്ചു. ലെക്ലേർക് മേലധികാരികളിൽനിന്നുള്ള ഉത്തരവ് നടപ്പാക്കാൻ വിസമ്മതിക്കുന്നു: അയാളെ തിരിച്ചു വിളിക്കണം. ലെക്ലേർക്കിനെ വടക്കെ ആഫ്രിക്കയിലെ ഫ്രഞ്ചു സൈന്യങ്ങളുടെ ഇൻസ്പക്ടർ ജനറലായി നിയമിക്കാൻ യുയിൻ തീരുമാനിച്ചു. അങ്ങനെ ഇന്തോചൈനയിലെ തന്റെ പ്രധാന എതിരാളിയെ ഒഴിവാക്കിയതോടെ അഡ്മിറലിന്റെ കരങ്ങൾ സ്വതന്ത്രമായി.

പ്രതിനിധിസംഘത്തിന്റെ യാത്ര നീട്ടിവെപ്പിക്കാൻ സൈഗോണിലെ ഫ്രഞ്ച് പിന്തിരിപ്പന്മാർ ആവുന്നത്ര ശ്രമിച്ചുനോക്കിയെങ്കിലും ഹോ അമ്മാവനും പ്രതിനിധിസംഘാംഗങ്ങളും കയറിയ രണ്ട് വിമാനങ്ങളും ഫ്രഞ്ച് തലസ്ഥാനത്തെ ലാക്കാക്കി നീങ്ങുകയായിരുന്നു. തന്റെ പരിപാടി നടപ്പിലാക്കി 'ഇനിയെന്തു ചെയ്യാം' എന്നു കൈമലർത്തുക– അതുമാത്രമാണ് ഫ്രഞ്ച് ഹൈക്കമീഷണറുടെ മുമ്പിലുണ്ടായിരുന്ന പോംവഴി. അത് വേഗത്തിൽ ചെയ്യേണ്ടിയിരുന്നു. ഫ്രഞ്ചുഗവൺമെന്റിൽ നിന്നുള്ള മറുപടിക്കൊന്നും കാത്തുനിൽക്കാതെ 'സ്വയംഭരണ കൊച്ചിൻ ചൈന' എന്ന തന്റെ പ്രഹസനവുമായി അയാൾ മുമ്പോട്ടു പോയി. സെദീൽ ആയിരുന്നു അതിന്റെ സംവിധായകൻ.

ജൂൺ ഒന്നാം തീയതി ഹോ അമ്മാവൻ യാത്രതിരിച്ചു. പിറ്റേദിവസം തന്നെ ഡോക്ടർ തിഞ്ഞിന്റെ നേതൃത്വത്തിൽ 'കൊച്ചിൻ ചൈനാ റിപ്പബ്ലിക്കിന്റെ താൽക്കാലികഗവൺമെന്റ്' രൂപീകൃതമായതായി സൈഗോണിൽ പ്രസ്താവിക്കപ്പെട്ടു. ഫ്രാൻസിന്റെ പ്രതിനിധികളും കൊച്ചിൻ

ചൈനാ റിപ്പബ്ലിക്കിന്റെ പ്രതിനിധികളും തമ്മിൽ ഒപ്പുവച്ച കരാർ മാർച്ച് 6 ന് ഞങ്ങളുമായി ഒപ്പുവെച്ച കരാറിന്റെ ഏതാണ്ട് നേർ പകർപ്പായിരുന്നു. ആശയക്കുഴപ്പം വർധിപ്പിക്കുക എന്നതാണ് ഇതിന്റെ ഉദ്ദേശ്യം. പക്ഷേ, മുഴുവൻ അതേപോലെ ആയിരുന്നില്ല. "ഇന്തോചൈനീസ് ഫെഡറേഷന്റെയും ഫ്രഞ്ച് യൂണിയന്റെയും ഒരു ഭാഗമെന്നനിലയിൽ സ്വന്തമായ ഗവൺമെന്റും പാർലമെന്റും പട്ടാളവും ധനകാര്യവുമുള്ള ഒരു സ്വതന്ത്രഭരണകൂടമായി കൊച്ചിൻ ചൈനാ റിപ്പബ്ലിക്കിനെ ഫ്രഞ്ച് ഗവൺമെന്റ് അംഗീകരിക്കുന്നു. "കരാറിന് ഒരു അനുബന്ധമുണ്ടായിരുന്നു. ഈ റിപ്പബ്ലിക്കിന് ഒരു ഫ്രഞ്ച് ഉപദേശകനുണ്ടായിരിക്കും – സെദിൽ. റിപ്പബ്ലിക്കിന്റെ ആഭ്യന്തരവും ബാഹ്യവുമായ സുരക്ഷിതത്വത്തിന്റെ ചുമതല അയാൾക്കായിരിക്കും! 'കൊച്ചിൻ ചൈനാറിപ്പബ്ലിക്കിന്റെ താൽക്കാലിക ഗവൺമെന്റി'ന്റെ പാവസ്വഭാവവും മനസിലാക്കാൻ മറ്റെന്തു തെളിവു വേണം.

ഫ്രാൻസിലെ രാഷ്ട്രീയ സ്ഥിതിഗതികൾ അനിശ്ചിതത്വത്തിൽ തൂങ്ങിനിൽക്കുന്ന അവസരത്തിൽ നടക്കുന്ന ഈ കൂടിയാലോചനകൾക്ക് തടസം സൃഷ്ടിക്കുകയെന്ന ഉദ്ദേശ്യത്തോടെ ഇന്തോചൈനയിലെ ഫ്രഞ്ചു പിന്തിരിപ്പന്മാർ തങ്ങളുടെ അട്ടിമറി പ്രവർത്തനങ്ങൾ ശക്തിപ്പെടുത്തിക്കൊണ്ടിരിക്കുകയാണെന്നകാര്യം സ്റ്റാൻഡിങ് ബ്യൂറോ മനസിലാക്കി. വരാൻ പോകുന്ന നാളുകളിലെ സമരം തീർച്ചയായും സങ്കീർണതകൾ നിറഞ്ഞതായിരിക്കും. അതുകൊണ്ട് ഞങ്ങൾ വളരെ കരുതലോടെ ഇരിക്കേണ്ടിയിരുന്നു.

ദ് അർഗൻ ല്യൂ ഇവിടംകൊണ്ടും അവസാനിപ്പിക്കുകയില്ലെന്ന് ഞങ്ങൾക്ക് ബോധ്യമായി

ജൂൺ 20 ാം തീയതി രാവിലെ ഞാൻ ബാക് ബൊ കൊട്ടാരത്തിൽ ജോലി ചെയ്തുകൊണ്ടിരിക്കേ ജനറൽ വല്ലൂയ് വന്നിട്ടുണ്ടെന്നും അയാൾ എന്നെക്കാണാനാഗ്രഹിക്കുന്നുണ്ടെന്നുമുള്ള വിവരം ലഭിച്ചു.

മുറിയിൽ കടന്ന ഉടനെതന്നെ അയാൾ എന്നെ പട്ടാളമുറയിൽ സല്യൂട്ട് ചെയ്തു. എന്നിട്ട് പറഞ്ഞു. "എന്റെ മേലധികാരികളിൽനിന്നുള്ള ഉത്തരവ് നടപ്പാക്കുന്നതിന് ഒരു പട്ടാളക്കാരൻ എന്ന നിലയിലാണ് ഞാൻ വന്നത്. വിയത്നാംഗവൺമെന്റിനെ ഏൽപ്പിക്കാൻ എന്റെ കയ്യിൽ ഒരു കുറിപ്പുണ്ട്."

ഒന്നിലേറെ തവണ വല്ലൂയ്യുമായി ഞാൻ സൈനികപ്രശ്നങ്ങൾ ചർച്ച ചെയ്തിട്ടുണ്ട്. പുറമെ പ്രസന്നവദനനും തുറന്ന മനഃസ്ഥിതിക്കാരനും വിനീതനുമായിരുന്നുവെങ്കിലും അയാൾ സൂത്രശാലിയും വിശ്വാസവഞ്ചകനുമായിരുന്നു. ഹോ അമ്മാവന്റെ വിടവാങ്ങൽ സമയത്ത് അദ്ദേഹത്തിനു നൽകിയ ഉദ്യാനവിരുന്നിൽ ആയിടെമാത്രം ഫ്രാൻസിൽനിന്നുവന്ന തന്റെ മകളെയും അയാൾ കൊണ്ടുവന്നിരുന്നു. അവളെ ഞങ്ങൾക്ക് പരിചയപ്പെടുത്തിക്കൊണ്ടും തന്റെ പ്രായത്തെക്കുറിച്ച് തമാശയായും അയാൾ പറഞ്ഞു: "ചെറുപ്പക്കാർ ഒന്നിച്ചിരിക്കട്ടെ."

എന്നാൽ ഇത്തവണ അയാളുടെ പെരുമാറ്റം പതിവിന് വിപരീതമായിരുന്നു. ഇത് ഒരു പുതിയ പ്രകോപനമായിരിക്കുമെന്ന് വ്യക്തം. "ദയവുചെയ്ത് കുറിപ്പ് ഇങ്ങോട്ടുതരൂ." ഞാൻ പറഞ്ഞു.

അയാൾ ആ കുറിപ്പ് എനിക്കു തന്നു. വിയത്നാം ജനാധിപത്യറിപ്പബ്ലിക്കിൻ ഗവൺമെന്റിന്റെ ആക്ടിങ് പ്രസിഡന്റിനെ അഭിസംബോധന ചെയ്തുകൊണ്ടുള്ള ഹ്രസ്വമായ ഒരു സന്ദേശമായിരുന്നു അത്: "ഹാനോയിലായിരുന്നപ്പോൾ പ്രസിഡന്റ് ഹോ ചി മിനെ അറിയിച്ചിരുന്നതുപോലെ മോയ് (തായ് ൻഗുയെൻ) മലനാട്ടിൽ പ്രവേശിക്കുന്നതിന് ഫ്രഞ്ച് പട്ടാളത്തിന്റെ അഡ്മിറൽ ദ് അർഗൻ ല്യു ഉത്തരവ് നൽകിയിരിക്കുന്നു."

ഞാൻ ആ കുറിപ്പ് വായിച്ചുകൊണ്ടിരുന്നപ്പോൾ വല്ലൂയ് വളരെ ശ്രദ്ധാപൂർവം എന്നെ വീക്ഷിച്ചിരുന്നുവെന്ന് എനിക്കു തോന്നി. ളോഹ അഴിച്ച കുറുക്കൻപാതിരിയിൽ നിന്നുള്ള ഒരു പുതിയ നീക്കമായിരുന്നു അത്. ഞാൻ അയാളോട് പറഞ്ഞു: "മേലധികാരികളേൽപ്പിച്ച ദൗത്യം നിർവഹിക്കാൻ വേണ്ടി മാത്രമാണ് താങ്കൾ വന്നതെങ്കിൽ ആ കടമ നിങ്ങൾ നിറവേറ്റിയിരിക്കുന്നു."

അയാൾ പോയി.

അതേദിവസം വൈകുന്നേരം ഞങ്ങളറിഞ്ഞു. അന്നു രാവിലെ 4 മണിക്ക് ദിയോ കായ്ക്കടുത്ത ദൂബോങിനു നേരെ ഫ്രഞ്ചുകാർ ഒരു മിന്നലാക്രമണം നടത്തുകയുണ്ടായെന്ന്. ഞങ്ങളുടെ പട്ടാളക്കാർ നിലയുറപ്പിച്ച സ്ഥലത്ത് ബോബ് വർഷിക്കുന്നതിന് അവരുടെ വിമാനം താഴ്ന്ന് പറക്കുകയുണ്ടായി. രാവിലെ 10 മണിക്ക് അവർ ദായ് ലാഞ്ചിൽ ഇറങ്ങിയെങ്കിലും ഞങ്ങളുടെ ഭാഗത്തുനിന്നുണ്ടായ എതിർപ്പുമൂലം പിൻവാങ്ങാൻ നിർബന്ധിതമായി.

ജൂൺ 22 ാം തീയതി, പ്ലെയ്ക്കുവിനും കമ്പൂചിയൻ അതിർത്തിക്കുമിടയിൽ കിടക്കുന്ന പ്ലീമെഡനിൽ ഫ്രഞ്ചുകാർ പൊടുന്നനെ ഒരാക്രമണം നടത്തി.

തായ് ൻഗുയെൻ പ്രദേശത്തുടനീളം സംഘട്ടനങ്ങൾ വ്യാപകമായി.

ദ് അർഗൻ ല്യൂവിന്റെ പദ്ധതി വ്യക്തമായിരുന്നു; തായ് ൻഗുയെൻ മലപ്രദേശങ്ങൾ പിടിച്ചടക്കുന്നത് തായ് കയ് റിപ്പബ്ലിക്ക് സ്ഥാപിക്കുന്നതിന്റെ മുന്നോടിയായിരിക്കും. ഫ്രഞ്ചുകാരുടെ ഭാഗത്തുനിന്നുള്ള ഏത് ആക്രമണത്തെയും നിശ്ചയദാർഢ്യത്തോടെ തിരിച്ചടിക്കാൻ അവിടത്തെ ഞങ്ങളുടെ സായുധസേനയ്ക്ക് ഉത്തരവ് കൊടുത്തിരുന്നു. അവരുടെ ആരോപണങ്ങൾ നിഷേധിച്ചുകൊണ്ടും നിയമവിരുദ്ധമായ അവരുടെ പ്രവർത്തനത്തിൽ ശക്തിയായി പ്രതിഷേധിച്ചുകൊണ്ടും ആക്റ്റിങ് പ്രസിഡന്റ് ഫ്രഞ്ചുകാർക്ക് ഒരു കുറിപ്പയച്ചു. അതിൽ ഇങ്ങനെ പറഞ്ഞു: "തങ്ങൾ തായ് ൻഗുയെൻ പ്രദേശത്ത് പ്രവേശിക്കുമെന്നകാര്യം ഫ്രഞ്ചുകാർ ഒരിക്കലും പ്രസിഡന്റ് ഹോ ചി മിനെ അറിയിച്ചിരുന്നില്ല. അത്തരമൊരധിനിവേശത്തിന് ഒരിക്കലും അദ്ദേഹം സമ്മതിച്ചിരുന്നുമില്ല."

ഇതിനിടയിൽ ജൂൺ 23 ാം തീയതി ഹാനോയിൽ ഒരു സംഭവമുണ്ടായി: ഫ്രഞ്ചുകാർ മുൻ ഗവർണർ ജനറലിന്റെ കൊട്ടാരം കയ്യടക്കി. ജിയാങ് കയ്ഷെക്കിന്റെ പട്ടാളക്കാർ പിൻവാങ്ങുന്നതിനുമുമ്പുതന്നെ ഈ കൊട്ടാരം ഏറ്റെടുക്കുന്ന കാര്യത്തെക്കുറിച്ച് ഫ്രഞ്ചുകാരുമായി ഒന്നിലേറെ തവണ ഞങ്ങൾ ചർച്ചകൾ നടത്തിയിരുന്നു. പാരീസിലെ ഔദ്യോഗിക കൂടിയാലോചനകളിൽവെച്ച് ഒരു തീരുമാനമുണ്ടാകുന്നതുവരെ കാത്തിരിക്കാൻ വല്ലൂയ് സമ്മതിക്കുകയും ചെയ്തിരുന്നു. എന്നാൽ, ലു ഹാൻ കൊട്ടാരം വിട്ടപ്പോഴേക്കും ഫ്രഞ്ചു സൈന്യങ്ങൾ അതിൽ കടന്നുകയറി. അതിൽ ഞങ്ങൾ പ്രതിഷേധിച്ചു. എന്നാൽ അതിന്റെ ഉത്തരവാദിത്വത്തിൽ നിന്നൊഴിഞ്ഞു മാറാനാണ് വല്ലൂയ് ശ്രമിച്ചത്. മുൻ ഗവർണർ ജനറലിന്റെ കൊട്ടാരത്തിലേക്കുള്ള ഫ്രഞ്ചുകാരുടെ കടന്നുകയറ്റം ജനങ്ങളിൽ രോഷത്തിന്റെ അഗ്നി ആളിക്കത്തിച്ചു:

"തങ്ങൾക്കിഷ്ടംപോലെ പ്രവർത്തിക്കാൻ ഫ്രഞ്ചുപിന്തിരിപ്പന്മാരെയും കൊളോണിയലിസ്റ്റുകളെയും ഞങ്ങൾ അനുവദിക്കുകയില്ല. നമുക്ക് അവരെ തടയണം." ജൂൺ 27 ാം തീയതി ഒരു പൊതു പണിമുടക്കം നടത്താൻ ഹാനോയിലെയും ഹൈഫോങ്ങിലെയും ഫ്രഞ്ചു സാന്നിധ്യമുള്ള മറ്റെല്ലാ പട്ടണങ്ങളിലെയും ജനങ്ങളോട് വിവിധ പാർട്ടികളും രാഷ്ട്രീയ സംഘടനകളും ആഹ്വാനം ചെയ്തു. ഫ്രഞ്ചു പിന്തിരിപ്പൻമാരുടെ നിയമവിരുദ്ധമായ പ്രവർത്തനങ്ങളിൽ ഞങ്ങൾക്കുള്ള പ്രതിഷേധം അറിയിക്കുന്നതിന് ജനങ്ങളെ ഗവൺമെന്റ് അനുവദിച്ചു. അതേസമയത്ത്, വാട്ടർ സ്റ്റേഷനുകളിലെയും വിദ്യുച്ഛക്തി പ്ലാന്റുകളിലെയും മറ്റ് അവശ്യ സർവീസുകളിലെയും ജീവനക്കാർക്കും തൊഴിലാളികൾക്കും പണിമുടക്കരുതെന്ന് നിർദേശം നൽകി.

എവിടെയൊക്കെ ഫ്രഞ്ചുസൈന്യങ്ങളുണ്ടോ അവിടെയൊക്കെ പ്രതിഷേധപ്രകടനങ്ങൾ നടന്നു. ഞങ്ങളുടെ ജനങ്ങളുടെയും ഗവൺമെന്റിന്റെയും ഉറച്ചനിലപാട് ഫ്രഞ്ചു സൈന്യങ്ങൾക്കിടയിൽ ആശങ്ക ജനിപ്പിച്ചു. ജിയാങ് കയ്ഷെക്കിന്റെ സൈന്യങ്ങൾ പിൻവാങ്ങുമ്പോൾ അതിന്റെ ചുമതല ഏറ്റെടുക്കുന്നതിനുവേണ്ടി മാത്രമാണ് തങ്ങൾ മുൻ ഗവർണർ ജനറലിന്റെ കൊട്ടാരത്തിൽ പ്രവേശിച്ചതെന്ന് വല്ലൂയിക്ക് പ്രഖ്യാപിക്കേണ്ടിവന്നു. പാരീസിൽവെച്ചു നടക്കുന്ന കൂടിയാലോചനകളുടെ തീരുമാനം വരുന്നതുവരെ വിയത്നാം ഫ്രഞ്ചുസൈന്യങ്ങൾ സംയുക്തമായി അതിന് കാവൽ നിൽക്കാമെന്ന് അവർ സമ്മതിച്ചു.

42

നാഷണലിസ്റ്റ് പാർട്ടിക്കാരുടെ തന്ത്രം

ജൂലൈ 14 ആഘോഷിക്കുന്നതിന് ഹാനോയിലെ പ്രധാന തെരുവീഥികളിലൂടെ മാർച്ചു നടത്താൻ തങ്ങളെ അനുവദിക്കണമെന്ന് ജൂലൈ ആദ്യത്തിൽ ഫ്രഞ്ചുകമാൻഡ് ആവശ്യപ്പെട്ടു. അതിനു മറുപടി നൽകും മുമ്പെ, ജൂലൈ 11ന്, നാഷണലിസ്റ്റ് പാർട്ടിയിലെ പിന്തിരിപ്പൻമാർ ഗുരുതരമായ ഒരു പ്രകോപനം സൃഷ്ടിക്കാൻ തയാറെടുപ്പു നടത്തിക്കൊണ്ടിരിക്കയാണെന്ന് സെക്യൂരിറ്റി സർവീസിൽ നിന്നുള്ള ഒരു റിപ്പോർട്ട് സ്റ്റാൻഡിങ് ബ്യൂറോക്ക് ലഭിച്ചു. ഫ്രഞ്ചുസൈന്യങ്ങൾ സഞ്ചരിക്കുന്ന റൂട്ടിൽ പതിയിരിക്കുക; അവർ അതു വഴി കടന്നുപോകുമ്പോൾ അവർക്കെതിരെ നിറതോക്കൊഴിക്കുകയോ കൈബോംബെറിയുകയോ ചെയ്യുക – ഇതായിരുന്നു അവരുടെ പരിപാടി. അതുവഴി ഞങ്ങളും ഫ്രഞ്ചുകാരും തമ്മിൽ യുദ്ധം തുടങ്ങിക്കാമെന്ന് അവർ കരുതി. അങ്ങനെ യുദ്ധം തുടങ്ങിയാൽ ഗവൺമന്റിനെ അട്ടിമറിക്കാൻ ആഹ്വാനം ചെയ്തുകൊണ്ടുള്ള ലഘുലേഖകൾ പ്രചരിപ്പിക്കുകയും തുടർന്ന് ഞങ്ങൾക്കെതിരെ ഫ്രഞ്ചുകാരെ സഹായിക്കുകയും ചെയ്യാമെന്ന് അവർ കണക്കുകൂട്ടി. അതിന്റെ മുന്നൊരുക്കമായി ലഘുലേഖകൾ അച്ചടിക്കുക, ആയുധങ്ങൾ ശേഖരിക്കുക ആദിയായ തയാറെടുപ്പുപണികളിൽ അവർ വ്യാപൃതരായി.

ഞങ്ങൾ ഫ്രഞ്ചുകാരുമായി കൂടിയാലോചന നടത്തുന്നതിനെതിരെ നാഷണലിസ്റ്റ് പാർട്ടികൾ പരസ്യമായി വിമർശനം നടത്തിയെങ്കിലും യഥാർഥത്തിൽ അവരുമായി കൈകോർത്തുപിടിക്കുന്നതിന് ശ്രമിക്കുകയായിരുന്നു. അക്കൂട്ടരെന്ന് ഞങ്ങൾ മനസിലാക്കി. വളരെക്കാലമായി അവർ തമ്മിൽ പരസ്പരബന്ധത്തിലായിരുന്നു. ഫ്രഞ്ചുകാരെ സംബന്ധിച്ചിടത്തോളം അവരും കൂടിയാലോചനകൾ നടത്തിക്കൊണ്ടിരിക്കെ ത്തന്നെ ഞങ്ങൾക്കെതിരായി ചില ഗൂഢപദ്ധതികൾ ആവിഷ്കരിക്കുക

യായിരുന്നു. തങ്ങളുടെ ഈ സാഹസിക പ്രവർത്തനങ്ങളിൽ വിയത്നാമീസ് വഞ്ചകന്മാരെക്കൂടി കൂട്ടുപിടിക്കാൻ ഫ്രഞ്ചുപിന്തിരിപ്പന്മാർ കൊണ്ടുപിടിച്ചു ശ്രമിച്ചു.

പ്രതിവിപ്ലവകാരികളുടെ ഓരോ പ്രവർത്തനവും സസൂക്ഷ്മം വീക്ഷിക്കാൻ സെക്യൂരിറ്റി ചുമതല വഹിക്കുന്ന സഖാക്കൾക്ക് ഞങ്ങൾ നിർദേശം നൽകിയിരുന്നു.

രണ്ടു പിന്തിരിപ്പൻ വിഭാഗങ്ങളടങ്ങിയതായിരുന്നു അക്കാലത്ത് നാഷണലിസ്റ്റ് പാർട്ടി. വു ഹോങ് ലാഞ്ഞിന്റെ നേതൃത്വത്തിലുള്ള ഒരു വിഭാഗം വളരെക്കാലമായി ജിയാങ് കയ്ഷെക്കിന്റെ പിന്തുണയോടെ വിദേശത്ത് കഴിയുകയായിരുന്നു. രാജ്യവുമായുള്ള അവരുടെ എല്ലാബന്ധങ്ങളും അറ്റുപോയിരുന്നു. ൻഗുയെൻ തുവോങ് താം ജു ബാ ഫുവോങ് തുടങ്ങിയവരടങ്ങിയ മറ്റേവിഭാഗം 1939 ൽ സ്ഥാപിക്കപ്പെട്ട ജാപ്പനുകൂല ദായ് വിയത് പാർട്ടിയിലാണു പെട്ടിരുന്നത്. 1945 ന്റെ തുടക്കത്തിൽ ജപ്പാൻകാരുടെ പരാജയം മുൻകൂട്ടി കണ്ട ദായ് വിയത്വിഭാഗം വു ഹോങ് ലാഞ്ഞിന്റെ സഹായം തേടുന്നതിന് യുനായിലേക്കു പോയി. ജിയാങ് കയ്ഷെക്കിന്റെ കുമിന്താങ് പാർട്ടിയുടെ അനുഭാവമാർജിക്കുന്നതിന് രണ്ടു വിഭാഗങ്ങളും വിയത്നാം നാഷണലിസ്റ്റ് പാർട്ടിയെന്നപേരിൽ ലയിച്ചുചേർന്നു. തായ് വിയത് നേതാക്കൾ വുഹോങ് ഖാഞ്ഞിന്റെ വിഭാഗവുമായി കൂടിച്ചേർന്നെങ്കിലും ആ വിഭാഗത്തെ വളരെ നിന്ദയോടുകൂടെയാണ് നോക്കിക്കണ്ടത്. ജാപ്പനീസ് ഫാസിസ്റ്റുകളുമായി കൂട്ടുകൂടുന്നവരെന്ന ആരോപണത്തിൽനിന്ന് രക്ഷനേടണമെന്നു മാത്രമായിരുന്നു അവരുടെ ആഗ്രഹം. ഇതൊക്കെയായിട്ടും അവർ അപ്പോഴും തങ്ങളുടെ നിഗൂഢപദ്ധതികളെ താലോലിച്ചുകൊണ്ടിരുന്നു. ലൂ ഹാൻ പിൻവാങ്ങിയപ്പോൾ അയാളുടെ കാലടിപ്പാടുകൾ പിന്തുടർന്നുകൊണ്ട് ജിയാങ് അനുകൂല വിഭാഗങ്ങളും വിദേശത്തേക്ക് പോകുന്നതിന് ധൃതിപിടിച്ചു. ദായ് വിയത് ഗ്രൂപ്പിൽപ്പെട്ട മിക്കവരും പുതിയ യജമാനന്മാരെ സേവിക്കുന്നതിനുള്ള അവസരവും പ്രതീക്ഷിച്ച് രാജ്യത്തുതന്നെ തങ്ങി. പ്രകോപനപദ്ധതികൾ അവരുടേതായിരുന്നു. പിന്തിരിപ്പന്മാരുടെ ഗൂഢതന്ത്രങ്ങളെക്കുറിച്ച് ബോധ്യമുള്ളതുകൊണ്ടും സുരക്ഷ ഉറപ്പുവരുത്താനുള്ള വിഷമം കൊണ്ടും ഫ്രഞ്ചുകാർക്ക് തങ്ങളുടെ മാർച്ച് നടത്താൻ അനുവാദം കൊടുക്കേണ്ടതില്ലെന്ന് സ്റ്റാൻഡിങ് ബ്യൂറോ തീരുമാനിച്ചു. മാത്രവുമല്ല, പ്രതിവിപ്ലവകാരികളുടെ നിഗൂഢതന്ത്രങ്ങൾ മുളയിൽത്തന്നെ നുള്ളിക്കളയുന്നതിന് കർശനമായ നടപടികൾ കൈക്കൊള്ളാൻ പൊലീസുകാർക്ക് നിർദേശവും നൽകി.

ജൂലൈ 12 ാം തീയതി പ്രഭാതത്തിൽ ഒരു പൊലീസ് കമാൻഡോ യൂണിറ്റ് 132 മിഞ് ഖായ് തെരുവിലുള്ള നാഷണലിസ്റ്റ് പാർട്ടിയുടെ ഓഫീസിൽ ഒരു പരിശോധന നടത്തി. പിന്തിരിപ്പന്മാരെ തൊണ്ടിസഹിതം പിടികൂടാൻ അതുവഴി കഴിഞ്ഞു. ഒരു അച്ചടിയന്ത്രം, അപ്പോഴും മഷി ഉണ

ങ്ങിയിട്ടില്ലാത്ത അച്ചടിച്ച ലഘുലേഖകളുടെ കൂമ്പാരം എന്നിവ ഞങ്ങളുടെ പൊലീസ് കണ്ടുകെട്ടി.

രാവിലെ 7 മണിക്ക് ബാക് ബൊ പൊലീസ് ഒരേസമയത്ത് ഹാനോയിലുള്ള നാഷണലിസ്റ്റ് പാർട്ടിയുടെ അനേകം ഓഫീസുകൾ പരിശോധന നടത്തി. മൂന്നു സ്ഥലങ്ങളിൽ പിന്തിരിപ്പൻമാർ യന്ത്രത്തോക്കുകളുമായി ചെറുത്തുനിന്നെങ്കിലും സ്വയം പ്രതിരോധ പോരാളികളുമായി ചേർന്നുകൊണ്ട് പൊലീസ് അവരെ നേരിടുകയും കീഴടക്കുകയും ചെയ്തു.

ഞു ഹൗ (ഇന്ന് ൻഗുയെൻ ഗിയാ തായ്) തെരുവിൽ രാവിലെ 7 മണിക്ക് നടത്തിയ പരിശോധനയിൽ കള്ളനോട്ടടിക്കുന്ന ഒരു പ്രസും ഷോക്കേൽപ്പിക്കാനുള്ള ഉപകരണം, ചവണകൾ, ചുറ്റികകൾ തുടങ്ങിയ മർദനോപകരണങ്ങളും കണ്ടെത്തി, ചുമരുകളിൽ രക്തം പുരണ്ടിരുന്നു. ആ വീടിനു പുറകിലുള്ള പൂന്തോട്ടത്തിൽനിന്ന് 7 ശവശരീരങ്ങൾ പുറത്തെടുത്തു. അവയിൽ ചിലത് വികൃതമായിപ്പോയിരുന്നു. തട്ടിക്കൊണ്ടുവരപ്പെട്ട രണ്ടുപേരെ ഈ കൊലപാതകികളുടെ പിടിയിൽനിന്ന് മോചിപ്പിച്ചു.

പൊലീസ് തങ്ങളുടെ അന്വേഷണം തുടർന്നുകൊണ്ടിക്കേ കുറുകിയ വസ്ത്രങ്ങൾ ധരിച്ച ഒരാൾ ഒരു ജാപ്പനീസ് വാളുമായി അവരുടെ മുമ്പിൽ കടന്നുവന്നു. താൻ നാഷണലിസ്റ്റ് പാർട്ടിയുടെ ഒരു നേതാവും ദേശീയ അസംബ്ലിയിലെ ഒരംഗവുമാണെന്ന് അയാൾ സ്വയം പ്രഖ്യാപിച്ചു. അതുകൊണ്ട് തന്റെ കാര്യത്തിലിടപെടാൻ ആർക്കും അവകാശമില്ലെന്നും അയാൾ പ്രസ്താവിച്ചു. ആ മനുഷ്യനാണ് ഒരു ദിവസം മുമ്പ് തന്നെ തട്ടിക്കൊണ്ടുവന്നതെന്നും അയാൾക്ക് പണം നൽകാമെന്ന് വാഗ്ദാനം നൽകുന്ന ഒരു നോട്ട് എഴുതിക്കൊടുക്കാൻ വാൾ നീട്ടി അയാൾ തന്നെ ഭീഷണിപ്പെടുത്തിയെന്നും തട്ടിക്കൊണ്ടുവരപ്പെട്ടവരിൽ ഒരാൾ പറഞ്ഞു.

ഞങ്ങൾ പുറത്തെടുത്ത ശവശരീരം കാണുന്നതിന് ധാരാളം ആളുകൾ അവിടെ വന്നുചേർന്നു. ചിലരെ അവരുടെ കുടുംബക്കാർ തിരിച്ചറിഞ്ഞു. അത്തരം ക്രൂരകൃത്യങ്ങൾ നടത്താൻ പിന്തിരിപ്പന്മാരെ പ്രേരിപ്പിച്ചതെന്തെന്നകാര്യം ദുരൂഹമാണ്. കൊലചെയ്യപ്പെട്ടവരിൽ ചിലർ ഞങ്ങളുടെ കാഡർമാരായിരുന്നു. അവരെ തട്ടിക്കൊണ്ടുപോവുകയും ചിത്രവധം നടത്തുകയും ചെയ്തതാണ്. സ്ത്രീകളുമുണ്ടായിരുന്നു അക്കൂട്ടത്തിൽ. അവരുടെ ഓഫീസിന്റെ സമീപത്തുകൂടെ പോകുമ്പോൾ പിടിച്ചുകൊണ്ടുപോയി അവരുടെ കയ്യിലുള്ള സകലതും പിടിച്ചുപറിച്ച് അവരെ ബലാൽസംഗം ചെയ്ത് കൊന്നതായിരിക്കാനാണ് സാധ്യത. കൊലചെയ്യപ്പെട്ട മറ്റു ചിലർ റിക്ഷാഡ്രൈവർമാരായിരുന്നു. കൂലികൊടുക്കാതിരിക്കാൻ വേണ്ടി മാത്രമായിരിക്കാം ഈ നരാധമൻമാർ ഇത്തരം കൊടും കൊല നടത്തിയത്.

പിറ്റേദിവസം രാവിലെ 6 മണിക്ക് പൊലീസ് ക്വാൻ താഞ് തെരുവിലെ നാഷണൽപാർട്ടികേന്ദ്രം പരിശോധിച്ചു. ഫ്രഞ്ചു പട്ടാളക്കാർ നിലയുറപ്പിച്ചിരുന്ന സ്ഥലത്തിന് വളരെ അടുത്തായിരുന്നു ആ കേന്ദ്രം. അതുകൊണ്ട് അത് സംരക്ഷിച്ച് നിർത്താനാവുമെന്ന് പിന്തിരിപ്പന്മാർ കരുതി. പൊലീസ് എത്തിച്ചേർന്നപ്പോൾ ഒരു കനത്ത ചുവരിന് പിറകെ അവർ സ്ഥാനംപിടിക്കുകയും ഞങ്ങൾക്കെതിരെ യന്ത്രത്തോക്കുകളിലൂടെ നിറയൊഴിക്കുകയും ചെയ്തു. ദീർഘസമയം പരസ്പരം വെടിവെപ്പ് തുടർന്നു. രണ്ടുമണിക്കൂറിനുശേഷം, ഞങ്ങളുടെ പൊലീസ്സേനയെ ഭീഷണിപ്പെടുത്തുകയെന്ന ഉദ്ദേശ്യത്തോടെ ഫ്രഞ്ചുകാർ തങ്ങളുടെ കവചിതകാറുകളിൽ അവിടെയെത്തിച്ചേർന്നു. സ്ഥിതിഗതികൾ ആ നിലയിലെത്തിച്ചേർന്നപ്പോൾ ലെയ്സൺ കമീഷനിലെയും കൺട്രോൾ കമീഷനിലെയും ഞങ്ങളുടെ പ്രതിനിധികൾ അതിൽ ഇടപെട്ടു. തന്മൂലം ഉടൻതന്നെ കവചിതകാറുകൾക്ക് പിൻവാങ്ങേണ്ടിവന്നു. അവസാനം ഞങ്ങളുടെ ആൾക്കാർക്ക് ഓഫീസിനകത്ത് കടക്കാൻ കഴിഞ്ഞു. അവർ അനേകം രേഖകൾ പിടിച്ചെടുത്തു. അവ നശിപ്പിക്കാൻ പിന്തിരിപ്പന്മാർക്ക് സമയം ലഭിച്ചുകാണുകയില്ല.

ദൊ ഹ്യൂ വി (ഇപ്പോൾ കുവാ ബാക്) തെരുവിലുള്ള നാഷണലിസ്റ്റ് പാർട്ടിയുടെ ആസ്ഥാനത്ത് പുരുഷന്മാരുടെയും സ്ത്രീകളുടെയും ഫ്രഞ്ച് പട്ടാളക്കാരുടെപോലും ഒട്ടേറെ ശവശരീരങ്ങൾ കണ്ടെത്തി. ഫ്രഞ്ചുകാരെ പ്രകോപിപ്പിച്ച് അവരെ ഞങ്ങൾക്കെതിരെ തിരിച്ചുവിടുന്നതിനുവേണ്ടിയായിരിക്കണം അവർ ഫ്രഞ്ചുപട്ടാളക്കാരെ കൊന്നത്. പിടിച്ചെടുക്കപ്പെട്ട രേഖകളിലൊന്ന്, കൊലപാതകങ്ങളും തട്ടിക്കൊണ്ടു പോകലുകളും നടത്താനുള്ള പരിപാടികൾ ആസൂത്രണം ചെയ്തതായിരുന്നു. ഫ്രഞ്ച് ഓഫീസർമാരെയും പട്ടാളക്കാരെയും കൊല ചെയ്യാനും ഫ്രഞ്ച് സ്ത്രീകളെയും കുട്ടികളെയും തട്ടിക്കൊണ്ടുപോകാനും നാഷണലിസ്റ്റ് പാർട്ടി ഗൂഢാലോചന നടത്തിക്കൊണ്ടിരിക്കുകയായിരുന്നു. ജൂലൈ 10 –നും 17–നുമിടയിൽ പ്രത്യേക ഏജന്റുമാരടങ്ങിയ ഒരു സംഘമായിരുന്നു ഹാനോയിൽത്തന്നെ ഇവ നടപ്പാക്കേണ്ടിയിരുന്നത്.

ഓൺ ഞു ഹൗ തെരുവിലെ നാഷണലിസ്റ്റ് പാർട്ടി കേന്ദ്രം കാണുന്നതിന് മി. ഹുയിഞ് തുക് ഖാഞ് ഞങ്ങളോടൊപ്പം നടന്നു.

ഏതാനും ദിവസങ്ങൾക്കുശേഷം കുറച്ച് നാഷണലിസ്റ്റ് പാർട്ടികാർ ബാക് ബൊ കൊട്ടാരത്തിൽ വരികയും തങ്ങളുടെ പാർട്ടിയുടെ വിപ്ലവനയം ന്യായീകരിക്കുന്നതിന് ആക്ടിങ് പ്രസിഡന്റുമായി ഒരു കൂടിക്കാഴ്ച വേണമെന്ന് ആവശ്യപ്പെടുകയും ചെയ്തു. ഇതു കേട്ട ഉടനെ തന്നെ മി. ഹുയിങ് ചോദിച്ചു. “അവരെവിടെ?”

എഴുന്നേറ്റ് വടിയും കുത്തിപ്പിടിച്ച് അദ്ദേഹം പുറത്തേക്ക് പോയി. കോണിപ്പടിക്കു താഴെ അവരെ കണ്ടപ്പോൾ അവരുടെ നേരെ തന്റെ ഊന്നുവടി ചൂണ്ടിക്കൊണ്ട് അദ്ദേഹം ഗർജിച്ചു:

“തെമ്മാടികൾ! കൊള്ളക്കാർ! നിങ്ങൾക്ക് ദേശീയവാദികളായും ദേശാഭിമാനികളായും ഞെളിഞ്ഞുനിൽക്കാനുള്ള ധൈര്യമുണ്ടായല്ലോ!”

അവരുടെ നേരെ പുറംതിരിഞ്ഞുനിന്നുകൊണ്ട് അദ്ദേഹം തന്റെ ഓഫീസിലേക്ക് മടങ്ങിപ്പോയി.

ഓൺ ഞു ഹൗ തെരുവിലെ സംഭവത്തിനുശേഷം അതേവരെ നാഷണലിസ്റ്റ് പാർട്ടിയുടെ പ്രചാരണത്തിൽ വിശ്വസിച്ചിരുന്നവർപോലും യാഥാർത്ഥ്യമെന്തെന്ന് കണ്ണുതുറന്ന് കാണാൻ തുടങ്ങി.

ജൂൺ 16 ാം തീയതി ഒരു പത്രസമ്മേളനത്തിൽ ആക്ടിങ്ങ് പ്രസിഡന്റ് ഹുയിങ് തുക് ലാഞ് പ്രഖ്യാപിച്ചു:

> നമുക്ക് നമ്മുടെ ജനാധിപത്യ റിപ്പബ്ലിക് കെട്ടിപ്പടുക്കണമെങ്കിൽ ഐക്യം അത്യാവശ്യമാണ്. പക്ഷെ, നിയമവിരുദ്ധപ്രവർത്തനം നടത്തുന്നതിനുള്ള ഒരു മറയായി ആരും 'ഐക്യ'ത്തെ ഉപയോഗിക്കരുത്. എല്ലാ രാഷ്ട്രീയ വിഭാഗങ്ങളോടും പാർട്ടികളോടും പൗരന്മാരോടും യോജിച്ചു നിൽക്കാൻ ഞാൻ ഉപദേശിക്കുന്നു. രാജ്യത്തിന്റെ താൽപ്പര്യം പരിഗണിച്ച് നിയമവിരുദ്ധപ്രവർത്തനം നടത്തിയവരെ നിയമത്തിനുമുമ്പിൽ കൊണ്ടുവരണം. നാഷണലിസ്റ്റ് പാർട്ടിയിലെ യഥാർഥ മെമ്പർമാർക്ക് നിയമത്തിന്റെ ചട്ടക്കൂടിനകത്തുനിന്നുകൊണ്ട് സ്വതന്ത്രമായി പ്രവർത്തിക്കാനുള്ള അവകാശം ഉറപ്പുവരുത്തും. നിയമം എല്ലാവർക്കും ബാധകമാണ്. തട്ടിക്കൊണ്ടുപോകുന്നവരെയും കൊലപാതകികളെയും നിയമമനുസരിച്ച് ശിക്ഷിക്കും. പ്രസിഡന്റ് ഹോ ചി മിനും വൈസ് പ്രസിഡന്റ് ൻഗുയെൻ ഹായ്താനും ഒപ്പുവെച്ച ദേശീയ വിളംബരത്തിലെ 10 വകുപ്പുകൾ അത്തരം സംഭവങ്ങളിൽ സ്വീകരിക്കേണ്ട നടപടികൾ വ്യക്തമാക്കുന്നുണ്ട്. ഞാൻ അവ നടപ്പാക്കുക മാത്രമേ ചെയ്യൂ. ഇത് രാഷ്ട്രീയ പാർട്ടികൾ തമ്മിലുള്ള ഒരു കാര്യമല്ല. പൊതുതാൽപ്പര്യം പരിഗണിച്ചാണ് നാഷണലിസ്റ്റ് പാർട്ടി ഓഫീസുകളിൽ പരിശോധന നടത്തിയത്.

43

ഇരുപത്തിമൂന്നു വർഷത്തിനുശേഷം വീണ്ടും ഫ്രാൻസിൽ

ഹോ അമ്മാവൻ ഫ്രാൻസിലേക്ക് തിരിച്ചതിനുശേഷം നടക്കാറുള്ള സ്റ്റാൻഡിങ് കമ്മിറ്റിയോഗത്തിൽ സഖാവ് 'ഞാനും' (ത്രുവോങ് ചിങ്ങിന്റെ മാറ്റപ്പേർ – അന്നദ്ദേഹം ഇന്തോചൈനീസ് കമ്യൂണിസ്റ്റ് പാർട്ടിയുടെ സെക്രട്ടറി ജനറൽ ആയിരുന്നു) മറ്റംഗങ്ങളും പാരീസിലെ കൂടിയാലോചനകളുടെ പുരോഗതിയെയും രാജ്യത്ത് ഉരുണ്ടുകൂടിവന്ന സംഘർഷാവസ്ഥയെയും സംബന്ധിച്ച് പതിവായി ആശയങ്ങൾ പരസ്പരം കൈമാറുമായിരുന്നു. ഹോ അമ്മാവനും പ്രതിനിധിസംഘത്തിനുമുള്ള ഞങ്ങളുടെ സന്ദേശങ്ങൾ ഫ്രഞ്ചുകാരുടെ കൈകളിലൂടെ പോകേണ്ടിയിരുന്നു. പ്രാരംഭകരാർ നടപ്പാക്കുന്നതിനെ സംബന്ധിച്ച റിപ്പോർട്ടുകളോടുകൂടിയ മിക്ക ടെലഗ്രാമുകളും ഫ്രഞ്ചുകാർ സൈഗോണിൽത്തന്നെ പൂഴ്ത്തിവെച്ചു. ഹോ അമ്മാവനയച്ച ടെലഗ്രാമുകൾ വളരെ വൈകിമാത്രമാണ്, ചിലപ്പോൾ പത്തുദിവസങ്ങൾക്കുശേഷം, ഞങ്ങൾക്ക് കിട്ടിയത്. ഞങ്ങൾക്ക് ആ നിമിഷങ്ങൾ, ഉൽക്കണ്ഠനിറഞ്ഞതായിരുന്നു. ഈ നടപടികൾക്കെതിരെ ഞങ്ങൾ ഒന്നിലേറെതവണ പ്രതിഷേധിച്ചു. ഫ്രാൻസിൽ നടന്നുകൊണ്ടിരുന്ന കൂടിയാലോചനകളുടെ നിലയറിയാനുള്ള ഏകമാർഗം റേഡിയോ ശ്രദ്ധിക്കുകയും ഫ്രഞ്ചുപത്രങ്ങളും പാശ്ചാത്യപത്രങ്ങളും വായിക്കുകയും മാത്രമായിരുന്നു. അങ്ങനെ ചെയ്താൽത്തന്നെ ഓരോ ദിവസത്തെയും സമ്മേളനനടപടികളെ സംബന്ധിച്ച ഹ്രസ്വമായ ഒരു കമ്യൂണിക്കെയല്ലാതെ മറ്റൊന്നും ലഭിക്കില്ല. എങ്കിലും ഹോ അമ്മാവൻ സൂക്ഷിച്ച രേഖകളിൽനിന്നും അദ്ദേഹത്തെ അനുഗമിക്കാൻ ഭാഗ്യമുണ്ടായ ഏതാനും സഖാക്കളിൽനിന്ന് ലഭിച്ച കഥകളിൽനിന്നും അക്കാലത്തെ അദ്ദേഹത്തിന്റെ ബഹുമുഖമായ പ്രവർത്തനങ്ങളെ സംബന്ധിച്ചും ഏതൊക്കെ രീതിയിലാണ് അന്ന് കൂടിയാലോച

നകൾ നടന്നതെന്നതിനെ സംബന്ധിച്ചുമുള്ള ഒരു വിവരണം ഇപ്പോൾ നൽകാനാകും.

മുപ്പത്തഞ്ചുവർഷം മുമ്പ് താൻ താണ്ടിയ വഴികൾ ഹോ അമ്മാവൻ വീണ്ടും താണ്ടി. ഇതിനിടയ്ക്ക് ആ വിപ്ലവധാര അനർഗളം പ്രവഹിച്ചുകൊണ്ടിരുന്നു. 'തന്റെ പിതൃരാജ്യം നഷ്ടപ്പെട്ട്' "ലാതോയ്ഷ ത്രെവില്ലെ" കപ്പലിൽ ജോലിക്കാരനായി വിദേശത്തേക്ക് തിരിച്ച ആ യുവാവായ വിയത്നാംകാരൻ ഇന്ന് സ്വതന്ത്രവിയത്നാം റിപ്പബ്ലിക്കിലെ ഒന്നാമത്തെ പ്രസിഡന്റായി മാറി.

മെയ് 31–ാം തീയതി, കാലാവസ്ഥ മോശമായതുമൂലം, ഹോ അമ്മാവനും പ്രതിനിധിസംഘത്തെയും വഹിച്ചിരുന്ന വിമാനം റംഗൂണിനടുത്ത പൊതുവിമാനത്താവളത്തിലിറങ്ങി.

ജൂൺ ഒന്നാം തീയതി അവർ കൽക്കത്തയിലെത്തി. ബ്രിട്ടീഷ് ഗവർണർ ജനറലിന്റെ പ്രതിനിധിയും ഫ്രഞ്ച് കോൺസലും ഹോ അമ്മാവനെ സ്വീകരിക്കാൻ വിമാനത്താവളത്തിലെത്തിയിരുന്നു. അവർ അദ്ദേഹത്തെ നഗരത്തിലെ ഏറ്റവും വലിയ ഹോട്ടലായ ഗ്രെയ്റ്റ് ഈസ്റ്റേൺ ഹോട്ടലിലേക്ക് അനുഗമിച്ചു. ഹോ അമ്മാവൻ രണ്ടുദിവസം നഗരത്തിൽ താമസിച്ചു. മറുനാടൻ വിയത്നാംകാർ ഇന്ത്യയുടെ ഓരോ മുക്കിൽ നിന്നും അദ്ദേഹത്തെ കാണാനെത്തി. ചിലർ നൂറുകണക്കിന് കിലോമീറ്റർ സഞ്ചരിച്ചാണ് എത്തിച്ചേർന്നത്. നിരവധി സ്ത്രീകൾ അദ്ദേഹത്തോട് യാത്ര ചോദിക്കുമ്പോൾ പൊട്ടിക്കരഞ്ഞു.

ജൂൺ നാലാം തീയതി പ്രതിനിധിസംഘം ആഗ്രയിലെത്തി. അവർ പേരുകേട്ട സ്മാരകങ്ങളും പ്രകൃതിരമണീയമായ സ്ഥലങ്ങളും സന്ദർശിച്ചു.

ജൂൺ അഞ്ചാം തീയതി പ്രതിനിധിസംഘം കറാച്ചിയിൽ തങ്ങി. പ്രസിഡന്റ് ഹോ ചി മിൻ നഗരം വഴി കടന്നുപോകുന്നുണ്ടെന്നും അദ്ദേഹത്തെ അഭിവാദ്യം ചെയ്യണമെന്നും ലണ്ടനിലെ ഗവൺമെന്റ് കറാച്ചി ഗവർണറോട് നിർദേശിച്ചിരുന്നു.

ജൂൺ ആറാം തീയതി ഹോ അമ്മാവൻ ഇറാക്കിലെ ഹബ്ബാനിയയിലെത്തിച്ചേർന്നു. കാലാവസ്ഥ അത്യന്തം ചൂടുള്ളതാകുകമൂലം ആ രാജ്യത്ത് മരങ്ങളൊന്നും ഉണ്ടായിരുന്നില്ല. കാഴ്ച മയപ്പെടുത്തുന്നതിന് പച്ചച്ചായം പൂശിയ ഇരുമ്പുമരങ്ങൾ അവിടവിടെ സ്ഥാപിച്ചിട്ടുണ്ടായിരുന്നു!

ജൂൺ ഏഴാം തീയതി വിമാനം കെയ്റോവിനെ ലക്ഷ്യമാക്കി നീങ്ങി. പലസ്തീനിന്റെ പൗരാണിക തലസ്ഥാനനഗരിയായ ജെറുസലേമിന്റെ വ്യക്തമായ വീക്ഷണം കിട്ടുന്നതിന് വിമാനം പട്ടണത്തിനുമുകളിൽ ഒന്നുരണ്ടു തവണ വട്ടമിട്ടു പറന്നു. പ്രതിനിധിസംഘം മൂന്നുദിവസം കെയ്റോവിൽ ചെലവഴിച്ചു. ബ്രിട്ടീഷ് സൈന്യങ്ങൾ പിൻവാങ്ങണമെന്നാവശ്യപ്പെടുന്നതിന് ഈജിപ്തുകാർ കടുത്ത സമരം നടത്തിക്കൊണ്ടിരുന്ന കാലമായിരുന്നു അത്. നഗരം അതിമനോഹരമായിരുന്നു. നല്ല കാലാവസ്ഥ

യും. നദീതീരത്ത് നിരനിരയായിക്കിടക്കുന്ന ബോട്ടുകൾ നല്ല കാഴ്ചയായിരുന്നു. എന്നാൽ നഗരത്തിൽ സംഘർഷം നിറഞ്ഞ ഒരന്തരീക്ഷം തളംകെട്ടിനിന്നു. ഹോ അമ്മാവന് പാരീസിൽനിന്നൊരു ടെലഗ്രാം ലഭിച്ചു: "താങ്കളെ സ്വീകരിക്കാനുള്ള ഒരു പുതിയ ഫ്രഞ്ച് ഗവൺമെന്റ് പാരീസിൽ രൂപീകരിക്കപ്പെടുന്നതുവരെ ബിയാറിത്സിൽ വിശ്രമിക്കൂ."

ജൂൺ 11 ാം തീയതി അൾജീരിയയിലെ ബിസ്ക്ര ലക്ഷ്യമാക്കി വിമാനം കെയ്റൊ വിട്ടു.

ജൂൺ 12 ാം തീയതി അവർ ബിയാറിത്സിൽ ഇറങ്ങി. സ്പെയിനിൽനിന്ന് വളരെ അകലെയല്ലാതെ ഫ്രാൻസിന്റെ പടിഞ്ഞാറേ തീരത്ത് കിടക്കുന്ന അതീവമനോഹരമായ ഒരു സുഖവാസകേന്ദ്രമാണ് ബിയാറിത്സ്. വിമാനത്താവളത്തിൽ പ്രാദേശികാധികൃതരുടെ പ്രതിനിധികൾ മാത്രമേ അവരെ സ്വീകരിക്കാനുണ്ടായിരുന്നുള്ളൂ. കാരണം, അപ്പോഴേക്കും ഫ്രഞ്ച് ഗവൺമെന്റ് രാജിവെച്ചുകഴിഞ്ഞിരുന്നു. രാജ്യത്തിലെ ദൈനംദിനകാര്യങ്ങളുടെ ചുമതല മാത്രമേ അവിടെ നിർവഹിക്കപ്പെട്ടിരുന്നുള്ളൂ. കൂടിയാലോചന നടത്തേണ്ട ഞങ്ങളുടെ പ്രതിനിധിസംഘം അവിടെ തങ്ങാതെ നേരെ പാരീസിലേക്കുപോയി. ഹോ അമ്മാവൻ ബിയാറിത്സിലെ കാൾട്ടൺ ഹോട്ടലിൽ താമസിച്ചു.

അടുത്ത ദിവസം ഫ്രാൻസിന്റെ ഓരോ മൂലയിലുമുണ്ടായിരുന്ന മറുനാടൻ വിയത്നാംകാർ, ചിലർ കുടുംബത്തോടുകൂടി, ഞങ്ങളുടെ പ്രസിഡന്റിനെ അഭിവാദ്യം ചെയ്യുന്നതിന് ബിയാറിത്സിൽ എത്തിച്ചേർന്നു. പ്രതിനിധിസംഘം നാട്ടിലേക്ക് പോകുമ്പോൾ അവരെ ഏൽപ്പിക്കാൻ പണവും പിരിച്ചുണ്ടാക്കിയിരുന്നു അവർ. ഇംഗ്ലണ്ട്, അമേരിക്ക, ന്യൂകാലിഡോണിയ തുടങ്ങിയ സ്ഥലങ്ങളിൽ കുടിയേറിപ്പാർത്ത ഞങ്ങളുടെ നാട്ടുകാർ പ്രസിഡന്റിനെ അഭിവാദ്യംചെയ്തുകൊണ്ടയച്ച ടെലഗ്രാമുകളും അവിടെ എത്തിക്കൊണ്ടിരുന്നു.

ഫ്രഞ്ച് കമ്യൂണിസ്റ്റുപാർട്ടി, സി ജി ടി ഏതാനും ദിവസങ്ങൾക്കുമുമ്പുമാത്രം രൂപീകരിച്ച ഫ്രാൻസ് – വിയത്നാം അസോസിയേഷൻ എന്നീ ഫ്രഞ്ച് രാഷ്ട്രീയസംഘടനകൾ ഞങ്ങളുടെ പ്രസിഡന്റിനെ കാണുന്നതിന് ബിയാറിത്സിലേക്ക് തങ്ങളുടെ പ്രതിനിധികളെ അയച്ചു. ഫ്രഞ്ചു കമ്യൂണിസ്റ്റ് പാർട്ടിയിലെ തന്റെ ഏതാനും പഴയസഖാക്കളെ ഫ്രഞ്ചു പ്രതിനിധികൾക്കിടയിൽ അദ്ദേഹം കണ്ടുമുട്ടി. കഴിഞ്ഞ ഏതാനും വർഷത്തെ സങ്കീർണമായ പരിതഃസ്ഥിതികളിൽ ഞങ്ങളുടെ പാർട്ടി നടപ്പാക്കിയ നയവും ഇപ്പോഴത്തെ ലക്ഷ്യങ്ങളും അവർക്ക് അദ്ദേഹം വിശദീകരിച്ചുകൊടുത്തു. ഫ്രഞ്ചുപത്രങ്ങൾ വിയത്നാമിനെക്കുറിച്ചുള്ള വാർത്തകൾ പ്രസിദ്ധീകരിക്കാനും ഫ്രഞ്ച്–വിയത്നാം കൂടിയാലോചനകളെക്കുറിച്ച് ചർച്ച ചെയ്യാനും തുടങ്ങി.

ബിയാറിത്സിലെ തന്റെ താമസത്തിനിടയിൽ ഹോ ചി മിൻ ഫ്രാൻസിലെ അപ്പോഴത്തെ സ്ഥിതിഗതികൾ ശ്രദ്ധാപൂർവം പഠിച്ചു.

യുദ്ധത്തിനുശേഷം ഫ്രാൻസിലെ ജനങ്ങളുടെ ജീവിത പരിതഃസ്ഥിതികൾ വളരെയധികം പ്രയാസം നിറഞ്ഞതായിരുന്നു. അപ്പോഴും മാറ്റമൊന്നും വന്നിരുന്നില്ല; റൊട്ടി റേഷൻ ദിവസത്തിൽ 300 ഗ്രാമും മാംസറേഷൻ ആഴ്ചയിൽ 100 ഗ്രാമും വെണ്ണ റേഷൻ മാസത്തിൽ 500 ഗ്രാമുമായിരുന്നു. യുദ്ധം തുടങ്ങിയതിനുശേഷം തങ്ങൾക്ക്, ഓരോരുത്തർക്കും ഓരോ സ്യൂട്ടും ഓരോ ജോടി ഷൂസും മാത്രമേ വാങ്ങാൻ കഴിഞ്ഞിരുന്നുള്ളുവെന്ന് ഹോട്ടലിലെ ജീവനക്കാർ അദ്ദേഹത്തെ ബോധ്യപ്പെടുത്തി. 25 ശതമാനം വേതനവർധനവിനുവേണ്ടി ഫ്രഞ്ചുതൊഴിലാളികൾ കടുത്ത സമരം നടത്തിവരികയായിരുന്നു അപ്പോൾ.

ഹോ അമ്മാവൻ ബിയാറിത്സിലെത്തി പത്തുദിവസം കഴിഞ്ഞതിനുശേഷമാണ് പുതിയ ഫ്രഞ്ചു ഗവൺമെന്റ് രൂപീകരിക്കപ്പെട്ടത്. എം ആർ പിയുടെ നേതാവ് ബി ദൗൾത് ആയിരുന്നു പ്രധാനമന്ത്രി. മൗതെ തന്നെ വീണ്ടും കോളനികാര്യവകുപ്പിന്റെ തലവനായി. ഫ്രഞ്ചുയൂണിയനെ സംബന്ധിച്ച കാര്യങ്ങളുടെ ചുമതലയും അദ്ദേഹത്തിനായിരുന്നു.

ജൂൺ 22 ാം തീയതി ഫ്രഞ്ചുഗവൺമെന്റ് ഹോ അമ്മാവനെ പാരീസിലേക്കുവരാൻ ക്ഷണിച്ചു.

പ്രസിഡന്റ് കയറിയ വിമാനത്തിൽ വിയത്നാമിന്റെയും ഫ്രാൻസിന്റെയും പതാകകൾ പാറിക്കളിച്ചു. മഞ്ഞനക്ഷത്രാങ്കിതമായ രക്തപതാക ഫ്രാൻസിലെ ആകാശത്തിൽ ആദ്യമായി പറക്കുകയായിരുന്നു.

താഴത്തേക്കിറങ്ങുന്നതിനുമുമ്പ് വിമാനം നഗരത്തിൽ വട്ടമിട്ടു പറന്നു. ഐഫെൽ ടവർ, ലെ ഇൻ വാലിദെയിലെ ചാരനിറവും വെള്ളനിറവും കലർന്ന ഗോപുരം, മോണ്ട് മാർത്രെ കുന്നിൻപുറത്തുള്ള സാക്രെ കൊയർ ഗോപുരം തുടങ്ങിയവ അതിവേഗം ഹോ അമ്മാവൻ തിരിച്ചറിഞ്ഞു. 23 വർഷം മുമ്പാണ്, ഒരു വേനൽക്കാലത്ത്, തനിക്ക് സുപരിചിതമായ ആ നഗരത്തോട് അദ്ദേഹം വിടപറഞ്ഞത്. പാരീസ് അന്നെങ്ങനെയായിരുന്നോ അതുപോലെതന്നെയായിരുന്നു ഇപ്പോഴും. രണ്ടാം ലോകമഹായുദ്ധകാലത്ത് ഫ്രാൻസ് പാരീസിനെ തുറന്ന നഗരമായി പ്രഖ്യാപിച്ചിരുന്നു. ലെ ബോർഗെ വിമാനത്താവളത്തിൽ പ്രസിഡന്റിനെ അഭിവാദ്യം ചെയ്യുന്നതിന് ജനങ്ങൾ തടിച്ചുകൂടി. ഒരു കൂറ്റൻ കൊടിമരത്തിന്റെ മുകളിൽ ഒരു വലിയ വിയത്നാമീസ് പതാക പാറിക്കളിക്കുന്നത് കാണായി. ഫ്രാൻസിന്റെ പതാകകൾക്കിടയിലും അനേകം വിയത്നാമീസ് പതാകകൾ തത്തിക്കളിക്കുന്നുണ്ടായിരുന്നു.

വിമാനം താഴത്തിറങ്ങിയപ്പോൾ അദ്ദേഹത്തെ സ്വീകരിക്കുന്നതിന് ഫ്രഞ്ച് ഗവൺമെന്റിനെ പ്രതിനിധീകരിച്ചുകൊണ്ട് കോളനികാര്യമന്ത്രിയും കര-നാവിക-വ്യോമസേനകളുടെ നായകന്മാരാൽ അനുഗതമായ പ്രോട്ടോക്കോൾ വിഭാഗത്തിന്റെ തലവനും അവിടെ സന്നിഹിതരായിരുന്നു. ഹോ ചി മിൻ വിമാനത്തിൽനിന്ന് താഴെയിറങ്ങിയ ഉടനെ അവർ അദ്ദേഹത്തെ വിശ്രമകേന്ദ്രത്തിലേക്കാനയിച്ചു. പ്രസിഡന്റിനെ സ്വീകരിക്കുന്നതിന് കോളനി കാര്യമന്ത്രിയെത്തന്നെ നിയോഗിച്ചത് വിയത്നാം

പ്രശ്നത്തിനുനേരെയുള്ള പുതിയ ഗവൺമെന്റിന്റെ സമീപനമെന്തെന്നു മനസിലാക്കാൻ ഞങ്ങളെ സഹായിച്ചു. നയതന്ത്രപരമായ എല്ലാ നടപടിക്രമങ്ങളും മുറപ്രകാരംതന്നെ ഞങ്ങളനുഷ്ഠിച്ചു. വിമാനത്താവളം മുതൽ കാർ നിർത്തിയേടം വരെ ഒരു ചുവന്ന പരവതാനി വിരിച്ചിരുന്നു. ഫ്രഞ്ച് രാഷ്ട്രീയപാർട്ടികളുടെയും ബഹുജനസംഘടനകളുടെയും പ്രതിനിധികളും ഫ്രാൻസിൽ താമസമാക്കിയ അനേകം വിയത്നാംകാരും പ്രസിഡന്റിനെ അഭിവാദ്യം ചെയ്യുന്നതിന് അദ്ദേഹത്തിനു ചുറ്റും കൂടി. ഫ്രഞ്ച് വനിതകളുടെ പേരിൽ ഒരു പ്രതിനിധി അദ്ദേഹത്തിനൊരു ബൊക്കെ സമ്മാനിക്കുകയും അദ്ദേഹത്തെ ആലിംഗനം ചെയ്യുകയും ചെയ്തു.

ഒരു ഗായകസംഘം വിയത്നാമിന്റെയും ഫ്രാൻസിന്റെയും ദേശീയഗാനമാലപിച്ചു. ഫ്രാൻസിൽവെച്ച് ഇദംപ്രഥമമായി തങ്ങളുടെ ജന്മനാടിന്റെ ദേശീയഗാനം കേട്ടപ്പോൾ വിയത്നാംകാരുടെ കണ്ണിൽ വെള്ളം നിറഞ്ഞു. ഹോ ചി മിനും ഫ്രഞ്ചുഗവൺമെന്റിന്റെ പ്രതിനിധികളും പതാകകളെ സല്യൂട്ട് ചെയ്യുകയും ഗാർഡ് ഓഫ് ഓണർ സ്വീകരിക്കുകയും ചെയ്തു. കുട്ടികളടക്കം ആയിരക്കണക്കിനു പാരീസുകാർ ഹർഷാരവം മുഴക്കി അദ്ദേഹത്തെ അഭിവാദ്യം ചെയ്യുകയും പുഷ്പങ്ങൾ വർഷിക്കുകയും ചെയ്തു. തന്നെ അനുഗമിക്കുന്ന ഫ്രഞ്ചുദ്യോഗസ്ഥന്മാരുടെ കാര്യംകൂടി വിസ്മരിച്ചുകൊണ്ട് ഫ്രാൻസിലെ താമസക്കാരായ വിയത്നാംകാരുടെ–തൊഴിലാളികളും വിദ്യാർഥികളും ബുദ്ധിജീവികളും–പ്രതിനിധികളുമായി സംസാരിക്കാൻ ദീർഘസമയം അദ്ദേഹം അവിടെത്തന്നെനിന്നു. തന്റെ ലളിതമായ കാക്കിസ്യൂട്ടിൽ ഫ്രഞ്ചുതലസ്ഥാനത്ത് വന്നുചേർന്ന ഞങ്ങളുടെ രാഷ്ട്രത്തിന്റെ തലവനുനേരെ നൂറുകണക്കിന് ക്യാമറകളും മൂവിക്യാമറകളും കൺമിഴിച്ചു.

ഫ്രഞ്ചുകാരോട് ഏതാനും വാക്കുകൾ സംസാരിക്കണമെന്നുപറഞ്ഞ് ഒരു ഏജൻസി റിപ്പോർട്ടർ തന്റെ മൈക്രോഫോൺ പ്രസിഡന്റിന് കൊടുത്തു. അദ്ദേഹം പറഞ്ഞു:

> എനിക്ക് ഇങ്ങനെയൊരു ഹൃദ്യമായ വരവേൽപ്പു നൽകിയതിന് ഫ്രഞ്ചുഗവൺമെന്റിനോടും ജനങ്ങളോടും ഞാൻ നന്ദിപറയുന്നു. ഭാവിയിൽ വിയത്നാമിലെയും ഫ്രാൻസിലെയും ജനങ്ങൾ തുല്യതയോടെയും ആത്മാർഥതയോടെയും സൗഹാർദപരമായും പരസ്പരം സഹകരിക്കുമെന്നും ഞാൻ പ്രത്യാശിക്കുന്നു.

എലീസി കൊട്ടാരത്തിനടുത്തുള്ള ഹോട്ടൽ റോയൽ മോൺസ്യൂവിലേക്ക് കാറുകളുടെ ഒരു ഘോഷയാത്ര പ്രസിഡന്റിന് അകമ്പടി സേവിച്ചു. പതാകകൾ വീശിക്കൊണ്ടും മുദ്രാവാക്യങ്ങൾ മുഴക്കിക്കൊണ്ടും റോഡിനിരുപുറവും തടിച്ചു കൂടിയ ഫ്രഞ്ചുകാർ അദ്ദേഹത്തെ അഭിവാദ്യം ചെയ്തു.

44

ഫ്രാൻസിലെ സ്ഥിതിഗതികൾ

പാരീസിലെത്തിയതിനുശേഷം പതിനൊന്നുദിവസം വരെ ഫ്രഞ്ച് ഗവൺമെന്റ് പ്രസിഡന്റ് ഹോ ചി മിനെ ഔദ്യോഗികമായി സ്വീകരിച്ചില്ല. ഈ കാലതാമസം കൂടിയാലോചനയിലുണ്ടായേക്കാനിടയുള്ള പ്രതികൂലാവസ്ഥയുടെ സൂചനയായിരുന്നു.

ഇനി നമുക്ക് അക്കാലത്തുണ്ടായിരുന്ന സ്ഥിതിഗതികളിലേക്ക് ഒന്ന് കണ്ണോടിക്കാം.

അനേകവർഷങ്ങളായി ഫ്രാൻസിലെ രാഷ്ട്രീയാധികാരം ഒരുകൂട്ടം മുതലാളിമാരുടെ, പ്രത്യേകിച്ചും ബാങ്കിങ്ങ് – വ്യവസായ–വ്യാപാര മേഖലകളെ നിയന്ത്രിച്ചിരുന്ന ഫിനാൻഷ്യർമാരുടെ, കൈകളിലായിരുന്നു.

അക്കാര്യം ലെനിൻ നേരത്തെതന്നെ ഇങ്ങനെ ചൂണ്ടിക്കാട്ടി "ബ്രിട്ടീഷ് കൊളോണിയലിസ്റ്റ് സാമ്രാജ്യത്വത്തിൽനിന്ന് വ്യത്യസ്തമായി ഫ്രഞ്ചുസാമ്രാജ്യത്വത്തെ ഹുണ്ടികസാമ്രാജ്യത്വം എന്നാണ് വിളിക്കേണ്ടത്."

കർശനമായ ചുങ്കവ്യവസ്ഥയേർപ്പെടുത്തി മറ്റു മുതലാളിത്തരാജ്യങ്ങളിൽനിന്ന് തങ്ങളുടെ രാജ്യത്തേക്കുള്ള ചരക്കുകളുടെ ഒഴുക്ക് തടയുകയും മത്സരമൊഴിവാക്കുകയും ചെയ്യുക; അതുവഴി ഫ്രഞ്ചുകൊളോണിയൽ കമ്പോളങ്ങൾ സംരക്ഷിക്കുക; ലാഭം മുൻനിർത്തി വിദേശത്ത് കൂടുതൽ കൂടുതൽ മൂലധനം നിക്ഷേപിക്കുക – ഇതായിരുന്നു ഫ്രഞ്ചുകാരുടെ ക്ലാസിക്കൽ നയം. കോളനികളിലെ പ്രകൃതിവിഭവങ്ങൾ തങ്ങളുടെ രാജ്യത്തിലേക്ക് കയറ്റി അയച്ച് അവയുടെ സമ്പത്ത് ഊറ്റിക്കുടിക്കുകയും നാട്ടുകാർക്ക് ഏറ്റവും കുറഞ്ഞകൂലി നൽകിയും അവരുടെമേൽ കനത്ത നികുതികൾ ചുമത്തിയും അവരെ പിഴിഞ്ഞെടുക്കുകയുമായിരുന്നു ഫ്രഞ്ചുകാരുടെ മറ്റൊരു നയം. അവർ കോളനിരാജ്യങ്ങളിലെ സമ്പദ് വ്യവസ്ഥ പിന്നോക്കാവസ്ഥയിൽത്തന്നെ തളച്ചുനിർത്തി.

ഫ്രഞ്ചു വൻകിടബൂർഷ്വാസി കുപ്രസിദ്ധമാംവിധം സൂത്രശാലിയായിരുന്നു. രണ്ടാം ലോകമഹായുദ്ധം പൊട്ടിപ്പുറപ്പെടുന്നതിനുമുമ്പ്, ഫ്രാൻസിൽ അധികാരത്തിലിരുന്നവർ, ജർമൻ-ഇറ്റാലിയൻ ഫാസിസ്റ്റുകൾക്ക് പിന്തുണ നൽകി. ദീർഘകാലത്തെ വിപ്ലവസമരങ്ങളുടെ പാരമ്പര്യമുള്ള ഫ്രഞ്ചുതൊഴിലാളികളെ അടിച്ചമർത്താനുള്ള ഒരുപകരണമാണ് ഫാസിസം എന്നു കരുതിയിട്ടാണ് അവരങ്ങനെ ചെയ്തത്. സ്പെയിനിൽ ഹിറ്റ്ലറും മുസോളിനിയും ഇടപെട്ടതിന് അവർ പിന്തുണ നൽകി; സ്പാനിഷ് റിപ്പബ്ലിക്കൻമാരെ അടിച്ചമർത്താൻ ഫ്രാങ്കോവിനെ സഹായിച്ചു. സോവിയറ്റു യൂണിയനെ നാമാവശേഷമാക്കാൻ നാസികളെ ഉപയോഗിക്കാമെന്ന് ബ്രിട്ടീഷ് ബൂർഷ്വാസിയോടൊപ്പം അവരും പ്രതീക്ഷിച്ചു. ഫാസിസ്റ്റ് കടന്നാക്രമണങ്ങളെ കിഴക്കൻ രാജ്യങ്ങളിലേക്ക് തിരിച്ചുവിടുകയെന്ന ഉദ്ദേശ്യത്തോടെ ആസ്ത്രിയയിലും ചെക്കോസ്ലവാക്യയിലും ഹോളണ്ടിലും അതിക്രമിച്ചുകയറാൻ അവർ ജർമൻകാരെ അനുവദിച്ചു. എന്നാൽ ഈ ദിശയിൽ കൂടുതൽ മുന്നേറുന്നതിനുമുമ്പുതന്നെ ഫാസിസ്റ്റുകൾ പിന്നോക്കം തിരിയുകയും ഏതാനും ആഴ്ചകൾക്കകം ഫ്രാൻസ് പിടിച്ചടക്കുകയും ചെയ്തു.

ജർമൻ അധിനിവേശകാലത്ത് ഫ്രഞ്ചു വൻകിട ബൂർഷ്വാസി ഒരു ദ്വിമുഖനയം കൈക്കൊണ്ടു. ഒരു ഭാഗത്ത്, അവർ ജർമൻ ഫാസിസ്റ്റുകളുമായി കൂട്ടുകൂടി. യൂറോപ്പിനെതിരെയുള്ള ആക്രമണം തുടരാൻ ഹിറ്റ്ലറെ സഹായിച്ചു. മറുഭാഗത്ത്, ഇംഗ്ലീഷുകാരുമായും അമേരിക്കക്കാരുമായും അവർ കൈകോർത്തുപിടിച്ചു. സഖ്യശക്തികൾ വിജയിക്കുകയാണെങ്കിൽ അതിനനുസരിച്ച് പ്രവർത്തിക്കാമല്ലോ എന്ന ചിന്തയാണ് അതിന്നവരെ പ്രേരിപ്പിച്ചത്. ജർമൻ കയ്യേറ്റത്തിനെതിരെ ജനകീയ ചെറുത്തുനിൽപ്പ് സംഘടിപ്പിക്കുന്നതിന് ഫ്രഞ്ച് കമ്യൂണിസ്റ്റു പാർട്ടി നേതൃത്വം നൽകി. ദേശാഭിമാനികളെ അടിച്ചമർത്തുന്നതിൽ ഫാസിസ്റ്റുകൾക്ക് സഹായം നൽകിയ വിഷിഭരണം മാത്രമല്ല ദീ ഗാൾ തന്നെയും ഫ്രാൻസിൽ വളർന്നുവന്ന ചെറുത്തുനിൽപ്പ് പ്രസ്ഥാനത്തെ നിയന്ത്രിക്കാൻ ആവുന്നത്ര ശ്രമിച്ചു.

യുദ്ധത്തിനുശേഷം വിജയശ്രീലാളിതരായ സഖ്യശക്തികളുടെ ഭാഗത്താണ് ഫ്രാൻസ് നിലയുറപ്പിച്ചതെങ്കിലും, വാസ്തവത്തിൽ, അധിനിവേശംകൊണ്ട്, തളർച്ച ബാധിച്ച ഒരു പരാജിതരാജ്യമായിരുന്നു അത്. ഫ്രഞ്ചുബൂർഷ്വാസി ആകപ്പാടെ ക്ഷീണിച്ചുപോയി. അതിന്റെ രാഷ്ട്രീയ സ്വാധീനം തകരാനും തുടങ്ങി. വ്യാവസായികോൽപ്പാദനം യുദ്ധപൂർവ കാലത്തേക്കാൾ വളരെയധികം കുറഞ്ഞു. വ്യാവസായികോപകരണങ്ങൾ, വളരെക്കാലത്തേക്ക് നവീകരിക്കാത്തതുമൂലം, കാലഹരണപ്പെട്ടുപോയി. ഫ്രഞ്ചുപട്ടാളം ഒരു ഫ്രഞ്ചുരാഷ്ട്രീയനിരീക്ഷകന്റെ അഭിപ്രായത്തിൽ, "അമേരിക്കൻ പട്ടാളത്തിന്റെ ഗർഭപാത്രത്തിൽ വളരുന്ന ഒരു ഭ്രൂണ"മായി മാറി. ഫ്രഞ്ചുൽപ്പന്നങ്ങൾക്കുള്ള യൂറോപ്യൻ കമ്പോളങ്ങൾ ചുരുങ്ങിപ്പോയി. ഫ്രഞ്ച് വൻകിടബൂർഷ്വാസിക്ക് ചെക്കോസ്ലവാക്യയിലും

പോളണ്ടിലും മറ്റുമുണ്ടായിരുന്ന അനേകം ഫാക്ടറികളും ഖനികളും ബാങ്കുകളും നഷ്ടമായി. അതിനിടയിൽ ജർമൻ ഫാസിസത്തിനെതിരായ ദീർഘകാലത്തെ സമരങ്ങളിലൂടെ ഉരുകിത്തെളിഞ്ഞുവന്ന കമ്യൂണിസ്റ്റ് പാർട്ടി ജനങ്ങൾക്കിടയിൽ വലിയ മതിപ്പ് സൃഷ്ടിച്ചു. ജനാധിപത്യപ്രസ്ഥാനങ്ങളുടെ വളർച്ച ഫ്രഞ്ച് വൻകിടബൂർഷ്വാസിക്കും യൂറോപ്പിൽ ആയിടെമാത്രം സൃഷ്ടിക്കപ്പെട്ട പുതിയ പരിതഃസ്ഥിതിയെ നേരിടേണ്ടിവന്ന ബ്രിട്ടീഷ്–അമേരിക്കൻ സാമ്രാജ്യവാദികൾക്കും ഒരു പേടിസ്വപ്നമായിത്തീർന്നു. താൻ രാഷ്ട്രീയത്തിനുപരിയായിട്ടാണ് നിൽക്കുന്നതെന്ന് എല്ലായ്പ്പോഴും അവകാശപ്പെട്ടിരുന്ന ദീ ഗാൾ–പല ബൂർഷ്വാപത്രങ്ങളും അങ്ങനെതന്നെയാണ് അവകാശപ്പെട്ടത് – വാസ്തവത്തിൽ, ഫിനാൻസ് മുതലാളിമാരുടെ താൽപ്പര്യങ്ങളുടെ പ്രതിനിധിയായിരുന്നു. ഫ്രാൻസിൽ നിലയുറപ്പിച്ചിരുന്ന പരസഹസ്രം അമേരിക്കൻ – ബ്രിട്ടീഷ് സൈന്യങ്ങളെ ആശ്രയിച്ചുകൊണ്ട് നാസി അധിനിവേശത്തിനെതിരെയ പോരാടിയ വിപ്ലവസായുധസേനയെ ദീ ഗാൾ നിരായുധമാക്കി. ജനാധിപത്യസ്ഥാപനങ്ങളെ മുഴുവൻ നശിപ്പിക്കുകയും ഒരു ഏകാധിപത്യഭരണം സ്ഥാപിക്കുകയുമായിരുന്നു അയാളുടെ ശ്രമങ്ങളുടെയെല്ലാം ലക്ഷ്യം. തൊഴിലാളികളുടെ സാമ്പത്തിക താൽപ്പര്യങ്ങൾ സംരക്ഷിക്കാനും സ്വാതന്ത്ര്യവും ജനാധിപത്യവും വീണ്ടെടുക്കാനും അവരെ സമരത്തിലണിനിരത്തി നയിക്കാനും കമ്യൂണിസ്റ്റ് പാർട്ടി അങ്ങേയറ്റം യത്നിച്ചു. തങ്ങളുടെ വഷളായ നിലയിൽനിന്ന് സ്വയം മോചനം നേടാൻ വേണ്ടി ശ്രമിച്ചുകൊണ്ടിരുന്ന കുത്തക മുതലാളിമാർക്കെതിരായ സമരം അത്യുഗ്രമായിരുന്നു.

1945 ഒക്ടോബറിൽ നാലാം റിപ്പബ്ലിക്കിന്റെ ഭരണഘടന ഉണ്ടാക്കേണ്ടിയിരുന്ന ഭരണഘടനാ നിർമാണസമിതിയെ തെരഞ്ഞെടുക്കാൻ ഒരു പൊതുതെരഞ്ഞെടുപ്പ് നടത്തുന്നതിന് ദീ ഗാൾ നിർബന്ധിതനായി. അയാൾ പ്രസിഡന്റായി ഒരു താൽക്കാലികഗവൺമെന്റ് സ്ഥാപിക്കപ്പെട്ടു. മൂന്നു പ്രധാന രാഷ്ട്രീയസംഘടനകളിലെ – എം ആർ വി, കമ്യൂണിസ്റ്റ് പാർട്ടി, സോഷ്യലിസ്റ്റ് പാർട്ടി – അംഗങ്ങൾ അടങ്ങിയതായിരുന്നു ഗവൺമെന്റ്.

1946 ആദ്യം ദീ ഗാൾ പെട്ടെന്ന് രാജിവെച്ചു. രാജ്യത്ത് രാഷ്ട്രീയക്കുഴപ്പം സൃഷ്ടിക്കുകയെന്നതായിരുന്നു അയാളുടെ ഉദ്ദേശ്യം. സോഷ്യലിസ്റ്റുകാരനായ ഫെലിക്സ് ഗൊയ്ൻ പ്രസിഡന്റായി ഒരു താൽക്കാലിക ഗവൺമെന്റ് രൂപീകരിക്കപ്പെട്ടു. ഫ്രാൻസും വിയത്നാമും തമ്മിലൊപ്പുവെച്ച പ്രാരംഭകരാറിന് ഈ ഗവൺമെന്റ് അംഗീകാരം നൽകി. ഈ അവസരമുപയോഗപ്പെടുത്തി സോഷ്യലിസ്റ്റ് പാർട്ടികളും കമ്യൂണിസ്റ്റ് പാർട്ടിയും തമ്മിൽ സഖ്യം സ്ഥാപിക്കണമെന്നും ഗാലിസ്റ്റനുകൂല വലതുപക്ഷക്കാരെ പുറത്താക്കി സോഷ്യലിസ്റ്റുകാരും കമ്യൂണിസ്റ്റുകാരുമടങ്ങിയ ഒരു ഗവൺമെന്റ് രൂപീകരിക്കണമെന്നും കമ്യൂണിസ്റ്റ് പാർട്ടി വാദിച്ചു. അതിനു സാധ്യതയുണ്ടായിരുന്നു. കാരണം, ഗവൺമെന്റിൽ പ്രസ്തുത രണ്ട് പാർട്ടികൾക്കായിരുന്നു ഭൂരിപക്ഷമുണ്ടായിരുന്നത്.

എന്നാൽ സോഷ്യലിസ്റ്റുപാർട്ടിയുടെ നേതാക്കൾ ഈ നിർദേശം തള്ളിക്കളഞ്ഞു.

1946 മാർച്ചിൽ ഗൊയ്ൻ ഗവൺമെന്റ് സോഷ്യലിസ്റ്റ് പാർട്ടി നേതാവായ ലിയോണ് ബ്ളുമിനെ കടം ചോദിക്കാനായി വാഷിങ്ടണിലേക്കയച്ചു. 11 ആഴ്ചയിലെ വിലപേശലിനുശേഷം 6500 ലക്ഷം ഡോളർ വായ്പയായി നൽകാൻ അമേരിക്ക സമ്മതിച്ചു. പക്ഷെ, അമേരിക്കൻ ചരക്കുകൾക്കേർപ്പെടുത്തുന്ന ചുങ്കത്തിൽ കുറവുവരുത്തണമെന്ന ഒരു വ്യവസ്ഥയുമുണ്ടായിരുന്നു അതോടൊപ്പം. ഗവൺമെന്റിൽനിന്ന് കമ്യുണിസ്റ്റുകാരെ എത്രയും വേഗം പുറത്താക്കണമെന്ന നിബന്ധനയും അമേരിക്ക മുന്നോട്ടുവയ്ക്കുകയുണ്ടായെന്ന് പരക്കെ വിശ്വസിക്കപ്പെട്ടുവരുന്നു. ഫ്രഞ്ചുജനതയെ എതിർക്കുന്നതിനും ദുർബലമായിക്കൊണ്ടിരിക്കുന്ന തങ്ങളുടെ ഭരണത്തെ താങ്ങിനിർത്തുന്നതിനും അമേരിക്കയെ ആശ്രയിക്കുവാൻ തന്നെ അവർ തീരുമാനിച്ചു. അമേരിക്ക അപ്പോഴേക്കും യുദ്ധം മൂലം സമ്പന്നമാവുകയും സാമ്രാജ്യത്വചേരിയുടെ മുഖ്യനായകനായി വളർന്നുവരികയും ചെയ്തുകഴിഞ്ഞിരുന്നു.

1946 മെയ് മാസത്തിൽ ആദ്യത്തെ കരടുഭരണഘടന ഹിതപരിശോധനക്കായി സമർപ്പിക്കപ്പെട്ടു. പലകാര്യങ്ങളിലും അതു ജനാധിപത്യപരവും പുരോഗമനപരവുമായിരുന്നു. ഞാൻ രാഷ്ട്രീയരംഗത്തുനിന്ന് പിൻവാങ്ങിയതായി പ്രഖ്യാപിച്ചിരുന്നുവെങ്കിലും അതിന്നെതിരെ ദീ ഗാൾ കടന്നാക്രമണമാരംഭിച്ചു. ദീ ഗാളിന്റെ സഹായത്തോടെ പിന്തിരിപ്പൻ ശക്തികളഴിച്ചുവിട്ട പ്രചാരണത്തിന്റെ ഫലമായി ഭരണഘടന തള്ളപ്പെട്ടു. ഗൊയ്ൻ ഗവൺമെന്റ് നിലംപതിച്ചു. മറ്റൊരു ഭരണഘടനാനിർമാണസമിതിയെ തെരഞ്ഞെടുക്കുന്നതിന് ഫ്രഞ്ച് ജനതക്ക് ഒരിക്കൽക്കൂടി തെരഞ്ഞെടുപ്പിനെ അഭിമുഖീകരിക്കേണ്ടിവന്നു.

ജൂണിൽ നടന്ന തെരഞ്ഞെടുപ്പിൽ കമ്യൂണിസ്റ്റ് പാർട്ടിയുടെ നില മാറ്റമില്ലാതെ തുടർന്നു. പക്ഷെ, തങ്ങളുടെ വഞ്ചനാപരമായ സമീപനം നിമിത്തം സോഷ്യലിസ്റ്റ് പാർട്ടിക്ക് ധാരാളം വോട്ടുകൾ നഷ്ടപ്പെട്ടു. ദീ ഗാളിന്റെ സ്വാധീനം മൂലം ഗണ്യമായ നേട്ടമുണ്ടായ എം ആർ പിക്ക് ഏതാനും സീറ്റുകൾ കൂടുതൽ കിട്ടി. അങ്ങനെ താൽക്കാലിക ഗവൺമെന്റിലെ പ്രസിഡന്റ് സ്ഥാനം ബിദൗൾതിനു പോയി. എം ആർ പിയുടെ നേതാവായ അയാൾ വിദേശകാര്യമന്ത്രിയെന്ന നിലയിൽ ഗാളുമായി വളരെക്കാലം സഹകരിച്ച് പ്രവർത്തിച്ചിരുന്നു. ഏതാനും കമ്യൂണിസ്റ്റുകാർ കൂടി ഉൾപ്പെട്ടിട്ടും ഈ ഗവൺമെന്റ് വലതുപക്ഷത്തേക്ക് നീങ്ങാൻ തുടങ്ങി. അമേരിക്കക്കാരെ കൂടുതലായി ആശ്രയിക്കുകയെന്ന ഒരു പ്രവണതയും ദൃശ്യമായി. ഫ്രാൻസിലെ പുതിയ ഗവൺമെന്റ് മാർച്ച് ആറാം തീയതി ഒപ്പുവയ്ക്കപ്പെട്ട പ്രാരംഭകരാറിനെ അട്ടിമറിക്കാൻ തുടങ്ങി. ഫ്രാൻസും വിയത്നാം ജനാധിപത്യറിപ്പബ്ലിക്കും തമ്മിലുണ്ടാക്കിയ ഒത്തുതീർപ്പിനെ മാനിക്കാതിരിക്കാനും അവർ നോക്കി. ഈ ഒത്തു

തീർപ്പിനെ ഫ്രഞ്ച് സാമ്രാജ്യത്വത്തിന്റെ നാശത്തിലേക്ക് നയിക്കുന്ന ആപൽക്കരമായ ഒന്നായിട്ടാണ് ഫിനാൻസ് മുതലാളികൾ കണ്ടത്.

എങ്കിലും പ്രസിഡന്റ് ഹോ ചി മിനുള്ള സ്വീകരണ പരിപാടി സർവ വിധ നയതന്ത്ര ചടങ്ങളുകളോടെയും നടന്നു.

ജൂലൈ രണ്ടാം തീയതി രാവിലെ 11 മണിക്ക് മുഖ്യനയതന്ത്ര ഉദ്യോഗസ്ഥനും ഉയർന്ന ഉദ്യോഗസ്ഥന്മാരും പ്രസിഡന്റിനെ കാണാനും ഫ്രഞ്ച് ഗവൺമെന്റൊരുക്കിയ സ്വീകരണപരിപാടിയിൽ പങ്കെടുക്കുന്നതിന് അദ്ദേഹത്തെ അനുഗമിക്കാനും ഹോട്ടൽ റോയൽ മോൺസ്യൂവിലേക്കു പോയി.

കാറുകളുടെ ഘോഷയാത്ര തെരുവീഥികളിലൂടെ കടന്നുപോയി. വഴിനീളെ അപ്പോൾ ഗതാഗതം നിരോധിച്ചിരുന്നു.

ഹോട്ടൽ മാതിനോണിൽ വിയത്നാം - ഫ്രഞ്ച് പതാകകൾ തൂങ്ങിക്കിടന്നു. സൈനികബാൻഡ് രണ്ട് രാജ്യങ്ങളിലെയും ദേശീയ ഗാനമാലപിച്ചതിനുശേഷം പ്രസിഡന്റ് ഹോ ഗാർഡ് ഓഫ് ഓണർ പരിശോധിച്ചു. അദ്ദേഹത്തെ സ്വീകരണമുറിയിലേക്കാനയിക്കുന്നതിന് പ്രസിഡന്റ് ബിദൗൾത് പുറത്തേക്കു വന്നു. അയാൾ ഗവൺമെന്റിലെ അംഗങ്ങളെയെല്ലാം പ്രസിഡന്റ് ഹോവിന് പരിചയപ്പെടുത്തി.

പാർട്ടി ആരംഭിക്കുന്നതിനുമുമ്പ് ബിദൗൾത് തന്റെ സ്വാഗതപ്രസംഗം വായിച്ചു.

മി പ്രസിഡന്റ്,

> ഫ്രഞ്ച് ജനതയുടെ പേരിൽ വിയത്നാം ജനാധിപത്യ റിപ്പബ്ലിക്കിന്റെ പ്രസിഡന്റിനെ സ്വീകരിക്കുന്നതിൽ എനിക്ക് അതിയായ സന്തോഷമുണ്ട്. താങ്കൾ ഫ്രാൻസിൽ എത്തിച്ചേർന്ന ഉടനെതന്നെ താങ്കൾക്ക് സ്വീകരണം നൽകണമെന്ന് ഞങ്ങൾ ആഗ്രഹിച്ചിരുന്നുവെങ്കിലും നിയന്ത്രണാതീതമായ കാരണങ്ങളാൽ അതിത്രയും നീണ്ടുപോയി. അതിൽ ഞാൻ ഖേദം രേഖപ്പെടുത്തുന്നു. താങ്കളുടെ സാന്നിധ്യം ഫ്രഞ്ച് ജനതയ്ക്ക് വളരെയധികം ആഹ്ലാദപ്രദമാണെന്ന് പറയാൻ എന്നെ അനുവദിക്കുക. രണ്ടു രാജ്യങ്ങളിലെയും ജനങ്ങൾ തമ്മിലുള്ള പരമ്പരാഗതമായ സുഹൃദ് ബന്ധത്തെയാണിത് കാണിക്കുന്നത്. കുറച്ചുകാലത്തേക്ക് മങ്ങിപ്പോയിരുന്ന ഈ ബന്ധം വീണ്ടും കൂടുതൽ ശക്തവും കൂടുതൽ ആത്മാർഥവുമായിത്തീരും.

'സുഹൃദ്‌രാജ്യങ്ങൾക്കു മാത്രമായി പാരീസും ഫ്രാൻസും ഒരുക്കുന്ന സ്വീകരണപരിപാടിയിൽ അനുയോജ്യമാംവിധം ആത്മാർഥവും സൗഹൃദപൂർവവുമായ വാക്കുകളിൽ സംസാരിച്ച് പ്രസിഡന്റ് ഹോ ചി മിനെ ബിദൗൾത് അഭിനന്ദിച്ചു. "മഹത്തായ മാനുഷികവികാരങ്ങളാൽ പ്രചോദിതമായി സൃഷ്ടിക്കപ്പെട്ട" ഒന്നാണ് ഫ്രഞ്ച് യൂണിയനെന്ന് അയാൾ വീമ്പിളക്കി. വിയത്നാം - ഫ്രഞ്ച് പ്രതിനിധികൾ ഒത്തുകൂടേണ്ടിയിരുന്ന ഫൊന്തേൻബ്ലൂ കോട്ടയുടെ 'കാവ്യാത്മകവും മനോഹരവു'മായ ദൃശ്യ

ത്തെക്കുറിച്ച് അയാൾ സംസാരിച്ചു. "രണ്ടു പക്ഷവും ആത്മാർഥതയോടെയും പരസ്പരധാരണയോടെയുമാണ് പ്രവർത്തിക്കുവാൻ പോകുന്ന"തെന്ന് അയാൾ പ്രസ്താവിച്ചു. കൺഫ്യൂഷിയൻ ദർശനവും പാശ്ചാത്യ ദർശനങ്ങളും തമ്മിലുള്ള സമ്മേളനത്തെക്കുറിച്ചും സ്വതന്ത്രമനുഷ്യർക്കിടയിലെ ബന്ധങ്ങളെ സംബന്ധിച്ചുണ്ടായിട്ടുള്ള പുതിയ സങ്കൽപ്പങ്ങളെക്കുറിച്ചും മനുഷ്യസമൂഹത്തിന്റെ പരിണാമത്തെയും ആദർശങ്ങളെയും കുറിച്ചും മറ്റും അയാൾ വാചാലമായി സംസാരിച്ചു.

അമൂർത്തമായ വാക്കുകളല്ലാതെ ഫ്രഞ്ചുപ്രസിഡന്റിന്റെ പ്രസംഗത്തിൽ വ്യക്തമായ മറ്റൊന്നുമുണ്ടായിരുന്നില്ല. പ്രസിഡന്റ് ഹോ ചി മിൻ ഇങ്ങനെ മറുപടി പറഞ്ഞു:

> ജനങ്ങളും ഫ്രഞ്ചു ഗവൺമെന്റും എനിക്കു നൽകിയ ഹൃദ്യമായ ഈ സ്വീകരണം എന്നെ വികാരഭരിതനാക്കുന്നു. അനശ്വരനഗരമായ പാരീസ് 1789-ലെ വിപ്ലവം സംഭാവന ചെയ്ത മഹത്തായ ആദർശങ്ങളുടെ കളിത്തൊട്ടിലാണ്. ജനാധിപത്യചേരിയും ഫാസിസ്റ്റ് ചേരിയും തമ്മിൽ നടന്ന രക്തരൂഷിതമായ ഏറ്റുമുട്ടലിന്റെ കാലത്തും പാരീസ് ആ ആദർശങ്ങളിൽ വിശ്വസ്തതയോടെ ഉറച്ചുനിൽക്കുകയുണ്ടായി. ഫൊന്തേൻ ബ്ലൂ സമ്മേളനത്തിനുമുമ്പിൽ അനേകം പ്രയാസങ്ങളുണ്ടായിരിക്കാൻ സാധ്യതയുണ്ട്. എങ്കിലും ആ സമ്മേളനത്തിന്റെ കടമ ഫ്രാൻസും പുതിയ വിയത്നാമും തമ്മിലുള്ള ബന്ധത്തിന് അടിത്തറപാകുകയെന്നതാണ്. ആത്മാർഥതയുടെയും പരസ്പരധാരണയുടെയും അടിസ്ഥാനത്തിൽ എല്ലാ തടസങ്ങളും നീക്കംചെയ്യാൻ കഴിയും. 'മറ്റുള്ളവർ നിങ്ങളോട് എന്തുചെയ്യരുതെന്ന് നിങ്ങൾ ആഗ്രഹിക്കുന്നുവോ അത് മറ്റുള്ളവരോട് ചെയ്യരുത്' എന്ന തത്വത്തെ പൗരസ്ത്യദർശനങ്ങളും പാശ്ചാത്യദർശനങ്ങളും ഒരേപോലെ അംഗീകരിക്കുന്നുണ്ട്. ഇത്തരം പരിതഃസ്ഥിതികളിൽ നടക്കുന്ന ഭാവി സമ്മേളനം നല്ല ഫലങ്ങളുളവാക്കുമെന്ന് എനിക്ക് തീർച്ചയുണ്ട്.

ജൂലൈ മൂന്നാം തീയതി 'ആർക് ദ് ത്രിയോംഫി'ലുള്ള 'അജ്ഞാത സൈനിക'ന്റെ ശവകുടീരത്തിൽ പ്രസിഡന്റ് ഹോ റീത്ത് സമർപ്പിച്ചു. അദ്ദേഹം വേഴ്സയിൽസും സന്ദർശിച്ചു. 1919 ലെ മധ്യവേനൽക്കാലത്ത് അദ്ദേഹം ആ സ്ഥലം സന്ദർശിച്ചിരുന്നു. അപ്പോൾ ഒന്നാംലോകമഹായുദ്ധം അവസാനിപ്പിച്ചുകൊണ്ടുള്ള ഒരു സമാധാനക്കരാറുണ്ടാക്കുന്നതിന് സഖ്യശക്തികൾ അവിടെ സമ്മേളിക്കുകയായിരുന്നു. വിയത്നാമിന് സ്വാതന്ത്ര്യം അനുവദിക്കണമെന്നാവശ്യപ്പെട്ടുകൊണ്ടുള്ള ഒരു മെമ്മോറാണ്ടം അദ്ദേഹം അവർക്ക് നൽകി.

ജൂലൈ നാലാം തീയതി മൗണ്ട് വലേറിനിയിലുള്ള യുദ്ധസ്മാരകം അദ്ദേഹം സന്ദർശിച്ചു. ഈ കുന്നിൽ വെച്ചാണ് രണ്ടാം ലോകമഹായുദ്ധത്തിൽ ജർമൻ ഫാസിസ്റ്റുകൾ അനേകം ഫ്രഞ്ചു പക്ഷപാതികളെ

ചിത്രവധം നടത്തിയത്. തന്റെ കുറിപ്പുകളിൽ അദ്ദേഹം എഴുതിയിട്ട താഴെപറയുന്ന വരികൾ വായിക്കുമ്പോൾ ഹോ അമ്മാവൻ എത്രമാത്രം വികാരാധീനനായിരുന്നു ആ സമയത്തെന്ന് മനസിലാക്കാം:

> സ്വാതന്ത്ര്യത്തിനുവേണ്ടി പോരാടിക്കൊണ്ടിരിക്കെ ജർമൻകാരാൽ കൂട്ടമായി കൊലചെയ്യപ്പെട്ട ഫ്രഞ്ചുപോരാളികളുടെ ഈ സ്മാരകം കാണുമ്പോൾ ഞങ്ങൾ ദുഃഖനിമഗ്നരായിത്തീരുകയാണ്. വികാരാധീനരാവുകയാണ്. ഏതു രാജ്യവും സ്വാതന്ത്ര്യം നേടിയെടുക്കുന്നത് തങ്ങളുടെ പോരാളികളുടെ രക്തമൊഴുക്കിയതിലൂടെയും ദേശീയൈക്യത്തിലൂടെയുമാണ്. അതുകൊണ്ട് സ്വന്തം രാജ്യത്തിന്റെ സ്വാതന്ത്ര്യം ആഗ്രഹിക്കുന്ന ഏതൊരാളും മറ്റുരാജ്യങ്ങളുടെ സ്വാതന്ത്ര്യത്തിനും വില കൽപ്പിക്കണം.

45

കൂടിയാലോചന ആരംഭിക്കുന്നു

പാരീസിൽനിന്ന് 60 കിലോമീറ്റർ അകലെ കിടക്കുന്ന ഹൊന്തേൻ ബ്ളു കൊട്ടാരത്തിൽ ജൂലൈ ആറാം തീയതിവരെ വിയത്നാം-ഫ്രഞ്ചു പ്രതിനിധികൾ തമ്മിൽ ഔപചാരികമായ കൂടിയാലോചനകളൊന്നും നടന്നില്ല.

പ്രസിഡന്റ് ഹോ ചി മിൻ ഫ്രഞ്ചുതലസ്ഥാനത്തെത്തിച്ചേരുന്നതിന് ഒരാഴ്ചമുമ്പെങ്കിലും അവിടെയെത്തിച്ചേരത്തക്കവിധം ഫ്രാൻസിലേക്കു മടങ്ങാൻ ദ് അർഗൻ ല്യൂ ധൃതി കൂട്ടി.

ഗൊയ്ൻ ഗവൺമെന്റ് നിലംപതിക്കുകയും ബിദൗൾത് അധികാരത്തിൽ വരികയും ചെയ്ത പശ്ചാത്തലത്തിൽ കോളനികളുടെ നേരെയുള്ള ദീ ഗാളിന്റെ നയം നടപ്പാക്കാനുള്ള ഏറ്റവും നല്ല അവസരം കൈവന്നിരിക്കുകയാണെന്നു ദ് അർഗൻ ല്യൂ കരുതി. ഇന്തോചൈനയിലെ തന്റെ പ്രവർത്തന പരിപാടികൾക്കംഗീകാരം നേടുന്നതിന് പുതിയ ഗവൺമെന്റിന്റെ നേതാക്കളെ കാണാൻ അയാൾ എല്ലാ ശ്രമങ്ങളും നടത്തി. കൂടിയാലോചനകളിൽ ഫ്രഞ്ചുപ്രതിനിധിസംഘത്തെ നയിക്കാൻ തന്നെ അനുവദിക്കണമെന്ന് അയാൾ ഫ്രഞ്ച് അധികൃതരോട് അഭ്യർഥിക്കുക പോലും ചെയ്തെന്ന് പറയപ്പെടുന്നു. ഈ സമ്മേളനം സംബന്ധിച്ചിടത്തോളം തന്റെ അധികാരം ഇന്തോചൈനയ്ക്കപ്പുറവും വ്യാപിച്ചുകിടക്കുകയാണെന്ന് കാണിച്ചുകൊടുക്കണമെന്നായിരുന്നു ഹൈക്കമീഷണറുടെ ആഗ്രഹം. പുതിയ ഫ്രഞ്ചധികൃതർ, ഇന്തോചൈനയുടെ കാര്യത്തിൽ ദ് അർഗൻ ല്യൂ പിന്തുടർന്ന നയത്തെ എതിർത്തില്ലെങ്കിലും പ്രതിനിധി സംഘത്തെ നയിക്കണമെന്ന അയാളുടെ അഭ്യർഥന തള്ളിക്കളഞ്ഞു. ഹോ ചി മിൻ പാരീസിൽ കഴിയുമ്പോൾ ബഹുജനങ്ങളെ രോഷാകുലരാക്കിത്തീർക്കാൻ അവരാഗ്രഹിച്ചില്ല. കൂടാതെ, ഞങ്ങളുടെ പ്രതി

നിധിസംഘം അയാളുമായി സംസാരിക്കാൻ വിസമ്മതിക്കുമെന്ന് അവൻ ഭയപ്പെട്ടു. ദലാത്തിലെ അനുഭവത്തിനുശേഷം ഞങ്ങൾക്ക് അയാളോടുള്ള വെറുപ്പിനെക്കുറിച്ച് അവർ ബോധവാന്മാരായിരുന്നു. കൂടിയാലോചനകളിൽ നിന്നൊഴിഞ്ഞു നിൽക്കാൻ അവർ ഹൈക്കമീഷണറെ ഉപദേശിച്ചു. ദ് അർഗൻ ല്യൂ നിരാശനായി സൈഗോണിലേക്കുമടങ്ങി.

കൂടിയാലോചനകളിൽ പങ്കെടുക്കേണ്ട ഫ്രഞ്ചുപ്രതിനിധിസംഘത്തിൽ അംഗങ്ങൾ ആരെല്ലാമായിരിക്കണമെന്ന് ജൂലൈ 5 വരെ, അതായത് സമ്മേളനം തുടങ്ങുന്നതിന് ഒരുദിവസംമുമ്പുവരെ, ഫ്രഞ്ചുഗവൺമെന്റ് തീരുമാനിച്ചിരുന്നില്ല. ദലാത് മുന്നൊരുക്കസമ്മേളനത്തിന്റെ സംഘത്തെ നയിച്ചിരുന്ന അതേ മാക്സ് ആന്ദ്രെ തന്നെയായിരുന്നു അവസാനം അവരുടെ പ്രതിനിധി സമ്മേളനത്തിന്റെ നേതാവായി നിശ്ചയിക്കപ്പെട്ടത്. മാത്രമല്ല സംഘത്തിലുൾപ്പെട്ടിരുന്ന മിക്കവരും ദലാത് മുന്നൊരുക്കസമ്മേളനത്തിലും പങ്കെടുത്തവരായിരുന്നു – മെസ്മർ, പിഗ്നോൺ, തോറൽ, ഗൊണോൽ... ജനറൽ സലാനുപുറമെ ഒരു പുതിയ സൈനികോദ്യോഗസ്ഥനും – അഡ്മിറൽ ബർയോത് – പ്രതിനിധി സംഘങ്ങളുടെ കൂട്ടത്തിൽ നിയമിതനായി. ആ അഡ്മിറൽ, ദീ ഗാളിന്റെ അടുത്ത കൂട്ടുകാരിൽ ഒരാളായിരുന്നു. പിന്നീട് ഉയർന്നുവന്നേക്കാനിടയുള്ള വിമർശനം ഒഴിവാക്കാനായി പ്രതിനിധിസംഘത്തിൽ ഗവൺമെന്റിലെ മൂന്നു മുഖ്യ പാർട്ടികളുടെ – കമ്യൂണിസ്റ്റുകാരും സോഷ്യലിസ്റ്റുകാരും എം ആർ പിക്കാരും – മൂന്ന് ഡെപ്യൂട്ടിമാരെക്കൂടി ഫ്രഞ്ചുഗവൺമെന്റുപ്പെടുത്തി. പുരോഗമനവാദിയായ പ്രൊഫസർ പാൾ റിവത് ആയിരുന്നു സോഷ്യലിസ്റ്റു പാർട്ടിയുടെ പ്രതിനിധി. ആദ്യത്തെ സെഷനുള്ള തയാറെടുപ്പ് നടത്താൻ വേണ്ടി ചേർന്ന യോഗത്തിനുശേഷം പ്രതിനിധിസംഘത്തിൽനിന്ന് അദ്ദേഹം പിൻമാറി. 1946 മാർച്ച് ആറാം തീയതി ഫ്രഞ്ചുപ്രതിനിധികൾ ഒപ്പുവെച്ച കരാറിലെ വ്യവസ്ഥകളെ വഞ്ചിക്കാനുള്ള പദ്ധതിയിൽ ഭാഗഭാക്കാകാൻ താനുദ്ദേശിക്കുന്നില്ലെന്നു പറഞ്ഞാണ് അദ്ദേഹം അങ്ങനെ ചെയ്തത്. 'സോവിയറ്റുകാരുടെ ചതുരംഗക്കളിയിലെ പുതിയൊരു കരുവായിത്തീരാൻ' വിയത്നാമിനെ അനുവദിക്കുകയില്ലെന്നുറപ്പുവരുത്തുന്നതിന് ആവുന്നത്ര ശ്രമിക്കണമെന്ന് ഫൊന്തേൻ ബ്ലൂവിലേക്കു പോകുന്നതിനു മുമ്പായി ഫ്രഞ്ചുപ്രധാനമന്ത്രി ബിദൗൾത് തനിക്ക് നിർദേശം നൽകിയിരുന്നതായി പിന്നീട് മാക്സ് ആന്ദ്രെ സമ്മതിക്കുകയുണ്ടായി.

രാവിലെ 10 മണിക്ക് ഞങ്ങളുടെ പ്രതിനിധി സംഘവും ഫ്രഞ്ച് പ്രതിനിധിസംഘവും ഫൊന്തേൻബ്ലൂ കൊട്ടാരത്തിലെത്തിച്ചേർന്നു.

കൊട്ടാരത്തിനുമുകളിൽ വിയത്നാം പതാകയും ഫ്രഞ്ച് പതാകയും ഉയർത്തിയിരുന്നു. മാക്സ് ആന്ദ്രെ ഉദ്ഘാടന പ്രസംഗം നടത്തി. വിയത്നാം പ്രതിനിധികളെ അയാൾ അഭിനന്ദിക്കുകയും സമ്മേളനത്തിന് വിജയമാശംസിക്കുകയും ചെയ്തു. ഏതെങ്കിലുമൊരു മൂർത്തമായ പ്രശ്ന

ത്തെക്കുറിച്ച് ചർച്ചചെയ്യാതെ പൊതുകാര്യങ്ങളെക്കുറിച്ച് ചർച്ചചെയ്യുകയെന്ന അടവാണ് ഫ്രഞ്ച് പ്രതിനിധിസംഘം അനുവർത്തിച്ചത്.

തന്റെ മറുപടി പ്രസംഗത്തിൽ സഖാവ് ഫാം വാൻ ദോങ് പറഞ്ഞു:

> (...) ജാപ്പനീസ് കയ്യേറ്റക്കാർക്കെതിരെ വിയത്നാമിലെ ജനങ്ങൾ ചെറുത്തുനിൽപ്പ് നടത്തിക്കൊണ്ടിരിക്കേ വിഷിഗവൺമെന്റ് ഇന്തോചൈനയെ ശത്രുക്കൾക്ക് വിറ്റു. 1945 ആഗസ്റ്റിൽ വിയത്നാമിലെ ജനങ്ങൾ അധികാരം പിടിച്ചെടുക്കുന്നതിന് സടകുടഞ്ഞെഴുന്നേൽക്കുകയും വിയത്നാം ജനാധിപത്യ റിപ്പബ്ലിക് സ്ഥാപിക്കുകയും ചെയ്തു. ആ ദിവസം മുതൽ വിയത്നാം ഒരു സ്വതന്ത്രരാജ്യമാണ്. പ്രസിഡന്റ് ഹോവിന്റെ നേതൃത്വത്തിൽ വിയത്നാമിലെ ജനങ്ങൾ സമാധാനത്തോടെ തങ്ങളുടെ ദേശീയനിർമാണമാരംഭിച്ചിരിക്കുന്നു.

ഫ്രഞ്ച് യുദ്ധപ്പടയെ വിയത്നാമിലേക്കാനയിച്ചതുകൊണ്ടാണ് അവിടെ യുദ്ധവീര്യം ആരംഭിച്ചതെന്ന് തങ്ങളുടെ പ്രതിനിധിസംഘം ചൂണ്ടിക്കാട്ടി. പിന്നീട്, വിയത്നാം ജനാധിപത്യ റിപ്പബ്ലിക്കുമായി ചേർന്ന് ഫ്രാൻസ് മാർച്ച് ആറിന്റെ കരാറിലൊപ്പുവെച്ചു...

> എങ്കിലും ഫ്രാൻസ് ഈ കരാർ മാനിക്കുകയുണ്ടായോ? ശത്രുത അവസാനിപ്പിക്കുന്നതു സംബന്ധിച്ച അനേകം വകുപ്പുകൾ വിയത്നാമിലെ ഫ്രഞ്ചധികൃതർ നടപ്പാക്കുകയുണ്ടായില്ലെന്ന് അഗാധമായ ഉൽക്കണ്ഠയോടെയാണെങ്കിലും ഞങ്ങൾക്ക് നിങ്ങളോട് പറയേണ്ടിവന്നിരിക്കുന്നു...

വിയത്നാം യുദ്ധം തുടരുന്നതിനെയും തായ് ൻഗുയെൻ മലമ്പ്രദേശം കയ്യേറുന്നതിന് സൈന്യങ്ങളെ അയക്കുന്നതിനെയും വടക്കൻ വിയത്നാമിൽ അതിക്രമങ്ങൾ നടത്തുന്നതിനെയും, (ഹാനോയിലെ മുൻഗവർണർ ജനറലുടെ വസതി പിടിച്ചടക്കിയതാണ് അതിന്റെ ഏറ്റവും പ്രകടമായ ഉദാഹരണം.) തങ്ങളുടെ പ്രതിനിധി സംഘം അപലപിച്ചു. വിയത്നാമിനെ രണ്ടായി വിഭജിക്കാനുള്ള നീക്കത്തെയും, സൈഗോണിലെ ഫ്രഞ്ചധികൃതർ കെട്ടിപ്പൊക്കിയ 'സ്വയം ഭരണകൊച്ചിൻ ചൈന' യെയും അവരുടെ സ്വയം പ്രഖ്യാപിത 'താൽക്കാലികഗവൺമെന്റി'ന് അംഗീകാരം നൽകുന്നതിനെയും ഞങ്ങളുടെ പ്രതിനിധി സംഘം ശക്തിയായി എതിർത്തു.

അവസാനം ഞങ്ങളുടെ പ്രതിനിധി സംഘം വെട്ടിത്തുറന്നു പ്രസ്താവിച്ചു:

"ഫ്രഞ്ചുസൈന്യം സുരക്ഷിതമായി വിയത്നാമിൽ കടന്നുവരുന്നതിനല്ല മാർച്ച് ആറിന്റെ കരാർ ഒപ്പുവെച്ചത്. ഫ്രഞ്ചുകാർ ഇന്തോചൈന

യിൽ അനുവർത്തിക്കുന്ന നടന്നതോ നടന്നു നയം ഒരുതരത്തിലും കൂടിയാലോചനകളെ സഹായിക്കുകയില്ല.”

ഞങ്ങളുടെ പ്രതിനിധിസംഘത്തിന്റെ ഉറച്ച പ്രസ്താവന വിയത്നാമിലെ യഥാർഥ സ്ഥിതിഗതികളുടെ നേരെ വെളിച്ചം വീശി. അത് ഫ്രാൻസിലുടനീളം മാറ്റൊലിക്കൊണ്ടു. ഈ പ്രസ്താവനയെ പിന്തിരിപ്പന്മാർ നയരഹിതവും ശത്രുതാപരവുമെന്ന് മുദ്രകുത്തി. പുരോഗമനവാദികളാകട്ടെ ദേശീയസ്വാതന്ത്ര്യവും ദേശീയൈക്യവും സംരക്ഷിക്കുന്നതിനും അതേസമയം, വിയത്നാമും ഫ്രാൻസും തമ്മിലുള്ള ബന്ധത്തിനു തൃപ്തികരമായ പരിഹാരം കണ്ടെത്താനുമുള്ള ദൃഢനിശ്ചയത്തിന്റെ പ്രതിഫലനമായി ഞങ്ങളുടെ സമീപനത്തെ കണ്ടു.

അജണ്ടയെ സംബന്ധിച്ചു പരസ്പരധാരണയിലെത്താൻ ഇരുവിഭാഗക്കാരും ഏതാനും ദിവസമെടുത്തു. താഴെപറയുന്ന പ്രധാനപ്പെട്ട കാര്യങ്ങളാണ് അതിലുൾപ്പെട്ടിരുന്നത്.

– ഫ്രഞ്ചുയൂണിയനകത്ത് വിയത്നാമിന്റെ പദവിയും മറ്റുരാജ്യങ്ങളുമായുള്ള അതിന്റെ ബന്ധങ്ങളും.

– കൂടിയാലോചനകളും ഹിതപരിശോധനയും വഴി വിയത്നാമിന്റെ മൂന്നു ഭാഗങ്ങളുടെയും പുനരേകീകരണം.

– വിയത്നാമും ഫ്രാൻസും തമ്മിൽ ഒരു കരാറുണ്ടാക്കൽ.

ഒരജണ്ട തയാറാക്കുന്നതിനുള്ള സബ്കമ്മിറ്റിയെ തെരഞ്ഞെടുക്കുന്നതിനുപുറമെ രാഷ്ട്രീയവും സൈനികവും സാമ്പത്തികവും സാംസ്കാരികവുമായ കാര്യങ്ങളെക്കുറിച്ചു പ്രത്യേകമായ ചർച്ച നടത്തുന്നതിനുള്ള കമ്മിറ്റികളെയും സമ്മേളനം തെരഞ്ഞെടുത്തു.

പുറംരാജ്യങ്ങളിലുള്ള തങ്ങളുടെ പ്രദേശങ്ങളെ സംബന്ധിച്ചിടത്തോളം ഫ്രാൻസ് കൈക്കൊണ്ട നയം ഈ ചർച്ചകളിലൂടെ ഫ്രഞ്ചുപ്രതിനിധിസംഘം വെളിപ്പെടുത്തി. പേരിലും സംഘടനാരൂപത്തിലും അൽപ്പസ്വൽപ്പവ്യത്യാസങ്ങൾ വരുത്തിയെങ്കിലും അതിന്റെ അന്തഃസത്ത മുൻ കൊളോണിയൽ വ്യവസ്ഥ നിലനിർത്തുക എന്നതുതന്നെയായിരുന്നു. വിയത്നാം, ലാവോസ്, കമ്പൂചിയ എന്നീ മൂന്നുരാജ്യങ്ങളിലെ ജനങ്ങളെ ഒരേ ഗവർണർ ജനറലിന്റെ നേതൃത്വത്തിലുള്ള ഒരു ഫെഡറൽ ഗവൺമെന്റിന്റെ കീഴിൽ നിലനിർത്തുകയെന്നാണ് ഇന്തോചൈനയെ സംബന്ധിച്ചിടത്തോളം ആ നയത്തിന്റെ അർഥം.

നാം ബൊവിലെ വെടിനിർത്തൽ; അവിടെ ഹിതപരിശോധന നടത്തുന്നതിനുള്ള സമയവും രീതികളും – ഞങ്ങളുടെ പ്രതിനിധിസംഘമുയർത്തിയ ഇത്തരം രൂക്ഷമായ പ്രശ്നങ്ങളുടെ നേരെ ഒരുതരം ഒഴിഞ്ഞുമാറൽ നയമാണു ഫ്രഞ്ചു പ്രതിനിധിസംഘം കൈക്കൊണ്ടത്. സമ്മേളനം അനേകദിവസത്തോളം ഒരു പ്രതിസന്ധിഘട്ടത്തിലായിരുന്നു. ചില അവസരങ്ങളിൽ ഫ്രഞ്ചു പ്രതിനിധിസംഘത്തിലെ പകുതി പേർപോലും സമ്മേളനത്തിൽ സംബന്ധിക്കാറുണ്ടായിരുന്നു.

46

കൂടിയാലോചന പൊളിയുന്നു

ഫൊന്തേൻബ്ളു കൂടിയാലോചനകളിൽ പ്രസിഡന്റ് ഹോ പങ്കെടുത്തില്ല. ഫ്രഞ്ചു ഗവൺമെന്റിന്റെ ഒരു വിശിഷ്ടാതിഥിയെന്നനിലയിൽ അദ്ദേഹം പാരീസിൽ താമസിച്ചു.

അദ്ദേഹം വിശ്രമരഹിതമായി ജോലി ചെയ്യുകയായിരുന്നു, ചിലപ്പോൾ ദിവസത്തിൽ 14 മണിക്കൂർവരെ. പ്രതിനിധിസംഘാംഗങ്ങളിൽ ചിലരാണ് പിന്നീട് ഈ വിവരം ഞങ്ങളോട് പറഞ്ഞത്.

പ്രസിഡന്റ് ഹോ, ഫ്രാൻസിലെ മിക്കവാറും എല്ലാ പ്രമുഖ രാഷ്ട്രീയസംഘടനകളുടെയും പ്രതിനിധികളെ കാണുകയും സംസാരിക്കുകയും ചെയ്തു. അധികാരത്തിലിരിക്കുന്ന മൂന്ന് പ്രമുഖ രാഷ്ട്രീയപാർട്ടികളും തങ്ങളുടെ പ്രതിനിധികളെ അദ്ദേഹത്തെ കാണാനയച്ചു. അന്ന് അഞ്ച് ലക്ഷം മെമ്പർമാരുണ്ടായിരുന്ന ഫ്രഞ്ച് കമ്യൂണിസ്റ്റു പാർട്ടിയുടെ പ്രതിനിധിസംഘത്തിൽ തോറെ, (അന്നദ്ദേഹം ഫ്രഞ്ച് ഗവൺമെന്റിന്റെ വൈസ് പ്രസിഡന്റായിരുന്നു.) ദ്യുക്ളോസ്, കാഷിൻ, ബില്ലൂ തുടങ്ങിയ പ്രമുഖ നേതാക്കളുണ്ടായിരുന്നു, അവരിൽ ചിലർക്ക് അദ്ദേഹത്തെ ഇരുപതുകളിലും മുപ്പതുകളിലുംതന്നെ അറിയാമായിരുന്നു. ടോർസ് കോൺഗ്രസിലും മോസ്കൊവിലും കമ്യൂണിസ്റ്റ് ഇന്റർനാഷണലിന്റെ സമ്മേളനങ്ങളിലുംവെച്ച് അവർ അടുത്തു പരിചയപ്പെട്ടിരുന്നു. ലോക ട്രേഡ് യൂണിയനുകളുടെ ഫെഡറേഷൻ, ലോക ജനാധിപത്യ യുവജനഫെഡറേഷൻ, സ്ത്രീകളുടെ സാർവദേശീയ ജനാധിപത്യ ഫെഡറേഷൻ ആദിയായ അനേകം സാർവദേശീയ ബഹുജനസംഘടനകളുടെ പ്രതിനിധികളെയും അദ്ദേഹം കണ്ടു സംസാരിച്ചു. വിയത്നാമിലെ തൊഴിലാളികളുടെയും ബഹുജനങ്ങളുടെയും സ്ത്രീകളുടെയും പ്രവർത്തനങ്ങളെ സംബന്ധിച്ച വിവരം അദ്ദേഹം അവർക്കു നൽകി. മാത്രവുമല്ല,

വിയത്നാമിലെ തൊഴിലാളി -യുവജന-മഹിളാസംഘടനകളെ ആ സാർവദേശീയ സംഘടനകളുമായി അഫിലിയേറ്റുചെയ്യുന്നതിനുള്ള തീരുമാനവും കൈക്കൊണ്ടു. ആ സമയത്ത് പ്രസിഡന്റ് ഹൊയെ കാണാൻ അവസരം ലഭിച്ച മറ്റു രാജ്യങ്ങളിൽനിന്നുള്ള ചില ചെറുപ്പക്കാർ അതിനുമുമ്പുതന്നെ സ്നേഹബഹുമാനപുരസ്സരം അദ്ദേഹത്തെ 'ഹോ അമ്മാവൻ' എന്നു വിളിക്കാൻ തുടങ്ങിയിരുന്നു.

പാരീസിലെ സ്വാധീനശക്തിയുള്ള പല ആളുകളെയും അദ്ദേഹം കണ്ടുമുട്ടി - പത്രപ്രവർത്തകർ, ധനശാസ്ത്രജ്ഞർ, പണമിടപാടുകാർ, സൈനികോദ്യോഗസ്ഥൻമാർ, ബുദ്ധിജീവികൾ തുടങ്ങിയവർ. അക്കൂട്ടത്തിൽ ലൂയി ആരഗൺ, ഇൗലിയ എറൻബർഗ്, അന്നാ സെഗേർസ്, എൽസാ ത്രിയോലെ, റിച്ചാർഡ് ബ്ലോഖ്, പിയറി ഇമ്മാനുവൽ തുടങ്ങിയ പത്രപ്രവർത്തകരും എഴുത്തുകാരും ഉൾപ്പെട്ടിരുന്നു.

വിയത്നാമിൽ സംഭവിച്ചുകൊണ്ടിരുന്ന കാര്യങ്ങളെക്കുറിച്ചും അവിടത്തെ വിപ്ലവപ്രസ്ഥാനത്തെക്കുറിച്ചും സ്വാതന്ത്ര്യവും പുനരേകീകരണവുമെന്ന വിയത്നാംജനതയുടെ ന്യായമായ അഭിലാഷങ്ങളെക്കുറിച്ചും എല്ലാവരെയും ബോധ്യപ്പെടുത്തുന്നതിന്റെ പ്രാധാന്യം അദ്ദേഹത്തിന് നന്നായിട്ടറിയാമായിരുന്നു. ആ പ്രവർത്തനം ഒരു ദിവസം കൊണ്ടോ അല്ലെങ്കിൽ ഒരു മാസംകൊണ്ടോതന്നെയോ ചെയ്യാൻ കഴിയില്ല. പുതിയ വിയത്നാമിന്റെ പ്രതിനിധികൾ അവിടെ, പാരീസിൽ സന്നിഹിതരായിരുന്നു. വസ്തുതകളെ വളച്ചൊടിക്കുന്നതിന് പിന്തിരിപ്പന്മാർ തങ്ങളാലാവുന്നതൊക്കെ ചെയ്തുകൊണ്ടിരുന്നപ്പോൾ ഞങ്ങളുടെ ജനങ്ങളുടെ അടിയന്തരപ്രശ്നങ്ങളെക്കുറിച്ചും ന്യായമായ അഭിലാഷങ്ങളെക്കുറിച്ചും ശരിയായ ഒരു ധാരണ ജനങ്ങൾക്ക് നൽകുക അത്ര എളുപ്പമായിരുന്നില്ല.

പാരീസിലെ പത്രവൃത്തങ്ങളിൽ പ്രസിഡന്റ് ഹോ വലിയ സ്വാധീനം ചെലുത്തി, *കോംബാറ്റ്* എന്ന പത്രത്തിന്റെ പ്രതിനിധി പ്രസിഡന്റ് ഹോയുമായി നടത്തിയ കൂടിക്കാഴ്ചയെ ഇങ്ങനെ റിപ്പോർട്ട് ചെയ്തു.

> വിയത്നാം ജനാധിപത്യ റിപ്പബ്ലിക്കിന്റെ പ്രസിഡന്റ് മി. ഹോ ചി മിൻ ഒരു ഔപചാരികതയും കൂടാതെ എന്നെ സ്വീകരിച്ചു. അദ്ദേഹത്തിന്റെ പെരുമാറ്റം എല്ലായ്പ്പോഴും ലളിതമായിരുന്നു. കാരുണ്യം തുളുമ്പുന്നതും ആഴത്തിൽ കാണുന്നതുമായ കണ്ണുകളോടും നന്മയും ദൃഢനിശ്ചയവും സ്ഫുരിക്കുന്ന മുഖത്തോടും കൂടിയ, സാമാന്യം പ്രായം ചെയന്ന ഒരാളാണദ്ദേഹം. ആ കറുത്ത താടി അദ്ദേഹത്തിന്റെ ഏഷ്യൻ സ്വഭാവം വ്യക്തമാക്കുന്നു. യാതൊരലങ്കാരവുമില്ലാത്ത ഒരു സൈനികവസ്ത്രമാണദ്ദേഹം ധരിച്ചിരിക്കുന്നത് - ഒക്ടോബർ വിപ്ലവത്തിന്റെ നേതാക്കളെ അനുസ്മരിപ്പിക്കുന്ന വേഷം. അദ്ദേഹം വളരെ സാവധാനത്തിലാണ് സംസാരിച്ചത്. ഫ്രഞ്ചുഭാഷയും അതിന്റെ സവിശേഷതകളും അദ്ദേഹത്തിന് നന്നായി അറിയാമായിരുന്നു. ശൈലിയാവട്ടെ, യാതൊരു വളച്ചുകെട്ടുമില്ലാത്തതും വെട്ടിത്തുറന്നതും. അദ്ദേഹ

ത്തോടൊപ്പം ഏതാനും ബുദ്ധിജീവികളും ദേശാഭിമാനികളുമായ ചെറുപ്പക്കാരുമുണ്ടായിരുന്നു. തന്റെ ചുമലുകളിൽ ഒരു രാഷ്ട്ര ത്തിന്റെ മുഴുവൻ ഭാവിയാണ് അദ്ദേഹം വഹിക്കുന്നത്. ആ രാഷ്ട്ര ത്തിന്റെ സ്വഭാവവിശേഷങ്ങളുടെ ഒരു പ്രതിനിധിയായിരുന്നു അദ്ദേഹം.

ഞങ്ങളുടെ ജനകീയസമരത്തെ നേരത്തെ വളച്ചൊടിച്ചിരുന്ന ഏതാനും പത്രപ്രവർത്തകർ പ്രസിഡന്റ് ഹോയുമായുള്ള ആദ്യത്തെ കൂടിക്കാഴ്ചയ്ക്കുശേഷം കുറെക്കൂടി സത്യസന്ധമായ ലേഖനങ്ങളെഴു താൻ തുടങ്ങി. പിന്നീട് ഒരു ഫ്രഞ്ച് പത്രപ്രവർത്തകനെഴുതി: "തെളി മയും വാചാലതയും അന്തസ്സുംമൂലം അദ്ദേഹത്തിന്റെ വാക്കുകൾക്ക് അഗാധമായ അനുരണനങ്ങളുണ്ടാക്കുവാൻ കഴിഞ്ഞു. ചില പത്രപ്ര വർത്തകർ അദ്ദേഹത്തെ അംഗീകരിച്ചു, മറ്റുള്ളവർ വിമർശിച്ചു, പക്ഷെ, ലോകം മുഴുവൻ അദ്ദേഹത്തെക്കുറിച്ച് സംസാരിച്ചു."

പ്രകാശമാനമായ കണ്ണുകൾ, വിശാലമായ നെറ്റിത്തടം, ഊശാൻ താടി, സാധാരണവേഷം, ലളിതമായ അംഗവിക്ഷേപങ്ങൾ – ഇങ്ങനെ മിക്കവാറും എല്ലാപത്രങ്ങളും അവതരിപ്പിച്ച ഹോ അമ്മാവന്റെ ഒരേ ചിത്രം ഫ്രഞ്ചുജനതയുടെ ഹൃദയങ്ങളിൽ സ്നേഹവും അഗാധമായ മതി പ്പുമുളവാക്കി. ഫ്രാൻസിൽവന്നുചേർന്നതിനുശേഷം ഹോ അമ്മാവൻ ഒരേവസ്ത്രം തന്നെയാണ് ധരിക്കുന്നതെന്നു മനസിലാക്കിയ, ഫ്രാൻ സിൽ സ്ഥിരതാമസമാക്കിയ ഒരു വിയത്നാംകാരൻ അദ്ദേഹത്തിനു വേണ്ടി ഒരു പുതിയ സ്യൂട്ടു തയ്പിക്കുകയെന്ന ഉദ്ദേശ്യത്തോടെ അദ്ദേ ഹത്തിന്റെ അളവു ലഭിക്കുന്നതിന് ഒരു തീവ്രശ്രമം നടത്തി. അദ്ദേഹ ത്തിന്റെ പദവിക്കും അന്നത്തെ ഫാഷനും പറ്റിയവിധത്തിലുള്ള ഒരു സ്യൂട്ട് തയ്പ്പിക്കണമെന്നായിരുന്നു ആ വിയത്നാംകാരന്റെ ആഗ്രഹം. പ്രസിഡന്റ് ഹോ തക്കസമയത്തുതന്നെ ഇത് മനസിലാക്കുകയും അതിൽ നിന്ന് അയാളെ തടയുകയും ചെയ്തു.

തങ്ങളുടെ വിശിഷ്ടാതിഥി വിവിധ രാഷ്ട്രീയ പാർട്ടികളുടെ പ്രതിനി ധികളുമായും സ്വാധീനശക്തിയുള്ള ആളുകളുമായും ബന്ധപ്പെടുന്നത് തടയാൻ ഫ്രഞ്ചധികൃതർക്ക് യാതൊരൊഴികഴിവും കണ്ടെത്താൻ കഴി ഞ്ഞില്ല.

ഫൊന്തേൻബ്ളുസമ്മേളനം തുടങ്ങി ഒരാഴ്ചകഴിഞ്ഞതിനുശേഷം പ്രസിഡന്റ് ഹോ പാരീസിൽ ഒരു പത്രസമ്മേളനം നടത്തി. വിയത്നാം പ്രശ്നത്തിന് പ്രസിദ്ധിലഭിക്കുന്നത് തടയുകയെന്ന ഉദ്ദേശ്യത്തോടെ അന്നത്തെ ഫ്രഞ്ചുപ്രസിഡന്റായിരുന്ന ബിദൗൾത് ഫ്രാൻസിന്റെ തല സ്ഥാനനഗരിയിൽനിന്ന് 60 കിലോമീറ്റർ അകലെയാണ് സമ്മേളനത്തിന് ഏർപ്പാടു ചെയ്തത്. സമ്മേളനത്തിന് ശാന്തമായ ഒരന്തരീക്ഷം ഉണ്ടാ വുന്നത് നല്ലതാണെന്നാണ് അതിന് അയാൾ പറഞ്ഞ ന്യായീകരണം. പത്രപ്രവർത്തകർക്കും ഫോട്ടോഗ്രാഫർമാർക്കും ഫൊന്തേൻബ്ലുകൊട്ടാ

രത്തിനു പിറകിൽ ഒന്നും കണ്ടെത്താൻ കഴിഞ്ഞില്ല. അതുകൊണ്ടവർ കൂട്ടംകൂട്ടമായി പത്രസമ്മേളനത്തിൽ പങ്കെടുത്തു.

കൂടിയാലോചനകളിൽ വിയത്നാം ഭാഗത്തുനിന്ന് ഉന്നയിക്കുന്ന ആറു കാര്യങ്ങൾ പ്രസിഡന്റ് ഹോ അവർക്ക് വിശദീകരിച്ചുകൊടുത്തു. അവ താഴെകൊടുക്കുന്നു:

1. വിയത്നാം സ്വാതന്ത്ര്യം ആവശ്യപ്പെടുന്നു. സ്വാതന്ത്ര്യം എന്നതുകൊണ്ട് ഫ്രാൻസുമായുള്ള ബന്ധം പരിപൂർണമായും വിഛേദിക്കുക എന്നർഥമാക്കുന്നില്ല. നേരെമറിച്ച് ഫ്രഞ്ചുയൂണിയനകത്ത് സ്വാതന്ത്ര്യം എന്നേ അതുകൊണ്ടർഥമാക്കുന്നുള്ളൂ. അങ്ങനെ രണ്ടു രാജ്യങ്ങൾക്കും അതുകൊണ്ട് ലാഭമുണ്ടാകും. സാമ്പത്തിക–സാംസ്കാരികരംഗത്ത് ഫ്രാൻസുമായി സഹകരിക്കാൻ വിയത്നാം തയാറാണ്.

2. ഫെഡറേഷൻ ഗവൺമെന്റ് എന്ന ആശയത്തെ വിയത്നാം ശക്തിയായി തള്ളിക്കളയുന്നു.

3. തെക്കൻവിയത്നാം വിയത്നാമിന്റെ അവിഭാജ്യഭാഗമാണ്. അതിനെ വിയത്നാമിൽനിന്ന് വേർപെടുത്താൻ ആർക്കും അധികാരമില്ല. ഒരു ശക്തിക്കും അത് സാധ്യവുമല്ല.

4. ഫ്രഞ്ചുസ്വത്തുക്കൾക്ക് വിയത്നാം സംരക്ഷണം നൽകും. പക്ഷെ, ഫ്രഞ്ചുകാർ വിയത്നാമിന്റെ തൊഴിൽനിയമങ്ങൾ അംഗീകരിക്കണം. തങ്ങളുടെ ദേശീയ പ്രതിരോധത്തിനാവശ്യമായ സ്വത്തുക്കൾ വിലയ്ക്കുവാങ്ങാൻ വിയത്നാമിന് അധികാരമുണ്ടായിരിക്കും.

5. വിയത്നാമിന് ഉപദേശകർ ആവശ്യമാണെങ്കിൽ ഫ്രഞ്ചുകാർക്ക് മുൻഗണന നൽകും.

6. മറ്റു രാജ്യങ്ങളിലേക്ക് അമ്പാസിഡർമാരെയും കോൺസൽമാരെയും അയക്കാൻ വിയത്നാമിന് അധികാരമുണ്ടായിരിക്കും.

പ്രസിഡന്റ് ഹോ പറഞ്ഞു:

> ഞങ്ങളെ സംബന്ധിച്ചിടത്തോളം ഞങ്ങൾ പരിപൂർണമായും ആത്മാർഥതയുള്ളവരാണ്. മറ്റുള്ളവരും ഞങ്ങളോട് അത്തരത്തിലുള്ള സമീപനം സ്വീകരിക്കുമെന്ന് ഞങ്ങൾ പ്രത്യാശിക്കുന്നു. ഞങ്ങൾ സ്വയം കുറച്ചുകാണാതിരിക്കാൻ ദൃഢനിശ്ചയം ചെയ്തിരിക്കുകയാണ്. ഫ്രാൻസിനെ ഇകഴ്ത്തിക്കാണിക്കാനും ഞങ്ങളാഗ്രഹിക്കുന്നില്ല. ഫ്രഞ്ചുകാരെ വിയത്നാമിൽനിന്ന് പുറംതള്ളണമെന്ന ആഗ്രഹവും ഞങ്ങൾക്കില്ല. പക്ഷെ, ഒരുകാര്യം പറയാൻ ഞങ്ങളാഗ്രഹിക്കുന്നു. ഞങ്ങളെ ബഹുമാനിക്കുന്നവരെ അവർ ഞങ്ങളുടെ നാട്ടിലേക്കയക്കട്ടെ. ആത്മാർഥതയുടെയും തുല്യതയുടെയും അടിസ്ഥാനത്തിലുള്ള പരസ്പര വിശ്വാസത്തിനും സഹകരണത്തിനും മാത്രമേ രണ്ട് രാജ്യങ്ങളും തമ്മിലുള്ള സൗഹൃദബന്ധം സൃഷ്ടിക്കാൻ കഴിയൂ.

ഫൊന്തേൻബ്ലൂകൂടിയാലോചനകളെ സംബന്ധിച്ച വാർത്തകൾ പുഴ്ത്തിവെച്ചു എങ്കിലും പ്രസിഡന്റ് ഹോവിന്റെ പ്രസ്താവനകൾ വിയത്നാം പ്രശ്നം മുൻപന്തിയിലേക്ക് കൊണ്ടുവന്നു. പത്രങ്ങളിൽ ഇതു സംബന്ധിച്ച ചൂടുപിടിച്ച ചർച്ചകൾ നടന്നു. ഭൂരിപക്ഷം പത്രങ്ങളും അദ്ദേഹത്തിന്റെ പ്രസ്താവനകൾ ന്യായയുക്തവും ആത്മാർഥത നിറഞ്ഞതുമായി കണക്കാക്കി. ഒരു പത്രം എഴുതി: "രണ്ട് രാഷ്ട്രങ്ങളും തമ്മിൽ പരസ്പരവിശ്വാസത്തിന്റെയും സൗഹൃദപൂർവമായ ധാരണയുടെയും അടിസ്ഥാനത്തിൽ ഫ്രഞ്ച്-വിയത്നാം ബന്ധങ്ങൾ പരിഹരിക്കണമെന്നുള്ള വിയത്നാം ഗവൺമെന്റിന്റെ ദൃഢനിശ്ചയമാണ് പ്രസിഡന്റ് ഹോവിന്റെ പ്രസ്താവനകൾ കാണിക്കുന്നത്." ഫ്രാൻസിലെ പുരോഗമനവാദികളുടെ അഭിപ്രായം ഞങ്ങൾക്കനുകൂലമായിരുന്നു. ഏതാനും പിന്തിരിപ്പൻപത്രങ്ങളുടെ പ്രകോപനപരമായ അഭിപ്രായങ്ങളെ അവർ ശക്തിയായി വിമർശിച്ചു.

രണ്ടാഴ്ചകഴിഞ്ഞിട്ടും ഫൊന്തേൻബ്ലൂ സമ്മേളനത്തിൽ പുരോഗതിയൊന്നുമുണ്ടായില്ല. അപ്രതീക്ഷിതമായി, ജൂലൈ 23 ാം തീയതി പാരീസ് പത്രങ്ങളിൽ ഒരു വാർത്തവന്നു: ഇന്തോചൈനയിലെ ഫ്രഞ്ച് ഹൈക്കമ്മിഷണറായ ദ് അർഗൻ ല്യൂ ആഗസ്റ്റ് 1 ാം തീയതി ദലാത്തിൽ ഒരു ഫെഡറേഷൻ സമ്മേളനം വിളിച്ചുകൂട്ടുന്നു. അതിലേക്കു ലാവോസിന്റെയും കമ്പുചിയയുടെയും കൊച്ചിൻചൈനയുടെയും തെക്കൻ അന്നാമിന്റെയും മധ്യമലനാടിന്റെയും പ്രതിനിധികളെ ക്ഷണിച്ചിട്ടുണ്ട്. തെക്കൻവിയത്നാമിനെ വിയത്നാമിൽനിന്ന് വെട്ടിമുറിക്കുക മാത്രമല്ല വിയത്നാമിനെ അനേകം 'രാജ്യ'ങ്ങളായും പ്രദേശങ്ങളായും വിഭജിക്കണമെന്നും ദ് അർഗൻ ല്യൂവിനാഗ്രഹമുണ്ടെന്ന് ആ വാർത്ത സംശയത്തിനിടയില്ലാത്തവിധം സൂചിപ്പിച്ചു. ആ ദിവസം രാവിലെ ഞങ്ങളുടെ പ്രതിനിധിസംഘം ഫൊന്തേൻബ്ലൂസമ്മേളനത്തിൽ വെച്ച് അതിൽ ശക്തിയായി പ്രതിഷേധിച്ചു. ആ പ്രതിഷേധം തങ്ങളുടെ ഗവൺമെന്റിനെ അറിയിക്കാമെന്നു പറഞ്ഞു പ്രശ്നത്തിൽ നിന്നൊഴിഞ്ഞുമാറാനാണ് അപ്പോൾ ഫ്രഞ്ച് പ്രതിനിധിസംഘം ശ്രമിച്ചത്.

ഹൈക്കമീഷണറുടെ പ്രവർത്തനത്തിന്റെയും ഫ്രഞ്ച് ഗവൺമെന്റിന്റെ നിസ്സംഗമനോഭാവത്തിന്റെയും ഫലമായി അതിനകം തന്നെ സംഘർഷാത്മകമായ ഒരു സ്ഥിതിവിശേഷത്തിലെത്തിക്കഴിഞ്ഞിരുന്ന സമ്മേളനം സ്തംഭനാവസ്ഥയിലായി.

ജൂലൈ 26 ാം തീയതി ഉച്ചക്ക് പ്രസിഡന്റ് ഹോ ഫൊന്തേൻബ്ളൂവിൽ ഒരു സന്ദർശനം നടത്തി. വിയത്നാം പ്രതിനിധിസംഘവും ഫ്രഞ്ച് പ്രതിനിധിസംഘവും പ്രാദേശികഗവൺമെന്റിന്റെ പ്രതിനിധികളും ജനങ്ങളും ബൊക്കെകളും പുഷ്പങ്ങളും നൽകി അദ്ദേഹത്തെ സ്വാഗതം ചെയ്തു. പ്രാദേശികഗവൺമെന്റിന്റെ തലവൻ നൽകിയ സ്വീകരണത്തിനുശേഷം ഫൊന്തേൻബ്ലൂ കൊട്ടാരത്തിന്റെ ഡയറക്ടർ അദ്ദേഹത്തെ കൊട്ടാരത്തിന്റെ പൗരാണികമായ പ്രൗഢിയും കൊത്തുപണികളും

കാണിച്ചുകൊടുക്കുന്നതിന് കൂട്ടിക്കൊണ്ടുപോയി. അതിനുശേഷം കാട്ടിലൂടെ നടക്കാൻ പ്രസിഡന്റ് ഹോ ആഗ്രഹം പ്രകടിപ്പിച്ചു. ഡയറക്ടർ അദ്ദേഹത്തെ അനുഗമിച്ചു.

മടങ്ങിവന്നതിനുശേഷം സമ്മേളനനടപടികൾ എവിടംവരെ എത്തിയെന്ന സംഗതി അദ്ദേഹം ആരാഞ്ഞു. തുടർന്ന് ഞങ്ങളുടെ പ്രതിനിധിസംഘത്തിലെ അംഗങ്ങളുമായി അദ്ദേഹം സംസാരിച്ചു.

അപ്പോഴേക്കും സമ്മേളനം ഒരു പ്രതിസന്ധിഘട്ടത്തിലെത്തിക്കഴിഞ്ഞിരുന്നു. കൂടിയാലോചനകളിൽ പങ്കെടുത്ത ഫ്രഞ്ചുഗവൺമെന്റിന്റെ പ്രതിനിധികൾ ഞങ്ങളുടെ നേതാവിന്റെ നിർദേശമനുസരിച്ച് കരാർ നടപ്പാക്കുകയെന്ന പ്രശ്നത്തിൽ നിന്ന് പരസ്യമായി ഒഴിഞ്ഞുമാറി. കൊളോണിയൽ പ്രശ്നം സംബന്ധിച്ച കാലഹരണം വന്ന പിന്തിരിപ്പൻ ആശയങ്ങളിൽ അവർ അപ്പോഴും കടിച്ചുതൂങ്ങി. ഇന്തോചൈനയിൽ അവർ സ്ഥാപിച്ചെടുക്കാനാഗ്രഹിച്ച വ്യവസ്ഥക്ക് രണ്ടാം ലോകമഹായുദ്ധത്തിനുമുമ്പ് അവർ അവിടെ സ്ഥാപിച്ച വ്യവസ്ഥയിൽനിന്ന് കാര്യമായ വ്യത്യാസങ്ങളുണ്ടായിരുന്നില്ല.

വൈകുന്നേരം പ്രസിഡന്റ് ഹോ പാരീസിലേക്ക് മടങ്ങിപ്പോയി.

ദ് അർഗൻ ല്യൂ ലോത്തിൽ മറ്റു ഫെഡറൽ സമ്മേളനം വിളിച്ചുകൂട്ടുന്നതിൽ ഞങ്ങളുടെ പ്രതിനിധിസംഘം നടത്തിയ പ്രതിഷേധത്തിനു നേരെ ഫ്രഞ്ചുഗവൺമെന്റ് നിശ്ശബ്ദത പാലിച്ചു. ഞങ്ങളുടെ പ്രതിഷേധത്തിന് ശരിയായ ഉത്തരം ലഭിക്കുന്നതുവരെ സമ്മേളനം മാറ്റിവയ്ക്കണമെന്ന് ആ ദിവസം – ആഗസ്റ്റ് ഒന്നാം തീയതി – ഞങ്ങളുടെ പ്രതിനിധിസംഘം ആവശ്യപ്പെട്ടു. അനുകൂലമായ മറുപടി ലഭിക്കാത്തതുമൂലം ഞങ്ങളുടെ പ്രതിനിധിസംഘം ഫൊന്തേൻബ്ലൂ വിട്ടു. വർണശബളമായ അഭിവാദ്യങ്ങളുടെയും വാഗ്ദാനങ്ങളുടെയും കാലം കഴിഞ്ഞുപോയി.

കൂടിയാലോചനകൾ തകർന്നുപോയതിനെക്കുറിച്ചു ചർച്ച ചെയ്യാൻ ഇന്തോചൈനാപ്രശ്നം സംബന്ധിച്ച ഫ്രഞ്ച് മന്ത്രിസഭാ കൗൺസിലിന്റെ ഒരു യോഗം ആഗസ്റ്റ് 10 മുതൽ 12 വരെ ബിദൗൾത്തിന്റെ അധ്യക്ഷതയിൽ ചേർന്നു. അതിനുമുമ്പ് ഇന്തോചൈനയിലെ ഒരു മുൻ ഗവർണർ ജനറലും ഇപ്പോൾ ബിദൗൾത് ഗവൺമെന്റിലെ ഒരു മന്ത്രിയും ഇന്തോചൈനയെ സംബന്ധിച്ച ഇന്റർ മിനിസ്റ്റീരിയൽ കൗൺസിലിന്റെ ചെയർമാനായി നിയമിതനായ ആളുമായ വരേനെ പത്രക്കാരോട് പറഞ്ഞു:

> മൂന്നാം റിപ്പബ്ലിക്ക് കടലിനക്കരെ മഹത്തായ ചില പ്രവർത്തനങ്ങൾ നടത്തിയിരിക്കുകയാണ്. അത് ഫ്രാൻസിന്റെ യശസ്സ് വർധിപ്പിച്ചു! ഈ പ്രവർത്തനം നാം ഉപേക്ഷിക്കാനോ നശിപ്പിക്കാനോ പോകുകയാണോ? അത്തരത്തിലുള്ള പ്രവർത്തനം ഫ്രാൻസിന് അപരിഹാര്യമായ ദുരന്തം വരുത്തിവയ്ക്കും. എന്താണ് പറയുന്നതെന്നതിനെക്കുറിച്ച് വ്യക്തമായറിയാവുന്ന ജനങ്ങളാണ് നമ്മൾ. ഈ ദുരന്തം ഒഴിവാക്കുന്നതിന് നാം നമ്മുടെ പക്കലുള്ള മുഴുവൻ ശക്തിയും വിനിയോഗിക്കും.

ഏതാനും ദിവസങ്ങൾക്കുശേഷം ദീ ഗാളിന്റെ സ്വന്തശബ്ദം തന്നെ ഉയർന്നുകേട്ടു. ഹിതപരിശോധനയ്ക്കുവേണ്ടി സമർപ്പിക്കേണ്ടിയിരുന്ന കരടു ഭരണഘടനയെ അദ്ദേഹം അപലപിച്ചു. കരടിൽ പറഞ്ഞവിധത്തിലുള്ള ഫ്രഞ്ചുയൂണിയന്റെ ചട്ടത്തെ അദ്ദേഹം ശക്തിയായി വിമർശിച്ചു. 'സ്വതന്ത്രമായ സ്വയംഭരണാവകാശ'മെന്ന തത്വം അരാജകത്വത്തിലേക്കും വിഭജനത്തിലേക്കും ആത്യന്തികമായി വിദേശമേധാവിത്വത്തിലേക്കും മാത്രമേ രാജ്യത്തെ നയിക്കുകയുള്ളൂവെന്ന് അദ്ദേഹം അഭിപ്രായപ്പെട്ടു.

ആഗസ്റ്റ് മാസത്തിലുടനീളം നടന്ന യോഗങ്ങൾക്കും ചർച്ചകൾക്കും ആശയവിനിമയയോഗങ്ങൾക്കും ഫൊന്തേൻബ്ലു സമ്മേളനത്തെ വീണ്ടും ശരിയായ പാതയിലേക്ക് കൊണ്ടുവരാൻ കഴിഞ്ഞില്ല.

47

വ്യാപകമായ സംഘട്ടനങ്ങൾ

വിയത്നാമിലേക്കുള്ള പ്രസിഡന്റ് ഹോവിന്റെ ആസന്നമായ മടക്കയാത്രയെക്കുറിച്ച് ആഗസ്റ്റ് ആദ്യം ഫ്രഞ്ച് അനൗദ്യോഗിക വാർത്താ ഏജൻസികൾ റിപ്പോർട്ടു ചെയ്തു. ഇതോടൊപ്പംതന്നെ ഫൊന്തേൻബ്ലൂ സമ്മേളനം നിർത്തിവയ്ക്കുകയാണെന്ന ഞങ്ങളുടെ പ്രതിനിധിസംഘത്തിന്റെ പ്രഖ്യാപനവും പുറത്തുവന്നു. കൂടിയാലോചനകൾ വിജയിക്കാൻ സാധ്യതയില്ലെന്നകാര്യം വ്യക്തമാക്കി.

ഫ്രാൻസിൽ കൂടിയാലോചനകൾ നടന്നുകൊണ്ടിരിക്കുമ്പോൾ ഹാനോയ്-ലാങ് സോൺ റൂട്ടിലുടനീളം ഫ്രഞ്ച് സൈന്യങ്ങൾ പ്രകോപനപരമായ നടപടികൾ കൈക്കൊള്ളുകയായിരുന്നു. ഇരുഭാഗങ്ങളും സമ്മതിച്ചതനുസരിച്ച് ജിയാങ് കയ്ഷെക്കിന്റെ സൈന്യങ്ങൾക്കുപകരമായി ലാങ് സോണിലേക്ക് പോകാൻ ഫ്രഞ്ച് പട്ടാളക്കാർക്ക് അനുമതിയുണ്ടായിരുന്നു. അവർക്കുവേണ്ട സാധനസാമഗ്രികൾ എത്തിച്ചുകൊടുക്കുന്നതിനുള്ള വ്യവസ്ഥകളും വ്യക്തമായി രേഖപ്പെടുത്തിയിരുന്നു. ആ ചുമതലയേൽപ്പിച്ചിരുന്ന ഫ്രഞ്ചുപട്ടാളയൂണിറ്റുകൾ അതിലെ വ്യവസ്ഥകൾ നിരന്തരം ലംഘിച്ചുകൊണ്ടിരുന്നു. അധികൃതമായ പാസില്ലാതെയാണ് പലപ്പോഴും അവർ കടന്നുപോയത്. ചിലപ്പോൾ ആയുധങ്ങളും ഭക്ഷണങ്ങളും കൊണ്ടുപോകുന്ന വാഹനങ്ങളോടൊപ്പം പലപ്പോഴും കവചിതവാഹനങ്ങളും ഉണ്ടായിരുന്നു. വഴിക്കുള്ള നമ്മുടെ കാവൽപോസ്റ്റുകളിൽ പ്രകോപനം സൃഷ്ടിക്കാതെ അവർ കടന്നുപോയ സന്ദർഭങ്ങൾ വിരളമായിരുന്നു.

ആഗസ്റ്റ് ഒന്നാം തീയതി ഒരു ഫ്രഞ്ചുസൈനിക ലോറി ലാങ് സോണിൽനിന്ന് ഹാനോയിലേക്ക് ഓടിച്ചു പോയി. ദുവോങ് പാലത്തിന് തൊട്ടടുത്തുള്ള കാവൽപോസ്റ്റിലെ ഞങ്ങളുടെ ആൾക്കാർ അവരോട്

പാസിന് ആവശ്യപ്പെട്ടു. തങ്ങൾ അത് കൊണ്ടുവരാൻ മറന്നുവെന്ന് ഫ്രഞ്ചുകാർ പറഞ്ഞു. കാര്യം കേന്ദ്ര ലെയ്സൺകമീഷനും കൺട്രോൾ കമീഷനും റിപ്പോർട്ടു ചെയ്യുന്നതുവരെ അവരോട് അവിടെത്തന്നെ നിൽക്കാൻ ഞങ്ങളുടെ ആൾക്കാർ ആവശ്യപ്പെട്ടു. എന്നാൽ അതു കേൾക്കാതെ ഫ്രഞ്ചുകാർ മുമ്പോട്ടേക്കു നീങ്ങി. ഞങ്ങളുടെ ആൾക്കാർ ലോറി നിർത്താനാവശ്യപ്പെട്ടുകൊണ്ട് വിസിലൂതി. എന്നാൽ, അതിനുള്ള മറുപടിയെന്നനിലയിൽ, ഫ്രഞ്ചുകാർ ഞങ്ങളുടെ ആൾക്കാർക്കെതിരെ നിറയൊഴിക്കുകയാണ് ചെയ്തത്. ഞങ്ങളുടെ അഞ്ച് ദേശീയ പ്രതിരോധ ഗാർഡുകൾക്കും രണ്ട് പൗരൻമാർക്കും മുറിവുപറ്റി. ഞങ്ങളുടെ പട്ടാള ക്കാർ തിരിച്ചും വെടിവെച്ചു. ലോറി അതിവേഗം പാലംകടന്ന് ഗിയാ ലാമിനെ ലക്ഷ്യമാക്കി നീങ്ങി.

അല്ലെങ്കിൽത്തന്നെ സന്ദിഗ്ധാവസ്ഥയിലെത്തിനിൽക്കുന്ന ഫൊന്തേൻബ്ലൊ കൂടിയാലോചനകൾ തകർക്കുന്നതിനുവേണ്ടി ഇന്തോ ചൈനയിലെ ഫ്രഞ്ച് പിന്തിരിപ്പന്മാർ മനഃപൂർവം കുഴപ്പങ്ങൾ സൃഷ്ടിക്കു കയാണെന്ന് ഞങ്ങൾ മനസിലാക്കി. ഹോ ചി മിനും ഞങ്ങളുടെ പ്രതി നിധിസംഘവും ഫ്രഞ്ച് മണ്ണിലാണെന്നതായിരുന്നു അപ്പോഴത്തെ ഞങ്ങ ളുടെ വലിയപ്രശ്നം. ഫ്രഞ്ച്പട്ടാളക്കാരുടെ പ്രകോപനപരമായ നടപടി ക്കുമുമ്പിൽ ഉറച്ചുനിൽക്കുന്നതോടൊപ്പംതന്നെ അവർക്ക് സമാധാനപ രമായ ഒരു പരിഹാരം കാണുന്നതിന് ഞങ്ങൾ ശ്രമിച്ചു. ഫ്രഞ്ചുകയ്യേറ്റ ക്കാർക്കെതിരെ ഉഗ്രമായ രോഷം കത്തിജ്വലിച്ചുനിന്ന ഞങ്ങളുടെ ആൾക്കാർ ഉടൻതന്നെ തിരിച്ചടിക്കാൻ, പ്രത്യേകിച്ചും ശത്രുക്കൾ ആൾ നാശവും സ്വത്തുനാശവും വരുത്തിവെച്ച പശ്ചാത്തലത്തിൽ, വെമ്പൽ കൊള്ളുകയായിരുന്നു.

ദുവോങ്പാലത്തിനടുത്ത് നടന്ന സംഭവത്തിനുശേഷം, രണ്ടുദിവ സംകഴിഞ്ഞപ്പോൾ, ആഗസ്റ്റ് മൂന്നാംതീയതി, 20 ലോറികളടങ്ങിയ ഒരു ഫ്രഞ്ച് കോൺവോയ് ഹാനോയിൽ നിന്ന് ലാങ് സോണിലേക്ക് യാത്ര തിരിച്ചു. ദുവോങ് പാലംകടക്കുമ്പോൾ ഫ്രഞ്ചുപട്ടാളക്കാർ റോഡിനിരു പുറവും നിറതോക്കൊഴിച്ചുകൊണ്ടിരുന്നു. ബാക് നിഞ്ഞിൽനിന്ന് രണ്ടു കിലോമീറ്റർ അകലെയുള്ള കാവൽപോസ്റ്റിനുനേരെ അവർ നിറയൊ ഴിച്ച് ഒരു ദേശീയ പ്രതിരോധഗാർഡിനെ വധിച്ചു. വഴികളിലുടനീളം വെടി വെപ്പുനടത്തിക്കൊണ്ടാണ് അവർ ബാങ് നിഞ് പട്ടാളത്തിൽ പ്രവേശിച്ച ത്. ഞങ്ങളുടെ പട്ടാളക്കാരും സ്വയം പ്രതിരോധസേനയും തിരിച്ച് വെടി വെച്ചു. രാവിലെ ഏഴരമണിമുതൽ ഉച്ചവരെ സംഘട്ടനം തുടർന്നു.

ഈ പ്രശ്നത്തിന് ഒരു പരിഹാരം കണ്ടെത്തുന്നതിന് ഞങ്ങളുമായി സഹകരിക്കുന്നതിനുപകരം ഹാനോയിലെ ഫ്രഞ്ചുകമാന്റ് കവചിതകാ റുകളുടെ അകമ്പടിയോടെ ഒരു സംഘം പട്ടാളക്കാരെ അങ്ങോട്ടയക്കു കയാണ് ചെയ്തത്. വഴിയിലുടനീളം ഫ്രഞ്ചുസൈന്യങ്ങൾ വെടിവെപ്പു നടത്തുകയും ദുവോങ് പാല പ്രദേശത്തെയും യെൻ വിയൻ തു സോൺ ജില്ലകളിലെയും അനേകം വീടുകൾക്ക് തീവയ്ക്കുകയും ചെയ്തു. അവർ

രാവിലെ 10 മണിക്ക് ബാക് നിഞ്ഞിലെത്തിച്ചേർന്നു. അങ്ങനെ സംഘട്ടനം കൂടുതൽ വഷളായി. വിയത്നാം-ഫ്രഞ്ച് സംയുക്ത കമീഷൻ ഉച്ച തിരിഞ്ഞ് അവിടെയെത്തിച്ചേർന്നെങ്കിലും അവരുടെ ഇടപെടൽ കൊണ്ട് പ്രയോജനമൊന്നുമുണ്ടായില്ല.

ആഗസ്റ്റ് നാലാം തീയതി, ആ പ്രവർത്തനങ്ങൾക്ക് നേതൃത്വം കൊടുത്തുകൊണ്ടിരുന്ന ഫ്രഞ്ച് മേജർ തന്റെ പട്ടാളക്കാരെ മുമ്പത്തെ 'ഇന്തോ ചൈനീസ് ഗാർഡു'കളുടെ ബാരക്കുകളിൽ പാർപ്പിക്കാൻ അനുവാദം നൽകണമെന്ന് ബാക് നിഞ്ഞിലെ ഞങ്ങളുടെ അധികൃതരോട് അഭ്യർഥിച്ചു. ആ അഭ്യർഥന ഞങ്ങൾ നിരസിച്ചു. ഏതാനും മണിക്കൂറുകൾക്കു ശേഷം നാല് ഫ്രഞ്ച് വിമാനങ്ങൾ പട്ടണത്തിനുനേരെ ആക്രമണം നടത്താനെത്തിച്ചേർന്നു. ഞങ്ങളുടെ സാധാരണപൗരന്മാരുടെ അനേകം വീടുകൾ അവർ തകർത്തു. പട്ടണത്തിൽനിന്ന് പിൻവാങ്ങാൻ ഫ്രഞ്ചു സൈന്യങ്ങൾ വിസമ്മതിച്ചു.

ഫ്രാൻസിലേക്കു മടങ്ങിപ്പോയ സെയ്ന്തിനിക്കു പകരമായി വടക്കൻവിയത്നാമിൽ പ്രവർത്തിച്ചുകൊണ്ടിരുന്ന ഫ്രഞ്ചുറിപ്പബ്ലിക്കിന്റെ കമീഷണർ ക്രോപിൻ ആഗസ്റ്റ് ആറാം തീയതി ബാക് ബൊ കൊട്ടാരത്തിൽ ഞങ്ങളെ കാണാൻ വന്നു. ബാക് നിഞ്ഞിൽ ഞങ്ങളുടെ ആൾക്കാർ ഫ്രഞ്ചുകാർക്കു വരുത്തിവെച്ച നാശനഷ്ടങ്ങളിൽ അയാൾ പ്രതിഷേധം രേഖപ്പെടുത്തി. ഫ്രഞ്ച് സൈന്യങ്ങളുടെ ഭാഗത്തുനിന്നുണ്ടായ പ്രകോപനത്തിന്റെ ഫലമായാണ് സംഘട്ടനം പൊട്ടിപ്പുറപ്പെട്ടതെന്ന് ഞങ്ങൾ മറുപടി പറഞ്ഞു. പ്രശ്നത്തിന് ഒരു പരിഹാരം കാണുകയെന്ന ഉദ്ദേശ്യത്തോടെ അന്വേഷണം നടത്താൻ ഒരു സംയുക്ത കമീഷനെ അയക്കുന്നതിനും ഞങ്ങൾ സമ്മതിച്ചു. എങ്കിലും കുഴപ്പം തുടർന്നു. കാരണം,. ബാക് നിഞ്ഞിൽനിന്ന് പിൻവാങ്ങിയ ഫ്രഞ്ചുസൈന്യങ്ങൾ തയാറായില്ല. അങ്ങനെ ഇരുവിഭാഗവും ഒപ്പുവെച്ച കരാറിലെ വ്യവസ്ഥകൾ അവർ ഗുരുതരമായി ലംഘിച്ചു.

ക്രേപിൻ പറഞ്ഞു: "ഇത്തരത്തിലുള്ള പ്രവർത്തനങ്ങൾ തുടരാൻ നിങ്ങൾ അനുവദിക്കുകയാണെങ്കിൽ തീർച്ചയായും സംഘട്ടനങ്ങൾ പൊട്ടിപ്പുറപ്പെടും." വാസ്തവത്തിൽ അതൊരു മൂടിപ്പൊതിഞ്ഞ ഭീഷണിയായിരുന്നു. ഞാൻ മറുപടി പറഞ്ഞു: "ഈ രൂപത്തിലുള്ള സംഘട്ടനത്തിന്റെ കാരണം നിങ്ങൾക്ക് നന്നായറിയാം. ഫ്രഞ്ചു സൈന്യങ്ങളാണ് അതിനു മുഖ്യമായും കാരണക്കാർ. പലതവണ ഞങ്ങൾ സന്മനോഭാവം കാണിച്ചിട്ടുണ്ട്. നിങ്ങൾ സമാധാനമാഗ്രഹിക്കുന്നുവെങ്കിൽ സമാധാനമുണ്ടാകും; യുദ്ധമാണെങ്കിൽ യുദ്ധവും."

ഞങ്ങളുടെ നിശ്ചയദാർഢ്യം മനസിലാക്കിയ ക്രേപിൻ തന്റെ ശബ്ദം താഴ്ത്തുകയും വിഷയം മാറ്റുകയും ചെയ്തു. തെക്കൻ ഭാഗത്തുനിന്ന് ഒരു നിശ്ചിത അളവിലുള്ള അരി വടക്കൻഭാഗത്തേക്ക് കയറ്റിഅയക്കുമെന്ന് അയാൾ വാഗ്ദാനം ചെയ്തു.

ബാക് നിഞ്ഞിലെ സംഘട്ടനത്തിന്റെ വാർത്ത ദുർവ്യാഖ്യാനിച്ചും അതിശയോക്തി കലർത്തിയും പാരീസിൽ റിപ്പോർട്ടു ചെയ്യാൻ ദ് അർഗൻ ല്യൂ സമയം നഷ്ടപ്പെടുത്തിയില്ല. ഫ്രഞ്ചുപട്ടാളക്കാർക്കു സംഘട്ടനത്തിന്റെ ഫലമായി കനത്ത നാശനഷ്ടം സംഭവിച്ചു എന്നും അതിനുള്ള ഉത്തരവാദിത്വം വിയത്നാം ഗവൺമെന്റിന്റേതാണെന്നും അയാൾ ഫ്രഞ്ചു ഗവൺമെന്റിനെ അറിയിച്ചു.

ഏതാനും ദിവസങ്ങൾക്കുശേഷം വിയത്നാം–ചൈനാ അതിർത്തിയിൽ പുതിയ പ്രകോപനനടപടികളുണ്ടായി. ആഗസ്റ്റ് 10 ാം തീയതിയാതൊരു കാരണവും കൂടാതെ ഫ്രഞ്ചുസൈന്യങ്ങൾ തിയൻ യെന്നിലെയും ദാം ഹാവിലെയും ഞങ്ങളുടെ പട്ടാളക്കാർക്ക് നേരെ കടന്നാക്രമണം നടത്തി. ആഗസ്റ്റ് 13 ാം തീയതി ലാങ് സോണിൽ അവർ പ്രാദേശിക കൊള്ളക്കാരെ തയാറാക്കിനിർത്തി. ഹാ ലോങ് ഉൾക്കടലിലെയും ഹോങ് ഗായ് കടൽക്കരയിലെയും ഞങ്ങളുടെ സഖാക്കളെ അവർ ഉപദ്രവിച്ചു. ഇതിനിടയിൽ ഫ്രഞ്ചുസൈന്യങ്ങൾ സോൺ ലായിൽനിന്ന് തെക്കോട്ടേക്ക് നീങ്ങുകയാണെന്ന് റിപ്പോർട്ടു കിട്ടി. വടക്കൻപ്രദേശത്ത് പടിഞ്ഞാറൻ റിപ്പബ്ലിക്കിന്റെ മാതൃകയിൽ ഒരു 'നുങ് താറ്റ് റിപ്പബ്ലിക്ക്' സ്ഥാപിക്കാനുള്ള തന്റെ ആഗ്രഹം നേരത്തെതന്നെ ദ് അർഗൻ ല്യൂ പ്രകടിപ്പിച്ചിരുന്നു. കടൽത്തീരം മുതൽ പർവതങ്ങൾവരെയും കിഴക്കു മുതൽ പടിഞ്ഞാറുവരെയും അക്കാലത്ത് ശത്രുക്കൾ നടത്തിയ പ്രവർത്തനങ്ങൾ ഈ പദ്ധതി ആരംഭിക്കുന്നതിന്റെ സൂചനകളായിരുന്നു.

വിയത്നാം പ്രശ്നത്തെക്കുറിച്ച് ഏറെക്കുറെ ശരിയായ ധാരണയുണ്ടായിരുന്ന ഫ്രഞ്ചു ജനറൽ ലെക്ലേർക് ജൂലൈ 18 ാം തീയതി ഫ്രാൻസിലേക്ക് മടങ്ങി. അയാൾക്ക് പകരമായി ഫ്രഞ്ച് ഗവൺമെന്റ് വല്ലൂയെ നിയമിച്ചു. ആഗസ്റ്റ് മധ്യത്തിൽ വല്ലൂയ് ഹാനോയ് വിട്ടു. അതേവരെ ഫ്രഞ്ചുകാരുടെ ഭാഗത്തുനിന്ന് അനുസ്യൂതം പ്രകോപനങ്ങളുണ്ടായെങ്കിലും വല്ലൂയ് അയവേറിയ ഒരു സമീപനം സ്വീകരിച്ചിരുന്നു. സൈഗോണിലെത്തിയ ഉടൻതന്നെ തനിക്ക് നൽകിയ യാത്രയയപ്പിന് നന്ദിരേഖപ്പെടുത്തിക്കൊണ്ട് അയാൾ ഞങ്ങൾക്കൊരു കമ്പി സന്ദേശമയക്കുകയും വിയത്നാമും ഫ്രാൻസും തമ്മിൽ സൗഹൃദബന്ധങ്ങൾ നിലനിർത്തണമെന്ന തന്റെ ആഗ്രഹം അതിലൂടെ പ്രകടിപ്പിക്കുകയും ചെയ്തു.

ആഗസ്റ്റ് 17 ാംതീയതി, വല്ലൂയ്ക്ക് പകരംവന്ന മോർളിയെർ ഹാനോയിലേക്ക് പറന്നു. ഈ മേജർ ജനറൽ ഫ്രഞ്ച് മേധാവിത്വകാലത്ത് വടക്കൻ വിയത്നാമിൽ അനേകം വർഷങ്ങൾ ചെലവഴിച്ചിരുന്നു. പിന്നീട് അയാൾ ഫ്രാൻസിലേക്ക് മടങ്ങുകയും ജർമൻ ഫാസിസ്റ്റുകൾക്കെതിരായ ചെറുത്തുനിൽപ്പിൽ പങ്കെടുക്കുകയും ചെയ്തു.

ഫ്രാൻസിന്റെ വിമോചനത്തിനുവേണ്ടിയുള്ള പോരാട്ടത്തിൽ അയാൾ സുപ്രധാനമായ പങ്ക് വഹിച്ചിരുന്നു.

വിമാനത്താവളത്തിൽവെച്ച് ഞാൻ മോർളിയെറെ സ്വീകരിച്ചു. വിയത്നാം ഗവൺമെന്റ് പ്രതിനിധിയുടെ പ്രാതിനിധ്യം അയാളെ സന്തു

ഷ്ടനാക്കിയതായി തോന്നി. ഫ്രാൻസ് വിടുന്നതിനുമുമ്പ് തനിക്ക് പ്രസിഡന്റ് ഹോവിനെ കാണുന്നതിനുള്ള ബഹുമതി ലഭിക്കുകയുണ്ടായെന്നും തന്നെ പരിചയപ്പെടുത്തിക്കൊണ്ട് പ്രസിഡന്റ് ഹോവിൽനിന്ന് താൻ ഒരു കത്ത് കൊണ്ടുവന്നിട്ടുണ്ടെന്നും അയാൾ എന്നോട് പറഞ്ഞു. ഒരു പുതിയ ഫ്രാൻസിന്റെ വികാരത്തോടുകൂടിയാണ് താൻ വിയത്നാമിൽ വരുന്നതെന്നും പ്രസിഡന്റ് ഹോവിന്റെ നേതൃത്വത്തിൽ നടക്കുന്ന വിമോചന സമരത്തെ താൻ ശക്തിയായി പിന്താങ്ങുന്നുവെന്നും അയാൾ കൂട്ടിച്ചേർത്തു. ഫൊന്തേൻബ്ലൂ കൂടിയാലോചനകൾ വൻവിജയത്തിൽ കലാശിക്കുമെന്ന് അയാൾ ആത്മവിശ്വാസം പ്രകടിപ്പിച്ചു.

ഫ്രാൻസും വിയത്നാമും തമ്മിലുള്ള ബന്ധങ്ങളിൽ വലിയ മാറ്റമുണ്ടാകുമെന്ന ശുഭപ്രതീക്ഷ ഈ പഴയ ജനറൽ ആവർത്തിച്ചു പ്രകടിപ്പിച്ചു. വിയത്നാമിലെ ജനങ്ങളോട് തനിക്ക് അങ്ങേയറ്റത്തെ അനുഭാവമുണ്ടെന്നും അവരുടെ നല്ല ഗുണങ്ങളെപ്പറ്റി തനിക്ക് നല്ല മതിപ്പാണുള്ളതെന്നും അയാൾ പലപ്പോഴും പറയാറുണ്ടായിരുന്നു. അത് പ്രകടമാക്കുന്നതിന് ഒരിക്കൽ ഞാനുമായുള്ള സംഭാഷണത്തിൽ പഴയ കൊളോണിയൽ പട്ടാളത്തിലെ 'നാടൻ പട്ടാളക്കാരെ' അയാൾ വാഴ്ത്തുകയും സമർഥനും സത്യസന്ധനുമായ തന്റെ ഒരു വിയത്നം പരിചാരകന്റെ മേൽ പ്രശംസകൾ ചൊരിയുകയും ചെയ്തു! ഏതാനും മാസങ്ങൾക്കുശേഷം ഈ മോർളിയെർക്കാണ് ഒന്നിനു പുറകെ മറ്റൊന്നായി ഞങ്ങൾക്ക് 'അന്ത്യശാസനം നൽകേണ്ടിയിരുന്നത്. അക്കാരണം കൊണ്ട് അയാൾക്ക് അന്ത്യശാസനങ്ങളുടെ ജനറൽ' എന്ന പരിഹാസപ്പേരും കിട്ടി. ഫ്രഞ്ച് റിപ്പബ്ലിക്കിന്റെ കമീഷണറും ഫ്രഞ്ച് പട്ടാളത്തിന്റെ കമാൻഡറുമെന്ന നിലയിൽ അയാൾ വടക്കൻ ഇന്തോചൈനയിൽ കഴിഞ്ഞകാലത്താണ് രാജ്യം മുഴുവൻ വ്യാപിച്ച ഒരു യുദ്ധത്തിന് വഴിവെച്ച ഹൈഫോങ്ങിലെ സംഘട്ടനം പൊട്ടിപ്പുറപ്പെട്ടത്.

ഈ ജനറലിനെക്കുറിച്ച് വ്യക്തമായ ഒരു ചിത്രം രൂപീകരിക്കുന്നതിനാവശ്യമായ രേഖകൾ ഇന്ന് ഞങ്ങളുടെ പക്കലുണ്ട്. ഹൈഫോങ്ങിലെയും ഹാനോയിലെയും സംഘട്ടനങ്ങളെക്കുറിച്ച് 1947 ജനുവരയിൽ മോർളിയെർ എഴുതിയ ഒരു റിപ്പോർട്ട് ഈയിടെ ഫ്രാൻസിൽ വെളിവാക്കപ്പെടുകയുണ്ടായി. മോർളിയെറുടെ വീക്ഷണവും മനോഭാവവും ഏറെക്കുറെ 'കൊളോണിയൽ' ആയിരുന്നെങ്കിലും വിയത്നാമിൽ സമാധാനം കാംക്ഷിച്ച ഒരാളായിരുന്നു അദ്ദേഹമെന്ന് ആ റിപ്പോർട്ടിൽനിന്ന് കാണാം. ഇന്തോചൈനയിലെ യുദ്ധമോഹികളായ കൊളോണിയലിസ്റ്റുകൾ വൻതോതിലുള്ള ഒരു യുദ്ധത്തിന് തീകൊളുത്താൻ നടത്തിയ ശ്രമത്തെ തന്റെ അധികാരമുപയോഗിച്ച് അയാൾ തടയുകയുണ്ടായി. മോർളിയെറുടെ ഈ സമീപനം മൂലമാണ് അയാൾ ഫ്രാൻസിലേക്ക് തിരിച്ചുവിളിക്കപ്പെട്ടത്. ഇന്തോചൈനയിൽ യുദ്ധം തുടർന്നത് തെറ്റായിരുന്നുവെന്ന് ഫ്രഞ്ച് ഗവൺമെന്റിന് ബോധ്യംവന്നപ്പോഴാണ് അയാൾക്ക് ഉദ്യോഗക്കയറ്റം നൽകിയതും ശരിയായ ഒരു പദവിയിൽ അയാളെ നിയമിച്ചതും.

പിന്നീട് ആഗസ്റ്റിൽ, കസ്റ്റംസിനെ ചൊല്ലിയുള്ള ആദ്യത്തെ കുഴപ്പം ഹൈഫോങ്ങിൽ നടന്നു. മുകളിൽ പറഞ്ഞതുപോലെ, ഈ പ്രശ്നത്തിൽ ഫ്രഞ്ചുകാർക്ക് വളരെയധികം ഉൽക്കണ്ഠയായിരുന്നു. ദലാത് സമ്മേളനത്തിലും ഫൊന്തേൻബ്ലുസമ്മേളനത്തിലും ഫ്രഞ്ചുപ്രതിനിധിസംഘം ആ പ്രശ്നം ഉന്നയിക്കുകയും ചെയ്തിരുന്നു. രണ്ടുഭാഗത്തുനിന്നും പരസ്പരവിരുദ്ധമായ അഭിപ്രായങ്ങളുയർന്നുവന്നതു മൂലം അതിന്മേൽ യാതൊരു തീരുമാനവും ഉണ്ടായിക്കഴിഞ്ഞിരുന്നില്ല. വടക്കൻ തുറമുഖത്തെ ഫ്രഞ്ചുസൈന്യങ്ങളുടെ സാന്നിധ്യം കസ്റ്റംസിന്റെ രംഗത്തെ ഞങ്ങളുടെ അവകാശത്തിൻ മേൽ കയ്യേറ്റം നടത്തുന്നതിന് ശ്രമിക്കാൻ അവരെ പ്രാപ്തരാക്കി.

ഹൈഫോങ് തുറമുഖത്ത് ചരക്കുകളിറക്കുമതി ചെയ്യുന്ന വിദേശ കച്ചവടക്കാർ ഞങ്ങളുടെ ചുങ്കനിരക്കനുസരിച്ച് നികുതികളടയ്ക്കുകയായിരുന്നു പതിവ്. ഫ്രഞ്ചുകാരിൽനിന്ന് പ്രചോദനം ലഭിച്ച ചിലർ അതിൽ നിന്നൊഴിഞ്ഞുമാറാൻ നോക്കി. ചൈനീസ്-ഫ്രഞ്ചുകരാറിൽ ഹൈഫോങ് ഒരു സ്വതന്ത്ര തുറമുഖമാണെന്ന് പറഞ്ഞിട്ടുണ്ടെന്നാണ് അതിന് അവർ പറഞ്ഞ ന്യായീകരണം. ആഗസ്റ്റിൽ ഞങ്ങൾ ഒരു വിദേശിയെ തടഞ്ഞുനിർത്തി. അയാൾ കുറേ ഫ്രഞ്ചുകറൻസി തന്നോടൊപ്പം കൊണ്ടുവന്നിരുന്നു. അതേവരെ ആ കറൻസി വിതരണം നടത്താൻ ഞങ്ങൾ അനുവദിച്ചിരുന്നില്ല. അയാളിൽനിന്ന് നികുതി കൊടുക്കാത്ത 100 കെയ്സ് സിഗരറ്റുകളും ഞങ്ങൾ പിടിച്ചെടുത്തു. ആഗസ്റ്റ് 15 ാം തീയതി ഫ്രഞ്ചുകാർ അക്കാര്യത്തിലിടപെട്ടു. തടഞ്ഞുവെച്ച ആളെ വിട്ടയക്കണമെന്നും പിടിച്ചെടുത്ത പണവും സിഗരറ്റുകളും അയാൾക്കുതന്നെ തിരിച്ചുനൽകണമെന്നും അവർ ഞങ്ങളോടാവശ്യപ്പെട്ടു. ഹൈഫോങ്ങിലെ ഫ്രഞ്ചുസൈനിക കമാൻഡ് പ്രാദേശിക അധികൃതരോട് ഇങ്ങനെ പറഞ്ഞു: "ഹൈഫോങ് ഒരു ഫെഡറൽ തുറമുഖമാണ്. അവിടെ കസ്റ്റംസ് നിയന്ത്രണം നടപ്പാക്കാൻ ഫ്രഞ്ചുകാർക്കുമാത്രമേ അധികാരമുള്ളൂ. വിദേശികളെ പരിശോധനയ്ക്ക് വിധേയമാക്കുന്നതും അവരുടെ സാധനങ്ങൾ കണ്ടുകെട്ടുന്നതും ഫ്രഞ്ചുപട്ടാളം സഹിക്കുകയില്ല. അത്തരം സംഭവങ്ങൾ മേലിൽ ആവർത്തിച്ചാൽ ഫ്രഞ്ചുപട്ടാളം സൈനികനടപടികളവലംബിക്കും." അവരുടെ ഈ ഔദ്ധത്യം അംഗീകരിക്കാൻ ഞങ്ങൾക്കു കഴിഞ്ഞില്ല. എന്തുകൊണ്ടെന്നാൽ, വിയത്നാമും ഫ്രഞ്ചുഗവൺമെന്റും തമ്മിൽ ഫെഡറൽ കസ്റ്റംസിനെ സംബന്ധിച്ച് യാതൊരു കരാറുമുണ്ടാക്കിയിരുന്നില്ല.

ഏതാനും ദിവസങ്ങൾക്കുശേഷം തുറമുഖത്ത് പ്രവർത്തനനിരതമായിരുന്ന ഹൈഫോങ് കസ്റ്റംസ്കാരുടെ 'സീഗാൾ' എന്ന ബോട്ടിനെ ഫ്രഞ്ചുകാരുടെ ഒരു സായുധബോട്ട് പിന്തുടർന്നു. ഫ്രഞ്ചുപട്ടാളക്കാർ ഞങ്ങളുടെ ബോട്ടിൽ ചാടിവീഴുകയും ഞങ്ങളുടെ കസ്റ്റംസ് ഉദ്യോഗസ്ഥന്മാരെ ആക്രമിക്കുകയും അവസാനം ബോട്ടിലുണ്ടായിരുന്ന ആൾക്കാരടക്കം അതിനെ പിടിച്ചെടുക്കുകയും ചെയ്തു.

ആഗസ്റ്റ് 29 ാം തീയതി ഉച്ചതിരിഞ്ഞ് തുറമുഖത്തുള്ള ഞങ്ങളുടെ കസ്റ്റംസ്ഭവനവും പോലീസ്സ്റ്റേഷനും വളഞ്ഞിട്ടാക്രമിക്കുന്നതിന് ഹൈഫോങ്ങിൽനിന്ന് കേണൽ ദെബേ യന്ത്രത്തോക്കുകളും കവചിത കാറുകളും സഹിതം പട്ടാളക്കാരെ അങ്ങോട്ടേക്കയച്ചു. ഞങ്ങളുടെ അനേകം പൊലീസുകാരെ അവർ അറസ്റ്റുചെയ്തു. കസ്റ്റംസ്ഭവനത്തിലെ ചരക്കുകൾ കൊള്ളചെയ്യുകയും രണ്ടു കെട്ടിടങ്ങളും കയ്യേറുകയും ചെയ്തു. ഞങ്ങളും അങ്ങോട്ടേക്ക് സൈന്യങ്ങളെ അയച്ചു. ശക്തമായ ഒരു പോരാട്ടം നടന്നു. ഹൈഫോങ്ങിലെ വിയത്നാം ഫ്രഞ്ച് ലെയ്സൺ കമീഷനും കൺട്രോൾ കമീഷനും സംഘട്ടനം പരിഹരിക്കാനെത്തി. അവർ തടഞ്ഞുവെച്ച മുഴുവൻ പേരെയും വിട്ടയക്കണമെന്നും നിയമവിരുദ്ധമായി ഫ്രഞ്ചുകാർ കയ്യടക്കിയ പ്രദേശങ്ങളിൽ നിന്ന് അവർ ഒഴിഞ്ഞുപോകണമെന്നും ഞങ്ങൾ ശക്തിയായി ആവശ്യപ്പെട്ടു.

ഹൈഫോങ്ങിൽ അനേകം ഫ്രഞ്ചുവിരുദ്ധപ്രകടനങ്ങൾ പൊട്ടിപ്പുറപ്പെട്ടു. ഫ്രഞ്ചുകാർ തങ്ങളുടെ സൈന്യങ്ങളെ പാർപ്പിച്ചിരുന്ന പ്രദേശങ്ങളിൽ അവർ അവിടത്തെ ജനങ്ങളെ ഭീഷണിപ്പെടുത്തിക്കൊണ്ടിരുന്നു. വൃദ്ധൻമാരും കുട്ടികളും നഗരങ്ങളിൽനിന്നൊഴിഞ്ഞുപോകാൻ തുടങ്ങി. രണ്ടാഴ്ചക്കുശേഷം ദെബേ ഞങ്ങളുടെ ആൾക്കാരെ വിട്ടയക്കുകയും തുറമുഖത്തെ കസ്റ്റംസ് ഭവനത്തിൽനിന്നും, പോലീസ് സ്റ്റേഷനിൽനിന്നും തന്റെ സൈന്യങ്ങളെ പിൻവലിക്കുകയും ചെയ്യുന്നതുവരെ ഞങ്ങളുടെ സമരം നീണ്ടുപോയി.

എങ്കിലും കസ്റ്റംസ് പ്രശ്നത്തിൽ മേൽ നടന്ന ആദ്യത്തെ ചെറു സംഘട്ടനമായിരുന്നു അത്.

48

വിയത്നാം ജനാധിപത്യ റിപ്പബ്ലിക്കിന്റെ ഒന്നാം വാർഷികം

ആയിരത്തിതൊള്ളായിരത്തി നാൽപ്പത്തി ആറ് സെപ്റ്റംബർ 2. വിയത്നാം ജനാധിപത്യറിപ്പബ്ലിക്കിന് ഒരു വയസായി.

കൊടികളുടെയും പൂക്കളുടെയും നദിയിൽ തെരുവുകൾ മുങ്ങി. എല്ലായിടത്തും പതാകകൾ. ഹോ അമ്മാവന്റെ പ്രതിമകൾ, തോരണങ്ങൾ, ആർച്ചുകൾ....

കഴിഞ്ഞ ശരത്കാലത്തെ ഈ ദിവസമായപ്പോഴേക്കും വിപ്ലവം വിജയിച്ചുകഴിഞ്ഞിരുന്നു. നൂറ്റാണ്ടുകൾ നീണ്ടുനിന്ന അടിമത്തത്തിന്റെ കാളരാത്രി അവസാനിച്ചു. സ്വാതന്ത്ര്യത്തിന്റേതായ പുതിയയുഗത്തിന്റെ കണ്ണഞ്ചിപ്പിക്കുന്ന പ്രഭാതം കുറിച്ചുകൊണ്ട് ഹോ അമ്മാവൻ മടങ്ങിവന്നു. അതിനുശേഷം പിന്നിട്ട ഒരുവർഷം സംഭവബഹുലമായിരുന്നു. മലരികളും ചുഴികളും നിറഞ്ഞ നദിയിലൂടെ രാഷ്ട്രമാകുന്ന ബോട്ടിനെ വിജയപൂർവം മുമ്പോട്ടേക്കു നയിച്ച അമരക്കാരന്റെ വൈദഗ്ധ്യവും ജനാധിപത്യറിപ്പബ്ലിക്കിന്റെ നവചൈതന്യവും ആ വർഷം തെളിയിച്ചു. ഇന്ന്, രാജ്യത്തിന്റെ പുതിയ യജമാനന്മാർ തങ്ങളുടെ വ്യക്തിത്വം ഉറപ്പിച്ചിരിക്കുന്നു; തങ്ങളുടെ ഉത്തരവാദിത്വം മനസിലാക്കിയിരിക്കുന്നു; തങ്ങളുടെ കഴിവുകൾ എത്രത്തോളമുണ്ടെന്ന് ധരിച്ചിരിക്കുന്നു. വിപ്ലവത്തിന്റെ മുന്നിലുള്ള പാത അപ്പോഴും ദീർഘവും പ്രയാസങ്ങൾ നിറഞ്ഞതുമായിരുന്നെങ്കിലും പ്രത്യാശയുടെയും ആത്മവിശ്വാസത്തിന്റെയും ജ്വാലകൾ ഓരോദിവസം കഴിയുംതോറും കൂടുതൽ കൂടുതൽ പ്രകാശമാനമായിക്കൊണ്ടിരുന്നു.

സ്വാതന്ത്ര്യത്തിന്റെ ഒന്നാംവാർഷികം ഹോ അമ്മാവന്റെ അഭാവത്തിലാണ് നടന്നത്. വിടവാങ്ങൽ സമയത്ത് അദ്ദേഹം നൽകിയ ഉപദേശം ജനങ്ങൾ അക്ഷരംപ്രതി പാലിച്ചു. തങ്ങളും ഫ്രഞ്ചുകാരും തമ്മി

ലുള്ള കൂടിയാലോചനകൾ അങ്ങേയറ്റം പ്രയാസം നിറഞ്ഞ ഒരു സ്ഥിതിയിലാണ് നീങ്ങിക്കൊണ്ടിരുന്നത്. വാർഷികാഘോഷസമയത്ത് ഞങ്ങളുടെ നാട്ടുകാർക്ക് ഹോ അമ്മാവൻ ഒരു കമ്പിസന്ദേശമയച്ചു. കൂടിയാലോചനകൾ തുടരുന്നതിനനുകൂലമായ ഒരന്തരീക്ഷം സൃഷ്ടിക്കാൻ ഫ്രഞ്ചുകാരുമായുള്ള ഏറ്റുമുട്ടലുകൾ ഒഴിവാക്കുന്നതിന് പരമാവധി ശ്രമിക്കണമെന്നാണ് അതിലദ്ദേഹം ജനങ്ങളെ ഉപദേശിച്ചത്.

രാവിലെ ഏഴു മണിക്ക് സൈറൻ മുഴങ്ങി. തലസ്ഥാനനഗരിയുടെ ശ്രദ്ധ മുഴുവൻ തെക്കൻഭാഗത്തേക്ക് തിരിഞ്ഞു. അവിടെ പോരാട്ടം നടന്നുകൊണ്ടിരിക്കുകയായിരുന്നു. ദേശീയ സ്വാതന്ത്ര്യത്തിനും രാജ്യത്തിന്റെ പുനരേകീകരണത്തിനും വേണ്ടി തങ്ങളുടെ ജീവൻ ബലിയർപ്പിച്ച രക്തസാക്ഷികൾക്ക് ആദരാഞ്ജലികളർപ്പിക്കാൻ ഒരുമിനിട്ടു സമയം എല്ലാവരും നിശ്ശബ്ദതപാലിച്ചു. വിയത്നാം ജനാധിപത്യറിപ്പബ്ലിക്കിന് ഒരു വയസ്സ് പൂർത്തിയായി; തെക്കൻ പ്രദേശത്തുകാർ സുമാർ ഒരുവർഷമായി സമരം നടത്തിക്കൊണ്ടിരിക്കുകയാണുതാനും. പോരാട്ടത്തിലെ വിഷമംനിറഞ്ഞ ആദ്യനാളുകൾ അവർ പിന്നിട്ടുകഴിഞ്ഞു. ശത്രുവിന്റെ അക്രമാസക്തമായ കടന്നുകയറ്റത്തിനുമുമ്പിൽ താൽക്കാലികമായി പിൻതിരിയേണ്ടിവന്ന ഘട്ടം അവസാനിച്ചു. ഒരാണ്ടത്തെ ഏറ്റുമുട്ടലിലൂടെ പക്വതവന്ന തെക്കൻവിയത്നാം മുഴുവൻ ശത്രുവിന് തിരിച്ചടി നൽകാൻ ഉണർന്നെണീക്കുകയായിരുന്നു. ശത്രുക്കൾ അധിനിവേശപ്രദേശം വിപുലമാക്കുകയും തങ്ങളുടെ സൈന്യങ്ങളിൽ ഒരുഭാഗത്തെ വടക്കോട്ടേക്കയക്കുകയും ചെയ്തെങ്കിലും അവരുടെ ദൗർബല്യം കൂടുതൽ കൂടുതൽ വ്യക്തമായി വന്നു. അവരുടെ മുന്നേറ്റവിഭാഗം ആദ്യം സൈഗോണിൽനിന്ന് വിവിധ പട്ടണങ്ങളിലേക്ക് നീങ്ങുകയും അവിടെനിന്ന് നാട്ടിൻപുറങ്ങളിലേക്ക് വ്യാപിക്കുകയും ചെയ്തു. ഇപ്പോൾ വിശാലമായ നാട്ടിൻപുറങ്ങളിൽനിന്ന് പട്ടണപ്രദേശങ്ങളിലേക്കും സൈഗോണിലേക്കുതന്നെയും അവർ തുരത്തിയോടിക്കപ്പെടാൻ തുടങ്ങി. കാവൽക്കാരുടെ തോക്കുകൾക്കപ്പുറം തങ്ങൾക്ക് യാതൊരു നിയന്ത്രണവുമില്ലെന്ന് ശത്രുക്കൾക്കുതന്നെ സമ്മതിക്കേണ്ട സ്ഥിതി വന്നുചേർന്നു. വേഗത്തിലുള്ള യുദ്ധം, വേഗത്തിലുള്ള വിജയം – ഫ്രഞ്ചുകമാൻഡർമാർക്കും മറ്റുമുണ്ടായിരുന്ന ഈ വ്യാമോഹം തകർന്നുപോയി. ശത്രുക്കളെ എങ്ങനെ നേരിടണമെന്ന് തെക്കൻവിയത്നാം പഠിച്ചു. തങ്ങൾ നീണ്ടുനിൽക്കുന്ന ഒരു യുദ്ധത്തിൽ അകപ്പെട്ടുകഴിഞ്ഞതായി ശത്രുക്കൾ മനസിലാക്കി.

ആഹ്ലാദപ്രദമായ ആ ദിവസത്തിന്റെ തുടക്കത്തിൽ രാജ്യത്തിന്റെ മുഴുവൻ ശ്രദ്ധയും കൃതജ്ഞതാപൂർവം തെക്കോട്ടേക്ക് തിരിഞ്ഞു. പോയ ഒരുവർഷം, സ്വാതന്ത്ര്യത്തിനുവേണ്ടി അങ്കം വെട്ടാൻ ആയുധമേന്തി ഒറ്റ മനുഷ്യനെപ്പോലെ ഉയിർത്തെഴുന്നേറ്റ രാഷ്ട്രത്തിന്റെ അജയ്യശക്തിയും പുതിയഭരണത്തിന്റെ ഊർജസ്വലതയും തെളിയിക്കപ്പെടുകയുണ്ടായി. ദേശീയ സ്വാതന്ത്ര്യത്തിനും രാജ്യത്തിന്റെ ഏകീകരണത്തി

നുംവേണ്ടി അവസാനംവരെ പോരാടുമെന്ന് ആ ദിവസം രാജ്യം മുഴുവൻ പ്രതിജ്ഞയെടുത്തു.

ഒരുമിനിട്ട് നീണ്ടുനിന്ന നിശ്ശബ്ദത അവസാനിച്ചു. ദേശീയ ദിനത്തിൽ സൈനികപരേഡ് നടക്കേണ്ടിയിരുന്ന 'ഖഡ്ഗതടാക' പ്രദേശത്ത് ഒട്ടേറെ ജനങ്ങൾ തടിച്ചുകൂടി. ചി ലിഞ്ഞ പാർക്കിൽ ഒരു വലിയ സ്റ്റേജ് പണിതുയർത്തിയിരുന്നു. കഴിഞ്ഞവർഷം, സെപ്റ്റംബർ രണ്ടാം തീയതി ബാദിഞ്ഞ് മൈതാനത്ത് നിർമിച്ച സ്റ്റേജിലാണ് പ്രസിഡന്റ് ഹോയും ഗവൺമെന്റ് പ്രതിനിധികളും ആദ്യമായി ജനങ്ങളുടെ മുമ്പിൽ പ്രത്യക്ഷപ്പെട്ടത്. ഈ വർഷം സ്റ്റേജിൽ ആസനസ്ഥരായിരിക്കുന്നത് തങ്ങൾതന്നെ തെരഞ്ഞെടുത്ത ആക്ടിങ്ങ് പ്രസിഡന്റ് ഹുയിഞ്ഞ് തുക് ഖാഞ്ഞും മന്ത്രിമാരുമാണ്. അവരാകട്ടെ, ജനങ്ങൾക്ക് സുപരിചിതരുമാണ്. കൂടാതെ ബ്രിട്ടീഷ്, അമേരിക്കൻ, ചൈനീസ്, ഫ്രഞ്ച്.... പ്രതിനിധികളും സന്നിഹിതരായിരുന്നു. മോർളിയെയും മറ്റുചില ഫ്രഞ്ചുസൈനികോദ്യോഗസ്ഥന്മാരും എത്തിച്ചേർന്നിട്ടുണ്ടായിരുന്നു. അവിടെ സംഘാടക കമ്മിറ്റിക്കാർ വിശിഷ്ടാതിഥികൾക്ക് ഒരുക്കിയ ഇരിപ്പിടങ്ങളിലേക്ക് അവരെ നയിച്ചു. കൊളോണിയൽഭരണത്തിന്റെ സുവർണകാലത്ത് അനേകം വർഷം ഇവിടെ ചെലവഴിച്ച വടക്കൻ ഇന്തോചൈനയിലെ ഫ്രഞ്ചുറിപ്പബ്ലിക്കിന്റെ കമീഷണർ അതിൽ അസംതൃപ്തിയൊന്നും പ്രകടിപ്പിച്ചില്ല.

പട്ടാളക്കാരെയും ജനകീയയോദ്ധാക്കളെയും സ്വയം പ്രതിരോധസേനകളെയും അഭിമുഖീകരിച്ചുകൊണ്ട് സൈനിക കമീഷന്റെ മേധാവി സംസാരിച്ചതിനുശേഷം സായുധസേനകളുടെ പരേഡ് തുടങ്ങി.

റിപ്പബ്ലിക്ക് സ്ഥാപിക്കപ്പെട്ടതിനുശേഷം രണ്ടാമത്തെ സൈനികപരിശോധനയായിരുന്നു ഇത്. മുൻവർഷം സെപ്റ്റംബർ രണ്ടാം തീയതി, വിപ്ലവത്താവളത്തിൽനിന്ന് അപ്പോൾമാത്രമെത്തിച്ചേർന്നതും ശത്രുക്കളിൽനിന്ന് പിടിച്ചെടുത്ത ആയുധങ്ങളേന്തിയതുമായ ഒരു ഡിറ്റാച്ച്മെന്റ് സൈനികപ്പട സ്റ്റേജിനുമുമ്പിൽ അണിയണിയായി നിന്നിരുന്നു. അപ്പോൾ ഒരു സൈനികപരേഡ് നടത്തുക സാധ്യമായിരുന്നില്ല. കാരണം, ഞങ്ങളുടെ പോരാളികൾ അനേകം യുദ്ധങ്ങളിലൂടെ കടന്നുവന്നവരാണെങ്കിലും കൂട്ടായിചേർന്ന് ഒരു പരേഡ് നടത്താൻ പഠിച്ചിരുന്നില്ല. എന്നാൽ ഇപ്പോൾ വിയത്നാം ദേശീയസൈന്യത്തിന്റെ ഒരു റജിമെന്റ് സുസജ്ജമായും പച്ച യൂണിഫോറമണിഞ്ഞും സ്വർണനക്ഷത്രാങ്കിതമായ തൊപ്പിയും തോൽബൂട്ടുകളും ധരിച്ചും റൈഫിളുകളേന്തിയും സൈനിക ബാൻഡിൽ നിന്നുയർന്ന സംഗീതത്തിന്നൊപ്പിച്ച്, സ്റ്റേജിനുമുമ്പിലൂടെ അഭിമാനപൂർവം മാർച്ചുചെയ്യുകയാണ്. ഓരോ യൂണിറ്റ് കഴിയുമ്പോഴും വാളേന്തിയ ഒരു കമാൻഡിങ് ഓഫീസറെ കാണാം. അദ്ദേഹത്തിന്റെ തൊട്ടടുത്തായി പൊളിറ്റിക്കൽ കമ്മിസാർ മാർച്ച് ചെയ്തു.

പോരാട്ടത്തിനിടയിൽ നൽകിയ ഒരുവർഷത്തെ പരിശീലനത്തിനുശേഷം തങ്ങൾക്കുണ്ടായ ശ്രദ്ധേയമായ വളർച്ചയും, ശത്രുക്കൾ യുദ്ധം

വ്യാപിപ്പിക്കുകയാണെങ്കിൽ അതിനെ നേരിടാൻ നീണ്ടുനിൽക്കുന്ന ഒരു യുദ്ധം നടത്താൻ തങ്ങൾ തയാറാണെന്നകാര്യവും ഞങ്ങളുടെ സൈന്യം പുതിയഗവൺമെന്റിനും ജനങ്ങൾക്കും റിപ്പോർട്ടുചെയ്തു. വാസ്തവത്തിൽ ഞങ്ങളുടെ സൈന്യങ്ങൾ അന്ന് ലഘുവായ ആയുധങ്ങൾ മാത്രമേ ധരിച്ചിരുന്നുള്ളൂ. റൈഫിളുകൾക്കുപുറമേ ഓരോ കമ്പനിക്കും ഒന്നോരണ്ടോ ഇടത്തരം യന്ത്രത്തോക്കുകൾ, ഏതാനും ചെറിയ യന്ത്രത്തോക്കുകൾ – ഇതായിരുന്നു അന്നത്തെ ആയുധം. ഇതുതന്നെ പരേഡ് സംഘടിപ്പിക്കാൻ ചുമതലപ്പെട്ട കമ്മിറ്റി നടത്തിയ തീവ്രമായ ശ്രമത്തിന്റെ ഫലമായി കിട്ടിയതാണ്. വിപ്ലവത്തിന്റെ വിജയത്തിനുതൊട്ട് ഹാനോയ്യിൽ വിമോചനസേനയുടെ ഒരു ഡിറ്റാച്ച്മെന്റ് പ്രത്യക്ഷപ്പെട്ടത് എത്രകണ്ട് അവസരോചിതമായിരുന്നുവോ അത്രതന്നെ അവസരോചിതമായിരുന്നു അസൽ പട്ടാളത്തിന്റെ ഒരു റജിമെന്റ് അന്നു പ്രത്യക്ഷപ്പെട്ടത്. ഇന്ന് ചുവന്ന തൊപ്പിയണിഞ്ഞ ഫ്രഞ്ച് പാരട്രൂപ്പ് ഭടൻമാർ ഫുട്പാത്തിലൂടെ തലങ്ങും വിലങ്ങും നടക്കുകയാണ്; രണ്ടാംസായുധ ഡിവിഷന്റെ വാഹനങ്ങൾ ഹാനോയ് തെരുവീഥികളിലൂടെ അങ്ങോട്ടുമിങ്ങോട്ടും മുരണ്ടുകൊണ്ട് ഓടുകയാണ്.

രാജവ്യാപകവും ദീർഘവുമായ ചെറുത്തുനിൽപ്പ് യുദ്ധം ആരംഭിക്കുന്നതിന് തൊട്ടുമുമ്പ് തങ്ങൾക്കുണ്ടായ പുരോഗതിയെ സംബന്ധിച്ച തങ്ങളുടെ സൈന്യത്തിന്റെ ഒരു റിപ്പോർട്ടുമായിരുന്നു ഇത്. ഒമ്പത് വർഷത്തിനുശേഷം ഫ്രഞ്ചുപട്ടാളക്കാരുമായി ദിയൻ ബിയൻ ഫുവിൽവച്ച് ഏറ്റുമുട്ടി അന്തിമവിജയം കരസ്ഥമാക്കുന്നതുവരെ തലസ്ഥാനനഗരിയിൽ പിന്നീടൊരു സൈനികപരേഡ് നടത്താൻ കഴിഞ്ഞില്ല.

ഉച്ചതിരിഞ്ഞ് ഒരു വലിയയോഗം സംഘടിപ്പിക്കപ്പെട്ടു. പതാകകളുടെയും പോസ്റ്ററുകളുടെയും ഒരു നദികണക്കെ അനേകം ജനങ്ങൾ മുനിസിപ്പൽ തിയറ്ററിന് മുമ്പിലുള്ള മൈതാനത്തേക്ക് ഒഴുകിയെത്തി. പുഷ്പം കൊണ്ടലങ്കരിച്ച പലതരത്തിലും പലനിറത്തിലുമുള്ള പ്ലോട്ടുകൾകൊണ്ടുനിറഞ്ഞ മൈതാനം ശരിക്കും ഒരു പാർക്കായി മാറി. പുതിയ ഗവൺമെന്റിന്റെ റിപ്പോർട്ട് കേൾക്കുന്നതിനും വിമോചനത്തിനുശേഷമുള്ള ഒരു വർഷത്തിനിടയിൽ പുതിയ ഭരണം എന്തൊക്കെ ചെയ്തെന്ന് മനസിലാക്കുന്നതിനും സമതലപ്രദേശം മുതൽ പർവതപ്രദേശം വരെയുള്ള അഞ്ചുലക്ഷം ജനങ്ങൾ അവിടെ തടിച്ചുകൂടി.

വിപ്ലവാധികാരം കെട്ടിപ്പടുക്കുന്നതിനും ശക്തിപ്പെടുത്തുന്നതിനും പ്രസിഡന്റ് ഹോ ആവിഷ്കരിച്ച മൂന്ന് മുഖ്യ കടമകൾ – പട്ടിണിക്കും അജ്ഞതയ്ക്കും വിദേശാക്രമണങ്ങൾക്കും എതിരായി പോരാടുക – നിർവഹിക്കുന്നതിൽ ജനങ്ങൾക്കുണ്ടായ നേട്ടങ്ങളുടെ ഒരു വിലയിരുത്തൽ കൂടിയായിരുന്നു ഗവൺമെന്റിന്റെ റിപ്പോർട്ട്.

ഇന്ന് മൂർത്തമായ അനേകം പ്രശ്നങ്ങൾ ജനങ്ങളുടെ മുമ്പിൽ അവതരിപ്പിക്കാൻ കഴിയുന്ന സ്ഥിതിയിലാണ് പുതിയ ഭരണം.

ഭക്ഷണസാധനങ്ങൾ നിർബന്ധിച്ച് വിതരണം ചെയ്യുക എന്ന ഫ്രഞ്ച്-ജാപ്പനീസ് നയം ഞങ്ങളുടെ ജനങ്ങൾക്ക് ലഭിക്കേണ്ട ആയിരക്കണക്കിന് ടൺ അരി കവർന്നെടുത്തു. ഭയാനകമായ ഒരു പട്ടിണിയായിരുന്നു അതിന്റെ ഫലം. വിപ്ലവം വിജയം വരിക്കുന്ന സമയത്ത് ചുവപ്പുനദി ഒരു അഭൂതപൂർവനിലയിലേക്ക് – 12.6 മീറ്റർ – ഉയർന്നിരുന്നു. ആഗസ്റ്റിലെ വെള്ളപ്പൊക്കം മറ്റൊരു നാലു ലക്ഷം ടൺ അരി വടക്കൻഭാഗത്തെ ഞങ്ങളുടെ ജനങ്ങളിൽനിന്ന് തൂത്തടിച്ചുകൊണ്ടുപോകുകയും ചെയ്തിരുന്നു. ഇതിനൊക്കെപുറമെ നിർബന്ധിച്ച് ചണവും ആവണക്കും കൃഷിചെയ്യുക എന്ന ഫ്രഞ്ചുനയംമൂലം നെൽകൃഷി ചെയ്യുന്ന സ്ഥലത്തിന്റെ വിസ്തീർണം ഗണ്യമായി കുറയുകയും ചെയ്തു.

വ്യവസായവും വ്യാപാരവും പരിപൂർണമായും സ്തംഭനത്തിലായി. കൈത്തൊഴിലുകൾ തകർന്നടിഞ്ഞു.

ഖജനാവിൽ 1,230,000 പിയാസ്ത്രെമാത്രം അവശേഷിച്ചപ്പോഴാണ് പുതിയ ഭരണം സ്ഥാപിതമായത്. അതിൽത്തന്നെ പകുതി അവിടെയുമിവിടെയും കീറിയ ചെറിയ മൂല്യമുള്ള ബാങ്കുനോട്ടുകളായിരുന്നു. പ്രത്യക്ഷനികുതി പിരിക്കുന്നതിനുള്ള സമയം കഴിഞ്ഞുപോയിരുന്നു. ഇന്തോചൈനയുടെ ബജറ്റ് വരുമാനത്തിന്റെ വലിയ ഭാഗം വരുമാനമായിരുന്ന കസ്റ്റംസ് നികുതി, വ്യാപാരരംഗത്തെ മാന്ദ്യംമൂലം പൂർണമായി ഇല്ലാതായെന്നുതന്നെ പറയാം. ഇതിനിടയിൽ പിയാസ്ത്രെയുടെ മൂല്യം 5000 താഞ് ഹോവ നാണയത്തിൽനിന്ന് 10 താഞ് ഹോവ നാണയമായി ഇടിഞ്ഞു. നവംബറിൽ ഫ്രഞ്ചുടമസ്ഥതയിലുള്ള ഇന്തോചൈന ബാങ്ക് ഗവൺമെന്റിനു പണം മുൻകൂർ നൽകാൻ വിസമ്മതിക്കുകയും 500 പിയാസ്ത്രെ ബാങ്ക് നോട്ടുകളുടെ സാധുത്വം നിയമവിരുദ്ധമായി റദ്ദാക്കുകയും ചെയ്തു. സ്ഥിതിഗതികൾ കൂടുതൽ വഷളാക്കുന്നതിന്, ജിയാങ് കയ്ഷെക്പട്ടാളം അനിയന്ത്രിതമായ തോതിൽ ചൈനീസ് കറൻസി വിതരണം ചെയ്യാനും തുടങ്ങി.

പട്ടിണി ഒരു ഭീകരാകാരം പൂണ്ട് ഞങ്ങളുടെ ജനങ്ങൾക്ക് മുമ്പിൽ പ്രത്യക്ഷപ്പെട്ടു. ഈ സാഹചര്യത്തിലും അവർക്ക് രണ്ട് ലക്ഷം ജിയാങ് കയ്ഷെക് പട്ടാളക്കാരെയും 60,000 ജാപ്പനീസ് പട്ടാളക്കാരെയും തീറ്റിപ്പോറ്റേണ്ടിയിരുന്നു.

ഇത്തരത്തിലുള്ളതായിരുന്നു ആദ്യനാളുകളിൽ ഞങ്ങളുടെ രാജ്യത്തിലെ സാമ്പത്തികപരിതഃസ്ഥിതി. ഇതിനിടയിൽത്തന്നെ, വടക്കൻ വിയത്നാമിൽ, നാട്ടുകാരായ വഞ്ചകരും പിന്തിരിപ്പന്മാരും ജിയാങ് പട്ടാളത്തിന്റെ സഹായത്തോടെ വിപ്ലവ ഗവൺമെന്റിനെ അട്ടിമറിക്കുന്നതിന് തങ്ങളുടെ ആവനാഴിയിലുള്ള ആയുധങ്ങൾ മുഴുവനുമുപയോഗിച്ചു. തെക്കൻ വിയത്നാമിലാണെങ്കിൽ ഫ്രഞ്ചുസാമ്രാജ്യത്വവാദികൾ തങ്ങളുടെ ആക്രമണം ആരംഭിക്കുകയും ചെയ്തു.

ഗവൺമെന്റിന്റെ ആഹ്വാനമനുസരിച്ച് ജനങ്ങൾ വെള്ളപ്പൊക്കം തടയാൻ നൂറുകണക്കിന് കിലോമീറ്റർ നീളത്തിൽ ചിറകെട്ടുകയും അത് ശക്തിപ്പെടുത്തുകയും ചെയ്തു.

ദാരിദ്ര്യം നിർമാർജനം ചെയ്യുന്നതിന് ഉൽപ്പാദനം വർധിപ്പിക്കാനുള്ള പ്രസിഡന്റ് ഹോവിന്റെ ആഹ്വാനം അത്ഭുതകരമായ വിജയം സൃഷ്ടിച്ചു. നെൽകൃഷിചെയ്യാനുള്ള സ്ഥലത്തിന്റെ വിസ്തീർണം 50 ശതമാനം വർധിച്ചു. മധുരക്കിഴങ്ങ് കൃഷിസ്ഥലത്തിന്റെ വിസ്തീർണം മുമ്പത്തേതിന്റെ നാലുമടങ്ങ് വർധിക്കുകയും ഉൽപ്പാദനം അഞ്ചിരട്ടി ഉയരുകയും ചെയ്തു. ചോളം മുമ്പത്തേക്കാൾ അഞ്ചിരട്ടി കൂടുതൽ സ്ഥലത്ത് കൃഷി ചെയ്യാൻ തുടങ്ങി. ഉൽപ്പാദനം നാലിരട്ടി അധികമായി. ആ വർഷം ജൂലൈ മാസത്തിൽ അരിയുടെ വില നൂറുകിലോഗ്രാമിന് 700 പിയാസ്ട്രെ ഉണ്ടായിരുന്നത് 200 പിയാസ്ട്രെ ആയി കുറഞ്ഞു. അങ്ങനെ വിപ്ലവം ദാരിദ്ര്യത്തെ പരാജപ്പെടുത്തി. പുനർനിർമാണത്തിന്റെ ആദ്യഘട്ടത്തിൽത്തന്നെ ജനാധിപത്യറിപ്പബ്ലിക്കിനുണ്ടായ ഈ വിജയം എന്തുകൊണ്ടും വിസ്മയകരമാണ്.

ജനങ്ങളുടെ ഭാരം ലഘൂകരിക്കാനും സമതുലിതമാക്കാനും നികുതിഘടനയിൽ മാറ്റംവരുത്തി. സിവിൽ ഉദ്യോഗസ്ഥൻമാരോടും പട്ടാളക്കാരോടും ത്യാഗങ്ങളനുഷ്ഠിക്കാൻ ആഹ്വാനം നൽകി. ജനങ്ങൾ നൽകിയ സംഭാവനകളും വിയത്നാമീസ് ബാങ്ക് നോട്ടുകളുടെ വിതരണവും ഭരണച്ചെലവ്, പ്രത്യേകിച്ചും ദേശീയ പ്രതിരോധത്തിനുള്ള വമ്പിച്ചചെലവ്, നിറവേറ്റാൻ ഉപയോഗിച്ചു.

വിദ്യാഭ്യാസരംഗത്ത് അജ്ഞതക്കെതിരായ സമരം അഭൂതപൂർവമായ വിജയം നേടി. 80,000 അധ്യാപകരും അധ്യാപികമാരും ശമ്പളമൊന്നും കൂടാതെ 60000 ക്ലാസുകളിൽ വെച്ച് നിരക്ഷരരെ പഠിപ്പിച്ചു. അങ്ങനെ 15 ലക്ഷം ജനങ്ങളെ സാക്ഷരരാക്കാൻ അവർ സഹായിച്ചു.

വൈദേശിക ആക്രമികൾക്കും ആഭ്യന്തര ശത്രുക്കൾക്കും എതിരെ വിട്ടുവീഴ്ചകൂടാതെ നടത്തിയ സമരം വിജയശ്രീലാളിതമായി. രണ്ടു ലക്ഷം ജിയാങ് കയ്ഷെക് പട്ടാളക്കാർ രാജ്യത്തുനിന്ന് തുരത്തിയോടിക്കപ്പെട്ടു. അവരുടെ പിണിയാളുകളുടെയും പിന്തിരിപ്പന്മാരുടെയും ഗൂഢമായ നീക്കങ്ങൾ തകർക്കപ്പെട്ടു. തെക്ക് ഞങ്ങളുടെ സൈന്യങ്ങളും ജനങ്ങളും യുദ്ധം ചെയ്തുകൊണ്ടുതന്നെ കൂടുതൽ കൂടുതൽ ശക്തിയാർജിക്കുകയും 'പൊടുന്നനെയുള്ള യുദ്ധം, പൊടുന്നനെയുള്ള വിജയം' എന്ന ശത്രുക്കളുടെ പദ്ധതിയെ പരാജയപ്പെടുത്തുകയും ചെയ്തു. തെക്കൻവിയത്നാമിലെ 21 പ്രവിശ്യകളിൽ 20 പ്രവിശ്യകളും വിപ്ലവശക്തികൾ ഉറച്ചുനിന്നു.

ജനാധിപത്യറിപ്പബ്ലിക്ക് കൂടുതൽ പ്രബലമായി. പുതിയഭരണം ഒരു വർഷത്തെ കഷ്ടപ്പാടുകൾക്കും പ്രയാസങ്ങൾക്കുംശേഷം രാജ്യത്തിന്റെ ചരിത്രത്തിലാദ്യമായി വിജയപൂർവം ഒന്നാമത്തെ പൊതുതെരഞ്ഞെടുപ്പ് നടത്തി; നാഷണൽ അസംബ്ലി വിളിച്ചുകൂട്ടി; വിയത്നാം ജനാധിപത്യറിപ്പബ്ലിക്കിൽ ഔദ്യോഗികഗവൺമെന്റ് രൂപീകരിച്ചു. ആ ഗവൺമെന്റ് രാജ്യത്തിന്റെ ചരിത്രത്തിലാദ്യമായി ഒരു ജനാധിപത്യഭരണഘടന എഴുതിയുണ്ടാക്കുകയും ദേശീയ അസംബ്ലി അത് ചർച്ച ചെയ്ത് അംഗീകരി

ക്കുകയും ചെയ്തു. മധ്യവിയത്നാമിലെയും വടക്കൻ വിയത്നാമിലെയും ഗ്രാമീണതലം മുതൽ പ്രവിശ്യാതലംവരെയുള്ള മിക്കവാറും എല്ലാ ഭരണനിർവഹണകമ്മിറ്റികളും ജനകീയകൗൺസിലുകളും അപ്പോഴേക്കും തെരഞ്ഞെടുക്കപ്പെട്ടു. ജനാധിപത്യാവകാശങ്ങൾ വിനിയോഗിക്കുന്നതിനുള്ള ഒരു സ്ഥിതിയിൽ എത്തിച്ചേർന്നു ജനങ്ങൾ. വിപ്ലവത്തിനുമുമ്പ് 20 പത്രങ്ങളും റിവ്യൂകളുമുണ്ടായിരുന്ന വിയത്നാമിൽ. ഇപ്പോൾ അത് 120 വരെ എത്തി. ദേശീയമോചനത്തിനുവേണ്ടി 100 ലക്ഷത്തിലേറെ ജനങ്ങൾക്ക് വിവിധ അസോസിയേഷനുകളിലും സംഘടനകളിലും അംഗത്വം നൽകപ്പെട്ടു.

ജനങ്ങൾ പതിവിൽക്കവിഞ്ഞ സന്തോഷത്തോടെയാണ് ഏറ്റവും നല്ല വസ്ത്രങ്ങളും ധരിച്ച്, ജനാധിപത്യറിപ്പബ്ലിക്കിന്റെ ഒന്നാം വാർഷികാഘോഷത്തിൽ പങ്കെടുക്കാനെത്തിച്ചേർന്നത്.

യോഗത്തിനുശേഷം അഞ്ചു ലക്ഷം ആളുകൾ പങ്കെടുത്ത അഞ്ചു കിലോ മീറ്ററിലേറെ നീളംവരുന്ന ഒരു പരേഡ് നടന്നു. വിയത് മിഞ്ഞ് നാഷണൽ കമ്മിറ്റിയുടെ അലങ്കരിച്ച ഒരു വാഹനം സ്വർണവർണാങ്കിത നക്ഷത്രത്തോടുകൂടിയ പതാകയുമായി പരേഡിന് നേതൃത്വം നൽകി. മറ്റൊരുവാഹനത്തിൽ ബാ ദിഞ്ഞ് മൈതാനത്തിലെ സ്റ്റേജിന്റെ ഒരു മാതൃകയായിരുന്നു – ഒരുവർഷം മുമ്പ് ഹോ അമ്മാവൻ ആദ്യമായി ജനങ്ങളുടെ മുമ്പിൽ പ്രത്യക്ഷപ്പെട്ട് ചരിത്രപ്രധാനമായ സ്വാതന്ത്ര്യപ്രഖ്യാപനം വായിച്ച സ്റ്റേജിന്റെ മാതൃക. വിയത്നാം തൊഴിലാളികളുടെ കോൺഫെഡറേഷന്റെ വകയായുമുണ്ടായിരുന്നു ഒരു വാഹനം. അതിൽ മനോഹരമായ ഒരു ഭൂഗോളമായിരുന്നു ഉണ്ടായിരുന്നത് – തൊഴിലാളികളുടെയും അധ്വാനിക്കുന്ന ജനങ്ങളുടെയും ലോകവ്യാപകമായ പ്രസ്ഥാനത്തെ പ്രതീകാത്മകമായി ചിത്രീകരിക്കുന്ന ഭൂഗോളം. നാലുവശത്തും വ്യാപിച്ചുകിടക്കുന്ന ചിറകുകളോടുകൂടിയ ഒരു സ്വർണപ്പക്ഷിയായിരുന്നു അലങ്കരിക്കപ്പെട്ട മറ്റൊരു വാഹനത്തിലുണ്ടായിരുന്നത്. പുതിയഭരണത്തിന്റെ നാനാമുഖമായ വളർച്ചയെ അത് പ്രതിനിധീകരിച്ചു. പോസ്റ്ററുകൾ പതിച്ച മറ്റനവധി വാഹനങ്ങളുമുണ്ടായിരുന്നു. അതിലിങ്ങനെ എഴുതിയിരുന്നു: "വിയത് മിഞ്ഞിന് അഭിവാദ്യം. രാഷ്ട്രത്തെ മോചിപ്പിക്കുകയും ദേശീയ സ്വാതന്ത്ര്യം തിരിച്ചുപിടിക്കുകയും ചെയ്ത മുന്നണിക്ക് അഭിനന്ദനം. 'പെട്ടെന്ന് മഴപെയ്യാൻ തുടങ്ങി. പക്ഷെ, പതാകകളും പോസ്റ്ററുകളും പ്രസിഡന്റ് ഹോവിന്റെ ചിത്രങ്ങളും പുഷ്പങ്ങളുമേന്തിയിരുന്ന ജനസമുദ്രം യാതൊന്നും സംഭവിക്കാത്തമട്ടിൽത്തന്നെ നിന്നു. മഴയായാലും പ്രകാശമായാലും തെരുവുകളൊക്കെ അനന്തമായ പ്രകാശംകൊണ്ട് നിറഞ്ഞുതുളുമ്പി. നഗരം പതാകകളിലും പുഷ്പങ്ങളിലും ഹോ അമ്മാവന്റെ ചിത്രങ്ങളിലും മുങ്ങിപ്പോയി.

വൈകുന്നേരം വീടുകളുടെ മുമ്പിൽ കെട്ടിത്തൂക്കിയ ആയിരക്കണക്കിന് വിളക്കുകളിൽനിന്ന് പ്രസരിച്ച ഇളംചുവപ്പുനിറത്തിലുള്ള വെളിച്ചം മൂലം നഗരമാകെ വെട്ടിത്തിളങ്ങുന്നതുപോലെ തോന്നി. തലസ്ഥാനഗര

യിലെ ഒരു സംഘം ചെറുപ്പക്കാർ വിപ്ലവജ്വാലയുടെ പ്രതീകമായ ദീപ ശിഖ ഉയർത്തിപ്പിടിച്ചു. ആയിരക്കണക്കിനാളുകളിൽ നിന്നുയർന്നുപൊങ്ങിയ ആർപ്പുവിളികൾക്കിടയിൽ അവർ അതുമായി 'ഖഡ്ഗതടാക' ത്തിനു ചുറ്റും ഓടി. തെരുവീഥികളിൽ ജനങ്ങൾ പാർട്ടികളേർപ്പെടുത്തി. ദൂരെയുള്ള പ്രവിശ്യകളിൽനിന്നുവന്ന യാത്രക്കാരെ അതിലേക്ക് ക്ഷണിച്ചുകൊണ്ടിരുന്നു. നഗരം മുഴുവൻ ഒരു വലിയ പാർട്ടി നടക്കുകയാണെന്ന പ്രതീതിയുണ്ടായി. അതിനുതന്നെ ജനങ്ങളുടെ അളവറ്റ സന്തോഷത്തെ ഉൾക്കൊള്ളാൻ പ്രയാസമായിരുന്നു. നഗരത്തിന്റെ വിവിധകേന്ദ്രങ്ങളിൽ പലതരത്തിലുള്ള കലാപ്രകടനങ്ങൾ നടന്നു – ഗാനമേളകൾ, ഡാൻസ്, നാടകം, ഓപ്പറ തുടങ്ങിയവ.

പാകംവന്ന പഴം തിന്നുമ്പോൾ ആ മരം വളർത്തിയ ആളെ നാം കൃതജ്ഞതാപൂർവം ഓർക്കുന്നു; സ്വാദുള്ള തണുത്ത വെള്ളം കുടിക്കുമ്പോൾ കിണർ കുഴിച്ച ആളെയും. അതേപോലെ ആനന്ദത്തിന്റെയും ആഹ്ലാദത്തിന്റേതുമായ ഈ ഘട്ടത്തിൽ അതിനു കാരണക്കാരനായ ആളെക്കുറിച്ച് ജനങ്ങൾക്ക് ചിന്തിക്കാതിരിക്കാനായില്ല. നാടിന്റെ നാനാ നിറങ്ങളോടും കൂടി ലളിതവും ഊഷ്മളവും ഋജുവും സുന്ദരവുമായ ഹോ അമ്മാവന്റെ രൂപം എല്ലാവരുടെ മനസിലും തെളിഞ്ഞുവരുന്ന നിമിഷമായിരുന്നു അത്. ആഹ്ലാദത്തിന്റേതായ ആ സുദിനത്തിൽ ജനങ്ങൾക്കും രാജ്യത്തിനുംവേണ്ടി എല്ലാതരത്തിലുള്ള ക്ലേശങ്ങളും സഹിച്ചുകൊണ്ട് അദ്ദേഹം വളരെ അകലെ കഴിയുകയായിരുന്നു.

49

ഹോ അമ്മാവന്റെ മറ്റൊരു വിജയം

പ്രസിഡന്റ് ഹോ ഫ്രഞ്ച് ഗവൺമെന്റിന് ഒരു കുറിപ്പയക്കുകയുണ്ടായെന്ന് ആഗസ്റ്റ് അവസാനം പാശ്ചാത്യപത്രങ്ങൾ റിപ്പോർട്ടു ചെയ്തു. അപ്പോൾ മൗതെയും വരേനെയും ഇങ്ങനെ പ്രസ്താവിച്ചതായി പറയപ്പെടുന്നു: "ഫൊന്തേബ്ലൂസമ്മേളനം പുനരാരംഭിച്ചേക്കാം."

എങ്കിലും സെപ്തംബർമാസത്തിന്റെ തുടക്കത്തിൽ പോലും സമ്മേളനം പുനരാരംഭിച്ചതായി കണ്ടില്ല. കാരണം, ഇരുഭാഗത്തെയും കാഴ്ചപ്പാടുകൾ തമ്മിലുള്ള അന്തരം തുടർന്നു. പ്രസിഡന്റ് ഹോ അയച്ച കത്തിന് മറുപടിയായി ഏതാനും ദിവസങ്ങൾക്കുശേഷം ഫ്രഞ്ച് ഗവൺമെന്റയച്ച കുറിപ്പ് ഈ വസ്തുത സ്ഥിരീകരിച്ചു: 'മൗലികപ്രശ്നങ്ങളെ സംബന്ധിച്ച് ഇരുഭാഗത്തെയും ധാരണകൾ തമ്മിൽ കാതലായ അഭിപ്രായവ്യത്യാസങ്ങളുള്ളതുകൊണ്ട് സമ്മേളനം പുനരാരംഭിക്കുന്നത് അപ്രായോഗികമാണ്. അഥവാ പുനരാരംഭിക്കുകയാണെങ്കിൽ അത് വിജയിക്കുകയുമില്ല.

ഞങ്ങളെ അത്യന്തം ഉൽക്കണ്ഠാകുലരാക്കിയ ഒരു പ്രശ്നം ഉയർന്നുവന്നു. ഇരുഭാഗവും തമ്മിൽ, ഒരു കരാറിലെത്തിച്ചേരുന്നില്ലെങ്കിൽ, ഇന്തോചൈനയിലെ സംഭവവികാസങ്ങളുടെ ഗതിയെക്കുറിച്ച് ബോധ്യമുള്ള ഫ്രഞ്ച് പിന്തിരിപ്പന്മാർ ഹോ അമ്മാവനും ഞങ്ങളുടെ പ്രതിനിധിസംഘവും വിയത്നാമിലേക്ക് തിരിച്ചുവരുന്നതിനെ തടസപ്പെടുത്തില്ലേ? എങ്കിലും ആ പ്രശ്നത്തിന് ഒരു പരിഹാരം കണ്ടെത്താൻ ഹോ അമ്മാവന് കഴിയുമെന്ന് ഞങ്ങൾ വിശ്വസിച്ചു..

തുടർന്നുള്ള ദിവസങ്ങളിൽ റിപ്പോർട്ടുകൾ തുരുതുരാ വന്നുകൊണ്ടിരുന്നു. സെപ്റ്റംബർ 14 ാം തീയതി നാട്ടിലേക്ക് തിരിക്കാൻ പ്രസിഡന്റ് ഹോയും ഞങ്ങളുടെ പ്രതിനിധിസംഘവും തയാറെടുപ്പുകൾ നട

ത്തിവരുന്നതായി സെപ്തംബർ 10 ന് ഫ്രഞ്ചുപത്രങ്ങൾ റിപ്പോർട്ട് ചെയ്തു. വിയത്നാം-ഫ്രഞ്ച് പ്രതിനിധിസംഘങ്ങൾ ഒരു സംഗ്രഹക്കരാറിന് രൂപം നൽകിവരികയാണെന്ന് സെപ്തംബർ 12 ന്റെയും 13 ന്റെയും പത്രങ്ങളിൽ റിപ്പോർട്ടുകൾ വന്നു. എന്നാൽ അടുത്തദിവസം മറ്റൊരു വിവരമാണ് ലഭിച്ചത്. ഞങ്ങളുടെ 15 അംഗപ്രതിനിധിസംഘം കപ്പലിൽ നാട്ടിലേക്കുമടങ്ങുന്നതിന് സെപ്തെംബർ 13 ന് തൂലോൺ തുറമുഖത്തേക്ക് പോയിരിക്കുന്നു. സെപ്തംബർ 14 ാം തീയതി പ്രസിഡന്റ് ഹോ പാരീസ് വിടുന്നതാണെന്നും ഒരു ഫ്രഞ്ച് യുദ്ധക്കപ്പലിൽ അദ്ദേഹം വിയത്നാമിലേക്ക് തിരിക്കുന്നതാണെന്നുമുള്ള മറ്റൊരു വാർത്തയും ഇതേ സമയം തന്നെ പുറത്തുവന്നു. ഒരു അനുരഞ്ജന നടപടിയെന്നനിലയിൽ ഫ്രാൻസ് വിടുന്നതിനുമുമ്പ് ഞങ്ങളുടെ പ്രതിനിധിസംഘം ഒപ്പുവെച്ചേക്കാനിടയുണ്ടെന്ന് റിപ്പോർട്ട് ചെയ്യപ്പെട്ട കരാർ അങ്ങനെ വാർത്തകളിൽമാത്രം അവശേഷിച്ചു.

സെപ്തംബർ 15 ാം തീയതി ഏറ്റവുമൊടുവിൽ ഫ്രഞ്ച് ഏജൻസികൾ നൽകിയ വാർത്തകളിൽ പറഞ്ഞു: "സെപ്തംബർ 14 ാം തീയതി ശനിയാഴ്ച രാത്രി വിയത്നാമും ഫ്രാൻസും തമ്മിൽ ഒരു കരാറിൽ ഒപ്പുവെച്ചിരിക്കുന്നു. സെപ്തംബർ 16 ാം തീയതി തിങ്കളാഴ്ച കാലത്ത് പ്രസിഡന്റ് ഹോ പാരീസ് വിടുന്നതാണ്." കരാറിന്റെ ഉള്ളടക്കം ആ റിപ്പോർട്ട് വെളിപ്പെടുത്തിയില്ലെങ്കിലും ഞങ്ങൾക്ക് കുറച്ചാശ്വാസം തോന്നി.

ഏതാനും ദിവസങ്ങൾക്കുശേഷം, സെപ്റ്റംബർ 14 ാം തീയതി ഒപ്പുവയ്ക്കപ്പെട്ട മൊദുസ് വിവേന്ദിയെ (താൽക്കാലികവ്യവസ്ഥകളെ) ക്കുറിച്ച്, ഫ്രാങ്ക് തിറോയ്ർ ഒരു വിവരണം നൽകി.

"സെപ്റ്റംബർ 14 ാം തീയതി രാത്രി പ്രസിഡന്റ് ഹോയും മി. മൗതെയും തമ്മിലുള്ള കൂടിക്കാഴ്ച സംഘർഷാത്മകമായ ഒരന്തരീക്ഷത്തിൽ നടന്നു. തെക്കൻ വിയത്നാമിനെ സംബന്ധിച്ച പ്രശ്നത്തിലാണ് മുഖ്യമായ വിഷമതകൾ കേന്ദ്രീകരിച്ചത്. തെക്കൻ വിയത്നാം പ്രശ്നം പരിഹരിക്കുന്നതിൽ വിയത്നാമും ഫ്രാൻസും പങ്കാളിത്തം വഹിക്കണമെന്ന് ഓരോ തവണയും പ്രസിഡന്റ് ഹോ ചി മിൻ നിർദേശിച്ചു. അപ്പോൾ ഫ്രഞ്ചു ഗവൺമന്റിന്റെ പ്രതിനിധി മറുപടി നൽകി: 'ഇത് ഫ്രഞ്ച് പരമാധികാരത്തിന്റെ ഒരു ലംഘനമായിരിക്കും. അതുകൊണ്ടിത് അസ്വീകാര്യമാണ്. താൻ ഒരു കടുംപിടുത്തക്കാരനാണെന്ന് മൗതെ സ്വയം വ്യക്തമാക്കി. അയാൾ പറഞ്ഞു: 'ബഹുമാനപ്പെട്ട പ്രസിഡന്റ് ഹോ ചി മിൻ ഒരു തകർച്ച ഒഴിവാക്കുന്നതിന് താങ്കൾ ദയവ് ചെയ്ത് കരാറിൽ ഒപ്പിടുമോ? മൗതെക്കുള്ള മറുപടിയെന്നനിലയിൽ തിങ്കളാഴ്ച രാവിലെ എട്ടുമണിക്ക് വിയത്നാമിലേക്ക് തിരിക്കാനുള്ള തന്റെ ദൃഢനിശ്ചയം പ്രസിഡന്റ് ഹോ ചി മിൻ ആവർത്തിച്ചു. ഉടൻതന്നെ അദ്ദേഹം സ്ഥലം വിടാൻ എഴുന്നേറ്റു. രാത്രി പതിനൊന്നുമണിക്ക് പ്രസിഡന്റ് ഹോയും മൗതെയും തണുത്ത അന്തരീക്ഷത്തിലാണ് പിരിഞ്ഞത്.

സ്ഥിതിഗതികൾ അങ്ങേയറ്റം അസുഖകരമായിത്തീർന്നു. പ്രസിഡന്റ് ഹോ ചി മിനെ അനുഗമിച്ചവർ പറഞ്ഞു കരാറിൽ ഒപ്പിടേണ്ടെന്ന്.

മൗതെയുമായുള്ള സംഭാഷണം അലസിപ്പിരിഞ്ഞതിനുശേഷം പ്രസിഡന്റ് ഹോ തന്റെ മുറിയിൽപ്പോയി വളരെ ഗൗരവപൂർവം സ്ഥിതിഗതികളെക്കുറിച്ചാലോചിച്ചു. അർധരാത്രി, തന്റെ സഹായികളെല്ലാം ഉറങ്ങാൻ പോയതിനുശേഷം അദ്ദേഹം വീണ്ടും മൗതയെ കണ്ടു. ഒരിക്കൽക്കൂടി തെക്കൻ വിയത്നാം പ്രശ്നം അയാളുടെ മുമ്പിലുന്നയിച്ചു. തന്റെ അനുനയവാക്കുകളിൽ അദ്ദേഹം കാര്യങ്ങളെല്ലാം മി. മൗതെയുമായി ചർച്ച ചെയ്തു. തുടർന്ന് അയാളുടെ മുമ്പിൽ അദ്ദേഹം പ്രശ്നങ്ങളവതരിപ്പിച്ചു:

'തെക്കൻ വിയത്നാമിൽ വെടിനിർത്തൽ നടപ്പാക്കാൻ എന്തുകൊണ്ടാണ് ഫ്രഞ്ച്ഗവൺമെന്റ് വിയത്നാം ഗവൺമെന്റിന്റെ പ്രതിനിധികളുമായി സഹകരിക്കാത്തത്?'

അങ്ങനെ ദ് അർഗൻ ല്യൂവിന്റെ കൂടെ വിയത്നാമിന്റെ ഒരു പ്രതിനിധിയെക്കൂടെ അയക്കാമെന്ന് മൗതെ തത്വത്തിൽ സമ്മതിച്ചു. അപ്പോൾ പ്രസിഡന്റ് ഹോ ചി മിൻ ചോദിച്ചു:

"അങ്ങനെയാണെങ്കിൽ കരാർ നടപ്പാക്കുന്ന കാര്യത്തിൽ ഭാഗഭാക്കാകാൻ അത്തരമൊരു പ്രതിനിധിക്ക് ചുമതലയുണ്ടെന്ന് എന്തുകൊണ്ട് നമുക്ക് പരസ്പരം അംഗീകരിച്ചുകൂട?"

ഇക്കാര്യത്തിലും യോജിപ്പുണ്ടായി.

"ഈ പ്രതിനിധിക്ക് തെക്കൻവിയത്നാമിൽ പോകാൻ അവകാശമുണ്ടായിരിക്കുമോ?"

മൗതെ നിശ്ശബ്ദതപാലിച്ചു. എങ്കിലും വിയത്നാംകാർക്ക് തെക്കൻ വിയത്നാമിൽ സഞ്ചരിക്കാനും ഞങ്ങളുടെ പട്ടാളത്തെ അവിടെ നിർത്താനും ഉള്ള അവകാശമുണ്ടായിരിക്കുമെന്ന കാര്യം മൗതെ സമ്മതിച്ചു.

എന്നാലും, അഡ്മിറൽ ദ് അർഗൻ ല്യൂവിന്റെ കൂടെ വിയത്നാം പ്രതിനിധിക്ക് വിയത്നാമിൽ സഞ്ചരിക്കാൻ കഴിയുമോ എന്ന പ്രശ്നം പരിഗണനയിൽ മാത്രം വെച്ചു. അവസാനം ഇരുവിഭാഗവും കരാറിൽ ഒപ്പിടാൻ സമ്മതിച്ചു.

ഇക്കാര്യം ഒരു ഫ്രഞ്ച് ഏജൻസിയുടെ വാർത്താ ബുള്ളറ്റിനിലൂടെ ഞങ്ങൾ വായിച്ചു. എങ്കിലും അതിന്റെ ആധികാരികതത്വത്തെക്കുറിച്ച് ഞങ്ങൾക്കപ്പോഴും തീർച്ചയുണ്ടായിരുന്നില്ല. രണ്ടു ദിവസങ്ങൾക്കുശേഷം കരാറിലെ വ്യവസ്ഥകൾ ഔദ്യോഗികമായി വെളിവാക്കപ്പെട്ടു. ഫ്രാങ്ക് തിറോയ്ർ പ്രസിദ്ധീകരിച്ചിരുന്ന വാർത്ത, വാസ്തവത്തിൽ, അതിന്റെ ഉള്ളടക്കത്തിനനുരോധമായിരുന്നുവെന്ന് അതോടെ ഞങ്ങൾക്ക് ബോധ്യമായി. എങ്കിലും ഹോ അമ്മാവനും പ്രതിനിധിസംഘവും മടങ്ങിവരുന്നതുവരെ കരാർ ഒപ്പിടുന്നതിലേക്ക് നയിച്ച സംഗതികളെന്തെന്ന് ഞങ്ങൾക്ക് വ്യക്തമായിരുന്നില്ല. ഞങ്ങളുടെ പക്ഷവും ഫ്രഞ്ചുകാരും തമ്മിലുള്ള കൂടിയാലോചനകൾ വേദനാജനകമായ സ്ഥിതിഗതികളിലൂടെയാണ് കടന്നു

പോന്നതെന്നത് എന്തായാലും വ്യക്തം. ഒന്നരവർഷംമുമ്പ് പ്രാരംഭകരാറിൽ ഒപ്പുവെച്ചതുപോലെ ഇപ്പോഴും പതിനൊന്നാം മണിക്കൂറിൽ കരാറിലൊപ്പിടുന്നതിന് തീരുമാനിച്ചത് ഹോ അമ്മാവനായിരുന്നു.

ഫ്രാൻസിൽ സ്വാതന്ത്ര്യത്തിനും ജനാധിപത്യത്തിനും വേണ്ടിയുള്ള സമരം പറഞ്ഞറിയിക്കാനാവാത്ത വിഷമതകളെ നേരിട്ടുകൊണ്ടിരിക്കുകയായിരുന്നു. ജനാധിപത്യശക്തികൾ നേടിയെടുക്കുന്ന ഓരോ വിജയത്തോടുമൊപ്പം പിന്തിരിപ്പൻമാരുടെ പ്രത്യാക്രമണങ്ങൾ കൂടുതൽ കൂടുതൽ ഭ്രാന്തമായിത്തീർന്നു. ഭരണകൂടത്തിൻമേലുള്ള കുത്തകകളുടെ പിടി ഒരിക്കലും അവസാനിച്ചില്ല. ദീ ഗാളിന്റെ രാജിക്കുശേഷവും ഫ്രഞ്ചു ഗവൺമെന്റിലെ മർമപ്രധാന സ്ഥാനങ്ങളിൽമേലുള്ള തങ്ങളുടെ നിയന്ത്രണം തുടർന്നു: ബിദൗൾത് അധികാരത്തിൽ വന്നതോടെ തങ്ങളുടെ നില കൂടുതൽ പ്രബലമാക്കാൻ അവർക്കു കഴിഞ്ഞു. പുറംരാജ്യങ്ങളിലുള്ള പ്രദേശങ്ങളുടെ കാര്യത്തിൽ, മാർച്ച് 24 ാം തീയതി ദീ ഗാൾ ബ്രാസ് വില്ലെയിൽ വെച്ചു നടത്തിയ പ്രസ്താവനയ്ക്കപ്പുറം കടക്കാൻ തുടർന്നധികാരത്തിൽവന്ന ഒരു ഗവൺമെന്റും സന്നദ്ധമായില്ല. കോളനികളോട് ദീ ഗാൾ അവലംബിച്ച നയത്തിന് പിന്തുണനൽകിയവരുടെ കരങ്ങളിലാണ് – ബി ദൗൾത് മൈക്ലെ, വരേനെ തുടങ്ങിയവരുടെ കൈകളിലാണ് – ഇന്തോചൈനയെ സംബന്ധിച്ച ഇന്റർ മിനിസ്റ്റീരിയൽ കൗൺസിൽ എല്ലായ്പ്പോഴും ചെന്നുപെട്ടതെന്ന കാര്യവും ഇത്തരുണത്തിൽ സ്മരണീയമാണ്. ഗവൺമെന്റിൽനിന്ന് ദീ ഗാൾ പിൻവാങ്ങിയതിനുശേഷം ദ് അർഗൻ ല്യൂവിന്റെ മുഖ്യാവലംബം ഇക്കൂട്ടരായിരുന്നു.

ഈ വസ്തുതയായിരുന്നു നേരത്തെ ഞങ്ങളും ഫ്രഞ്ചുകാരും തമ്മിൽ ദലാത്തിൽവെച്ചുനടത്തിയ കൂടിയാലോചനകളുടെ മുമ്പിൽ ഒരു കീറാമുട്ടിയായി നിന്നത്. ഫൊന്തേൻബ്ലൂ സമ്മേളനത്തിനുമുമ്പിൽ ഗുരുതരമായ പ്രതിസന്ധി സൃഷ്ടിച്ചതും ഇതുതന്നെ. ഇത്തരം പരിതഃസ്ഥിതികളിലായിരുന്നു ഹോ അമ്മാവൻ സെപ്തംബർ 14 കരാറിൽ ഒപ്പുവെച്ചത്. ഈ രേഖയ്ക്ക് അതിന്റെ പേര് സൂചിപ്പിക്കുന്നതുപോലെ ഒരു താൽക്കാലികസ്വഭാവം മാത്രമേ ഉണ്ടായിരുന്നുള്ളു. തത്വപ്രശ്നത്തിലുള്ള തീരുമാനങ്ങളൊന്നും അതിലടങ്ങിയിരുന്നില്ല. ഇക്കാര്യം പരസ്പരകരാറിലൂടെ 1947–ന്റെ തുടക്കത്തിൽ ഇരുഗവൺമെന്റുകളും തമ്മിൽ കൂടുതലായി ചർച്ച ചെയ്യേണ്ടിയിരുന്നു. തെക്കൻ വിയത്നാമിൽ ജനാധിപത്യ സ്വാതന്ത്ര്യങ്ങളേർപ്പെടുത്താനും എല്ലാതരത്തിലുള്ള ബലപ്രയോഗങ്ങളും അവസാനിപ്പിക്കുവാനും ഉള്ള ചുമതല ഫ്രാൻസ് ഏറ്റെടുക്കുന്നു എന്നൊരു വകുപ്പ് രേഖയ്ക്കകത്തുൾപ്പെടുത്തുന്ന കാര്യത്തിൽ പ്രസിഡന്റ് ഹോ വിജയിച്ചുവെന്നകാര്യം ശ്രദ്ധേയമാണ്.

50

മടക്കയാത്ര

ആയിരത്തി തൊള്ളായിരത്തി നാൽപ്പത്തിയാറ് സെപ്റ്റംബർ 16ാം തീയതി "ദുമോന്ത് ദുർവിലെ" എന്ന കപ്പൽ തൂലോൺ വിടാൻ തയാറെടുപ്പ് നടത്തുകയായിരുന്നു. അപ്പോഴാണ് ക്യാപ്റ്റന് അപ്രതീക്ഷിതമായി ഒരുത്തരവ് ലഭിച്ചത്. കപ്പലിൽനിന്ന് യാത്രക്കാരെയും ചരക്കുകളുമിറക്കി മറ്റൊരു ദൗത്യത്തിനു തയാറെടുക്കണമെന്നായിരുന്നു അതിൽ പറഞ്ഞത്.

പ്രസിഡന്റ് ഹോവിന്റെ മടക്കയാത്രക്ക് ഈ കപ്പലുപയോഗിക്കണമെന്നായിരുന്നു ഫ്രഞ്ചുഗവൺമെന്റിന്റെ തീരുമാനം. അദ്ദേഹത്തെ അനുഗമിച്ചുകൊണ്ട് തന്റെ സഹായികൾക്കുപുറമേ വിദേശത്ത് താമസക്കാരായ വിയത്നാംകാരുമുണ്ടായിരുന്നു.

സെപ്തംബർ 18 ാം തീയതി രാവിലെ ആ യുദ്ധക്കപ്പൽ മെഡിറ്ററേനിയനിലേക്കു നീങ്ങി.

സ്വർണവർണാങ്കിത നക്ഷത്രത്തോടുകൂടിയ രക്തപതാകയും വഹിച്ചുകൊണ്ടുള്ള ഒരു ഫ്രഞ്ചുയുദ്ധക്കപ്പൽ ആഫ്രിക്കയിലെ ജനങ്ങൾക്ക് ഒരപൂർവദൃശ്യമായിരുന്നു. കപ്പൽ സൂയസ് കനാൽ കടന്ന് ചെങ്കടലിലേക്ക് പ്രവേശിച്ചു. വഴിയിൽ, അനേകം തുറമുഖങ്ങളിൽവെച്ച്, സ്വതന്ത്രവിയത്നാമിന്റെ തലവനെ അതതു രാജ്യങ്ങളിലെ ഗവൺമെന്റുകൾ ആദരപൂർവം അഭിവാദ്യം ചെയ്തു. ഫ്രഞ്ച് ഗവർണർ ജനറലിന്റെ ക്ഷണമനുസരിച്ച് ഹോ അമ്മാവൻ ജിബൂട്ടി സന്ദർശിച്ചു. നേരത്തെ ഫ്രഞ്ചുഗവൺമെന്റിൽനിന്ന് നിർദേശം കിട്ടിയിരുന്നതുകൊണ്ട് സ്വീകരണത്തിനു വേണ്ട എല്ലാ ഏർപ്പാടുകളും ഗവർണർജനറൽ ചെയ്തുവെച്ചിരുന്നു. ഇന്ത്യാസമുദ്രത്തിലൂടെ കടന്നു പോകുമ്പോൾ കപ്പൽ കൊളംബൊവിൽ നങ്കൂരമിട്ടു. ഒരുദിവസത്തെ സന്ദർശനാർഥം ഹോ അമ്മാവൻ സിലോൺ കരയ്ക്കിറങ്ങി. ഹോ അമ്മാവനെ കാണുന്നതിനും ഇന്ത്യൻ പാർല

മെന്റിന്റെ ഒരു ബാനർ അദ്ദേഹത്തിന് സമ്മാനിക്കുന്നതിനും ഗാന്ധിയും നെഹ്റുവും സിലോണിന്റെ തലസ്ഥാനത്തേക്ക് തങ്ങളുടെ പ്രതിനിധികളെ അയച്ചിരുന്നു. അതിനുമുമ്പത്തെ വർഷമാണ് ഇന്ത്യയിലെ ജനങ്ങൾ ഗാന്ധിയുടെ 77 ാം ജന്മദിനം ആഘോഷിച്ചത്. ആ സന്ദർഭത്തിൽ അദ്ദേഹത്തിന് ദീർഘായുസ് നേർന്നുകൊണ്ട് ഹോ അമ്മാവൻ ഒരു സന്ദേശമയച്ചിരുന്നു.

വളരെ കുറഞ്ഞവേഗത്തിലാണ് കപ്പൽ സഞ്ചരിച്ചത്. പ്രസിഡന്റ് ഹോവിന്റെ മടക്കയാത്ര മനഃപൂർവം ദീർഘിപ്പിക്കാൻ ഫ്രഞ്ചുകാർ ഉദ്ദേശിച്ചിരുന്നതായി തോന്നുന്നു. അറ്റകുറ്റപ്പണി തീർക്കാനെന്നും പറഞ്ഞ് ഒരു തുറമുഖത്ത് കപ്പൽ അനേകദിവസം തങ്ങി. കടലിൽവെച്ച് കപ്പൽ ഒരു 'ഷെല്ലിംഗ് എക്സർസൈസ്' പോലും നടത്തി. അത് തങ്ങളുടെ ഒരു 'പതിവ് അഭ്യാസ'മാണെന്നാണ് അവർ പറഞ്ഞത്. ഇതൊക്കെയായിട്ടും ഹോ അമ്മാവൻ അങ്ങേയറ്റം ശാന്തതപാലിച്ചു; അവരുടെ നടപടികളുമായി ഇണങ്ങിച്ചേർന്നു.

തന്റെ സഹയാത്രക്കാർ പിന്നീട് അനുസ്മരിച്ചതുപോലെ, വിയത്നാം ജനാധിപത്യറിപ്പബ്ലിക്കൻ പ്രസിഡന്റിന്റെ ലാളിത്യം കണ്ട് കപ്പലിലെ ജോലിക്കാർ അത്ഭുതപ്പെട്ടുപോയി. യാതൊരു ലഗേജുമില്ലാതെയാണ് അദ്ദേഹം ഫ്രാൻസിലേക്കുപോയത്. ആകപ്പാടെ കൈവശമുണ്ടായിരുന്നത് മാറ്റാനുള്ള ഒരു വസ്ത്രംമാത്രം. താൻ തന്നെ അലക്കുന്നതുകൊണ്ട് എന്തിന് കൂടുതൽ വസ്ത്രം എന്നാണദ്ദേഹം ചോദിച്ചത്. തനിക്ക് ഭക്ഷണം നൽകാനും മറ്റും നിയോഗിച്ചിരുന്ന ജോലിക്കാരെ അപൂർവം സന്ദർഭങ്ങളിൽമാത്രമേ അദ്ദേഹം വിളിക്കുകയുണ്ടായുള്ളൂ. കപ്പലിലുണ്ടായിരുന്ന ഓഫീസർമാരുമായും അല്ലാത്തവരുമായും അവരുടെ കുടുംബവിവരങ്ങളാരാഞ്ഞും മറ്റു കാര്യങ്ങളെക്കുറിച്ച് സംസാരിച്ചും അദ്ദേഹം സമയം ചെലവഴിച്ചു. അദ്ദേഹത്തിന്റെ സംസാരത്തിലൂടെ വിയത്നാംജനങ്ങൾ നടത്തിക്കൊണ്ടിരുന്ന സ്വാതന്ത്ര്യസമരത്തെക്കുറിച്ച് കൂടുതൽ മനസിലാക്കാൻ അവർക്ക് അവസരം ലഭിച്ചു.

യാത്രയിലുടനീളം മറുനാടൻ വിയത്നാംകാരുമായി അദ്ദേഹം വെടിപറഞ്ഞുകൊണ്ടിരുന്നു. പ്രസിഡന്റ് ഹോ തങ്ങൾക്ക് ഒരു പ്രത്യേക സ്റ്റഡി ക്ലാസ് തരികയായിരുന്നു എന്ന് പിന്നീട് പിന്തിരിഞ്ഞാലോചിച്ചപ്പോഴാണ് അവർക്കു മനസിലായത്.

നാല് 'വിദ്യാർഥി'കളുമുണ്ടായിരുന്നു കപ്പലിൽ. വളരെക്കാലമായി വിയത്നാമിന് പുറത്തുകഴിഞ്ഞുവന്ന ബുദ്ധിജീവികളായിരുന്നു അവർ. ഹോ അമ്മാവന്റെയും ഞങ്ങളുടെ പ്രതിനിധിസംഘത്തിന്റെയും കൂടെ രാജ്യത്തെ സേവിക്കാൻ വേണ്ടി സ്വന്തം നാട്ടിലേക്ക് മടങ്ങിപ്പോകണമെന്നാഗ്രഹിച്ച ഫ്രാൻസിലെ സ്ഥിരതാമസക്കാരായ അനേകം വിയത്നാംകാരിൽ ഏറ്റവുമധികം ഭാഗ്യം സിദ്ധിച്ചവരായിരുന്നു ആ നാലുപേരും. കപ്പൽ കടന്നുപോയ ഓരോ രാജ്യവും അവരുടെ സംഭാഷണവിഷയമായി. ജിബൂട്ടിയിലെത്തിയപ്പോൾ ആഫ്രിക്കയിൽ ഫ്രഞ്ചുകാർ നടത്തിക്കൊ

ണ്ടിരിക്കുന്ന ചൂഷണത്തെക്കുറിച്ചും കറുത്തവർഗക്കാരുടെ ജീവിതത്തെക്കുറിച്ചും അവരുടെ സമരത്തെക്കുറിച്ചും ഹോ അമ്മാവൻ സംസാരിച്ചു. കൊളംബോവിലെത്തിയപ്പോൾ, ഫ്രഞ്ചുകാരും ബ്രിട്ടീഷുകാരും തങ്ങളുടെ കോളനികളിൽ നടപ്പാക്കിയ നയങ്ങളിലെ വ്യത്യാസങ്ങളെക്കുറിച്ചും സിലോണിലെ ജനങ്ങളുടെ വിമോചനസമരത്തെക്കുറിച്ചും അദ്ദേഹം വിശദീകരണം നൽകി. കപ്പൽ ഇന്ത്യാസമുദ്രത്തിലൂടെ കടന്നുപോകുമ്പോൾ, സ്വാതന്ത്ര്യത്തിനുവേണ്ടിയുള്ള ഇന്ത്യയിലെ ജനങ്ങളുടെ സമരത്തെ അടിച്ചമർത്താൻ വേണ്ടി ബ്രിട്ടീഷ് സാമ്രാജ്യവാദികളും ഫ്രഞ്ചുകൊളോണിയലിസ്റ്റുകളുമുണ്ടാക്കിയ രഹസ്യധാരണകളെക്കുറിച്ചും അദ്ദേഹം പ്രതിപാദിച്ചു. ചിലേടത്തെത്തിയപ്പോൾ, അവിടങ്ങളിലെ വിപ്ലവപ്രസ്ഥാനങ്ങൾക്ക് വേണ്ടത്ര പക്വത വന്നിട്ടില്ലെങ്കിലും അവ ഏറെത്താമസിയാതെ ശക്തിയായി മുന്നേറുമെന്ന് അദ്ദേഹം പ്രവചിച്ചു. എല്ലാദിവസവും സ്വന്തം രാജ്യത്തിലെ സ്വാതന്ത്ര്യസമരത്തെക്കുറിച്ചും വിശദീകരണം നൽകാൻ അദ്ദേഹം മറന്നില്ല. ആഗസ്റ്റ് വിപ്ലവത്തെക്കുറിച്ച് അദ്ദേഹം പല കഥകളും പറഞ്ഞു. വിപ്ലവത്തിൽ ചേർന്ന പാവപ്പെട്ടവരും അധ്വാനിക്കുന്നവരുമായ ജനങ്ങൾ എങ്ങനെ സമരത്തിന്റെ തീച്ചൂളയിലൂടെ ഉരുകിത്തെളിഞ്ഞു വളർന്നുവെന്നും മഹത്തായ വിജയങ്ങൾ കരസ്ഥമാക്കിയ ശ്രദ്ധേയരായ കേഡർമാരായി എങ്ങനെ രൂപാന്തരപ്പെട്ടുവെന്നും അദ്ദേഹം ഉദാഹരണസഹിതം വ്യക്തമാക്കി.

അവരുടെ അറിവിന്റെ കാര്യത്തിൽ മാത്രമല്ല അവരുടെ ജീവിതരീതിയുടെയും സ്വഭാവത്തിന്റെയും കാര്യത്തിലും അദ്ദേഹം ശ്രദ്ധപതിപ്പിച്ചു. കപ്പലിൽ വേറെ ഒന്നും ചെയ്യാനില്ലാത്തതുകൊണ്ട് വളരെ വൈകിയാണ് അവർ ഉണരാറുണ്ടായിരുന്നത്. ഒരുദിവസം എല്ലാവരും ഉറങ്ങിക്കൊണ്ടിരിക്കുകയായിരുന്നപ്പോൾ അദ്ദേഹം അവരുടെ മുറിയിൽ കടന്നുചെന്നു. എല്ലാവരും നന്നായി ഉറങ്ങിയോ എന്ന് അദ്ദേഹം ആരാഞ്ഞു. ആ ദിവസം മുതൽ എല്ലാവരും അതിരാവിലെമുതൽ ഉണരാൻ തുടങ്ങി. ജനങ്ങളുമായി ഇണങ്ങിച്ചേരാൻ അദ്ദേഹം അവരെ ഉപദേശിച്ചു. ഇത് അവർക്കു വളരെയധികം പ്രയാസമുള്ളതായി തോന്നിയ ഒരു പുതിയ ജോലിയായിരുന്നു. അദ്ദേഹം അവരെ കപ്പൽജോലിക്കാരുടെ അടുത്തേക്ക് കൊണ്ടുപോയി; അവരുമായി സംസാരിച്ചു. അവർക്ക് അതിൽനിന്ന് പഠിക്കാൻ കഴിയുമല്ലോ എന്നുകരുതിയാണ് അദ്ദേഹം അങ്ങനെ ചെയ്തത്.

ഒരിക്കൽ അദ്ദേഹം സഖാവ് ഫാം ക്വാങ് ലിയോട് ചോദിച്ചു;

"വീട്ടിൽ മടങ്ങിച്ചെന്നാൽ നിങ്ങൾക്ക് നല്ല ജോലികൾ ചെയ്യുന്നതിനുള്ള അവസരമുണ്ടായിരിക്കും. പക്ഷെ, അനേകം ബുദ്ധിമുട്ടുകളും പ്രയാസങ്ങളും നേരിടേണ്ടിവരും. നിങ്ങൾക്ക് അവ സഹിക്കാനാവുമോ?"

"അമ്മാവൻ തീർച്ചയായും എനിക്കതു കഴിയും."

"ഒരു ചെറുത്തുനിൽപ്പ് യുദ്ധം പൊട്ടിപ്പുറപ്പെട്ടേക്കാം. നമ്മുടെ ഭൗതികാടിത്തറ ഇപ്പോഴും ബുദ്ധിമുട്ടുകൾകൊണ്ട് താറുമാറായാണ് കിടക്കുന്നത്. അവ തരണം ചെയ്യാനുള്ള ദൃഢനിശ്ചയം നിങ്ങൾക്കുണ്ടോ?"

"ഉവ്വ്."

ഏതാനും മാസങ്ങൾക്കുശേഷം ഞങ്ങളുടെ പട്ടാളത്തിന്റെ സായുധഡിപ്പാർട്ടുമെന്റിന്റെ ഡയറക്ടറായിത്തീർന്നു സഖാവ് ലി.

കപ്പൽ ഹൈഫോങ്ങിലെത്തിച്ചേരുന്നതിന് മുമ്പ് പഠനക്ലാസ് പൂർത്തിയാക്കി. തന്മൂലം രാജ്യത്തുനിന്നും സ്വന്തം രാജ്യത്തെ വിപ്ലവ പ്രസ്ഥാനത്തിൽനിന്നും വളരെക്കാലമായി അകന്നുകഴിയുകയായിരുന്നു എങ്കിലും ധാരാളംകാര്യങ്ങൾ മനസിലാക്കിക്കഴിഞ്ഞതായി അവർക്കു തോന്നി. തങ്ങളുടെ ജോലി തുടങ്ങാൻ അവർ ആകാംക്ഷാകുലരായി.

തൂലോൺവിട്ട് ഒരുമാസം കഴിഞ്ഞതിനുശേഷം കപ്പൽ മധ്യവിയത്നാമിലെ കടലിൽ പ്രവേശിച്ചു. അഡ്മിറൽ ദ് അർഗൻ ല്യൂ രണ്ടാമത്തെ തവണ, കടലിൽവെച്ച് പ്രസിഡന്റ് ഹോവിന് ഒരു സ്വീകരണം നൽകി.

"ദുമോന്ത് ദുർവിലെ" കാം റാഞ് ഉൾക്കടലിലെത്തി. അവിടെ നങ്കൂരമിട്ടിരുന്ന "ക്രൂസിയൻ സഫ്രനി"ൽ ഹോ അമ്മാവനെ സ്വാഗതം ചെയ്യുന്നതിന് ദ് അർഗൻ ല്യൂവും അപ്പോൾമാത്രം ഹാനോയിൽ നിന്നെത്തിച്ചേർന്ന മോർളിയെറും സന്നിഹിതരായിരുന്നു. അനേകം പത്രപ്രവർത്തകരെയും ആ ചടങ്ങിൽ പങ്കെടുക്കാൻ ക്ഷണിച്ചിട്ടുണ്ടായിരുന്നു.

കപ്പലിന്റെ തട്ടിൽ അണിയണിയായി നിന്നിരുന്ന ഫ്രഞ്ചുനാവികൻമാർ പ്രസിഡന്റ് ഹോ അതിൽ പ്രവേശിച്ചപ്പോഴേക്കും ആവർത്തിച്ചാവർത്തിച്ച് ഹർഷാരവം മുഴക്കി. അഡ്മിറൽ, അദ്ദേഹത്തെ അഭിവാദ്യം ചെയ്യുന്നതിന് നടന്നുചെന്നു. പ്രസിഡന്റ് ഹോ ഗാർഡ് ഓഫ് ഓണർ പരിശോധിക്കുകയും സ്വീകരണമുറിയിലേക്ക് പോവുകയും ചെയ്തു.

ദ് അർഗൻ ല്യൂ പ്രസിഡന്റ് ഹോവിന്റെ ആരോഗ്യത്തിന് ടോസ്റ്റ് പറഞ്ഞു: അദ്ദേഹത്തിന്റെ യാത്രയെക്കുറിച്ച് ആരാഞ്ഞു. പ്രസിഡന്റ് ഹോ പറഞ്ഞു:

> അഡ്മിറൽ, എന്റെ മോശമായ ഫ്രഞ്ചിന് ആദ്യമേ ക്ഷമചോദിക്കുന്നു. എങ്കിലും വളരെ ആത്മാർഥമായിട്ടാണ് ഞാൻ സംസാരിക്കുന്നതെന്ന് താങ്കൾക്കുറപ്പു നൽകട്ടെ. അടുത്തുതന്നെ നടക്കാൻ പോകുന്ന കൂടിയാലോചനകളിൽ ഞാൻ വളരെയധികം പ്രതീക്ഷകളർപ്പിക്കുന്നു. പത്രവൃന്ദമടക്കം ഫ്രഞ്ചുജനത ഞങ്ങളെ നന്നായി മനസിലാക്കിയിട്ടുണ്ടെന്നാണ് ഞാൻ കരുതുന്നത്. എനിക്കുനേരെ ആക്രമണം നടത്തിയ കുറച്ചു പത്രങ്ങളേ ഉണ്ടായിരുന്നുള്ളൂ. അവയാണെങ്കിൽ എനിക്ക് വലിയ ദോഷമൊന്നും ചെയ്തില്ല...

സെപ്തംബർ 14 ന്റെ കാര്യനിർവഹണവ്യവസ്ഥ നടപ്പാക്കുന്നതിനെക്കുറിച്ച് ഹൈക്കമീഷണറുമായി പ്രസിഡന്റ് ഹോ രണ്ടുമണിക്കൂർ സമയം സംസാരിച്ചു. കാര്യനിർവാഹകവ്യവസ്ഥ അനുശാസിക്കുന്നതനുസരിച്ച് തെക്കൻവിയത്നാമിലെ സംഘട്ടനം ഒഴിവാക്കുന്നതിന് അടി

യന്തരമായി സംയുക്ത കമീഷണുകൾ രൂപീകരിക്കണമെന്ന് അദ്ദേഹം ദ് അർഗൻ ല്യുവിനോട് അഭ്യർഥിച്ചു. ഹൈ കമീഷണറുടെ കൂടെനിന്ന് പ്രവർത്തിക്കുന്നതിന് ഒരു വിയത്നാം ഗവൺമെന്റ് പ്രതിനിധിയെ നിയോഗിക്കണമെന്ന കാര്യത്തോടും ദ് അർഗൻ ല്യൂ യോജിച്ചു.

സംഭാഷണത്തിനുശേഷം പ്രസിഡന്റ് ഹോയും ഹൈക്കമീഷണറും പത്രക്കാരെ കണ്ടു. ജനുവരിയിൽ തുടരാനിരിക്കുന്ന കൂടിയാലോചനകളെ സഹായിക്കുന്ന തയാറെടുപ്പുകൾ നടത്തുകയെന്ന ഉദ്ദേശ്യത്തോടെ കാര്യനിർവഹണവ്യവസ്ഥയിൽ പറയുന്ന കാര്യങ്ങൾ നടപ്പാക്കുന്നതിനും നിലവിലുള്ള സംഘട്ടനങ്ങൾ അവസാനിപ്പിക്കുന്നതിനും പ്രവർത്തിക്കാൻ പത്രപ്രവർത്തകരോട് ഹോ അഭ്യർഥിച്ചു. പ്രസിഡന്റ് ഹോ തന്റെ അഭിപ്രായങ്ങളും നിർദേശങ്ങളും പ്രകടിപ്പിച്ചുകഴിഞ്ഞതിനുശേഷം ഒരു ചെറുപുഞ്ചിരിയോടെ ഹൈക്കമീഷണർ പറഞ്ഞു: “സഹകരണത്തിന്റേതായ പാതയിൽ ഒരു യഥാർഥ കാൽവെപ്പ് നടത്തിക്കഴിഞ്ഞതായി ഞാൻ വിശ്വസിക്കുന്നു.”

51

വമ്പിച്ച വരവേൽപ്പ്

ഹോ അമ്മാവൻ പുറപ്പെടുന്നതിന് രണ്ടുദിവസം മുമ്പ് യാത്ര തിരിച്ചിരുന്ന ഞങ്ങളുടെ പ്രതിനിധിസംഘം ഒക്ടോബർ അഞ്ചാം തീയതി ഹൈഫോങ്ങിലെത്തി. അവരിൽനിന്ന് ഫ്രാൻസിൽ നടന്ന ഗൂഢാലോചനകളുടെ വിശദവിവരം ഞങ്ങൾക്ക് ലഭിച്ചു. "ദുമോങ് ദുർവിലെ" അപ്പോഴും സമുദ്രത്തിൽത്തന്നെ തങ്ങിനിൽക്കുന്നതിൽ എല്ലാവർക്കും അതിയായ ഉൽക്കണ്ഠയായി. കപ്പൽ വിയത്നാം കടലിൽ പ്രവേശിച്ചിരിക്കുകയാണെന്നും അതിവേഗം അത് ഹൈഫോങ് തുറമുഖത്തിലെത്തിച്ചേരുമെന്നുമുള്ള വാർത്ത ലഭിച്ചപ്പോഴേ ഞങ്ങൾക്കാശ്വാസമായുള്ളു. രാഷ്ട്രം മുഴുവൻ പ്രതീക്ഷാനിർഭരമായി കാത്തിരിപ്പായി.

ഗവൺമെന്റിന്റെ പ്രതിനിധിസംഘവും ബഹുജനസംഘടനാ പ്രതിനിധികളും ഹോ അമ്മാവനെ സ്വീകരിക്കുന്നതിന് ഒക്ടോബർ 19 ാം തീയതി വൈകുന്നേരം ഹൈഫോങ്ങിലേക്കുപോയി. വടക്കൻ ഇന്തോചൈനയിലെ ഫ്രഞ്ചുറിപ്പബ്ലിക്കിന്റെ കമീഷണറായ ജനറൽ മോർളിയെറുടെ ഒരു പ്രതിനിധിയും അവരെ അനുഗമിച്ചു. അഞ്ചാം നമ്പർ ഹൈവേയിലുള്ള പട്ടണങ്ങളും ഗ്രാമങ്ങളും ചെങ്കൊടികൾകൊണ്ട് മൂടപ്പെട്ടിരുന്നു.

ഹോ അമ്മാവനെ സ്വാഗതം ചെയ്യുന്നതിന് ഹൈഫോങ്ങിലെ ഞങ്ങളുടെ സഖാക്കൾ കാര്യമായ ഒരുക്കങ്ങൾ നടത്തി. സ്വാഗതച്ചടങ്ങിൽ പട്ടാളത്തിനും ഒരുഭാഗം ഉണ്ടായിരുന്നു. ഞങ്ങളുടെ കമാൻഡിൻകീഴിൽ ഒരു ഫ്രഞ്ചുസൈനിക യൂണിറ്റും അതിൽ ഭാഗഭാക്കാകാൻ സമ്മതിച്ചിരുന്നു. ഹൈഫോങ്ങിലുള്ള മുഴുവൻ സായുധസേനകളെയും ക്രമസമാധാനം പാലിക്കാനും അടിയന്തരമായ ഏതു പരിതഃസ്ഥിതികളെ നേരിടാനും തയാറാക്കിനിർത്തിയിരുന്നു.

ഒക്ടോബർ 20 ാം തീയതി ഉച്ചതിരിഞ്ഞ് ഞങ്ങൾ തുറമുഖത്തേക്ക് പോയപ്പോൾ ഹൈഫോങ്, കിയാൻ ആൻ, അവയുടെ പ്രാന്തപ്രദേശങ്ങൾ എന്നിവിടങ്ങളിൽനിന്നു വന്നവർ ഫാം ഫോങ് തായ്-ഹോ ചി മിൻ – ത്രാൻ ഫു തെരുവുകളുടെ ഇരുപുറവും അണിയണിയായി നിന്നിരുന്നു. സ്വയംപ്രതിരോധയൂണിറ്റുകളും സെക്യൂരിറ്റി നേതാക്കളും റോഡിലുടനീളം കോർഡൺ ചെയ്തിരുന്നു.

നാലു മണിക്ക് "ദുമോങ് ദുർവിലെ" കരയ്ക്കിറങ്ങേണ്ട ൻഗുവിലെത്തി. കപ്പലിലെ ഉയർന്ന കൊടിമരത്തിനുമുകളിൽ ത്രിവർണപതാകയോടൊപ്പം സ്വർണവർണാങ്കിത നക്ഷത്രത്തോടു കൂടിയ ചെങ്കൊടിയും പാറിക്കളിച്ചു. കപ്പലിൽനിന്ന് ഒരു നീണ്ട സൈറൺ മുഴങ്ങി. ഈ തുറമുഖത്തുനിന്ന് ഇതിനുമുമ്പും കപ്പലിന്റെ സൈറൺമുഴങ്ങിയിട്ടുണ്ട്. പക്ഷെ, മുമ്പൊരിക്കലും ഒരു സൈറൺ ഇതുപോലെ ദശസഹസ്രക്കണക്കിന് ജനങ്ങളുടെ ഹൃദയത്തെ കോരിത്തരിപ്പിച്ചിട്ടില്ല.

വിദേശവകുപ്പ് സഹമന്ത്രിയും ഹൈഫോങ് മേയറും ഹൈഫോങ്ങിലെ ഫ്രഞ്ചുസേനകളുടെ കമാൻഡർ കേണൽ ദെബേയും തങ്ങളുടെ ആദരവ് പ്രകടിപ്പിക്കാനും സ്വീകരണപരിപാടികൾ ധരിപ്പിക്കാനുമായി കപ്പലിലേക്കുപോയി. നിറം മങ്ങിയ ഒരു കാക്കിസ്യൂട്ടുധരിച്ച ചിരപരിചിതമായ രൂപം കപ്പലിന്റെ തട്ടിൽ പ്രത്യക്ഷപ്പെട്ടു. അതാ, അദ്ദേഹമവിടെ നിൽക്കുന്നു. താമസിച്ചില്ല. ദിഗന്തം ഭേദിക്കുമാറുച്ചത്തിൽ കയ്യടി. "പ്രസിഡന്റ് ഹോ നീണാൾ വാഴട്ടെ" എന്ന മുദ്രാവാക്യമുവുയർന്നു. മറ്റെല്ലാ ശബ്ദങ്ങളും അതിൽ മുങ്ങിപ്പോയി.

ഹോ അമ്മാവൻ കപ്പലിൽനിന്ന് സ്വന്തം രാജ്യത്തിന്റെ മണ്ണിൽ കാൽകുത്തിയപ്പോഴും സന്തോഷകരമായ ആ വാർത്ത വിളംബരം ചെയ്തുകൊണ്ട് ഹൈഫോങ് മുനിസിപ്പൽ തിയറ്ററിൽനിന്ന് സൈറൺ മുഴങ്ങി. നീണ്ട കപ്പൽയാത്രക്കുശേഷം അദ്ദേഹം കുറെക്കൂടി ആരോഗ്യവാനായിട്ടുണ്ടോ എന്ന് തോന്നി. നിറം അൽപ്പം ഇരുണ്ടിരുന്നു. തന്നെ സ്വാഗതം ചെയ്യാനെത്തിയ ഗവൺമെന്റ് പ്രതിനിധികളെയും പ്രവിശ്യാ പ്രതിനിധികളെയും പുഞ്ചിരിയോടുകൂടി തലവണങ്ങി അദ്ദേഹം പ്രത്യഭിവാദ്യംചെയ്തു. വിയത്നാം-ഫ്രഞ്ച് ദേശീയഗാനങ്ങൾ ആലപിക്കപ്പെട്ടു. അദ്ദേഹം പതാകവന്ദന പരിപാടിയിൽ പങ്കെടുക്കുകയും ഗാർഡ് ഓഫ് ഓണർ പരിശോധിക്കുകയും ചെയ്തു. ഞങ്ങളുടെ പട്ടാളക്കാർ ബയണറ്റുകൾ ഘടിപ്പിച്ച റൈഫിളുകളും വഹിച്ച് പച്ച യൂണിഫോറമണിഞ്ഞാണ് ഹോ അമ്മാവനെ അഭിവാദ്യംചെയ്യാനെത്തിയിരുന്നത്. ഓഫീസർമാരാണെങ്കിൽ സ്വർണവർണനക്ഷത്രത്തോടുകൂടിയ തൊപ്പിയുംധരിച്ച് ഉറയിൽനിന്നൂരിയ വാളുകളുമേന്തിയാണെത്തിച്ചേർന്നത്. ഞങ്ങളുടെ ഗാർഡ് ഓഫ് ഓണർ പരിശോധിച്ചതിനുശേഷം അദ്ദേഹം ഫ്രഞ്ചു യൂണിറ്റുകളുടെ അടുത്തേക്ക് നീങ്ങി. വിയത്നാം ഓഫീസർമാരുടെ ഉത്തരവനുസരിച്ച് ഫ്രഞ്ചുകാർ തങ്ങളുടെ പതാക താഴ്ത്തി അദ്ദേഹത്തെ അഭിവാദനം ചെയ്തു. വിശേഷപരിപാടികൾ നടക്കുമ്പോൾ ധരിക്കാറുള്ള വെള്ള യൂണിഫോറമാണ് അവരൊക്കെ ധരിച്ചിരുന്നത്.

ആ പരിപാടികൾ അവസാനിച്ചപ്പോൾ വിവിധ പ്രതിനിധിസംഘങ്ങളോട് തന്റെ നന്ദി പ്രകടിപ്പിക്കാൻ അദ്ദേഹം അവരുടെ അടുത്തേക്ക് പോയി; ഹൈഫോങ് നിവാസികളുടെ വകയായുള്ള ഒരു ബൊക്കെ ഏറ്റുവാങ്ങി, തന്റെ അടുത്തേക്ക് ഓടിവന്ന രണ്ട് കുട്ടികളെ വാത്സല്യപൂർവം ആലിംഗനം ചെയ്തു.

വഴിനീളെ ഇടിമുഴക്കം പോലെ കയ്യടി ഉയർന്നു. അദ്ദേഹത്തെ കണ്ടപ്പോൾ സന്തോഷാശ്രുക്കൾ പൊഴിക്കാതിരിക്കാൻ ആർക്കും കഴിഞ്ഞില്ല.

അദ്ദേഹം നഗരഭരണനിർവഹണകമ്മിറ്റി ഓഫീസിലേക്ക് പോയി. മധ്യാഹ്നഭക്ഷണത്തിനുശേഷം തന്റെ മടക്കയാത്രയെക്കുറിച്ച് അദ്ദേഹം ഞങ്ങളോട് സംസാരിച്ചു. മുമ്പൊക്കെ എങ്ങനെയായിരുന്നുവോ അദ്ദേഹം ഞങ്ങളോട് വെടിപറഞ്ഞിരിക്കാറുണ്ടായിരുന്നത് അതിൽനിന്ന് തെല്ലും വ്യത്യസ്തമായിരുന്നില്ല ഇപ്പോഴത്തെ സ്ഥിതിയും. ആ ലളിതമായ സമീപനം തന്നെയായിരുന്നു ഹോ അമ്മാവൻ ഇപ്പോഴും തുടർന്നതെന്നു ചുരുക്കം. അദ്ദേഹം തങ്ങളുടെ ആരോഗ്യസ്ഥിതിയും വീട്ടിലെ സ്ഥിതിഗതികളും ആരാഞ്ഞു. ദീർഘയാത്രകഴിഞ്ഞ് മടങ്ങിവന്നിട്ട് ഏറെ സമയമാകാത്തതുകൊണ്ട് ആ വൈകുന്നേരം ആരെയും സ്വീകരിക്കേണ്ടതില്ലെന്ന് തീരുമാനിച്ചിരുന്നു. അതുകൊണ്ട് അദ്ദേഹം ഞങ്ങളുടെകൂടെ ഇരിക്കുകയായിരുന്നു. അപ്പോഴാണ് സിറ്റിക്കമ്മിറ്റിയിൽനിന്നുള്ള ഒരു സഖാവ് വന്നുപറഞ്ഞത്; കണ്ണിന് നല്ല കാഴ്ചയില്ലാത്ത ഒരു വൃദ്ധൻ ഹോ അമ്മാവനെ കാണാൻ നിർബന്ധം പിടിക്കുകയാണെന്ന്. ആ വൃദ്ധനെ അകത്തേക്ക് കൂട്ടിക്കൊണ്ടുപോകാൻ അദ്ദേഹം നിർദേശിച്ചു. അതൊരു തണുത്തസായാഹ്നമായിരുന്നില്ല. എന്നിട്ടും ആ വൃദ്ധൻ ഒരു പ്രത്യേകതരത്തിലുള്ള നീല വൂളൻസൂട്ടാണ് ധരിച്ചിരുന്നത്. അതൊരു സൈനികയൂണിഫോറം പോലെ തോന്നിച്ചു. ആ വൃദ്ധനെ കണ്ട ഉടനെതന്നെ ഹോ അമ്മാവൻ എഴുന്നേറ്റ് അദ്ദേഹത്തെ കൂട്ടിക്കൊണ്ടു വന്ന് ഒരു സീറ്റിലിരുത്തി. മുപ്പത്തഞ്ച് വർഷം മുമ്പ് ആ വൃദ്ധൻ ഹോ അമ്മാവന്റെകൂടെ ഒരു കപ്പലിൽ പണിയെടുത്തിരുന്നു. ഹോ അമ്മാവൻ മടങ്ങിവന്നിട്ടുണ്ടെന്നും അദ്ദേഹം ഹൈഫോങ്ങിൽ താമസിക്കുകയാണെന്നും അറിഞ്ഞപ്പോൾ താൻ മുമ്പ് കപ്പലിൽ ജോലിചെയ്യുമ്പോൾ ധരിച്ചിരുന്ന സൂട്ടും ധരിച്ച് ചെറുമക്കളിലൊരാളെയും കൂട്ടി അദ്ദേഹത്തെ കാണാൻ വന്നതായിരുന്നു ആ വൃദ്ധൻ. "ബഹുമാനപ്പെട്ട പ്രസിഡന്റ് ഹോ..." എന്ന് ആ വൃദ്ധൻ പറയാൻ തുടങ്ങിയപ്പോഴേക്കും അദ്ദേഹത്തെ തടസപ്പെടുത്തിക്കൊണ്ട് ഹോ അമ്മാവൻ പറഞ്ഞു: "പഴയതുപോലെ എന്നെ ബാ എന്നു വിളിച്ചാൽ മതി." തന്റെ പഴയകാലത്തെ സഹപ്രവർത്തകനുമായി അദ്ദേഹം ഏറെസമയം ചെലവഴിച്ചു. ആ വൃദ്ധൻ അധികം സംസാരിക്കാനാവാത്തവിധം അത്യന്തം വികാരഭരിതനായിരുന്നു.

അടുത്തദിവസം രാവിലെ അഞ്ചു മണിക്ക് ഹോ അമ്മാവൻ നഗരത്തിൽ നടക്കാൻ പോയി. മടങ്ങിവന്നതിനുശേഷം സന്ദർശകരെ സ്വീകരിക്കുന്നതിനുള്ള തിരക്കായി. സന്ദർശകർ അനവധിയായിരുന്നു. ബഹു

ജനസംഘടനകളുടെ പ്രതിനിധികൾ; ഹാനോയിൽ നിന്നുള്ള രാഷ്ട്രീയ പാർട്ടികളുടെ പ്രതിനിധികൾ; ഹൈഫോങ്ങിലെ വിവിധ സ്ഥാപനങ്ങളുടെയും സംഘടനകളുടെയും പ്രതിനിധികൾ; കിയൻ ആൻ, ഹോൻ ഗായ്, ക്വാങ് യെൻ, തായ് ബിങ്, നാം ദിങ്, ബാക് നിങ് ആദിയായ പ്രവിശ്യകളിൽനിന്നുള്ള പ്രതിനിധികൾ... പ്രായം ചെന്നൊരാൾ അദ്ദേഹത്തിനൊരു സമ്മാനം നൽകി: "ഒരു വാക്കുമതി രാഷ്ട്രത്തിന്റെ ഉന്നമനത്തിന്' എന്ന് ക്ലാസിക്കൽ ചൈനീസ് ലിപിയിൽ തുന്നിപ്പിടിപ്പിച്ച ഒരു ചുരുൾ. മറ്റൊരാൾ അദ്ദേഹത്തിനു പെരുമ്പാമ്പിന്റെ നട്ടെല്ലുകൊണ്ട് തീർത്ത ഒരു ഊന്നുവടി സമ്മാനിച്ചു.

10 മണിക്ക് ഹോ അമ്മാവനെയും വഹിച്ചുകൊണ്ടുള്ള ഒരു പ്രത്യേക ട്രെയിൻ ഹൈഫോങ്ങിൽനിന്ന് ഹാനോയിലേക്കു തിരിച്ചു.

റെയിൽവെ ലൈനിലുടനീളം അദ്ദേഹത്തെ സ്വീകരിക്കുന്നതിനുവേണ്ടി ജനങ്ങൾ അണിയണിയായി നിന്നിരുന്നു. പതാകകളുടെയും പ്ലക്കാർഡുകളുടെയും ഓരോ സമുദ്രം തന്നെകാണാമായിരുന്നു. പ്ലക്കാർഡുകളിൽ ഇങ്ങനെ എഴുതിയിട്ടുണ്ടായിരുന്നു; "പ്രസിഡന്റ് ഹോ നീണാൾ വാഴട്ടെ." "വിജയശ്രീലാളിതമായ വിപ്ലവം നീണാൾ വാഴട്ടെ." "വടക്കും തെക്കും ഒരു രാജ്യം..." എല്ലായിടത്തും കമാനങ്ങൾ ഉയർത്തപ്പെട്ടിരുന്നു. ഹായ് ദുവോങ് പട്ടണത്തിലെ സ്റ്റേഷനിൽ വണ്ടി അൽപ്പം തങ്ങി. ആ പട്ടണത്തിലെ ജനങ്ങൾ അദ്ദേഹത്തെ സ്വാഗതം ചെയ്യുന്നതിന് സ്റ്റേഷനിൽ ഒരു മഹാസമ്മേളനം തന്നെ സംഘടിപ്പിച്ചിരുന്നു. ഹൈഫോങ്ങിൽനിന്ന് ഹാനോയിലേക്കുള്ള 100 കിലോമീറ്റർ സഞ്ചരിക്കുന്നതിന് സ്പെഷ്യൽ ട്രെയിൻ അഞ്ചുമണിക്കൂറെങ്കിലുമെടുത്തു. ആ ദൂരമത്രയും ജനങ്ങൾക്കുനേരെ കൈവീശിക്കൊണ്ട് ഒരു തുറന്ന വാതിലിനുമുമ്പിൽനിന്നാണ് അദ്ദേഹം യാത്ര ചെയ്തത്.

ഹാനോയിൽ അന്നൊരു മനോഹരമായ ശരത്കാലദിനമായിരുന്നു. അന്ന് സൂര്യൻ പതിവിലേറെ ഉജ്വലമായി പ്രകാശിച്ചു. മേൽപ്പുരയ്ക്കുമുകളിലും മരങ്ങൾക്കുമുകളിലും ചെങ്കൊടികൾ പാറിപ്പറന്നു. സമയം ഉച്ചതിരിഞ്ഞ് ഏതാണ്ട് മൂന്നരയായിക്കാണും. വണ്ടി ലോങ് ബിയർ പാലത്തിൽ പ്രവേശിച്ചു. അപ്പോൾ ഒരു നീണ്ട വിസിൽ കേൾക്കായി.

കൃത്യം മൂന്നരക്ക് ട്രെയിൻ ഹാങ് കോ സ്റ്റേഷനിൽ എത്തി. ഹാനോയിലെ ജനങ്ങൾ മുഴുവൻ അന്ന് അവധിയെടുത്ത് ഹോ അമ്മാവനെ സ്വീകരിക്കാൻ തയാറെടുത്തുനിന്നിരുന്നു. ഗവൺമെന്റിന്റെയും ദേശീയ അസംബ്ലിയുടെയും പ്രതിനിധിസംഘത്തെ നയിച്ചുകൊണ്ട് ആക്റ്റിങ് പ്രസിഡന്റ് ഹുയിഞ്ഞും വിവിധ ബഹുജനസംഘടനകളുടെ പ്രതിനിധികളും പ്ലാറ്റ്ഫോമിൽ സന്നിഹിതരായിരുന്നു. സ്റ്റേഷന്റെ മുമ്പിലും ബാക് ബൊ കൊട്ടാരത്തിലേക്ക് പോകുന്ന റോഡിന്റെ ഇരുവശവും ജനങ്ങൾ തടിച്ചുകൂടി. ജനസമുദ്രത്തിൽനിന്നുമാറി ഹരിതയൂണിഫോറമണിഞ്ഞ പട്ടാളക്കാർ നിലയുറപ്പിച്ചിരുന്നു. സൈനികബാൻഡുകളും മറ്റുപകരണങ്ങളുമുണ്ടായിരുന്നു അവരുടെ കയ്യിൽ. വെള്ളക്കുപ്പായവും നീല

സ്കർട്ടും ധരിച്ച കൊച്ചു പെൺകുട്ടികൾ 'പുതിയജീവിത'രീതിയെ വിളംബരം ചെയ്തു.

അപ്പോൾമാത്രം കാം റാഞ്ഞിൽനിന്ന് മടങ്ങിയെത്തിയ മോർളിയെറും സ്റ്റേഷനിലെത്തിയിരുന്നു. ഫ്രഞ്ച് കമാൻഡ് ഒരു ഗാർഡ് ഓഫ് ഓണറും അവിടെ ഏർപ്പെടുത്തിയിരുന്നു.

ഹോ അമ്മാവൻ സ്റ്റേഷനിലെ സ്വീകരണപരിപാടിയിൽ പങ്കെടുത്തതിനുശേഷം ബാക് ബൊ കൊട്ടാരത്തിലേക്കുപോയി. അദ്ദേഹത്തെയും വഹിച്ചുകൊണ്ടുള്ള കാർ എണ്ണമറ്റ കമാനങ്ങൾക്കിടിയിലൂടെയാണ് കടന്നുപോയത്. അദ്ദേഹത്തെ കണ്ടപ്പോൾ ഹാനോയ് നഗരം ഹർഷപുളകിതമായി; പതിനായിരങ്ങൾ പതാകകൾ വീശി, അദ്ദേഹത്തിന്റെ മേൽ പുഷ്പവൃഷ്ടി നടത്തി.

രാജ്യം മുഴുവൻ ആഹ്ലാദഭരിതമായിത്തീർന്നു. ആ ആഹ്ലാദത്തിമിർപ്പിൽ ഹോ അമ്മാവനും പങ്കുകൊണ്ടു. അദ്ദേഹത്തിന്റെ പ്രസന്നമായ മുഖം അത് വ്യക്തമാക്കി. അദ്ദേഹം സുരക്ഷിതനായി, ആരോഗ്യവാനായി, തിരിച്ചെത്തി. ആ അമരക്കാരൻ പിതൃരാജ്യമാകുന്ന ബോട്ടിനെ എല്ലാ വൈതരണികളെയും കൊടുങ്കാറ്റുകളെയും അതിജീവിച്ചുകൊണ്ട് മുമ്പോട്ടേക്ക് നയിക്കും. സൂര്യൻ കൂടുതൽ ഉജ്വലമായി പ്രകാശിച്ചു! കൊടികളുടെ നിറം കുറെക്കൂടി പ്രകാശമാനമായി! മരങ്ങൾക്ക് കുറെക്കൂടി പച്ചനിറം കൈവന്നതായും ആകാശം കുറെക്കൂടി ഉയർന്നതായും തോന്നി!

ബാക് ബൊ കൊട്ടാരത്തിൽവെച്ച് ഹോ അമ്മാവൻ സഖാവ് ഞാനെയും പാർട്ടി സ്റ്റാൻഡിങ് ബ്യൂറൊവിലെ മറ്റംഗങ്ങളെയും കണ്ടുമുട്ടി. സമരം കൂടുതൽ സങ്കീർണമായിക്കൊണ്ടിരുന്നതുകൊണ്ട് ഞങ്ങളുടെ നേതാക്കളിൽ ചിലർ ഇപ്പോൾ പരസ്യമായി പ്രവർത്തിക്കുന്നുണ്ടായിരുന്നില്ല. സുമാർ നാലു മാസത്തിനുശേഷം അദ്ദേഹത്തിനുചുറ്റും കൂടാൻ ഞങ്ങൾക്ക് വീണ്ടും അവസരം ലഭിച്ചു. ഓരോരുത്തരോടും സംസാരിച്ചപ്പോൾ അവരുടെ ഒക്കെ കാര്യത്തിൽ അദ്ദേഹം താൽപ്പര്യം പ്രകടിപ്പിച്ചു.

ഏറെക്കഴിയുന്നതിനുമുമ്പെ കൊട്ടാരത്തിനുമുമ്പിൽ ജനങ്ങൾ തടിച്ചുകൂടി. അവരെ അഭിവാദ്യം ചെയ്യാനായി അദ്ദേഹം ജനലിന്റെ അടുത്തേക്കുപോയി. അപ്പോഴും കൂടുതൽ കൂടുതലാളുകൾ വന്നുകൊണ്ടിരുന്നു. ഇളംപയനീയർമാർ വാദ്യഘോഷങ്ങളോടെ പരേഡ് നടത്തി. അവർ ഉച്ചത്തിൽ വിളിച്ചുപറഞ്ഞു: "ഹോ അമ്മാവൻ മടങ്ങിവന്നിരിക്കുന്നു! ഹോ അമ്മാവൻ മടങ്ങിവന്നിരിക്കുന്നു!" രാജ്യത്തൊട്ടാകെ മാറ്റൊലിക്കൊണ്ട ശബ്ദവും അതുതന്നെയായിരുന്നു.

ഒക്ടോബർ 23 ാം തീയതി പ്രസിഡന്റ് ഹോ ഒരു പ്രസ്താവന പുറപ്പെടുവിച്ചു. അതിൽ അദ്ദേഹം ഇങ്ങനെ പറഞ്ഞു:

> വിയത്നാമിന്റെ സ്വാതന്ത്ര്യം, ഉത്തര-മധ്യ-ദക്ഷിണ വിയത്നാമുകളുടെ പുനരേകീകരണം എന്നീ പ്രശ്നങ്ങൾ പരിഹരിക്കുന്ന

> തിന് ഫ്രഞ്ചുഗവൺമെന്റിന്റെ ഹൃദയംഗമമായ ക്ഷണമനുസരിച്ച് ഞാൻ ഫ്രാൻസിലേക്കു പോയി. ഫ്രാൻസിലെ വർത്തമാനപരിതഃസ്ഥിതികൾ മൂലം ഈ രണ്ടുപ്രശ്നങ്ങളും പരിഹരിക്കപ്പെടുകയുണ്ടായില്ല. അതിന് കൂടുതൽ സമയം ആവശ്യമാണ്. എങ്കിലും, ഏറെത്താമസിയാതെ വിയത്നാം സ്വതന്ത്രമായിത്തീരുമെന്നും ഉത്തര-മധ്യ-ദക്ഷിണവിയത്നാമുകൾ പുനരേകീകരിക്കപ്പെടുമെന്നും ഞാൻ നിങ്ങൾക്കുറപ്പുനൽകുന്നു...

നാം ബൊവിലെയും തെക്കൻ ത്രുങ് ബൊവിലെയും ജനങ്ങളോടായി അദ്ദേഹം പറഞ്ഞു:

> ഉത്തര-മധ്യ-ദക്ഷിണ വിയത്നാമുകൾ ഒന്നാണ്. നമുക്ക് ഒരേ പൂർവികന്മാരാണുള്ളത്; നമ്മൾ ബന്ധുക്കളുമാണ്. ഉത്തര-മധ്യ-ദക്ഷിണ വിയത്നാമുകൾ ഒരു കുടുംബത്തിലെ മൂന്നു സഹോദരന്മാരാണ്.
>
> ഒരു കുടുംബത്തിലെ അംഗങ്ങളെ ഭിന്നിപ്പിക്കാൻ കഴിയാത്തതുപോലെ നമ്മുടെ വിയത്നാമിനെ ആർക്കും ഭിന്നിപ്പിക്കാൻ കഴിയില്ല.
>
> രാജ്യം പുനരേകീകരിക്കപ്പെടാത്തിടത്തോളം എന്റെ നാട്ടുകാർ കഷ്ടപ്പെടുന്നിടത്തോളം എനിക്കു നന്നായി ഭക്ഷണം കഴിക്കാൻ കഴിയില്ല. സമാധാനത്തോടെ ഉറങ്ങാൻ കഴിയില്ല. നിങ്ങളുടെയും രാജ്യത്തിലാകെയുള്ള ജനങ്ങളുടെയും ദൃഢനിശ്ചയമുള്ളതുകൊണ്ട് നമ്മുടെ പ്രിയപ്പെട്ട തെക്കൻഭാഗം പിതൃരാജ്യത്തിന്റെ മടിത്തട്ടിലേക്ക് മടങ്ങിവരുമെന്ന് ഞാൻ ഉറച്ചു പ്രഖ്യാപിക്കുന്നു.

52

വീണ്ടും ഉഗ്രമായ പോരാട്ടം

മാർച്ച് 6 ന്റെ പ്രാരംഭകരാർ ഒപ്പുവെച്ചിട്ട് മാസം ഏഴുകഴിഞ്ഞു. എന്നിട്ടും ഞങ്ങളുടെ പ്രദേശത്ത് ആക്രമണകാരികളുടെ വെടിയൊച്ച ഒരിക്കലും നിലച്ചില്ല. ഫ്രാൻസിലെ രാഷ്ട്രീയമായ അനിശ്ചിതാവസ്ഥ ഉപയോഗപ്പെടുത്തിയും കോളനികളിലെ സ്ഥാപിതതാൽപ്പര്യക്കാരുടെ നിയന്ത്രണത്തിലുള്ള ധനകാര്യവൃത്തങ്ങളുടെ പിന്തുണയോടെയും ദ് അർഗൻ ല്യൂവിന്റെ നേതൃത്വത്തിലുള്ള ഇന്തോചൈനയിലെ ഗാലിസ്റ്റുകൾ 'നടന്നതോ നടന്നു' എന്ന ഒരു നയം സ്വീകരിച്ചു. ദീ ഗാൾ രാഷ്ട്രീയരംഗത്തുനിന്നു തിരോധാനം ചെയ്തതിനുശേഷവും ഫ്രഞ്ച് ഗവൺമന്റിൽനിന്ന് അയാൾക്ക് ഒരു താക്കീതും ലഭിച്ചില്ല. ഇന്തോചൈനയിൽ താൻ നടത്തുന്ന പ്രവർത്തനങ്ങൾ തന്റെ രാജ്യത്തിലെ പുതിയ ഗവൺമെന്റിന്റെ രാഷ്ട്രീയനയത്തിന് എതിരല്ലെന്നു മനസിലാക്കാൻ ളോഹ ധരിക്കാത്ത ഒരു കപട പുരോഹിതന് വിഷമമുണ്ടായിരുന്നില്ല. ബിദൗൾത്തിന്റെ അധ്യക്ഷതയിലുള്ള ഇന്തോചൈനക്കായുള്ള ഇന്റർമിനിസ്റ്റീരിയിൽ കൗൺസിലിന്റെ ശക്തമായ പിന്തുണയും അയാൾക്ക് ലഭിച്ചിരുന്നു.

വടക്കൻ വിയത്നാമിൽ, ജിയാങ് കയ്ഷെക് സൈന്യങ്ങൾ പിൻവാങ്ങിയതിനുശേഷം, ദ് അർഗൻ ല്യൂ 'കരളുക'യെന്ന നയം – അതായത് കുറെശ്ശെ കുറെശ്ശെയായി ഞങ്ങളുടെ അതിർത്തിയെ ആക്രമിക്കുകയെന്ന നയം – നടപ്പിലാക്കാൻ തുടങ്ങി. ഒരു ഭാഗത്ത് ഫ്രഞ്ച് നില ശക്തിപ്പെടുത്തുകയും വിപുലപ്പെടുത്തുകയും ചെയ്യുക; മറുഭാഗത്ത് പിന്തിരിപ്പൻ ശക്തികളെയും ഒതുങ്ങിക്കഴിയുകയായിരുന്ന മുൻപാവകളെയും ഊർജസ്വലമായി റിക്രൂട്ട് ചെയ്യുക – ഈ പ്രവർത്തനങ്ങളിൽ ദ് അർഗൻ ല്യൂ മുഴുകി. വിപ്ലവശക്തികളെ വളഞ്ഞിടുന്നതിനും വിപ്ലവാധികാരത്തെ

നിഷ്കാസനം ചെയ്യുന്നതിനും ആവശ്യമായ പരിതഃസ്ഥിതികൾ സൃഷ്ടിക്കുന്നതിന് സ്വയം ഭരണമേഖലകൾ സ്ഥാപിക്കുന്ന തയാറെടുപ്പിലായിരുന്നു അയാൾ. തെക്കൻ വിയത്നാമിൽ ആക്രമണയുദ്ധം വ്യാപിപ്പിക്കുന്നത് അയാൾ തുടർന്നു. തെക്കൻ വിയത്നാമിനെ സംബന്ധിച്ച കരാറിലെ വ്യവസ്ഥകൾ അയാൾ പരസ്യമായി ലംഘിച്ചു. നിയമപരമായി തെക്കൻ വിയത്നാം ഒരു ഫ്രഞ്ചുകോളനിയാണെന്ന് പറയുന്നിടത്തോളം വരെ അയാൾ പോയി. വിപ്ലവാധികാരത്തെ തുരങ്കംവയ്ക്കാനും ജനകീയചെറുത്തുനിൽപ്പിനെ അടിച്ചമർത്താനും 1939 നു മുമ്പുണ്ടായിരുന്നതുപോലുള്ള കൊളോണിയൽഭരണം അതിവേഗം പുനഃസ്ഥാപിക്കാനും തെക്കൻ ഇന്തോചൈനയിലെ ഫ്രഞ്ചുസേനയുടെ കമാൻഡർ നിയോവിന് ദ് അർഗൻ ല്യൂ ഉത്തരവുകൾ നൽകി.

ഞങ്ങളാണെങ്കിൽ, ശത്രുക്കളെക്കൊണ്ട് കരാറിലെ വ്യവസ്ഥകൾ അംഗീകരിപ്പിക്കുന്നതിനുള്ള പ്രക്ഷോഭങ്ങൾ നടത്തി വരികയായിരുന്നു. അതേസമയംതന്നെ ഞങ്ങളുടെ അതിർത്തിയിൽ കുറെശ്ശെ കുറെശ്ശെയായി കടന്നുകയറുകയെന്ന ശത്രുക്കളുടെ അടവുകളെ തടയാനും ഞങ്ങൾ മറന്നില്ല. എന്നല്ല അവരുടെ ആക്രമണപ്രവർത്തനങ്ങൾക്കെതിരെ കനത്തതിരിച്ചടിയും ഞങ്ങൾ നൽകിക്കൊണ്ടിരുന്നു. സംഘർഷ ലഘൂകരണത്തിന് ശ്രമിക്കു; അതേസമയം ശത്രുക്കൾക്ക് സൈനികമായിത്തന്നെ കനത്ത ആഘാതമേൽപ്പിക്കുക - ഈ രണ്ടു കാര്യങ്ങളും ഒരേസമയം പിന്തുടർന്നതിന്റെ ഫലമായി എല്ലാരംഗത്തും ഞങ്ങളുടെ സൈന്യങ്ങളുടെ കരുത്ത് വർധിപ്പിക്കാനും വളർത്തിയെടുക്കാനും ഏതു പരിതഃസ്ഥിതിയെയും നേരിടത്തക്കവിധത്തിൽ അതിനെ തയാറെടുപ്പിച്ചുനിർത്താനും ഞങ്ങൾക്ക് കഴിഞ്ഞു.

തെക്കൻ വിയത്നാമിലെ ഞങ്ങളുടെ സഖാക്കൾ ശത്രുക്കളുടെ ആക്രമണയുദ്ധത്തെ ചെറുക്കുന്നത് തുടർന്നു. കഴിഞ്ഞ ഏതാനും മാസങ്ങൾക്കിടയിൽ അവിടെ വ്യാപകമായ കലാപങ്ങളുണ്ടായി. അതാകട്ടെ, നാം ബൊവിലെയും തെക്കൻ ത്രുങ് ബൊവിലെയും രാഷ്ട്രീയ- സൈനിക സ്ഥിതിഗതികളാകെ മാറ്റിമറിച്ചു.

തെക്കൻഭാഗത്തെ ഞങ്ങളുടെ ചെറുത്തുനിൽപ്പ് തുടർന്നു.

നാം ബൊവിൽ ഞങ്ങളുടെ സായുധസൈന്യങ്ങൾ അതിവേഗം വളർന്നുവരികയായിരുന്നു. മെയ്-ജൂൺ-ജൂലൈ മാസങ്ങളിൽ ഞങ്ങൾ പുതിയ റജിമെന്റുകൾ രൂപീകരിച്ചു. വടക്കൻ വിയത്നാമിലെ തങ്ങളുടെ സഹോദരന്മാരെയും സഹോദരികളെയുംപോലെ തെക്കൻവിയത്നാമിലെ പട്ടാളക്കാരും അധികവും കർഷകകുടുംബങ്ങളിൽപ്പെട്ടവരായിരുന്നു. ധാരാളം ഫാക്ടറികളും റബ്ബർതോട്ടങ്ങളുമുള്ള നാം ബൊവിന്റെ കിഴക്കൻമേഖലകളിൽ അനേകം തൊഴിലാളികളും സൈന്യത്തിൽ ചേർന്നു. 13 ാം റജിമെന്റിലെ ഓഫീസർമാരും അല്ലാത്തവരും മുഴുവൻ തൊഴിലാളികളായിരുന്നു. പാർട്ടി കമ്മിറ്റികൾ സായുധസേനയുടെ ഉത്തരവാദിത്വമേൽപ്പിച്ച കേഡർമാരായിരുന്നു മിക്ക ഓഫീസർമാരും. 1940 ലെ

നാം ബൊ കലാപം മുതൽ അവരിൽ പലരും രാഷ്ട്രീയമായി സജീവമായിരുന്നു.

കുറച്ചുമാത്രം വനങ്ങളും പർവതങ്ങളുമുള്ള പ്രദേശമാണ് നാം ബൊ. അനുകൂലമായ ഭൂപ്രകൃതിക്ക് വിപ്ലവയുദ്ധത്തിൽ സുപ്രധാനമായൊരു പങ്കുവഹിക്കാൻ കഴിയുമെങ്കിലും വിജയത്തിനുള്ള മുഖ്യഘടകം ജനകീയപിന്തുണയാണെന്ന് ഞങ്ങളുടെ പാർട്ടി ചൂണ്ടിക്കാട്ടി. ജനങ്ങളുടെ പിന്തുണയെ ഉറച്ചാശ്രയിച്ചുകൊണ്ട് ഞങ്ങളുടെ സായുധസേനയ്ക്ക് തങ്ങളുടെ നിലയുറപ്പിക്കാനും തങ്ങളുടെ സംഘടന കെട്ടിപ്പടുക്കാനും കൂടുതൽ ഉപകരണങ്ങൾ സംഭരിക്കാനും കഴിഞ്ഞു.

ഞങ്ങളുടെ ലക്ഷ്യം ഇതായിരുന്നു: ശത്രുക്കളുടെ തോക്കുകൾ പിടിച്ചെടുക്കുക; അതുതന്നെ അവർക്കെതിരായി ഉപയോഗിക്കുക. ഈ മാർഗം അവലംബിച്ചതുമൂലം അനേകം യൂണിറ്റുകൾക്ക് പഴയ ഉപകരണങ്ങളെ പുതിയ ഉപകരണങ്ങൾകൊണ്ട് പകരംവയ്ക്കാൻ കഴിഞ്ഞു.

ചെറുത്തുനിൽപ്പ് സേനകൾക്ക് നിരവധി പ്രവിശ്യകൾ ഉൾക്കൊള്ളുന്ന വിശാലമായ താവളങ്ങൾ സ്ഥാപിക്കാൻ കഴിഞ്ഞു: യുദ്ധമേഖല ഡിം റീഡ്സ് സമതലം, യു മിഞ് കാടുകൾ തുടങ്ങി അനേകം താവളങ്ങൾ. ഓരോ പ്രവിശ്യക്കും രണ്ടോ മൂന്നോ ജില്ലകളോ അഞ്ചോ ആറോ ഗ്രാമങ്ങളോ ഉൾക്കൊള്ളുന്ന ഇടത്തരവും ചെറുതുമായ താവളങ്ങളുണ്ടായിരുന്നു. പല മേഖലകളിലും ഈ താവളങ്ങളെ പരസ്പരം ബന്ധിച്ചിരുന്നു. ചെറുത്ത് നിൽപ്പ് താവളങ്ങൾക്ക് ആയുധങ്ങളും സ്ഫോടകവസ്തുക്കളും യന്ത്രങ്ങളും മരുന്നുകളും മെഡിക്കൽ ഉപകരണങ്ങളും എത്തിച്ചുകൊടുക്കുന്ന കേന്ദ്രമായി മാറി സൈഗോൺ നഗരം. ടെക്നീഷ്യൻമാരുടെയും മെഡിക്കൽ തൊഴിലാളികളുടെയും ഡോക്ടർമാരുടെയും ഉറവിടവും മറ്റൊന്നായിരുന്നില്ല. ഞങ്ങളുടെ സൈന്യങ്ങളുടെ സാന്നിധ്യം ഇടയ്ക്കിടെ അവിടെ ഉണ്ടായി. പട്ടണപ്രദേശങ്ങളിലെ ബഹുജനസംഘടനകൾ വിവിധ പട്ടാളയൂണിറ്റുകളുമായി ബന്ധം സ്ഥാപിച്ചു. ഓരോ സൈനികമേഖലയും ഓരോ റജിമെന്റും യുദ്ധോപകരണങ്ങൾ നിർമിക്കുന്നതിന് ഫാക്ടറികൾ നിർമിച്ചു.

ആറും ഏഴും മേഖലകളിൽനിന്ന് ജൂലൈ മാസത്തിൽ കുറെ പട്ടാളക്കാരെ തെക്കൻ ത്രുങ് ബൊവിലേക്കയച്ചു. അങ്ങനെ ആ മാസത്തിൽ അവിടെ ഏതാനും റജിമെന്റുകൾ രൂപീകരിച്ചു.

തായ് ൻഗുയെൻ പർവതപ്രദേശത്ത് ഞങ്ങളുടെ ആദ്യത്തെ റഗുലർ റജിമെന്റ് രൂപീകൃതമായി. വിവിധ ന്യൂനപക്ഷവിഭാഗങ്ങളിൽപ്പെട്ട ചെറുപ്പക്കാർ മാത്രമടങ്ങിയ ഒരു ബറ്റാലിയനെ ഉൾപ്പെടുത്തിക്കൊണ്ടാണ് ആ റജിമെന്റ് നിലവിൽവന്നത് – എം തൊ റാങ് ലോൺ ബറ്റാലിയൻ.

തെക്കൻ ത്രുങ് ബൊവിലെ പീഠഭൂമികളിലും മലമ്പ്രദേശങ്ങളിലും ചെറിയ ചെറിയ ഗറില്ലാതാവളങ്ങൾ ഉയർന്നുവന്നു.

ഞങ്ങളുടെ സായുധസേനകൾ എല്ലായിടത്തും ഗറില്ലാപ്രവർത്തനം ശക്തിപ്പെടുത്തി. സൈന്യങ്ങൾ ഗറില്ലകളുമായും സ്വയം പ്രതിരോധ

യുണിറ്റുകളുമായും ഏകോപിച്ചുകൊണ്ട് ശത്രുക്കളെ ആക്രമിച്ചു; അവരെ കെണിയിൽ വീഴ്ത്തി; അവരുടെ നശീകരണപ്രവർത്തനങ്ങളെ വിഫലമാക്കി; അങ്ങനെ ജനങ്ങളെയും അവരുടെ സ്വത്തും സംരക്ഷിക്കാനും വിമോചന പ്രദേശങ്ങൾ വിസ്തൃതമാക്കാനും അങ്ങേയറ്റം പരിശ്രമിച്ചു. അവർ തന്ത്രപ്രധാനമായ അനേകം വാർത്താവിനിമയ ബന്ധങ്ങൾ നിയന്ത്രിക്കുകയും പട്ടണപ്രദേശങ്ങളിലും ശത്രുവിന്റെ സൈനിക-രാഷ്ട്രീയ-സാമ്പത്തിക കേന്ദ്രങ്ങളിലും തള്ളിക്കയറുകയും ചെയ്തു.

ഗറില്ലായുദ്ധത്തിന്റെ വളർച്ച അതിനെതിരെ അടിയന്തര നടപടികൾ സ്വീകരിക്കാൻ ശത്രുവിനെ പ്രേരിപ്പിച്ചു. ചിതറിക്കിടക്കുന്ന തങ്ങളുടെ താവളങ്ങൾക്കു ചുറ്റും 24 മണിക്കൂർ സമയവും കാവലേർപ്പെടുത്താൻ അവർ നിർബന്ധിതമായി. അവരുടെ മൊബൈൽസേനകൾ അനന്തവും നിഷ്ഫലവുമായ പ്രതിരോധാക്രമണങ്ങൾക്ക് നിർബന്ധിതമായി.

ഇതിനിടയിൽ ഞങ്ങളുടെ സായുധസേനകൾ പലതരത്തിലും പോരാടാൻ പഠിച്ചു. ചെറിയ പോസ്റ്റുകൾക്കുനേരെ പൊടുന്നനെ ആക്രമണം നടത്തുക; റോഡുകളിലും നദീതടങ്ങളിലും പതിയിരുന്നു അവിചാരിതമായി ശത്രുക്കളെ കീഴടക്കുക-ഇത്തരം വിദ്യകളിൽ അനേകം യുണിറ്റുകൾ പ്രാവീണ്യംനേടി. ക്രമേണ ശത്രുക്കളുടെ വൻതോതിലുള്ള ആക്രമണങ്ങളെ പരജായപ്പെടുത്താനും സ്വതന്ത്രമേഖലകളിലേക്കുള്ള അവരുടെ തള്ളിക്കയറ്റത്തെ തടഞ്ഞുനിർത്താനും ഞങ്ങൾക്ക് കഴിഞ്ഞു.

സെപ്തംബർ 22 ാം തീയതി നാം ബൊവിലുള്ള ദുക് ഹൊവയിൽ, ശത്രുക്കൾ ശക്തമായ ഒരാക്രമണം നടത്തി. 2,000 പട്ടാളക്കാർ, ഏതാനും വിമാനങ്ങൾ, ടാങ്കുകൾ, കവചിതകാറുകൾ എന്നിവ പ്രസ്തുത ആക്രമണത്തിൽ പങ്കെടുത്തു. ഞങ്ങളുടെ പട്ടാളക്കാരും ഗറില്ലാസേനകളും അവയെ തടഞ്ഞുനിർത്തി. ആ ദിവസം മുഴുവൻ നീണ്ടുനിന്ന യുദ്ധത്തിൽ ഞങ്ങൾ 10 ടാങ്കുകളും മറ്റുവാഹനങ്ങളും നശിപ്പിച്ചു; അനേകം പട്ടാളക്കാരെ വധിച്ചു; ധാരാളം ആയുധങ്ങൾ പിടിച്ചെടുത്തു; ഒരു ഫ്രഞ്ചു വിമാനം വെടിവെച്ചുവീഴ്ത്തി. (വിയത്നാമിലെ കാലാൾപ്പട വെടിവെച്ചു വീഴ്ത്തിയ ആദ്യത്തെ ശത്രുവിമാനം ഇതായിരുന്നോ?) വിഞ് ലോക്കിൽ 12 ാം റജിമെന്റിന്റെ ഒരു വിഭാഗത്തെ തങ്ങൾ വളഞ്ഞുകഴിഞ്ഞുവെന്ന് ശത്രുക്കൾ വിചാരിച്ചു. എന്നാൽ തങ്ങൾ സ്വയം വലയപ്പെട്ടതായും തങ്ങളുടെ നേർക്ക് വെടിയുണ്ടകൾ വരുന്നതായുമാണ് അവർ കണ്ടത്. ശത്രുക്കളുടെ പദ്ധതിയെക്കുറിച്ച് മുൻകൂട്ടി വിവരം ലഭിച്ചിരുന്ന ഞങ്ങളുടെ സൈന്യങ്ങൾ ആ പ്രദേശത്തുനിന്ന് രഹസ്യമായി പുറത്തുകടക്കുകയും ശത്രുക്കളെ പതിയിരുന്നാക്രമിക്കാൻ തക്കംപാർത്തിരിക്കുകയുമായിരുന്നു. കൊള്ളക്കാർക്ക് കനത്ത നാശനഷ്ടങ്ങളേറ്റുകൊണ്ടാണ് ആ യുദ്ധമവസാനിച്ചത്. തെക്കൻ ത്രുങ് ബൊവിൽപ്പെട്ട ദിയോ കാ, ആൻ ഖേ, കോൺതും എന്നിവിടങ്ങളിൽ ഞങ്ങളുടെ പട്ടാളക്കാരും ജനങ്ങളും ശത്രുക്കളും ആക്രമണങ്ങൾക്ക് തിരിച്ചടി നൽകി. ശത്രുക്കൾ പുതുതായി സ്ഥാപിച്ച പോസ്റ്റുകളുടെ ശൃംഖലകൾക്കുനേരെ, വിശേഷിച്ചും കിം

ബ്രായി പ്രദേശത്തെ പോസ്റ്റുകൾക്കു നേരെ, ഞങ്ങൾ പലതവണ ആക്രമണം നടത്തി. മധ്യഭാഗത്തെ പർവതപ്രദേശങ്ങളിൽ ഗറില്ലായുദ്ധം ആരംഭിക്കാൻ തുടങ്ങിയതേ ഉണ്ടായിരുന്നുള്ളൂ.

തെക്കൻ വിയത്നാമിലെ ചെറുത്തുനിൽപ്പ് ഒരു പുതിയ ഘട്ടത്തിൽ പ്രവേശിച്ചുവെന്നു പറയാം.

സെപ്തംബർ 13 ാം തീയതി തങ്ങളുടെ ഗവൺമെന്റ്, 182 ാം നമ്പർ ഡിക്രി അനുസരിച്ച്, നാം ബൊവിലെ ചെറുത്തുനിൽപ്പ് കമ്മിറ്റി പുനഃസംഘടിപ്പിക്കാൻ തീരുമാനിച്ചു. നാം ബൊവിലെയും തെക്കൻ ത്രുങ് ബൊവിലെയും ചെറുത്തുനിൽപ്പ് പ്രസ്ഥാനത്തിന് നേതൃത്വം നൽകാൻ ഈ കമ്മിറ്റിക്ക് കഴിയണമെന്ന ഉദ്ദേശ്യത്തോടെയാണ് അങ്ങനെചെയ്തത്. ഒരാഴ്ചക്കുശേഷം, സെപ്തംബർ 22 ാം തീയതി തെക്കൻ വിയത്നാമിലെ താൽക്കാലിക ചെറുത്തുനിൽപ്പ് കമ്മിറ്റി ഉദ്ഘാടനം ചെയ്യപ്പെട്ടു. അതോടെ തെക്കൻഭാഗത്ത് നിയമപരമായി ഭരണംനടത്താനുള്ള അധികാരം ഈ കമ്മിറ്റിയുടെതായിത്തീർന്നു. വിയത്നാം ജനാധിപത്യറിപ്പബ്ലിക്കും ഫ്രഞ്ചുഗവൺമന്റും തമ്മിൽ സെപ്തംബർ 14 ാം തീയതി ഒപ്പുവെച്ച മോദൂസ് വിവേന്ദിയിലെ വകുപ്പുകൾ നടപ്പാക്കാൻ തങ്ങൾ തയാറാണെന്ന് കമ്മിറ്റി പ്രഖ്യാപിച്ചു.

മോദൂസ് വിവേന്ദി അനുസരിച്ച് വെടിനിർത്താനും നാം ബൊവിൽ ജനാധിപത്യാവകാശങ്ങൾ അനുവദിക്കാനും അനുകൂലമായ പരിതഃസ്ഥിതി സൃഷ്ടിക്കപ്പെട്ടുകഴിഞ്ഞാൽ ഹിതപരിശോധന നടത്താനും ഫ്രഞ്ച്ഗവൺമെന്റ് ബാധ്യസ്ഥമായിരുന്നു. മാർച്ച് ഏഴാം തീയതിയത്തെ പ്രാരംഭ കരാറെന്നതുപോലെ ഈ മൊദൂസ് വിവേന്ദിയും വഞ്ചകൻമാരെ ആശയക്കുഴപ്പത്തിലേക്ക് വലിച്ചെറിഞ്ഞു. മാർച്ച് ആറിനുശേഷം വളരെ ശക്തമായിത്തീർന്ന രാഷ്ട്രീയസമരം വളർന്നുവരുന്നതിനുള്ള പുതിയ രാഷ്ട്രീയ പരിതഃസ്ഥിതികൾ ഉരുത്തിരിഞ്ഞുവന്നു. പാവഭരണത്തിനെതിരെ പത്രങ്ങൾ അതിശക്തമായ ആക്രമണമഴിച്ചുവിട്ടു. നൂറുകണക്കിന് ബുദ്ധിജീവികൾ, അവരിൽ പലരും പ്രസിദ്ധരാണ്, ൻഗുയെൻ വാൻ തിഞ്ഞിനെ സ്ഥാനഭ്രഷ്ടനാക്കാൻ ആഹ്വാനം നൽകി. കഷ്ടിച്ച് രണ്ടുമാസത്തെ നിരന്തരപ്രക്ഷോഭം തിഞ്ഞ് കെട്ടിത്തൂങ്ങി ആത്മഹത്യചെയ്യുന്നിടത്തോളം വളർന്നുവന്നു. പട്ടണപ്രദേശങ്ങളിലെ രാഷ്ട്രീയ സമരത്തിന്റെ മുന്നേറ്റം കണ്ടമ്പരന്ന ഫ്രഞ്ചുകാരും അവരുടെ ഏജന്റുമാരും ധൃതിപിടിച്ച് പ്രകടനങ്ങളും യോഗങ്ങളും നിരോധിച്ചു.

സായുധസേനകൾ വ്യാപകമായ ആക്രമണം നടത്തിക്കൊണ്ടിരിക്കുമ്പോൾ അതോടൊപ്പംതന്നെ രാഷ്ട്രീയസമരവും ശക്തിപ്രാപിച്ചു. തൽഫലമായി പാവഭരണത്തിന്റെ വിശാലമേഖലകൾ തകർക്കപ്പെടുകയും കൂടുതൽ കൂടുതൽ സിവിലിയൻ ഏജന്റുമാരും പട്ടാളക്കാരും വിപ്ലവത്തിന് കീഴടങ്ങുകയും ചെയ്തു. പട്ടാളക്കാർക്കിടയിൽ തങ്ങൾ നടത്തിയ പ്രചാരണപ്രവർത്തനത്തിന് നല്ല ഫലമുണ്ടായി. ശത്രുപക്ഷത്തുനിന്ന് കീഴടങ്ങിയ യൂറോപ്യൻമാരെയും ആഫ്രിക്കക്കാരെയും

ചേർത്ത് തു ദുക് ഗിയാ ദിഞ് പ്രദേശത്ത് ഒരു മുഴുവൻ കമ്പനി തന്നെ രൂപീകരിക്കാൻ ഞങ്ങൾക്കു കഴിഞ്ഞു. ഹോക് മോണിൽ വെച്ച് യൂറോപ്യൻ പട്ടാളക്കാരുടെ ഒരു മുഴുവൻ സ്ക്വാഡുതന്നെ കീഴടങ്ങി.

മാർച്ച് ആറിന്റെ പ്രാരംഭകരാറും സെപ്തംബർ 14 ന്റെ മോദൂസ് വിവേന്ദിയും അട്ടിമറിക്കുന്നതിനുവേണ്ടി ഫ്രഞ്ച് സേനകൾ നടത്തിയ ഭ്രാന്തുപിടിച്ച പ്രവർത്തനങ്ങളെക്കുറിച്ച് കാംറാഞ് ഉൾക്കടലിൽ വെച്ച് പ്രസിഡന്റ് ഹോ ചി മിനുമായി നടത്തിയ കൂടിക്കാഴ്ചയിൽ ദ് അർഗൻ ല്യൂ യാതൊരു പരാമർശവും നടത്തിയില്ല. മറിച്ച് "മോദൂസ് വിവേന്ദിയിൽ ഒപ്പുവെച്ചതിനുശേഷം കൊച്ചിൻ ചൈനയിൽ ഭീകരഭരണം ഗുരുതരമായ ഒരവസ്ഥയിലെത്തിച്ചേർന്നിരിക്കുകയാണെന്ന്" അയാൾ പരാതിപ്പെട്ടു. (ഭീകരഭരണം എന്നതുകൊണ്ട് വഞ്ചകന്മാർക്കെതിരായ പ്രവർത്തനങ്ങൾ എന്നായിരിക്കാം അയാൾ അർഥമാക്കുന്നത്) ഞങ്ങളുടെ തെക്കൻഭാഗത്തെ സഖാക്കൾ നടത്തിയ പുതിയ ആക്രമണങ്ങളിൽ ഉൽക്കണ്ഠ രേഖപ്പെടുത്തുകയായിരുന്നു ഫലത്തിൽ അയാൾ.

ഫ്രഞ്ചുകാരുടെ അട്ടിമറി പ്രവർത്തനങ്ങളുണ്ടായിട്ടും, ഞങ്ങളുടെ, ദേശീയ പ്രതിരോധമന്ത്രാലയം, വെടിനിർത്തൽ സംബന്ധിച്ച് ഇരുവിഭാഗങ്ങളും തമ്മിലുണ്ടായ കരാറിന്റെ അടിസ്ഥാനത്തിൽ പോരാട്ടം അവസാനിപ്പിക്കാൻ, ഒക്ടോബർ മൂന്നാം തീയതി ഞങ്ങളുടെ പട്ടാളക്കാർക്കും തെക്കൻഭാഗത്തെ ജനങ്ങൾക്കും ഉത്തരവുകൾ നൽകി. നാം ബൊവിലും തെക്കൻ ത്രുങ് ബൊവിലുമുടനീളം ഉത്തരവ് കർശനമായി നടപ്പാക്കപ്പെട്ടു. തെക്കൻവിയത്നാമിന്റെ സമ്പൂർണനിയന്ത്രണം ഞങ്ങളുടെ കയ്യിലാണെന്നുകണ്ട ശത്രുക്കൾ ഒരിക്കൽക്കൂടി അത്ഭുതപരതന്ത്രരായി. "ഹാനോയ് കൊച്ചിൻ ചൈനയിലെ ആരെയും നിയന്ത്രിക്കുന്നില്ല" എന്ന ദ് അർഗൻ ല്യൂവിന്റെ അവകാശവാദം തകർന്നുതരിപ്പണമായി.

53

ദേശീയ അസംബ്ലി വീണ്ടും സമ്മേളിക്കുന്നു

വിദേശത്തുനിന്നു മടങ്ങിവന്നതിനുശേഷം ഹോ അമ്മാവനും പാർട്ടികേന്ദ്രകമ്മിറ്റിയുടെ സ്റ്റാന്റിങ് ബ്യൂറൊവും കഴിഞ്ഞ ഏതാനും മാസങ്ങൾക്കിടയിൽ സൈനിക–രാഷ്ട്രീയ–നയതന്ത്രരംഗങ്ങളിൽ ഞങ്ങളുടെ ജനകീയസമരത്തിലുണ്ടായ പുരോഗതിയെക്കുറിച്ച് പുനരവലോകനം നടത്താൻ തുടങ്ങി.

കരാറിനെ കുറെശ്ശെ കുറെശ്ശയായി തുരങ്കം വയ്ക്കുക; തെക്കൻ ഭാഗത്തെ ആക്രമണയുദ്ധം തുടരുക; വടക്കൻഭാഗത്ത് അധിനിവേശം വ്യാപിപ്പിക്കുന്നതിനുവേണ്ടിയുള്ള ശ്രമങ്ങൾ ശക്തിപ്പെടുത്തുക – ഇന്തോചൈനയിലെ ഫ്രഞ്ച് സൈനികതലവൻമാരുടെ ഇങ്ങനെയുള്ള അഭിപ്രായത്തിന് ഫ്രഞ്ചധികൃതരുടെ പ്രോത്സാഹനവും പിന്തുണയുമുണ്ടായിരുന്നു. തങ്ങളുടെ മുൻകോളനികളിലും ആശ്രിതരാജ്യങ്ങളിലും മേധാവിത്വം നിലനിർത്തുകയെന്ന ദുരാഗ്രഹം ഫ്രഞ്ച് വൻകിടബിസിനസുകാർ ഉപേക്ഷിക്കാത്തതുമൂലം ഫ്രഞ്ചുകാരുമായുള്ള ഞങ്ങളുടെ കൂടിയാലോചനകൾ ഒരു നിശ്ചലഘട്ടത്തിലെത്തി. ഫ്രാൻസിലെ രാഷ്ട്രീയ സ്ഥിതിഗതികളാവട്ടെ, ഇന്തോചൈനയിൽ യുദ്ധം വ്യാപിപ്പിക്കുന്നതിന് ഫ്രഞ്ചു പിന്തിരിപ്പൻ കൊളോണിയലിസ്റ്റുകൾക്ക് കുറെക്കൂടി അനുകൂലവുമായിരുന്നു. എങ്കിലും സംഘർഷലഘൂകരണം നിലനിർത്തുന്നതിന് ഓരോ അവസരവും ചൂഷണം ചെയ്യുകയെന്ന നയത്തിന് തങ്ങൾ പ്രാമുഖ്യം നൽകി. ഫ്രഞ്ചുകോടീശ്വരൻമാർ തങ്ങളുടെ കൊളോണിയൽനയം മുറുകെപ്പിടിച്ചെങ്കിലും അവരും വലിയ പ്രയാസങ്ങൾ നേരിടുന്നുണ്ടായിരുന്നു. ഫ്രാൻസിലെ ജനാധിപത്യശക്തികളുടെ സമരം തുടരുകയായിരുന്നു. ഫ്രാൻസിലെ രാഷ്ട്രീയസ്ഥിതിഗതികൾ അപ്പോഴും സുസ്ഥിരമായിരുന്നില്ല. ഫ്രഞ്ച് ഗവൺമെന്റ് അപ്പോഴും താൽക്കാലികമായ ഒന്നായിരു

ന്നു. ഫ്രഞ്ചുകാരുമായി ഞങ്ങളുണ്ടാക്കിയ മൊദൂസ് വിവേന്ദിയിൽ തത്വങ്ങൾ സംബന്ധിച്ച ഒരു തീരുമാനവും ഉണ്ടായിരുന്നില്ല. എന്നാൽ മാർച്ച് ആറാം തീയതി ഒപ്പുവയ്ക്കപ്പെട്ട കരാറിലെ 'ഒത്തുതീർപ്പും സഹകരണവും' എന്ന തത്വം അംഗീകരിക്കുന്നതായി വീണ്ടും പ്രഖ്യാപിക്കാൻ അവർ നിർബന്ധിതരായി. മാത്രവുമല്ല, നാം ബൊവിൽ ജനാധിപത്യ സ്വാതന്ത്ര്യങ്ങൾ നടപ്പാക്കാനും അവിടെ ഹിതപരിശോധന നടത്തുന്നതിനുള്ള സമയവും നടപടിക്രമങ്ങളും നിർണയിക്കുന്നതിൽ ഞങ്ങളുമായി സഹകരിക്കുന്നതാണെന്ന് പ്രതിജ്ഞ ചെയ്യാനും അവർ പ്രേരിപ്പിക്കപ്പെട്ടു.

കരാറിലെ വ്യവസ്ഥകളോടുള്ള പ്രതിജ്ഞാബദ്ധത നിറവേറ്റാൻ ശത്രുക്കളെ നിർബന്ധിക്കുന്നതിന് നിരന്തരമായ സമരം നടത്തുക; അക്രമങ്ങളെയും അട്ടിമറി പ്രവർത്തനങ്ങളെയും നിശ്ചയദാർഢ്യത്തോടെ എതിർക്കുക-അതായിരുന്നു ഞങ്ങളുടെ നയം. രാഷ്ട്രീയവും സൈനികവും സാമ്പത്തികവുമായ കഴിവുകൾ വളർത്തിയെടുക്കേണ്ട ആവശ്യത്തെ ഞങ്ങൾ ജനങ്ങളെ പഠിപ്പിച്ചു. രാജ്യം മുഴുവൻ യുദ്ധം വ്യാപിപ്പിക്കുന്നതടക്കം ഏതുതരത്തിലുള്ള പരിതഃസ്ഥിതികളെയും നേരിടുന്നതിനും സന്നദ്ധരായി നിൽക്കാൻ ഞങ്ങൾ ജനങ്ങളോടഭ്യർഥിച്ചു.

ദേശീയ അസംബ്ലി വിളിച്ചുചേർക്കേണ്ടത് അനിവാര്യമായിത്തീർന്നു.

മാർച്ചിൽ അസംബ്ലിയുടെ അവസാനത്തെ സമ്മേളനം നടന്നതിനുശേഷം സുപ്രധാനമായ പല സംഭവങ്ങളും നടന്നു. ആ സംഭവങ്ങളെക്കുറിച്ചും ഗവൺമെന്റ് നടത്തിയ പ്രവർത്തനങ്ങളെക്കുറിച്ചുമുള്ള റിപ്പോർട്ട് അസംബ്ലിയുടെ മുമ്പാകെ വയ്ക്കേണ്ടത് ഒഴിച്ചുകൂടാനാവാത്ത ഒരാവശ്യമായി മാറി. വിയത്നാം ജനാധിപത്യറിപ്പബ്ലിക്കിന്റെ ജനാധിപത്യപരമായ ഒന്നാമത്തെ ഭരണഘടന അതിനകം തയാറാക്കിക്കഴിഞ്ഞിരുന്നു. അതിനും അസംബ്ലിയുടെ അംഗീകാരം നേടേണ്ടിയിരുന്നു. ചെറുത്തുനിൽപ്പിനായുള്ള കൂട്ടുകക്ഷി ഗവൺമെന്റ് മാർച്ചുമാസത്തിന്റെ തുടക്കത്തിൽ രൂപീകരിച്ചത് തികച്ചും അസാധാരണമായ ഒരു പരിതഃസ്ഥിതിയിലായിരുന്നുവല്ലോ. അന്നത്തെ ആ പരിതഃസ്ഥിതികൾക്കനുസരിച്ച് രൂപംകൊണ്ടതാണ് നിലവിലുള്ള ഗവൺമെന്റ്. അതിലെ ചില മെമ്പർമാരെ ജനങ്ങൾ തെരഞ്ഞെടുത്തതായിരുന്നില്ല. ദേശീയ അസംബ്ലിയിലെ ചില മെമ്പർമാർ – നാഷണലിസ്റ്റ് പാർട്ടിയിലും വിപ്ലവസഖ്യത്തിലും പെട്ടവർ– ജിയാങ് കയ്ഷെക്കിന്റെ സൈന്യങ്ങളോടൊപ്പം ഓടിപ്പോയതുകൊണ്ട് ഗവൺമെന്റിലും അസംബ്ലിയിലും ഏതാനും സീറ്റുകൾ ഒഴിഞ്ഞുകിടന്നു. മാറിയ പരിതഃസ്ഥിതിയിൽ ജനങ്ങളെ നയിക്കുന്നതിന് ശക്തവും ജനസ്വാധീനമുള്ളതും കഴിവുറ്റതുമായ ഒരു ഗവൺമെന്റുണ്ടായിരിക്കേണ്ട ആവശ്യകത ഹോ അമ്മാവനും പാർട്ടിയുടെ സ്റ്റാൻഡിങ് ബ്യൂറോവിനും തികച്ചും ബോധ്യമായി.

ഒക്ടോബർ 28 ാം തീയതി സിറ്റി തിയറ്ററിൽ ദേശീയ അസംബ്ലി സമ്മേളിച്ചു.

കഴിഞ്ഞ തവണത്തേതിൽനിന്നും വ്യത്യസ്തമായ രീതിയിലായിരുന്നു സീറ്റുകൾ സംവിധാനം ചെയ്തിരുന്നത്. ഇടത്, വലത്, മധ്യം എന്നിങ്ങനെ അസംബ്ലിഹാൾ മൂന്നായി ഭാഗിച്ചു. ഏറ്റവും ഇടത്തേ അറ്റത്ത് ഇന്തോചൈനീസ് കമ്യൂണിസ്റ്റ് പാർട്ടിയിലെ പരസ്യമായി പ്രവർത്തനം നടത്തിക്കൊണ്ടിരുന്ന അംഗങ്ങളടക്കമുള്ള മാർക്സിസ്റ്റുകാർ; തൊട്ടടുത്ത് സോഷ്യലിസ്റ്റുപാർട്ടിയിലും ഡെമോക്രാറ്റിക് പാർട്ടിയിലും പെട്ട ഡെപ്യൂട്ടികൾ; മധ്യത്തിൽ ഒരു പാർട്ടിയിലും പെടാത്തവരും എന്നാൽ വിയത് മിഞ് മുന്നണിയിൽ പങ്കെടുത്തവരുമായ ഡെപ്യൂട്ടികൾ; വലത്ത്, നാഷണലിസ്റ്റ് പാർട്ടിയിലും വിപ്ലവസഖ്യത്തിലും പെട്ടവർ (രണ്ടാമത്തെക്കൂട്ടർ വലത്തേ അറ്റത്താണിരിക്കുന്നത്) – ഇങ്ങനെയായിരുന്നു സീറ്റുകൾ ഒരുക്കിയിരുന്നത്. ഈ രണ്ട് സംഘടനകൾക്കു വേണ്ടി പ്രഥമസമ്മേളനത്തിൽ റിസർവ് ചെയ്തുവെച്ചിരുന്ന 70 സീറ്റുകളിൽ പകുതിയും ഒഴിഞ്ഞുകിടന്നു.

വിദേശഅതിഥികളിൽ ബ്രിട്ടീഷ്–അമേരിക്കൻ–ചൈനീസ് കോൺസൽമാരും ജനറൽ മോർളിയെറുടെ പ്രതിനിധികളും പെട്ടിരുന്നു. പത്രപ്രവർത്തകരുടെ ഇടയിലാണ് അവർക്ക് ഇരിപ്പിടം നൽകിയത്.

സമ്മേളനത്തിന്റെ അജണ്ട ഇങ്ങനെയായിരുന്നു:

1. ദേശീയഅസംബ്ലിയുടെയും ഗവൺമന്റിന്റെയും സ്റ്റാൻഡിങ്ങ് കമ്മിറ്റിയുടെ റിപ്പോർട്ട്
2. കരടുഭരണഘടനയുടെ ചർച്ചയും അംഗീകാരവും
3. പുതിയ ഗവൺമെന്റിന്റെ രൂപീകരണം.

തെക്കൻ വിയത്നാമിൽനിന്നുള്ള ഡെപ്യൂട്ടി ആയ തോൺ അമ്മാവനെ അസംബ്ലി പ്രസീഡിയത്തിന്റെ നേതാവായി തെരഞ്ഞെടുത്തു.

റിച്ച് ഗിയാ പ്രവിശ്യയിൽനിന്നുള്ള ഒരു ഡെപ്യൂട്ടി–സഖാവ് ൻഗുയെൻ വാൻ താവൊ – തെക്കൻ വിയത്നാമിൽനിന്നുള്ള ഡപ്യൂട്ടികൾ അസംബ്ലിയെ അഭിവാദ്യം ചെയ്തുകൊണ്ട് തയാറാക്കിയ ഒരു സന്ദേശം വായിച്ചു. സമ്മേളനത്തിൽ തെക്കൻ വിയത്നാമിനെ പ്രതിനിധീകരിച്ച് വന്നുചേരാത്തവരെ സംബന്ധിച്ച വിവരം അദ്ദേഹം റിപ്പോർട്ടുചെയ്തു. അതിലൊരാൾ തായ്‌വാൻ ലുങ് എന്ന ഒരു വക്കീലായിരുന്നു. അദ്ദേഹം സൈഗോൺ ജയിലിൽവെച്ച് വധിക്കപ്പെട്ടു. ശിൽപ്പകലാ വിദഗ്ധനായ ഹുയിഞ് താൻ ഫാത്തും മറ്റു ദേശാഭിമാനികളും പൗളോ കോൺഡോർ ജയിലിൽ കിടക്കുകയാണ്. പ്രസിഡന്റ് ഹോ ചി മിൻ പ്രസംഗവേദിയിൽനിന്നിറങ്ങിവന്ന് അദ്ദേഹത്തെ ആലിംഗനം ചെയ്തു. അപ്പോൾ പ്രസിഡന്റിന്റെ കവിൾത്തടങ്ങളിലൂടെ കണ്ണുനീർത്തുള്ളികൾ ഇറ്റിറ്റുവീണുകൊണ്ടിരുന്നു.

രാജ്യത്തെ അടിമത്തത്തിന്റെ കാരാഗൃഹത്തിൽനിന്ന് മോചിപ്പിച്ച പ്രസിഡന്റ് ഹോ ചി മിനിൽ – ഞങ്ങളുടെ 'ഒന്നാമത്തെ പൗര'നിൽ – ദേശീയ അസംബ്ലി വിശ്വാസം പ്രകടിപ്പിക്കുകയും അദ്ദേഹത്തിന് സമ്പൂർണമായ പിന്തുണനൽകുകയും ചെയ്യുന്നുവെന്ന് തെക്കൻ വിയത്നാം

പ്രതിനിധി പ്രഖ്യാപിച്ചു. അതിനോടുള്ള പ്രതികരണമെന്നനിലയിൽ നീണ്ടുനിന്ന കരഘോഷമുയർന്നു. തുടർന്ന് ദേശീയഅസംബ്ലിയുടെയും ഗവൺമെന്റിന്റെയും റിപ്പോർട്ട് അവതരിപ്പിക്കപ്പെട്ടു. അവയുടെ ഇത:പര്യന്തമുള്ള പ്രവർത്തനങ്ങൾ അതിൽ വിശദീകരിച്ചിരുന്നു. ഫൊന്തേൻബ്ലുവിൽവെച്ചു നടന്ന കൂടിയാലോചനകളുടെയും സെപ്തംബർ 14 ാം തീയതി ഒപ്പുവെച്ച മോദുസ് വിവേന്ദിയുടെയും കാര്യം എടുത്തുപറയാൻ റിപ്പോർട്ട് മറന്നില്ല.

ഒക്ടോബർ 31 ാംതീയതി ചോദ്യോത്തരപരിപാടിയായിരുന്നു. ഒട്ടാകെ 88 ചോദ്യങ്ങൾ – ദേശീയപ്രതിരോധത്തെയും വിദേശബന്ധങ്ങളെയും സമ്പദ്‌വ്യവസ്ഥയെയും നീതിന്യായത്തെയും ആഭ്യന്തരകാര്യങ്ങളെയും കുറിച്ചുള്ളവ–ഉണ്ടായിരുന്നു. ബന്ധപ്പെട്ട മന്ത്രിമാർക്ക് അവ നേരത്തെ അയച്ചുകൊടുത്തിരുന്നു. വിദേശനയത്തെയും മോദുസ് വിവേന്ദിയെയും ൻഗുയെൻ ഹായ് താൻ, ൻഗുയെൻ തുവോങ് താം, വു ഹോങ് ഖാഞ് തുടങ്ങിയവരുടെ ഒളിച്ചോട്ടത്തെയും കുറിച്ചുള്ള ചോദ്യങ്ങൾക്ക് പ്രസിഡന്റ് ഹോ ചി മിനാണ് മറുപടി നൽകിയത്.

അദ്ദേഹം പറഞ്ഞു:

> ഗവൺമെന്റിന്റെ വിദേശനയത്തെയും സെപ്തംബർ 14 ന്റെ മോദുസ് വിവേന്ദിയെയും മുൻ റിപ്പോർട്ടുകളിൽത്തന്നെ ഏറെക്കുറെ വിശദമായി പ്രതിപാദിച്ചിട്ടുണ്ട്. ജനാധിപത്യരാജ്യങ്ങളുമായി നമുക്ക് നല്ല ബന്ധമാണുള്ളത്. അവ നമ്മെ ഔദ്യോഗികമായി അംഗീകരിച്ചിട്ടില്ലെങ്കിലും നമ്മളോട് അങ്ങേയറ്റത്തെ അനുഭാവം പ്രകടിപ്പിക്കുന്നുണ്ട്. ഫ്രാൻസുമായി ആത്മാർഥവും സൗഹൃദപൂർണവുമായ വ്യവസ്ഥകളുടെ അടിസ്ഥാനത്തിൽ വിയത്നാമിന്റെ സ്വാതന്ത്ര്യവും ഭൂപരമായ അവിച്ഛിന്നതയും നിലനിർത്തിക്കൊണ്ടുതന്നെ, സഹകരിക്കാനുള്ള സന്നദ്ധത നാം പ്രകടിപ്പിക്കുകയുണ്ടായി. മാർച്ച് ആറിന് ഒപ്പുവയ്ക്കപ്പെട്ട പ്രാരംഭകരാറിനെ സംബന്ധിച്ച് ചർച്ച നടന്നുകൊണ്ടിരിക്കുമ്പോഴും ദലാത് സമ്മേളനത്തിനിടയിലും സെപ്തംബർ 14ന് ഒപ്പുവയ്ക്കപ്പെട്ട മോദുസ് വിവേന്ദിയിലേക്കുനയിച്ച കൂടിയാലോചനകൾക്കിടയിലും നാം ഈ സന്നദ്ധത പ്രകടിപ്പിച്ചിരുന്നു. തുല്യതയുടെ അടിസ്ഥാനത്തിൽ അവർ നമ്മളുമായി സഹകരിക്കണമെന്നുതന്നെയാണ് നമ്മുടെ അഭിപ്രായം."
>
> അദ്ദേഹം തുടർന്നു:
>
> "മോദുസ് വിവേന്ദി ഭാവി കരാറുകളെ ബാധിക്കുമോ?.... മനുഷ്യസമൂഹത്തിൽ ഒന്ന് മറ്റൊന്നിന് ബാധിക്കാത്ത എന്തുകാര്യമാണുള്ളത്? എന്തായാലും മോദുസ് വിവേന്ദിക്ക് ഒരുതരത്തിലും ഭാവി കൂടിയാലോചനകളിൽ അന്ധമായ സ്വാധീനംചെലുത്താൻ കഴി

യില്ല. ഭാവികൂടിയാലോചനകൾ ഫലവത്തായിത്തീരുമോ എന്നത് മോദൂസ് വിവേന്ദി നടപ്പാക്കുന്നതിനെ ആശ്രയിച്ചാണ് കിടക്കുന്നത്...

അദ്ദേഹം കൂട്ടിച്ചേർത്തു:

വൈസ് പ്രസിഡന്റ് മി. ൻഗുയെൻ ഹായ് താനും വിദേശകാര്യ മന്ത്രി ൻഗുയെൻ തുവോങ് താമും മിലിട്ടറി കമീഷന്റെ വൈസ് ചെയർമാൻ മി. വു ഹോങ് ഖാഞ്ഞും. ... നമ്മുടെ രാജ്യം പ്രായസങ്ങളുടെ നടുക്കായിരുന്നു. തങ്ങൾക്ക് വിശ്വാസമുള്ള ആളുകളിലാണ് ജനങ്ങൾ സുപ്രധാനമായ കമടകളേൽപ്പിച്ചത്. എങ്കിലും ഈ മാന്യൻമാർ തങ്ങളുടെ സ്ഥാപനങ്ങൾ ഉപേക്ഷിച്ച് ഓടിപ്പോയിരിക്കുകയാണ്. അവർ തങ്ങളുടെ മനഃസാക്ഷിക്കൊത്തു പ്രവർത്തിക്കേണ്ടതായിരുന്നു. തങ്ങളുടെ സ്ഥാനംവിട്ടൊഴിഞ്ഞവർ ഗവൺമെന്റിന്റെ ഭാരം പങ്കിടാൻ ആഗ്രഹിക്കാത്തവരോ അതിന് കഴിയാത്തവരോ അത്രേ! എന്തായാലും അവരില്ലാത്ത സ്ഥിതിക്ക് ആ ഭാരംകൂടി വഹിക്കാൻ അവശേഷിച്ച ഞങ്ങൾ സ്വയം തയാറാവണം.

നീണ്ടുനിന്ന ഹർഷാരവം. ഹോ അമ്മാവൻ തുടർന്നു:

തങ്ങളുടെ മനഃസാക്ഷിയെ വഞ്ചിക്കാൻ കഴിയുകയില്ലെന്നു ബോധ്യമായി മന:പരിവർത്തനം വന്ന് ജനങ്ങളുടെയിടയിലേക്കും മാതൃരാജ്യത്തിലേക്കും അവർ മടങ്ങി വന്നാൽ അവരെ സന്തോഷപൂർവം നമ്മൾ സ്വാഗതം ചെയ്യും.

പ്രസംഗം അവസാനിപ്പിക്കുന്നതിനുമുമ്പ് അദ്ദേഹം പറഞ്ഞു:

ഗവൺമന്റിലെ മറ്റേതെങ്കിലും അംഗം എന്തെങ്കിലും തെറ്റുചെയ്തിട്ടുണ്ടെങ്കിൽ അതിന്റെ ഉത്തരവാദിത്വം ഞാനേൽക്കുകയും അതിലുള്ള ഖേദം പ്രകടിപ്പിക്കുകയും ചെയ്യുന്നു.

ഉച്ചതിരിഞ്ഞും വൈകുന്നേരവും മറ്റു മന്ത്രിമാരാണ് മറുപടി പറഞ്ഞത്. ബന്ധപ്പെട്ട മന്ത്രി ഓരോ ചോദ്യത്തിനും മറുപടി പറഞ്ഞുകഴിയുമ്പോൾ പിന്നെ ഉപചോദ്യങ്ങളായി. അവസാനത്തെ ചോദ്യകർത്താവിന്റെ ഊഴംവന്നപ്പോൾ വീണ്ടും ഹോ അമ്മാവൻ എഴുന്നേറ്റു. തന്റെ സഹജവും ലളിതവുമായ വാക്കുകളിൽ അദ്ദേഹം പറഞ്ഞു:

ദേശീയ പതാക മാറ്റണമെന്ന് ഗവൺമന്റ് ഒരിക്കലും ആഗ്രഹിച്ചിരുന്നില്ല. ഗവൺമെന്റിലെ ഏതാനും അംഗങ്ങൾ അത്തരത്തിലുള്ള ഒരു നിർദേശം മുമ്പോട്ടുവെച്ചിരുന്നുവെന്നത് നേരാണ്. അത് പരിഗണിക്കേണ്ടത് ഗവൺമെന്റ് തങ്ങളുടെ കടമയായി കരുതുകയും അത് ദേശീയ അസംബ്ലിയുടെ സ്റ്റാൻഡിങ് ബ്യൂറോയുടെ മുമ്പിൽ

വയ്ക്കുകയും ചെയ്തുവെന്നതും നേരാണ്. അതിനുശേഷം, പക്ഷേ, സ്ഥിതിഗതികളാകെ മാറിക്കഴിഞ്ഞു. സ്വർണവർണാങ്കിതനക്ഷത്രത്തോടുകൂടിയ രക്തപതാക നാം ബൊവിലെയും തെക്കൻ ത്രുങ് ബൊവിലെയും എണ്ണമറ്റ വിയത്നാമീസ് യോദ്ധാക്കളുടെ ചുടുനിണത്തിൽ കുതിർത്തുകഴിഞ്ഞു.

എവിടെയൊക്കെ അതുയർത്തപ്പെട്ടോ – ഏഷ്യ മുതൽ യൂറോപ്പുവരെയും തിരിച്ച് യൂറോപ്പ് മുതൽ ഏഷ്യവരെയും – അവിടെയൊക്കെ ആദരപൂർവമായ സ്വീകരണമാണ് അതിനു ലഭിച്ചത്.

അദ്ദേഹത്തിന്റെ കണ്ണിന്റെ തിളക്കം വർധിച്ചു. വീണ്ടും ഊന്നിപ്പറഞ്ഞു:

മേലിൽ നമ്മുടെ 250 ലക്ഷം ജനങ്ങളൊഴിച്ച് മറ്റാർക്കും ദേശീയ പതാകയിൽ മാറ്റം വരുത്തണമെന്നാവശ്യപ്പെടാൻ അധികാരമില്ല.

ഹാളിൽ ഇടിമുഴക്കം പോലെ കയ്യടി ഉയർന്നു. ഹോ അമ്മാവൻ തുടർന്നു:

ഇനി സത്യസന്ധതയുടെ കാര്യമെടുക്കാം. ഇക്കാര്യത്തിൽ ശ്രദ്ധേയമായ ശ്രമങ്ങൾ ഗവൺമെന്റ് നടത്തിയിട്ടുണ്ട്. ഹോ ചി മിൻ മുതൽ വില്ലേജ് കമ്മിറ്റികളിൽ പ്രവർത്തിക്കുന്നവർവരെയുള്ള ഗവൺമെന്റിന്റെ ശൃംഖല വളരെ വലുതാണല്ലോ. എങ്കിലും അവയുടെ ഓരോ തലത്തിലും മാതൃക കാണിക്കാൻ ഗവൺമെന്റ് ഭഗീരഥപ്രയത്നം തന്നെയാണ് നടത്തിയത്; നടത്തിക്കൊണ്ടിരിക്കുന്നത്. ഈ ശ്രമം വിജയിക്കാത്തേടത്ത്, കോഴവാങ്ങുന്നവർക്കെതിരെയും മറ്റും, നിയമപരമായ നടപടികൾ കൈക്കൊള്ളും. അഴിമതി നിർമാർജനം ചെയ്യപ്പെടുന്നതുവരെ അഴിമതിക്കാരെ ശിക്ഷിക്കുന്നത് ഞങ്ങൾ തുടരും.

വീണ്ടും ഉച്ചത്തിലുള്ള കയ്യടി:

അസമമായ വ്യവസ്ഥകളുടെ അടിസ്ഥാനത്തിലാണ് മോദുസ് വിവേന്ദിയിൽ നാം ഒപ്പുവെച്ചതെന്ന് ചില ഡപ്യൂട്ടികൾക്കഭിപ്രായമുണ്ട്. ഗവൺമെന്റ് ആ അഭിപ്രായത്തോട് വിയോജിക്കുന്നു. അതിലെ വ്യവസ്ഥകൾ ഓരോന്നോരോന്നായി പരിശോധിച്ചാലറിയാം ഇരുഭാഗങ്ങളും ഒരുപോലെ വിട്ടുവീഴ്ചചെയ്യുകയുണ്ടായെന്ന്. നമുക്ക് സാമ്പത്തികവും സാംസ്കാരികവുമായ ചില കാര്യങ്ങളിൽ ഫ്രഞ്ചുകാരുടെ ഏതാനും താൽപ്പര്യങ്ങൾക്ക് ഉറപ്പ് നൽകേണ്ടിവന്നുവെങ്കിൽ തെക്കൻ വിയത്നാമിൽ ജനാധിപത്യസ്വാതന്ത്ര്യങ്ങൾ അനുവദിക്കുമെന്നും തടവിൽ കഴിയുന്ന ദേശാഭിമാനികളെ വിട്ടയക്കുമെന്നും ഫ്രഞ്ചുകാർക്കും പറയേണ്ടിവന്നു.

> ഫ്രഞ്ചുകാർ ആത്മാർഥമായി മോദൂസ് വിവേന്ദി നടപ്പാക്കുമോ ഇല്ലയോ എന്നത് കണ്ടറിയേണ്ട കാര്യമാണ്. ഇക്കാര്യത്തെക്കുറിച്ച് ചിന്തിക്കുമ്പോൾ ഫ്രാൻസിൽ നല്ലതും ചീത്തയുമായ ആളുകൾ ഉണ്ടെന്നകാര്യം നാം വിസ്മരിക്കരുത്. ഫ്രാൻസിലെ ജനങ്ങളിൽ ഭൂരിപക്ഷവും ഇപ്പോൾ നമ്മുടെ സ്വാതന്ത്ര്യത്തെയും ഭൂപരമായ അവിച്ഛിന്നതയെയും അംഗീകരിക്കുമെന്ന് എനിക്കുറപ്പിച്ചു പറായൻ കഴിയും.

ഇതേപോലെതന്നെ ലളിതവും സംക്ഷിപ്തവും വ്യക്തവുമായ ശൈലിയിൽ മറ്റു ചോദ്യങ്ങൾക്കും അദ്ദേഹം മറുപടി നൽകി. അദ്ദേഹത്തിന്റെ മറുപടിക്കുശേഷം പിന്നെ ചോദ്യങ്ങളൊന്നും ഉയർന്നുവരികയുണ്ടായിട്ടില്ല. അപ്പോഴേക്കും സമയം അർധരാത്രിയോടടുത്തുകഴിഞ്ഞിരുന്നു.

ഗവൺമെന്റിന്റെ പേരിൽ പ്രസിഡന്റ് ഹോ രാജി സമർപ്പിക്കുകയും ദേശീയ അസംബ്ലി അതംഗീകരിക്കുകയും ചെയ്തു. തുടർന്ന് ഒരു പുതിയ ഗവൺമെന്റ് രൂപീകരിക്കാൻ ദേശീയ അസംബ്ലി ഏകകണ്ഠമായി അദ്ദേഹത്തോടഭ്യർഥിച്ചു.

ഒരിക്കൽക്കൂടി അദ്ദേഹം പ്രസംഗവേദിയിൽ കയറിനിന്നു. തന്നിൽ വിശ്വാസമർപ്പിച്ച ദേശീയ അസംബ്ലിയോട് നന്ദി പറഞ്ഞുകൊണ്ട് അദ്ദേഹം തുടർന്നു.

> ഗവൺമെന്റ് രൂപീകരിക്കുന്നതിനായി ദേശീയ അസംബ്ലി എന്നിൽ വിശ്വാസമർപ്പിക്കുന്നത് ഇത് രണ്ടാമത്തെ തവണയാണ്. വിയത്നാം സ്വതന്ത്രവും ഏകീകൃതവുമാകാത്തിടത്തോളം കാലം ഞാനായാലും കൊള്ളാം, മറ്റാരെങ്കിലുമായാലും കൊള്ളാം, ദേശീയഅസംബ്ലി ഏൽപ്പിക്കുന്ന ഉത്തരവാദിത്വം നിറവേറ്റണമെങ്കിൽ അതിനുവേണ്ടി ആത്മാർഥമായി ശ്രമിക്കണം. ഞാൻ ആ ചുമതലയിതാ ഏറ്റെടുക്കുന്നു. അതേ സന്ദർഭത്തിൽത്തന്നെ ഹോ ചി മിൻ അധികാരം കൊതിക്കുന്ന ഒരാളല്ലെന്നും തന്റെ സ്ഥാനത്ത് പറ്റിപ്പിടിച്ചുനിൽക്കാൻ ശ്രമിക്കുന്ന ആളല്ലെന്നും ദേശീയ അസംബ്ലിയോടും നമ്മുടെ ജനങ്ങളോടും ലോകത്തോടും പ്രഖ്യാപിക്കാനും ഞാനാഗ്രഹിക്കുന്നു. ഇവിടെ രൂപീകരിക്കുന്ന ഗവൺമെന്റ് ദേശീയൈക്യത്തിന്റേതായിരിക്കണം; കക്ഷിപരിഗണനകളൊന്നും കൂടാതെ കഴിവുറ്റവരടങ്ങുന്നതായിരിക്കണം. ചീത്തപ്പേരൊന്നുമില്ലാത്തവരായിരിക്കണം ഗവൺമെന്റിലുണ്ടായിരിക്കേണ്ടതെന്ന് ദേശീയ അസംബ്ലി വ്യവസ്ഥചെയ്യുന്നെങ്കിലും ഞാൻ രൂപീകരിക്കാൻ പോകുന്ന ഗവൺമെന്റ് അത്തരത്തിലുള്ളവരടങ്ങിയതായിരിക്കുമെന്ന് അസംബ്ലിയെയും ജനങ്ങളെയും ലോകത്തെയും അറിയിക്കാൻ ഞാനാഗ്രഹിക്കുന്നു. അസംബ്ലിയുടെ

> തീരുമാനത്തിനനുരോധമായി കഴിവുറ്റവരും ധീരോദാത്തരും ദേശീയനിർമാണവും ദേശീയ സ്വാതന്ത്ര്യവും ദേശീയൈക്യവും ലക്ഷ്യമാക്കി പ്രവർത്തിക്കുന്നവരുമടങ്ങിയ ഒന്നായിരിക്കും അത്. എന്തെല്ലാം ആപത്തുകളുണ്ടായാലും ഗവൺമെന്റിലെ അംഗങ്ങൾ ദേശീയ അസംബ്ലിയുടെയും ജനങ്ങളുടെയും ശക്തിയെ ആയിരിക്കും ആശ്രയിക്കുക. ദേശീയ അസംബ്ലിയും ജനങ്ങളും അംഗീകരിച്ച ലക്ഷ്യങ്ങൾ നിശ്ചയദാർഢ്യത്തോടെ അത് പിന്തുടരും.

രാത്രി ഒരുമണിവരെ ആ സെഷൻ നീണ്ടുനിന്നു. നവംബർ ഒന്നാം തീയതി മുതൽ വിയത്നാം ജനാധിപത്യറിപ്പബ്ലിക്കിന്റെ പ്രഥമ ഭരണഘടനയെക്കുറിച്ച് ദേശീയഅസംബ്ലി ചർച്ചയാരംഭിച്ചു.

നവംബർ രണ്ടാംതീയതി ഉച്ചതിരിഞ്ഞ് പ്രസിഡന്റ് ഹോ പ്രസ്താവിച്ചു; താൻ പുതിയ ഗവൺമെന്റിന്റെ രൂപീകരണം പൂർത്തിയാക്കിയെന്ന്. വൈകുന്നേരം അഞ്ചു മണിക്ക് അസംബ്ലിയിൽ എത്തിച്ചേർന്നപ്പോൾ വമ്പിച്ച സ്വീകരണമാണ് അദ്ദേഹത്തിനുലഭിച്ചത്. അദ്ദേഹം പറഞ്ഞു:

> നിങ്ങളുടെ അഭിലാഷം പൂർണമായും ഈ ഗവൺമെന്റ് നിറവേറ്റിയില്ലെന്നുവന്നേക്കാം. എങ്കിലും നിങ്ങളാവിഷ്കരിച്ച മാർഗനിർദേശത്തിനനുസരണമായാണ് ഇതിന് ഞാൻ രൂപം നൽകിയിരിക്കുന്നത്. വടക്കൻ ഭാഗത്തും തെക്കൻഭാഗത്തും മധ്യഭാഗത്തുമുള്ള പ്രമുഖരായ ആളുകളെ ഇതിലുൾപ്പെടുത്തിയിട്ടുണ്ട്. പ്രായാധിക്യം മൂലം തന്നെ ഒഴിവാക്കണമെന്ന് ആദരണീയനായ ഹുയിഞ് തുക് ഖാഞ് ആഗ്രഹം പ്രകടിപ്പിച്ചുവെങ്കിലും എന്റെ അഭ്യർഥനയനുസരിച്ച് ഇത്തവണകൂടി തൽസ്ഥാനത്ത് തുടരാൻ അദ്ദേഹം സമ്മതിച്ചിട്ടുണ്ട്.

പ്രസിഡന്റ് ഹോ അവതരിപ്പിച്ച മന്ത്രിമാരുടെ പട്ടിക നീണ്ടുനിന്ന ഹർഷാരവങ്ങളോടെയാണ് അസംബ്ലി സ്വീകരിച്ചത്.

ദേശീയഅസംബ്ലി, വോട്ടനുസരിച്ച്, പുതിയ ഗവൺമെന്റിനെ ഏകകണ്ഠമായി തെരഞ്ഞെടുത്തു. സുമാർ ഏഴാഴ്ചക്കുശേഷം ശത്രുക്കളുടെ കടന്നാക്രമണ നയംമൂലം യുദ്ധം രാജ്യം മുഴുവൻ വ്യാപിച്ചു. നവംബറിൽ പ്രസിഡന്റ് ഹോ രൂപീകരിച്ച ഗവൺമെന്റിനായിരുന്നു പിന്നീട് എട്ടുവർഷക്കാലം രാജ്യവ്യാപകമായ ചെറുത്തുനിൽപ്പിൽ ജനങ്ങൾക്ക് നേതൃത്വം നൽകേണ്ടിവന്നത്.

ദേശീയ അസംബ്ലി കരടുഭരണഘടനയെ സംബന്ധിച്ച ചർച്ച തുടർന്നു. 1946 നവംബർ എട്ടാം തീയതി രണ്ടിനെതിരെ 240 വോട്ടോടുകൂടി വിയത്നാം ജനാധിപത്യ റിപ്പബ്ലിക്കിന്റെ ഭരണഘടന അംഗീകരിക്കപ്പെട്ടു.

കരടു ഭരണഘടന ചർച്ച ചെയ്ത അവസാനത്തെ യോഗത്തിൽ പ്രസിഡന്റ് ഹോ പറഞ്ഞു:

14 മാസം മാത്രമാണ് നമ്മുടെ രാജ്യം സ്വാതന്ത്ര്യമനുഭവിച്ചത്. ഈ ചുരുങ്ങിയ കാലയളവിനുള്ളിൽ നമ്മുടെ ചരിത്രത്തിലാദ്യമായി ഒരു ജനാധിപത്യഭരണഘടന ദേശീയ അസംബ്ലി അംഗീകരിച്ചിരിക്കുന്നു. ഈ ഭരണഘടന ലോകത്തോട് പ്രഖ്യാപിക്കുന്നു: വിയത്നാം ഒരു സ്വതന്ത്രരാജ്യമാണ്; അതിലെ ജനങ്ങൾ എല്ലാവിധ ജനാധിപത്യ സ്വാതന്ത്ര്യങ്ങളുമനുഭവിക്കുന്നു; വിയത്നാമിലെ സ്ത്രീകൾക്ക് പുരുഷന്മാരുടേതിന് തുല്യമായ അവകാശങ്ങളുണ്ട്. ഈ ഭരണഘടന വിയത്നാമിലെ വിവിധ ദേശീയ ജനവിഭാഗങ്ങളുടെ സുദൃഢമായ ഐക്യം ഉയർത്തിപ്പിടിക്കുന്നു.

54

ചെന്നായയുടെ വാദങ്ങൾ

മോദുസ് വിവേന്ദിയനുസരിച്ച് നാം ബൊവിൽ ഫ്രഞ്ചു ഗവൺമന്റ് താഴെപ്പറയുന്ന കാര്യങ്ങൾ നടപ്പാക്കേണ്ടിയിരുന്നു.

1. രാഷ്ട്രീയ കാരണങ്ങളാലും ചെറുത്തുനിൽപ്പുമായി ബന്ധപ്പെട്ട എന്തെങ്കിലും പ്രവർത്തനത്തിൽ പങ്കെടുത്തതിന്റെ പേരിലും തടവിലാക്കപ്പെട്ട വിയത്നാം പൗരന്മാരെ വിട്ടയക്കുക.

2. നാം ബൊവിലെ വിയത്നാം പൗരന്മാർക്ക് സ്വതന്ത്രമായി സംഘടിക്കാനും സ്വതന്ത്രമായി സംസാരിക്കാനും സ്വതന്ത്രമായി സഞ്ചരിക്കാനും ഉള്ള ജനാധിപത്യസ്വാതന്ത്ര്യങ്ങൾ ഉറപ്പുവരുത്തുക.

3. വെടിനിർത്തൽ നടപ്പാക്കുക.

ഒക്ടോബർ 26 ാംതീയതി ഞങ്ങളോട് മിലിട്ടറികമാൻഡ് ഫ്രഞ്ച് സൈനയുടെ സുപ്രീംകമാൻഡർക്കയച്ച സന്ദേശത്തിൽ പറഞ്ഞു, ഒക്ടോബർ 30 അർധരാത്രി മുതൽ ഇരുഭാഗങ്ങളും വെടിനിർത്തൽ നടപ്പാക്കണമെന്ന്. ഏതാനും ദിവസങ്ങൾക്കു ശേഷം വല്ലുയുടെ മറുപടി വന്നു. തെക്കൻ വിയത്നാമിലെ തങ്ങളുടെ സൈന്യങ്ങൾക്ക് ആ ദിവസം മുതൽ വെടിനിർത്തൽ ഉത്തരവു കൊടുത്തിട്ടുണ്ടെന്നാണ് അതിൽ പറഞ്ഞത്.

ഒക്ടോബർ 30 അർധരാത്രി മുതൽ സംഘട്ടനങ്ങൾ അവസാനിച്ചുകഴിഞ്ഞു എന്ന് നവംബർ മാസാരംഭത്തിൽ ദ് അർഗന് ല്യൂ പത്രങ്ങൾക്ക് നൽകിയ ഒരു പ്രസ്താവനയിൽ വ്യക്തമാക്കി. ഇരുനൂറിലേറെ രാഷ്ട്രീയത്തടവുകാരെ മോചിപ്പിച്ചുകഴിഞ്ഞു എന്നും മറ്റുള്ളവരുടെ പ്രശ്നങ്ങൾ പരിശോധിച്ചുവരികയാണെന്നും ഒരു ഫ്രഞ്ച് വിയത്നാം സൈനികകമീഷൻ സ്ഥാപിക്കുന്നതിനെക്കുറിച്ച് ചർച്ച നടത്താനായി ജനറൽ നിയോവിനെ ഹാനോയിലേക്കയച്ചിരിക്കുകയാണെന്നും അദ്ദേഹം പറഞ്ഞു.

പ്രസിഡന്റ് ഹോ ചി മിനയച്ച ഒരു കത്തിൽ ഇക്കാര്യങ്ങൾക്കെല്ലാം ദ് അർഗൻ ല്യൂ സ്ഥിരീകരണവും നൽകി.

നവംബർ നാലാം തീയതി മോർളിയെർ നിയോവിനെ ബാക് ബൊ കൊട്ടാരത്തിൽ പ്രസിഡന്റ് ഹോവിന്റെ അടുത്തേക്ക് കൂട്ടിക്കൊണ്ടുവന്നു. ഞാനും വിദേശസഹമന്ത്രിയുമുണ്ടായിരുന്നു അപ്പോൾ പ്രസിഡന്റിനോടൊപ്പം. ഹൈക്കമീഷൻ നിയമിച്ച ഫ്രഞ്ചുസൈനിക പ്രതിനിധിസംഘത്തിന്റെ തലവൻ എന്ന നിലയിൽ നിയോവിനെ മോർളിയെർ ഞങ്ങൾക്ക് പരിചയപ്പെടുത്തി. നേരത്തെ, പ്രസിഡന്റ് ഹോവും ഞാനടക്കമുള്ള സഹപ്രവർത്തകരും, എത്രയും വേഗം, ഒരു സംയുക്തസൈനിക കമീഷൻ സ്ഥാപിക്കുന്നതിനെക്കുറിച്ച് മോർളിയെറുമായി ഒരു ധാരണയിലെത്തിയിരുന്നു. കൂടാതെ, കാര്യനിർവാഹകവ്യവസ്ഥയും വെടിനിർത്തലും അടിയന്തരമായും നടപ്പാക്കുന്നതിനെക്കുറിച്ച് സംഭാഷണങ്ങളും നടത്തിയിരുന്നു.

എങ്കിലും, നിയോ വടക്കൻ ഭാഗത്തായിരുന്നപ്പോൾ, നാം ബൊവിലും തെക്കൻ ത്രുങ് ബൊവിലുമുള്ള പലേടത്തും ഫ്രഞ്ചുകാർ വെടിവെപ്പു തുടർന്നുകൊണ്ടിരുന്നതായ റിപ്പോർട്ടുകളാണ് വന്നുകൊണ്ടിരുന്നത്. ഇങ്ങനെയുള്ളൊരു പരിതഃസ്ഥിതിയിൽ ഞങ്ങളുടെ സായുധസൈന്യങ്ങൾ പ്രതിരോധനടപടികൾ സ്വീകരിക്കാൻ നിർബന്ധിതമായിത്തീർന്നു.

നവംബർ ഏഴാംതീയതി മുമ്പത്തെ ചേമ്പർ ഓഫ് കോമേഴ്സ് പരിസരത്ത് ഫ്രഞ്ച്-വിയത്നാം സംയുക്ത സൈനിക കമീഷന്റെ പ്രഥമയോഗം ചേർന്നു. നിയോ ആയിരുന്നു ഫ്രഞ്ചുപ്രതിനിധിസംഘത്തിന്റെ തലവൻ. ഫ്രഞ്ചുകാരുടെ വെടിനിർത്തൽ ലംഘനത്തെ ഞങ്ങളുടെ പ്രതിനിധിസംഘം അപലപിച്ചു. ഫ്രഞ്ചുകാർ വെടിനിർത്തൽ ലംഘനം അവസാനിപ്പിച്ചിട്ടില്ലെന്നും വൻതോതിൽ അത് തുടരുകയാണെന്നും പ്രതിനിധിസംഘം ചൂണ്ടിക്കാട്ടി.

നാം ബൊവിലും തെക്കൻ ത്രുങ് ബൊവിലും സംയുക്ത വെടനിർത്തൽ കമീഷൻ ഏർപ്പെടുത്തിക്കൊണ്ട് സ്ഥിതിഗതികൾ ശാന്തമാക്കി നിർത്താനുള്ള ഞങ്ങളുടെ ആഗ്രഹം ഞങ്ങൾ പ്രകടിപ്പിച്ചു. ഞങ്ങളുടെ നിർദേശം, പക്ഷെ, നിയോ തള്ളിക്കളഞ്ഞു. മോദുസ് വിവേന്ദിയിൽ പറഞ്ഞതുപ്രകാരം ഞങ്ങളുടെ പ്രതിനിധിക്ക് അക്രഡിറ്റേഷൻ നൽകുന്ന പ്രശ്നവും ഞങ്ങൾ സമ്മേളനത്തിലുന്നയിച്ചു. കാം റാഞ് ഉൾക്കടലിൽവെച്ച് പ്രസിഡന്റ് ഹോവും ഫ്രഞ്ചുസൈനിക കമീഷണറും തമ്മിൽ നടത്തിയ സംഭാഷണത്തിലും ഇക്കാര്യത്തിൽ യോജിപ്പിലെത്തിയിരുന്നു. ഈ പ്രശ്നം തന്റെ അധികാരപരിധിക്ക് പുറത്താണെന്നാണ് അതിനു മറുപടിയായി നിയോ പറഞ്ഞത്. ഒരു പ്രശ്നത്തിനും പരിഹാരം കാണാതെ സമ്മേളനം അവസാനിച്ചു. ചർച്ച പിന്നീട് തുടരാമെന്ന് ഇരുകൂട്ടരും സമ്മതിച്ചു.

അതേദിവസം ദ് അർഗൻ ല്യൂവിൽനിന്ന് ഞങ്ങളുടെ ഗവൺമെന്റിന് ഒരു സന്ദേശം ലഭിച്ചു. തെക്കൻ വിയത്നാമിൽ ഞങ്ങൾ ഒരുതാൽക്കാ

ലിക ഭരണനിർവഹണകമ്മിറ്റി രൂപീകരിച്ചതിൽ പ്രതിഷേധിച്ചുകൊണ്ടുള്ളതായിരുന്നു ആ സന്ദേശം. അങ്ങനെയൊരു കമ്മിറ്റി രൂപീകരിച്ചത് മോദൂസ് വിവേന്ദിയുടെ അന്തഃസത്തക്ക് വിരുദ്ധമാണെന്നും പ്രസ്തുത കമ്മിറ്റിയുടെ പ്രവർത്തനങ്ങൾ മോദൂസ് വിവേന്ദി നടപ്പാക്കുന്നതിന് വിഘാതമായിത്തീരുമെന്നും അതിൽ അയാൾ അഭിപ്രായപ്പെട്ടു.

അതിനുള്ള മറുപടിയിൽ പ്രസിഡന്റ് ഹോ പറഞ്ഞു:

> നാം ബൊവിൽ താൽക്കാലിക ഭരണനിർവഹണകമ്മിറ്റി രൂപീകരിച്ചത് 1945 ആഗസ്റ്റിലായിരുന്നു. അതിനുശേഷം അത് കേന്ദ്രഗവൺമെന്റിനുകീഴിൽ ഇന്നേവരെ പ്രവർത്തിച്ചുപോന്നിട്ടുണ്ട്. കൂടാതെ അതിന് കഴിഞ്ഞ ഒക്ടോബർ മുതൽ തന്നെ സഖ്യസൈനിക അധികൃതരുമായും ഔദ്യോഗികബന്ധമുണ്ടായിരുന്നു.
>
> നാം ബൊ, അധിനിവേശ ശക്തികളുടെയും വിയത്നാം ഭരണനിർവഹണ–സൈനിക അധികൃതരുടെയും കീഴിലാണെന്ന വസ്തുത മാർച്ച് ആറിന്റെ പ്രാരംഭകരാറും സെപ്തംബർ 14 ന്റെ മോദൂസ് വിവേന്ദിയും അംഗീകരിച്ചിട്ടുണ്ട്. ഈ കരാറുകളനുസരിച്ച് ഹിതപരിശോധന നടത്തുന്നതുവരെ തെക്കൻ വിയത്നാമിൽ നിലവിലുള്ള അവസ്ഥ നിലനിർത്തേണ്ടതാണ്. താൽക്കാലിക ഭരണനിർവഹണകമ്മിറ്റിയുടെയും വിയത്നാം സൈനിക അധികൃതരുടെയും ലക്ഷ്യം നാം ബോവിനെ സംബന്ധിച്ച മോദൂസ് വിവേന്ദിയിലെ 9 ാം വകുപ്പിൽ പറയുന്ന രാഷ്ട്രീയ–സൈനികവ്യവസ്ഥകൾ നടപ്പാക്കുകയത്രെ. നമ്മുടെ രണ്ടു ഗവൺമെന്റുകളും ആഗ്രഹിക്കുന്ന പരസ്പരധാരണയും സഹകരണവും വളർത്താനേ അത് സഹായിക്കൂ.

നവംബർ 12 ാം തീയതി ദ് അർഗൻ ല്യുവിന്റെ മറ്റൊരു സന്ദേശം മൊർളിയെൻ ഞങ്ങൾക്ക് കൈമാറി. നാം ബൊ ഒരു ഫ്രഞ്ച് കോളനിയാണ്; അതിന്റെ രാഷ്ട്രീയപദവിയിൽ മാറ്റംവരുത്തുന്നതിന് ഒരു ഹിതപരിശോധന നടത്തിയതിനുശേഷം ഫ്രഞ്ച് ദേശീയ അസംബ്ലിക്കേ അധികാരമുള്ളൂ; 1945 ഒക്ടോബറിൽ സെദീൽ നാം ബൊവിലെ താൽക്കാലിക ഭരണ നിർവഹണകമ്മിറ്റിയുമായി ബന്ധംസ്ഥാപിച്ചെങ്കിലും ആ കമ്മിറ്റി 'നിയമവിരുദ്ധ'മാണ്. സെദീൽ അങ്ങനെയൊരു ബന്ധം സ്ഥാപിച്ചതുതന്നെ രക്തച്ചൊരിച്ചിൽ ഒഴിവാക്കണമെന്ന ആഗ്രഹത്തോടെയാണ് – ഇതാണ് ആ സന്ദേശത്തിൽ പറഞ്ഞത്. തങ്ങൾ ഒപ്പുവെച്ച കരാർ നടപ്പാക്കണമെന്ന് വിയത്നാം ഗവണ്മെന്റ് ആഗ്രഹിക്കുന്നുവെങ്കിൽ അവർ തുടർന്നുള്ള നടപടികൾ അവസാനിപ്പിക്കണമെന്നും ആ സന്ദേശത്തിൽ പറഞ്ഞിരുന്നു.

ആട്ടിൻകുട്ടിയുടെമേൽ ചെന്നായ് നടത്തിയതുപോലുള്ള ദ് അർഗൻ ല്യുവിന്റെ ഈ ആരോപണങ്ങൾക്ക് പ്രസിഡന്റ് ഹോ മിതമായ ഒരു മറുപടി നൽകി:

ഭരണനിർവഹണകമ്മിറ്റി ഒരുതരത്തിലും മോദുസ് വിവേന്ദിയുടെ ഒമ്പതാം വകുപ്പിന്റെ പരിധി ലംഘിക്കുന്നില്ലെന്നും, എന്തുതരത്തിലുള്ള തടസങ്ങളും പ്രയാസങ്ങളുമുണ്ടായാലും അവ എത്രതന്നെ വലുതായാലും എവിടെനിന്നൊക്കെവന്നാലും നാം ബൊവിൽ നീണ്ടു നിൽക്കുന്ന സമാധാനം പുനഃസ്ഥാപിക്കുകയാണ് അതിന്റെ ലക്ഷ്യമെന്നും ഫ്രഞ്ചുകമീഷണറെ അറിയിക്കാൻ വിയത്നാം ഗവൺമെന്റ് ആഗ്രഹിക്കുന്നു.

രണ്ടുരാഷ്ട്രങ്ങളും അങ്ങേയറ്റം ആഗ്രഹിക്കുന്ന സമാധാനം കൈവരിക്കുന്നതിന് ബലപ്രയോഗങ്ങൾ സഹായകമല്ലെന്നു മാത്രമല്ല അത് മോദുസ് വിവേന്ദി നടപ്പാക്കാൻ പ്രതിബന്ധം കൂടി സൃഷ്ടിക്കുമെന്ന് വിയത്നാം ജനാധിപത്യറിപ്പബ്ലിക്കിന്റെ പ്രസിഡന്റ് വിശ്വസിക്കുന്നു. അങ്ങനെ സംഭവിക്കുകയാണെങ്കിൽ അതിനുള്ള ഉത്തരവാദിത്തം വിയത്നാം ഗവൺമെന്റ് ഏറ്റെടുക്കുകയില്ല.

അങ്ങനെ മോദൂസ് വിവേന്ദി നടപ്പാക്കുന്നതു സംബന്ധിച്ച ഇന്തോചൈനയിലെ ഫ്രഞ്ചുകൊളോണിയലിസ്റ്റുകളുടെ നിലപാട് സുവ്യക്തമായി.

ഫ്രഞ്ച് ചരിത്രകാരന്മാരുടെ അഭിപ്രായമനുസരിച്ച് നവംബർ മാസത്തിന്റെ ആദ്യനാളുകളിൽ ആസന്നമായ ഫ്രഞ്ചു തെരഞ്ഞെടുപ്പിൽ പുരോഗമനവാദികളും ജനാധിപത്യശക്തികളും ജയിച്ചാലുണ്ടാകാവുന്ന പ്രതികൂല പരിത:സ്ഥിതികളെ നേരിടുന്നതിനുള്ള തിരക്കുപിടിച്ച തയാറെടുപ്പിലായിരുന്നു ദ് അർഗൻ ല്യൂ. അങ്ങനെ വന്നാൽ, വൻതോതിലുള്ള ഒരു യുദ്ധത്തിലൂടെ മാത്രമേ ദീ ഗാളിന്റെ നയങ്ങൾ നടപ്പാക്കാൻ കഴിയുമായിരുന്നുള്ളൂ. അയാൾ സൈഗോണിലെ ഭരണനിർവഹണ ഉദ്യോഗസ്ഥന്മാരുമായും സൈനികഉദ്യോഗസ്ഥന്മാരുമായും നിരന്തരം ബന്ധപ്പെട്ടുകൊണ്ടിരുന്നു. 'ഹാനോയ്ക്കനുകൂലമായി സ്ഥിതിഗതികൾ വഷളാകുന്നത് തടയാൻ ഒരു പുതിയ സൈനികതന്ത്രത്തിനു മാത്രമേ കഴിയൂ എന്ന് അവരെ ബോധ്യപ്പെടുത്തുന്നതിനുവേണ്ടിയായിരുന്നു ഇത്.

ഹൈകമീഷണറുടെ ആഗ്രഹങ്ങൾ ശരിക്കും മനസിലാക്കിയ ആൾ വല്ലൂയ് ആയിരുന്നു. തന്റെ കീഴുദ്യോഗസ്ഥന്മാർക്കയച്ച രഹസ്യനിർദേശത്തിൽ അയാൾ എഴുതി:

"അനുരഞ്ജനത്തിനുള്ള അന്തസ്സുറ്റ ശ്രമങ്ങൾ മേലാൽ പറ്റിയതല്ല. കടുത്ത പാഠം തന്നെ ഇപ്പോൾ ആവശ്യമായിവന്നിരിക്കുന്നു." നവംബർ 21 ാം തീയതി, നാം ബൊവിൽ വെടിനിർത്താൻ താൻ തന്റെ സൈന്യങ്ങൾക്ക് ഉത്തരവ് കൊടുത്തതായി വല്ലൂയ് ഞങ്ങളെ അറിയിച്ചു. അതേസമയം ഹൈഫോങ്ങിലായിരുന്ന ദെ ബേക്ക് ആ പട്ടണം പിടിച്ചടക്കാനും അവിടത്തെ ഞങ്ങളുടെ ചെറുത്തുനിൽപ്പിനെ നിർവീര്യമാക്കാനും നിർദേശം നൽകാൻ മറന്നില്ല.

55

ഹൈഫോങ്ങിൽ വ്യാപകമായ ഏറ്റുമുട്ടൽ

ഹൈഫോങ്ങിലെ കസ്റ്റംസിൻമേലും വിദേശവ്യാപാരത്തിൻമേലും ഫ്രഞ്ചുഗവൺമെന്റ് നടപ്പാക്കാൻ ശ്രമിച്ച ഏകപക്ഷീയമായ നിയന്ത്രണത്തിൽ തങ്ങൾക്കുള്ള ശക്തമായ പ്രതിഷേധം പ്രസിഡന്റ് ഹോ ബിദൗൾത്തിനെ അറിയിച്ചു.

മോദൂസ് വിവേന്ദിയിൽ ഒപ്പുവയ്ക്കുന്നതിന് മുമ്പ് സെപ്തംബർ 10ന് സൈഗോണിൽനിന്ന് ദ് അർഗൻ ല്യൂ മോർളിയോർക്ക് ഒരു നിർദേശമയച്ചു. ഒക്ടോബർ 15 ാം തീയതി മുതൽ ഹൈഫോങ് പ്രദേശത്തെ കസ്റ്റംസിൻമേൽ പൂർണ ഫ്രഞ്ച് നിയന്ത്രണമേർപ്പെടുത്താൻ ശ്രമിക്കണമെന്നാണ് അയാൾ അതിൽ പറഞ്ഞത്.

ഫൊന്തേൻബ്ലു കൂടിയാലോചനകളിൽ പലതവണ കസ്റ്റംസ് പ്രശ്നം ഫ്രാൻസ് ഉന്നയിച്ചു. പ്രസിഡന്റ് ഹോവുമായി പാരീസിൽവെച്ചു നടത്തിയ ചർച്ചകൾക്കിടയിൽ ഈ പ്രശ്നം മൗതെയും ഉയർത്തിക്കൊണ്ടുവന്നു. അതിന് മതിയായ കാരണവുമുണ്ട്. ഇന്തോചൈനയുടെ മൊത്തവരുമാനത്തിൽ ഏറിയകൂറും ലഭിക്കുന്നത് കസ്റ്റംസ് വഴിയാണ്. മൗതേ ഈ പ്രശ്നം മുറുകെപ്പിടിച്ചപ്പോൾ പ്രസിഡന്റ് ഹോ പറഞ്ഞു: കൂടിയാലോചനകളിലൂടെ പരിഹരിക്കാനാവാത്തതല്ല ഈ പ്രശ്നം. പ്രസിഡന്റും ഫ്രഞ്ചുഗവൺമെന്റിന്റെ പ്രതിനിധിയും തമ്മിൽ ഇതു സംബന്ധിച്ച് നടന്ന സംഭാഷണങ്ങൾ മോദൂസ് വിവേന്ദിയിലെ താഴെപ്പറയുന്ന ആറാം വകുപ്പിലേക്ക് നയിച്ചു.

> ഇന്തോ ചൈനീസ് ഫെഡറേഷനിലെ മറ്റ് രാഷ്ട്രങ്ങളുമായി ചേർന്ന് വിയത്നാം ഒരു കസ്റ്റംസ് യുണിയൻ രൂപീകരിക്കും. കസ്റ്റംസിനെയും വിദേശവ്യാപാരത്തെയും സംബന്ധിച്ച ഒരു ഏകോപന

> സമിതി, ഇത് നടപ്പാക്കുന്നതിനും ഇന്തോചൈനയിലെ കസ്റ്റംസ് സംഘടിപ്പിക്കുന്നതിനാവശ്യമായ തയാറെടുപ്പുകൾ നടത്തുന്നതിനുംവേണ്ട നടപടികളെക്കുറിച്ച് പഠനം നടത്തുന്നതാണ്...

സൈഗോണിലുള്ള ഫ്രഞ്ചധികൃതർ ഈ വകുപ്പിനെ പൂർണമായും വികൃതമാക്കി. കസ്റ്റംസിനെ ഒരു ഫെഡറൽ പ്രശ്നമായി വിയത്നാം അംഗീകരിച്ച സ്ഥിതിക്ക്. ഇതിനകം സമാഹരിച്ച തീരുവ എങ്ങനെ വിഭജിക്കണമെന്ന് നിർവചിക്കുകമാത്രമാണ് ഏകോപനസമിതിയുടെ കടമ എന്നവർ വാദിച്ചു. ഒക്ടോബർ 14 ാം തീയതി മോദൂസ് വിവേന്ദി ഒപ്പുവെച്ച് കഷ്ടിച്ച് ഒരു മാസം കഴിഞ്ഞപ്പോൾ സൈഗോണിലെ ഫ്രഞ്ചുകാർ ഒരു സർക്കുലറിലൂടെ പ്രഖ്യാപിച്ചു: കസ്റ്റംസിനെ സംബന്ധിച്ചുള്ള സെപ്തംബർ 10 ന്റെ തീരുമാനം (ഹൈക്കമീഷണറുടേത്) ഒക്ടോബർ 10 ാംതീയതി മുതൽ പ്രാബല്യത്തിൽ വരുന്നതാണ്. മോദൂസ് വിവേന്ദിയിലെ വകുപ്പുകൾ ഫ്രഞ്ചുകാർതന്നെ ലംഘിച്ചു. കൽക്കരി, അയിരുകൾ, സിമന്റ്, ലോഹങ്ങൾ, തടി, പയർവർഗങ്ങൾ, ഉപ്പ്, കടലാസ് ആദിയായവ കയറ്റിഅയക്കണമെങ്കിൽ തങ്ങളിൽനിന്ന് മുൻകൂട്ടി അനുവാദം വാങ്ങണമെന്ന് അവർ ഏകപക്ഷീയമായി തീരുമാനിച്ചു. ഇത് അത്യന്തം ധിക്കാരപരമായ ഒരു പ്രവൃത്തി ആയിരുന്നു. പ്രസിഡന്റ് ഹോ മടങ്ങിയെത്തിയിട്ടില്ലാത്തതുകൊണ്ട് ആക്റ്റിങ് പ്രസിഡന്റ് ഹുമിഞ് തുക്ഖാഞ് ഫ്രഞ്ചുകാരുടെ മുമ്പിൽ ശക്തിയായ പ്രതിഷേധം രേഖപ്പെടുത്തി. പ്രസിഡന്റ് ഹോ കാം റാഞ് ഉൾക്കടലിൽ വെച്ച് ദ് അർഗൻല്യൂവിനെ കണ്ടപ്പോൾ പറഞ്ഞു: മോദൂസ് വിവേന്ദിയിലെ വകുപ്പുകൾക്കനുസരണമായി രൂപീകരിച്ച ഏകോപനസമിതിക്ക് കസ്റ്റംസ് പ്രശ്നം പരിഹരിക്കാൻ കഴിയും. ഏകോപനസമിതി ഉടൻതന്നെ ഹാനോയിൽ സമ്മേളിക്കണം. എന്നാൽ സമിതി ദലാത്തിൽ സമ്മേളിക്കണമെന്ന അഭിപ്രായക്കാരനായിരുന്നു ദ് അർഗൻ ല്യൂ. ഈ പ്രശ്നത്തെ മറ്റ് ഫെഡറൽ പ്രശ്നവുമായി ബന്ധപ്പെടുത്താമല്ലോ എന്നായിരുന്നു അയാളുടെ ചിന്ത. അവസാനം ഹാനോയ് സമ്മേളനസ്ഥലമായി അംഗീകരിക്കാൻ അയാൾ നിർബന്ധിതനായി. എങ്കിലും ആ സമിതിയുടെ യോഗം ഒരിക്കലും നടക്കുയുമുണ്ടായില്ല.

സൈഗോണിലുള്ള ഫ്രഞ്ച് പിന്തിരിപ്പന്മാരുടെ നീക്കം മുൻകൂട്ടി മനസിലാക്കിയ പ്രസിഡന്റ് ഹോ നവംബർ 11 ാംതീയതി ബിദൗൽത് ഗവൺമെന്റിന് ഒരു പ്രതിഷേധസന്ദേശമയച്ചു. മോർളിയെർ ഈ സന്ദേശം സൈഗോണിലേക്കയച്ചുവെങ്കിലും അതവിടെ തടഞ്ഞുവയ്ക്കപ്പെട്ടു. നവംബർ 26 ാം തീയതി മാത്രമേ അവസാനം അത് ഫ്രാൻസിലേക്ക് അയക്കപ്പെടുകയുണ്ടായുള്ളു. ഈ കാലതാമസം അബോധപൂർവമായിരുന്നില്ല. അതിന് ആറുദിവസം മുമ്പ് ഹൈഫോങ് ആക്രമിക്കപ്പെട്ടു.

ഒരു ചെറിയ സംഘട്ടനത്തോടെയാണ് ആക്രമണം പൊട്ടിപ്പുറപ്പെട്ടത്.

നവംബർ 20 ാം തീയതി രാവിലെ വിയത്നാം കസ്റ്റംസ് ഓഫീസിൽനിന്നുള്ള പെർമിറ്റോടെ പെട്രോളും വഹിച്ചുകൊണ്ടുള്ള ഒരു ചൈനീസ് പത്തേമാരി ഹൈഫോങ്ങിലെ കാ നദീമുഖത്തേക്ക് നീങ്ങി. അത് അവിടെ എത്തിച്ചേർന്നപ്പോൾ ഫ്രഞ്ചുകാർ ഒരു പരിശോധന നടത്തുകയും പത്തേമാരി പിടിച്ചെടുക്കുകയും ചെയ്തു. പെട്രോൾ വ്യാജമായി കയറ്റിക്കൊണ്ടുവന്നതാണെന്നാണ് അതിന് അവർ പറഞ്ഞ ന്യായീകരണം. ഈ നടപടി അങ്ങനെ ഞങ്ങളുടെ പരമാധികാരത്തിന്റെ ലംഘനമായിരുന്നു. ഞങ്ങളുടെ പൊലീസ് പ്രശ്നത്തിലിടപെട്ടു. അത്തരമൊരവസരത്തിനുവേണ്ടി കാത്തുനിന്നവരെപ്പോലെ ഫ്രഞ്ചുകാർ വെടിവെപ്പും തുടങ്ങി. ഞങ്ങളുടെ പൊലീസുകാരിൽ ഒരാൾ കൊല്ലപ്പെട്ടു. ആ സ്ഥലത്തിനടുത്തുതന്നെയുണ്ടായിരുന്ന ഞങ്ങളുടെ സ്വയം പ്രതിരോധയൂണിറ്റ് തിരിച്ചടിച്ചു. സംഘട്ടനം ആരംഭിക്കുകയായി.

പതിനൊന്നു മണിക്ക് ഒരു ഫ്രഞ്ച് സായുധ ഡിറ്റാച്ച്മെന്റ് റെയിൽവെ സ്റ്റേഷൻ പ്രദേശത്തിനുനേരെ ആക്രമണം നടത്തി. രാവിലത്തെ സംഭവസ്ഥലത്തുനിന്ന് ഏറെ അകലെയായിരുന്നു ഈ പ്രദേശം. ഞങ്ങളുടെ സ്വയംപ്രതിരോധപോരാളികളിൽനിന്ന് ആക്രമണകാരികൾക്ക് ശക്തമായ ചെറുത്തുനിൽപ്പിനെ നേരിടേണ്ടിവന്നു. നഗരത്തിലുടനീളം വെടിയൊച്ച കേൾക്കാമായിരുന്നു.

ഒന്നാമത്തെ തവണയല്ല ഫ്രഞ്ചുഗ്രൂപ്പുകളും ഞങ്ങളുടെ സിവിൽ പ്രതിരോധസേനയും തമ്മിൽ ഹൈഫോങ്ങിൽ ഏറ്റുമുട്ടുന്നത്. ഇതിനു മുമ്പ് സംഘട്ടനം നടന്നപ്പോൾ വിയത്നാം - ഫ്രഞ്ച് സംയുക്ത ലെയ്സൺ കമീഷനും പെട്രോൾകമീഷനും അതവസാനിപ്പിക്കാൻ കഴിഞ്ഞു, എന്നാൽ ഇത്തവണ കമീഷൻ മെമ്പർമാർ ഇടപെടാൻ ശ്രമിച്ചപ്പോൾ ഹൈഫോങ്ങിലെ ഫ്രഞ്ചുസേനകളുടെ കമാൻഡറായ കേണൽ ദെബേ അങ്ങേയറ്റം അഹംഭാവം നിറഞ്ഞ ഒരു സമീപനമാണ് സ്വീകരിച്ചത്. തടവുകാരാക്കപ്പെട്ട എല്ലാ ഫ്രഞ്ചുപട്ടാളക്കാരെയും വിട്ടയക്കുക; തെരുവുകളിൽ സ്ഥാപിച്ച എല്ലാ വിയത്നാമീസ് പൊലീസ് പോസ്റ്റുകളും ബാരിക്കേഡുകളും പൊളിച്ചുനീക്കുക; ചൈനീസ് റെസിഡന്റ് ക്വാർട്ടേഴ്സിലെ തങ്ങളുടെ സ്ഥാനങ്ങളിൽനിന്ന് ഞങ്ങളുടെ സായുധസേനകളെ പിൻവലിക്കുക - ഇത്തരം ആവശ്യങ്ങൾ അയാൾ മുന്നോട്ടുവെച്ചു.

ഉച്ചതിരിഞ്ഞ് രണ്ടു മണിക്കുമുമ്പായി മേൽപ്പറഞ്ഞ ആവശ്യങ്ങൾ അംഗീകരിക്കണമെന്നുപറഞ്ഞ് ദെബേ ഒരു അന്ത്യശാസനമയച്ചു. രാവിലത്തെ സംഘട്ടനത്തിൽ പിടിക്കപ്പെട്ട അഞ്ച് ഫ്രഞ്ചുപട്ടാളക്കാരെ വിട്ടയക്കാൻ ഞങ്ങൾ സമ്മതിച്ചു. പകരം, ഏതാനും ദിവസങ്ങൾക്കുമുമ്പ് ഫ്രഞ്ചുകാർ തട്ടിക്കൊണ്ടുപോയ ഞങ്ങളുടെ 10 ആളുകളെ വിട്ടയക്കണമെന്ന ആവശ്യം ഞങ്ങൾ അവരുടെ മുമ്പിലും വെച്ചു. ദെബേയുടെ ബാലിശമായ മറ്റവകാശങ്ങൾ ഞങ്ങൾ തള്ളിക്കളഞ്ഞു.

ഉച്ചക്ക് 12 മണിക്ക് ഫ്രഞ്ചുകാർ പുതിയ ആക്രമണമാരംഭിച്ചു. ഇത്തവണ നിയോഗിക്കപ്പെട്ട സൈന്യങ്ങൾ സാമാന്യം വലുതായിരുന്നു. അവർ

ടാങ്കുകളുടെ സഹായത്തോടെ മുനിസിപ്പൽ തിയറ്ററിനടുത്തേക്ക് നീങ്ങി. തിയറ്ററിന് പ്രതിരോധമേർപ്പെടുത്തിക്കൊണ്ടിരുന്നവർ ഒന്നിനുപുറകെ മറ്റൊന്നായി വന്ന ആക്രമണകാരികളുടെ നിരകളെ ധീരോദാത്തമായി നേരിട്ടു പിൻതിരിപ്പിച്ചുകൊണ്ടിരുന്നു.

കൂടിയാലോചനകൾ ഒഴിവാക്കാൻ ഫ്രഞ്ചുകാർ ഒരു സൂത്രം പ്രയോഗിച്ചു. ഒരു മേജറും ലെയ്സൺ-കൺട്രോൾ കമീഷനിലെ ഫ്രഞ്ചുസംഘത്തിന്റെ തലവനുമായ കാമോണിനെ ഞങ്ങൾ വധിച്ചെന്ന് അവർ ആക്ഷേപിച്ചു. സംഘട്ടനം പൊട്ടിപ്പുറപ്പെട്ട ഉടനെതന്നെ ഞങ്ങൾ ഹാനോയിൽ വിവരമറിഞ്ഞു. വ്യാപകമായിക്കൊണ്ടിരിക്കുന്ന ഏറ്റുമുട്ടൽ തടയാൻ ഫ്രഞ്ചുഹൈക്കമാൻഡ് ഇടപെടണമെന്ന് സെൻട്രൽ ലെയ്സൺ-കൺട്രോൾ കമീഷനിലെ ഞങ്ങളുടെ പ്രതിനിധി അവരോടാവശ്യപ്പെട്ടു. ഫ്രഞ്ചുകാർ, പക്ഷെ, ആശ്ചര്യം പ്രകടിപ്പിക്കുകയാണ് ചെയ്തത്. നിങ്ങൾ സംഭവങ്ങളെ നാടകീയമായി ചിത്രീകരിക്കരുത്. ഏറ്റുമുട്ടൽ ഒരുതരത്തിലും വ്യാപിക്കുകയല്ല – അവർ പറഞ്ഞു. എങ്കിലും ഹൈഫോങ്ങിലെ ഏറ്റുമുട്ടൽ ഒരുദിവസം വൈകുന്നേരം പടർന്നുപിടിച്ചു.

ഏറ്റുമുട്ടലിന് പരിഹാരം കണ്ടെത്താനുള്ള അന്തരീക്ഷം സൃഷ്ടിക്കുന്നതിന് ഞങ്ങളുടെ ദേശീയപ്രതിരോധമന്ത്രാലയം വൈകുന്നേരം മൂന്നുമണിക്ക് കുറെക്കൂടി പട്ടാളക്കാരെ ഹൈഫോങ്ങിലേക്കയച്ചു. പക്ഷെ, അവർക്ക് ഞങ്ങളൊരു നിർദേശം നൽകി: സ്വയം പ്രതിരോധ ആവശ്യങ്ങൾക്കുമാത്രമേ ഏറ്റുമുട്ടാവൂ.

വൈകുന്നേരം മോർളിയെറുടെ ഉത്തരവനുസരിച്ച്, രാഷ്ട്രീയ കാര്യങ്ങളുടെ ഉത്തരവാദിത്വം വഹിക്കുന്ന കേണൽ ലാമി ഞങ്ങളുടെ സൈനികപ്രതിനിധിസംഘവുമായി ഒരു കൂടിക്കാഴ്ച നടത്തി. ഇരുപക്ഷവും ഏറ്റുമുട്ടൽ അവസാനിപ്പിക്കുന്നതിനെക്കുറിച്ച് വിശദമായ ചർച്ച നടത്തി. അവസാനം ഒരു കരാറിലെത്തിച്ചേർന്നു. ഇവയാണ് കരാറിലെ വ്യവസ്ഥകൾ: അടിയന്തര വെടിനിർത്തൽ; വിയത്നാം-ഫ്രഞ്ചുസൈന്യങ്ങളെ പൂർവസ്ഥാനത്തേക്ക് പിൻവാങ്ങൽ; അടുത്ത ദിവസം ഹൈഫോങ്ങിലെത്തിച്ചേരുന്നതിന് സഖാവ് ഹൊവാങ് ഹു നാമിന്റെയും ലാമിയുടെയും നേതൃത്വത്തിൽ ഒരു സംയുക്ത കമീഷന്റെ രൂപീകരണം.

ഈ കരാർ മോർളിയെർ അംഗീകരിച്ചു. ദെബേയെ ഇക്കാര്യം അറിയിക്കുകയും ചെയ്തു.

രാത്രി എട്ടു മണിക്ക് ഹൈഫോങ്ങിലെ ഞങ്ങളുടെ സഖാക്കൾ അറിയിച്ചു: ഞങ്ങളുടെ സൈന്യങ്ങൾ വെടിനിർത്തിയിരിക്കുകയാണെന്ന്. പക്ഷെ, ഫ്രഞ്ചുകാർ അതിന് വിസമ്മതിച്ചു. മാത്രമല്ല കാ ബായിൽ നിർത്തിയിരുന്ന പീരങ്കിപ്പടയെപ്പോലും ഏറ്റുമുട്ടലിനുപയോഗിച്ചു. രാത്രി മുഴുവൻ വെടിയൊച്ച കേൾക്കാൻ കഴിഞ്ഞു.

നവംബർ 21 ാം തീയതി രാവിലെ ഫ്രഞ്ച് വിയത്നാം സംയുക്ത കമ്മിഷൻ റെയിൽ വഴി ഹൈഫോങ്ങിലേക്ക് യാത്രതിരിച്ചു. വണ്ടി പട്ടണത്തിനു പുറത്തെത്തിയപ്പോൾ ഫ്രഞ്ചുപട്ടാളക്കാരിൽനിന്നൊരു സിഗ്നൽ

കിട്ടി റെയിൽവേ ലൈൻ തകർക്കപ്പെട്ടു കിടക്കുകയാണെന്ന്. തന്മൂലം പ്രതിനിധിസംഘത്തിന് തുവോങ് ലയ്യിൽനിന്ന് ഹൈഫോങ്ങിലേക്ക് കാറിൽ യാത്രചെയ്യേണ്ടിവന്നു. ഹൈഫോങിൽ വെടിമരുന്നിന്റെ മണം തങ്ങിനിന്നിരുന്നു. പലേടത്തുനിന്നും വെടിയൊച്ചയും കേൾക്കായി. ദെബേയുടെ ആസ്ഥാനത്തെത്തിച്ചേർന്നപ്പോൾ പ്രതിനിധിസംഘത്തിനു ബോധ്യമായി, വെടിനിർത്തൽ ഉത്തരവ് നടപ്പാക്കപ്പെട്ടിട്ടില്ലെന്ന്. അതുകൊണ്ട് വെടിനിർത്തൽ നടപ്പാക്കേണ്ടതും രണ്ടു ഭാഗത്തെയും സൈന്യങ്ങൾ പൂർവസ്ഥാനങ്ങളിലേക്ക് പിൻവാങ്ങേണ്ടതം അനിവാര്യമാണെന്ന് അവർ മനസിലാക്കി.

ഞങ്ങളുടെ പ്രതിനിധി ഹൈഫോങ് പാർട്ടികമ്മിറ്റിയിലെ സഖാക്കളെ കണ്ടു. ഞങ്ങളുടെ സൈന്യങ്ങളും സിവിൽ പ്രതിരോധയൂണിറ്റുകളും തലേദിവസം വൈകുന്നേരം മുതൽ വെടിനിർത്തൽ ഉത്തരവ് കർശനമായി നടപ്പാക്കിയിട്ടുണ്ടെന്നും അദ്ദേഹം മനസിലാക്കി. അദ്ദേഹം ലാമിയെ ഫോണിൽ വിളിച്ച് ഇക്കാര്യം അറിയിച്ചു.

ഉച്ചതിരിഞ്ഞ് രണ്ടു മണിവരെ നഗരത്തിലെ വെടിവെപ്പ് അവസാനിച്ചില്ല. അപ്പോഴും തന്റെ സൈന്യങ്ങളെ പൂർവസ്ഥാനത്തേക്ക് പിൻവലിക്കാൻ ദെബേ വിസമ്മതിക്കുകയാണ് ചെയ്തത്. അതിനയാൾ പറഞ്ഞ ന്യായീകരണമെന്താണെന്നോ? ഹാനോയ്യിലുള്ള തന്റെ മേലധികാരികളുടെ ഉത്തരവ് നടപ്പാക്കാൻ തനിക്കാവില്ല. കാരണം, അവർക്ക് ഹൈഫോങ്ങിലെ യഥാർഥസ്ഥിതി എന്തെന്നറിയില്ല! ഫ്രഞ്ചുസൈന്യങ്ങൾ അളവറ്റ രക്തം ചൊരിഞ്ഞു നേടിയ തങ്ങളുടെ സ്ഥാനം വിടുകയില്ല! അങ്ങനെ മോർളിയെറുടെ പ്രതിനിധി വെടിനിർത്തൽ നടപ്പാക്കാൻ ദെബേയെ സമ്മതിപ്പിക്കുന്നതിൽ പരാജയപ്പെട്ടു. തന്റെ മേലധികാരികളുടെ ഉത്തരവുകളുടെ നേരെ തീർത്തും കർക്കശമായ ഒരു സമീപനമാണ് ദെബേ സ്വീകരിച്ചത്. അതായിരുന്നു മനസിലാക്കാൻ പ്രയാസകരമായ കാര്യം.

ഞങ്ങളുടെ ഗവൺമെന്റിൽനിന്നു മറ്റ് നിർദേശങ്ങൾ ഇല്ലാത്തതിനാൽ ഞങ്ങളുടെ പ്രതിനിധിയും ലാമിയും ഇക്കാര്യം ചർച്ചചെയ്യുകയും താഴെപ്പറയുന്ന കാര്യങ്ങളിൽ യോജിപ്പുണ്ടാക്കുകയും ചെയ്തു.

1. എന്ത് കാരണത്തിന്റെ പേരിലായാലും ഇരുഭാഗവും വെടിവെക്കുന്നത് കർശനമായി നിർത്തിവെക്കണം.

2. എല്ലാ ഫ്രഞ്ച് കവചിതവാഹനങ്ങളും തങ്ങളുടെ ക്യാമ്പുകളിലേക്ക് പിൻവാങ്ങണം.

3. രാത്രികാലനീക്കങ്ങൾക്ക് പരിധി നിർണയിക്കണം.

4. സാധാരണനിലയിലുള്ള വാർത്താവിനിമയത്തിനുറപ്പുവരുത്തുന്നതിന് റെയിൽവെസ്റ്റേഷനുകളിൽ നിർത്താൻ ഇരുപക്ഷത്തെയും സൈന്യങ്ങളടങ്ങിയ സംഘങ്ങളെ നിയോഗിക്കണം.

ഇതിൽ നാലാമത്തെ ഇനം നടപ്പാക്കാൻ ദെബേ വിസമ്മതിച്ചു എന്നുമാത്രമല്ല, മുനിസിപ്പൽ തിയറ്റർ ഫ്രഞ്ചുകാർക്കുതന്നെ വിട്ടുകൊടുക്കണമെന്നും മുൻ യൂറോപ്യൻ റസിഡൻഷ്യൽ ക്വാർട്ടറിൽനിന്ന് ഞങ്ങ

ളുടെ സൈന്യങ്ങളെ പിൻവലിക്കണമെന്നും ആവശ്യപ്പെടുകയും ചെയ്തു. ഞങ്ങളുടെ പ്രിതനിധി ഈ ആവശ്യം തള്ളിക്കളഞ്ഞു. തുടർന്ന് അവശേഷിക്കുന്ന സൈന്യങ്ങളെക്കുറിച്ചും ഇരുഭാഗവും പ്രകോപനപരമായ നടപടികൾ സ്വീകരിക്കുന്നത് നിരോധിക്കുന്നതിനെക്കുറിച്ചും ഒരു കരാറിലെത്തിച്ചേരാനേ കഴിഞ്ഞുള്ളൂ.

അവസാനം, നവംബർ 21 ാം തീയതി ഉച്ചത്തിരിഞ്ഞ് ഹൈഫോങ്ങിൽ വെടിനിർത്തപ്പെട്ടു.

നവംബർ 22 ാം തീയതി ഉച്ചക്കുശേഷം ഹൈഫോങ്ങിലെ സ്ഥിതിഗതികളെക്കുറിച്ച് റിപ്പോർട്ട് ചെയ്യാനായി സംയുക്തപ്രതിനിധിസംഘം ഹാനോയിലേക്ക് മടങ്ങി. വഴിക്കുവെച്ച് ലാമി പറഞ്ഞു എന്തെങ്കിലും തരത്തിലുള്ള ഒരു പരിഹാരമാർഗമുണ്ടാക്കാൻ ഫ്രഞ്ചുകാർക്കാഗ്രഹമുണ്ടെന്ന്.

ഹൈഫോങ്ങിലെ ഏറ്റുമുട്ടലുകൾ നടത്തിക്കൊണ്ടിരുന്നപ്പോഴും നവംബർ 20 ാം തീയതി, പ്രസിഡന്റ് ഹോ ലാഷാരിയേറെ സ്വീകരിച്ചു. കസ്റ്റംസ് കാര്യങ്ങളെക്കുറിച്ച് ചർച്ച ചെയ്യാൻ സൈഗോൺ അധികൃതർ നിയോഗിച്ച ആളായിരുന്നു ലാഷാരിയേർ. കസ്റ്റംസിനെയും വിദേശവ്യാപാരത്തെയും സംബന്ധിച്ച സംയുക്തകമീഷൻ അടിയന്തരമായും ഹാനോയിൽ സമ്മേളിക്കേണ്ടതിന്റെ പ്രാധാന്യം പ്രസിഡന്റ് ഹോ അയാളെ ബോധ്യപ്പെടുത്തി. പ്രസിഡന്റിന്റെ നിർദേശം ലാഷാരിയേർ സൈഗോണിൽ അറിയിച്ചു.

56

യുദ്ധം വ്യാപിക്കുന്നു

സംഗതികൾ ഒരു ഒത്തുതീർപ്പിലേക്കു നീങ്ങുകയാണോ എന്ന് തോന്നിക്കുംവിധമായിരുന്നു ഹൈഫോങ്ങിലെ സ്ഥിതിഗതികൾ.

എന്നാൽ പെട്ടെന്ന്, നവംബർ 23–ന് രാവിലെ 7 മണിക്ക്, ഹൈഫോങ്ങിലെ ഭരണനിർവഹണകമ്മിറ്റിക്ക് ദെബേ ഒരു അന്ത്യശാസനമയച്ചു. ചൈനീസ് റസിഡൻഷ്യൽ ക്വാർട്ടേഴ്സിൽനിന്നും മുൻ യൂറോപ്യൻ റസിഡൻഷ്യൽ ക്വാർട്ടേഴ്സിൽനിന്നും ഞങ്ങൾ ഞങ്ങളുടെ സൈന്യങ്ങളെ പിൻവലിക്കണമെന്നും ലാക് വീയർ മേഖലയിൽ നിലയുറപ്പിച്ചിരുന്ന സ്വയം പ്രതിരോധയൂണിറ്റുകളെ നിരായുധരാക്കണമെന്നും അതിൽ അയാൾ ആവശ്യപ്പെട്ടു. രാവിലെ 9 മണിക്കുമുമ്പായി പ്രസ്തുത ആവശ്യമംഗീകരിക്കുന്നില്ലെങ്കിൽ തങ്ങൾ ആക്രമണമാരംഭിക്കുമെന്ന് അയാൾ മുന്നറിയിപ്പുനൽകി. ദെബേയുടെ അന്ത്യശാസനം ഞങ്ങൾ തള്ളിക്കളഞ്ഞു. ഒരു ഔദാര്യമെന്നോണം സമയപരിധി 45 മിനിട്ടുകൂടി അവർ ദീർഘിപ്പിച്ചു.

രാവിലെ കൃത്യം 9.45ന് ഫ്രഞ്ച് പീരങ്കിപ്പട വെടിവെപ്പാരംഭിച്ചു. പീരങ്കികളുടെയും കവചിതവാഹനങ്ങളുടെയും സഹായത്തോടെ ഫ്രഞ്ചു സൈന്യങ്ങൾ ചൈനീസ് റസിഡൻഷ്യൽ ക്വാർട്ടേഴ്സിനുനേരെ ആക്രമണം തുടങ്ങി. അവരുടെ വിമാനങ്ങൾ ഹൈഫോങ്ങിലും തൊട്ടടുത്ത കിയൻ ആൻ പട്ടണത്തിലും ബോംബ് വർഷിച്ചു. ഞങ്ങളുടെ സൈന്യങ്ങളും സ്വയംപ്രതിരോധയൂണിറ്റുകളും തിരിച്ചടിച്ചു. കെട്ടിടങ്ങളുടെ മേൽത്തട്ടിലും വരാന്തകളിലും നിന്ന് ഫ്രഞ്ചുകവചിത വാഹനങ്ങൾക്കുനേരെ അവർ മൊളത്തോവ് കോൽട്ടെയിലുകളും കൈബോംബുകളുമെറിഞ്ഞു. ഓരോ തെരുവുമൂലയിലും വീടുകളുടെ ഓരോ ബ്ലോക്കിലും ചെറുത്തുനിൽപ്പ് ശക്തിപ്രാപിച്ചു.

അതേദിവസം രാവിലെ ഒമ്പതു മണിക്ക് ഞങ്ങളുടെ സൈനികപ്രതിനിധിസംഘത്തിന്റെ തലവൻ ഹാനോയിലെ ഫ്രഞ്ച് ആസ്ഥാനം സന്ദർശിച്ച് അടിയന്തരമായും മോർളിയെറെ കാണണമെന്ന് അഭ്യർഥിച്ചു. പക്ഷേ, മോർളിയെർ ഒഴിഞ്ഞുമാറി. പകരം ഹാനോയിലെ ഫ്രഞ്ചുകാവൽസൈന്യത്തിന്റെ കമാൻഡറെ അതിനായി നിയോഗിച്ചു. ഞങ്ങളുടെ സൈനികത്തലവൻ ദെബേയുടെ അന്ത്യശാസനത്തിന് ഒരു വിശദീകരണമാവശ്യപ്പെട്ടു. അപ്പോൾ ആ കമാൻഡർ പറഞ്ഞു. സൈഗോണിലെ തന്റെ മേലധികാരികൾ അംഗീകരിച്ചതാണ് ആ അന്ത്യശാസനമെന്ന്. വിയത്നാം സൈന്യങ്ങളും സ്വയംപ്രതിരോധയൂണിറ്റുകളും അതംഗീകരിക്കുന്നില്ലെങ്കിൽ ഹൈഫോങ്ങിലെ തന്റെ സൈന്യങ്ങൾക്ക് വെടിവെപ്പാരംഭിക്കാൻ അനുമതി നൽകുമെന്ന് അയാൾ തുടർന്നുപറഞ്ഞു. ഹാനോയിലെ ഫ്രഞ്ചുകമാൻഡ് തന്റെ തനിനിറം പുറത്തുകാട്ടി.

പിന്നീട് വെളിവാക്കപ്പെട്ട രേഖകളനുസരിച്ച് സംഗതികൾ ഇങ്ങനെയാണ് നീങ്ങിയത്. നവംബർ 21 ാം തീയതി ഉച്ചതിരിഞ്ഞ്, അപ്പോൾ സൈഗോണിലായിരുന്ന വല്ലൂയ് നിലവിലുള്ള പരിതഃസ്ഥിതിയുപയോഗിച്ച് ഹൈഫോങ്ങിലെ ഫ്രഞ്ചധീനപ്രദേശത്തിന്റെ വിസ്തൃതി വർധിപ്പിക്കാൻ ദെബേക്ക് നിർദേശം നൽകിയിരുന്നു. ആ നിർദേശമനുസരിച്ച് മോർളിയറും ഹാനോയിലെ ഞങ്ങളുടെ പ്രതിനിധിയും തമ്മിലുണ്ടാക്കിയ എല്ലാ കരാറുകളും ദെബേ ലംഘിച്ചു. നവംബർ 22 നു വല്ലൂയ് മോർളിയെർക്ക് മറ്റൊരു നിർദേശം നൽകി: ഹൈഫോങ്ങിൽനിന്ന് ഞങ്ങളുടെ സൈന്യങ്ങളെ മുഴുവൻ പിൻവലിക്കാൻ ആവശ്യപ്പെടണം. ഈ ആവശ്യം ഒരു 'അന്ത്യശാസന'മായേക്കുമെന്നും അത് വൻതോതിലുള്ള സംഘട്ടനത്തിനിരയാക്കുമെന്നും കരുതി മോർളിയെർ അത് ഞങ്ങളെ അറിയിക്കാതിരുന്നതാണ്. പകരം, അതിന്റെ ഭവിഷ്യത്തുക്കളെക്കുറിച്ചാലോചിച്ചിട്ടുണ്ടോ എന്ന് അയാൾ വല്ലൂയോടാരാഞ്ഞു. പുതിയ ഫ്രഞ്ചുകമാൻഡർ ഇൻ ചീഫ് തനിക്ക് നിർദേശം നൽകിയിരുന്നുവെന്നും അതിൽ ഹൈഫോങിന്റെ നിയന്ത്രണം കൈക്കലാക്കാൻ ആവശ്യമായ എല്ലാ നടപടികളും കൈക്കൊള്ളണമെന്ന് പറഞ്ഞിരുന്നുവെന്നും ഉള്ള കാര്യം മോർളിയെർക്ക് അറിഞ്ഞുകൂടായിരുന്നു. ഒരാഴ്ചമുമ്പ് ഇന്തോചൈനവിട്ട് ദ് അർഗൻ ല്യൂ തനിക്ക് നൽകിയ നിർദേശം നടപ്പാക്കുകമാത്രമായിരുന്നു വല്ലൂയ്.

നവംബർ 23 ന് ഉച്ചതിരിഞ്ഞ് *വോയ്സ് ഓഫ് വിയത്നാം* റേഡിയോവിലൂടെ പ്രസിഡന്റ് ഹോ നേരിട്ടൊരഭ്യർഥന നടത്തി:

"ഫ്രഞ്ചുകാരും വിയത്നാംകാരും തമ്മിലുള്ള രക്തച്ചൊരിച്ചിൽ അവസാനിപ്പിക്കണമെന്ന് ഫ്രഞ്ചുസൈന്യങ്ങളുടെ കമാൻഡർ ഇൻ ചീഫും ആക്ടിങ് ഹൈക്കമീഷണറുമായ ജനറൽ വല്ലൂയോടും വിയത്നാമിലെ മറ്റു ഫ്രഞ്ചുജനറൽമാരോടും ഞാനഭ്യർഥിക്കുന്നു.

ശാന്തരായി നിൽക്കാൻ ജനങ്ങളോടും വിദേശികളുടെ സ്വത്തിനും ജീവനും സംരക്ഷണം നൽകുന്നതോടൊപ്പം നമ്മുടെ പിതൃരാജ്യത്തിന്റെ

സ്വാതന്ത്ര്യം കാത്തുറപ്പിക്കാൻ തയാറായി നിൽക്കണമെന്ന് പട്ടാള ത്തോടും സ്വയം പ്രതിരോധസേനയോടും ഞാനഭ്യർഥിക്കുന്നു.

നമ്മുടെ രാജ്യത്തെ കാത്തുരക്ഷിക്കുന്നതിന് എല്ലായ്പ്പോഴും ജന ങ്ങളോടും ഗവൺമെന്റുണ്ടായിരിക്കുമെന്ന് ഞാൻ ഉറപ്പു നൽകുന്നു.

വിയത്നാമിന്റെ സ്വാതന്ത്ര്യവും ഐക്യവും നീണാൾ വാഴട്ടെ."

ഹൈഫോങ്ങിനുനേരെയുള്ള ഫ്രഞ്ചുകാരുടെ ആക്രമണം വളരെ മൃഗീയമായിരുന്നു. തങ്ങളുടെ മുന്നേറ്റത്തെ ചെറുത്തുനിൽക്കുന്ന ഓരോ വീടും കത്തിച്ചുകളയാൻ ഫ്രഞ്ചുസൈന്യങ്ങൾക്കുത്തരവു നൽകപ്പെട്ടി രുന്നു. എങ്കിലും ഒന്നാമത്തെ ദിവസംതന്നെ അവർ തടയപ്പെട്ടു. തന്മൂലം സഹായത്തിനെത്താൻ നാവികപ്പടയ്ക്കും പീരങ്കിപ്പടയ്ക്കും ഉത്തരവു നൽകേണ്ടിവന്നു ദെബേയ്ക്ക്.

വൈകുന്നേരം മൂന്നു മണിക്ക് ഞങ്ങളുടെ സൈന്യങ്ങൾ പ്രത്യാ ക്രമണം തുടങ്ങി. അവർ മുനിസിപ്പൽ തിയറ്ററിൽ തള്ളിക്കയറുകയും കഴിഞ്ഞ രണ്ടു ദിവസമായി ഫ്രഞ്ചുകാരുടെ അധീനതയിലായിരുന്ന തിയ റ്റർ തിരിച്ചുപിടിക്കുകയും ചെയ്തു. ഒരു തെരുവിന്റെയോ ഇടവഴിയു ടെയോ വീടിന്റെയോ മേൽ നിയന്ത്രണം സ്ഥാപിക്കുന്നതിനുവേണ്ടി പ്പോലും കടുത്തപോരാട്ടം നടന്നു. സ്വയം പ്രതിരോധയൂണിറ്റുകൾ, വിശേ ഷിച്ചും 7-ാം മേഖലയിലേത്, അനിതരസാധാരണമായ ധീരോദാത്തത പ്രകടിപ്പിച്ചു.

നവംബർ 25 ന് കാത് ബായ്വിമാനത്താവളത്തിനുനേരെ ഞങ്ങൾ ശക്തമായ ഒരാക്രമണം നടത്തി. അവിടെയുള്ള ആയുധപ്പുരയും പെട്രോ ൾ സ്റ്റോറും ഞങ്ങൾ നശിപ്പിക്കുകയും അത് ഞങ്ങളുടെ സമ്പൂർണ നിയന്ത്രണത്തിലാക്കുകയും ചെയ്തു.

ഹൈഫോങ്ങിലെ ഞങ്ങളുടെ ധീരോദാത്തമായ പോരാട്ടം, പിന്നീ ടൊരു മാസത്തിനുശേഷം ദിവസങ്ങളോളം ഹാനോയിൽ നടന്ന വമ്പി ച്ചൊരു യുദ്ധത്തിന്റെ റിഹേഴ്സലായിരുന്നു.

നവംബർ 29 ന് ഞങ്ങളുടെ പട്ടാളവും സ്വയംപ്രതിരോധസേനയും പുറത്തുകടന്ന് നഗരത്തിനുവെളിയിൽ പുതിയ സ്ഥലങ്ങളിൽ നിലയുറ പ്പിച്ചു.

എന്നിട്ടും ഞങ്ങൾ ഒഴിഞ്ഞുപോന്ന പലേടത്തും പ്രവേശിക്കാൻ ഫ്രഞ്ച് പട്രോൾസംഘങ്ങൾക്ക് വലിയ ഭയമായിരുന്നു.

നവംബർ 27 ന് മോർളിയെർ ഞങ്ങളെ കണ്ടു. ഫ്രഞ്ച് പോസ്റ്റുക ളുമായി ബന്ധിക്കുന്ന റോഡുകളിലുയർത്തിയ ബാരിക്കേഡുകളും കുരു ക്കുകളും പൊളിച്ചുമാറ്റാനും ഹൈഫോങ്ങിനും ദോ സോണിനുമിടയിൽ യഥേഷ്ടം സഞ്ചരിക്കാൻ ഫ്രഞ്ചുസൈന്യങ്ങൾക്ക് കഴിയുമെന്നതിനുറപ്പു വരുത്താനും ആവശ്യപ്പെട്ടുകൊണ്ട് ഫ്രഞ്ചുഹൈക്കമാൻഡിൽനിന്നുള്ള ഒരു സന്ദേശം അയാൾ ഞങ്ങളെ ഏൽപ്പിച്ചു. ഫ്രഞ്ചുസൈന്യങ്ങൾ വട ക്കൻ ഇന്തോചൈനയിൽ ചെയ്തതെല്ലാം മുകളിൽനിന്നുള്ള ഉത്തരവനു സരിച്ചായിരുന്നുവെന്ന് അയാൾ വിശദീകരിച്ചു. താൻ ഗുയെൻ മലമ്പ്ര

ദേശങ്ങളിൽ ഫ്രഞ്ചുകാർ അധിനിവേശം സ്ഥാപിച്ചതിനെക്കുറിച്ച് വല്ലൂയ് നൽകിയ വിശദീകരണമാണ് അപ്പോൾ ഞാനോർത്തുപോയത്. അയാളും പറഞ്ഞു, അത് "മേലെനിന്നുള്ള ഉത്തരവനുസരിച്ചായിരുന്നു"വെന്ന്, അങ്ങനെ ഒരു വിശദീകരണത്തിന് മോർളിയെറും വല്ലൂയും ഒരേ പദാവലിതന്നെയുപയോഗിച്ചു! അന്ന് ദ് അർഗൻ ല്യൂവായിരുന്നു വല്ലൂയുടെ മേലധികാരിയെങ്കിൽ ഇപ്പോൾ വല്ലൂയാണ് മോർളിയെറുടെ മേലധികാരിയെന്നുമാത്രം!

നവംബർ 28 ന് രാവിലെ ഞങ്ങളുടെ ദേശീയപ്രതിരോധ മന്ത്രാലയത്തിന് മോർളിയെറിൽനിന്ന് ഒരു സന്ദേശം ലഭിച്ചു. തലേദിവസം താൻ പറഞ്ഞ കാര്യത്തിന് സ്ഥിരീകരണം നൽകിക്കൊണ്ട് പ്രസ്തുത സന്ദേശത്തിൽ അയാൾ എഴുതി. "ഫ്രഞ്ചുഹൈക്കമാൻഡ് ആവഷ്കരിച്ച സൈനികനിബന്ധനകൾക്ക് ഞാനിന്ന് സ്ഥിരീകരണം നൽകുന്നു."

ഈ സന്ദേശത്തിൽ, ഫ്രഞ്ച് അധിനിവേശമേഖലയുടെ അതിർത്തിയും മോർളിയെർ നിർവചിച്ചിരുന്നു. അതിൽ ഹൈഫോങ് നഗരവും പരിസരപ്രദേശങ്ങളും ഉൾപ്പെടുത്തിയിരുന്നു. തങ്ങളുടെ പോസ്റ്റുകളുമായി ബന്ധിക്കുന്ന റോഡുകളിലൂടെയും ഹൈഫോങ്ങിനും ദോ സോണിനുമിടയിലും സ്വതന്ത്രമായി സഞ്ചരിക്കാനുള്ള അനുവാദം അയാൾ ആവർത്തിച്ചാവശ്യപ്പെട്ടു.

സ്ഥിതിഗതികൾ അത്യന്തം ഗുരുതരമായിക്കഴിഞ്ഞിരുന്നു. മതിയായ തയാറെടുപ്പുകൾ നടത്താൻ ഹൈഫോങ്ങിലെ ഞങ്ങളുടെ സൈന്യങ്ങൾക്കും ജനങ്ങൾക്കും കൂടുതൽ സമയം ലഭിക്കുന്നതിന് ഞങ്ങൾ ഫ്രഞ്ചുകാരോട് പറഞ്ഞു. "നിങ്ങളുടെ നിർദേശങ്ങൾ അങ്ങേയറ്റം പ്രാധാന്യമുള്ളതാണ്. അതുകൊണ്ട് അവയെക്കുറിച്ച് ചർച്ച ചെയ്യുന്നതിന് ഇരുഭാഗക്കാരുമടങ്ങിയ ഒരു സംയുക്ത കമീഷൻ രൂപീകരിക്കണം."

ഉച്ചതിരിഞ്ഞ്, മോർളിയെർ മറ്റൊരു സന്ദേശമയച്ചു - ഒരേദിവസം തന്നെ അയക്കുന്ന രണ്ടാമത്തെ സന്ദേശം. അതിൽ പറഞ്ഞു:

> ... നവംബർ 25 ന് ഞാനയച്ച സന്ദേശത്തിൽ പറഞ്ഞവ്യവസ്ഥകൾ എനിക്ക് ലഭിച്ച വ്യക്തമായ നിർദേശത്തിന്റെ അടിസ്ഥാനത്തിലുള്ളതാണെന്ന് നിങ്ങളുടെ ശ്രദ്ധയിൽ പെടുത്താൻ ഞാനാഗ്രഹിക്കുന്നു. അതുകൊണ്ട് നിങ്ങൾ നിർദേശിച്ചതുപോലെ ഇക്കാര്യം പരിഗണിക്കാൻ ഒരു സംയുക്ത കമീഷൻ രൂപീകരിക്കുന്ന പ്രശ്നമേ ഉദിക്കുന്നില്ല. ഇതിനകം ആവിഷ്കരിച്ച നിബന്ധനകൾ നടപ്പിലാക്കാനാവശ്യമായ നടപടികൾ നിർവചിക്കുകയല്ലാതെ അത്തരമൊരു കമീഷൻ രൂപീകരിക്കുന്നതിന് യാതൊരർഥവുമില്ലെന്നാണ് എന്റെ അഭിപ്രായം."

തങ്ങളുടെ അധിനിവേശപ്രദേശത്തിന്റെ വിസ്തൃതി വർധിപ്പിക്കുകമാത്രമാണ് ഫ്രഞ്ചുകാരുടെ ഉദ്ദേശ്യമെന്ന് അവരുടെ സന്ദേശങ്ങളിൽനിന്ന് വ്യക്തം. അതുകൊണ്ട് ഹൈഫോങ്ങിലുള്ള ശത്രുസൈന്യ

ങ്ങളെ വളഞ്ഞിടുന്നത് ശക്തിപ്പെടുത്താനും ഫ്രഞ്ചുപോസ്റ്റുകളെ ബന്ധിക്കുന്ന റോഡ്, പ്രത്യേകിച്ചും ഹൈഫോങ്- ദോ സോൺ ഹൈവെ തകർക്കാനും ഞങ്ങൾ ഞങ്ങളുടെ സൈന്യങ്ങൾക്കും സ്വയംപ്രതിരോധസേനകൾക്കും ഉത്തരവ് നൽകി.

ഹൈഫോങ് യുദ്ധം ഫ്രഞ്ച് ആക്രമണയുദ്ധത്തിന്റെ ഒരു പുതിയ തലത്തെക്കുറിച്ചു. ശത്രു തന്റെ ആക്രമണയുദ്ധം ഞങ്ങളുടെ രാജ്യത്തിന്റെ തെക്കൻ പകുതി മുതൽ വിയത്നാം ആകെവരെയും ഇന്തോചൈനാ ഉപഭൂഖണ്ഡം മുഴുവനും വ്യാപിപ്പിച്ചു.

57

കർക്കശമായ നിലപാട്

ഫ്രാൻസിൽ നാലാം റിപ്പബ്ലിക്കിന്റെ ഭരണഘടനയെ ചൊല്ലി, ഒക്ടോബർ മാസത്തിലുടനീളം, ജനാധിപത്യ-പുരോഗമനശക്തികളും പിന്തിരിപ്പൻമുതലാളിമാരും തമ്മിൽ കടുത്ത സമരം നടന്നുകൊണ്ടിരിക്കുകയായിരുന്നു.

മെയിൽ ഹിതപരിശോധനയിലൂടെ തള്ളിക്കളഞ്ഞ കരടുമായി താരതമ്യപ്പെടുത്തുമ്പോൾ, ഇപ്പോഴത്തേത് ഒരടി പിന്നോട്ടുവയ്ക്കൽ തന്നെയാണ്. എങ്കിലും അതിനകത്ത് ഇപ്പോഴും പുരോഗമനപരമായ ആശയങ്ങൾ അടങ്ങിയിരുന്നുവെന്നതിൽ സംശയമില്ല. പുതിയ ഭരണഘടനയനുസരിച്ച്, പ്രായപൂർത്തിവോട്ടവകാശത്തിന്റെ അടിസ്ഥാനത്തിൽ തെരഞ്ഞെടുക്കപ്പെട്ട ദേശീയ അസംബ്ലിയിലാണ് നിയമനിർമാണാധികാരം നിക്ഷിപ്തമായിരിക്കുന്നത്. കമ്യൂണുകളുടെയും ഭരണനിർവഹണപ്രദേശങ്ങളുടെയും പ്രതിനിധികൾ തെരഞ്ഞെടുത്ത റിപ്പബ്ലിക്കൻ കൗൺസിലുകൾ കൂടിയാലോചനാസമിതികൾ മാത്രം. പൗരന്മാർക്ക് പുതുതായി കൈവന്ന സാമൂഹ്യ-സാമ്പത്തികാകവകാശങ്ങൾക്കും എല്ലാരംഗത്തും സ്ത്രീ-പുരുഷസമത്വത്തിനും അതുറപ്പുനൽകി. കൊള്ളചെയ്യാൻ വേണ്ടിയുള്ള യുദ്ധങ്ങളെയും കൊളോണിയൽ മർദനങ്ങളെയും അതെതിർത്തു; ആശ്രിതരാജ്യങ്ങളുടെ സ്വയം നിർണയാവകാശത്തെ അത് മാനിച്ചു. ഈ കരട് അംഗീകരിച്ചിരുന്നുവെങ്കിൽ ഫ്രഞ്ച് റിപ്പബ്ലിക് സ്ഥാപിക്കപ്പെട്ടതിനുശേഷമുള്ള ബൂർഷ്വാ ജനാധിപത്യത്തിന്റെ ഏറ്റവും പുരോഗമനപരമായ ഭരണഘടനയായിത്തീരുമായിരുന്നു അത്.

തന്നിമിത്തം അതംഗീകരിക്കാതിരിക്കുന്നതിനുവേണ്ടി ഫ്രഞ്ച് ബൂർഷ്വാസി എല്ലാ അടവുകളും പ്രയോഗിച്ചു. ജനങ്ങൾക്കിടയിൽ ഉൽക്കണ്ഠാവസ്ഥ സൃഷ്ടിക്കുന്നതിനും ജനാധിപത്യത്തിൽ തങ്ങൾ നിസ്സഹാ

യരാണെന്ന ബോധം ജനിപ്പിക്കുന്നതിനും അങ്ങനെ ഒരു സ്വേച്ഛാഭരണം സ്ഥാപിക്കുന്നതിനുമുള്ള സാധ്യതകൾ തുറക്കുന്നതിനും രാജ്യത്ത് നില വിലുള്ള അസ്ഥിരത നിലനിർത്തേണ്ടത് ഈ വർഗത്തിനാവശ്യമായിരുന്നു. കരടുഭരണഘടനക്കെതിരെയുള്ള ആക്രമണത്തിന് ദീഗാൾ ശക്തി കൂട്ടി ദേശീയഅസംബ്ലിക്ക് വളരെയധികം അധികാരങ്ങൾ നൽകിയിരിക്കുകയാണ്: ഭരണനിർവഹണവിഭാഗത്തിന് കാര്യമായ അധികാരങ്ങളൊന്നും; നൽകിയിട്ടില്ലെന്നു പറയാം. ഫ്രഞ്ച് യൂണിയനെ നയിക്കുന്ന സ്വാതന്ത്ര്യത്തിന്റെ തത്വങ്ങൾ സാമ്രാജ്യത്വത്തിന്റെ ശിഥിലീകരണത്തിലേക്കേ നയിക്കൂ – അയാൾ അഭിപ്രായപ്പെട്ടു. അയാൾ ഇത്രയും കൂടി ഉറപ്പിച്ചുപറഞ്ഞു "ഭരണഘടന അംഗീകരിക്കുകയാണെങ്കിൽ അതിനെതിരായി ഒരു കലാപമുണ്ടാകുമെന്ന് തീർച്ച." അത്തരമൊരു ഭീഷണി ഫ്രാൻസിലെ ഇടത്തരം വർഗക്കാർക്കിടയിൽ അതിന്റേതായ പ്രത്യാഘാതങ്ങൾ സൃഷ്ടിച്ചു.

ഇതിനിടയിൽ ജനകീയ സമരം വളർത്തിയെടുക്കുന്നതിനും ജനാധിപത്യസ്ഥാപനങ്ങൾ നിലനിർത്തുന്നതിനും സംരക്ഷിക്കുന്നതിനും ഫ്രഞ്ച് കമ്യൂണിസ്റ്റ് പാർട്ടി എല്ലാ ശ്രമങ്ങളും നടത്തി.

ഒക്ടോബർ 23 ാം തീയതി ഭരണഘടന ഹിതപരിശോധനയ്ക്കു വെച്ചു. വോട്ടർമാരിൽ സുമാർ മൂന്നിലൊന്ന് അതിൽനിന്നൊഴിഞ്ഞുനിന്നു. എങ്കിലും 81 ലക്ഷം വോട്ടിനെതിരെ 95 ലക്ഷം വോട്ടുകളോടെ അതംഗീകരിക്കപ്പെട്ടു. അങ്ങനെ വമ്പിച്ചൊരു പോരാട്ടത്തിൽ ജനാധിപത്യശക്തികൾ വിജയം നേടി.

കോളനികളിലെ ബഹുഭൂരിപക്ഷം ഫ്രഞ്ച് വോട്ടർമാരും കരട് ഭരണഘടനയ്ക്കെതിരെ വോട്ടു രേഖപ്പെടുത്തി. ഇന്തോചൈനയിലെ ഗാളിസ്റ്റുകളുടെ എതിർപ്പ്, വാസ്തവത്തിൽ, അതിരൂക്ഷമായിരുന്നു. അവിടെ ഭരണഘടനക്കെതിരെ 8313 വോട്ട് പോൾ ചെയ്തപ്പോൾ അനുകൂലിച്ച് പോൾ ചെയ്യപ്പെട്ട വോട്ട് കേവലം 1701 ആയിരുന്നു. കോളനികളിൽ പൊതുവെയും ഇന്തോചൈനയിൽ വിശേഷിച്ചും പാർക്കുന്നവരുടെ പിന്തിരിപ്പൻ രാഷ്ട്രീയ പ്രവണതകളെയാണ് ഇത് പ്രതിഫലിപ്പിച്ചത്.

നവംബർ 10 ാംതീയതി അഞ്ചാണ്ടത്തെ കാലാവധിയുള്ള ദേശീയ അസംബ്ലിയിലേക്ക് പൊതുതെരഞ്ഞെടുപ്പ് നടന്നു. 24 സീറ്റ് കൂടുതൽ നേടിക്കൊണ്ട് ഫ്രഞ്ചുകമ്യൂണിസ്റ്റ് പാർട്ടി പുറത്തുവന്നപ്പോൾ സോഷ്യലിസ്റ്റ് പാർട്ടിക്ക് 20 സീറ്റ് നഷ്ടമായി. കമ്യൂണിസ്റ്റുപാർട്ടിയുടെ വിജയം ശ്രദ്ധേയമായിരുന്നു. എങ്കിലും പിന്തിരിപ്പൻശക്തികളും കരുത്താർജിച്ചു. ഉദാഹരണത്തന് എം ആർ പി; കാർടൽ ദെഗാഷെ (ഒരു വലതുപക്ഷ ഗ്രൂപ്പ്) എന്നിവ മുമ്പത്തേക്കാൾ കൂടതൽ വോട്ടുനേടി. അങ്ങനെ ഫ്രഞ്ച് രാഷ്ട്രീയശക്തികൾ രണ്ട് എതിർചേരികളിലായി അണിനിരന്നു.

ആ പരിതഃസ്ഥിതികളിൽ, ഇന്തോചൈനാപ്രശ്നം, അപ്രധാനമായ ഒന്നായി തള്ളപ്പെട്ടുപോയില്ല. എന്നല്ല, ഫ്രഞ്ചുരാഷ്ട്രീയത്തിലെ സുപ്രധാനമായ ഒരു പ്രശ്നമായി അതുയർന്നുവന്നു. തങ്ങളുമായി സഹകരി

ക്കുന്ന രാഷ്ട്രങ്ങളുമായുള്ള ബന്ധങ്ങളിൽ ജനാധിപത്യത്തിലും സ്വയം നിർണയാവകാശത്തിലും അധിഷ്ഠിതമായ ഒരു നയം ഫ്രാൻസ് സ്വീകരിക്കണം; ബലപ്രയോഗത്തിലും മർദനത്തിലും ഊന്നിനിന്നുകൊണ്ടുള്ള നയത്തിനുപകരം രഞ്ജിപ്പിലും സഹകരണത്തിലും ഊന്നിനിന്നുകൊണ്ടുള്ള ഒരു നയം സ്വീകരിക്കണം. എന്ന് ഫ്രാൻസിലെ പുരോഗമനവാദികൾ അഭിപ്രായപ്പെട്ടു. അതിനു നേർവിപരീതമായ ഒരു നയം സ്വീകരിക്കണമെന്ന പക്ഷക്കാരായിരുന്നു പിന്തിരിപ്പൻശക്തികൾ. സാർവദേശീയരംഗത്ത് ഫ്രാൻസിന് അതിന്റെ ശക്തിയും യശസ്സും വീണ്ടെടുക്കണമെങ്കിൽ അത് ഒരു കടുത്ത നയം അവലംബിക്കണമെന്നും വിദേശ രാജ്യങ്ങളിൽമേലുള്ള മേധാവിത്വം നിലനിർത്തണമെന്നും അവർ വെട്ടിത്തുറന്ന് പറഞ്ഞു.

കഴിഞ്ഞ ഏതാനും വർഷങ്ങൾക്കിടയിൽ ഇന്തോചൈനയിലുണ്ടായ മഹത്തും അഗാധവുമായ മാറ്റങ്ങളിൽനിന്ന് ഫ്രഞ്ചു ഭരണവിഭാഗങ്ങൾ- വൻകിട ബിസിനസുകാരും അവരുടെ ശമ്പളംപറ്റുന്ന രാഷ്ട്രീക്കാരും - യാതൊരു പാഠവും ഉൾക്കൊണ്ടിട്ടില്ലെന്ന് തോന്നിപ്പോയി. തങ്ങളുടെ കോളനികളുടെ മൊത്തംവിസ്തീർണത്തിൽ പതിനാറിൽ ഒരുഭാഗം മാത്രം വരുന്നതും ജനസംഖ്യയിൽ അഞ്ചിലൊന്ന് പാർക്കുന്നതും ആണ്ടിൽ ഒരു ബില്യൻ ഫ്രാങ്കിലേറെ സമ്പാദിച്ചുതരുന്നതുമായ ഇന്തോചൈനയെ സംബന്ധിച്ചുള്ള 'തങ്കക്കിനാവു'കളെ അവർ അപ്പോഴും താലോലിച്ചുകൊണ്ടിരുന്നു. 1900 ത്തിനും 1945 നുമിടയിൽ ഇന്തോചൈനാബാങ്കിന്റെ ലാഭം 33 മടങ്ങ് വർധിച്ചു. രണ്ടാംലോകമഹായുദ്ധത്തിനു മുമ്പ് ഫ്രഞ്ചുകുത്തക ഏറ്റവും കൂടുതൽ മൂലധനനിക്ഷേപം നടത്തിയത് ഇന്തോചൈനയിലായിരുന്നു - 520 ലക്ഷത്തിലേറെ ഫ്രാങ്ക്.

സാമ്രാജ്യത്വ സഖ്യശക്തികൾ നൽകുന്ന പണത്തിന്റെയും ആയുധങ്ങളുടെയും സഹായത്തോടെ ഇന്തോചൈനയിൽ ക്രമസമാധാനം പുനഃസ്ഥാപിക്കാൻ യാതൊരു വിഷമവുമുണ്ടാകുകയില്ലെന്ന് ലക്ഷപ്രഭുക്കൾ കരുതി. ഇന്തോചൈനാപ്രശ്നം സംബന്ധിച്ച് അപ്പോൾ അമേരിക്കയും ബ്രിട്ടനും സ്വീകരിച്ച നിലപാട് ഫ്രാൻസിന് വളരെയധികം അനുകൂലവുമായിരുന്നു. സിറിയയിൽനിന്നും ലബനോണിൽനിന്നും ഫ്രാൻസിനെ പുറത്താക്കിയതിനുശേഷം ബ്രിട്ടൻ അവരോടുള്ള നിലപാടൊക്കെ മാറ്റി. ഫ്രാൻസുമായി സമാധാനത്തിലെത്താൻ അവർ ആഗ്രഹിച്ചു. അപ്പോഴേക്കും അമേരിക്കയിൽ റൂസ്വെൽറ്റ് മരിച്ച് ട്രൂമാൻ അധികാരത്തിൽ വന്നിരുന്നു. അയാൾ ഫ്രാൻസിനെ വശീകരിക്കാനുള്ള ശ്രമം തുടങ്ങി; ദീ ഗാളിനെ വാഷിങ്ടണിലേക്ക് ക്ഷണിച്ചു: ജപ്പാന്റെ കീഴടങ്ങൽ ചടങ്ങിൽ പങ്കെടുക്കാൻ ഒരു ഫ്രഞ്ചുപ്രതിനിധിയെ അയക്കാൻ അഭ്യർഥിച്ചു; പിന്നീട് ഫ്രാൻസിന് വായ്പയും മറ്റുസഹായങ്ങളും വാഗ്ദാനം നൽകി. മാർഷൽപദ്ധതിയിലൂടെ ഫ്രാൻസിന്റെമേൽ ആധിപത്യം സ്ഥാപിക്കുകയും യൂറോപ്പിലെ ഒരു കമ്യൂണിസ്റ്റ് വിരുദ്ധ ശക്തികേന്ദ്രമായി അതിനെ മാറ്റിയെടുക്കുകയുമായിരുന്നു വാസ്തവത്തിൽ

അമേരിക്കയുടെ ഉദ്ദേശ്യം. ഇന്തോചൈനയെ സംബന്ധിച്ചാണെങ്കിൽ ആ തെക്കുകിഴക്കനേഷ്യൻ ഉപഭൂഖണ്ഡത്തിൻമേൽ അമേരിക്കക്ക് ഒരു കണ്ണുണ്ടായിരുന്നു. അവർ ഫ്രാൻസിന്റെ ഇന്തോചൈനാ നയത്തെ എതിർക്കുകയും ഫ്രാൻസ് ഇന്തോചൈനയിലെ രാജ്യങ്ങൾക്ക് കൂടുതൽ അധികാരങ്ങൾ നൽകുകയോ ഇന്തോ ചൈനയെ 50 വർഷത്തേക്ക് സാർവദേശീയവൽക്കരിക്കുകയോ ചെയ്യണമെന്ന് ആവശ്യപ്പെടുകയും ചെയ്തിരുന്നു. ഈ നിർദേശങ്ങളെ ഫ്രാൻസ് ശക്തിയുക്തമെതിർത്തു. ബ്രിട്ടനും അതിൽ വലിയ താൽപ്പര്യമൊന്നും കാട്ടിയില്ല. ഇന്തോ ചൈനയിൽനിന്ന് ഫ്രഞ്ചുകാരെ പുറത്തു ചാടിക്കുന്നതിനുവേണ്ടി ജിയാങ് കയ്ഷെക്കിനെ ഉപയോഗിക്കുന്ന കാര്യവും അമേരിക്ക പരിഗണിച്ചു നോക്കി. എന്നാൽ ജിയാങ് കയ്ഷെക് അതിനത്ര പറ്റിയതല്ലെന്ന് അവർക്ക് ബോധ്യമായി. അതിനാൽ അവരിപ്പോൾ ചുവടൊന്ന് അൽപ്പം മാറ്റിച്ചവിട്ടി. ഇന്തോചൈനയിലെ വിപ്ലവപ്രസ്ഥാനത്തെ അടിച്ചമർത്തുന്നതിന് ഫ്രാൻസിനെ ഉപയോഗിക്കണമെന്ന് അവർ തീരുമാനിച്ചു. കാരണം, തങ്ങൾക്കുപറ്റിയ ദീർഘകാലപദ്ധതി ആവിഷ്കരിക്കാൻ കൂടുതൽ സമയം ആവശ്യമാണ്. അങ്ങനെ ഫ്രഞ്ചുകുത്തകകൾ അമേരിക്കയുടെ ആശ്രിതരായിത്തീർന്നു.

പൊതുതെരഞ്ഞെടുപ്പ് കഴിഞ്ഞു. എക്സിക്യൂട്ടീവ് അധികാരം ദേശീയഅസംബ്ലിക്ക് വിട്ടുകൊടുക്കാൻ ബിദൗൾത് ബാധ്യസ്ഥനായി. 1947 ജനുവരി മധ്യംവരെ പുതിയ ഭരണഘടനക്ക് പ്രാബല്യമില്ലാതിരുന്നതുകൊണ്ട് ദേശീയഅസംബ്ലിക്ക് ഒരു താൽക്കാലിക ഗവൺമെന്റിനെ നോമിനേറ്റ് ചെയ്യേണ്ടിവന്നു. വീണ്ടും രാഷ്ട്രീയപാർട്ടികൾക്കിടയിൽ മത്സരമായി, താൽക്കാലികഗവൺമെന്റിലെ പ്രസിഡന്റ് സ്ഥാനത്തിനുവേണ്ടി.

നവംബർ മധ്യത്തിൽ ദ് അർഗൻ ല്യൂ ഫ്രാൻസിലേക്ക് മടങ്ങി. അതോടെ സെപ്തംബർ 14 ാം തീയതി ഫ്രഞ്ചുഗവൺമെന്റംഗീകരിച്ച മോദുസ് വിവേന്ദി ഇന്തോചൈനയിലെ പിന്തിരിപ്പൻ കൊളോണിയലിസ്റ്റുകൾ പിന്തുടർന്ന നയത്തിന് ഒരുതരത്തിൽ കനത്ത ആഘാതമായി. മാർച്ച് ആറിന്റെ പ്രാരംഭകരാറിലെ ചില വ്യവസ്ഥകളോടും അതിന്റെ വികാരത്തോടുമുള്ള അനുഭാവം ഫ്രഞ്ചുഗവൺമെന്റ് ആവർത്തിച്ച് പ്രഖ്യാപിച്ചതോടെ സൈഗോണിലെ വിയത്നാം വഞ്ചകരുടെ മനക്കരുത്ത് ആകപ്പാടെ തകർന്നുപോയി. പുതിയ ഭരണഘടനയുടെ അംഗീകാരവും പൊതുതെരഞ്ഞെടുപ്പിൽ കമ്യൂണിസ്റ്റ് പാർട്ടിക്കുണ്ടായ വിജയവുംപോലുള്ള ഫ്രാൻസിലെ പുതിയ സംഭവവികാസങ്ങൾ ദ് അർഗൻ ല്യൂവിനെയും ഇന്തോചൈനയിലെ ഫ്രഞ്ച് പിന്തിരിപ്പൻമാരെയും വ്യാകുലരാക്കി. സൈഗോൺ വിടുന്നതിനുമുമ്പ് ഭാവിനയങ്ങളെക്കുറിച്ച് ദ് അർഗൻ ല്യൂ വല്ലൂയുമായി വിശദമായി ചർച്ച നടത്തി.

കാവൽ ഗവൺമെന്റായി പ്രവർത്തിച്ചു പിരിഞ്ഞുപോകുന്ന ബിദൗൾ മന്ത്രിസഭയിൽ തനിക്ക് പിന്തുണ നൽകാൻ തയാറാവുന്ന വിശ്വസ്തരെ ഹൈക്കമീഷണർ കണ്ടെത്തിയിരുന്നു. ഫ്രാൻസ് ക്ഷീണിച്ചുകൊണ്ടിരി

ക്കുകയാണെന്നും സാർവദേശീയരംഗത്ത് അതിന്റെ പങ്ക് നിഷ്പ്രഭമായിക്കൊണ്ടിരിക്കുകയാണെന്നുമുള്ള ഒരു ബോധം അപ്പോഴേക്കും ഫ്രഞ്ച് ഭരണവൃത്തങ്ങൾക്കിടയിൽ വ്യാപകമായിക്കഴിഞ്ഞിരുന്നു. ദ് അർഗൻ ല്യൂ ഇത് മനസിലാക്കി. ഈ വികാരത്തിൽനിന്ന് മുതലെടുപ്പുനടത്താൻതന്നെ അയാൾ തീരുമാനിച്ചു. ഇന്തോചൈനയിൽനിന്ന് ഫ്രാൻസിനെ പുറത്താക്കാൻ വിയത് മിഞ് ശ്രമിക്കുകയാണെന്നും ശക്തമായ ഒരു നയമാവിഷ്കരിച്ചാൽ മാത്രമേ അവിടെ പിടിച്ചുനിൽക്കാൻ കഴിയുള്ളുവെന്നും ഇന്തോചൈനീസ് കമ്യൂണിസ്റ്റ് പാർട്ടിക്കും പ്രസിഡന്റ് ഹോചിമിനും നൽകുന്ന ആനുകൂല്യങ്ങൾ ഫ്രഞ്ചു യൂണിയനെയാകെ അപകടപ്പെടുത്തുകയേ ഉള്ളുവെന്നും ഫ്രഞ്ചുഗവൺമെന്റിനെ ബോധ്യപ്പെടുത്താൻ ദ് അർഗൻ ല്യൂ ശ്രമിച്ചു.

ഹൈഫോങ് സംഘട്ടനം ദ് അർഗൻ ല്യൂവിന് ഒരവസരം നൽകി. വല്ലൂയുടെ കടന്നാക്രമണങ്ങൾക്കെതിരെ ഞങ്ങൾ നടത്തിയ ചെറുത്തുനിൽപ്പ് ഫ്രഞ്ചുകാരെ പുറത്താക്കുന്നതിന് ഞങ്ങൾ നടത്തിയ ബലപ്രയോഗമായി അയാൾ ചിത്രീകരിച്ചു. ഫ്രാൻസിലെ വലതുപക്ഷപത്രങ്ങൾ വലിയ ഒച്ചപ്പാടുണ്ടാക്കി. അവ എഴുതി: "ഫ്രഞ്ചുപട ഒരിക്കൽക്കൂടി വിയത് മിഞ് ഗൂഢാലോചനയ്ക്കിരയായിരിക്കുന്നു! അനുരഞ്ജനവും പിൻവാങ്ങലുമെന്ന നയത്തിനു പകരം കർക്കശമായ ഒരു നയമാവിഷ്ക്കരിക്കണം!"

നവംബർ 23-ാം തീയതി, ഇന്തോചൈനാകാര്യങ്ങളുടെ ചുമതലവഹിക്കുന്ന ഇന്റർമിനിസ്റ്റീരിയൽ കൗൺസിൽ സമ്മേളിച്ചു. അപ്പോഴും അതിന്റെ അധ്യക്ഷനായിരുന്ന വരേനെയാണ് അത് വിളിച്ചുകൂട്ടിയത്. ഹൈക്കമിഷണറിൽനിന്നുള്ള റിപ്പോർട്ട് കേട്ടതിനുശേഷം ആവശ്യമാണെങ്കിൽ കരാർലംഘനത്തിനെതിരെ ബലംപ്രയോഗിക്കാൻ യോഗം തീരുമാനിച്ചു. താമസമുണ്ടായില്ല. ഗവൺമെന്റും പാർട്ടികളും കർക്കശമായൊരു രാഷ്ട്രീയനയം അംഗീകരിച്ചിരിക്കുകയാണെന്നു പറഞ്ഞ് ദ് അർഗൻ ല്യൂ വല്ലൂയ്ക്ക് ഒരു കേബിൾ സന്ദേശമയച്ചു.

58

വ്യാപകമായ സന്നാഹങ്ങൾ

ഹൈഫോങ്ങിലെ സംഘട്ടനത്തിനിടയിൽ 1946 ഏപ്രിൽ 10 ന് എഴുതിയ സുപ്രധാനമായ ഒരു സർക്കുലർ ശത്രുക്കളിൽനിന്ന് ഞങ്ങൾ പിടിച്ചെടുത്തു. തങ്ങളെ ഒരു പ്രദേശത്തേക്ക് നിയോഗിച്ചാലുടനെ ആ പ്രദേശത്തിന്റെ സംരക്ഷണത്തിനാവശ്യമായ ഒരു പദ്ധതി തയാറാക്കുക; പട്ടണത്തിൽ സൈന്യങ്ങൾക്ക് എങ്ങും സഞ്ചരിക്കാൻവേണ്ട സൗകര്യം ഉണ്ടാക്കുക തുടങ്ങിയ, ഫ്രഞ്ചുസൈനിക കമാൻഡർമാർക്കുള്ള നിർദേശങ്ങൾ അടങ്ങിയിരുന്നു അതിൽ. പട്ടണത്തിലെ സംഘടനകൾ, പ്രാദേശികനേതാക്കൾ, അവരുടെ പശ്ചാത്തല സ്വഭാവങ്ങൾ, താമസസ്ഥലങ്ങൾ ഇത്യാദി കാര്യങ്ങളെക്കുറിച്ച വിവരങ്ങൾ ശേഖരിക്കണമെന്നും സംഘടനയുടെ പ്രവർത്തനങ്ങളും നേതാക്കളുടെ നീക്കങ്ങളും നിരന്തരം വീക്ഷിക്കണമെന്നും അതിൽ പറഞ്ഞിരുന്നു. സൈനികപ്രവർത്തനത്തെ അധിനിവേശപ്രവർത്തനമാക്കി എന്നുവേണമെങ്കിൽ മാറ്റാൻ കഴിയണം എന്നായിരുന്നു ഉദ്ദേശ്യം.

അതേസമയം തന്നെ, ഉത്തരവു ലഭിച്ചാൽ ഞങ്ങളുടെ ആൾക്കാരെ തട്ടിക്കൊണ്ടുപോകാനോ കൊല്ലാനോവേണ്ടി വേഷംമാറിനടക്കുന്ന പ്രത്യേകസേനാവിഭാഗം രൂപീകരിക്കണമെന്നും അതിൽ നിർദേശിക്കപ്പെട്ടിരുന്നു. ഈ രഹസ്യരേഖ ഫ്രഞ്ചുപിന്തിരിപ്പൻമാരുടെ കുടിലതന്ത്രങ്ങൾ വെളിവാക്കുകയും അവരുടെ ദുഃസ്വഭാവം മറനീക്കിക്കാണിക്കുകയും ചെയ്തു.

വടക്കൻവിയത്നാമിലെ ഏറ്റവും വലിയ രണ്ടാമത്തെ പട്ടണമായ ഹൈഫോങ്ങിലെ തുറമുഖത്തിനുനേരെ വല്ലൂയുടെ സൈന്യം നടത്തിയ ആക്രമണം ഫ്രഞ്ചുകടന്നാക്രമങ്ങളുടെ ചരിത്രത്തിൽ ഒരു പുതിയഘട്ടം കുറിച്ചു. വ്യാപകമായ ഒരു യുദ്ധത്തിന്റെ മുന്നറിയിപ്പു നൽകിക്കൊണ്ട്

ഇരുണ്ട കാർമേഘങ്ങൾ രാജ്യത്തിനുമുകളിൽ ഉരുണ്ടുകൂടിക്കൊണ്ടിരുന്നു. തുടർന്നുള്ള ദിവസങ്ങളിൽ ഒന്നിനുപിറകെ മറ്റൊന്നായി പുതിയ പുതിയ സംഭവങ്ങൾ ഉണ്ടായി.

ഭാവിചരിത്രകാരന്മാർ ഈ സംഭവങ്ങളിൽ ആണ്ടിറങ്ങുകയും ശത്രുക്കളുടെ ലക്ഷ്യങ്ങളും പ്രവർത്തനങ്ങളും സംബന്ധിച്ച് സമഗ്രമായ ഒരു വിശകലനം നടത്തുകയും പാർട്ടിയുടെ സുവ്യക്തമായ നയത്തെയും അതിന്റെ പ്രായോഗികവും സമയോചിതവുമായ നിർദേശങ്ങളെയും സംശയാതീതമാംവണ്ണം തെളിയിക്കുകയും ഞങ്ങളുടെ ജനങ്ങളുടെ സൈന്യത്തിന്റെയും കിടയറ്റ ദേശാഭിമാനത്തിന്റെയും മഹത്തായ ചെറുത്തുനിൽപ്പിനാവശ്യമായ തയാറെടുപ്പിന്റെയും മേൽ വെളിച്ചം ചൊരിയുകയും ചെയ്യും. ഒരു ചരിത്രകാരന്റെ പങ്ക് നിർവഹിക്കണമെന്ന ഉദ്ദേശ്യം എനിക്കില്ല. പരക്കെ, അറിയപ്പെടുന്ന പ്രധാനപ്പെട്ട സംഭവവികാസങ്ങൾ വിലയിരുത്തുക; ആ പശ്ചാത്തലത്തിൽ 1946 ഡിസംബറിലെ ഹോ അമ്മാവന്റെ പ്രവർത്തനങ്ങൾ വെളിവാക്കുക (അത്യന്തം പ്രാധാന്യമേറിയ ഈ ഘട്ടത്തിലെ അവസാനമാസമായിരുന്നു ഡിസംബർ) – ഇത്രമാത്രമേ എനിക്കുദ്ദേശ്യമുള്ളു.

നവംബർ 28 ാം തീയതി മോർളിയെറിൽ നിന്ന് ഞങ്ങൾക്കു ലഭിച്ച കുറിപ്പിന് ഒരന്ത്യശാസനത്തിന്റെ സ്വഭാവമുണ്ടായിരുന്നു. അതാവട്ടെ, ഞങ്ങൾക്ക് സ്വീകാര്യമല്ലായിരുന്നു. മോർളിയെർ എല്ലാവിധ കൂടിയാലോചനകളും തള്ളിക്കളഞ്ഞു.

ഡിസംബരാദ്യം സെയ്ന്തിനി ഹാനോയിലെത്തിച്ചേർന്നു. അയാൾ പ്രസിഡന്റ് ഹോവിനോട് തന്റെ ബഹുമാനം പ്രകടിപ്പിക്കുന്നതിന് ബാക് ബൊ കൊട്ടാരത്തിലേക്ക് പോയി. സെയ്ന്തിനി ഫ്രാൻസിലായിരുന്നകാലം മുഴുവൻ ഹൈക്കമീഷണറുദ്യോഗം സൈന്യത്തിന്റെ കൈവശമായിരുന്നു. കാരണം, മാർച്ച് ആറിന്റെ കരാർ ഒപ്പുവയ്ക്കുന്നതിൽ നേരിട്ട് ബന്ധപ്പെട്ടവരുമായി ചേർന്ന് പ്രവർത്തിക്കാൻ ദ് അർഗൻ ല്യു തയാറായിരുന്നില്ല. സെയ്ന്തിനിയെ ഇന്തോചൈനയിലേക്കു തന്നെ തിരിച്ചയക്കാൻ മൗതെയാണ് തീരുമാനിച്ചത്. ഹാനോയിൽ പോകാനനുവദിക്കുന്നതിനു മുമ്പ് അയാളെ കുറച്ചുകാലം സൈഗോണിൽ നിർത്തി.

സെപ്തംബർ 14 ന്റെ മോദുസ് വിവേന്ദിയിൽ താൻ കർശനമായും ഉറച്ചുനിൽക്കുമെന്ന് പ്രസിഡന്റ് ഹോ പ്രസ്താവിച്ചു. ഏറ്റുമുട്ടലാരംഭിക്കുന്നതിന് മുമ്പുണ്ടായിരുന്ന സ്ഥലങ്ങളിലേക്ക് ഫ്രഞ്ചുസൈന്യങ്ങളെ മടക്കി അയക്കാൻ അദ്ദേഹം ആവശ്യപ്പെട്ടു. താൻ നാട്ടിലേക്ക് ഒരടിയന്തര റിപ്പോർട്ടയക്കാമെന്നും ഫ്രഞ്ചുഗവൺമെന്റിന്റെ ഏറ്റവും ഒടുവിലത്തെ തീരുമാനം ലഭിച്ചുകഴിഞ്ഞാലുടനെ അത് ഞങ്ങളെ അറിയിക്കാമെന്നും സെയ്ന്തിനി വാഗ്ദാനംചെയ്തു.

ഫ്രഞ്ചുസൈന്യങ്ങൾ ഹാനോയിലും പ്രകോപനപരമായ പ്രവർത്തനങ്ങൾ നടത്താൻ തുടങ്ങി. കടകൾ കൊള്ളയടിച്ചും പ്രസിദ്ധീകരണങ്ങൾ വലിച്ചുകീറിയും വാർത്താവിതരണകേന്ദ്രങ്ങൾ പ്രദർശിപ്പിച്ച

ഫോട്ടോകൾ നശിപ്പിച്ചും വിയത്നാമീസ് പതാകതന്നെ തട്ടിയെടുത്തും ചുവപ്പുതൊപ്പി ധരിച്ച വിദേശസൈനികവ്യൂഹങ്ങൾ ത്രാങ് തിയൻ തെരുവിലൂടെ ചുറ്റിക്കറങ്ങി. മോട്ടോർ സൈക്കിളിൽ യാത്രചെയ്ത പട്രോൾ സംഘം ജനങ്ങൾ തിങ്ങിനിറഞ്ഞ തെരുവിലൂടെ യാതൊരു വകതിരുവുമില്ലാതെ തങ്ങളുടെ വാഹനം ഓടിച്ചുകൊണ്ടുപോയി. അവർ ബോധപൂർവം റോഡപകടങ്ങൾ സൃഷ്ടിക്കുകയും ഞങ്ങളുടെ ട്രാഫിക് പൊലീസിന് വലിയ വിഷമതകളുണ്ടാക്കുകയും ചെയ്തു. ഒരിക്കൽ ഓടിപ്പോകുന്ന ജീപ്പ് പെട്ടെന്ന് നിർത്തുകയും അതിൽനിന്ന് ചാടിയിറങ്ങിയ പട്ടാളക്കാർ ഒരു വഴിയാത്രക്കാരനെ ജീപ്പിൽ വലിച്ചുകയറ്റി തങ്ങളുടെ ബാരക്കുകളിലേക്ക് കൊണ്ടുപോയി... ഇതൊക്കെ സാധാരണ സംഭവങ്ങളായിത്തീർന്നു. ജിയാങ് സൈന്യങ്ങൾ സ്വരാജ്യത്തേക്ക് തിരിച്ചുപോയതോടെ അവസാനിച്ച തട്ടിക്കൊണ്ടുപോകൽ പരിപാടി ഇപ്പോൾ ഫ്രഞ്ചുസൈന്യങ്ങൾ പുനരാരംഭിച്ചു. ഫ്രഞ്ചുസൈന്യങ്ങൾ തങ്ങളുടെ വീടുകളുടെ മുകളിൽനിന്ന് ട്രാമുകളുടെ നേരെ നിറയൊഴിച്ചു. അവരുടെ കവചിതകാറുകൾ രാപ്പകൽ ഭേദമില്ലാതെ ചുറ്റിക്കറങ്ങിക്കൊണ്ടിരുന്നു. ഏതുസമയത്തും തീവ്രമായ സംഘട്ടനം പൊട്ടിപ്പുറപ്പെടാമെന്ന നിലയിലായിരുന്നു.

ഡിസംബർ ഏഴാം തീയതി, ഹൈഫോങ്ങിലെ ഫ്രഞ്ചുസൈന്യം, ദോ സോണിലേക്ക് കടന്നുപോകുന്നതിന് ഒരു പുതിയ ആക്രമണം നടത്തി. പക്ഷെ, ഞങ്ങൾ ശക്തമായി തിരിച്ചടിക്കുകയും അവർക്ക് പിന്തിരിയേണ്ടിവരികയും ചെയ്തു.

ഡിസംബർ എട്ടാം തീയതി ഫ്രഞ്ചുകാർ ഹാനോയ്-ഹൈഫോങ് റോഡിലുള്ള ഹായ് ദുവോങ്ങിൽ നിയമവിരുദ്ധമായി തങ്ങളുടെ ശക്തി വർധിപ്പിച്ചു.

ഡിസംബർ ഒൻപതാം തീയതി അവർ 800 പുതിയ പട്ടാളക്കാരെ നിയമിവിരുദ്ധമായി ദാ നാങ്ങിൽ കൊണ്ടുചെന്നിറക്കി. അതിൽ പ്രതിഷേധിച്ചുകൊണ്ട് പ്രസിഡന്റ് ഹോ ദ് അർഗൻ ല്യൂവിനും ഫ്രഞ്ചുഗവൺമെന്റിനും ഓരോ കുറിപ്പയച്ചു.

ഡിസംബർ 12 ാം തീയതി, ഫ്രഞ്ചുപട്ടാളക്കാർ തീൻ യെന്നിലെയും ദിഞ് ലാപ്പിലെയും ഞങ്ങളുടെ പട്ടാളത്തിനുനേരെ ആക്രമണം നടത്തി. വടക്കുകിഴക്കൻഭാഗത്ത് പോരാട്ടം പടർന്നുപിടിച്ചു.

ഡിസംബർ 13 ാം തീയതി ഒരു കൂറ്റൻ ഫ്രഞ്ച് പടക്കപ്പൽ ദാ നാങിൽ നങ്കൂരമിട്ടു.

ഡിസംബർ 14-ാം തീയതി വീണ്ടും 400 പട്ടാളക്കാർ കൂടി ഹൈഫോങിലെത്തിച്ചേർന്നു.

അൾജീരിയയിലുള്ള ഫ്രഞ്ചുപട്ടാളക്കാരുടെ ഒരു വലിയ ഭാഗം ഇന്തോചൈനയിലേക്ക് കപ്പൽകയറുന്നതിനുവേണ്ടി മാർസിലസിലേക്ക് തിരിച്ചയക്കുകയാണെന്ന് ഡിസംബർ 15 ാം തീയതി എ എഫ് പി റിപ്പോർട്ട് ചെയ്തു.

സംഭവങ്ങളുടെ പോക്ക് കണ്ടപ്പോൾ വ്യാപകമായ ഒരു യുദ്ധത്തിന്റെ അനിവാര്യത വ്യക്തമാക്കി. ഇത് പാർട്ടി മുൻകൂട്ടിക്കാണുകയും ചെയ്തിരുന്നു. കൂടിയാലോചനകൾക്കുള്ള സാധ്യത സൃഷ്ടിക്കാൻ ആവുന്നത്ര ശ്രമിക്കുന്നതോടൊപ്പം നീണ്ടുനിൽക്കുന്ന ഒരു ചെറുത്തുനിൽപ്പ് യുദ്ധത്തിനുവേണ്ടിയുള്ള തയാറെടുപ്പും ഞങ്ങൾ ശക്തിപ്പെടുത്തിക്കൊണ്ടിരുന്നു.

ഡിസംബർ ഏഴാം തീയതി *പാരീസ് സൈഗോൺ* എന്ന പത്രത്തിന്റെ പ്രതിനിധി പ്രസിഡന്റ് ഹോവുമായി ഒരു ഇന്റർവ്യൂ നടത്തി. ഹോ പറഞ്ഞു:

> ഞാനും എന്റെ സഹപ്രവർത്തകരും ആത്മാർഥമായി സമാധാനം ആഗ്രഹിക്കുന്നു. ഞങ്ങൾക്ക് യുദ്ധം ആവശ്യമില്ല. ഫ്രാൻസിലെ ജനങ്ങൾക്കും അതാവശ്യമില്ലെന്ന് എനിക്കറിയാം. ഒരു യുദ്ധം ഞങ്ങളുടെമേൽ അടിച്ചേൽപ്പിക്കുകയാണെങ്കിൽ, ഞങ്ങൾ പോരാടും. പോരാട്ടം ക്രൂരമായിരിക്കും. എങ്കിലും തങ്ങളുടെ സ്വാതന്ത്ര്യം നഷ്ടപ്പെടുന്നതിനേക്കാൾ അത് സഹിക്കാനാണ് വിയത്നാമിലെ ജനങ്ങൾ കൂടുതലിഷ്ടപ്പെടുക.

സോൺ ലാ, ലാങ് സോൺ, ഹൈഫോങ്, കിയൻ ആൻ എന്നിവിടങ്ങളിൽ ഫ്രഞ്ചുപിന്തിരിപ്പന്മാർ അഴിച്ചുവിട്ട യുദ്ധം വടക്കുമുതൽ തെക്കുവരെ രാജ്യവ്യാപകമായ ഒരു പ്രതിഷേധപ്രസ്ഥാനത്തിന് ജന്മം നൽകി. നിശ്ചയദാർഢ്യത്തോടുകൂടി ദേശീയപരമാധികാരം സംരക്ഷിക്കാൻ അഭ്യർഥിച്ചുകൊണ്ടും പിതൃരാജ്യത്തിന്റെ ഓരോ ഇഞ്ച് ഭൂമിയും സംരക്ഷിക്കാൻ ജീവൻപോലും ത്യജിക്കുന്നതിന് തങ്ങൾ തയാറാണെന്നറിയിച്ചുകൊണ്ടും 90 ലക്ഷം അംഗങ്ങളുടെ പേരിൽ വിയത് മിഞ് നാഷണൽ കമ്മിറ്റി പ്രസിഡന്റ് ഹോവിന് ഒരു തുറന്ന കത്തയച്ചു. ഫ്രഞ്ചുപട്ടാളത്തിന്റെ കടന്നാക്രമണപദ്ധതികൾ തകർക്കാനുള്ള ശ്രമത്തിൽ തങ്ങളുടേതായ സംഭാവനകൾ നൽകാനാഹ്വാനം ചെയ്തുകൊണ്ട് യുവജന-മഹിളാ-അധ്യാപകസംഘടനകൾ അഭ്യർഥനകൾ പുറപ്പെടുവിച്ചു.

“മുഴുവൻ ജനങ്ങളും ചെറുത്തുനിൽപ്പിൽ പങ്കെടുക്കുക.” “നീണ്ടുനിൽക്കുന്ന ഒരു ചെറുത്തുനിൽപ്പ് യുദ്ധത്തിന് തയാറാവുക”, “ചെറുത്തുനിൽപ്പുയുദ്ധത്തിന് സജീവമായ തയാറെടുപ്പുനടത്തുക” “ചെറുത്തുനിൽപ്പിന്റെ അർഥം ജീവിതം, ചെറുത്തുനിൽപ്പ് നടക്കാതിരിക്കൽ മരണവും” ആദിയായ മുദ്രാവാക്യങ്ങൾ *കുക്വോക്* (*ദേശീയമോചനം*) എന്ന പത്രത്തിൽ ദിനംപ്രതി വന്നുകൊണ്ടിരുന്നു. പട്ടാളത്തിന്റെയും സിവിലിയൻമാരുടെയും ഭരണകർത്താക്കളുടെയും പ്രതിനിധികളടങ്ങിയ പ്രതിരോധകമ്മിറ്റികൾ വിവിധ മേഖലകളിലും പ്രവിശ്യകളിലും പട്ടണങ്ങളിലും (പിന്നീടവ ചെറുത്തുനിൽപ്പ് കമ്മിറ്റികളായി രൂപാന്തരപ്പെട്ടു) സ്ഥാപിക്കപ്പെട്ടു. പ്രസിഡന്റ് ഹോവിലും ഗവൺമെന്റിലും പൂർണമായ വിശ്വാസം പ്രകടിപ്പിച്ചുകൊണ്ടും പിതൃരാജ്യത്തിന്റെ സ്വാതന്ത്ര്യം സംര

ക്ഷിക്കാൻ അവസാനം വരെ പോരാടുമെന്ന് പ്രതിജ്ഞയെടുത്തുകൊണ്ടും രാജ്യത്തിന്റെ ഓരോ മുക്കിലും മൂലയിലും നിന്ന് തലസ്ഥാനനഗരിയിലേക്ക് കമ്പിസന്ദേശങ്ങൾ പ്രവഹിച്ചു.

ശത്രുക്കളിൽനിന്ന് പൊടുന്നനെ ആക്രമണമുണ്ടായേക്കാനിടയുള്ളതുകൊണ്ട് ഹാനോയിൽനിന്നും മറ്റു പട്ടണങ്ങളിൽനിന്നും വൃദ്ധൻമാരെയും കുട്ടികളെയും ഒഴിപ്പിക്കാൻ തുടങ്ങി.

ഈ സമയമായപ്പോഴേക്കും ഞങ്ങളുടെ സൈന്യം ഗണ്യമായി വളർന്നുകഴിഞ്ഞിരുന്നു; ദേശീയപ്രതിരോധ ഗാർഡ് ശക്തിപ്പെടുകയും വിയത്നാം ജനാധിപത്യറിപ്പബ്ലിക്കിലെ ദേശീയസേനയായി അത് രൂപാന്തരപ്പെടുകയും ചെയ്തുകഴിഞ്ഞിരുന്നു. ആദ്യത്തെ ആർട്ടിലറി വിഭാഗവും സ്ഥാപിക്കപ്പെട്ടുകഴിഞ്ഞിരുന്നു.

ഒക്ടോബർ മധ്യത്തിൽ ഞങ്ങളുടെ പാർട്ടി ഒരു ദേശീയ സൈനികസമ്മേളനം വിളിച്ചുകൂട്ടി. രാജ്യത്താകെയുള്ള സൈനിക സ്ഥിതിഗതികൾ ആ സമ്മേളനം വിലയിരുത്തി. സായുധസേനയുടെ ഗുണവും പോരാടാനുള്ളശേഷിയും വർധിപ്പിക്കുന്നതിനാവശ്യമായ സുപ്രധാനമായ അനേകം തീരുമാനങ്ങൾ അത് കൈക്കൊണ്ടു.

അതിനുമുമ്പുതന്നെ പട്ടാളത്തിനകത്തെ പാർട്ടിശൃംഖല പൂർത്തിയാക്കപ്പെട്ടുകഴിഞ്ഞിരുന്നു. വിവിധ സായുധസൈന്യങ്ങൾക്ക് നേതൃത്വം നൽകുന്നതിന് പാർട്ടികേന്ദ്രകമ്മിറ്റി ഒരു കേന്ദ്ര സൈനികകമ്മിറ്റിയും സ്ഥാപിച്ചിരുന്നു. ഇപ്പോൾ താവളപ്രദേശങ്ങൾ സ്ഥാപിക്കുന്നതോടൊപ്പംതന്നെ വിവിധ സൈനികമേഖലകളിൽ പാർട്ടികമ്മിറ്റികളും രൂപീകരിക്കാൻ തുടങ്ങി. പാർട്ടിയിലെ അംഗങ്ങളെയും കേഡർമാരെയും കൂടുതലായി പട്ടാളത്തിൽ പ്രവർത്തിക്കുന്നതിന് നിയോഗിക്കാനുമാരംഭിച്ചു. സൈന്യത്തിലുടനീളം കമാൻഡറും രാഷ്ട്രീയ ഓഫീസറുമെന്ന വ്യവസ്ഥ- യൂണിറ്റിന്റെ നേതൃത്വം ഇരുകൂട്ടരും വഹിക്കുക എന്ന വ്യവസ്ഥ- ഏർപ്പെടുത്തി. ഓരോ സൈനികമേഖലയ്ക്കും ഒരു രാഷ്ട്രീയ കമ്മിസാർ, റജിമെന്റ് മുതൽ പ്ലാറ്റൂൺവരെയുള്ള ഓരോ യൂണിറ്റിനും ഒരു രാഷ്ട്രീയ ഓഫീസർ – ഇങ്ങനെ ആയിരുന്നു സംവിധാനം. ഏറ്റവും ഉയർന്നതലം മുതൽ ഏറ്റവും താഴ്ന്നതലംവരെ രാഷ്ട്രീയപ്രവൃത്തിക്കാവശ്യമായ മാർഗങ്ങളും കണ്ടെത്തിയിരുന്നു. ഏതാനും നാളുകൾക്കുശേഷം സഖാവ് വാൻ തിയൻ ദുങ്ങിനെ സൈന്യത്തിനിടയിൽ രാഷ്ട്രീയപ്രവർത്തനം നടത്താനുള്ള ഉത്തരവാദിത്വമേൽപ്പിച്ചു.

സായുധസേനയുടെ സമ്പൂർണമായ നേതൃത്വം പാർട്ടിക്കു തന്നെ ആയി. പാർട്ടിതന്നെ നേരിട്ട് സൈന്യത്തെ നയിച്ചു. പ്രാദേശിക പാർട്ടി ഘടകങ്ങളായിരുന്നു റീജിയണൽ സായുധസേനയുടെ നേതാക്കൾ.

മിലീഷ്യയെയും ഗറില്ലകളെയും പ്രബലമാക്കി. ഇവ ഗണ്യമായി വളർന്നു. ഇതിലെ മെമ്പർമാർ സുമാർ 10 ലക്ഷത്തോളമായി. സംരക്ഷിതഗ്രാമങ്ങളുടെ നിർമാണപ്രവർത്തനങ്ങൾ മുമ്പോട്ടുകൊണ്ടുപോയി.

ഏറ്റുമുട്ടൽ വൈദഗ്ധ്യം മെച്ചപ്പെടുത്താനും നേരത്തെതന്നെ യുദ്ധമുണ്ടായാൽ എങ്ങനെയും അതിനെ നേരിടുന്നതിനും സായുധസേനയും മിലീഷ്യയും രാപ്പകൽഭേദമില്ലാതെ പരിശീലനം നടത്തിക്കൊണ്ടിരുന്നു. ചെറുത്തുനിൽപ്പിനാവശ്യമായ ഒരു പൊതുപരിപാടി ആവിഷ്കരിക്കുന്നതിനും വിവിധപ്രദേശങ്ങളിലെ യുദ്ധസന്നാഹങ്ങൾ നിയന്ത്രിക്കുന്നതിനും നാം ബൊ യുദ്ധത്തിലെയും ഹൈഫോങിലും ലാങ് സോണിലും അടുത്തകാലത്ത് നടന്ന ഏറ്റുമുട്ടലുകളിലെയും അനുഭവപാഠങ്ങൾ ഞങ്ങളുപയോഗപ്പെടുത്തി. ശത്രുവിന്റെ മുന്നേറ്റസമയത്ത് റോഡുകളും പാലങ്ങളും നശിപ്പിക്കുവാനുള്ള പരിപാടി ഞങ്ങൾ തയാറാക്കി. ശത്രു യുദ്ധം വ്യാപിപ്പിക്കുയാണെങ്കിൽ അവർക്ക് ഒന്നും ബാക്കിവയ്ക്കാതെ നശിപ്പിക്കാൻ ഞങ്ങൾ ദൃഢനിശ്ചയം ചെയ്തു.

മുമ്പത്തെ അനേകം ഫ്രഞ്ച് ഫാക്ടറികളും വർക് ഷോപ്പുകളും ആധുനികനിർമാണശാലകളായി ഞങ്ങൾ രൂപാന്തരപ്പെടുത്തി. തങ്ങളാണ് രാജ്യത്തിന്റെ പുതിയ യജമാനൻമാരെന്ന ബോധത്തോടെ ഫ്രഞ്ചുകാരിൽനിന്ന് പ്രായോഗികപരിശീലനം നേടിയ തൊഴിലാളികളും സാങ്കേതികവിദഗ്ധന്മാരും തകരാറായ റൈഫിളുകളും മറ്റായുധങ്ങളും നേരെയാക്കാൻ ഊർജസ്വലമായി പ്രവർത്തിച്ചു. കാലാൾപ്പടയ്ക്കാവശ്യമായ ആയുധങ്ങളും വർധമാനമായ തോതിൽ ഞങ്ങൾ നിർമിക്കാൻ തുടങ്ങി.

പ്രസിഡന്റ് ഹോവിന്റെ നിർദേശമനുസരിച്ച് വിയത്ബാക് താവളപ്രദേശം ശക്തിപ്പെടുത്തുക എന്ന ജോലി അനുസ്യൂതം തുടരേണ്ടിയിരുന്നു. ഞങ്ങളുടെ പല ഫാക്ടറികളും സ്റ്റോക്കുകളും അനുക്രമം അവിടേക്ക് മാറ്റി സ്ഥാപിച്ചു.

ഒരുദിവസം ഗവൺമെന്റ് കൗൺസിലിന്റെ യോഗം കഴിഞ്ഞ് എല്ലാവരും പോയപ്പോൾ, ഹോ അമ്മാവൻ എന്നോട് ചോദിച്ചു:

"ശത്രു വടക്കൻവിയത്നാമിൽ യുദ്ധം വ്യാപിപ്പിക്കുകയാണെങ്കിൽ എത്രകാലത്തേക്ക് ഷാനോയ് നഗരത്തിന് പിടിച്ചുനിൽക്കാനാവും?"

ഞാൻ മറുപടി നൽകി:

"ഏതാണ്ടൊരുമാസം."

അദ്ദേഹം വീണ്ടും ചോദിച്ചു:

"മറ്റു പട്ടണങ്ങളുടെ കാര്യമോ?"

"അവ സംരക്ഷിക്കാൻ കൂടുതൽ എളുപ്പമാണ്."

"നാട്ടിൻപുറമോ?"

"തീർച്ചയായും നമുക്ക് നാട്ടിൻപുറം എപ്പോഴും കൈവശം വയ്ക്കാം."

അൽപ്പനേരം ആലോചിച്ചതിനുശേഷം അദ്ദേഹം പറഞ്ഞു:

"നമുക്ക് തൻ ത്രാവൊവിലേക്ക് മടങ്ങാം."

59

ചെറുത്തുനിൽപ്പിനുള്ള സന്നാഹങ്ങൾ

ഹൈഫോങ്ങിലെ സ്ഥിതിഗതികൾ സ്ഫോടകാത്മകമായിത്തീർന്നപ്പോൾ, നവംബർ മുതൽ തലസ്ഥാനഗരിയുടെ പ്രതിരോധത്തിനാവശ്യമായ തയ്യാറെടുപ്പുകൾ കൊണ്ടുപിടിച്ചു നടത്താൻ തുടങ്ങി. ൻഗുയെൻ വാൻത്രാൻ സെക്രട്ടറിയും ദാവൊ തിയനും മറ്റു ചിലരും അംഗങ്ങളും ആയിക്കൊണ്ട് ഹാനോയ് മുന്നണിയിൽ ഒരു പാർട്ടിക്കമ്മിറ്റി സ്ഥാപിക്കാൻകേന്ദ്രകമ്മിറ്റി തീരുമാനിച്ചു. നേതൃത്വപരമായ ചുമതലകളോടുകൂടി ത്രാൻ ക്വാക് ഹൊവാനിനെ പ്രത്യേക പ്രതിനിധിയായും നിയമിച്ചു. അദ്ദേഹത്തെയും പാർട്ടികമ്മിറ്റിയിലുൾപ്പെടുത്തി. ഹാനോയ്പ്രദേശം മുഴുവനുൾക്കൊള്ളുന്ന മേഖല സ്ഥാപിക്കപ്പെട്ടു. അതിന്റെ കമാൻഡർ ഇൻ ചീഫായി വുവോങ് തുവാ വുവും രാഷ്ട്രീയകമ്മിസാറായി ത്രാൻ ദോവും നിയമിതരായി.

മാർച്ച് ആറിന്റെ കരാർ ഒപ്പുവെക്കപ്പെട്ടതിനുശേഷം ഫ്രാൻസിൽ നിന്ന് ഹാനോയിലെത്തിച്ചേർന്ന വിദേശസൈനികദളവും ജപ്പാൻകാർ തടവിലാക്കിയതും എന്നാൽ സഖ്യശക്തികൾ സ്വതന്ത്രമാക്കിയതുമായ സൈനികദളവുമായിരുന്നു ഫ്രഞ്ചുസൈന്യത്തിലുൾപ്പെട്ടിരുന്നത്. പുതിയ അമേരിക്കൻ സ്വയംപ്രവർത്തനായുധങ്ങൾക്കു പുറമെ കുറ്റൻ പീരങ്കികൾ, ടാങ്കുകൾ, കവചിതവാഹനങ്ങൾ, വിമാനങ്ങൾ എന്നിവകൊണ്ടും സുസജ്ജമായിരുന്നു ആ സൈന്യം.

കോട്ടപ്രദേശത്തായിരുന്നു ഫ്രഞ്ചുസൈന്യങ്ങളുടെ ഏറിയകുറും നിലയുറപ്പിച്ചിരുന്നത്. അവശേഷിച്ചവർ, ദോൻ തുയി ആശുപത്രി, മുൻ ഗവർണർ ജനറലിന്റെ കൊട്ടാരം, ലുവോയ് സ്കൂൾ (ഇപ്പോൾ ജുവാൻ ആൻ സ്കൂൾ) ഗിയാലാം വിമാനത്താവളം എന്നിവിടങ്ങളിലും ഞങ്ങളുടെ അന്വേഷണത്തിൽ നിന്നറിഞ്ഞ പ്രകാരം മെട്രോപ്പോൾ ഹോട്ട

ലിലും (ഇപ്പോൾ പുനരേകീകരണ ഹോട്ടൽ) ഉണ്ടായിരുന്നു ഒരു ഡിറ്റാച്ച്മെന്റ്. ഈ കെട്ടിടം ബാക് ബൊ കൊട്ടാരത്തിന് നേരെ മുൻവശത്തായിരുന്നു. അതിലെ പട്ടാളക്കാർ സിവിലിയൻ വേഷമാണ് ധരിച്ചിരുന്നത്. ലോങ് ബിയൻപാലം, റെയിൽവേ സ്റ്റേഷൻ, വിദ്യുച്ഛക്തിപ്ലാന്റ്, വാട്ടർ വർക്സ്, ഇന്തോചൈനാബാങ്ക് ആദിയായ തന്ത്രപ്രധാനകേന്ദ്രങ്ങളിൽ, പരസ്പരമുണ്ടാക്കിയ ധാരണ അനുസരിച്ച്, ഞങ്ങളുടെ സൈന്യങ്ങളോടൊപ്പം തന്നെ ചെറിയ ഫ്രഞ്ചുയൂണിറ്റുകളും കാവൽ ജോലിയിലേർപ്പെട്ടിരുന്നു. നഗരത്തിന്റെ ഇതരഭാഗങ്ങളിൽ താമസമാക്കിയ 8000 ത്തോളം ഫ്രഞ്ചുകാരെ ഫ്രഞ്ചുസൈന്യങ്ങൾ ആയുധമണിയിക്കുകയും ചെയ്തിരുന്നു.

നേരത്തെ ജിയാങ് കയ്ഷെക് സൈന്യങ്ങൾ നടത്തിയതുപോലുള്ള ഒരു കേന്ദ്രീകരണം ഫ്രഞ്ചുസൈന്യങ്ങൾ നടത്തിയിരുന്നില്ല. എങ്കിലും വളരെ കരുതലോടെയിരുന്നില്ലെങ്കിൽ കനത്ത നാശനഷ്ടങ്ങളേൽപ്പിക്കും വിധം ഞങ്ങൾക്കെതിരെ പൊടുന്നനെ കടന്നാക്രമണം നടത്താൻ അവർക്ക് സാധിക്കുമായിരുന്നു. ടാങ്കുകളും കവചിതവാഹനങ്ങളും അങ്ങോട്ടുമിങ്ങോട്ടും അനായാസം ചലിപ്പിക്കാമായിരുന്നതുകൊണ്ട് തലസ്ഥാന നഗരിയിലേക്കുള്ള ഓരോ വഴിയിലും എളുപ്പത്തിൽ തടസം സൃഷ്ടിക്കാനും ഞങ്ങളുടെ ചെറുത്തുനിൽപ്പുസേനയെ കുറെശ്ശെ കുറെശ്ശെയായി ഉന്മൂലനം ചെയ്യുന്നതിന് പറ്റിയ വിധത്തിൽ തലസ്ഥാനനഗരിയെ വിഭജിക്കാനും അവർക്ക് പ്രയാസമുണ്ടായിരുന്നില്ല.

പട്ടാളയൂണിറ്റുകൾക്ക് സ്വയം പ്രതിരോധസേനാ ഡിറ്റാച്ചുമെന്റുകൾ നഗര സ്വയം പ്രതിരോധസേന, നഗരത്തിന്റെ വിവിധഭാഗങ്ങളിൽ പുതുതായി രൂപീകരിച്ച ഗാർഡ്സ് സ്ക്വാഡുകൾ–ഇത്രയുമായിരുന്നു ഹാനോയിലെ അപ്പോഴത്തെ ഞങ്ങളുടെ ശക്തി.

ഭാഗികമായി നഗരത്തിനകത്തും ഭാഗികമായി നഗരത്തിനു പുറത്തുമായിരുന്നു ഞങ്ങളുടെ സൈന്യം നിലയുറപ്പിച്ചിരുന്നത്. നഗരത്തിനകത്ത്, അവയുടെ എണ്ണം, അത്ര വലുതായിരുന്നില്ല. എങ്കിലും അവ നന്നേ ചെറിയ യൂണിറ്റുകളായിരുന്നു. അവയുടെ മുന്നണിയിലുണ്ടായിരുന്നത് താവളപ്രദേശങ്ങളിൽ ജപ്പൻകാരുമായി എതിരിട്ട യൂണിറ്റുകളത്രെ; എല്ലാ ബറ്റാലിയൻകമാൻഡർമാരും യുദ്ധത്തിൽ സുപരീക്ഷിതരും. എങ്കിലും അണികളിൽ മിക്കവരും ചെറുപ്പക്കാരായ പുതിയ റിക്രൂട്ടുകൾതന്നെ.

ഞങ്ങളുടെ സൈന്യം കേന്ദ്രീകരിച്ചിരുന്നത് ബാക് ബൊ കൊട്ടാരം, ദേശീയപ്രതിരോധഗാർഡുകളുടെ ക്യാമ്പ്, മറ്റു ചില മർമപ്രധാനമായ സ്ഥലങ്ങൾ എന്നിവിടങ്ങളിലായിരുന്നു. കൂടാതെ, ഗവൺമെന്റ് സ്ഥാപനങ്ങളിലും ഫാക്ടറികളിലും ഫ്രഞ്ചുസൈന്യങ്ങളോടൊപ്പം കാവൽപ്പണിനടത്തിയിരുന്നവരുമുണ്ടായിരുന്നു.

ഞങ്ങളുടെ സൈന്യങ്ങളെ സജ്ജമാക്കുന്നതിന് കഠിനമായി യത്നിച്ചുവരികയായിരുന്നു. എങ്കിലും പലേ പ്രയാസങ്ങളും കാരണം അപ്പോ

ഴും ഞങ്ങൾക്ക് വേണ്ടത്ര ആയുധങ്ങളും വെടിക്കോപ്പുകളുമുണ്ടായിരുന്നില്ല. ഫ്രഞ്ചുകാരിൽനിന്നും ജപ്പാൻകാരിൽനിന്നും പിടിച്ചെടുത്ത തോക്കുകൾ നൽകിക്കൊണ്ട് ഞങ്ങൾ ഞങ്ങളുടെ ആദ്യത്തെ പീരങ്കിപ്പടയുടെ കമ്പനികൾ രൂപീകരിച്ചു. ചില 75–എം എം തോക്കുകൾ ഫീൽഡ് തോക്കുകളായിമാറ്റി. യുദ്ധം തുടങ്ങുന്നതിനുമുമ്പ് വെടിക്കോപ്പ് സംഭരണവിഭാഗം 80 ആന്റിടാങ്ക് ബോംബുകൾ പട്ടാളത്തിനുനൽകി.

ഹാനോയിലെ ഞങ്ങളുടെ സ്വയംപ്രതിരോധസേന ശക്തമായിരുന്നു. പോരാട്ടത്തിലേർപ്പാടനുള്ള സ്വയംപ്രതിരോധസേനയിലും നഗരപ്രതിരോധസേനയിലും കൂടി 8500 പേരാണുണ്ടായിരുന്നത്. നഗരത്തിൽ എവിടെയുമുണ്ടായിരുന്നു അവരുടെ സാന്നിധ്യം. ഓരോ ഉപറോഡിനെക്കുറിച്ചും ഇടവഴികളെക്കുറിച്ചും അവർ നന്നായി മനസ്സിലാക്കുകയും ചെയ്തിരുന്നു. അങ്ങേയറ്റത്തെ ദേശാഭിമാനത്താൽ പ്രചോദിതരും നഗരജനസംഖ്യയിലെ എല്ലാവിഭാഗങ്ങളിൽനിന്നും വന്നവരുമായ ഈ ചെറുപ്പക്കാർ രാവും പകലും ആത്മാർഥമായി പരിശീലനം നടത്തി. അവരുടെ അച്ചടക്കവും ആത്മവീര്യവും അന്യാദൃശ്യമായിരുന്നു. ശത്രുക്കളോട് എങ്ങനെ ഏറ്റവും നന്നായി പൊരുതാൻ കഴിയും എന്നു പഠിക്കാൻ അവർക്ക് വലിയ ഔത്സുക്യമായിരുന്നു. അവരിൽ മിക്കവരും സ്വയം സമ്പാദിച്ചതോ നിർമിച്ചതോ ആയ യുദ്ധോപകരണങ്ങൾ കൊണ്ട് ആയുധമണിഞ്ഞവരായിരുന്നു. മധ്യത്തിൽ സ്വർണവർണാങ്കിത നക്ഷത്രത്തോടുകൂടിയ ചതുരാകൃതിയിലുള്ള ബാഡ്ജ് ധരിച്ച ഈ പോരാളികൾ, കുറെക്കാലത്തോളം, ശത്രുസൈന്യങ്ങളുടെ ഏറ്റവും ശക്തരായ എതിരാളികളായിരുന്നു.

ഹാനോയിൽ പ്രതിരോധസംവിധാനങ്ങൾ കെട്ടിയുയർത്തിയത് മുഖ്യമായും സ്വയംപ്രതിരോധസേനയും നഗരത്തിൽ ജനങ്ങളുമായിരുന്നു. ശത്രു യുദ്ധമാരംഭിക്കുന്ന അവസരത്തിൽ അതിന്റെ നല്ലൊരുഭാഗത്തെ നശിപ്പിക്കുക; കഴിയാവുന്നത്ര സമയം അവരെ തടഞ്ഞിടുക; അതുവഴി നമ്മുടെ പിൻനിരയ്ക്ക് തയാറെടുപ്പ് പൂർത്തിയാക്കുന്നതിനും സൈന്യങ്ങളെ സംഘടിപ്പിക്കുന്നതിനും വേണ്ട സമയം ലഭ്യമാക്കുക– ഇത്തരത്തിലുള്ള ചുമതലയാണ് സായുധസേനയ്ക്കും ഹാനോയിലെ ജനങ്ങൾക്കും നൽകിയത്. ഈ ലക്ഷ്യം നേടിയെടുക്കുന്നതിന് ശത്രുസൈന്യങ്ങളെ കുറെശ്ശെയായി തുടച്ചുനീക്കണം: അവരുടെ മുന്നേറ്റം തടയുന്നതിന് നഗരത്തിന്റെ കിടപ്പിനെ പരമാവധി ഉപയോഗിക്കണം. അങ്ങനെ അവർക്ക് കനത്ത നാശനഷ്ടങ്ങളേൽപ്പിക്കുകയും അതേസമയം തന്നെ നമ്മുടെ സ്വന്തം ശക്തിക്ക് ക്ഷതമേൽക്കാതെ അതിനെ വർധിപ്പിക്കുകയും മർമപ്രധാനമായ പ്രദേശങ്ങളും സ്ഥാനങ്ങളും സംരക്ഷിക്കുകയും വേണം. നഗരത്തിനകത്തെയും നഗരത്തിനു പുറത്തെയും സൈന്യങ്ങളെ ഒരേസമയത്ത് നിയോഗിച്ച് ഇരുവശത്തുനിന്നുംവരുന്ന ആക്രമണങ്ങൾ നേരിടേണ്ടിവന്ന ശത്രുവിന് ആശയക്കുഴപ്പമുണ്ടാക്കുകയും കുറെനേരത്തെക്കെങ്കിലും അവരെ തളച്ചിടാനും കഴിയണം.

ഹാനോയുടെ പ്രതിരോധത്തിനായി വിശദമായ ഒരു പരിപാടി ആവിഷ്കരിക്കപ്പെട്ടു.

ഉത്തരവുലഭിക്കുമ്പോൾ പ്രതിരോധത്തിന് തയാറാവത്തക്കവിധം ഐക്യം ശക്തിപ്പെടുത്താനും തയാറെടുപ്പുകൾ ചിട്ടയോടുകൂടി അതിദ്രുതം നടത്താനും തങ്ങളുടെ അംഗങ്ങളെയും മുഴുവൻ ജനങ്ങളെയും വിയത് മിഞ്ഞിന്റെ സിറ്റി ഹോവാങ് ദിയു സംഘടന ആഹ്വാനം ചെയ്തു. നവംബർ 20 ാം തീയതിക്കുമുമ്പുണ്ടായിരുന്ന തങ്ങളുടെ സ്ഥാനത്തേക്ക് ഫ്രഞ്ചുസൈന്യങ്ങൾ പിന്മാറണം; ഫ്രഞ്ചുപിന്തിരിപ്പന്മാരുടെ കടന്നാക്രമണങ്ങളെ ഗവൺമെന്റ് ചങ്കൂറ്റത്തോടെ നേരിടണം – ഈ ആവശ്യമുന്നയിച്ചുകൊണ്ട് നഗരപ്രദേശങ്ങളിലെയും പരിസരപ്രദേശങ്ങളിലെയും ജനങ്ങൾ യോഗങ്ങൾ ചേരുകയും പ്രമേയങ്ങൾ പാസാക്കുകയും ചെയ്തു. തലസ്ഥാനനഗരിയിലെ ഓരോ തെരുവുമൂലയും ഓരോ വീടും സംരക്ഷിക്കാൻ തയാറാണെന്നും അവർ ഗവൺമന്റിനെയും പ്രസിഡന്റ് ഹോവിനെയും അറിയിച്ചു.

ദിവസേന *കുക്വോക്കിൽ* പ്രസിദ്ധീകരിക്കാറുണ്ടായിരുന്ന വിയത് മിഞ് ദേശീയകമ്മിറ്റിയുടെ അഭ്യർഥനക്കും ആഹ്വാനത്തിനും ഹാനോയിലെ മുഴുവൻ ജനങ്ങളിൽ നിന്നും ഹൃദ്യമായ സ്വീകരണമാണ് ലഭിച്ചത്. “അടിമത്തത്തേക്കാൾ നല്ലത് മരണം,” “അപമാനഭാരം സഹിച്ച് ജീവിക്കുന്നതിനേക്കാൾ മഹത്തായ മരണം വരിക്കുന്നതാണ് നല്ലത്!” ആദിയായ മുദ്രാവാക്യങ്ങൾ ചുമരുകളിലും ഓരോ വീടിന്റെയും ജനാലകളിലും പ്രത്യക്ഷപ്പെട്ടു. തോക്കുകളുള്ളവർ കൂടുതൽ വെടിക്കോപ്പുകൾക്കും വാളുകൾക്കും കുന്തങ്ങൾക്കും വേണ്ടിയായി ശ്രമം. ദിവസേന ജനക്കൂട്ടം സിറ്റി ഡിസ്ട്രിക്റ്റ് കമ്മിറ്റി ഓഫീസിലേക്ക് പ്രവഹിച്ചു. തങ്ങളുടെ പേരുകൾ ഗാർഡ് സ്ക്വാഡുകളിലും പ്രഥമശുശ്രൂഷാസംഘങ്ങളിലുമുൾപ്പെടുത്താൻ അവർ നിരന്തരം ആവശ്യപ്പെട്ടു. സ്ത്രീകൾ തങ്ങളുടെ നീണ്ട മേലങ്കികൾ മാറ്റിവെച്ചു. മുടി ചെറുതായി വെട്ടി. സൈനികയൂണിഫോറമണിഞ്ഞു. തോക്കുകളും വാളുകളുമേന്തി പട്രോൾ ഡ്യൂട്ടിയിലും സെൻട്രി ഡ്യൂട്ടിയിലും ഏർപ്പെട്ടു. ഒഴിച്ചുമാറ്റൽ കമ്മിറ്റിവൃദ്ധന്മാരോടും കുട്ടികളോടും നഗരം വിടാൻ ആജ്ഞാപിച്ചിരുന്നു. എങ്കിലും അനേകം വൃദ്ധന്മാർ അതിന് കൂട്ടാക്കിയില്ല. തങ്ങൾ നഗരത്തിൽത്തന്നെ താമസിക്കുമെന്ന് അവർ നിർബന്ധം പിടിച്ചു. മാത്രമല്ല സ്വയംസംഘങ്ങൾ രൂപീകരിച്ച് ചെറുത്തുനിൽപ്പ് യുദ്ധത്തിന് തയാറാവാൻ ചെറുപ്പക്കാരെ പ്രോത്സാഹിപ്പിച്ചു. വൃദ്ധകളും യുവതികളും പരുത്തി, തുണി, രോമം, നൂൽ തുടങ്ങിയവ സംഭാവനയായി ശേഖരിച്ചു. അവ കൊണ്ട് ശത്രുക്കളെ നശിപ്പിക്കാൻ തയാറെടുത്തുകൊണ്ടിരുന്ന പോരാളികൾക്കു വേണ്ട ബ്ലാങ്കറ്റുകളും ചൂടുള്ള കുപ്പായങ്ങളും നിർമിച്ചു. ചെറുത്തുനിൽപ്പ് ശേഖരത്തിലേക്ക് അരിയും മരുന്നുകളും സംഭാവന ചെയ്യാൻ ജനങ്ങൾ പരസ്പരം മത്സരിച്ചു.

ഫ്രഞ്ചുകാവൽപ്പടയുടെ തൊട്ടടുത്തുകിടക്കുന്ന ഒന്നാം മേഖലയിലെ യുദ്ധസന്നാഹങ്ങൾ പ്രത്യേകിച്ചും ചൂടേറിയതായിരുന്നു. രാത്രിയും പകലും ചുറ്റികയുടെയും മറ്റും ശബ്ദം എല്ലായിടത്തും പ്രതിധ്വനിച്ചു. വീടുകൾ തമ്മിൽ വേർതിരിക്കുന്ന ചുമരുകൾക്കിടയിലുണ്ടാക്കിയ വിടവുകളിലൂടെ ജനങ്ങൾ വാർത്തകൾ പരസ്പരം കൈമാറി. ടെറസുകളും ബാൽക്കണികളും ജനലുകളും വെടിവെപ്പ് നടത്താനുള്ള കേന്ദ്രങ്ങളായി മാറി. ശത്രുക്കളുടെ മുന്നേറ്റം തടയാൻ ബാരിക്കേഡുകളുയർത്തുകയെന്ന ഉദ്ദേശ്യത്തോടെ പുറത്തേക്ക് വലിച്ചെറിയുന്നതിന്, ജനങ്ങൾ തങ്ങളുടെ വീടുകളിലെ ഫർണിച്ചറുകൾ തയാറാക്കിവെച്ചു. ഒന്നാം മേഖലയിലെ നഗരവസതികളിൽ മൂന്നു മാസത്തേക്കാവശ്യമായ ഭക്ഷ്യസാധനങ്ങളും സംഭരിച്ചു. ഹാനോയിലുള്ള ആയുധപ്പുരയിലെ പകുതി ആയുധങ്ങളും ആ മേഖലയിലേക്ക് നീക്കിവെച്ചു.

ഡിസംബരാദ്യം ആത്മഹത്യാസ്ക്വാഡുകൾ തങ്ങളുടെ സത്യപ്രതിജ്ഞാ ചടങ്ങ് നടത്തുകയും തങ്ങളുടെ ജോലിചെയ്യാൻ തയാറെടുത്തുനിൽക്കുകയും ചെയ്തു. ആന്റിടാങ്ക് ബോംബുകൾ കൈവശം വയ്ക്കുന്ന ഈ പോരാളികൾ ശത്രുക്കളുടെ ടാങ്കുകൾക്കും കവചിതകാറുകൾക്കും മുമ്പിൽ ചാടിവീഴും. അങ്ങനെ അവയെ നശിപ്പിക്കും.

ഗവൺമന്റോഫീസുകൾ, സംഭരണഗൃഹങ്ങൾ, പോസ്റ്റ് ഓഫീസുകൾ, ബാഹ്ക് നോട്ടുകൾ അച്ചടിക്കുന്ന അച്ചടിശാലകൾ, കേന്ദ്രമരുന്നുൽപ്പാദനശാല തുടങ്ങിയവ ഒന്നൊന്നായി നഗരത്തിൽനിന്നു പുറത്തേക്കുമാറ്റി. ആശുപത്രികളും പട്ടാളക്ലിനിക്കുകളും കുറെക്കൂടി അകലത്തേക്ക് മാറ്റി സ്ഥാപിച്ചു.

ഇതിനിടയിൽ ഒരു കാര്യത്തിൽ ഞങ്ങൾ പ്രത്യേകം ശ്രദ്ധിച്ചു. ശത്രുക്കൾക്ക് ഞങ്ങളുടെ മേൽ കുറ്റം ആരോപിക്കാൻ വഴി നൽകുന്നവിധത്തിലുള്ള ഒരു കാര്യവും ചെയ്യരുത്. സ്ഥിതഗതികൾ വളരെ നിർണായകമായിത്തീർന്ന അവസരങ്ങളിൽമാത്രമേ റോഡ് തടസപ്പെടുത്താവൂ. ഇത്തരമൊരു നയമവലംബിച്ചിട്ടും അവർ പ്രതിഷേധക്കുറിപ്പുകളയച്ചു. ഒരിക്കൽ മോർളിയെൻ ഹാനോയ് ഭരണനിർവഹണകമ്മിറ്റിയുടെ ചെയർമാനെ കാണാനെത്തി. അയാൾ ചോദിച്ചു:

"മേയർ നഗരത്തിലെ തെരുവുകളുടെ അറ്റകുറ്റപ്പണികൾ നിങ്ങൾ വളരെ ജാഗ്രതയോടെ നടത്തുകയാണോ?"

മേയർ പറഞ്ഞു:

"അതെ, കാരണം, നിങ്ങളുടെ ടാങ്കുകളും കവചിതകാറുകളും യാതൊരു വ്യവസ്ഥയുമില്ലാതെയാണല്ലോ അങ്ങോട്ടുമിങ്ങോട്ടും ഓടുന്നത്!"

തെരുവുകളിൽ വരിവരിയായിനിന്ന വലിയ മരങ്ങളിൽ ഡയനാമിറ്റുകൾ വയ്ക്കാൻ പാകത്തിൽ വലിയ ദ്വാരങ്ങളുണ്ടായിരുന്നു.

ഫ്രഞ്ചുസൈന്യങ്ങളുടെ നീക്കങ്ങൾക്ക് സഹായകമാകത്തക്കവിധത്തിൽ അപ്പോഴും തുറന്നുവെച്ചിരുന്ന തെരുവുകൾ പരിപൂർണമായും ബ്ലോക്കുചെയ്യത്തക്കവിധത്തിൽ ആവശ്യമുള്ള സമയത്തു മറിച്ചിടാൻ തീവണ്ടുകളും ട്രാം കാറുകളും തൊഴിലാളികൾ തയാറാക്കി വെച്ചു.

60

ഫ്രാൻസിലെ ഭരണമാറ്റം

ഇന്തോചൈനയിലെ ഫ്രഞ്ചുപിന്തിരിപ്പന്മാർ സൃഷ്ടിച്ചുവിട്ട ആപൽക്കരമായ സ്ഥിതിവിശേഷം തടയാൻ ഹോ അമ്മാവൻ ആവുന്നതും ശ്രമിച്ചു.

ഡിസംബർ ആറാം തീയതി ഫ്രഞ്ച് ദേശീയ അസംബ്ലിയോടുള്ള ഹോ അമ്മാവന്റെ അഭ്യർഥന *വോയ്സ് ഓഫ് വിയത്നാം* പ്രക്ഷേപണം ചെയ്തു. ഫ്രഞ്ച് ജനതയുമായി സഹകരിക്കാനുള്ള വിയത്നാം ജനതയുടെ ആത്മാർഥമായ ആഗ്രഹം അദ്ദേഹം ആവർത്തിച്ചു. സെപ്തംബർ 14–ാം തീയതിയത്തെ മോദൂസ് വിവേന്ദിയുടെ അന്തഃസത്തയെ വഞ്ചിക്കുകയും ശക്തിയുടെ മാർഗം പിന്തുടരുകയും ചെയ്യുന്ന ഇന്തോചൈനയിലുള്ള ചില ഫ്രഞ്ചുകാരെ അദ്ദേഹം അപലപിച്ചു. വിയത്നാമിലെ ഫ്രഞ്ചധികൃതർക്ക് തങ്ങളുടെ സൈന്യങ്ങളെ നവംബർ 26 ാം തീയതിക്കുമുമ്പുള്ള സ്ഥാനങ്ങളിലേക്കു പിൻവലിക്കാൻ ഉത്തരവ് നൽകണമന്ന് ഫ്രഞ്ച് ദേശീയ അസംബ്ലിയോടും ഗവൺമെന്റിനോടും അദ്ദേഹം അഭ്യർഥിച്ചു. അങ്ങനെ ചെയ്താൽ മാത്രമേ മോദൂസ് വിവേന്ദിയിലെ വകുപ്പുകൾ നടപ്പാക്കാനും രക്തച്ചൊരിച്ചിൽ ഒഴിവാക്കാനും കഴിയുകയുള്ളുവെന്നും അദ്ദേഹം ചൂണ്ടിക്കാട്ടി.

അതിനുശേഷം ഒരാഴ്ച കഴിഞ്ഞുപോയി. എങ്കിലും ഹോ അമ്മാവന്റെ അഭ്യർഥനയ്ക്ക് ഫലമൊന്നുമുണ്ടായില്ല.

ഫ്രാൻസിൽ അപ്പോൾ, താൽക്കാലികഗവൺമെന്റിലെ പ്രസിഡന്റ് സ്ഥാനത്തിനുവേണ്ടി പാർട്ടികൾക്കിടയിൽ കടുത്തസമരം നടക്കുകയായിരുന്നു.

ഡിസംബർ നാലാം തീയതി നടന്ന ആദ്യബാലറ്റിൽ കമ്യൂണിസ്റ്റ് പാർട്ടി സ്ഥാനാർഥി മോറിസ് തോറെ ലീഡു നേടി. പക്ഷെ, തെരഞ്ഞെടുപ്പിൽ ജയിക്കാൻ വേണ്ട കേവലഭൂരിപക്ഷം അദ്ദേഹത്തിനു കിട്ടിയില്ല.

രണ്ടാം ബാലറ്റിൽ ഒരു സ്ഥാനാർഥിക്കും ആവശ്യമായത്ര ആനുപാതികവോട്ട് ലഭിച്ചില്ല. ഇത്തവണ ഫ്രഞ്ച് കമ്യൂണിസ്റ്റുപാർട്ടി തങ്ങളുടെ സ്ഥാനാർഥിയെ നിർത്തിയില്ല. എം ആർ പിയുടെ നേതൃത്വത്തിലുള്ള ഗവൺമെന്റിൽ പങ്കെടുക്കുകയില്ലെന്ന് പാർട്ടി പ്രഖ്യാപിക്കുകയും ചെയ്തു.

സോഷ്യലിസ്റ്റ് പാർട്ടി ലിയോൺ ബ്ലൂമിനെ തങ്ങളുടെ സ്ഥാനാർഥിയാക്കി. വോട്ടിങ്ങിനു മുമ്പ് ഇന്തോചൈനാപ്രശ്നത്തെ സംബന്ധിച്ച് ലിയോൺ തന്റെ അഭിപ്രായം പ്രകടിപ്പിച്ചു: "ഇന്തോചൈനയിൽ ഫ്രഞ്ച് സംസ്കാരം നിലനിർത്തുന്നതിനുള്ള ഏകമാർഗം സ്വാതന്ത്ര്യത്തിന്റെ അടിസ്ഥാനത്തിൽ ഇന്തോചൈനീസ് ജനങ്ങളുമായി ന്യായമായ ഒരൊത്തുതീർപ്പുണ്ടാക്കുകയാണ്. വിയത്നാം പ്രദേശത്തെക്കുറിച്ച് തീരുമാനമെടുക്കുന്നതിനുള്ള അധികാരം ഫ്രഞ്ച് സൈന്യത്തിനും വിയത്നാമിലെ ഫ്രഞ്ച് പൗരത്വമുള്ളവർക്കും ആയിരിക്കരുത്. അത് പാരീസ് ഗവൺമെന്റിന്റെ കയ്യിലായിരിക്കണം." വിയത്നാം പ്രശ്നം പരിഹരിക്കുന്നതിന് ഉടൻതന്നെ ഫ്രഞ്ച് ഗവൺമെന്റ് രൂപീകരിക്കണമെന്ന് അദ്ദേഹം അഭ്യർഥിച്ചു. ഫ്രഞ്ച് കമ്യൂണിസ്റ്റ് പാർട്ടി പ്രഖ്യാപിച്ചു: "ഞങ്ങൾ സ്ഥിരമായി അദ്ദേഹത്തിന് പിന്തുണ നൽകുമെന്നല്ല."

ഡിസംബർ 13 ാം തീയതി, ഫ്രഞ്ചുദേശീയ അസംബ്ലി മൂന്നാം തവണയും വോട്ടെടുപ്പു നടത്തി. ബ്ലും വിജയിയായി. പക്ഷെ, അദ്ദേഹത്തിന്, കുത്തകകളുടെ പിന്തുണയുള്ള എം ആർ പി സ്ഥാനാർഥി ഷൂമാനെക്കാൾ ഏഴ് വോട്ടിന്റെ ഭൂരിപക്ഷമേ കിട്ടിയുള്ളൂ.

ഡിസംബർ 15 ാം തീയതി പുതിയ ഫ്രഞ്ചുപ്രസിഡന്റിന് പ്രസിഡന്റ് ഹോ ഒരു അനുമോദന സന്ദേശമയച്ചു. അതിൽ അദ്ദേഹം വിയത്നാം പ്രശ്നം സംബന്ധിച്ച ഞങ്ങളുടെ മൗലികനിലപാട് പരാമർശിക്കുകയും സ്തംഭനാവസ്ഥ പരിഹരിക്കുന്നതിനുള്ള മൂർത്തമായ ഉപാധികൾ മുമ്പോട്ടുവയ്ക്കുകയും ചെയ്തു.

– വിയത്നാം പക്ഷം: പട്ടണത്തിൽനിന്ന് ഒഴിച്ചുകൊണ്ടുപോയവരെ അവിടെത്തന്നെ തിരികെ കൊണ്ടുവരിക; സ്വയംപ്രതിരോധാർഥം കൈക്കൊണ്ട സംരക്ഷാനടപടികൾ റദ്ദാക്കുക; ഹാനോയും ഹൈഫോങ്ങും തമ്മിലും ഹാനോയും ലാങ്സോണും തമ്മിലുമുള്ള വാർത്താവിനിമയബന്ധം പുനഃസ്ഥാപിക്കുക.

– ഫ്രഞ്ചുപക്ഷം: ഹൈഫോങ്ങിലും ലാങ്സോണിലുമുള്ള ഫ്രഞ്ചു സൈന്യങ്ങളെ നവംബർ 20 ാം തീയതിക്കുമുമ്പുള്ള സ്ഥാനങ്ങളിലേക്ക് നവംബർ 20 ാം തീയതിക്കു മുമ്പുള്ള സ്ഥാനങ്ങളിലേക്ക് തിരികെയെത്തിക്കുക; കൊച്ചിൻ ചൈനയിലെയും തെക്കൻ ത്രുങ് ബൊവിലെയും റെയിഡുകളും ഭീകരഭരണവും അവസാനിപ്പിക്കുക; ദാനാങ്ങിൽ നിയമവിരുദ്ധമായിക്കൊണ്ടിറക്കിയ സൈന്യങ്ങളെ പിൻവലിക്കുക.

– ഇരുപക്ഷവും : മോദുസ് വിവേന്ദി നടപ്പാക്കുന്നതിന് നേരത്തെ അംഗീകരിച്ച കമീഷനുകളെ നിയമിക്കുക; പത്രങ്ങൾ, റേഡിയോകൾ

എന്നിവ നടത്തുന്ന ശത്രുതാപരമായ പ്രചാരണങ്ങൾ അവസാനിപ്പിക്കുക.

ഫ്രഞ്ചുഗവൺമെന്റിനുള്ള ഹോവിന്റെ മറ്റെല്ലാ സന്ദേശങ്ങളുമെന്ന പോലെ ഈ സന്ദേശവും ഫ്രഞ്ചുസൈനിക കമാൻഡ് സൈഗോണിൽ തടഞ്ഞുവെച്ചു. അത് അവസാനം പാരീസിലെത്തുമ്പോഴേക്കും 11 ദിവസം കഴിയുകയും യുദ്ധം വ്യാപിക്കുകയും ചെയ്തുകഴിഞ്ഞിരുന്നു.

ഇന്തോചൈനാപ്രശ്നം സംബന്ധിച്ച് തനിക്കുള്ള അഭിപ്രായം നടപ്പാക്കുന്നതിന് ലിയോൺ ബ്ലൂം എന്തുചെയ്യും?

തെരഞ്ഞെടുപ്പിൽ ബ്ലൂം ജയിച്ചുകഴിഞ്ഞ ഉടനെത്തന്നെ ഫ്രാൻസിലെ വലുതപക്ഷ പത്രമെഴുതി: "സിദ്ധാന്തങ്ങളെക്കാൾ ശക്തം യാഥാർഥ്യമാണെന്ന് തെളിയിക്കപ്പെടും. താൻ അധികാരത്തിൽ വന്നതിനുശേഷം മൊറോക്കോ ഉപേക്ഷിക്കാൻ ക്ലെമൻസ്യു ധൈര്യപ്പെടാതിരുന്നതുപോലെ അധികാരമേറ്റെടുത്തതിശേഷം ഇന്തോചൈനയെ ഉപേക്ഷിക്കാൻ ലിയോൺ ബ്ലൂമും ധൈര്യപ്പെടുകയില്ല – അത് തന്റെ പ്രഖ്യാപിതനയങ്ങൾക്ക് വിരുദ്ധമാണെങ്കിൽപ്പോലും." ഞങ്ങൾ ലിയോൺ ബ്ലൂമിൽ വിശ്വാസമൊന്നും വെച്ചുപുലർത്തിയില്ല. കാരണം, അയാളുടെ സോഷ്യലിസ്റ്റ് പാർട്ടി ഫ്രാൻസിലെ അധ്വാനിക്കുന്ന ജനങ്ങളുടെ താൽപ്പര്യങ്ങൾക്ക് വിരുദ്ധമായി പ്രവർത്തിക്കുകയായിരുന്നു – കൊളോണിയൽ നയം സംബന്ധിച്ച് അയാൾ ഈയിടെ പുരോഗമനപരമായ പ്രഖ്യാപനങ്ങൾ നടത്തിക്കൊണ്ടിരുന്നെങ്കിലും പരസ്യമായി കമ്യൂണിസ്റ്റ് പാർട്ടിയെ എതിർത്തുകൊണ്ടിരുന്നു. അരക്കൊല്ലംമുമ്പ്, അമേരിക്കയിൽ പോകാനും അമേരിക്കൻ വായ്പയെ സംബന്ധിച്ച് കൂടിയാലോചന നടത്താനും ഈ ബ്ലൂമിനെയായിരുന്നു കുത്തകകൾ അധികാരപ്പെടുത്തിയിരുന്നത്.

പുതിയ ഗവൺമെന്റ് രൂപീകരണത്തിൽ പല കോണുകളിൽനിന്നും ബ്ലൂമിന് കടുത്ത എതിർപ്പ് നേരിടേണ്ടിവന്നു. പരിപാടിയിൽ ചില ഭേദഗതികൾ വരുത്തണമെന്ന് അയാളോട് കമ്യൂണിസ്റ്റ് പാർട്ടി ആവശ്യപ്പെട്ടു. ഫ്രഞ്ചുയൂണിയന്റെ പ്രശ്നത്തിൽ കടുത്ത രാഷ്ട്രീയനയം സ്വീകരിക്കാൻ വലതുപക്ഷപാർട്ടികൾ അയാളിൽ സമ്മർദംചെലുത്തി. അയാളുടെ ആദ്യത്തെ മന്ത്രിസഭാലിസ്റ്റ് എം ആർ പി തള്ളിക്കളഞ്ഞു.

ഡിസംബർ 17 ാം തീയതി സോഷ്യലിസ്റ്റുകാർ മാത്രമടങ്ങിയ ഒരു ഗവൺമെന്റിന്റെ പട്ടിക അംഗീകാരത്തിനായി ബ്ലൂം ദേശീയ അസംബ്ലിയുടെ മുമ്പിലവതരിപ്പിച്ചു. മൗതെയുടെ പേർതന്നെയാണ് കോളനിമന്ത്രിസ്ഥാനത്തേക്ക് നിർദേശിക്കപ്പെട്ടത്. ദീ ഗാൾ തെരഞ്ഞെടുപ്പു നടത്തിയതിനുശേഷം ആദ്യമായിട്ടാണ് ഗവൺമെന്റിൽ കമ്യൂണിസ്റ്റ് പാർട്ടിക്ക് പങ്കാളിത്തം ലഭിക്കാതെപോയത്; അതുതന്നെ ദേശീയ അസംബ്ലിയിൽ പാർട്ടിക്ക് ഏറ്റവും കൂടുതൽ സീറ്റ് ലഭിച്ചപ്പോൾ, ഈ പ്രകൃതത്തിൽ മാർച്ച് മാസത്തിൽ ബ്ലൂമും അമേരിക്കയും തമ്മിൽ ഒരു വിലപേശൽ നടത്താൻ പോവുകയാണെന്ന ഊഹാപോഹം പൂർണമായും അടിസ്ഥാനരഹിതമായിരിക്കുകയില്ലെന്ന് ജനങ്ങൾ വിശ്വസിച്ചാൽ അതിൽ അതഭുപ്പെടാനില്ല.

അപ്പോൾ ദ് അർഗൻ ല്യു പാരീസിൽനിന്ന് സൈഗോണിലേക്ക് തിരിച്ചെത്തുകയാണെന്നവാർത്ത പരന്നു. ഇന്തോചൈനയിലെ ഹൈക്കമീഷ റായിക്കൊണ്ടുള്ള അയാളുടെ നിയമനം സ്ഥിരപ്പെടുത്തിയതായി മൗതെ പ്രഖ്യാപിച്ചു. "ഈ പ്രശ്നം പരിഹരിക്കുകയെന്ന ഉദ്ദേശ്യത്തോടെ നമ്മൾ നടപ്പാക്കിയ നയത്തോട് അഡ്മിറൽ ദ് അർഗൻ ല്യു ഒരിക്കലും വിയോജിപ്പിന്റെ ലക്ഷണംപോലും പ്രകടിപ്പിക്കുകയുണ്ടായില്ലെന്നാണ് എന്റെ അനുഭവം." അദ്ദേഹം പറഞ്ഞു.

മൗതെ പരാമർശിച്ച നയമെന്തെന്ന് അനേകം പത്രപ്രവർത്തകരുടെ മുമ്പിൽവെച്ച് ദ് അർഗൻ ല്യു ഇങ്ങനെ വിശദീകരിച്ചു: "ഇന്തോചൈനയിൽ ഫ്രാൻസിന്റെ സാന്നിധ്യമുണ്ടെന്ന സംഗതി അവിടത്തെ ജനങ്ങളെ ബോധ്യപ്പെടുത്തണം. ഫ്രാൻസ് ഉദാസീനതയോ വൈമനസ്യമോ കാണിച്ചാൽ ജനങ്ങൾക്ക് ഈ വിശ്വാസം നഷ്ടപ്പെടും. നമ്മുടെ സൈന്യങ്ങളെ അവിടെ നിലനിർത്തിക്കൊണ്ട് ഈ ആഗ്രഹം നമ്മൾ സൂചിപ്പിക്കണം." മൊറോക്കോവിലെ കടന്നാക്രമണയുദ്ധത്തിൽ കാണിച്ച ക്രൂരതകൾ വഴി കുപ്രസിദ്ധനായിത്തീർന്ന ഫ്രഞ്ചുകൊളോണിയലിസ്റ്റ് ജനറൽ ലിയൗതെ ശക്തിപ്രകടനം നടത്താൻ സ്വീകരിച്ച രീതി ഹൈക്കമീഷണർ അനുസ്മരിച്ചു.

അങ്ങനെ പഴയ ആളുകളെയും പഴയനയങ്ങളെയും ഞങ്ങൾക്ക് വീണ്ടും നേരിടേണ്ടിവന്നു.

61

കൊടുങ്കാറ്റിനുമുമ്പുള്ള ശാന്തത

ഡിസംബർ മധ്യം മുതൽ ഫ്രഞ്ചുസൈന്യങ്ങൾ ഹാനോയിൽ തങ്ങളുടെ പ്രകോപനപരമായ പ്രവർത്തനങ്ങൾ ശക്തിപ്പെടുത്തി.

ഡിസംബർ 15 ാം തീയതി നഗരത്തിന്റെ പല ഭാഗങ്ങളിലും അവർ ആക്രമംതുടങ്ങി; ഹാങ് ദൗ പാർക്കിൽ 8 ാം വാർഡിലെ പൊലീസുകാരെ വെടിവെച്ചു; ഹാം ലോങ് തെരുവിൽ കൈബോംബുകൾ വലിച്ചെറിഞ്ഞ് രണ്ട് ദേശീയ പ്രതിരോധഗാർഡുകളെ മുറിവേൽപ്പിച്ചു. ത്രാൻ ക്വോക് തോൺ തെരുവിൽ ഫ്രഞ്ചുസൈന്യങ്ങൾ ഒരു റിക്ഷാ പിടിച്ചെടുക്കുകയും അത് ദോൺ തുയി ആശുപത്രിയിലെത്തിക്കുകയും ചെയ്തു.

ഡിസംബർ 17 ാം തീയതി മുഴുവൻ ഫ്രഞ്ചുവിമാനങ്ങൾ ഹാനോയ്ക്കുമുകളിലൂടെ വട്ടമിട്ടുപറന്നു.

രാവിലെ 10 മണിക്ക് ലോ ദുക് തെരുവിൽ ഞങ്ങളുടെ ബാരിക്കേഡുകൾ തകർക്കാൻ, ആദ്യമായി, ഫ്രഞ്ചുസൈന്യം കവചിതകാറുകളയച്ചു. തടികൊണ്ടുള്ള രണ്ടു തൂണുകൾ അവർ എടുത്തുകൊണ്ടുപോയി. സംയുക്ത ലെയ്സൺ കമീഷനും കൺട്രോൾ കമീഷനും ഇടപെടാൻ ചെന്നപ്പോൾ തങ്ങൾ മേലധികാരികളുടെ ഉത്തരവുകൾ അനുസരിക്കുകമാത്രമാണ് ചെയ്യുന്നതെന്ന് ഫ്രഞ്ചുസൈന്യങ്ങൾ പറഞ്ഞു. അതേ നിമിഷം തന്നെ ഒരു മിലിറ്ററികാർ ഹാങ് ബൺ തെരുവിന്റെ ഒരറ്റത്തെത്തിച്ചേരുകയും ഏതാനും സൈനികരെ അവിടെ ഇറക്കുകയും ചെയ്തു. പിന്നെ താമസമുണ്ടായില്ല, അവർ ജനങ്ങൾക്കുനേരെ ലക്കും ലഗാനുമില്ലാതെ വെടിവെപ്പാരംഭിച്ചു. ഞങ്ങളുടെ സ്വയം പ്രതിരോധസൈന്യം തിരിച്ചും വെടിവെപ്പുതുടങ്ങി. കൂടുതൽ ഫ്രഞ്ചുസൈന്യങ്ങൾ അവിടെ എത്തിച്ചേർന്നുകൊണ്ടിരുന്നു. അവർ വീടുകളിൽ ബലംപ്രയോഗിച്ച് കടക്കുകയും സ്ത്രീകളെയും കുട്ടികളെയും കൂട്ടക്കൊലനടത്തുകയും

ചെയ്തു. അവർ ഒരാളുടെ കഴുത്തറുത്തു. രക്തക്കളത്തിൽ കിടന്ന് അയാൾ പിടഞ്ഞുമരിച്ചു. അധികം കഴിയുന്നതിനുമുമ്പ് ഒരു സംഘം സൈനികർ യെൻ നിഞ് തെരുവിൽ ഒരു വേട്ട നടത്തി. വീടുകൾ തകർത്തു; അനേകം പേരെ കൊന്നു; അതിലുമെത്രയോ പേരെ മുറിവേൽപ്പിച്ചു.

ഉച്ചക്ക് കോട്ടയുടെ കവാടംമുതൽ ലോങ് ബിയൻ പാലം വരെ ഫ്രഞ്ചുകാർ തങ്ങളുടെ സൈന്യങ്ങളെ അണിനിരത്തി. രണ്ടാംവാർഡിലെ പൊലീസ് സ്റ്റേഷൻ അവർ പിടിച്ചെടുത്തു.

യെൻ ഫൂ വിദ്യുച്ഛക്തി പ്ലാന്റിൽ ഫ്രഞ്ച്-വിയത്നാം പട്ടാളക്കാരടങ്ങിയ ഒരു സംയുക്ത സംഘമായിരുന്നു ഏതാനും ദിവസമായി കാവൽ നിന്നിരുന്നത്. അതിലൊരു ഫ്രഞ്ചുപട്ടാളക്കാരൻ തന്റെ കൂടെ കാവൽ നിൽക്കുകയായിരുന്ന വിയത്നാംപട്ടാളക്കാരനെ വെടിവെച്ചുകൊന്നു. ഉടൻതന്നെ അതിൽ പ്രതിഷേധിക്കുന്നതിന് പ്ലാന്റിലെ മുഴുവൻ തൊഴിലാളികളും ശക്തമായ ഒരു പ്രകടനം നടത്തി.

ഉച്ചതിരിഞ്ഞ് ഫ്രഞ്ച് സൈന്യം ഹാങ്ബൺ തെരുവിൽ പീരങ്കിയുണ്ടകൾ ഉതിർത്തു. തെരുവുകൾ പട്ടാളക്കാരെക്കൊണ്ട് നിറഞ്ഞു. അവർ വീടുകളുടെ ചില്ലുജാലകങ്ങളും മറ്റും എറിഞ്ഞുതകർത്തു.

നേതാക്കളിൽനിന്നുള്ള ഉത്തരവുകൾ കർശനമായി പാലിച്ചുകൊണ്ട്, ഞങ്ങളുടെ പട്ടാളക്കാരും ദേശീയപ്രതിരോധസൈന്യവും തിരിച്ച് വെടിവയ്ക്കാതെ നിന്നു. അവർ തങ്ങളുടെ നില ശക്തിപ്പെടുത്തുന്നത് തുടരുകയും ശത്രുക്കളുടെ നീക്കങ്ങളെ ശാന്തമായി വീക്ഷിക്കുകയും ചെയ്തു.

പിന്നീട് ഞങ്ങൾ മനസിലാക്കി ഡിസംബർ 17 ാം തീയതി ദെബെയെ കാണുന്നതിനായി വല്ലൂയ് സൈഗോണിൽനിന്ന് ഹൈഫോങിലേക്ക് പോയതായും മോർളിയെറെയും സെയ്ന്തിനിയെയും അങ്ങോട്ടുവിളിച്ചതായും.

ഡിസംബർ 18 ാം തീയതി രാവിലെ നഗരമാകെ ശാന്തമാണെന്ന് തോന്നി. ലെയ്സൺ കമീഷനിലും കൺട്രോൾ കമീഷനിലും പ്രവർത്തിക്കുയായിരുന്ന ഞങ്ങളുടെ ആൾക്കാർക്ക് തലേദിവസത്തെപ്പോലെ അത്ര വലിയ തിരക്ക് തോന്നിയില്ല. ഫോൺവിളികളുടെ എണ്ണം കുറവായിരുന്നു. എങ്കിലും രാവിലത്തെ ജോലി അവസാനിപ്പിക്കുന്നതിനുമുമ്പ് സംയുക്ത ലെയ്സൺ - കൺട്രോൾ കമീഷന്റെ തലവനായിരുന്ന ക്യാപ്റ്റൻ ദെ ഷാറ്റിലോൺ ഞങ്ങളുടെ ആൾക്കാർക്ക് ഒരു കത്ത് കൊടുത്തു. അതിൽ ഇങ്ങനെ പറഞ്ഞിരുന്നു;

> ഫ്രഞ്ചുസൈന്യം തങ്ങളുടെയും ഫ്രഞ്ച് പൗരന്മാരുടെയും സംരക്ഷണത്തിനുറപ്പുവരുത്താൻ ബാധ്യസ്ഥമാണ്. അതുകൊണ്ട് ഫിനാൻസ് ഡിപ്പാർട്ടുമെന്റിലും വാർത്താവിതരണസർവീസ് തലവന്റെ ഭവനത്തിലും നിർത്തുന്നതിന് അങ്ങോട്ടേക്ക് സൈന്യങ്ങളെ അയക്കുന്നതാണ്. ഫ്രഞ്ച് സൈന്യങ്ങളുടെ നീക്കത്തെ തടസപ്പെടുത്തിയേക്കാനിടയുള്ള എല്ലാം നീക്കം ചെയ്യണം. അല്ലെങ്കിൽ ഫ്രഞ്ച് സൈന്യം സ്വയം അവ നശിപ്പിക്കും.

ഹാനോയിലെ ഫ്രഞ്ചുകാരിൽനിന്നുള്ള ആദ്യത്തെ അന്ത്യശാസനമായിരുന്നു ഇത്.

രണ്ടുമണിക്കൂറിനുശേഷം ഉച്ചക്ക്, അടിമുടി ആയുധമണിഞ്ഞ ഫ്രഞ്ച് സൈന്യങ്ങൾ, ടാങ്കുകളുടെയും കവചിതവാഹനങ്ങളുടെയും അകമ്പടിയോടെ കോട്ടപ്രദേശത്തിന് ചുറ്റുമുള്ള തെരുവുകളിൽ ഇരച്ചുകയറി. അവർ ഹോവാങ്ഹാ, ഈസ്റ്റ്ഗേറ്റ്, ഹാങ് ചിയു എന്നീ പ്രദേശങ്ങൾ പിടിച്ചടക്കി. ഹാങ് ബുത് തെരുവിലുള്ള ഞങ്ങളുടെ കൊത്തളങ്ങളും ട്രഞ്ചുകളും നശിപ്പിക്കുന്നതിന് അവർ കവചിത കാറുകളയച്ചു.

ഉച്ചതിരിഞ്ഞ്, പ്രവൃത്തിസമയം അവസാനിക്കാറായപ്പോൾ, സംയുക്ത കൺട്രോൾ കമീഷനിലെ ഫ്രഞ്ച് സംഘം ഫ്രഞ്ച് കമാൻഡറിൽനിന്നുള്ള രണ്ടാമത്തെ അന്ത്യശാസനം ഞങ്ങൾക്കു തന്നു:

> 1946 ഡിസംബർ 18 ാം തീയതി ഹാനോയ് സിറ്റി പോലീസ് തങ്ങളുടെ കടമകൾ ശരിയായി നിർവഹിക്കുകയുണ്ടായില്ല. ഈ നില തുടരുകയാണെങ്കിൽ 1946 ഡിസംബർ 20 ാം തീയതി രാവിലെ മുതൽ ഹാനോയിൽ സംരക്ഷണചുമതല ഫ്രഞ്ച് സൈന്യം ഏറ്റെടുക്കുന്നതാണ്.

സംയുക്ത ലെയ്സൺ–കൺട്രോൾ കമ്മിഷനിലെ ഞങ്ങളുടെ സംഘം ഉചിതമായ ഒരു മറുപടി ഉടനെ നൽകി:

> വിയത്നാം പൊലീസ് തങ്ങളുടെ കടമ നിറവേറ്റുന്നതിൽ പരാജയപ്പെട്ടുപോയി എന്ന ആരോപണം പൂർണമായും കള്ളമാണ്. ഹാനോയിൽ സംരക്ഷണമേർപ്പെടുത്തുകയെന്നുള്ളത് സ്വതന്ത്ര വിയത്നാം ഭരണകൂടത്തിന്റെ പരമാധികാരമാണ്. മേൽപ്പറഞ്ഞ ആരോപണത്തെ, പ്രസ്തുത അവകാശം ലംഘിക്കുവാനുള്ള ഒരു മറയായി ഉപയോഗിക്കരുത്.

അതേദിവസം, ഹാനോയ്ക്ക് മുകളിലൂടെ ശത്രുവിമാനങ്ങൾ വട്ടമിട്ടു പറന്നുകൊണ്ടിരിക്കുകയായിരുന്നപ്പോൾ, ഹാദോങ്ങിലെ ഒരു ചെറിയ നദിക്കരയിലുള്ള ഒരു ചെറിയ ഗ്രാമത്തിൽ പുതിയ പരിതഃസ്ഥിതികൾ വിലയിരുത്തുന്നതിനും അതിനനുയോജ്യമായ ഒരു നയമാവിഷ്കരിക്കുന്നതിനും പാർട്ടിയുടെ കേന്ദ്രകമ്മിറ്റി സമ്മേളിച്ചു. ഹോ അമ്മാവൻ ഞങ്ങളോട് ചോദിച്ചു:

“എങ്ങനെയിരിക്കുന്നു നമ്മുടെ ഇക്കൊല്ലത്തെ വിള? ജനങ്ങൾക്ക് വേണ്ടത്ര ഭക്ഷണം കഴിക്കാനുണ്ടോ?”

ചില സഖാക്കൾ പറഞ്ഞു:

“ഇക്കൊലത്തെ കാലാവസ്ഥ വളരെ നന്നായിരുന്നു. പലേടത്തും വമ്പൻവിളവാണ് കൊയ്തെടുത്തത്. ജനങ്ങളുടെ സ്ഥിതി മുൻവർഷത്തെക്കാൾ നന്ന്.

മറുപടിയിൽ സംതൃപ്തനായിത്തീർന്ന അദ്ദേഹം വീണ്ടും ചോദിച്ചു:

"യുദ്ധം പൊട്ടിപ്പുറപ്പെടുകയാണെങ്കിൽ നമ്മുടെ പട്ടാളക്കാർക്ക് നൽകാൻ വേണ്ട അരിയുണ്ടോ?"

"ഹാനോയുടെ പ്രാന്തപ്രദേശങ്ങളിലുള്ള ജില്ലകളും പ്രവിശ്യകളും പട്ടാളക്കാർക്ക് നൽകാൻ ഭക്ഷ്യസംഭരണമേർപ്പെടുത്തിയിട്ടുണ്ട്. ഓരോ ഗ്രാമത്തിനും ഓരോ വിതരണകമ്മിറ്റിയുമുണ്ട്."

"വാർത്താവിനിമയലൈൻ നശിപ്പിക്കുന്ന പ്രവൃത്തി പുരോഗമിക്കുകയാണോ?"

"ഹാനോയ്ക്കു ചുറ്റുമുള്ള എല്ലാ ഹൈവേകളും മുറിച്ചുകളഞ്ഞിട്ടുണ്ട്. ശത്രുക്കളുടെ യന്ത്രവൽകൃത സൈന്യങ്ങൾക്ക് അവ മേലിൽ ഉപയോഗിക്കാൻ കഴിയില്ല. ചിറകൾക്ക് മുകളിലുള്ള റോഡുകൾ ഞങ്ങൾ നശിപ്പിക്കുന്നില്ല; അവ മണ്ണുകൊണ്ട് തടസപ്പെടുത്തുന്നേയുള്ളൂ. അതുകൊണ്ടാണ് അതിന് സമയം പിടിക്കുന്നത്."

സ്ഥിതിഗതികളെ എല്ലാവശങ്ങളിലൂടെയും വിലയിരുത്തിയതിനുശേഷം അദ്ദേഹം പറഞ്ഞു:

"യുദ്ധം വ്യാപിപ്പിക്കുകയെന്ന ഫ്രഞ്ചുപരിപാടി ഒരു പുതിയ ഘട്ടത്തിലേക്ക് നീങ്ങിയിരിക്കുകയാണ്. കൂടിയാലോചനകളുടേതായ ഘട്ടം കഴിഞ്ഞിരിക്കുന്നു. നാം ഒട്ടേറെ വിട്ടുവീഴ്ചകൾ ചെയ്തു. ഓരോ സന്ദർഭത്തിലും ശത്രു ഓരോ അടി മുമ്പോട്ടുവയ്ക്കുകയാണ് ചെയ്തത്. അടിമത്തത്തിന്റേതായ മറ്റൊരു ജീവിതത്തിലേക്ക് നമ്മുടെ ജനങ്ങൾ മടങ്ങിപ്പോവില്ല. നമ്മുടെ ജനകീയ ചെറുത്തുനിൽപ്പ് യുദ്ധം നീണ്ടുനിൽക്കുന്നതും കടുത്തതുമായിരിക്കും. എങ്കിലും അത് വിജയശ്രീലാളിതമാവുകതന്നെ ചെയ്യും."

ഡിസംബർ 19 ാം തീയതി, ഫ്രഞ്ച് പട്ടാളകമാൻഡിൽനിന്ന് ഞങ്ങൾക്ക് മറ്റൊരന്ത്യശാസനം – രണ്ടു ദിവസത്തിനകം മൂന്നാമത്തേത് – കിട്ടി. അതിൽ അവർ ഉന്നയിച്ച ആവശ്യങ്ങൾ ഇവയായിരുന്നു: ഹാനോയിലുള്ള സ്വയംപ്രതിരോധസേനയെ നിരായയുധമാക്കുക; ചെറുത്തുനിൽപ്പ് യുദ്ധത്തിനുള്ള തയാറെടുപ്പുകൾ അവസാനിപ്പിക്കുക; നഗരത്തിന്റെ സംരക്ഷണ ചുമതല ഫ്രഞ്ച് സൈന്യങ്ങൾക്ക് കൈമാറുക.

തലേദിവസത്തെ ആവശ്യവുമായി താരതമ്യപ്പെടുത്തുമ്പോൾ ഫ്രഞ്ചുകാർ ഒരുപടികൂടി മുമ്പോട്ടുപോയിരിക്കുന്നു. അതിന്റെ തെളിവാണ് സ്വയംപ്രതിരോധസേനയെ നിരായുധമാക്കണമെന്ന അവരുടെ ആവശ്യം.

കഴിഞ്ഞ നവംബറിൽ ഹൈഫോങ്ങിൽ എന്തുസംഭവിച്ചോ അതുതന്നെയാണ് ഇപ്പോൾ ഹാനോയിൽ സംഭവിച്ചുകൊണ്ടിരിക്കുന്നത്. ഹൈഫോങ്ങിൽ ദെബേയും മുന്നോട്ടുവെച്ചിരുന്ന അനേകം ഉപാധികൾ. അവയാകട്ടെ ഞങ്ങൾക്കു അസ്വീകാര്യമാകുമെന്ന് അയാൾക്ക് നന്നായിട്ടറിയുകയും ചെയ്യാമായിരുന്നു.

വടക്കൻ ഇന്തോചൈനയിലെ ഫ്രഞ്ചുറിപ്പബ്ലിക്കിന്റെ കമീഷണർക്ക് പ്രസിഡന്റ് ഹോ ഹ്രസ്വമായ ഒരു കത്തെഴുതി. അതിൽപറഞ്ഞു:

> കഴിഞ്ഞ കുറച്ചുദിവസമായി സ്ഥിതിഗതികൾ കുറെക്കൂടി സംഘർഷാത്മകമായിട്ടുണ്ട്. ഇത് അത്യന്തം ഖേദകരമാണ്. പാരീസിൽനിന്നുള്ള തീരുമാനം പരിഗണനയിൽ വെച്ചു കൊണ്ടുതന്നെ താങ്കൾ മി. ഗിയാമിനോടൊപ്പം ഇന്നത്തെ അന്തരീക്ഷം മെച്ചപ്പെടുത്തുന്നതിനുള്ള ഒരു പരിഹാരമാർഗം കണ്ടെത്തുമെന്ന് ഞാൻ പ്രത്യാശിക്കുന്നു.

ഹോ അമ്മാവൻ ഈ കത്ത് ഹോവാങ് മിഞ് ഗിയാമിന് നൽകി.അന്നുച്ചതിരിഞ്ഞുതന്നെ ഫ്രഞ്ചുറിപ്പബ്ലിക്കിന്റെ കമീഷണറെ കാണാനുള്ള സഖാവ് ഗിയാമിന്റെ അഭ്യർഥന ലെയ്സൺ-കൺട്രോൾ കമീഷനിലെ ഞങ്ങളുടെ സംഘം അതിൽപ്പെട്ട ഫ്രഞ്ചുകാർ അറിയിച്ചു. സെയ്ന്തിനി അദ്ദേഹത്തെ സ്വീകിരക്കാൻ വിസമ്മതിച്ചു. കാണണമെങ്കിൽ അടുത്ത ദിവസം വരെ കാത്തുനിൽക്കണമെന്നായിരുന്നു അയാളുടെ മറുപടി.

അടുത്തദിവസം ഡിസംബർ 20 ആയിരുന്നു; മോർളിയെറുടെ പ്രഖ്യാപനമനുസരിച്ച് ഞങ്ങൾ അവർക്ക് നഗരത്തിന്റെ സംരക്ഷണാവകാശം വിട്ടുകൊടുക്കുന്നില്ലെങ്കിൽ ഫ്രഞ്ചുസൈന്യങ്ങൾ 'നടപടികൾ കൈക്കൊള്ളുന്ന' ദിവസം. ഫ്രഞ്ചുകാർ ഒരുതരത്തിലുള്ള ഒത്തുതീർപ്പിനും തയാറല്ല എന്നാണോ ഇതിനർഥം. ഏതാനും ദിവസങ്ങൾക്കുമുമ്പ് *പാരീസ് സൈഗോൺ* പത്രത്തിനും നൽകിയ ഒരു കൂടിക്കാഴ്ചയിൽ ഫ്രഞ്ചു റിപ്പബ്ലിക്കിന്റെ കമീഷണർ പറഞ്ഞു: ശക്തിയുടേതായ ഒരു നിലയിലാണ് ഫ്രാൻസ് നിൽക്കുന്നത്. ശാന്തമായി ഞങ്ങൾ കാത്തുനിൽക്കുകയും ചെയ്യും. അരമാസം, കൊള്ളനടത്താനും പ്രകോപനങ്ങൾ സൃഷ്ടിക്കാനും തെരുവുകളിലേക്കയക്കപ്പെട്ടവരെയൊഴിച്ച് ബാക്കിയെല്ലാ ഫ്രഞ്ചുപട്ടാളക്കാരെയും ക്യാമ്പ് വിടുന്നതിൽനിന്ന് വിലക്കിയിരുന്നു. സമയം അതിവേഗം കടന്നുപോവുകയായിരുന്നു. അവരെപ്പോൾ തുടങ്ങും? നാളെയോ അല്ലെങ്കിൽ അതിനുമുമ്പോ?

ഡിസംബർ 19 ാം തീയതി ഉച്ചതിരിഞ്ഞ് ത്രാൻക്വോക് ഹൊവാനും വുദാങ് തുവാ വുവും ഞാനും കൂടി ഏറ്റുമുട്ടലിനു തയാറെടുത്തുകൊണ്ടിരിക്കുകയായിരുന്ന സൈന്യത്തെയും ജനങ്ങളെയും കാണാൻ തിരിച്ചു.

ഓ ചോ ദുവാവിലെയും പരിസരപ്രദേശങ്ങളിലെയും മിക്ക വീടുകളും ഭദ്രമായി അടച്ചിരുന്നു. എങ്കിലും ട്രാമുകൾ അപ്പോഴും ഓടുന്നുണ്ടായിരുന്നു. ഹാദോങ്ങിൽ നിന്നുവന്നവയിൽ മിക്കവാറും ആരുമുണ്ടായിരുന്നില്ല. ചില കുട്ടികളും വൃദ്ധൻമാരും വസ്ത്രങ്ങളുടെ കെട്ടുകളും കിടക്കകളും മറ്റു ഭാണ്ഡങ്ങളുമായി റിക്ഷയിൽ അപ്പോഴും ഹാനോയ് വിട്ടുകൊണ്ടിരുന്നു. വർഷങ്ങൾക്കുശേഷമേ തങ്ങളുടെ പ്രിയപ്പെട്ട തെരുവുകളിലേക്കു തിരിച്ചുവരാൻ കഴിയുകയുള്ളു എന്നാരും അപ്പോൾ ഊഹിച്ചിരുന്നില്ല. സ്വയം പ്രതിരോധസേനയിൽ പെട്ട ഏതാനുംപേർ-അവരിൽ ഒരാളുടെ കൈയിൽ ഒരു ചെറിയ തോക്കുണ്ടായിരുന്നു – മരത്തിന്റെ ശാഖകളിലുണ്ടാക്കിയ മൈൻദ്വാരങ്ങൾ പരിശോധിക്കുകയായിരുന്നു.

ഖാം തിയൻ തെരുവിൽ പ്രവേശിക്കുന്നതിന് ഞങ്ങളൊരു മതിലിൻമേൽ കയറി. ഓ ചോ ദുവാ വിജനമായി തോന്നിയെങ്കിൽ ഖാം തിയാൻ തെരുവ് ശബ്ദായമാനമായും ജനവാസമുള്ളതായുമാണ് അനുഭവപ്പെട്ടത്. ഏതാനും ദേശീയപ്രതിരോധ ഗാർഡുകളെ അനുഗമിച്ചുകൊണ്ട് സ്വയംപ്രതിരോധസേനാസംഘങ്ങൾ അങ്ങോട്ടുമിങ്ങോട്ടും നടക്കുന്നത് കണ്ടു. സ്ത്രീകളും പുരുഷന്മാരും മണ്ണും കയറ്റിക്കൊണ്ടുള്ള ഭാരവണ്ടികൾ ആവേശപൂർവം തള്ളിക്കൊണ്ടുപോകുന്നത് നല്ലൊരു കാഴ്ചയായിരുന്നു. ചില റസ്റ്റോറന്റുകളും കഫേകളും അപ്പോഴും തുറന്നുവെച്ചിരുന്നു.

ഓാം തിയൻ തെരുവിന്റെ മറ്റേ അറ്റത്ത് റെയിൽവേസ്റ്റേഷന്റെ അടുത്തായി കിടക്കുന്ന മതിലിനു താഴെയായി പല ജോലികളും നടന്നുകൊണ്ടിരിക്കുന്നത് ഞങ്ങളുടെ ശ്രദ്ധയിൽപ്പെട്ടു. അവിടെ മൺചുമരുകൾ ഉയരത്തിൽ കെട്ടിപ്പൊക്കിയിരുന്നു. രണ്ട് സ്വയംപ്രതിരോധസേനാ അംഗങ്ങൾ അവിടെ കാവൽ നിൽക്കുന്നുണ്ടായിരുന്നു. അവിടെനിന്ന് ഏതാനും മീറ്റർ അകലെ അവർക്കു മുമ്പിലായി ഷെൽഓയിൽ ഡിപ്പോ: ഒരു ഫ്രഞ്ചു ഗാരിസൺ അതിന് കാവലുണ്ടായിരുന്നു. റെയിൽവേസ്റ്റേഷൻ ഏറെ അകലെയല്ല. അവിടെയുമുണ്ടായിരുന്നു ഫ്രഞ്ചുസൈന്യങ്ങൾ. ഇതിനിടയിൽ സ്വയം പ്രതിരോധാംഗങ്ങൾ തടികൊണ്ടുള്ള തൂണുകൾ തള്ളിക്കൊണ്ടുപോയി. മതിൽ കുറെക്കൂടി ശക്തിപ്പെടുത്തുന്ന ജോലി തുടർന്നു. സ്ത്രീകൾ ധാരാളം മണ്ണും ഉരുക്കിന്റെ സ്ലീപ്പറുകളും കൊണ്ടുവരുന്നുണ്ടായിരുന്നു. അവരെ രസിപ്പിക്കുന്നതിന് ഒരു സംഘം ഗാനങ്ങൾ ആലപിച്ചുകൊണ്ടിരുന്നു. അത് അവിടമാകെ പ്രതിധ്വനിച്ചു. റെയിൽവേസ്റ്റേഷന്റെ ഭാഗത്തുനിന്ന് ഇടയ്ക്കിടെ കവചിത വാഹനങ്ങളുടെ ഇരമ്പൽ കേൾക്കാമായിരുന്നു.

ഞങ്ങൾ അവിടമാകെ പരിശോധിച്ചു. പോരാളികളുമായി സംസാരിച്ചു. ഉച്ചയ്ക്ക് ഒരു ഫ്രഞ്ച് കവചിത കാറ് അവിടെ വന്നതും ഞങ്ങളുടെ മതിലിന്റെ അടുത്തായി തറയിൽ കമഴ്ത്തിവെച്ച മൺപാത്രങ്ങൾ കണ്ട് അവ തറയിൽവെച്ച മൈനുകളാണെന്ന് തെറ്റിദ്ധരിച്ച് അതിന്റെ ഡ്രൈവർ പിൻതിരിഞ്ഞ് അതിവേഗം അവിടെനിന്ന് കടന്നുകളഞ്ഞതുമായ കഥ അവർ ആവേശപൂർവം ഞങ്ങളെ കേൾപ്പിച്ചു.

ശത്രുക്കൾക്കെതിരെ കടുത്തൊരു പോരാട്ടം നടത്തുന്നതിന് ഊർജസ്വലമായ തയാറെടുപ്പുകൾ നടത്തുകയായിരുന്നു ഈ ചെറുപ്പക്കാർ. എങ്കിലും യുദ്ധത്തെക്കുറിച്ച് അവർക്ക് വളരെക്കുറച്ചേ അറിയാമായിരുന്നുള്ളൂ. അവരുമായി സംസാരിച്ചപ്പോൾ ശുഭാപ്തിവിശ്വാസത്തോടെയും ആത്മവിശ്വാസപൂർവവും അവർ യുദ്ധവും കാത്ത് നിൽപ്പാണെന്നുതോന്നി. പിറ്റേദിവസം എന്താണ് തങ്ങളുടെമേൽ വന്നുവീഴുകയെന്ന് അവർക്കറിയാമായിരുന്നില്ല. എങ്കിലും എല്ലാ വെല്ലുവിളികളെയും അവർ ധൈര്യപൂർവം നേരിടുമെന്ന് പ്രത്യക്ഷത്തിൽത്തന്നെ ഞങ്ങൾക്കുതോന്നി.

നേരം സന്ധ്യയായി. നഗരം മുഴുവൻ അസാധാരമണാംവിധം ശാന്തത പരന്നു. തണുത്തതും വരണ്ടതുമായ കാലാവസ്ഥ. വീടുക

ളാകെ ചുരുങ്ങുന്നതായും മഞ്ഞനിറമുള്ള വൈദ്യുതവെളിച്ചത്തിൽ സ്വയം ചൂടേൽക്കാൻ നിൽക്കുന്നതുമായുള്ള ഒരു പ്രതീതി. തണുപ്പിൽ നഗരത്തിന്റെ ആലസ്യം വർധിക്കുന്നതായും നേരത്തെ ഉറക്കംപിടിക്കാൻ പോകുന്നതായും തോന്നി. എങ്കിലും, ഈ തണുത്ത ഉപരിതലത്തിനടിയിൽ ഉയർന്നുപൊങ്ങുന്നതിന് തിരമാലകൾ ഒന്നിനുപുറകെ മറ്റൊന്നായി അണിനിരക്കുകയായിരുന്നു. എല്ലാ പോരാളികളും അവരവരുടെ പോസ്റ്റുകളിൽ സന്നദ്ധരായി നിന്നു. റസ്റ്റാറന്റുകളിലോ ബാറുകളിലോ ഒരൊറ്റ തെരുവുകളിലോ ഫ്രഞ്ചുപട്ടാളക്കാരൻപോലുമില്ലെന്ന് റിപ്പോർട്ട് ചെയ്യപ്പെട്ടു. ശത്രുക്കളുടെ കവചിതവാഹനങ്ങൾ പുറത്തുവരാനും കവലകളിൽ വഴി തടസമുണ്ടാക്കുവാനും തുടങ്ങി....

62

അന്യാദൃശമായ നേതൃത്വം

ശൈത്യകാലത്തെ ഒരു വൈകുന്നേരമാണ് – 1946 ഡിസംബർ 20 ാംതീയതി – ദേശീയ ചെറുത്തുനിൽപ്പു യുദ്ധത്തിനുള്ള ഹോ അമ്മാവന്റെ ആഹ്വാനം *വോയ്സ് ഓഫ് വിയത്നാം* റേഡിയോ ഹാനോയിൽ നിന്ന് വളരെ അകലെയല്ലാത്ത ഒരു സ്ഥലത്തുവെച്ചാണ് പ്രക്ഷേപണം ചെയ്തത്. റേഡിയോ നിലയം അപ്പോഴേക്കും ആ താവളപ്രദേശത്ത് മാറ്റിയിരുന്നു.

തലേദിവസം രാത്രി മുതൽ – ചരിത്രപരമായ ഡിസംബർ 19 മുതൽ – യുദ്ധം രാജ്യം മുഴുവൻ വ്യാപിച്ചു. നാം ബൊവിലെ സായുധ ഉയിർത്തെഴുന്നേൽപ്പിനെത്തുടർന്ന് കഷ്ടിച്ച് ഒരുവർഷം കഴിഞ്ഞപ്പോൾ ഞങ്ങളുടെ പട്ടാളവും ജനങ്ങളും സോൺ ലായിലും ലാങ് സോണിലും ഹൈഫോങ് തുറമുഖത്തും പടവെട്ടിക്കഴിഞ്ഞപ്പോൾ ഹാനോയിലെ പട്ടാളവും ജനങ്ങളും കയ്യേറ്റക്കാർക്കെതിരെ തിരിച്ചടിയാരംഭിച്ചു. ദേശീയസ്വാതന്ത്ര്യത്തിനുവേണ്ടി ശത്രുക്കളെ നശിപ്പിക്കാൻ നാം ദിഞ്ഞും ഹായ് ദുവോങ്ങും ബാക് നിഞ്ഞും ബാക് ഗിയാങ്ങും ഹ്യൂവും ദാ നാങ്ങും.. സടകുടഞ്ഞെഴുന്നേറ്റു.

* * * * *

ഇന്ന്, ഹാനോയിലുള്ള വിപ്ലവ മ്യൂസിയത്തിൽ "ഇപ്പോഴത്തെ അടിയന്തരജോലി" എന്ന തലക്കെട്ടോടെ 1946 ഡിസംബർ അഞ്ചാം തീയതി പ്രസിഡന്റ് ഹോ സ്വന്തം കൈപ്പടയിലെഴുതിയ ഒരു രേഖ പ്രദർശിപ്പിച്ചിരിക്കുന്നത് കാണാം. ഈ അപൂർവരേഖ വായിക്കുമ്പോൾ നമുക്ക് മനസിലാക്കാം, ഫ്രാൻസിൽനിന്ന് തിരിച്ചെത്തിയ ഉടനെതന്നെ ഫ്രഞ്ചുസാമ്രാജ്യത്വവാദികൾ അഴിച്ചുവിട്ടേക്കാവുന്ന വ്യാപകമായ ഒരു യുദ്ധത്തിന്റെ അനിവാര്യത പ്രസിഡന്റ് ഹോ മുൻകൂട്ടികണ്ടിരുന്നുവെന്ന്. ഉണ്ടായേ

ക്കാനിടയുള്ള അടിയന്തരപരിതഃസ്ഥിതി നേരിടുന്നതിന് അദ്ദേഹം സ്വയം ഒരു രൂപരേഖ തയാറാക്കുകയും രാജ്യത്തിന്റെ പുനർനിർമാണപ്രവർത്തനം നടത്തവേ തന്നെ ചെറുത്തുനിൽപ്പ് യുദ്ധം നടത്തുന്നതിനുള്ള ഒരു പദ്ധതി ആവിഷ്കരിക്കുകയും ചെയ്തിരുന്നു.

നീണ്ടുനിൽക്കുന്ന ചെറുത്തുനിൽപ്പുയുദ്ധം അത്യന്തം കടുത്തതും യാതനാപൂർണവുമായിരിക്കുമെന്ന് നാം മനസിലാക്കുകയും ജനങ്ങളെ മനസിലാക്കിക്കുകയും വേണം.

ശത്രുവിനെ പൂർണപരാജയത്തിലേക്ക് നാം അടിച്ചോടിച്ചാൽപോലും അത് എങ്ങനെയും തിരിച്ചടിക്കാൻ നോക്കും. കാരണം, വിയത്നാമിലുണ്ടാകുന്ന പരാജയം അതിന്റെ സാമ്രാജ്യം മുഴുവൻ ശിഥിലമാക്കുന്നതിനിടയാക്കും.

ഒന്നുമില്ലായ്മയിൽനിന്നു തുടങ്ങി കാട്ടിൽ ഒളിച്ചിരിക്കുന്ന ഏതാനും വിപ്ലവകാരികളുടെ സഹായത്തോടെ ജാപ്പനീസ് വിരുദ്ധ-ഫ്രഞ്ചുവിരുദ്ധതാവളങ്ങൾ നിർമിക്കാൻ നമുക്ക് കഴിഞ്ഞു; ഇപ്പോൾ നമുക്കൊരു പട്ടാളമുണ്ട്. ജനങ്ങളുമുണ്ട്. അതുകൊണ്ട് നമുക്ക് ചെയ്യാൻ കഴിയാത്തതെന്താണ്? നാം ബൊവിന്റെ ഭൂമിശാസ്ത്രപരമായ കാലാവസ്ഥ പ്രതികൂലമായിരുന്നിട്ടും, അവിടെ വേണ്ടത്ര തയാറെടുപ്പുകളില്ലാതിരുന്നിട്ടും, ഒരു വർഷത്തിലേറെ പോരാട്ടം നടത്തുന്നതിന് ആ പ്രദേശത്തിന് കഴിഞ്ഞു. രാജ്യത്തിലാകെ നോക്കിയാൽ ഭൂമിശാസ്ത്രപരമായ കിടപ്പ് നല്ലതാണ്; സൈന്യങ്ങളാണെങ്കിൽ ശക്തവും. അതുകൊണ്ട് തീർച്ചയായും നമുക്ക് വർഷങ്ങളോളം പോരാടാം. വിജയംവരെ അങ്കം വെട്ടാം.

*　　*　　*　　*　　*

സമാധാനം കാംക്ഷിക്കുന്നതുകൊണ്ട് നമ്മൾ പല വിട്ടുവീഴ്ചകളും ചെയ്തിട്ടുണ്ട്. എന്നാൽ, നാം എത്രയൊക്കെ വിട്ടുവീഴ്ചകൾ ചെയ്തുവോ, അത്രയും സമ്മർദം നമ്മുടെമേൽ ചെലുത്തുകയാണ് ഫ്രഞ്ചുകൊളോണിയലിസ്റ്റുകൾ ചെയ്തത്. അവസാനനിമിഷം വരെ അദ്ദേഹം നടത്തിയ എല്ലാ ശ്രമങ്ങൾക്കും ശത്രുവിന്റെ ക്രിമിനൽ നടപടികളെ തടയാൻ കഴിഞ്ഞില്ല. കടന്നാക്രമണയുദ്ധത്തിന്റെ ജ്വാല രാജ്യം മുഴുവൻ പടർന്നുപിടിച്ചു.

"ഇല്ല! രാജ്യം നഷ്ടപ്പെടുന്നതിനെക്കാൾ നല്ലത് എല്ലാം ത്യജിക്കുകയാണ്. ഇനി ഒരിക്കലും നമ്മൾ അടിമകളായിരിക്കില്ല. കൂട്ടുകാരേ എഴുന്നേൽക്കുവിൻ!"

ആ ശൈത്യകാലത്ത് 56 വയസ്സ് പ്രായമുള്ള അദ്ദേഹം മുളവടിയുമൂന്നി ഒരു ജോടി റബർ ചെരിപ്പുകളും ധരിച്ച് ചെറുത്തുനിൽപ്പ് യുദ്ധത്തിനായി- ആദ്യത്തെ പാവനമായ ചെറുത്തുനിൽപ്പ് യുദ്ധത്തിനായി- ഇറങ്ങിത്തിരിച്ചു.

"ഈ ശൈത്യകതാലം അതിജീവിച്ചാൽ നമുക്ക് വസന്തകാലം കാണാനാകും."

അദ്ദേഹത്തിന്റെ ആഹ്വാനം ചെവിക്കൊണ്ടു കൊണ്ട് രാഷ്ട്രം മുഴുവൻ ദൃഢനിശ്ചയത്തോടെ, സമരാവേശത്തോടെ ധീരോദാത്തതയോടെ, ആത്മത്യാഗസന്നദ്ധതയോടെ ഉയിർത്തെഴുന്നേൽക്കുകയും ദേശീയ ചെറുത്തുനിൽപ്പുയുദ്ധത്തിന്റെ ആദ്യനാളുകളിൽത്തന്നെ ശ്രദ്ധേയമായ സൈനികവിജയങ്ങൾ നേടിയെടുക്കുകയും ചെയ്തു.

അതിനുശേഷം പ്രസിഡന്റ് ഹോവിന്റെയും പാർട്ടിയുടെയും കൊടിക്കീഴിൽ, ഏറ്റുമുട്ടലിന്റേതായ മൂവായിരം രാത്രികളിലും പകലുകളിലും ഞങ്ങളുടെ ജനങ്ങൾ പറഞ്ഞറിയിക്കാനാവാത്ത കഷ്ടപ്പാടുകൾ സഹിച്ചു, തങ്ങളുടെ ശക്തി അനുസ്യൂതം വർധിപ്പിച്ചു; എന്നത്തേക്കാളും വലിയ വിജയങ്ങൾ കൊയ്തെടുത്തു; വിജയത്തിന്റേതായ പാതയിലൂടെ ഐതിഹാസികമായ ദിയെൻ ബിയെൻ ഫുവിലേക്ക് നിരന്തരം മുന്നേറി.

* * * * *

1970–ൽ ശരത്കാലത്ത് – ഹോ അമ്മാവൻ നിര്യാതനായി ഏതാനും നാളുകൾ കഴിഞ്ഞതിനുശേഷമാണ് ഞാൻ ഈ കുറിപ്പുകളെഴുതാനാരംഭിച്ചത്. നേരത്തെ അത് പൂർത്തിയാക്കാൻ എനിക്ക് കഴിഞ്ഞില്ല.

ശേഖരിക്കാൻ കഴിഞ്ഞ രേഖകളുടെയും പല സഖാക്കളിൽനിന്നുമുള്ള സജീവമായ സംഭാവനകളുടെയും സഹായത്തോടുകൂടിയാണ് ഞാനും വായനക്കാരായ നിങ്ങളും അതീവ ഹ്രസ്വമെങ്കിലും ഞങ്ങളുടെ വിപ്ലവത്തിന്റെ ചരിത്രത്തിലെ സുപ്രധാനമായൊരു ഘട്ടത്തിൽ പ്രസിഡന്റ് ഹോ നടത്തിയ പ്രവർത്തനങ്ങൾ അനുസ്മരിക്കുന്നത്.

ഇരുപതാംനൂറ്റാണ്ടിന്റെ തുടക്കത്തിൽ വിയത്നാമിന്റെ ഈ വീരപുത്രൻ, കൊളോണിയലിസത്തിന്റേതായ കറുത്തിരുണ്ട രാത്രിയിൽ, പതറാത്ത ഹൃദയത്തോടെ തന്റെ രാജ്യത്തെയും ജനങ്ങളെയും രക്ഷിക്കൻ യാത്രയാരംഭിച്ചു. ചക്രവാളത്തിൽ അപ്പോൾ പുതിയൊരു പ്രകാശം പൊട്ടിവിതറുന്നുണ്ടായിരുന്നു. മഹത്തായ റഷ്യൻ ഒക്ടോബർ വിപ്ലവത്തോടെ മാനവരാശിയുടെ ചരിത്രത്തിൽ ഒരു പുതിയ യുഗമാരംഭിച്ചു. ൻഗുയെൻ ഐ ക്വാക് അന്ന് ഒരു കോളനിരാജ്യത്തിലെ പൗരനായിരുന്നു. ആ ചെറുപ്പക്കാരൻ, പുതിയ യുഗത്തിലെ ദേശീയവിമോചനത്തിന്റെ പാത അതിവേഗം കണ്ടെത്തി. അത് തൊഴിലാളിവർഗവിപ്ലവത്തിന്റെ ലെനിനിസത്തിന്റെ പാതയാണെന്ന് അദ്ദേഹം മനസിലാക്കി.

ഞങ്ങളുടെ പാർട്ടി നാൽപ്പതിലേറെ വർഷക്കാലം നടത്തിയ വിപ്ലവസമരം ഒരു കാര്യം അസന്ദിഗ്ധമായി തെളിയിച്ചു. അദ്ദേഹം തെരഞ്ഞെടുത്ത വിപ്ലവപാതയാണ് യഥാർഥ സ്വാതന്ത്ര്യത്തിനും മോചനത്തിനും ആനന്ദത്തിനുമുള്ള ഏകവും ശരിയുമായ പാത. കൊളോണിയൽ സാമ്രാജ്യത്വഭരണത്തിനുകീഴിൽ കഴിയുന്ന മറ്റനേകം രാഷ്ട്രങ്ങളുടെ വിമോചനപാതയും അതുതന്നെ.

ഹോ അമ്മാവൻ മഹാനായ ഒരു ദേശാഭിമാനിയായിരുന്നു. തന്റെ രാജ്യത്തോടുള്ള അദ്ദേഹത്തിന്റെ സ്നേഹവും തന്റെ ജനങ്ങളോടുള്ള അദ്ദേഹത്തിന്റെ വാത്സല്യത്തിനും അതിരുണ്ടായിരുന്നില്ല. തന്റെ ജീവിതം

മുഴുവൻ ദേശീയ വിമോചനത്തിനുവേണ്ടിയും ജനങ്ങളുടെ വിമോചനത്തിനും അദ്ദേഹം ഉഴിഞ്ഞുവെച്ചു.

വിയത്നാമിലെ ആദ്യത്തെ കമ്യൂണിസ്റ്റായിരുന്നു ഹോ അമ്മാവൻ. തന്റെ രാജ്യത്തിലെ മറ്റു ജനങ്ങളോടുള്ള സ്നേഹത്തെ അധ്വാനിക്കുന്നവരും ദരിദ്രരുമായ ജനങ്ങളോടുള്ള തന്റെ സ്നേഹവുമായി അദ്ദേഹം കൂട്ടിയിണക്കി. ദേശീയ വിമോചനത്തെ വർഗവിമോചനത്തിൽ നിന്ന് വേർതിരിച്ചുകാണാൻ അദ്ദേഹത്തിനു കഴിഞ്ഞില്ല. ചൂഷണവും മർദനവും നിലനിൽക്കുന്ന നീതിരഹിതമായ സമൂഹത്തിന്റെ കഷ്ടപ്പാടുകളിൽനിന്ന് മാനവരാശി മോചനം നേടിയെങ്കിൽ മാത്രമേ കറയറ്റ ദേശീയവിമോചനം സാധ്യമാവുകയുള്ളുവെന്ന് അദ്ദേഹം ദൃഢമായി വിശ്വസിച്ചു.

ഞങ്ങളുടെ പാർട്ടിയുടെയും ജനങ്ങളുടെയും നേതാവായിരുന്നു ഹോ അമ്മാവൻ. കഴിഞ്ഞ അറുപതുവർഷത്തെ അദ്ദേഹത്തിന്റെ വിപ്ലവപ്രവർത്തനം അന്യാദൃശനായ ഒരു തന്ത്രജ്ഞനായിരുന്നു അദ്ദേഹമെന്ന് നിസംശയം തെളിയിക്കുന്നു. അദ്ദേഹവും പാർട്ടിയുമെടുത്ത തീരുമാനം ചരിത്രപ്രധാനമായിരുന്നു; രാഷ്ട്രീയമായും സൈനികമായും നിർണായകപ്രാധാന്യമുള്ളവയായിരുന്നു. വിയത്നാം വിപ്ലവത്തെ വിജയശ്രീലാളിതമാക്കിത്തീർക്കുന്നതിനുപയുക്തമായവയായിരുന്നു.

* * * * *

ജർമൻ ഫാസിസ്റ്റുകൾക്കുമേൽ സോവിയറ്റ് ചെമ്പടയ്ക്കുണ്ടായ വിജയം അനേകം കിഴക്കൻ യൂറോപ്യൻ രാജ്യങ്ങളിലെ തൊഴിലാളിവർഗത്തെയും അധ്വാനിക്കുന്ന ജനങ്ങളെയും ഉണർന്നെണീക്കാനും അധികാരം പിടിച്ചെടുക്കാനും സഹായിച്ചു. ഈ മഹത്തായൊരു സോഷ്യലിസ്റ്റുവിപ്ലവം സാമ്രാജ്യത്വവാദികളെ പരിഭ്രാന്തരാക്കി. കമ്യൂണിസത്തെ തുടച്ചുനീക്കുന്നതിനുള്ള ഒരു പുതിയ ലോകമഹായുദ്ധത്തിന് തയാറെടുപ്പുനടത്തുകയെന്ന ഉദ്ദേശ്യത്തോടെ പരാജിതരായ ഫാസിസ്റ്റുപട്ടാളത്തെ വീണ്ടും ആയുധമണിയിക്കുന്നതിനെക്കുറിച്ച് പോലും അവർ ഗൗരവപൂർവം ആലോചിച്ചു. പടിഞ്ഞാറും കിഴക്കും തമ്മിലുള്ള ശീതയുദ്ധം അങ്ങനെയാരംഭിച്ചു.

ആ സമത്ത് 15 വയസ്സ് തികഞ്ഞതും 5000 അംഗങ്ങളുള്ളതുമായ ഞങ്ങളുടെ പാർട്ടി വിജയകരമായ ആഗസ്റ്റ് വിപ്ലവത്തിലേക്ക് ജനങ്ങളെ നയിച്ചു. ജാപ്പനീസ് ഫാസിസ്റ്റുകളിൽനിന്നും അവരുടെ പിണിയാളുകളിൽനിന്നും ഞങ്ങൾ അധികാരം പിടിച്ചെടുക്കുകയും വിയത്നാം ജനാധിപത്യറിപ്പബ്ലിക്ക് – തെക്കുകിഴക്കനേഷ്യയിലെ ആദ്യത്തെ ജനകീയ ജനാധിപത്യഭരണകൂടം – സ്ഥാപിക്കുകയും ചെയ്തു.

അങ്ങനെ ദേശീയവിമോചനത്തിന്റെ രക്തപതാക സ്വതന്ത്രവിയത്നാമിൽ പാറിപ്പറന്നു. അതേവരെ സാമ്രാജ്യത്വത്തിന്റെ ഉരുക്കുകോട്ടയായിരുന്ന ആ പ്രദേശത്ത് ഒരു പുതിയ അരുണോദയമുണ്ടായി. കൊളോണിയൽ വ്യവസ്ഥയുടെ തകർച്ചയെയും വിപ്ലവകരമായ ദേശീയവിമോചനപ്രസ്ഥാനങ്ങളുടെ വളർച്ചയെയും അത് അഞ്ച് ഭൂഖണ്ഡങ്ങളിലും വിളം

ബരം ചെയ്തു. അത് സാമ്രാജ്യത്വത്തിന് ഒരു വെല്ലുവിളിമാത്രമായിരുന്നില്ല. ഒരു ഭീഷണികൂടിയായിരുന്നു.

അതോടൊപ്പം ദേശീയസ്വാതന്ത്ര്യത്തിന്റെയും മോചനത്തിന്റെയും ശത്രുക്കൾ രാജ്യത്തിന്റെ ഓരോ മുക്കിലും മൂലയിലും സ്ഥാനംപിടിച്ചു. രണ്ടുലക്ഷത്തോളം ജിയാങ് പട്ടാളക്കാർ തലസ്ഥാനനഗരിയിലും വടക്കൻഭാഗത്തെ മറ്റെല്ലാ പട്ടണങ്ങളിലും വന്നിറങ്ങി. യുവ വിപ്ലവാധികാരം തകർക്കുന്നതിനുവേണ്ടി ആപൽക്കാരികളായ ഒരുസംഘം പിണിയാളുകളെ അവർ ഒരുക്കിനിർത്തി. അമേരിക്കൻ സാമ്രാജ്യത്വവാദികൾ ആയുധമണിയിച്ച ഫ്രഞ്ചുകടന്നാക്രമണസേനാവ്യൂഹം ബ്രിട്ടീഷ് സാമ്രാജ്യത്വവാദികളുടെ ആശീർവാദത്തോടെ തെക്കൻവിയത്നാമിൽ വീണ്ടും അധിനിവേശം സ്ഥാപിക്കാൻ പെട്ടെന്നൊരു പ്രത്യാക്രമണമഴിച്ചുവിട്ടു. ഒറ്റരാത്രികൊണ്ട് ഈ ഉപഭൂഖണ്ഡത്തിലെ ഫ്രഞ്ചുകൊളോണിയലിസ്റ്റു ഭരണം തകർത്തുതരിപ്പണമാക്കിയ 6000 ജാപ്പനീസ് ഫാസിസ്റ്റുപാട്ടാളക്കാരെ രാജ്യത്തിന്റെ വടക്കൻ ഭാഗം മുതൽ തെക്കൻ ഭാഗം വരെ അപ്പോഴും കാണാമായിരുന്നു.

"അധികാരം പിടിച്ചെടുക്കുക വിഷമകരമാണ്; എന്നാൽ അതിനെക്കാൾ വിഷമമാണ് അത് നിലനിർത്തുക" എന്ന ലെനിന്റെ വാക്കുകൾ ഇതുപോലെ സാർഥമാകമായിത്തീർന്ന അവസരം ഇതിനുമുമ്പുണ്ടായിട്ടില്ല.

പിതൃരാജ്യത്തിന്റെ ഭാവി തുടർച്ചയായി ആപത്തിലായിരുന്നു. ചിലപ്പോൾ അത് തലനാരിഴയിൽ തൂങ്ങിനിൽക്കുന്നതായിപോലും തോന്നി. അൽപ്പം ആശയക്കുഴപ്പം, തീരുമാനമെടുക്കുന്നതിൽ അൽപ്പം ചാഞ്ചാട്ടം – അതുമതി വിപ്ലവത്തെ ആപത്തിലാക്കാൻ. അന്യാദൃശമാംവിധം വ്യക്തതയോടുകൂടിയ ഒരു നേതൃത്വം ഏറ്റവും കൂടുതൽ ആവശ്യമായ സന്ദർഭം ഇതായിരുന്നു.

"ആക്രമിക്കാനോ പ്രതിരോധിക്കാനോ വായുവേഗത്തിൽ മുന്നോട്ടുനീങ്ങുക."

"ആക്രമണത്തിലും പിൻമാറ്റത്തിലും സാമർഥ്യവും കാൽവേഗവും നിങ്ങൾക്ക് മേൽബലം തരും."

പാർട്ടിയും ഹോ അമ്മാവനും ഉണ്ടായിരുന്നുവെന്നുള്ളത് ഞങ്ങളുടെ ജനങ്ങൾക്കും വിപ്ലവത്തിനും വലിയ അനുഗ്രഹമായിരുന്നു.

തത്വത്തിൽ അടിയുറച്ചതും അടവുകളിൽ അയവേറിയതുമായ പാർട്ടിയുടെയും ഹോ അമ്മാവന്റെയും രാഷ്ട്രീയനയം ശരിയായിരുന്നുവെന്ന് ചരിത്രയാഥാർഥ്യങ്ങൾ തെളിവുനൽകുന്നു. അതേക്കുറിച്ച് ലെ ദുവാൻ അഭിപ്രായപ്പെട്ടു.

> ഫ്രഞ്ച് കൊളോണിയലിസ്റ്റുകളെ നേരിട്ട് നമ്മുടെ കരങ്ങൾ സ്വതന്ത്രമാക്കുന്നതിനുവേണ്ടി നമുക്ക് ചിലപ്പോൾ ജിയാങ് കയ്ഷേക്കുമായി താൽക്കാലികമായി അനുരഞ്ജനമുണ്ടാക്കേണ്ടിവരും. പിന്നീട് ജിയാങ്ങിന്റെ സൈന്യങ്ങളെ തുരത്തിയോടിക്കുന്നതിനും

പിന്തിരിപ്പൻമാരെയും അവരുടെ ഏജന്റുമാരെയും തുടച്ചുനീക്കുന്നതിനും അതേ ഫ്രഞ്ചുകാരുമായി നമുക്ക് യോജിക്കേണ്ടിയും വരും. അങ്ങനെ നമ്മുടെ സൈന്യങ്ങളെ ശക്തിപ്പെടുത്താനും ഫ്രഞ്ചുകൊളോണിയലിസ്റ്റുകൾക്കെതിരെ രാജ്യവ്യാപകമായ ചെറുത്തുനിൽപ്പുനടത്താൻ വേണ്ട തയാറെടുപ്പുകൾ നടത്താനും – അതനിവാര്യമാണെന്ന് പാർട്ടിക്കറിയാം – നമുക്ക് സമയം ലഭിക്കും. അത്തരം നീക്കങ്ങൾ, നമ്മുടെ രാജ്യത്തിന്റെ വിപ്ലവചരിത്രത്തിൽ, ശത്രുഅണികളിലെ വൈരുധ്യങ്ങൾ ഉപയോഗപ്പെടുത്തുകയെന്ന ലെനിനിസ്റ്റ് അടവിന്റെയും മഹത്തായ ഉദാഹരണങ്ങളായി ആലേഖനം ചെയ്യപ്പെടും.

മുതലാളിത്തത്തിന്റെ സ്വത്തുടമവ്യവസ്ഥ ചിലപ്പോൾ അവയെ സഖ്യശക്തികളെന്ന നിലയിൽനിന്ന് പരസ്പരം പോരടിക്കുന്നവന്യമൃഗങ്ങളെന്നനിലയിലേക്ക് മാറ്റിയെങ്കിൽ' ഇവിടെ മാർക്സിസം–ലെനിനിസമെന്ന ആയുധമണിഞ്ഞ ഹോ ചി മിൻ എന്ന കമ്യൂണിസ്റ്റിന് ഉന്നതമായ ധാർമിക മൂല്യങ്ങളുടെയും കിടയറ്റ പെരുമാറ്റത്തിന്റെയും സഹായത്തോടെ ക്രൂരമായ ഈ വന്യമൃഗങ്ങളെ മെരുക്കിയെടുക്കാനും ചിലപ്പോൾ അവയെ വിപ്ലവത്തിനുവേണ്ടിത്തന്നെ ഉപയോഗിക്കാനും കഴിഞ്ഞു. അങ്ങനെ പുതുതായി ജന്മമെടുത്ത വിയത്നാം ജനാധിപത്യ റിപ്പബ്ലിക്കിനെ സംരക്ഷിക്കാൻ അദ്ദേഹത്തിന് സാധിച്ചു.

ആദ്യഘട്ടത്തിലെ കടുത്ത വെല്ലുവിളികൾക്കു മുന്നിൽ ഉറച്ചുനിൽക്കാനും ഞങ്ങളുടെ ജനങ്ങളുടെ മേൽ ചരിത്രമേൽപ്പിച്ച മഹത്തായ കടമകൾ ധൈര്യപൂർവം നിർവഹിക്കാനും വിയത്നാം വിപ്ലവത്തിനും കഴിഞ്ഞതിന് പാർട്ടിനേതൃത്വത്തിനും ഹോ അമ്മാവനും നന്ദിപറയുക.

രണ്ടാംലോകമഹായുദ്ധകാലത്ത് ഈ ഉപഭൂഖണ്ഡത്തിൽ സംഭവിച്ച മൗലികമായ മാറ്റങ്ങൾ മനസിലാക്കാനോ അംഗീകരിക്കാനോ സാമ്രാജ്യത്വവാദികൾക്കും കോളനികളിലെ അവരുടെ പ്രതിനിധികൾക്കും കഴിഞ്ഞില്ല.

1945 മാർച്ച് 24 ന്റെ തന്റെ മാനിഫസ്റ്റോവിലൂടെ താൻ ഇന്തോചൈനയിലെ ജനങ്ങളോട് ഉദാരമായ അനുഭാവം പ്രകടിപ്പിക്കുകയാണ് ചെയ്തതെന്ന് ദീ ഗാൾ പൊങ്ങച്ചം പറഞ്ഞു. ഇന്തോചൈനയിൽ സൈനികശക്തിയിലൂടെ തങ്ങളുടെ ആധിപത്യം സ്ഥാപിക്കാൻ കഴിയുമെന്ന് മിക്ക ഫ്രഞ്ചുബൂർഷ്വാ രാജ്യതന്ത്രജ്ഞരും സൈനികോദ്യോഗസ്ഥൻമാരും വിശ്വസിച്ചു. സാർവദേശീയരംഗത്തെ തങ്ങളുടെ ദുർബലമായ അവസ്ഥ കോളനികളിൽ പിടിച്ചുനിൽക്കുന്നതിലൂടെ പുനഃസ്ഥാപിക്കാൻ കഴിയുമെന്ന് അവർ വാദിച്ചു. ഫ്രഞ്ച് ജനതയിൽ ഭൂരിപക്ഷവും കൊളോണിയലിസത്തെ അപലപിക്കുകയും സ്വാതന്ത്ര്യത്തിനും പുനരേകീകരണത്തിനും വേണ്ടിയുള്ള ഞങ്ങളുടെ ജനങ്ങളുടെ ന്യായമായ സമരത്തിന് പിന്തുണ നൽകുകയും ചെയ്തു. എങ്കിലും ലെക്ലെർക്കിനെപ്പോലെ കൊളോണിയലിസ്റ്റുവൃത്തങ്ങളിൽ ഏറെക്കുറെ പ്രബുദ്ധരായവർ വിരള

മായിരുന്നു. ഫ്രഞ്ചുപടയേറ്റവ്യൂഹം പൂർണമായും തുരത്തിയോടിക്കപ്പെട്ടപ്പോൾ മാത്രമേ ഇന്തോചൈന പ്രശ്നത്തിൽ തനിക്കുപറ്റിയ തെറ്റ് ദീഗാൾ മനസിലാക്കിയുള്ളൂ.

ക്രൂരവും മൃഗീയവുമായ സാമ്രാജ്യത്വം മാനവരാശിക്കു മുഴുവൻ തുടച്ചുമാറ്റേണ്ട ഒരു കളങ്കമായിത്തീർന്നു. ദശലക്ഷക്കണക്കിന് വരുന്ന ഞങ്ങളുടെ വിയത്നാം ജനത മുഴുവനും ഒറ്റ മനുഷ്യനെപ്പോലെ ഉയിർത്തെഴുന്നേറ്റു. രണ്ടാമതൊരുതവണകൂടി ഞങ്ങളുടെ രാജ്യം കീഴടക്കാൻ ശത്രുക്കളെ അനുവദിക്കുകയില്ലെന്ന് അവർ ദൃഢനിശ്ചയം ചെയ്തു. ആ ശൈത്യകാലത്ത് രാഷ്ട്രത്തിന്റെ മുഴുവനും വികാരം താഴെപ്പറയുന്ന വാക്കുകളിൽ ഹോ അമ്മാവൻ ആവിഷ്കരിച്ചു:

"രാജ്യം നഷ്ടപ്പെടുന്നതിനേക്കാൾ നല്ലത് എല്ലാം ത്യജിക്കുകയാണ്. ഇനിയൊരിക്കലും ഞങ്ങൾ അടിമകളായിരിക്കില്ല. കൂട്ടുകാരേ എഴുന്നേൽക്കുവിൻ."

ഞങ്ങളുടെമേൽ ഒരു യുദ്ധം അടിച്ചേൽപ്പിച്ചപ്പോൾ ശത്രുക്കൾ അവരുടെ സ്വന്തം ശവക്കുഴി തോണ്ടുകയായിരുന്നു. എട്ടുവർഷത്തിനുശേഷം ദിയെൻ ബിയെൻ ഫുവിൽ വെച്ച് ഞങ്ങൾ ഈ പാഠം ഫ്രഞ്ച് സാമ്രാജ്യത്വവാദികളെ പഠിപ്പിച്ചു. നമ്മുടെ കാലഘട്ടത്തിന്റെ ഒരു പുതിയ സത്യം ഇങ്ങനെ ഞങ്ങൾ തെളിയിച്ചു: "ഒരു രാഷ്ട്രം അതെത്ര ചെറിയതാവട്ടെ, ശരിയായ രാഷ്ട്രീയനയമുണ്ടാവുകയും ആക്രമണകാരികൾക്കെതിരായി ദൃഢനിശ്ചയത്തോടെ സായുധരായി ഉണർന്നെണീക്കുകയുമാണെങ്കിൽ ശക്തമായ സാമ്രാജ്യത്വത്തെപ്പോലും പരാജയപ്പെടുത്താൻ അതിനു കഴിയും."

1946 ലെ ശരത്കാലത്ത് പാരീസിൽവെച്ച് ഫ്രഞ്ചധികൃതരുമായി കൂടിയാലോചന നടത്തിയ മനുഷ്യൻ ഫ്രഞ്ചുകൊളോണിയലിസത്തിന്റെ അന്തകനായിത്തീർന്നു.

ദിയെൻ ബിയെൻ ഫുവിലെ ഐതിഹാസികമായ വിജയത്തെത്തുടർന്ന് രാജ്യത്തിന്റെ പകുതിഭാഗം ഞങ്ങളുടെ ജനങ്ങൾ തിരിച്ചുപിടിച്ചു. വിമോചിതമായിത്തീർന്ന വടക്കൻഭാഗം സോഷ്യലിസത്തിന്റെ പാതയിലൂടെ ക്രമപ്രവൃദ്ധമായി മുന്നേറാൻ തുടങ്ങുകയും രാജ്യത്തിന്റെ മുഴുവൻ വിപ്ലവമുന്നേറ്റത്തിന്റെ കലവറയായിത്തീരുകയും ചെയ്തു.

വാർധക്യലക്ഷണങ്ങൾ കാണിച്ചുതുടങ്ങിയതും ദുർബലവമായ ഫ്രഞ്ച് സാമ്രാജ്യത്വവാദികളെ ഞങ്ങൾ കീഴ്പ്പെടുത്തി. കൊളോണിയലിസത്തിന്റെ മരണമണിമുഴങ്ങാൻ തുടങ്ങി. എങ്കിലും ഞങ്ങളുടെ ജനങ്ങളും സാമ്രാജ്യത്വവും തമ്മിലുള്ള കടുത്തതും നീണ്ടതുമായ പോരാട്ടം അവസാനിച്ചില്ല. സാമ്രാജ്യത്വത്തിന്റെ നേതാവായ അമേരിക്കൻ സാമ്രാജ്യത്വം തെക്കൻ വിയത്നാമിൽ കടിച്ചുതൂങ്ങിനിൽക്കാനുള്ള ശ്രമത്തിലായി. അത്ഭുതകരമാംവിധം സാമ്പത്തിക–സൈനിക ശക്തിയുള്ള അമേരിക്കൻ പുത്തൻ കൊളോണിയസലിസം ഇതേവരെയും അനുഭവങ്ങളിൽനിന്ന് പാഠമുൾക്കൊള്ളാൻ തയാറായില്ലെന്ന് ഇത് വ്യക്തമാക്കി.

ഫ്രഞ്ച് പടയേറ്റവ്യൂഹത്തിന്റെ അപമാനകരമായ പരാജയത്തിനുശേഷവും സൈഗോണിലെ ജാപ്പനീസ് തടവറകളിൽനിന്നു ബ്രിട്ടീഷ് സൈന്യങ്ങ ളഴിച്ചുവിട്ട ഫ്രഞ്ചുപട്ടാളക്കാർ ഈ ഉപഭൂഖണ്ഡത്തിലാരംഭിച്ച യുദ്ധം അവ സാനിച്ചില്ല. നമ്മുടെ രാജ്യത്തിന്റെ പകുതിഭാഗത്ത് യുദ്ധം ഇപ്പോഴും തുടരുകയാണ്. രണ്ടാംലോകമഹായുദ്ധത്തിനുശേഷം ഏറ്റവും തീവ്രവും നീണ്ടുനിൽക്കുന്നതുമായ യുദ്ധമായി മാറിയിരിക്കുന്നു ഇത്.

തങ്ങളുടെ ആഗോളതന്ത്രം നടപ്പാക്കുന്നതിന്റെ ഭാഗമായി പതിന ഞ്ചുലക്ഷത്തിലേറെ അമേരിക്കൻ–ഉപഗ്രഹ–പാവസൈന്യങ്ങളെ തെക്കൻ വിയത്നാമിലെ ആക്രമണയുദ്ധത്തിന് അമേരിക്കൻ സാമ്രാജ്യത്വം സമാ ഹരിച്ചിരിക്കുകയാണ്. കത്തിപ്പടർന്നുകൊണ്ടിരിക്കുന്ന വിപ്ലവകരമായ ദേശീയവിമോചനപ്രസ്ഥാനത്തെ തടഞ്ഞുനിർത്തുകയാണ് അവരുടെ ഉദ്ദേ ശ്യം. പാശ്ചാത്യലോകത്തെ അധുനാധുന നശീകരണയന്ത്രങ്ങളൊക്കെ അവർ ഇവിടെ കൊണ്ടുവന്നിറക്കിയിരിക്കുകയാണ്. രണ്ടാംലോകമഹാ യുദ്ധകാലത്ത് എല്ലാ യുദ്ധക്കളങ്ങളിലും ഉപയോഗിച്ചതിനേക്കാൾ കൂടു തൽ ബോംബുകളും ഷെല്ലുകളും അവർ ഇവിടെ വർഷിച്ചിട്ടുണ്ട്.

വീണ്ടും പ്രസിഡന്റ് ഹോവിന്റെ അമേരിക്കൻ വിരുദ്ധ അഭ്യർഥന അന്തരീക്ഷത്തിൽ മുഴങ്ങി.

> തെക്കൻ വിയത്നാമിനെതിരായ കടന്നാക്രമണയുദ്ധം ശക്തിപ്പെ ടുത്താൻ അഞ്ചുലക്ഷമോ പത്തുലക്ഷമോ അതിൽ കൂടുതലോ സൈന്യങ്ങളെ അവരിവിടെ അയച്ചേക്കാം. വടക്കൻഭാഗത്തെ ആക്രമണം തീവ്രതമാക്കുന്നതിന് ആയിരക്കണക്കിന് വിമാനങ്ങൾ അവർ നിയോഗിച്ചേക്കാം... അഞ്ചോ പത്തോ ഇരുപതോ അതിൽ കൂടുതലോ വർഷം യുദ്ധം നീണ്ടുന്നേക്കാം. ഹാനോയും ഹൈ ഫോങ്ങും മറ്റു ചിലപട്ടണങ്ങളും സ്ഥാപനങ്ങളും നശിപ്പിക്കപ്പെ ട്ടേക്കാം. പക്ഷെ, വിയത്നാം ജനതയെ ഒരിക്കലും കീഴ്പ്പെടു ത്താൻ കഴിയില്ല. സ്വാതന്ത്ര്യത്തെക്കാൾ വിലപിടിച്ചതായി അവർ ക്ക് മറ്റൊന്നില്ല.

ഹോ അമ്മാവന്റെയും പാർട്ടിയുടെയും ആഹ്വാനം ചെവിക്കൊണ്ടു കൊണ്ട് ഞങ്ങളുടെ മുഴുവൻ സൈന്യങ്ങളും ജനങ്ങളും അതിനനുസ രിച്ച് പ്രവർത്തിക്കാൻ ദൃഢനിശ്ചയം ചെയ്തിരിക്കുകയാണ്. ഒരാക്രമണ കാരിയെങ്കിലും ഞങ്ങളുടെ മണ്ണിൽ അവശേഷിക്കുന്നിടത്തോളം കാലം ആ ആക്രമണകാരിയെ തുരത്തിയോടിക്കുന്നതിന് ഞങ്ങൾ പോരാടും.

ആദ്യമായി പോരാട്ടം തുടങ്ങിയ ധീരോദാത്തമായ തെക്കൻവി യത്നാം തന്നെയായിരിക്കും അവസാനമായും ആയുധം താഴെവയ്ക്കുക. ‘പിതൃരാജ്യത്തിന്റെ ഉരുക്കുകോട്ട’ എന്ന പേരിന് തികച്ചും അർഹമായ തെക്കൻവിയത്നാം അടിമുടി ആയുധമണിഞ്ഞ ആക്രമണകാരികൾക്കെ തിരായ പോരാട്ടത്തിലൂടെ കൂടുതൽ കൂടുതൽ ശക്തമായിക്കൊണ്ടിരിക്കു യാണ്. നീണ്ടുനിൽക്കുന്ന തീവ്രമായ പോരാട്ടത്തിന്റെ തീജ്വാലകൾക്കി

ടയിലൂടെയാണ് വിപ്ലവാധികാരം ഉയർന്നുവന്നത്. അമേരിക്കൻ സാമ്രാജ്യത്വവാദികളെ തുരത്തിയോടിക്കുക; തെക്കൻവിയത്നാമിനെ മോചിപ്പിക്കുക; രാജ്യത്തിന്റെ സമാധാനപരമായ പുനരേകീകരണത്തിലേക്ക് മുന്നേറുക– ഈ ലക്ഷ്യങ്ങളോടെയാണ് തെക്കൻവിയത്നാം റിപ്പബ്ലിക്കിലെ താൽക്കാലിക വിപ്ലവഗവൺമെന്റ് അതിന്റെ ചരിത്രപരമായ ദൗത്യം നിർവഹിക്കുന്നത്.

ശത്രുക്കളുടെ ബോംബുവർഷങ്ങൾക്കിടയിലും തെക്കൻ വിയത്നാം ഉറച്ചുനിൽക്കുകയുണ്ടായി. സോഷ്യലിസം കെട്ടിപ്പടുക്കുകയെന്ന പാതയിലൂടെ മുന്നേറുന്നതോടൊപ്പംതന്നെ തെക്കൻവിയത്നാമിലേക്ക് സഹായത്തിന്റെ ചാലുകൾ വെട്ടിക്കീറാനും വടക്കൻവിയത്നാം തയാറാവുകയുണ്ടായിട്ടുണ്ട്. തയാറായിക്കൊണ്ടിരിക്കുകയാണ്.

ശത്രുക്കളുടെ ആക്രമണതന്ത്രം ഒന്നിനുപിറകെ മറ്റൊന്നായി ഞങ്ങൾ പൊളിച്ചു. അമേരിക്കൻസാമ്രാജ്യത്വവാദികളുടെ ആക്രമണസൈന്യത്തിന്, ഞങ്ങളുടെ മണ്ണിൽവെച്ച് മറ്റെല്ലാ ആക്രമണകാരികൾക്കും സംഭവിച്ചതുപോലെ കടുത്തനാശം നേരിടേണ്ടിവരുമെന്നതിൽ സംശയമില്ല.

* * * * *

പാർട്ടി സ്ഥാപിക്കപ്പെട്ടതിനുശേഷമുള്ള ഞങ്ങളുടെ ജനകീയവിപ്ലവസമരത്തിന്റെ ചരിത്രം രാജ്യം കെട്ടിപ്പടുക്കാൻവേണ്ടിയും സംരക്ഷിക്കാൻവേണ്ടിയും നിരന്തരം നടത്തിയ ഐതിഹാസികമായ പോരാട്ടത്തിന്റെ ചരിത്രമാണ്. ദേശീയവിമോചനത്തിനായുള്ള ഞങ്ങളുടെ പാർട്ടിയുടെയും ജനങ്ങളുടെയും സമരം ആക്രമണകാരികൾക്കെതിരായ ഒരു രാജ്യത്തിന്റെ അതിരുകളെ അതിലംഘിച്ച് വർത്തമാനയുഗത്തിലെ പുതിയ സത്യത്തിന്റെ സാക്ഷിയായി നിലകൊള്ളുകയാണ്.

ഈ മഹത്തായ പശ്ചാത്തലത്തിൽ പ്രൗഢമെങ്കിലും ലളിതവും കുലീനമെങ്കിലും സുപരിചിതവും കണ്ണഞ്ചിപ്പിക്കുന്നതെങ്കിലും പ്രഭാതസൂര്യനെപ്പോലെ പരിശുദ്ധവും ആയ പ്രസിഡന്റ് ഹോവിന്റ പ്രതിരൂപം പ്രത്യക്ഷപ്പെടുന്നു.

1945 ആഗസ്റ്റിലെ വിജയകരമായ വിപ്ലവം മുതൽ 1946 ഡിസംബർ 19 ാം തീയതി വിജയകരമായ ചെറുത്തുനിൽപ്പുയുദ്ധം തുടങ്ങുന്നതുവരെയുള്ള ഹ്രസ്വമായഘട്ടത്തിന് ഞങ്ങളുടെ പാർട്ടിയുടെയും ജനകീയവിപ്ലവസമരത്തിന്റെയും ചരിത്രത്തിൽ വമ്പിച്ച പ്രാധാന്യമുണ്ട്. അവിസ്മരണീയമായ ആ ദിനങ്ങളിലൂടെമാത്രമേ നമുക്ക് ഹോ അമ്മാവന്റെ ഒരു ചിത്രം രൂപീകരിക്കാനാവൂ,

ഞങ്ങളുടെ പിതൃരാജ്യത്തിന്റെ മഹാനായ ഒരു സന്തതിയായിരുന്നു പ്രസിഡന്റ് ഹോ. ലോകകമ്യൂണിസ്റ്റ് പ്രസ്ഥാനത്തിന്റെ ഉന്നതശീർഷനായ ഒരു പോരാളിയായിരുന്നു പ്രസിഡന്റ് ഹോ. വിയത്നാം വിപ്ലവത്തെ കാറ്റും കോളും നിറഞ്ഞ കടലിലൂടെ വിജയത്തിലേക്ക് നയിച്ച ഗംഭീരനായ ഒരു തന്ത്രജ്ഞനായിരന്നു പ്രസിഡന്റ് ഹോ.

പ്രസിഡന്റ് ഹോ പുതിയ വിയത്നാംമനുഷ്യനായിരുന്നു. അദ്ദേഹം നേതാവായിരുന്നു, ഗുരുനാഥനായിരുന്നു. സഖാവായിരുന്നു. രൂപംകൊണ്ടു വരികയായിരുന്ന ഒരു പുതിയ സമൂഹത്തിന്റെ എല്ലാ നല്ല ഗുണങ്ങളുടെയും ധാർമികമൂല്യങ്ങളുടെയും സമ്മിളിതരൂപമായിരുന്നു പ്രസിഡന്റ് ഹോ.

പുതിയ യുഗത്തിലെ പുതിയ മനുഷ്യനായിരുന്നു പ്രസിഡന്റ് ഹോ.

ഒരു പുതിയ തലമുറ, ഹോ ചി മിൻ തലമുറ, ജന്മമെടുത്തതിന് പാർട്ടിക്കും പ്രസിഡന്റ് ഹോവിനും നന്ദിപറയുക.

തങ്ങളുടെ സ്വന്തം രാജ്യത്തിനും മാനവരാശിക്കും ഒരു പുതിയ യുഗം സൃഷ്ടിച്ചുകൊടുക്കുകയെന്ന ദൗത്യം ഏറ്റെടുത്തിരിക്കുകയാണ് ഈ തലമുറ.

ഞങ്ങളുടെ മഹാനായ ഹോ അമ്മാവൻ കാണിച്ചിരുന്ന മാതൃകയുടെ അടിസ്ഥാനത്തിൽ പരിശീലനം നേടിയ ഈ തലമുറ അദ്ദേഹത്തിന്റെയും പാർട്ടിയുടെയും ഈ ആദർശങ്ങൾ നേടിയെടുക്കാൻ നിതാന്തമായി മുമ്പോട്ടുപോവുകയാണ്: "സമാധാനപരവും ഏകീകൃതവും സ്വതന്ത്രവും ജനാധിപത്യപരവും സമ്പദ്സമൃദ്ധവുമായ വിയത്നാം കെട്ടിപ്പടുക്കാനും അങ്ങനെ ലോക വിപ്ലവപ്രസ്ഥാനത്തിന് അമൂല്യമായ സംഭാവനകൾ നൽകാനും മുന്നേറുക."

അദ്ദേഹത്തിന്റെ ആഹ്വാനം ചെവിക്കൊണ്ടുകൊണ്ട് ഈ തലമുറ അനുക്രമം മുന്നേറുകയാണ്:

"മുന്നോട്ട്! സമ്പൂർണവിജയം തീർച്ചയായും നമ്മുടേതായിരിക്കും."

www.ingramcontent.com/pod-product-compliance
Lightning Source LLC
LaVergne TN
LVHW100433051026
849518LV00004B/1476